ഗ്രീൻ ബുക്സ്

അസ്ഥികൾക്കുമേൽ ഉഴുതുമറിക്കട്ടെ നിന്റെ കലപ്പകൾ

ഓൾഗ ടോകാർചുക്

പോളിഷ് എഴുത്തുകാരിയാണ് ഓൾഗ ടോകാർചുക്. 1962ൽ പോളണ്ടിലെ സിലോന ഗെരയ്ക്കടുത്തുള്ള സുലെചോവിലാണ് ടോകാർചുക് ജനിച്ചത്. സാഹിത്യ ജീവിതം ആരംഭിക്കുന്നതിനുമുമ്പ് 1980 മുതൽ വാർസോ സർവകലാശാലയിൽ സൈക്കോളജിസ്റ്റായി പരിശീലനം നേടി. 1998 മുതൽ ക്രാജനോവ് എന്ന ചെറിയ ഗ്രാമത്തിലാണ് താമസിക്കുന്നത്. അവിടെ നിന്ന് തന്റെ സ്വകാര്യ പ്രസിദ്ധീകരണ കമ്പനിയും അവർ കൈകാര്യം ചെയ്യുന്നു.

പുരസ്കാരങ്ങൾ : 2018ലെ സാഹിത്യ നൊബേൽ പുരസ്കാരം, 2018ൽ ഫ്ളൈറ്റ്സ് എന്ന നോവലിന് മാൻ ബുക്കർ ഇന്റർനാഷണൽ പ്രൈസ്, 2008, 2015 എന്നീ വർഷങ്ങളിലെ പോളണ്ടിന്റെ മികച്ച സാഹിത്യ സമ്മാനമായ നൈക്ക് അവാർഡ്, ജർമ്മൻപോളിഷ് ഇന്റർനാഷണൽ ബ്രിഡ്ജ് സമ്മാനം.

പ്രധാന കൃതികൾ: സിറ്റി ഇൻ മിറേഴ്സ്, ദി ജെർണി ഓഫ് ദി ബുക്ക് പീപ്പിൾ, പ്രീമിവെൽ ആൻഡ് അദർ ടൈംസ്, ഹൗസ് ഓഫ് ഡേ ഹൗസ് ഓഫ് നൈറ്റ്, ദി വാർഡ്രോബിൾ, ദ ഡോൾ ആൻഡ് ദി പേൾ, ദി ബുക്സ് ഓഫ് ജേക്കബ്.

സുരേഷ് എം.ജി.: 1962ൽ തൃശൂർ ജില്ലയിലെ ചൊവ്വന്നൂർ പഞ്ചായത്തിൽ പുതുശ്ശേരിയിൽ ജനനം. ഇംഗ്ലീഷ് സാഹിത്യത്തിൽ ബിരുദം. നിരവധി കൃതികളുടെ പരിഭാഷകനാണ്.

ഗ്രീൻ ബുക്സ് പ്രസിദ്ധീകരിച്ച
ഓൾഗ ടോകാർചുക്കിന്റെ ഇതര കൃതി

നിലയ്ക്കാത്ത സഞ്ചാരങ്ങൾ

നോവൽ

അസ്ഥികൾക്കുമേൽ ഉഴുതുമറിക്കട്ടെ നിന്റെ കലപ്പകൾ

ഓൾഗ ടോകാർച്ചുക്

വിവർത്തനം
സുരേഷ് എം.ജി.

ഗ്രീൻ ബുക്സ്

green books private limited
gb building, civil lane road, ayyanthole,
thrissur- 680 003, kerala, ph: +91 487-2381066, 2381039
website: www.greenbooksindia.com
e-mail: info@greenbooksindia.com

original polish title
prowadź swój pług przez kości umarłych
novel
by
olga tokarczuk

english
drive your plow over the bones of the dead

malayalam
asthikal uzhuthumarikkatte ninte kalappakal

translated by
suresh m.g.

first published september 2020

cover design : mansoor cheruppa

branches:
thrissur 0487-2422515
thiruvananthapuram 0471-2335301
calicut 0495 4854662
ernakulam 8589095302

isbn : 978-93-89671-58-2

GBPL/1155/2020

മുഖക്കുറിപ്പ്

അസ്ഥികൾക്കുമേൽ ഉഴുതുമറിക്കട്ടെ നിന്റെ കലപ്പകൾ

"എനിക്കു പ്രായമായിരിക്കുന്നു. രാത്രിയിൽ ഒരു ആംബുലൻസിൽ കൊണ്ടുപോകേണ്ടി വന്നാലോ എന്നൊരു ചിന്ത. എന്തായാലും കിടക്കുന്നതിനു മുമ്പ് കാലുകൾ കഴുകേണ്ട പ്രായമായിരിക്കുന്നു."

ഇങ്ങനെയാണ് 'അസ്ഥികൾക്കുമേൽ ഉഴുതുമറിക്കട്ടെ നിന്റെ കലപ്പകൾ' എന്ന നോവലിൽ ഉണരുന്ന പ്രധാന കഥാപാത്രത്തിന്റെ വാർദ്ധക്യ ചിന്ത. ചിന്തയുണർത്തുന്നതാകട്ടെ കഥാനായികയായ ജനീനാ ദസ്ജെയ്ക് ആണ്. "വിശ്വാസഘാതകരെപ്പോലെയാണെന്റെ രോഗങ്ങൾ. അവ എപ്പോൾ വരുമെന്ന് അറിയില്ല. വരുമ്പോൾ എന്റെ ശരീരത്തിനകത്ത് എന്തൊക്കെയോ സംഭവിക്കും. അസ്ഥികൾ വേദനിച്ച് തുടങ്ങും. അത്ര സുഖകരമായ ഒരു വേദനയൊന്നുമല്ല. അസഹനീയം, ഓക്കാനം വരുത്തുന്നത്. അതങ്ങനെ തുടർന്നുകൊണ്ടേയിരിക്കും. നിലയ്ക്കാതെ മണിക്കൂറുകൾ തുടരും. ചിലപ്പോൾ ദിവസങ്ങളോളം നീളും. ഈ വേദനയിൽ നിന്ന് ഓടിയൊളിക്കാനൊന്നുമാകില്ല. ഇതിനെ തടയാൻ ഗുളികകളില്ല, കുത്തിവയ്പ്പുകളില്ല. ഒരു നദിക്ക് ഒഴുകിയേ മതിയാകൂ എന്നതുപോലെ, തീയിന് എരിഞ്ഞേ മതിയാകൂ എന്നതുപോലെ എനിക്കു വേദനിച്ചുകൊണ്ടേയിരിക്കും."

വാർദ്ധക്യത്തിന്റെ ഒട്ടേറെ അവശതകൾ അവർക്കുണ്ട്. ഏകയാണ്. പക്ഷേ പ്രതികൂലമായ ജീവിതത്തോടും ചുറ്റുപാടുകളോടും ചെറുത്തുനിൽക്കാനുള്ള വലിയ ആത്മവീര്യമാണ്

അവർ പ്രകടിപ്പിക്കുന്നത്. ഒരു സ്ത്രീ തന്റെ സ്വാതന്ത്ര്യം ഉദ്ഘോഷിക്കുന്ന കൃതി എന്നു കൂടി നമുക്ക് വിലയിരുത്താം.

നമ്മുടെ പ്രകൃതിക്ക് അതിന്റെ എല്ലാ സ്വാഭാവികതയും നഷ്ടമായിരിക്കുന്നു. സത്യത്തെ തിരിച്ചറിയാൻ നാം വല്ലാതെ വൈകിപ്പോയി. സ്വാഭാവികമായ അവസ്ഥകൾ എല്ലാം തകിടം മറിഞ്ഞു. ഭൂമുഖത്ത് ദുരന്തങ്ങളില്ലാതെ ജീവിക്കാൻ നമുക്ക് നിയന്ത്രണങ്ങൾ വേണം. ഇതെല്ലാം ജനീനാ ദസ്ജെയ്ക്കിനു മുമ്പിൽ നിറഞ്ഞുനിൽക്കുന്ന യാഥാർത്ഥ്യങ്ങളാണ്. 2010കളിലാണ് ഈ നോവൽ എഴുതപ്പെട്ടത്. പക്ഷേ കൊറോണ വൈറസ് എന്ന മഹാമാരിയിൽ ലോകം വിറകൊള്ളുമ്പോഴാണ് ഈ ചിന്തയുടെ വ്യാപ്തിയും പ്രാധാന്യവും നമ്മൾ സമകാലികമായി തിരിച്ചറിയുന്നത്. ചൈനയിലെ, വുഹാനിലെ വെറ്റ് മാർക്കറ്റിൽനിന്നാണ് ലോകത്തെ നടുക്കിയ, ലക്ഷക്കണക്കിനു പേർ മരിച്ചുവീഴുന്ന കോവിഡ് 19 എന്ന മഹാമാരി വന്നെത്തിയതെന്ന ചിന്ത നമ്മെ അലോസരപ്പെടുത്തുക തന്നെ ചെയ്യും.

ജനീനാ എന്ന ഈ വൃദ്ധനായികയുടെ ഭൗതിക ജീവിതം അത്ര സുഗമമല്ല എന്ന് പറഞ്ഞു കഴിഞ്ഞു. പോളണ്ടിന്റെ അതിർത്തിമേഖലയിലെ ഒരു പർവ്വത പ്രദേശത്താണ് അവരുടെ ജീവിത നിയോഗം. അതിർത്തി തുറക്കുന്നത് ചെക് റിപ്പബ്ലിക്കിലേക്കാണ്. അവരുടെ വീട്ടിലെ കുന്നിൻപ്പുറത്തു നിന്നാൽ പോളണ്ടിലെ വെളുത്ത കുന്നുകളും ചെക്ക് പ്രദേശത്തെ നിറംമങ്ങിയ കുന്നുകളും കാണാം. അതിർത്തി കടന്നെത്തുന്ന കലമാനുകൾ, കുറുക്കന്മാർ, കടവാതിലുകൾ എന്നിങ്ങനെയുള്ള മൃഗസഞ്ചയങ്ങൾക്ക്, മനുഷ്യർ തീർത്ത മതിലുകളില്ലല്ലോ എന്ന് അവർ കൗതുകപൂർവ്വം നോക്കിക്കാണുന്നു. ഈ കാഴ്ച ജനീനായുടെ മനസ്സിന് കുളിരേകുന്നുണ്ട്. അതിർത്തികളില്ലാത്ത ഒരു ലോകദേശീയതയാണ് അവർ സ്വപ്നം കാണുന്നത്.

പണ്ട് അതിർത്തിഗേറ്റിൽ വലിയ സന്നാഹങ്ങളുണ്ടായിരുന്നു. ഇപ്പോൾ അതൊന്നുമില്ല. ആയതിനാൽ കാവലാളില്ലാതെ അതിർത്തിയും കടന്ന് ചെക്ക് റിപ്പബ്ലിക്കിലേക്ക് കടക്കും. തിരിച്ച് പോളണ്ടിലേക്കും. അങ്ങനെ തന്റെ സമുറായി കാറിൽ മണിക്കൂറുകളോളം ചുറ്റിക്കറങ്ങി ആനന്ദിക്കും. മനുഷ്യൻ സൃഷ്ടിച്ച കൃത്രിമമായ ലോകത്തിന്റെ പാപഭാരം

പേറിനിൽക്കുന്ന അതിർത്തികൾ എന്ന് ആത്മഗതം ചെയ്യും. വേറിട്ട് ചിന്തിക്കാനുള്ള കഴിവു തന്നെയാണ് ജനീനായെ വ്യത്യസ്തയാക്കുന്നത്. ഭൂമിയിലെ നിരായുധരായ മനുഷ്യനോടും മൃഗസഞ്ചയങ്ങളോടുമുള്ള അവരുടെ സഹാനുഭൂതിയും ഐക്യവും ഈ നോവലിൽ നിറഞ്ഞൊഴുകുന്നതു കാണാം. വണ്ണാത്തിപ്പുള്ളിനേയും ചാരത്തലയൻകുരുവികളേയും ചെക്ക് റിപ്പബ്ലിക്ക് താണ്ടി അവിടേക്കു തന്നെ തിരിച്ചുപോകുന്ന കുറുക്കനേയും അവർ സ്നേഹിക്കുന്നു. എന്നിട്ട് ഈ ലോകം എത്ര സുന്ദരവും ജീവൻ നിറഞ്ഞതുമാണെന്ന് ഓർത്ത് ആനന്ദിക്കുന്നു. മൃഗങ്ങളെ വേട്ടയാടുന്നതും കൊന്നൊടുക്കുന്നതുമാണ് ജനീനായുടെ എതിർപ്പിന് കാരണമാകുന്നത്. മാംസാഹാരങ്ങൾ വർജ്ജിച്ച് തികഞ്ഞ ഒരു സസ്യഭുക്കായാണ് അവർ ജീവിക്കുന്നത്.

നല്ല കാലത്ത് അനേകം പാലങ്ങൾ തീർത്ത ഒരു എഞ്ചിനീയറായിരുന്നു ജനീനാ. എന്നാൽ ഈ പർവ്വതപ്രദേശത്ത് വന്ന് ഒരു സ്കൂൾ അധ്യാപികയുടെ റോളിൽ അവർ ജീവിക്കുന്നു. ആറു മാസവും മഞ്ഞുവീഴുന്ന കറുത്ത ആകാശം താഴെയുള്ള പർവ്വതങ്ങളെയും ചുംബിക്കുന്ന അസുഖകരമായ പ്രകൃതിയുടെ കാഴ്ച. കുറെ വീടുകൾ അവിടെയുണ്ട്. അതിന്റെ അവകാശികൾക്ക് അത് സമ്മർഹൗസാണ്. അവരുടെ സംരക്ഷണച്ചുമതലയും കഥാനായിക ഏറ്റെടുക്കുന്നു. എപ്പോഴും തന്റെ സഹചാരിയായ ജാപ്പാനീസ് സമുറായ് കാറുമെടുത്ത് കയറ്റവും ഇറക്കവും ചെങ്കുത്തായതുമായ പ്രദേശം മുഴുവൻ അവർ തന്റെ സാന്നിദ്ധ്യം അറിയിക്കുന്നു

എന്നാൽ എന്തുകൊണ്ടാണ് ജനീനാ ക്ഷോഭിക്കുന്ന ഒരു സ്ത്രീയായി മാറുന്നത്? ചുറ്റുമുള്ള അനീതികളോട് പോരാടാൻ അവരുടെ കൈകൾ ഞെരിയുകയാണ്. നിയമം മൂലം വനത്തിലെ മൃഗവേട്ടകൾ നിരോധിക്കപ്പെട്ടവയാണ്. എന്നിട്ടും വനപാലകർ കണ്ണടയ്ക്കുന്നു. മൃഗവേട്ടകളുമായി അവർ അവിടെ നിർബാധം അഴിഞ്ഞാടുന്നു. തന്റെ പ്രായത്തെ പോലും അവഗണിച്ച്, ഒറ്റയ്ക്ക് അവർ ചെറുത്തുനിൽക്കുന്നു. അതൊരു കയ്യാങ്കളിയിൽ അവസാനിക്കുന്നു. ശരീരത്തിലേറ്റ മുറിവുകളുമായി അവർ നടന്നു നീങ്ങുന്നു. ഭൂമിയെ പരിക്കേൽപ്പിച്ച് പാറമടകൾ ഖനനം ചെയ്യുന്ന കാട്ടുകള്ളന്മാരും അവിടെയുണ്ട്.

കലമാൻ വേട്ടകൾ നിർബ്ബാധം അരങ്ങേറുന്നു. തന്റെ അയൽക്കാരൻ ബിഗ്ഫൂട്ട് അവരുടെ കറുത്ത ലിസ്റ്റിൽ പെട്ടവനാണ്. കൂട്ടിൽത്തന്നെ വിധിക്കപ്പെട്ട അയാളുടെ നായ നിർത്താതെ കരഞ്ഞുകൊണ്ടിരിക്കുന്നതും അവരുടെ സങ്കടമാണ്. തനിക്ക് ക്രൂരതകളെ വെച്ചു പൊറുപ്പിക്കാനാവില്ല. ആയതിനാൽ കെട്ടുകണക്കിന് പരാതികളുമായി വനംവകുപ്പുകളിലും പൊലീസ് സ്റ്റേഷനുകളിലും ഗവൺമെന്റ് ഓഫീസുകളിലും അവർ കയറിയിറങ്ങുന്നു. പട്ടിയെ സ്ഥിരം കെട്ടിയിടുന്ന അയൽക്കാരനെതിരെയും അവർ പരാതിപ്പെടുന്നു. എന്നാൽ അധികാരികൾക്ക് ഒരു ഹാസ്യകഥാപാത്രമാണ് അവർ. പരിഹസിക്കുകയാണെന്നറിഞ്ഞിട്ടും അവരെ പാഠം പഠിപ്പിക്കാൻ ജനീനാ കച്ചകെട്ടിയിറങ്ങിയിരിക്കുന്നു. അവർക്ക് ജനീനാ ഒരു 'കിറുക്കിത്തള്ള' മാത്രമാണ്. 'എന്റെ പെൺകുട്ടികൾ' എന്ന ഓമനപ്പേരിട്ടു വിളിക്കുന്ന അവരുടെ രണ്ട് വളർത്തുപട്ടികളെയും ബോധപൂർവ്വം ആരോ വെടിവെച്ചുകൊല്ലുന്നു.

> "കൊടുങ്കാറ്റിലെ യാത്രികരേ,
> നമ്മൾ ജനിച്ചത് ഈ വീട്ടിലാണ്.
> ഈ ലോകത്തിലേക്ക് എടുത്തെറിയപ്പെട്ടവർ.
> അസ്ഥികളില്ലാത്ത നായയെപ്പോലെ
> കടമെടുത്ത അഭിനേതാവിനെപ്പോലെ
> നമ്മൾ കൊടുങ്കാറ്റിലെ യാത്രികർ."

ഈ നിസ്സഹായാവസ്ഥയെ എങ്ങനെ മറികടക്കാനാകും എന്നതു തന്നെയാണ് ഈ നോവലിലെ ധാർമ്മികചിന്ത. എപ്പോഴും തെമ്മാടിക്കൂട്ടങ്ങൾക്കൊപ്പമാണ് ഭരണകൂടവും അധികാരികളും പൗരോഹിത്യ ലോകവും. അപ്പോഴും ഒരു ചോദ്യം ഉയരുന്നു – ചില മനുഷ്യർ എന്തുകൊണ്ട് കൂടുതൽ പാപികളും ദുഷ്ടന്മാരുമായിത്തീരുന്നു?

മലയാള സാഹിത്യത്തിലേക്കുള്ള ഓൾഗാ ടോകാർചുകിന്റെ കടന്നുവരവോടെ മലയാളത്തിൽ 21-ാം നൂറ്റണ്ടിന്റെ സാഹിത്യം ചർച്ചാവിഷയമാകുന്നു എന്നതാണ് ഈ കൃതിയുടെ പ്രത്യേകത. കഥകളും ലേഖനങ്ങളും ആത്മകഥയും ഒത്തുചേരുന്ന ഒരു 'എസ്സെയിസ്റ്റ് നോവൽ' എന്ന നിലയിൽ. 'നിലയ്ക്കാത്ത സഞ്ചാരങ്ങൾ' സാഹിത്യത്തിന്റെ ഏറ്റവും പുതിയ മുഖമായിട്ടാണ് കടന്നുവരുന്നത്. ഒരു ക്ലാസ്സിക് എന്ന നിലയിൽ ഒട്ടേറെ വായനകൾ ആവശ്യപ്പെടുന്ന കൃതിയാണത്.

2008ൽ പൂർത്തിയാക്കിയ 'നിലയ്ക്കാത്ത സഞ്ചാരങ്ങൾ'ക്കു ശേഷമാണ് ഓൾഗാ 2009ൽ 'അസ്ഥികൾക്കു മേൽ ഉഴുതുമറിക്കട്ടെ നിന്റെ കലപ്പകൾ' എന്ന നോവൽ എഴുതുന്നത്. അതാകട്ടെ, ആധുനിക മനുഷ്യന്റെ പരിസ്ഥിതി ദ്രോഹത്തിലൂന്നിയ കൃതിയാണ്. പിന്നിട്ടതും നിലനിൽക്കുന്നതുമായ വ്യവസ്ഥിതികളുടെ രേഖാചിത്രങ്ങൾ അവിടെ വീണുകിടപ്പുണ്ട്. മുതലാളിത്തത്തെ കീഴടക്കാൻ വന്ന സോഷ്യലിസ്റ്റ് സമൂഹത്തിന്റെ ദുർബലമായ അപനിർമ്മിതികളും മുഴക്കങ്ങളായി ഈ നോവലിൽ നിറയുന്നുണ്ട്. സോഷ്യലിസ്റ്റുകാർക്കു ശേഷം പോളണ്ടിൽ അധിവാസമുറപ്പിച്ച കത്തോലിക്ക മേധാവിത്വവും എത്ര ജനവിരുദ്ധമാണെന്നും അവർ രേഖപ്പെടുത്തുന്നു.

ഹ്യൂബർട്ട് എന്ന ഒരു തെമ്മാടി ഒരിക്കൽ മാൻനായാട്ട് നടത്തവേ മാനിന്റെ കണ്ണുകളിലൂടെ യേശുക്രിസ്തുവിന്റെ രൂപം പ്രത്യക്ഷപ്പെടുന്നതായി കാണുന്നു. മാൻകണ്ണുകളിലൂടെ ദൈവദർശനം ലഭിച്ച ഹ്യൂബർട്ടിനെ പള്ളി ഒരു ദിവ്യനാക്കി മാറ്റുന്നു. എല്ലാ വർഷവും ഹ്യൂബർട്ട്വിശുദ്ധന്റെ ദിനം ആചരിക്കുന്നത് നായാട്ടുകാരാണ്. നായാട്ടുകാരുടെ സംഘടനയുടെ അധ്യക്ഷനാണ് ഫാദർ റസ്സൽ. വനജീവിയായ മാൻ എന്ന നിസ്സഹായനായ മൃഗത്തിന്റെ കൂടെയല്ല, നിഷ്ഠുരരായ നായാട്ടുകാർക്കൊപ്പമാണ് പുരോഹിതനും അധികാരി വർഗ്ഗവും. ഒരു സത്യം എങ്ങനെ വിരോധാഭാസമാക്കി മാറ്റുന്നു എന്ന വിചാരണയാണ് ഈ നോവൽ നിർവ്വഹിക്കുന്നത്. പള്ളിയുടെ അൾത്താരയിൽ കപടപ്രഭാഷണം ചെയ്യുന്ന പുരോഹിതനോട് ഉറക്കെ കടന്നുപോകാൻ ജനീനാ ആവശ്യപ്പെടുന്നു.

ഒരുപക്ഷേ അൽബേർ കാമുവിന്റെ 'അന്യനി'ലെ നാസ്തികനായ മെർസോർട്ടിനു ശേഷം ഒരു പുരോഹിതനെ പരസ്യമായി വെല്ലുവിളിക്കുന്നത് ഓൾഗയുടെ ജനീനാ ദസ്ജെയ്ക്ക് ആകണം എന്ന് ഞാൻ കരുതുന്നു. അതുകൊണ്ടുതന്നെ സാഹിത്യബാഹ്യമായ ഒരു അന്തരീക്ഷത്തിലും പോളിഷ് കത്തോലിക്കാ സഭയുടെ വിമർശനത്തിനും ആക്രമണത്തിനും ഓൾഗാ ഇരയായിരിക്കുന്നു!

ഈ നോവലിന് ഒരു ആത്മീയഭാവം കൈവരുന്നത് വില്യം ബ്ലേക്കിന്റെ കവിതകളിലൂടെയാണ്. നോവൽ ശീർഷകവും ഇദ്ദേഹത്തിന്റെ കവിതതന്നെ. ഓരോ അദ്ധ്യായത്തിനും ബ്ലെയ്ക്കിന്റെ കവിതകൾ മകുടം ചാർത്തുന്നു.

"വിതക്കാലം പഠിക്കാനുള്ളത്
കൊയ്ത്തുകാലം പഠിപ്പിക്കാനുള്ളത്
മഞ്ഞുകാലം രസിക്കാനുള്ളത്
നിന്റെ ശകടമോടട്ടെ
മരിച്ചവരുടെ എല്ലുകൾ
ഉഴുതുമറിച്ചുകൊണ്ട്...

പഠിച്ചും പഠിപ്പിച്ചും രസിപ്പിച്ചും ഓടുന്ന ജീവിതത്തിന്റെ ഭൂതകാലത്തിലേക്ക് ഒരു എത്തിനോട്ടവുമായി ഊർന്നു വീഴുന്ന കവിത. വർത്തമാനകാലത്തിന്റെ ശകടവുമായി മഞ്ഞിലാണ്ടു കിടക്കുന്ന, അനീതിയുടെ എല്ലുകൾ ഇളക്കി മറിക്കൂ എന്ന ആഹ്വാനമായി മാറുന്നു. പതിനെട്ടാം നൂറ്റാണ്ടിൽ ലണ്ടനിൽ ജീവിച്ചു മരിച്ച കവിവര്യൻ. ജീവിതകാലത്ത് അവഗണിക്കപ്പെട്ട കവി. എന്നാൽ പിൽക്കാലത്ത് പ്രത്യാശയുടെ കവിയായി ഉയർത്തെഴുന്നേറ്റവൻ. സാമൂഹികഘടനയിലും മനുഷ്യമനസ്സിലും മാറ്റം കൊണ്ടുവരാൻ അക്ഷീണം യത്നിച്ചവൻ. ജനീനായുടെ ജീവിതസാഫല്യം വില്യം ബ്ലേക്കിന്റെ കവിതകളാണ്. ഉള്ളടക്കത്തിലും വില്യം ബ്ലേക്ക് കടന്നെത്തുന്നുണ്ട്.

ജനീനായുടെ സുഹൃത്തായ ഡിസ്സി, ബ്ലേക്കിന്റെ കവിതകൾ ഇംഗ്ലീഷിൽ നിന്ന് പോളിഷിലേക്ക് മൊഴിമാറ്റം ചെയ്യുന്ന തിരക്കിലാണ്. ജനീനായും ഈ മൊഴിമാറ്റത്തിൽ പങ്കെടുക്കുന്നു. താളം തെറ്റാതെയുള്ള ഭാഷാന്തരങ്ങൾ നിസ്സാരമായ കാര്യമല്ല എന്ന് അവർ മനസ്സിലാക്കുന്നു. സർഗ്ഗാത്മകതയും സാഹിത്യവും ചർച്ച ചെയ്യുന്ന ഈ നോവൽ എത്ര പെട്ടെന്നാണ് ഒരു Whodunit ന്റെ (അവസാനം മാത്രം കൊലപാതകിയെ കണ്ടെത്തുന്ന കുറ്റാന്വേഷണ നോവലുകളുടെ ആവിഷ്കാരരീതി) ഭ്രമാത്മകതയിലേക്ക് വഴുതി വീഴുന്നത്! ആ പ്രദേശത്ത് നടുക്കം സൃഷ്ടിച്ച കൊലപാതകങ്ങൾക്ക് ഉത്തരവാദി ആരായിരുന്നു? മരിച്ചുവീണവരൊക്കെ നിഷ്ഠുരന്മാരുടെയും അനീതിയുടെയും കാവൽക്കാരായിരുന്നുവെന്നത് സത്യം.

ഒരിക്കൽ ശാന്തമായിരുന്ന പാത. എന്നാൽ ഭീതിദമായ പാതയിലൂടെയായിരുന്നു നീതിമാന്റെ യാത്ര. അത് മരണത്തിന്റെ താഴ്വരയായിരുന്നു. (വില്യം ബ്ലേക്ക്)

പള്ളിയിലെ അച്ചനെ അപമാനിച്ചു എന്ന പേരിൽ ജനീനായ്ക്ക് സ്കൂളിലെ അധ്യാപകജോലി നഷ്ടമായി. ദുരൂഹമായ മരണങ്ങളെ പിന്തുടർന്ന് പലതവണ പൊലീസുകാർ അവരുടെ വീട്ടിൽ കയറിയിറങ്ങി. തടവുമുറിയുടെ ഒരു നീണ്ട ദിവസം അവർക്ക് സമ്മാനമായി കിട്ടി. കൊലപാതകമുണ്ടായതിൽ ജനീനായ്ക്ക് ഒട്ടും ദുഃഖമില്ല. അവ ഈ ഭൂമുഖത്ത് നിസ്സഹായനായി ജീവിക്കുന്ന ഓരോ മനുഷ്യനും സൃഷ്ടിക്കുന്ന മധുരമായ പ്രതികാരങ്ങളാണ്. പോളിഷ് ഗ്രാമത്തിന്റെ കുന്നിറങ്ങി ഇപ്പോൾ അവർ നടക്കുകയാണ്. അവർ അതിർത്തി താണ്ടി മറ്റൊരു രാജ്യത്തേക്കാണ് പോകുന്നത്. ചെക്ക് റിപ്പബ്ലിക്ക് ഒരു ശുക്രനക്ഷത്രവുമായി കാത്തിരിക്കുന്നു.

ഈ നോവൽ ഓൾഗാ ടോകാർചുകിന്റെ ജീവിതവും ഫിലോസഫിയുമായി ബന്ധപ്പെട്ടിരിക്കുന്നു. ദേശീയതകളില്ലാത്ത ഒരു ലോകം വന്നെത്തണമെന്നതും മനുഷ്യജീവിതം ക്രൂരത(മൃഗഹത്യകൾ)കളിൽ നിന്ന് വിമോചിതമാകണമെന്നതും എഴുത്തുകാരിയുടെ ജീവിതസാഫല്യമായി മാറുന്നു. പുതിയ ലോകത്തെയാണ് നാം സൃഷ്ടിക്കേണ്ടത് - ഇരുപത്തൊന്നാം നൂറ്റാണ്ടിന്റെ ലോകം. ആഖ്യാന വൈഭവത്തിന്റെ കരുത്താണ് അവരെ ഒന്നാം സ്ഥാനത്തെത്തിച്ചത്. ഒന്നിലേറെ വായനകൾ ഈ കൃതിയെ കൂടുതൽ മനസ്സിലാക്കാൻ സഹായിക്കും.

ഈ നോവലിനെ ആസ്പദമാക്കി പോളണ്ടിലെ അഗനീഷ്ക ഹോളണ്ട് സംവിധാനം ചെയ്ത ഒരു ചലച്ചിത്രവും പുറത്തു വന്നിട്ടുണ്ട് - Spoor. 2018ലെ ബർലിൻ അന്താരാഷ്ട്ര ഫിലിം ഫെസ്റ്റിവലിൽ ഏറ്റവും മികച്ച ഒരു ചലച്ചിത്ര കൃതിയായി ഈ നോവൽ മാറുകയും ചെയ്തു.

കൃഷ്ണദാസ്
മാനേജിങ് എഡിറ്റർ

ഓൾഗ ടോകാർചുക്
ചില രേഖാചിത്രങ്ങൾ

പോളണ്ടിലെ ചെക്കോസ്ലാവിയൻ അതിർത്തിയോട് ചേർന്നുകിടക്കുന്ന ഒരു ഗ്രാമത്തിലാണ് ഓൾഗയുടെ ജനനവും ജീവിതവും. ടോകാർചുകിന് ആറു വയസ്സുള്ളപ്പോഴാണ് സുലൈക്കോവ് എന്ന ചെറിയ പട്ടണത്തിൽ കമ്മ്യൂണിസ്റ്റ് ഗവണ്മെന്റിനെതിരായി ഒരു വിദ്യാർത്ഥി പ്രക്ഷോഭം ഉയരുന്നത്. അച്ഛന്റെ കുടുംബം പോളണ്ടിൽ നിന്നുള്ള (ഇപ്പോഴത്തെ ഉക്രൈൻ) അഭയാർത്ഥികളായിരുന്നു. അച്ഛനമ്മമാർ അധ്യാപകരായിരുന്നു. "അവർ താമസിച്ചിരുന്നത് ഒരുകൂട്ടം ഇടതുപക്ഷക്കാരുടെ ഇടയിലായിരുന്നു. എന്നാൽ അവർ കമ്മ്യൂണിസ്റ്റുകാരായിരുന്നില്ല" എന്ന് എഴുത്തുകാരിയുടെ ജീവചരിത്രക്കുറിപ്പുകൾ പറയുന്നു. പുസ്തകങ്ങൾ തിങ്ങി നിറഞ്ഞ ഒരു വീട് ഓൾഗ എന്ന വരുംകാല സാഹിത്യകാരിയുടെ വിളനിലമായി മാറി. പിന്നീട് അവർ വാഴ്സ യൂണിവേഴ്സിറ്റിയിൽ മനഃശാസ്ത്രം പഠിക്കാൻ ചേർന്നു. ജനങ്ങളെ സേവിക്കുക എന്ന ഉത്തമ ലക്ഷ്യത്തോടെ. യുങ് എന്ന മനഃശാസ്ത്ര ജ്ഞനാണ് അവരെ സ്വാധീനിച്ചത്. പിൽക്കാലത്ത് അവരുടെ എഴുത്തിന്റെ മൂലക്കല്ല് ഈ മനഃശാസ്ത്ര ജ്ഞനിലായിരുന്നു. ബിരുദത്തിനുശേഷം അവർ ഒരു ആശുപത്രിയിൽ ജോലിയിൽ പ്രവേശിച്ചു. ലഹരിക്കടിമപ്പെട്ടവരെ ചികിത്സിക്കുകയായിരുന്നു ജോലി. തന്റെ സഹപ്രവർത്തകനായ ഒരു സൈക്കോളജിസ്റ്റിനെ അവർ വിവാഹം ചെയ്തു. ഒരു മകനുമുണ്ട്. ആശുപത്രിയിലെ സേവനജീവിതം അവർക്ക് മടുത്തു.

“ഒരു രോഗിയുമായി ഞാൻ സംവദിക്കുമ്പോൾ രോഗിയേക്കാൾ കഠിനമായ ഒരു മാനസികാവസ്ഥയിൽ താനെത്താറുണ്ട്” എന്നവർ രേഖപ്പെടുത്തുന്നു. ജോലി വിട്ട് കവിതയെഴുത്ത് തുടങ്ങി. തുടർന്ന് ഒരു നോവലും. പിന്നീട് സാഹിത്യ ജീവിതമായി മുന്നോട്ടൊഴുകി. 2003-ൽ രൂപംകൊണ്ട പോളണ്ടിലെ ഗ്രീൻസ് പാർട്ടിയിലെ പ്രധാന അംഗമാണ്. ഗ്രീൻസ് പാർട്ടി ഉയർത്തുന്ന പുതിയ ലോകത്തെക്കുറിച്ചുള്ള ഉൽക്കണ്ഠകളും പ്രതീക്ഷകളുമാണ് അവരുടെ കൃതിയിലും അലയടിക്കുന്നത്. കമ്മ്യൂണിസത്തിന്റെ പൂർണമായ തകർച്ചയ്ക്കുശേഷം പോളണ്ടിന്റെ രാഷ്ട്രീയത്തിൽ നിലവിൽ വന്ന പുതിയ ഇടതുപക്ഷ പാർട്ടിയാണ് ഗ്രീൻസ് പാർട്ടി. 2018ൽ ഫ്ളൈറ്റ്സ് എന്ന നോവൽ മാൻബുക്കർ പ്രൈസ് നേടി. 2018ൽ നോബൽ സമ്മാനിതയായി. 2019 ഡിസംബറിലായിരുന്നു നോബൽ സമ്മാന ചടങ്ങ്. ക്രിസ്തീയപക്ഷത്തോടുള്ള വിമർശനങ്ങൾ അവരുടെ ജീവനുപോലും ഭീഷണിയായി മാറി. ഒരു സസ്യഭുക്ക് കൂടിയാണ് ഓൾഗ ടോകാർചുക്.

1

ഇനി ശ്രദ്ധിക്കുക

ഒരിക്കൽ ശാന്തമായിരുന്ന പാത. എന്നാൽ
ഭീതിതമായ പാതയിലൂടെയായിരുന്നു നീതിമാന്റെ യാത്ര
അത് മരണത്തിന്റെ താഴ്‌വരയായിരുന്നു

എനിക്ക് പ്രായമായിരിക്കുന്നു. രാത്രിയിൽ ഒരു ആംബുലൻസിൽ കൊണ്ടുപോകേണ്ടി വന്നാലോ എന്നൊരു ചിന്ത. എന്തായാലും കിടക്കുന്നതിനുമുമ്പ് കാലുകൾ കഴുകേണ്ട പ്രായമായിരിക്കുന്നു.

അന്ന് സായാഹ്നത്തിൽ ആകാശത്തിലെ ഗ്രഹനിലയൊന്ന് പരിശോധിച്ചിരുന്നുവെങ്കിൽ ഞാനുറങ്ങാൻ കിടക്കുകയേ ഇല്ലായിരുന്നു. എപ്പോഴോ ഞാൻ ഉറക്കത്തിലായി. ഉറക്കംവരാനായി രണ്ട് ഗുളികകൾ കഴിച്ചിരുന്നു. അതിനാൽ വാതിൽക്കൽ ആരോ കൂടംകൊണ്ടടിക്കുന്നത് കേട്ട് ഉണർന്നപ്പോൾ പെട്ടെന്ന് വെളിവ് വന്നില്ല. അക്രമാസക്തമായ ഇടികൾ. ദുശ്ശകുനം പിടിച്ചതും. ഞാൻ ചാടിയെഴുന്നേറ്റു. മെത്തയ്ക്കരികിൽ നിന്നു. ഉറക്കം കനം തൂങ്ങി നില്പുണ്ടായിരുന്നു. നിവർന്ന് നിൽക്കാനാകുന്നില്ല. ഉറക്കത്തിൽ നിന്ന് ഉണർച്ചയിലേക്ക് ബലഹീനമായ ശരീരത്തിനെത്തിപ്പെടാനാകുന്നില്ല. തലകറക്കത്തിൽ ബോധം നഷ്ടപ്പെടുമെന്ന് തോന്നി. നിർഭാഗ്യകരമെന്ന് പറയട്ടെ, ഈയിടെയായി അത് സംഭവിക്കുന്നുണ്ട്. അതൊരു പക്ഷേ എന്റെ അസുഖങ്ങളുമായി ബന്ധപ്പെട്ടതാകണം. ഞാനിരുന്നു. പലവട്ടം എന്നോട് തന്നെ "ഞാൻ ഇപ്പോൾ വീട്ടിലാണ്. ഇത് രാത്രിയാണ്. ആരോ വാതിൽക്കൽ മുട്ടുന്നുണ്ട്" എന്ന് പറഞ്ഞു. അപ്പോൾ മാത്രമേ എനിക്ക് സ്വയം ഒരു നിയന്ത്രണം ലഭിച്ചുള്ളൂ. ഇരുട്ടിൽ പാദരക്ഷകൾ തപ്പി. വാതിൽക്കൽ മുട്ടിക്കൊണ്ടിരുന്നയാൾ എന്തൊക്കെയോ

പിറുപിറുത്തുകൊണ്ട് വീടിനു ചുറ്റിലും നടക്കുന്ന ശബ്ദം കേട്ടു. എന്റെ മനസ്സിലേക്ക് പെട്ടെന്ന് വന്ന ചിന്ത താഴെ വൈദ്യുതിമീറ്ററിരിക്കുന്നിടത്ത് ഡിസ്സി തന്ന കുരുമുളക് സ്പ്രെ ഇരിപ്പുണ്ടല്ലോ എന്ന്. ഇരുട്ടിൽ അത് തപ്പിയെടുത്തു. ആ ആയുധം കയ്യിലുണ്ടെന്ന ധൈര്യത്തിൽ പുറത്തെ ലൈറ്റിട്ടു. പോർച്ചിലേക്ക് നോക്കി. ഒരുവശത്തുള്ള ചെറിയ ജാലകത്തിലൂടെയാണ് നോക്കിയത്. മുറ്റത്തെ മഞ്ഞുപാളികൾ ആരോ ചവുട്ടിപ്പൊട്ടിച്ചിരിക്കുന്നത് കണ്ടു. അപ്പോൾ എന്റെ അയൽക്കാരനെ കണ്ടു. ഞാനദ്ദേഹത്തെ ഓഡ്ബോൾ എന്നാണ് വിളിക്കുക. ആട്ടിൻതോലിന്റെ കോട്ടിൽ പൊതിഞ്ഞ് നിൽക്കുകയാണയാൾ. ഈ കോട്ടിട്ട് വീടിന്റെ വെളിയിൽ ജോലി ചെയ്യുന്ന അയാളെ പലവട്ടം ഞാൻ കണ്ടിട്ടുണ്ട്. കോട്ടിനു കീഴെ അയാളുടെ വരയൻ പൈജാമയും കനമേറിയ ബൂട്ടുകളും കണ്ടു.

“വാതിൽ തുറക്കൂ” അയാൾ വിളിച്ച് പറഞ്ഞു.

അയാൾ മുഖത്തെ അത്ഭുതം മറച്ചു പിടിച്ചിട്ടില്ല. അയാളുടെ നോട്ടം എന്റെ ലിനൻ വസ്ത്രത്തിലേക്കാണ്. (കഴിഞ്ഞ വേനലിൽ പ്രൊഫസറും ഭാര്യയും വലിച്ചെറിയണം എന്ന് പറഞ്ഞ വസ്ത്രം ധരിച്ചാണ് ഞാൻ ഉറങ്ങാറുള്ളത്. അതെന്നെ ഒരു ഭൂതകാല പരിഷ്ക്കാരം ഓർമ്മിപ്പിക്കുന്നു, എന്റെ യൗവ്വനത്തെ ഓർമ്മിപ്പിക്കുന്നു. അങ്ങനെയാണ് ഞാൻ പ്രായോഗികതയേയും വൈകാരികതയേയും സംയോജിപ്പിക്കുന്നത്.) അനുവാദമൊന്നും ചോദിക്കാതെ അയാൾ അകത്തേക്കു കയറി.

“പെട്ടെന്ന് വസ്ത്രം ധരിക്കൂ. ബിഗ്ഫൂട്ട് മരിച്ചുപോയി.”

ഞാൻ ഞെട്ടി. ശബ്ദമൊന്നും പുറത്തു വന്നില്ല. ഒന്നും പറയാതെ ബൂട്ടെടുത്തിട്ടു. കയ്യുറയിട്ടു. പോർച്ചിൽ വെളിച്ചം നാലുപാടും ചിതറി വീഴുന്നുണ്ട്. മഞ്ഞ് സാവധാനത്തിൽ പെയ്തുകൊണ്ടിരിക്കുന്നു. ഓഡ്ബോളിന്റെ മെലിഞ്ഞ ശരീരം, എനിക്കരികിൽ നിവർന്നുനിൽക്കുന്നു. ഒരു പെൻസിൽ സ്കെച്ച് പോലെ നീണ്ടു നിവർന്ന്. നടന്ന് തുടങ്ങിയപ്പോൾ അയാളിൽ നിന്ന് പാസ്ട്രിയിൽ നിന്ന് പഞ്ചസാരത്തരികൾ വീഴുന്നതുപോലെ മഞ്ഞുതരികൾ താഴെ വീണുകൊണ്ടിരുന്നു.

“മരിച്ചുവെന്നോ... എന്താ പറഞ്ഞത്?” ഞാൻ ചോദിച്ചു. എന്റെ തൊണ്ട അപ്പോഴും അടഞ്ഞിരിക്കുകയായിരുന്നു. ഓഡ്ബോൾ അതിനു മറുപടിയൊന്നും പറഞ്ഞില്ല.

അയാൾ അങ്ങനെയാണ്. അധികമൊന്നും സംസാരിക്കില്ല. ബുധനായിരിക്കണം അയാളുടെ രാശിചക്രത്തിന്റെ അധിപൻ. അത് മകരത്തിന്റെ ഭാഗമാണെന്ന് എനിക്ക് തോന്നുന്നു. അതല്ലെങ്കിൽ ശനിയാകണം. മറുഭാഗത്ത് ബുധനാകും. അതുകൊണ്ടാകും ഇങ്ങനെ അധോമുഖത്വമുള്ളവനാകുന്നത്.

ഞങ്ങൾ വീട് വിട്ടിറങ്ങി. പുറത്തെ തണുപ്പിലേക്കും നനഞ്ഞ വായുവിലേക്കും. ഈ തണുപ്പും നനഞ്ഞ വായുവും ശിശിരകാലവും

മാനുഷവർഗ്ഗത്തിനായി നിർമ്മിക്കപ്പെട്ടതല്ല. വർഷത്തിന്റെ പാതിയോളം അത് ശത്രുത പ്രകടമാക്കുന്നു. മഞ്ഞുതുണ്ടുകൾ ക്രൂരമായി ഞങ്ങളുടെ കവിളുകളെ ആക്രമിക്കുന്നു. വായിൽനിന്ന് വെളുത്ത പുക പുറത്തു വന്നുകൊണ്ടിരുന്നു. ഇരുട്ടിലേക്കിറങ്ങിയപ്പോൾ പോർച്ചിലെ വിളക്ക് കെട്ടു. ഓഡ്ബോളിന്റെ ഹെഡ്‌ലാമ്പിൽ നിന്നുള്ള വെളിച്ചം മാത്രമായി. അത് ഇരുട്ടിനെ കീറിമുറിച്ചു. അയാൾക്ക് മുന്നിൽ വെളിച്ചത്തിന്റെ ഒരു ദ്വാരമിട്ടു. ഞാനപ്പോൾ അയാൾക്ക് പുറകിലായിരുന്നു.

“കയ്യിൽ ടോർച്ചൊന്നുമില്ലേ?” അയാൾ ചോദിച്ചു.

ഉണ്ട്. എന്റെ പക്കലുണ്ട്. എന്നാൽ നേരംവെളുക്കാതെ അതെവിടെ വെച്ചിരിക്കുന്നു എന്നു പറയാൻ എനിക്കാകില്ല. അതൊന്ന് തിരഞ്ഞെടു ക്കണമെങ്കിൽ നല്ല വെളിച്ചമുണ്ടാകണം. പകൽ മാത്രം കാണുന്ന ടോർച്ചു കളുടെ സ്വഭാവവിശേഷമാണത്.

വഴിയിൽ നിന്ന് കുറച്ചു മാറിയാണ് ബിഗ്ഫൂട്ടിന്റെ വീട്. മറ്റ് വീടു കളിൽനിന്ന് കുറച്ചുയരത്തിലാണത്. വർഷം മുഴുക്കെ ആൾതാമസമു ണ്ടാകുന്ന മൂന്ന് വീടുകളിൽ ഒന്നാണത്. മഞ്ഞുകാലത്തെ ഭയക്കാതെ ഇവിടെ ജീവിക്കുന്നവർ ഞാനും ഓഡ്ബോളും ബിഗ്ഫൂട്ടും മാത്രമാണ്. മറ്റുള്ളവരെല്ലാം ഒക്ടോബറായാൽ അവരുടെ വീടുകൾ അടച്ച് പൂട്ടും. പൈപ്പിലെ വെള്ളമെല്ലാം ഒഴുക്കികളയും. എന്നിട്ട് നഗരത്തിലേക്കു ചേക്കേറും.

ചേരിയിൽനിന്ന് പുറത്തുവരുന്ന വഴി രണ്ടായി പിളരുന്നിടത്ത് ഞങ്ങ ളെത്തിയിരിക്കുന്നു. അവിടെനിന്ന് പിന്നെ ആ വഴി ഓരോ വീടുകളിലേ ക്കുമെത്തുന്നു. മഞ്ഞ് മൂടിക്കിടക്കുന്ന വഴി എത്തിച്ചേരുന്നത് ബിഗ്ഫൂട്ടി ന്റെ വീട്ടിലേക്കാണ്. വളരെ ഇടുങ്ങിയ വഴിയാണത്. നടക്കുമ്പോൾ കാ ലുകൾ ഒന്നിനു പുറകിൽ ഒന്നെന്ന കണക്കിൽ കൃത്യമായി വെയ്ക്കാൻ മാത്രം വീതിയേ അതിനുള്ളൂ.

“അത്ര സുന്ദരമായ ഒരു കാഴ്ചയൊന്നുമാകില്ല നമ്മൾ കാണാൻ പോകുന്നത്” ഓഡ്ബോൾ മുന്നറിയിപ്പ് നൽകി. തിരിഞ്ഞ്, എന്നെ നോക്കിക്കൊണ്ടാണയാൾ പറഞ്ഞത്. അയാൾ തിരിഞ്ഞ് നിന്നപ്പോൾ ഹെഡ്‌ലാമ്പിൽ നിന്ന് വന്ന വെളിച്ചം എന്റെ കണ്ണിലേക്കടിച്ചു. ഇത്തിരി നേരം എനിക്ക് കണ്ണു കാണാതായി.

ഞാനും അങ്ങനെയൊക്കെ തന്നെയാണ് പ്രതീക്ഷിച്ചിരുന്നത്. അയാൾ കുറച്ച് നേരം നിശ്ശബ്ദനായി. പിന്നെ സ്വയം വിശദീകരിക്കാനെന്ന മട്ടിൽ: “അയാളുടെ അടുക്കളയിലെ വെളിച്ചവും തുടർച്ചയായി പട്ടി കുര യ്ക്കുന്നതും കേട്ട് ഞാൻ ഭയന്നു. നിങ്ങളത് കേട്ടോ.”

സത്യത്തിൽ കേട്ടില്ല. ഞാനുറങ്ങുകയായിരുന്നു. എന്റെ ഉറക്ക ഗുളിക കൾ നന്നായി പ്രവർത്തിച്ചിരുന്നു.

“ആ പട്ടി ഇപ്പോൾ എവിടെയാണ്?”

“ഞാൻ പിടിച്ചു കൊണ്ടുവന്നു. എന്റെ വീട്ടിലുണ്ട്. അവൾക്ക് ഞാൻ തിന്നാൻ കൊടുത്തു. അപ്പോൾ അവളൊന്ന് ശാന്തമായി.”

വീണ്ടും ഒരു നിമിഷത്തെ നിശ്ശബ്ദതയുണ്ടായി.

“അയാൾ എന്നും നേരത്തെ കിടക്കുന്നവനാണ്. വിളക്ക് നേരത്തെ അണയ്ക്കും. പണം ലാഭിക്കാനാണത്രെ. എന്നാൽ ഇന്ന് വിളക്കെല്ലാം കത്തി നിൽക്കുന്നു. അത് മഞ്ഞിലൂടെ ഒരു ചാലുണ്ടാക്കിയിരിക്കുന്നു. കിടപ്പുമുറിയുടെ ജാലകത്തിലൂടെ എനിക്കത് കാണാനായി. അതു കണ്ടപ്പോൾ ഞാൻ അവിടേക്കു പോയി. അയാൾ മദ്യപിച്ച് കിടപ്പാകും, മദ്യപിച്ച് ആ പട്ടിയെ ഉപദ്രവിക്കുന്നുണ്ടാകും എന്നൊക്കെയാണ് ഞാൻ കരുതിയത്. ആ പട്ടി ദീനമായി ഓരിയിടുന്നുണ്ടായിരുന്നു.”

സംസാരിച്ചുകൊണ്ട് ഇടിഞ്ഞുപൊളിഞ്ഞ ഒരു കളപ്പുരയ്ക്കരികിൽ ഞങ്ങളെത്തി. അത്കടന്ന് നീങ്ങിയപ്പോൾ ഓഡ്ബോളിന്റെ ടോർച്ച് ഒരു ജോടി തിളങ്ങുന്ന കണ്ണുകളിൽ പതിച്ചു. ഇളംപച്ച കണ്ണുകൾ. തിളങ്ങുന്ന കണ്ണുകൾ.

“ഇതാ ഒരു മാൻ” ഞാൻ മന്ത്രിച്ചു. അയാളുടെ കോട്ടിൽ കയറിപ്പിടിച്ചു. “അവ വീടിനരികിലെത്തിയിരിക്കുന്നു. അവയ്ക്ക് ഭയമൊന്നുമില്ലേ?”

മാനിന്റെ കാലുകൾ മഞ്ഞിൽ പുതഞ്ഞിരിക്കുന്നു. മിക്കവാറും വയറു വരെ. ഒന്നിൽ കൂടുതലുണ്ട് അവ. അവ ശാന്തമായി ഞങ്ങളെ നോക്കി. അവ ഏതോ ആചാരത്തിന്റെ നടുക്കായിരുന്നു എന്നും അതിന്റെ അർത്ഥം ഞങ്ങൾക്ക് മനസ്സിലാകില്ലെന്നും ആ ആചാരം നടന്നുകൊണ്ടിരിക്കുമ്പോഴാണ് ഞങ്ങൾ അവയെ കണ്ടെത്തിയതെന്നുമൊരു ഭാവം ആ നോട്ടത്തിലുണ്ടായിരുന്നു. നല്ല ഇരുട്ടുണ്ടായിരുന്നു. അതുകൊണ്ടുതന്നെ കഴിഞ്ഞ ശരൽക്കാലത്തിൽ ചെക്ക് റിപ്പബ്ലിക്കിൽനിന്നു വന്ന അതേ മാന്യ യുവതികൾ തന്നെയാണോ ഇവയെന്ന് എനിക്ക് പറയാനായില്ല. പക്ഷേ ഇത് രണ്ടെണ്ണമല്ലേയുള്ളൂ? അന്ന് നാലെണ്ണമെങ്കിലുമുണ്ടായിരുന്നല്ലോ.

“വീട്ടിൽ പോ” ഞാൻ അവയോട് പറഞ്ഞു. കൈവീശി. അവ ഒന്നു വളഞ്ഞു. ശാന്തമായി ഞങ്ങളെതന്നെ നോക്കി നിന്നു. ഞങ്ങൾ മുൻവാതിലിലെത്തുന്നതുവരെ അവ ആ നോട്ടം പിൻവലിച്ചില്ല. അവിടെയെത്തിയപ്പോൾ ഞാൻ ഭയന്നുവിറയ്ക്കാൻ തുടങ്ങി.

ഓഡ്ബോൾ അപ്പോൾ കാലുകൾ അമർത്തിച്ചവുട്ടി ബൂട്ടിൽ പറ്റിപ്പിടിച്ച മഞ്ഞുകണങ്ങളെ കളയാനുള്ള ശ്രമത്തിലായിരുന്നു. ആ കുടിലിന്റെ ചെറിയ ജാലകങ്ങൾ പ്ലാസ്റ്റിക്കും കാർഡ്ബോർഡും വെച്ച് അടച്ചിരുന്നു. മരത്തിന്റെ മുൻവാതിൽ കറുത്ത ടാർകടലാസുകൊണ്ട് മറച്ചിരുന്നു.

പ്രധാന മുറിയിലെ ചുമരുകളിൽ വിറകുകളും സ്റ്റൗവും ചാരി വെച്ചിരിക്കുന്നു. പല വലിപ്പത്തിലുള്ള വിറകുകൊള്ളികൾ. അകം വൃത്തികെട്ടതായിരുന്നു. ഒട്ടും അടുക്കും ചിട്ടയുമില്ലാതെ. അശ്രദ്ധമായിരുന്നു. അകത്ത് ഈറൻ മണക്കുന്നു. വിറകും നിലവും നനഞ്ഞിരിക്കുന്നു.

നനഞ്ഞിരിക്കുന്നു എന്ന് മാത്രമല്ല വാരിവലിച്ചിട്ടിരിക്കുകയാണെന്നും. വർഷങ്ങൾ പഴക്കമുള്ള പുകയുടെ ഗന്ധം ചുമരുകളിൽ മെഴുക്ക് പിടിപ്പിച്ചിരിക്കുന്നു.

അടുക്കളവാതിൽ തുറന്നു കിടപ്പുണ്ടായിരുന്നു. ബിഗ്ഫൂട്ടിന്റെ ശരീരം നിലത്തു കിടക്കുന്നത് ഞാൻ കണ്ടു. എന്റെ നോട്ടം അതിൽ പതിച്ച അതേ നിമിഷം അത് അനങ്ങിയോ എന്ന് ഞാൻ ശങ്കിച്ചു. പിന്നെ അതിലേക്കൊന്ന് നോക്കാൻ നിമിഷമെടുത്തു. അതൊരു ഭീകരകാഴ്ചയായിരുന്നു.

അയാളുടെ ശരീരം വളഞ്ഞ് പുളഞ്ഞു കിടപ്പായിരുന്നു, കൈകൾ കഴുത്തിലേക്ക് നീണ്ട്. കഴുത്തിൽ കെട്ടിയ പട്ട വലിച്ചെടുക്കാൻ ശ്രമിക്കുന്നതുപോലെ കൈകൾ നീണ്ടു കിടക്കുന്നു. ഞാൻ സാവധാനത്തിൽ അതിനരികിലേക്കു നടന്നു. ഹിപ്നോട്ടൈസ് ചെയ്യപ്പെട്ടതു പോലെയാണ് ഞാൻ നടന്നത്. അയാളുടെ കണ്ണുകൾ തുറന്ന്കിടക്കുന്നു. അത് മേശയ്ക്കു കീഴെ ഏതോ ഒരു ബിന്ദുവിലേക്കാണ് തുറന്നുവെച്ചിരിക്കുന്നത്. അയാളുടെ വിഴുപ്പ് നിറഞ്ഞ മേലങ്കി കഴുത്തിൽ നിന്ന് കീഴോട്ട് വലിച്ചു കീറപ്പെട്ടിരിക്കുന്നു. ശരീരം സ്വയം വളഞ്ഞതാണെന്ന് തോന്നി. ഏതോ അങ്കത്തിൽ പരാജയപ്പെട്ട് കൊല്ലപ്പെട്ടതാണെന്ന പോലെ. എന്റെ ഭയം വർദ്ധിച്ചു. ഞെരമ്പുകളിൽ രക്തം കട്ടപിടിച്ചു. ശരീരത്തിലെ ഞെരമ്പുകളെല്ലാം വലിഞ്ഞ് മുറുകുന്നതായിതോന്നി. ഇന്നലെ, ഇന്നലെയാണീ ശരീരം ജീവനോടെ ഞാൻ കണ്ടത്.

“ദൈവമേ... ഇതെന്ത് പറ്റി?” ഞാൻ മന്ത്രിച്ചു.

ഓഡ്ബോൾ ചുമലൊന്ന് കുലുക്കി.

“എനിക്ക് പൊലീസുമായി ബന്ധപ്പെടാനായില്ല. ചെക്ക് ശൃംഖലയുടെ പണിയാണിത്... വീണ്ടും....”

ഞാൻ കീശയിൽ നിന്ന് മൊബൈൽ ഫോണെടുത്തു. ടെലിവിഷനിൽനിന്ന് ഓർമ്മയിൽ കുറിച്ചെടുത്തിരുന്ന നമ്പർ ഡയൽ ചെയ്തു. 997. ചെക്ക് ഭാഷയിൽ ഒരു ശബ്ദമാണ് പ്രതികരിച്ചത്. അതാണെപ്പോഴും സംഭവിക്കുന്നത്. ദേശപരിധികളില്ലാതെ മൊബൈൽ സിഗ്നലുകൾ സഞ്ചരിച്ചുകൊണ്ടിരിക്കുന്നു. അലഞ്ഞുകൊണ്ടിരിക്കുന്നു. ചിലപ്പോഴെങ്കിലും ഓപ്പറേറ്റർമാരുടെ അതിർത്തിരേഖകൾ എന്റെ അടുക്കളയിൽ മണിക്കൂറുകളോളം തങ്ങി നിൽക്കുന്നു. ചിലപ്പോൾ അത് ഓഡ്ബോളിന്റെ വീടിന്റെ തട്ടിൻ മുകളിൽ ദിവസങ്ങളോളം തങ്ങി നിൽക്കും. അതിന്റെ ചഞ്ചലപ്രകൃതം പ്രവചനാതീതമാണ്.

“വീടിനു പുറകിലുള്ള ആ കുന്നിൽകയറി നിൽക്കണമായിരുന്നു.” ഞാൻ അയാളെ ഉപദേശിച്ചു. വൈകി കൊടുത്ത ഒരു ഉപദേശം.

“അവരിവിടെ എത്തുമ്പോഴേക്കും ഈ മനുഷ്യൻ മരമുട്ടി പോലെയായിട്ടുണ്ടാകും.” ഓഡ്ബോൾ പ്രതികരിച്ചു. അയാളുടെ ആ പ്രതികരണം

എനിക്കൊട്ടും ഇഷ്ടമല്ലാത്തതാണ്. എല്ലാ ചോദ്യങ്ങൾക്കും തന്റെ പക്കൽ ഉത്തരമുണ്ടെന്നൊരു ധ്വനി. അയാൾ തന്റെ ആട്ടിൻതോലുകൊണ്ടുള്ള കോട്ട് അഴിച്ചെടുത്ത് കസേരക്കയ്യിലിട്ടു. "ഈ മനുഷ്യനെ ഇങ്ങനെ ഇട്ട് പോകാനാകില്ലല്ലോ. ഭീകരമായിതോന്നുന്നു. ഒന്നുമില്ലെങ്കിലും ഇയാൾ നമ്മുടെ അയൽക്കാരനായിരുന്നല്ലോ."

ബിഗ്ഫൂട്ടിന്റെ പിണഞ്ഞ് വളഞ്ഞുകിടന്നിരുന്ന ശരീരം കണ്ടപ്പോൾഇന്നലെവരെ ഈ മനുഷ്യനെ കാണുന്നതേ ഞാൻ ഭയന്നിരുന്നുവല്ലോ എന്നോർത്തു. എനിക്കയാളെ ഇഷ്ടമല്ലായിരുന്നു. അങ്ങനെ ഒറ്റ വാക്കിൽ പറയുന്നത് ആ ഇഷ്ടമല്ലായ്മയെ വല്ലാതെ മൃദുവാക്കലാകും. അയാളെ കാണുന്നതേ വെറുപ്പുളവാക്കുമായിരുന്നു, ഭീകരതയുളവാക്കുമായിരുന്നു എന്നൊക്കെ പറയണം. ഞാനീ മനുഷ്യനെ ഒരു മനുഷ്യനായി കണക്കാക്കിയിട്ടില്ല. ആ രൂപമാണിപ്പോൾ, കുറുകി, മെലിഞ്ഞ്, അഴുക്ക് പിടിച്ച അടിവസ്ത്രം മാത്രം ധരിച്ച്, നിരുപദ്രവകാരിയായി കിടക്കുന്നത്. ചിന്തിക്കാനാകാത്ത ഏതോ ഒരു പ്രക്രിയ, പെട്ടെന്നുടയുന്ന ഈ വസ്തുവിനെ മറ്റെല്ലാതിൽ നിന്നും വേർപെടുത്തിയിരിക്കുന്നു. എനിക്ക് ദുഃഖം തോന്നി. ഭയം തോന്നി. ഇയ്യാളെ പോലെ വൃത്തികെട്ടവനായ ഒരുവൻ പോലും മരണം അർഹിക്കുന്നില്ല എന്ന തോന്നലുണ്ടായി. ഈ ഭൂമിയിൽ മരണം അർഹിക്കുന്ന ആരുണ്ട്? എന്നേയും കാത്തിരിക്കുന്ന വിധി ഇതുതന്നെയാണ്. ഓഡ്ബോളും ഇതിൽനിന്ന് രക്ഷപ്പെടില്ല. പുറത്ത് ഞാൻ കണ്ട മാനും രക്ഷപ്പെടില്ല. ഇന്നല്ലെങ്കിൽ നാളെ ഞങ്ങളെല്ലാം ശവങ്ങൾ മാത്രമായിതീരും. വെറും ശവം.

എന്തെങ്കിലും സമാധാനം ലഭിക്കും എന്ന പ്രതീക്ഷയിൽ ഞാൻ ഓഡ്ബോളിനെ നോക്കി. അയാളപ്പോൾ മെത്ത ചുരുട്ടുന്ന തിരക്കിലായിരുന്നു. ഒരു മടക്ക് കട്ടിൽ അഴിച്ചിടുകയായിരുന്നു. അതിനാൽ ഞാൻ എന്നെ തന്നെ സമാധാനിപ്പിച്ചു. അപ്പോൾ മറ്റൊരു ചിന്തയായി. ഈ ബിഗ്ഫൂട്ട് മരിച്ചത് നന്നായി എന്ന്. ഈ മരണം മറ്റ് ജീവജാലങ്ങളെ അയാളിൽനിന്ന് സ്വതന്ത്രമാക്കിയിരിക്കുന്നു എന്ന ചിന്ത. അതെ. മരണം എത്ര നല്ലതാണ്. അതിപ്പോൾ ഞാൻ തിരിച്ചറിയുന്നു. നീതിയുക്തമാണത്. ന്യായമുള്ളതാണത്. ഒരു അണുനാശിനിയെപ്പോലെ അല്ലെങ്കിൽ വാക്വംക്ലീനർ പോലെ ന്യായപൂർവ്വം പെരുമാറുന്നത്. അതാണപ്പോൾ എന്റെ മനസ്സിൽ വന്ന ചിന്ത എന്ന് സമ്മതിക്കാൻ മടിയില്ല. ഇപ്പോഴും മനസ്സിലുള്ള ചിന്ത അതുതന്നെയാണ്.

ബിഗ്ഫൂട്ട് എന്റെ അയൽക്കാരനായിരുന്നു. ഞങ്ങളുടെ വീടുകൾ തമ്മിൽ അരകിലോമീറ്റർ വ്യത്യാസമേയുള്ളൂ. എന്നിട്ടും എനിക്ക് അയാളുമായി വലിയ ബന്ധമൊന്നുമില്ല. അതൊരു ഭാഗ്യമെന്ന് കരുതുന്നു. അയാളെ ദൂരെനിന്ന് കാണാറുണ്ട്. കുറിയ, ബലമുള്ള, രൂപം. അതങ്ങനെ ഭൂമുഖത്ത് ആടിയാടി നടക്കുന്നുണ്ടാകും. നടക്കുമ്പോഴൊക്കെ അയാൾ എന്തെങ്കിലും പിറുപിറുക്കും. ചിലപ്പോഴെങ്കിലും മൈതാനത്തിനു കുറുകെ പറക്കുന്ന കാറ്റ് അയാളുടെ ഈ ആത്മഗതത്തിന്റെ ഇത്തിരി

ക്ഷണങ്ങൾ എന്നിലേക്കെത്തിക്കും. അയാളുടെ ശബ്ദകോശത്തിൽ അധികമായുണ്ടായിരുന്നത് ശാപവാക്കുകളും തെറികളുമായിരുന്നു. അതിനെ അയാൾ ചില സംജ്ഞാനാമങ്ങൾ കൊണ്ട് അലങ്കരിക്കുമായിരുന്നു.

ഈ പ്രദേശത്തെ ഓരോ മണൽതരിയും അയാൾക്ക് പരിചിതമാണ്. അയാൾ ഇവിടെ ജനിച്ചവനാണ്. ക്ലോദ്സ്കോയിൽനിന്ന് അയാൾ ഇതുവരെ എങ്ങോട്ടും പോയിട്ടില്ല. ഇവിടത്തെ കാടിനെ അയാൾക്ക് നല്ലവണ്ണമറിയാം. അതിലെ ഏതേത് ഭാഗങ്ങൾ അയാൾക്ക് പണംകൊണ്ടുവരുമെന്നറിയാം. അതെവിടെ ആർക്ക് വിൽക്കണം എന്നറിയാം. കൂണ്, ഞാവൽ, കട്ടെടുത്ത മരത്തടി, കമ്പുകൾക്കായുള്ള കുറ്റിച്ചെടികൾ, കെണികൾ, വർഷാവർഷം നടക്കുന്ന റാലി, നായാട്ട് എല്ലാം അയാൾക്കറിയാം. ഈ കൊച്ചുകുട്ടിച്ചാത്തനെ കാടാണ് പരിപോഷിപ്പിച്ചത്. അതിനാൽതന്നെ ഇയാൾ ഈ കാടിനെ ബഹുമാനിക്കണമായിരുന്നു. പക്ഷേ അയാൾ അത് ചെയ്തില്ല. ഒരു ആഗസ്തിൽ, എല്ലാം വരണ്ടുണങ്ങിയപ്പോൾ, കുറേയേറെ ഞാവൽമരങ്ങൾക്ക് അയാൾ തീ കൊടുത്തു. അഗ്നിശമനസേനയെ വിളിച്ചത് ഞാനാണ്. അവർക്ക് പക്ഷേ അധികമൊന്നും ചെയ്യാനായില്ല. അയാൾ എന്തുകൊണ്ടിത് ചെയ്തു എന്ന് എനിക്കൊരിക്കലും മനസ്സിലായില്ല. വേനലായാൽ അയാൾ വാളുമെടുത്തിറങ്ങും. വലിയ മരങ്ങൾ മുറിച്ചിടും. ഞാനയാളെ വിനയപൂർവ്വം ശകാരിക്കും. ഗുണദോഷിക്കും. എന്റെയുള്ളിൽ കോപം കുമിഞ്ഞ് കൂടുന്നുണ്ടാകും. "നീ പോടീ പടുകിഴവീ" എന്നയാൾ അപ്പോൾ ആക്രോശിക്കും. അതാണേറ്റവും ലളിതമായ ശകാരം. ചിലപ്പോൾ വാക്കുകൾക്ക് കട്ടികൂടും. എന്തെങ്കിലും കട്ടെടുക്കാനാകുമോ എന്ന ചിന്തയിലാകും അയാളുടെ നടപ്പ്. അല്ലെങ്കിൽ അപഹരിക്കാനാകുമോ അല്പത്തരം എന്തെങ്കിലും കാണിക്കാനാകുമോ എന്ന ചിന്ത. അങ്ങനെ കുറച്ച് പണം കയ്യിൽവരുത്താനാകുമോ എന്ന ചിന്തയിൽ. വേനലിൽ വന്ന് താമസിക്കുന്നവർ ഒരു ടോർച്ചോ ഒരു കത്രികയോ ഉപേക്ഷിച്ച് പോയാൽ, ബിഗ്ഫൂട്ട് അത് എളുപ്പം മണത്തെടുക്കും. അതയാൾ പട്ടണത്തിൽ കൊണ്ടുപോയി വിൽക്കും. അയാൾക്ക് ഇതിനിടയിൽ പല ശിക്ഷകളും ലഭിക്കേണ്ടതായിരുന്നു എന്നാണെന്റെ അഭിപ്രായം. ജയിലിലടക്കേണ്ടതായിരുന്നു. എന്നാൽ അതിലൊന്നും പെടാതെ എങ്ങനെ അയാൾ രക്ഷപ്പെട്ടുകൊണ്ടിരുന്നു എന്നെനിക്കറിയില്ല. ഒരുപക്ഷേ അയാളുടെ കാവലിനേതെങ്കിലും മാലാഖ ഒപ്പമുണ്ടായിരുന്നിരിക്കാം. ചിലപ്പോൾ മാലാഖമാർക്കും അബദ്ധം പറ്റുമായിരിക്കാം.

കട്ടെടുക്കാൻ സാധ്യമായതെല്ലാം അയാൾ കട്ടെടുക്കും എന്ന് എനിക്കറിയാം. അതിനുള്ള ഒരു മാർഗ്ഗവും അയാൾ ഒഴിവാക്കില്ല. കാട് അയാളുടെ സ്വന്തം കൃഷിയിടമാണെന്ന മട്ടിലാണയാളുടെ പെരുമാറ്റം. അവിടെയുള്ളതെല്ലാം അയാളുടെ സ്വന്തമാണെന്ന മട്ടിൽ. കൊള്ളക്കാരുടെ അതേ സ്വഭാവമാണയാൾക്കും.

അയാൾ മൂലം പല രാത്രികൾ ഞാൻ ഉറങ്ങാതെ കിടന്നിട്ടുണ്ട്. മറ്റ് മാർഗ്ഗമില്ലാതെയാണ് ഞാൻ കണ്ണുമിഴിച്ച് കിടക്കുന്നത്. പലപ്പോഴും ഞാൻ പൊലീസിന്റെ സഹായം തേടിയിട്ടുണ്ട്. പലവട്ടം ശ്രമിച്ചാലായിരിക്കും പൊലീസ് ഫോണെടുക്കുന്നത്. അവർ എടുത്താൽ എന്റെ പരാതി വിനയ പൂർവ്വം സ്വീകരിക്കും. പിന്നെ ഒന്നും സംഭവിക്കില്ല. ബിഗ്ഫൂട്ട് തന്റെ പ്രവർത്തികൾ തുടരും. കയ്യിൽ കെണികളുമായി റോന്ത് ചുറ്റും. ഇട യ്ക്ക് വെറുതെ ഒച്ചയിടും.

ദുഷ്ടവിചാരങ്ങളുള്ള, പ്രവചിക്കാനാകാത്ത സ്വഭാവമുള്ള, ഒരു ദുർ ഭൂതത്താനെപ്പോലെയാണയാൾ. എപ്പോഴും കുറച്ച് മദ്യപിച്ചിട്ടുണ്ടാകും. ഒരുപക്ഷേ അതായിരിക്കാം അയാളുടെ മാനസികസ്ഥിതി ഇങ്ങനെയാക്കി നിർത്തുന്നത്. നടന്നു കൊണ്ടിരിക്കുമ്പോൾ എന്തെങ്കിലുമൊക്കെ പുലമ്പു ന്നുണ്ടാകും. ഒരു വടിയെടുത്ത് മരത്തിലൊക്കെ അടിക്കും. മരത്തിനെ തന്റെ വഴിയിൽനിന്ന് മാറ്റി നിർത്താനായാണങ്ങനെ അടിക്കുന്നതെന്നു തോന്നും ആ ചെയ്തികണ്ടാൽ. ഇത്തിരി ലഹരിയിൽത്തന്നെയായിരുന്നോ അയാൾ ജനിച്ചതെന്ന തോന്നൽ അപ്പോൾ കാണുന്നവർക്കുണ്ടാകും. പലതവണ ഞാൻ അയാൾക്ക് പുറകെ നടന്നിട്ടുണ്ട്. എന്നിട്ട് മൃഗങ്ങളെ പിടിക്കാനായി അയാൾ വെച്ച വയറുകൾകൊണ്ടുള്ള കെണികൾ ശേഖരി ച്ചിട്ടുണ്ട്. മിക്കവാറും അതൊരു വളയത്തിന്റെ രൂപത്തിലാകും. മൃഗങ്ങൾ ഓടിവന്ന് അതിൽ കുടുങ്ങും. ആ വളയം മരത്തിൽ കെട്ടിയിട്ടിരിക്കുക യാകും. മൃഗമതിൽ കിടന്ന് തൂങ്ങിയാടും. ചത്തുപോകും. ഭയന്നോടി വന്ന് ഇതിൽ കുടുങ്ങി ചത്ത മൃഗങ്ങളേയും ചിലപ്പോഴെങ്കിലും ഞാൻ കണ്ടി ട്ടുണ്ട്. മുയലുകൾ, തുരപ്പൻ, ചെറിയ മാൻ അങ്ങനെ ചിലതിനെയെല്ലാം.

“നമുക്കിയാളെ കട്ടിലിലേക്കെടുത്ത് കിടത്തണം.” ഓഡ്ബോൾ പറഞ്ഞു.

ആ ആശയം എനിക്ക് ഇഷ്ടമായില്ല. അയാളെ സ്പർശിക്കുന്നതു വരെ എനിക്ക് ഇഷ്ടമല്ല.

“പൊലീസ് വരുന്നതുവരെ കാത്തിരിക്കുകയല്ലേ നല്ലത്?” ഞാൻ ചോദിച്ചു. എന്നാൽ ഓഡ്ബോൾ അപ്പോഴേക്കും മടക്കിവെച്ചിരുന്ന കട്ടിൽ നിവർത്തിയിടാനുള്ള സ്ഥലമൊരുക്കിയിരുന്നു. അയാൾ സ്വെറ്ററിന്റെ കൈകൾ ചുരുട്ടിക്കയറ്റി കഴിഞ്ഞിട്ടുണ്ടായിരുന്നു. എന്റെ ശബ്ദം കേട്ട പ്പോൾ അയാൾ തറപ്പിച്ചൊന്ന് നോക്കി. വിളറിയ കണ്ണുകൾകൊണ്ട് തുറിച്ച് നോക്കി.

“ഒരു ശവത്തെ ഇങ്ങനെ തന്നെ കാണണം എന്നാഗ്രഹിക്കു ന്നുണ്ടോ? ഇതേ അവസ്ഥയിൽ? അത് മനുഷ്യത്വമല്ല.”

ശരിയാണ്. ഈ മാനുഷശരീരം തീർത്തും മനുഷ്യത്വമില്ലാത്തതാണ്. പ്രത്യേകിച്ചും ചത്ത ശരീരങ്ങൾ.

നീരസമുണ്ടാക്കുന്ന ഒരുവിരോധാഭാസം? ബിഗ്ഫൂട്ട്തന്റെ ശരീരം ഞങ്ങളെ ബുദ്ധിമുട്ടിക്കാനായി ഉപേക്ഷിച്ചിരിക്കുന്നു. അവസാനത്തെ

ശല്യങ്ങൾക്കായി. ഞങ്ങൾ അയൽക്കാരെ അയാൾ ഒരിക്കലും ബഹുമാനിച്ചിട്ടില്ല. ഇഷ്ടപ്പെട്ടിട്ടില്ല. ഞങ്ങൾ അവിടെയുണ്ടെന്ന് ശ്രദ്ധിച്ചിട്ടു പോലുമില്ല. ആ ഞങ്ങളെയാണിപ്പോൾ അയാൾ അവസാനത്തെ ക്ലേശങ്ങൾ ഏല്പിച്ചിരിക്കുന്നത്.

എനിക്ക് തോന്നുന്നത് പദാർത്ഥങ്ങളുടെ നാശമാകണം മരണത്തിനു പുറകെ എത്തുന്നത് എന്നാണ്. ശരീരത്തിനെ സംബന്ധിച്ചിടത്തോളം ഏറ്റവും നല്ല പോംവഴിയും അതുതന്നെ. ഇതാ ഇതുപോലെ, നശിപ്പിക്കപ്പെട്ട ശരീരങ്ങൾ നേരെ തമോഗർത്തത്തിലേക്കെത്തിപ്പെടും. അതെവിടെ നിന്ന് വന്നുവോ അവിടെതന്നെ, തിരിച്ച്. പിന്നെ ആത്മാവ്. അത് വെളിച്ചത്തിന്റെ വേഗത്തിൽ വെളിച്ചത്തിലേക്ക് പ്രയാണം ചെയ്യും, ആത്മാവ് എന്നൊന്നുണ്ടെങ്കിൽ!

എന്റെ മനസ്സ് ആകാവുന്ന വിധത്തിലെതിർത്തിട്ടും ഓഡ്ബോൾ പറഞ്ഞത് ഞാൻ അനുസരിച്ചു. ഞങ്ങൾ ആ ശവത്തിന്റെ കയ്യും കാലും പിടിച്ചുയർത്തി കട്ടിലിലിട്ടു. അതിനത്ര ഭാരമൊന്നുമില്ല എന്നത് എന്നെ അത്ഭുതപ്പെടുത്തി. തീർത്തും നിശ്ചേഷ്ടവുമായിരുന്നില്ല അത്. എന്നാൽ ഒട്ടും വഴങ്ങാത്ത വിധത്തിൽ ഘനീഭവിച്ചിരുന്നു. ഒരു മെത്തവിരിപ്പിൽ ആവശ്യത്തിലധികം കഞ്ഞിപ്പശമുക്കിയതുപോലെ. ഞാൻ അയാളുടെ സോക്സ് കണ്ടു. സോക്സ് അല്ലെങ്കിൽ അയാൾ കാലിൽ എന്താണോ അണിഞ്ഞിരുന്നത് അത്. വിഴുപ്പല്ലാതെ മറ്റൊന്നുമായിരുന്നില്ല. ചെറിയ തുണികൾ കീറിയെടുത്ത് ചുറ്റിക്കെട്ടിയിരിക്കുകയായിരുന്നു അയാൾ. അതിപ്പോൾ നരച്ച്, അഴുക്ക് പുരണ്ട്, കറ പുരണ്ടിരിക്കുന്നു. എന്തുകൊണ്ടെന്നറിയില്ല. ആ കാഴ്ച എന്നെ വല്ലാതെ വേദനിപ്പിച്ചു. നെഞ്ചിൽ ശക്തമായിടി കിട്ടിയതുപോലെ. എനിക്ക് തേങ്ങലടക്കാനായില്ല. ഓഡ്ബോൾ എനിക്ക് ഒരു തണുപ്പൻ നോട്ടം സമ്മാനിച്ചു. അതിനോടൊപ്പം കഠിനമായ ശകാരവും വന്നു.

"അവർ വരുന്നതിനു മുമ്പ് ഇയാളെ വസ്ത്രം ധരിപ്പിക്കണം." ഓഡ്ബോൾ പറഞ്ഞു. ഈ മനുഷ്യന്റെ ദയനീയമായ അവസ്ഥ കണ്ട് അയാളുടെ കവിളുകളും വിറയ്ക്കാൻ തുടങ്ങിയിരിക്കുന്നു എന്നത് ഞാൻ ശ്രദ്ധിച്ചു. (എന്നിട്ടും എന്തുകൊണ്ടെന്നറിയില്ല അയാൾ അത് ഉൾക്കൊള്ളാൻ സമ്മതിക്കാത്ത പോലെ.)

ഞങ്ങൾ അയാളുടെ കയ്യില്ലാത്ത മാർക്കുപ്പായമഴിച്ച് മാറ്റാൻ നോക്കി. നാറുന്നുണ്ടായിരുന്നു അത്. എത്ര ശ്രമിച്ചിട്ടും തലയ്ക്കു മീതെ ഊരിപ്പോരാൻ അത് വിസ്സമ്മതിച്ചു. ഓഡ്ബോൾ അയാളുടെ കീശയിൽനിന്ന് ഒരു പേനാക്കത്തിയെടുത്തു. എന്നിട്ട് ബിഗ്ഫൂട്ടിന്റെ നെഞ്ചിൽ നിന്ന് അത് വെട്ടിമാറ്റി. ഇപ്പോൾ ബിഗ്ഫൂട്ട് അർദ്ധനഗ്നനായിരിക്കുന്നു. നെഞ്ചിലും കൈകളിലും മറുകുകളുണ്ടയാൾക്ക്. ശരീരത്തിൽ മുഴുക്കെ രോമമുണ്ട്. മറുകുകളെ മറയ്ക്കാൻ പച്ചകുത്തിയിട്ടുണ്ട്. എനിക്കതിന്റെയൊന്നും അർത്ഥം മനസ്സിലായില്ല. അർത്ഥമുണ്ടെന്ന് എനിക്കു തോന്നിയില്ല. അയാളുടെ

ശരീരം ഒരിക്കലും വഴങ്ങാത്ത വിധത്തിൽ ഘനീഭവിക്കപ്പെടുന്നതിനു മുമ്പ് അയാളെ എന്തെങ്കിലും ധരിപ്പിക്കണം. ഞങ്ങൾ അലമാര പരതി. അപ്പോൾ അയാളുടെ കണ്ണുകൾ വ്യംഗമായി ഞങ്ങളെ നോക്കുന്നുണ്ടെന്ന് എനിക്ക് തോന്നി. അധികം വൈകിയാൽ ആ ശരീരം ഘനീഭവിച്ച് വെറും പദാർത്ഥമായി മാറും. വെള്ളിനിറമുള്ള പുതിയ ട്രാക്സ്യൂട്ടിൽ നിന്നും കീറിയ അയാളുടെ അടിവസ്ത്രം തെറിച്ച് നിൽക്കുന്നുണ്ടായിരുന്നു.

അയാളുടെ കാലിനെ പൊതിഞ്ഞിരുന്ന, ഓക്കാനം വരുത്തുന്ന തുണി ഞാൻ സാവധാനത്തിൽ അഴിച്ചെടുക്കാൻ തുടങ്ങി. അയാളുടെ കാൽപാദം ഞാൻ കണ്ടു. അതെന്നെ അത്ഭുതപ്പെടുത്തി. നമ്മുടെ ശരീരത്തിലെ ഏറ്റവും പ്രിയങ്കരവും സ്വകാര്യവുമായ ഭാഗം കാല്പാദമാണ് എന്നാണ് ഞാൻ ധരിച്ചിരിക്കുന്നത്. ഗുഹ്യഭാഗമല്ല. ഹൃദയവുമല്ല. തലച്ചോറുമല്ല. ഇവയെല്ലാം സത്യത്തിൽ അമിതമൂല്യം കല്പിച്ചിരിക്കുന്ന എന്നാൽ ഒട്ടും മൂല്യമില്ലാത്ത അവയവങ്ങളാണ്. മാനുഷകുലത്തിന്റെ ജ്ഞാനമെല്ലാം ഒളിച്ചിരിക്കുന്നത് കാല്പാദങ്ങളിലാണ്. ശരീരം അവയോട് നമ്മളാരാണെന്നും ഈ ഭൂമിയുമായി നമുക്കുള്ള ബന്ധമെന്തെന്നുമുള്ള അവബോധമെത്തിക്കുന്നു. ഭൂമിയെ സ്പർശിക്കുന്ന ശരീരഭാഗത്തിന്റെ ഈ ബിന്ദുവിലാണ് എല്ലാ നിഗൂഢതകളും അടങ്ങിയിരിക്കുന്നത്. നമ്മളെല്ലാം പദാർത്ഥങ്ങളുടെ ഘടകങ്ങൾകൊണ്ട് നിർമ്മിക്കപ്പെട്ടവരാണെന്ന, അങ്ങനെ നിർമ്മിക്കപ്പെട്ടവരായിരിക്കുമ്പോഴും അതിൽനിന്ന് വ്യത്യസ്തരാണെന്ന നിഗൂഢത. സോക്കറ്റിൽ കയറുന്ന പ്ലഗ്ഗുകളാണ് നമ്മുടെ കാലുകൾ. മനുഷ്യന്റെ ഈ നഗ്നമായ കാലുകൾ ഇയാളുടെ ഉത്പത്തി വ്യത്യസ്തമായിരുന്നു എന്ന് കാണിക്കുന്നു. ഇതൊരു മനുഷ്യനാകാൻ സാധ്യതയില്ല. ഇയാൾ പേരില്ലാത്ത എന്തോ ഒരു വസ്തുവായിരുന്നു. ബ്ലെയ്ക്കിന്റെ ഭാഷയിൽ പറഞ്ഞാൽ ലോഹങ്ങളെ അനന്തതയിലേക്ക് ഉരുക്കിയൊലിപ്പിക്കുന്ന തരത്തിലുള്ള എന്തോ ഒന്ന്. വ്യവസ്ഥിതിയെ കലാപങ്ങളാക്കുന്ന എന്തോ ഒന്ന്. ഒരുപക്ഷേ ഇയാൾ ഏതോ തരത്തിലുള്ള ചെകുത്താനായിരുന്നിരിക്കണം. ചെകുത്താന്മാരെ എപ്പോഴും കാല്പാദം കണ്ടാണ് തിരിച്ചറിയുക. അവർ മണ്ണിൽ ചവിട്ടുന്ന വിധം തന്നെ വേറെയാണ്.

നീണ്ട് മെലിഞ്ഞ, ആകൃതിയൊന്നുമില്ലെങ്കിലും നീളമുള്ള നഖങ്ങളുള്ള, ഈ കാല്പാദം എനിക്ക് മനസ്സിലാക്കാവുന്നതായിരുന്നു. അതിലെ തള്ളവിരൽ മറ്റ് വിരലുകളിൽ നിന്ന് വേറിട്ട് നിന്നു. കയ്യിന്റെ തള്ളവിരൽ നിൽക്കുന്നതുപോലെ. കനത്തിൽ കറുത്ത രോമങ്ങളുണ്ടായിരുന്നു. നിങ്ങളാരെങ്കിലും ഇതിനു മുമ്പ് അങ്ങനെയൊന്ന് കണ്ടിട്ടുണ്ടോ? ഞാനും ഓഡ്ബോളും പരസ്പരം നോക്കി.

മിക്കവാറും ഒഴിഞ്ഞുകിടന്നിരുന്ന അലമാരയിൽ ഞങ്ങൾക്ക് കാപ്പിക്കളറിലുള്ള ഒരു സ്യൂട്ട് കണ്ടെത്താനായി. അതിലും കുറച്ച് കറ പിടിച്ചിട്ടുണ്ടായിരുന്നു. അത് അധികം ധരിച്ചിട്ടില്ല എന്ന് ഉറപ്പായിരുന്നു. അതണിഞ്ഞ് ഈ മനുഷ്യനെ ഇതിനു മുമ്പ് ഞാൻ കണ്ടിട്ടില്ല. കനമുള്ള ബൂട്ടും ഉടുത്ത് പഴകികീറിപ്പറിഞ്ഞ ട്രൗസറും ധരിച്ചാണയാളെ

എന്നും കണ്ടിട്ടുള്ളത്. അതിന്റെ കൂടെ കള്ളികളുള്ള ഒരു ഷർട്ടുംഅരികുകൾ തുന്നിയ ഒരു കോട്ടുമുണ്ടാകും. എന്നും എല്ലാക്കാലവും അയാളുടെ വസ്ത്രം ഇത് തന്നെയായിരുന്നു.

മരിച്ചവനെ വസ്ത്രം ധരിപ്പിക്കുക എന്നത് ഒരു തരം ലാളനയാണ്. തന്റെ ജീവിതത്തിൽ ഇങ്ങനെയൊരു ലാളന അയാൾക്ക് ലഭിച്ചിട്ടുണ്ടാകുമോ എന്ന കാര്യത്തിൽ എനിക്ക് സംശയമുണ്ട്. ഞങ്ങൾ അയാളുടെ കൈകൾ പിടിച്ച് സാവധാനത്തിൽ ഉയർത്തി. വസ്ത്രം വലിച്ചിട്ടു. അയാളുടെ ഭാരം എന്റെ നെഞ്ചിൽ അമർന്നപ്പോൾ സ്വാഭാവികമായും എനിക്ക് ഓക്കാനം വന്നു. അപ്പോൾ എന്തുകൊണ്ടെന്നറിയില്ല ആ ശരീരത്തെ മുറുകെ പിടിക്കണം എന്ന് എനിക്കു തോന്നി. അതിന്റെ പുറത്തൊന്ന് തട്ടണമെന്നു തോന്നി. എന്നിട്ട് അതിനെ സമാധാനിപ്പിച്ച് 'വിഷമിക്കണ്ട, എല്ലാ ശരിയാകും' എന്ന് പറയണമെന്ന്. എന്നാൽ അടുത്ത് ഓഡ്ബോൾ നിൽക്കുന്നുണ്ടായിരുന്നതുകൊണ്ടാകാം ഞാൻ ഒന്നും ചെയ്തില്ല. ഒന്നും പറഞ്ഞില്ല. എന്റേത് എന്തോ വൈകൃതമാണെന്ന് അയാൾ കരുതിയെങ്കിലോ?

ഞാൻ വെണ്ടെന്ന് വെച്ചവ ചിന്തകളായി എന്നിലെത്തി. ബിഗ്ഫൂട്ടിനോട് സഹതാപം തോന്നി. ഒരു പക്ഷേ ഇയാളെ അമ്മ ഉപേക്ഷിച്ചതാകാം. ആയുസ്സ് മുഴുവൻ കഷ്ടപ്പെട്ടിട്ടുണ്ടാകാം. ദീർഘകാലത്തെ അസന്തുഷ്ടി ഒരു മനുഷ്യനെ മാരകമായ അസുഖത്തേക്കാൾ അധഃപതിച്ചവനാക്കും. ഇയാളെ സന്ദർശിക്കാൻ ആരെങ്കിലും വരാറുള്ളത് ഞാൻ കണ്ടിട്ടില്ല. സുഹൃത്തുക്കളോ ബന്ധുക്കളോ ആരും. കൂണ് പെറുക്കാൻ നടക്കുന്നവർ പോലും ഇയാളുടെ വീടിനു മുന്നിലെത്തിയാൽ കുശലം പറയാറില്ല. എല്ലാവർക്കും ഈ മനുഷ്യനെ ഭയമായിരുന്നു. ഇഷ്ടമല്ലായിരുന്നു. നായാട്ടുകാർ മാത്രമാണ് ഇയാളുടെ സുഹൃത്ത്. അതും അപൂർവ്വമായിരുന്നു. ഏകദേശം നാല്പതുവയസ്സ് പ്രായമുണ്ടാകണം എന്നാണെനിക്ക് തോന്നുന്നത്. അയാളുടെ എട്ടാം ഭാവത്തിലെന്തെന്ന ചിന്ത പലപ്പോഴും എനിക്കുണ്ടായിട്ടുണ്ട്. രാഹുവും കേതുവുമായിരിക്കുമോ അവിടെ അധിപർ? കുജൻ ആരോഹണത്തിലാകണം. കരുത്തുള്ള കൈകളിൽ വാളുമായി നടന്നിരുന്ന ഈ മനുഷ്യൻ മരണം വിതയ്ക്കാനും മറ്റുള്ളവർക്ക് ക്ലേശം നൽകാനും മാത്രമായി ജീവിക്കുന്ന ഇരപിടിയരുടെ ഓർമ്മയാണ് എന്നിലേക്കെത്തിക്കുന്നത്.

അണിഞ്ഞിരുന്ന ജാക്കറ്റ് അഴിച്ചുമാറ്റാനായി ഓഡ്ബോൾ അയാളെ നിവർത്തിയിരുത്തി. അപ്പോഴാണ് അയാളുടെ വീർത്ത് വലുതായ നാക്കുകൊണ്ട് എന്തോ ചുറ്റിപ്പിടിച്ചിരിക്കുന്നു എന്ന് ഞങ്ങൾ ശ്രദ്ധിച്ചത്. ഒന്ന് മടിച്ച്, അറച്ച്, പല്ലുകടിച്ച് പിടിച്ച്, കൈ പല തവണ പുറകിലേക്ക് വലിച്ച്, ഞാൻ സാവധാനത്തിൽ അയാളുടെ നാക്കിൽ കുടുങ്ങിക്കിടന്ന എന്തിന്റേയോ തുമ്പിൽ പിടിച്ചു. അതൊരു എല്ലിൻ തുണ്ടമായിരുന്നു.

നീളൻ എല്ല്. കഠാരപോലെ മൂർച്ചയുള്ളത്. അത് വലിച്ചെടുത്തപ്പോൾ അയാളുടെ തൊണ്ടയിൽ നിന്നൊരു സ്വരം വന്നും. വായിൽനിന്ന് കുറച്ച് വായു പുറത്തു പോയി. അതൊരു ചൂളംവിളിയുണ്ടാക്കി. കുറച്ചുകൂടി കൃത്യമായി പറഞ്ഞാൽ ഒരു നിശ്വാസം. ഞങ്ങളിരുവരും അതുകേട്ട് പുറകിലേക്ക് നീങ്ങി. എന്റെ മനസ്സിൽ അപ്പോൾ എന്തു തോന്നിയോ അതുതന്നെയാകണം ഓഡ്ബോളിനും തോന്നിയത് എന്നെനിക്ക് ഉറപ്പുണ്ട്. ഭീതി! ഏതാനും സെക്കന്റുകൾ കഴിഞ്ഞപ്പോൾ ബിഗ് ഫൂട്ടിന്റെ വായിൽ നിന്ന് കടുചുവപ്പ് നിറത്തിലുള്ള, മിക്കവാറും കറുപ്പു നിറമാർന്ന ചോര ഒലിച്ചിറങ്ങാൻ തുടങ്ങിയപ്പോൾ പ്രത്യേകിച്ചും അത് ഞങ്ങളെ ഭയപ്പെടുത്തി. അയാളുടെ വായിലൂടെ പൈശാചികമായി രക്തം തുള്ളിയിട്ട് വീണു.

ഞങ്ങൾ ഭയന്ന് മരവിച്ചു.

"ഞാനൊരിക്കലും..." ഓഡ്ബോൾഎന്തോ പറയാൻ തുടങ്ങി. അയാളുടെ സ്വരമിടറി. "ശ്വാസംമുട്ടിയതാണ്. തൊണ്ടയിൽ എല്ല് കുടുങ്ങി. അതെ, തൊണ്ടയിൽ എല്ല് കുടുങ്ങി ശ്വാസംമുട്ടി." അയാൾ അത് ആവർത്തിച്ചുകൊണ്ടേയിരുന്നു. പിന്നെ സ്വയം സമാധാനിപ്പിക്കാനെന്ന മട്ടിൽ "നമുക്ക് നമ്മുടെ ജോലി തുടരാം. അത്ര രസകരമൊന്നുമല്ല ഇത്. എന്നാലും അയൽവക്കമെന്ന നിലയിലുള്ള കർത്തവ്യമാണ്."

അയാൾ ഈ ജോലിഏറ്റെടുത്തിരിക്കുന്നു എന്ന് ഞാൻ കണ്ടു. ഞാൻ അയാൾക്ക് പുറകിൽ നിന്നു.

ബിഗ്ഫൂട്ടിനെ അയാളുടെ കാപ്പിക്കളർ സ്യൂട്ടിലേക്ക് വലിച്ചിറക്കാനും മാന്യനാക്കാനുമുള്ള ജോലിയിൽ ഞങ്ങൾ വ്യാപൃതരായി. മറ്റൊരാളുടെ ശരീരത്തിൽ ഞാൻ കൈവെച്ചിട്ട് കാലം കുറേയായി. പിന്നെ മരിച്ചവരുടേതിന്റെ കാര്യം പറയേണ്ടതില്ലല്ലോ. ഓരോ നിമിഷം കഴിയുംതോറും ആ ശരീരം കൂടുതൽ ഘനീഭവിക്കുന്നതും അതിലേക്ക് ആലസ്യം വലിഞ്ഞ് കയറുന്നതും ഞാനറിയുന്നുണ്ടായിരുന്നു. അതുകൊണ്ടാണ് ഞങ്ങൾ തിരക്കു കൂട്ടിയതും. ഞായറാഴ്ചകളിൽ മാത്രം ധരിക്കുന്ന ഏറ്റവും നല്ല വസ്ത്രങ്ങളിലേക്ക് ബിഗ്ഫൂട്ട് കയറിയപ്പോഴേക്കും അയാളുടെ മുഖത്തിന്റെ മാനുഷഭാവമെല്ലാം ഇല്ലാതായിട്ടുണ്ടായിരുന്നു. ഇപ്പോൾ അത് തീർത്തും ഒരു ശവമായിരിക്കുന്നു. അയാളുടെ വലത് ചൂണ്ടുവിരൽ മാത്രം പാരമ്പര്യ രീതിയിൽ പിണച്ച് വെച്ച കൈകളിൽനിന്ന് തെറിച്ച് നിന്നു. അത് മുകളിലേക്കു ചൂണ്ടി നിന്നു. ഞങ്ങളുടെ ശ്രദ്ധയൊന്ന് ആകർഷിക്കാനും പിരിമുറുക്കം കുറയ്ക്കാനും പ്രയത്നങ്ങൾക്ക് വേഗം കൂട്ടാനും സഹായിക്കുന്നു എന്ന മട്ടിൽ മുകളിലേക്ക് ചൂണ്ടി നിന്നു. "ശ്രദ്ധിക്കണേ" എന്ന് ആ വിരൽ പറയുന്നുണ്ടായിരുന്നു. "ഇത് ശ്രദ്ധിക്കണേ, നിങ്ങൾ കാണാത്ത ചിലത് ഇവിടെയുണ്ട്, എല്ലാതിന്റേയും തുടക്കം ഇപ്പോഴും നിങ്ങളിൽ നിന്ന് മറഞ്ഞിരിക്കുന്നു. അതാകട്ടെ നല്ല ശ്രദ്ധ ആവശ്യപ്പെടുന്നതുമാണ്. നമ്മളെല്ലാം ഇവിടെ ഈ കൊച്ചു

കുടിലിൽ ഈ സമതലത്തിൽ എത്തിയിരിക്കുന്നു എന്നതിനു നന്ദി പറയട്ടെ. ഈ രാവിലും മഞ്ഞിലും ഒത്തുകൂടിയതിനു നന്ദി പറയട്ടെ. ഒരു ശവമായി ഞാനും വൃദ്ധരായ, നിസ്സാരരായ, മാനുഷരായി നിങ്ങളും. എന്നാൽ ഇത് വെറും തുടക്കമാണ്. എല്ലാം ഇപ്പോഴേ തുടങ്ങുന്നുള്ളൂ."

ഞങ്ങൾ നനവുള്ള, തണുപ്പുള്ള, ആ മുറിയിൽ നിന്നു. നരച്ച രാവിൽ നിറഞ്ഞ് നിന്ന ശൂന്യതയിൽ. അപ്പോൾ എന്റെ മനസ്സ് എന്നോട് ചില തെല്ലാം പറഞ്ഞു. ശരീരം വിട്ട് പോകുന്നതെന്തോ അത് ഈ ലോകത്തിന്റെ ഒരു തുണ്ട് വലിച്ചെടുത്തുകൊണ്ടുപോകുന്നു. എത്ര നല്ലതോ ചീത്തയോ എന്നത് കാര്യമാക്കാതെതന്നെ, എത്ര തെറ്റു ചെയ്തവരെന്നോ നിഷ്കളങ്കരെന്നോ കാര്യമാക്കാതെതന്നെ, അത് ഒരു ശൂന്യതയെ പുറകിലുപേക്ഷിക്കുന്നു.

ഞാൻ ജാലകത്തിലൂടെ പുറത്തേക്ക് നോക്കി. പ്രഭാതമാകാറായിരിക്കുന്നു. ചുറ്റിലുമുള്ള ശൂന്യതയിൽ മഞ്ഞുകണങ്ങൾ അലസം നിറയുന്നു. അവ ഇപ്പോഴും വളരെ സാവധാനത്തിലാണ് വീഴുന്നത്. വായുവിലൂടെ പരസ്പരം മെടഞ്ഞ്, കെട്ടിപ്പുണർന്നാണവ ഇറങ്ങുന്നത്. തൂവലുകൾ പോലെ ചാഞ്ചാടി, വട്ടംകറങ്ങിയാണവ വരുന്നത്.

ബിഗ്ഫൂട്ട് ഇപ്പോഴില്ല. അതുകൊണ്ട്തന്നെ അയാളോട് നീരസപ്പെടുന്നതിൽ അർത്ഥമില്ല. ഇപ്പോൾ ആകെ അവശേഷിക്കുന്നത് ജീവനില്ലാത്ത അയാളുടെ ശരീരം മാത്രം. അയാളുടെ ഏറ്റവും നല്ല സ്യൂട്ടിൽ പൊതിഞ്ഞ ശരീരം. അതിപ്പോൾ ശാന്തമാണെന്ന് തോന്നി. സംതൃപ്തമാണെന്നും. പദാർത്ഥത്തിൽ നിന്ന് വിട്ടുപോരാനായതിൽ ആത്മാവ് ആനന്ദിക്കുന്നു എന്ന് തോന്നി. ഇത്രയും ചുരുങ്ങിയ സമയത്തിനുള്ളിൽ ഒരു അതിഭൗതികമായ ബന്ധം വേർപെടൽ സംഭവിച്ചിരിക്കുന്നു. അതെ, ഇതാണവസാനം.

അടുക്കളയുടെ തുറന്ന വാതിൽക്കൽ ഞങ്ങളിരുന്നു. മേശപ്പുറത്തിരിക്കുന്നുണ്ടായിരുന്ന, പാതിയൊഴിഞ്ഞ വോഡ്കയുടെ കുപ്പിയിലേക്ക് ഓഡ്ബോളിന്റെ കൈ നീണ്ടു. വൃത്തിയുള്ള ഒരു ചെറുഗ്ലാസ് അയാൾ കണ്ടെത്തി. അത് നിറച്ചു. ആദ്യം എനിക്ക്, പിന്നെ അയാൾക്ക്. മഞ്ഞ് മൂടിയ ജാലകത്തിലൂടെ പ്രഭാതം സാവധാനത്തിൽ അകത്തേക്കൊഴുകിയെത്താൻ തുടങ്ങിയിരിക്കുന്നു. പാലുപോലെ വെളുത്ത ആശുപത്രി വിളക്കുകൾ തെളിഞ്ഞു വരുന്നു. ഓഡ്ബോൾ ഷേയ്വ് ചെയ്തിട്ടില്ല എന്ന് ആ വെളിച്ചത്തിൽ ഞാൻ കണ്ടു. അയാളുടെ മുഖത്തെ കുറ്റിരോമം എന്റെ തലമുടിയോളം വെളുത്തിരിക്കുന്നു. ആട്ടിൻ തോലുകൊണ്ടുള്ള കോട്ടിൽ നിന്ന് തെറിച്ച് നിന്ന, നിറംമങ്ങിയ പൈജാമയുടെ ബട്ടനുകളിട്ടിട്ടില്ല. അയാളുടെ കോട്ടിൽ എല്ലാവിധത്തിലുമുള്ള കറയും അഴുക്കുമുണ്ട്.

ഞാൻ ഒരു കവിൾ വോഡ്കയിറക്കി. അതെന്റെ ഉള്ളൊന്ന് ഊഷ്മള മാക്കി.

"നമ്മൾ അയാളോടുള്ള കർത്തവ്യം നിറവേറ്റി എന്നെനിക്ക് തോന്നുന്നു. നമ്മളല്ലാതെ ആരിത് ചെയ്യും?" ഓഡ്ബോൾ പറഞ്ഞു. മിക്കവാറും ആത്മഗതമെന്ന നിലയിലാണയാൾ അത് പറഞ്ഞത്. "ഈ മനുഷ്യൻ ഒരു വൃത്തികെട്ട തെമ്മാടിയായിരുന്നു. എങ്കിലെന്താ?"

അയാൾ ഗ്ലാസ് നിറച്ചു. ഒറ്റവലിക്കത് കുടിച്ചു. എന്നിട്ട് തല യൊന്നാട്ടി. തനിക്കിതിങ്ങനെ കുടിച്ച് ശീലമില്ല എന്ന് വ്യക്തമാക്കുന്നതു പോലെയായിരുന്നു ആ തലയാട്ടൽ.

"ഞാൻ ഒന്ന് ഫോൺ ചെയ്യട്ടെ" എന്ന് പറഞ്ഞ് അയാൾ പുറത്തി റങ്ങി. അയാൾക്ക് തല കറങ്ങുന്നുണ്ടെന്ന് എനിക്ക് തോന്നി.

ഞാൻ എഴുന്നേറ്റു. ചുറ്റിലുമുള്ള അലങ്കോലത്തിലേക്ക് കണ്ണോടിച്ചു. ബിഗ്ഫൂട്ടിന്റെ തിരിച്ചറിയൽ കാർഡ് കണ്ടെത്താനാകും എന്ന് പ്രതീ ക്ഷിച്ചു. അയാളുടെ ജന്മദിനം എനിക്കറിയണം. എങ്കിലേ നക്ഷത്രമറി യാനാകൂ.

മേശപ്പുറത്ത് ഒരു കീറിയ മെഴുകുതുണി കിടക്കുന്നു. അതിന്മേൽ ഒരു ടിന്നിൽ ഒരു മൃഗത്തിന്റെ കരിഞ്ഞ തുണ്ടുകളുണ്ട്. ഒരു ചട്ടിയിൽ കേടുവന്ന ബീറ്റ്റൂട്ട് സൂപ്പുണ്ട്. അതിന്മേൽ വെളുത്ത പാട കെട്ടിയി ട്ടുണ്ട്. ഒരു തുണ്ട് റൊട്ടി മുറിച്ച് വെച്ചിട്ടുണ്ട്. ഇത്തിരി വെണ്ണയിരിക്കു ന്നുണ്ട്.

കീറിയ ലിനോളിയമിട്ട നിലത്ത് പിന്നെയും മൃഗാവശിഷ്ടങ്ങൾ ചിതറിക്കിടക്കുന്നു. അവ മേശപ്പുറത്തുനിന്ന് പ്ലേറ്റോടെ വീണതാണ്. അതിനോടൊപ്പം ഒരു ഗ്ലാസും കുറച്ച് ബിസ്കറ്റ്തുണ്ടുകളും കിട പ്പുണ്ട്. ഇവയെല്ലാം വൃത്തികെട്ട നിലത്ത് അരഞ്ഞു ചേർന്നിരിക്കുന്നു.

അപ്പോഴാണ് ജാലകപ്പടിയിലിരിക്കുന്ന എന്തോ ഒന്ന് എന്റെ കണ്ണി ലുടക്കിയത്. അതെന്താണെന്ന് തിരിച്ചറിയാൻ കുറച്ച് സമയമെടുത്തു. അതൊരു മാൻ തലയായിരുന്നു. വൃത്തിയിൽ വെട്ടിയെടുത്ത ഒരു മാൻ തല. അതിനരികിൽ നാല്കൊച്ച് കാലുകളുണ്ട്. മാനിന്റെ പാതിതുറന്ന കണ്ണുകൾ രാവ് മുഴുക്കെ ഞങ്ങളുടെ പ്രവർത്തികൾ വീക്ഷിച്ചിട്ടു ണ്ടാകണം. മഞ്ഞുകാലത്ത് തണുത്തുറഞ്ഞ ആപ്പിളുകളാൽ ആകൃഷ്ടമാ യെത്തുന്ന പട്ടിണിക്കാരി യുവതികളിൽ ഒരെണ്ണമാണത്. അവൾ കെണി യിൽ പെട്ടതാണ്. വയറുകൾ അവളെ വരിഞ്ഞ് മുറുക്കിയതാണ്.

ഇവിടെ എന്ത് സംഭവിച്ചു എന്ന് എനിക്കു ബോധ്യമായിത്തുടങ്ങി. അതെന്നെ ഭയപ്പെടുത്തി. അയാൾ മാനിനെ കെണിയിൽ കുടുക്കി. അതിനെ കൊന്നു. തലയറുത്തു. മാംസം വറുത്ത് തിന്നു. രാവിന്റെ നിശ്ശബ്ദതയിൽ, നിശ്ചലതയിൽ, ഒരു ജീവി മറ്റൊന്നിനെ ഭക്ഷിച്ചിരിക്കുന്നു. ആരും എതിർത്തില്ല. ഇടിമിന്നലുണ്ടായില്ല. എന്നിട്ടും ചെകുത്താന് ശിക്ഷ

ലഭിച്ചു. ആരും മരണത്തിനു വഴി കാണിക്കാതെതന്നെ ചെകുത്താന് ശിക്ഷ ലഭിച്ചു.

പെട്ടെന്നുതന്നെ, വിറയ്ക്കുന്ന കരങ്ങളാൽ, ഞാൻ അവിടെ കിടന്ന അവശിഷ്ടങ്ങൾ വാരിക്കൂട്ടി. എല്ലുകൾ വാരിക്കൂട്ടി കൂമ്പാരമാക്കി. അവയെ പിന്നീട് കുഴിച്ചിടാം എന്ന് തീരുമാനിച്ചു. അതിനായി ഒരു സഞ്ചി കണ്ടെത്തി. അതിൽ ഈ അസ്ഥികളെല്ലാം നിക്ഷേപിച്ചു.

എന്റെ ആകാംക്ഷ അപ്പോഴും ബിഗ്ഫൂട്ടിന്റെ ജന്മതിയതി അറിയാനായിരുന്നു. ഞാൻ അയാളുടെ തിരിച്ചറിയൽ കാർഡിനായി വീണ്ടും പരതി. കൂട്ടിയിട്ടിരുന്ന കടലാസുകളിൽ, ചുമരിൽ പിടിപ്പിച്ചിരുന്ന ഷെൽഫിൽ, കലണ്ടറുകളിൽ, പത്രക്കടലാസുകളിൽ, മേശവലിപ്പിൽ എല്ലാം. ഗ്രാമങ്ങളിലെ വസതികളിൽ സാധാരണയായി ഇത്തരം രേഖകൾ ഇവിടെയൊക്കെയാണ് സൂക്ഷിക്കുക. അവസാനം എനിക്കത് കണ്ടെത്താനായി. കീറിപ്പറിഞ്ഞ ഒരു പച്ച കവറിലാണത് കണ്ടെത്തിയത്. അതിലെ ചിത്രത്തിലെ ബിഗ്ഫൂട്ടിന് ഇരുപത് വയസ്സുണ്ടാകും. ഇരുവശങ്ങളും ഒരു പോലെയല്ലാത്ത നീളൻ മുഖവും കോങ്കണ്ണുമുണ്ട് അയാൾക്കതിൽ. അന്നും അത്രയൊന്നും സുന്ദരനല്ലായിരുന്നു അയാൾ. ഒരു കുറ്റിപ്പെൻസിലെടുത്ത് ഞാൻ അയാളുടെ ജന്മദിനവും സ്ഥലവും കുറിച്ചെടുത്തു. 21 ഡിസംബർ 1950ന്, ഇതേ സ്ഥലത്താണ് ബിഗ്ഫൂട്ടിന്റെ ജനനം.

ആ വലിപ്പിൽ പിന്നേയും ചിലതുണ്ടായിരുന്നു. ഒരു കെട്ട് ഫോട്ടോഗ്രാഫുകൾ. അവയിൽ മിക്കതും പുതിയതായിരുന്നു. കളറിലുള്ളത്. ഞാൻ സ്വതസിദ്ധമായ ശീലം വെച്ച് അതൊന്ന് മറിച്ചുനോക്കി. അതിലൊന്നിൽ എന്റെ ശ്രദ്ധയുടക്കി. ഞാനതിനെ ഒന്നുകൂടി ശ്രദ്ധയോടെ നോക്കി. പിന്നെ ഒരരികിൽ വെയ്ക്കാൻ ശ്രമിച്ചു. അപ്പോഴാണ് ഞാൻ എന്തിലേക്കാണ് നോക്കിയിരുന്നത് എന്ന് എനിക്കു മനസ്സിലായത്. പെട്ടെന്ന് എല്ലായിടവും നിശ്ശബ്ദമായി. ആ ഫോട്ടോയുടെ നടുക്ക് ഞാനുണ്ട്. ആ ചിത്രത്തിലേക്ക് ഞാൻ തുറിച്ച് നോക്കി. എന്റെ ശരീരമാകെ വലിഞ്ഞു മുറുകി. ഞാനൊരു അങ്കത്തിനു തയ്യാറെടുത്തിരിക്കുന്നു. എനിക്ക് തല കറങ്ങിത്തുടങ്ങി. എന്റെ കാതുകളിലേക്ക് ഒരു ഇരമ്പൽ കയറി വന്നു. ഒരു ഗർജ്ജനം. അപ്പുറത്തെ ചക്രവാളത്തിൽ നിന്ന് ഒരായിരം പടയാളികൾ ഒന്നിച്ചാർത്തിരമ്പി വരുന്നതുപോലെ ഒരു സ്വരം. ഇരമ്പൽ, ഇരുമ്പ് കൂട്ടിമുട്ടുന്ന സ്വരം, ചക്രങ്ങൾ മണ്ണിലുരസുന്ന സ്വരം. എന്റെ മനസ്സ് കോപാകുലമായി. അതെന്നിലെ കാഴ്ചയെ ഇല്ലാതാക്കി. മനസ്സിനെ അവ്യക്തമാക്കി. എനിക്ക് കൂടുതൽ കാണാനുള്ള കരുത്തില്ലാതാക്കി. മറ്റ് വികാരങ്ങളെയെല്ലാം അത് തൂത്തുമാറ്റി. ശരീരത്തിന്റെ പൂർണ്ണ നിയന്ത്രണം അതേറ്റെടുത്തു. സംശയലേശമന്യേ കോപം എല്ലാ ജ്ഞാനങ്ങളുടേയും ആദ്യ സ്രോതസ്സാകുന്നു. എല്ലാ പരിധികളേയും ലംഘിക്കാൻ കരുത്തുള്ളതാണ് കോപം എന്ന വികാരം.

വിറയ്ക്കുന്ന കൈകളോടെ ഞാൻ ആ ഫോട്ടോഗ്രാഫ് കീശയിലിട്ടു. പെട്ടെന്ന് എല്ലാം ചലിക്കുന്നതായി എനിക്കു തോന്നി. ലോകം ചലിപ്പിക്കുന്ന എഞ്ചിൻ പ്രവർത്തനക്ഷമമായിരിക്കുന്നു. വാതിൽ തുറക്കപ്പെടുന്നു. ഒരു ഫോർക്ക് നിലത്തുവീഴുന്ന ഒച്ച കേൾക്കുന്നു. എന്റെ കണ്ണ് നിറഞ്ഞൊഴുകി.

വാതിൽക്കൽ ഓഡ്ബോൾ നില്പുണ്ടായിരുന്നു.

"നിങ്ങൾക്ക് കരയാൻ മാത്രം മൂല്യമൊന്നുമില്ല അയാൾക്ക്."

ഫോണിൽ വിരലമർത്തിക്കൊണ്ടിരിക്കുകയായിരുന്നു അയാൾ. അതിനിടയിൽ ഇത്രയും പറഞ്ഞ്ചുണ്ടൊന്ന് കോട്ടി.

"ഇപ്പോഴും ആ ചെക്കോസ്ലോവേക്യക്കാരന്റെ സ്വരം തന്നെ. കുന്നിൻ പുറത്തേക്ക് പോകേണ്ടി വരും എന്നു തോന്നുന്നു. വരുന്നോ?" അയാൾ ചോദിച്ചു.

ഞങ്ങൾ വാതിലടച്ച് ഇറങ്ങി. മഞ്ഞിലൂടെ നടന്നു. കുന്നിൻ മുകളിലേക്ക് നടന്നു. ഓഡ്ബോൾ നീട്ടിപ്പിടിച്ച കയ്യിൽ മൊബൈലുമായി പലയിടത്തും കറങ്ങി. സിഗ്നൽ ലഭിക്കുന്നില്ല എന്ന് പരാതിപ്പെട്ടു. വെള്ളിനിറം പൂണ്ട്, പ്രഭാതത്തിന്റെ ചാരനിറത്തിൽ കലർന്ന്, ക്ലോഡ്സ്കൊ താഴ്‌വാരം മുഴുക്കെ ഞങ്ങൾക്ക് മുന്നിൽ പരന്നുകിടക്കുന്നുണ്ട്.

"ഞാൻ നിന്നെ ഉണർത്തിയില്ലല്ലോ അല്ലേ മോനേ" പെട്ടെന്ന് ഓഡ്ബോൾ ഫോണിലൂടെ സംസാരിക്കാൻ തുടങ്ങി.

മറുവശത്തുനിന്ന് വന്ന അടക്കിപ്പിടിച്ച സ്വരം എനിക്ക് വ്യക്തമായി കേൾക്കാനായില്ല.

"നമ്മുടെ അയൽക്കാരൻ മരിച്ചുപോയി. തൊണ്ടയിൽ എല്ല് കുടുങ്ങി ശ്വാസംമുട്ടി മരിച്ചതാണെന്ന് തോന്നുന്നു. ഇതാ ഇപ്പോൾ സംഭവിച്ചതേയുള്ളൂ. ഈ രാത്രിയിൽ."

മറുവശത്തെ ശബ്ദം വീണ്ടും എന്തോ പറഞ്ഞു.

"ഇല്ല. ഞാൻ വിളിക്കാനൊരുങ്ങുകയായിരുന്നു. സിഗ്നൽ വളരെ വീക്ക് ആണ്. ദസ്ജയ്കൊയും ഞാനും അയാളെ വസ്ത്രമൊക്കെ ധരിപ്പിച്ചു. എന്റെ ആ അയൽവാസിയെ നിനക്ക് പരിചയമുണ്ടല്ലോ അല്ലേ?" എന്ന് ചോദിച്ച് അയാൾ എന്നെ നോക്കി. "ശവം വല്ലാതെ ഘനീഭവിക്കുന്നതിനു മുമ്പ് ഞങ്ങൾ അത് ചെയ്തു."

മറുവശത്തുനിന്നുള്ള സ്വരത്തിൽ പിരിമുറുക്കം നിറയുന്നത് ഞാനറിഞ്ഞു.

"അതെന്തോ ആകട്ടെ. അയാളിപ്പോൾ സ്യൂട്ടിട്ടാണ് കിടക്കുന്നത്..."

മറുവശത്തുനിന്നുള്ളയാളുടെ പ്രഭാഷണത്തിനു ദൈർഘ്യമേറി. ഓഡ്ബോൾ ഫോൺ ചെവിയിൽ നിന്ന്മാറ്റിപ്പിടിച്ചു. തനിക്കിത് ഇഷ്ടപ്പെടുന്നില്ല എന്ന മുഖഭാവംവരുത്തി.

അതിനുശേഷം അയാൾ പൊലീസിനെ വിളിച്ചു.

2

ടെസ്റ്റോസ്റ്റെറോൺ ഓട്ടിസം

യജമാനന്റെ വാതിൽക്കൽ പട്ടിണി കിടന്ന ഒരു നായ
നാടിന്റെ നാശം പ്രവചിക്കുന്നു.

എന്നെ വിട്ടിലേക്ക് ക്ഷണിച്ചതിന് എനിക്കയാളോട് നന്ദിയുണ്ട്. ചൂടുള്ള എന്തെങ്കിലും കുടിക്കാം എന്ന് പറഞ്ഞായിരുന്നു ആ ക്ഷണം. ഞാൻ വല്ലാതെ ക്ഷീണിതയായിരുന്നു. തണുത്തുറഞ്ഞ, ശൂന്യമായ, എന്റെ വീട്ടിലേക്ക് തിരിച്ചുപോകേണ്ടതിനെക്കുറിച്ചാലോചിച്ചപ്പോൾ എനിക്ക് ദുഃഖം തോന്നി.

ബിഗ്ഫൂട്ടിന്റെ പട്ടിയോട് ഞാൻ ഹലോ പറഞ്ഞു. കഴിഞ്ഞ ഏതാനും മണിക്കൂറുകളായി ഓഡ്ബോളിന്റെ വീട്ടിലെ അന്തേവാസിയാണത്. അവൾ എന്നെ തിരിച്ചറിഞ്ഞിരിക്കുന്നു. എന്നെ കണ്ടതിലുള്ള സന്തോഷം അത് പ്രകടിപ്പിക്കുകയും ചെയ്തു. വാലാട്ടി. എന്നിൽ നിന്ന് ഓടിപ്പോയ ആ നിമിഷം ഇപ്പോളവൾ മറന്നിട്ടുണ്ടാകും. ചില പട്ടികൾക്ക് ഇങ്ങനെ നിസ്സാരങ്ങളാകാനാകും. മനുഷ്യരെപ്പോലെതന്നെ. ഈ പട്ടി അതിലൊന്നാണെന്നതിൽ സംശയമില്ല.

ഞങ്ങൾ അടുക്കളയിലിരുന്നു. ഒരു മരമേശയ്ക്കു സമീപം. വളരെ വൃത്തിയുള്ള ഒരു മേശയായിരുന്നു അത്. അതു കണ്ടാൽ അതിൽ കവിളൊന്ന് അമർത്താൻ തോന്നുമായിരുന്നു. ഞാനത് ചെയ്തു.

"ക്ഷീണിച്ചുവോ?" അയാൾ ചോദിച്ചു.

ഇവിടെ എല്ലാം വൃത്തിനിലിരിക്കുന്നു. എല്ലാം തിളങ്ങുന്നു. ഊഷ്മളമായും സുഖകരമായുമിരിക്കുന്നു. ഇതുപോലെ വൃത്തിയും

ഊഷ്മളതയുമുള്ള ഒരു അടുക്കളയുണ്ടെങ്കിൽ ജീവിതം എത്ര സന്തോഷകരമാകും! എനിക്കിങ്ങനെ ഒരു അനുഭവം ഇതിനു മുമ്പ് ഉണ്ടായിട്ടില്ല. എന്റെ വീട് ഇതുപോലെ സൂക്ഷിക്കുന്നതിൽ ഞാനത്ര വിജയമൊന്നുമല്ല. വളരെ മോശംതന്നെ – ഞാനിപ്പോൾ അത് മനസ്സിലാക്കുന്നു.

ഒന്ന് ചുറ്റിലും നോക്കാനാകുന്നതിനു മുമ്പ് എനിക്ക് മുന്നിൽ ഒരു ഗ്ലാസ് ചായ വന്നു. ലോഹം കൊണ്ടുള്ള ഒരു കൊച്ചുകുട്ടയിലാണതെത്തിയത്. അതിനൊരു പിടിയുണ്ടായിരുന്നു. ഒരു സോസറിലാണ് ആ പാത്രം വെച്ചിരുന്നത്. പഞ്ചസാരയുടെ കട്ടകൾ ഒരു ബൗളിൽ വെച്ചിരുന്നു. അതെന്നെ ബാല്യത്തിന്റെ സന്തോഷകരമായ നിമിഷങ്ങളിലേക്ക് കൂട്ടിക്കൊണ്ടുപോയി. എന്റെ അപ്രസന്നമായ മാനസികാവസ്ഥയ്ക്ക് കുറച്ചൊരു ഉന്മേഷം നൽകി.

"നമ്മൾ അയാളെ അവിടെ നിന്ന് നീക്കരുതായിരുന്നു" ഓഡ്ബോൾ പറഞ്ഞു. മേശവലിപ്പ് തുറന്ന് കുറച്ച് ടീസ്പൂണുകളെടുത്തു.

പട്ടി ഓഡ്ബോളിന്റെ കാലിനരികിൽ വന്ന് നിന്നു. തന്റെ മെലിഞ്ഞ ശരീരത്തിന്റെ ചുറ്റുവട്ടത്തു നിന്ന് അയാൾ വിട്ടുമാറരുതെന്ന് നിർബന്ധമുള്ളതുപോലെ.

"നീ എന്നെ തട്ടി വീഴ്ത്തും" സ്നേഹത്തോടെ അയാൾ പറഞ്ഞു. ഈ മനുഷ്യൻ ഒരു പട്ടിയുമായി ചങ്ങാത്തത്തിലാകുന്നത് ആദ്യമായാണെന്ന് എനിക്കു മനസ്സിലായി. അതിനോട് എങ്ങനെ പെരുമാറണം എന്ന് അയാൾക്കറിയില്ലെന്നും തോന്നി.

"ഇവൾക്കെന്ത് പേരിടാനാണുദ്ദേശിക്കുന്നത്?" ചൂട്ചായ എന്റെ ഉള്ളകങ്ങൾക്കിത്തിരി ഉണർവ് പകർന്നപ്പോൾ ഞാൻ ചോദിച്ചു. എന്റെ തൊണ്ടയിൽ കുരുങ്ങിക്കിടന്ന വികാരങ്ങൾ ഉരുകി ഇല്ലാതാകാനും തുടങ്ങിയിരുന്നു.

ഓഡ്ബോൾ ചുമലൊന്ന് കുലുക്കി.

"അറിയില്ല. ഈച്ചയെന്നോ തളികയെന്നോ ഒക്കെ വിളിക്കാം."

ഞാൻ പ്രതികരിച്ചില്ല. അയാൾ പറഞ്ഞത് എനിക്കിഷ്ടമായില്ല. അത്തരം പേരുകൾ ഒരു പട്ടിക്ക് യോജിക്കുന്നതല്ല. പ്രത്യേകിച്ചും ഈ പട്ടിക്ക്. അതിന്റെ വ്യക്തിഗത ചരിത്രം പരിശോധിച്ചാൽ ഈ പേരുകൾ ഒട്ടും ചേരുന്നതല്ല എന്ന് മനസ്സിലാകും. പകരം മറ്റെന്തെങ്കിലും പേരിനെക്കുറിച്ച് ചിന്തിക്കേണ്ടി വരും.

ഔദ്യോഗികമായി ആദ്യനാമവും പിന്നെ ഒരു വിളിപ്പേരും ഉണ്ടാകുക എന്നതുതന്നെ തീർത്തും ഭാവനാശൂന്യമല്ലേ! ആരും അത്രയൊന്നും ഓർത്തിരിക്കാറില്ല. അവരെല്ലാം ആ വ്യക്തിയിൽ നിന്ന് വിമുക്തി നേടിയവരാണ്. വിരസരാണ്. അതുകൊണ്ടുതന്നെ ഇതൊന്നും നമ്മെ അവരാരും ഓർമ്മിപ്പിക്കാറുമില്ല. അതിലുപരിയായി ഓരോ തലമുറയ്ക്കും അവരുടേതായ ചില ശീലങ്ങളുണ്ട്. പ്രവണതകളുണ്ട്. പെട്ടെന്ന് എല്ലാവരും

പരസ്പരം മഗ്ദലെന, പാട്രിക് അല്ലെങ്കിൽ ജാനിന എന്നൊക്കെ വിളിച്ച് തുടങ്ങൂ. (ജാനിന എന്നു വിളിക്കുന്നതിൽ നിന്ന് ദൈവം അവരെ രക്ഷിക്കട്ടെ.) അതുകൊണ്ടാണ് കഴിവതും ആദ്യനാമവും വിളിപ്പേരും ഞാൻ ഉപയോഗിക്കാത്തത്. പകരം ഒരു വ്യക്തിയെ മനസ്സിൽ കാണുമ്പോൾ ആദ്യം വരുന്ന വിശേഷണമെന്തോ അത് വിളിക്കുന്നു. ഇങ്ങനെയാണ് ഭാഷ ഉപയോഗിക്കേണ്ടത് എന്ന് എനിക്കറിയാം. അതല്ലാതെ അർത്ഥമെല്ലാം ഊറ്റിക്കളഞ്ഞ് വാക്കുകളിട്ട് അമ്മാനമാടുകയല്ല. ഉദാഹരണത്തിന് ഓഡ്ബോളിന്റെ സർനെയിം സ്വീർസ്ജെൻസ്കി എന്നാണ്. അയാളുടെ വാതിലിനു മുന്നിൽ എഴുതിവച്ചിട്ടുള്ളത് അങ്ങനെയാണ്. അതിൽ ട എന്ന അക്ഷരം വലുതാക്കി എഴുതിയിട്ടുണ്ട്. ഇങ്ങനെ 'ട'ൽ തുടങ്ങുന്ന ഒരു ആദ്യനാമമുണ്ടോ? അയാൾ എപ്പോഴും അയാളെ സ്വീർസ്ജെൻസ്കി എന്ന പേരിലാണ് പരിചയപ്പെടുത്തുന്നത്. ഇതൊക്കെ ഉച്ചരിച്ച് ഞങ്ങളെല്ലാം ഇങ്ങനെ നാവ് വളയ്ക്കണം എന്ന് അയാൾ പ്രതീക്ഷിക്കുന്നുണ്ടാകണമെങ്കിൽ, അതയാളുടെ തെറ്റ്. നമ്മളോരോരുത്തരും നമ്മുടേതായ രീതിയിലാണ് മറ്റൊരാളെ കാണുന്നത് എന്നാണെന്റെ വിശ്വാസം. അതുകൊണ്ടുതന്നെ നമ്മൾ അവർക്ക് നമുക്ക് അനുയോജ്യമായ ഒരു പേര് നൽകണം. നമ്മളെല്ലാം അനേകം പേരുള്ളവരാണ്. നമ്മൾ എത്ര പേരുമായി ഇടപഴകിയിട്ടുണ്ടോ അത്രയും പേരുകളും നമുക്കുണ്ട്. അതുകൊണ്ടുതന്നെ സ്വീർസ്ജെൻസ്കിക്ക് ഞാൻ കൊടുത്ത പേര് ഓഡ്ബോൾ എന്നാണ്. അതദ്ദേഹത്തിന്റെ സ്വഭാവവിശേഷങ്ങളെ കൃത്യമായി പ്രതിഫലിപ്പിക്കുന്നു എന്ന് ഞാൻ വിശ്വസിക്കുന്നു.

എന്നാൽ, ഇപ്പോൾ ഈ പട്ടിയെ കണ്ടുകൊണ്ടിരുന്നപ്പോൾ എന്റെ മനസ്സിൽ ആദ്യമെത്തിയത് മനുഷ്യർക്ക് നൽകുന്ന ഒരു പേരാണ്. മാരീഷ്യ. ഒരു പക്ഷേ കുട്ടികൾക്കായുള്ള കഥകളിലെ ഒരു അനാഥയുടെ പേരായതുകൊണ്ടാകാം. അവളും വല്ലാതെ മെലിഞ്ഞവളായിരുന്നു.

“ഇവളെ മാരീഷ്യ എന്നൊന്നും വിളിക്കില്ലല്ലോ അല്ലേ?” ഞാൻ ചോദിച്ചു.

“സാധ്യതയുണ്ട്. അതാണ് ശരി എന്ന് എനിക്കും തോന്നുന്നു. അതെ. മാരീഷ്യ.”

ബിഗ്ഫൂട്ടിന്റെ നാമകരണവും ഏകദേശം ഇതുപോലൊരു സാഹചര്യത്തിലാണുണ്ടായത്. അത് മിക്കവാറും ഋജുവായിരുന്നു. മഞ്ഞിൽ അയാളുടെ കാലടിപ്പാടുകൾ കണ്ടപ്പോൾ ആ വാക്കുതന്നെ എന്നോട് ഈ പേരു മതി എന്ന് നിർദ്ദേശിക്കുകയായിരുന്നു. ആദ്യമൊക്കെ ഓഡ്ബോൾ അയാളെ 'ഷാഗി' എന്നാണ് വിളിച്ചിരുന്നത്. പിന്നെ കുറച്ച് കഴിഞ്ഞപ്പോൾ ഞാനുപയോഗിച്ചിരുന്ന ബിഗ്ഫൂട്ട് എന്ന പേര് കടമെടുത്തു. അതിനർത്ഥം ഞാൻ അയാൾക്കായി തിരഞ്ഞെടുത്ത പേര് കൃത്യമായിരുന്നു എന്നാണ്.

നിർഭാഗ്യമെന്ന് പറയട്ടെ എനിക്കായി ഒരു പേര് തിരഞ്ഞെടുക്കാൻ എനിക്കിതുവരെ ആയിട്ടില്ല. എന്റെ തിരിച്ചറിയൽ രേഖകളിൽ

കാണിച്ചിരിക്കുന്ന പേർ ലജ്ജാകരവും തെറ്റുമാണെന്ന് ഞാൻ കരുതുന്നു. ജനീന എന്നാണത്. എന്റെ ശരിക്കുള്ള പേര് എമിലിയ എന്നാകണം. അല്ലെങ്കിൽ ജോവന്ന എന്ന്. ചിലപ്പോഴൊക്കെ ഇംട്രൂഡ് എന്ന പേരും എനിക്കിഷ്ടമാകാറുണ്ട്. അല്ലെങ്കിൽ ബെല്ലോന. അതുമല്ലെങ്കിൽ മെദിയ.

ഇടയ്ക്ക് വെച്ചെപ്പോഴോ ഓഡ്ബോൾ എന്നെ പേരെടുത്ത് വിളിക്കുന്നത് നിർത്തിവെച്ചു. അതിനും എന്തെങ്കിലും അർത്ഥമുണ്ടാകും. എന്നെ 'നിങ്ങൾ' എന്നു വിളിക്കാനുള്ള സൗകര്യം അയാൾ സംഭാഷണത്തിനിടയിൽ ഒരുക്കാൻ തുടങ്ങി.

"അവർ ഇവിടെ വരുന്നതുവരെ എന്നോടൊപ്പം നിങ്ങൾക്ക് നിൽക്കാമോ?" അയാൾ ചോദിച്ചു.

"തീർച്ചയായും" ഞാൻ സമ്മതിച്ചു. അയാളെ മുഖത്ത് നോക്കി ഓഡ്ബോൾ എന്ന് വിളിക്കാനുള്ള കരുത്ത് ഇതുവരേയും എനിക്കുണ്ടായിട്ടില്ല എന്ന് അപ്പോഴാണ് ഞാനോർത്തത്. അത്ര അടുത്ത അയൽക്കാരാകുമ്പോൾ പരസ്പരം അഭിസംബോധന ചെയ്യാൻ പിന്നെ പേരൊന്നും വേണ്ടല്ലോ. എപ്പോഴൊക്കെ ഞാൻ അയാളെ അയാളുടെ കൊച്ചുതോട്ടത്തിൽ കണ്ടുവോ അപ്പോഴൊന്നും സംസാരിക്കാനായി എനിക്കയാളുടെ പേരിന്റെ ആവശ്യം വന്നിട്ടില്ല. അത് പരിചയത്തിന്റെ ഒരു പ്രത്യേകതലമാണ്.

സമതലത്തിൽ വളരെ കുറച്ച് വീടുകളുള്ള ഒരു ഗ്രാമമാണ് ഞങ്ങളുടേത്. ഈ സമതലം ഭൂമിശാസ്ത്രപരമായി ടേബിൾമൗണ്ടന്റെ ഒരു അകന്ന ബന്ധുവാണ്. ദൂരെയുള്ള അതിന്റെ അഗ്രദൂതൻ. യുദ്ധം തുടങ്ങുന്നതിനു മുമ്പ് ഈ പ്രദേശത്തെ 'വായുവിന്റെ ഒഴുക്ക്' 'വായുവേഗം' എന്നൊക്കെ അർത്ഥം വരുന്ന ലഫ്റ്റ്ജഗ് എന്നാണ് വിളിച്ചിരുന്നത്. ഇന്നും അനൗദ്യോഗികമായി അതുതന്നെയാണീ സ്ഥലത്തിനു പേര്. കാരണം ഇപ്പോൾ ഞങ്ങൾക്ക് ഒരു ഔദ്യോഗിക നാമമില്ല. ഭൂപടത്തിൽ നിങ്ങൾക്ക് കാണാനാകുക ഒരു പാതയും ഏതാനും വീടുകളും മാത്രം. അവിടെ അക്ഷരങ്ങളൊന്നുമില്ല. ഇവിടെ എപ്പോഴും കാറ്റ് വീശിക്കൊണ്ടിരിക്കും. മലമുകളിൽ നിന്ന് വായു കുത്തിയൊലിച്ചെത്തും. പടിഞ്ഞാറുള്ള ചെക്ക് റിപ്പബ്ലിക്കിൽ നിന്ന് കിഴക്കോട്ടേക്കത് പാഞ്ഞു പോകും. ശിശിരത്തിൽ അസഹ്യമായ തണുപ്പുണ്ടാകും. അപ്പോൾ കാറ്റ്, വിറച്ച്, ചിമ്മിനികളിൽ ചൂളമടിക്കും. വേനലിൽ അത് ഇലകളിൽ പരതി കിരുകിരുപ്പുണ്ടാക്കും. അവിടെ പരന്നൊഴുകും. കാറ്റ് ഇവിടെ ഒരിക്കലും നിശ്ശബ്ദത പാലിക്കാറില്ല. പലർക്കും നഗരത്തിൽ ഒരു വീടുണ്ടാക്കാനുള്ള സമ്പത്ത് കൈവശമുണ്ട്. വർഷം മുഴുക്കെ അവർ അവിടെയാണ് കഴിയുക. എന്നാൽ ഏതാനും ദിവസത്തേക്ക് അവർ നാട്ടിൻപുറത്തെത്തും. നാട്ടിൻപുറത്ത് അവർക്ക് അവരുടെ നഗരവീടിന്റെ ഒരു കൊച്ചു പതിപ്പുണ്ടാകും. ഒരു

കുഞ്ഞുവീട്. അതെ, ഈ വീടുകളെ കണ്ടാൽ അവയെല്ലാം കുഞ്ഞുങ്ങളാണെന്ന, വലിയ വീടുകളുടെ കുഞ്ഞുങ്ങളാണെന്ന പ്രതീതിയുണ്ടാക്കുന്നു. ചെറിയ വീടുകളാണിവ. തടിച്ച് കുറുകിയത്. പതുങ്ങിയിരിക്കുന്നത്. ചെറിയ ജാലകങ്ങളും കുത്തനെയുള്ള മേൽക്കൂരകളുമുള്ളത്. യുദ്ധം തുടങ്ങുന്നതിനും വളരെ മുമ്പാണവ നിർമ്മിക്കപ്പെട്ടത്. മിക്കവാറും ഒരുപോലെ നിലയുറപ്പിച്ചിരുന്നത്. നീളൻചുമരുകൾ കിഴക്കും പടിഞ്ഞാറും അഭിമുഖമായി നിൽക്കുന്നവ. ചെറിയ ഒരു ചുമർ തെക്ക് ഭാഗത്തുണ്ടാകും. മറ്റൊന്ന്, കളപ്പുരയോട് ചേർന്ന് വടക്ക് ഭാഗത്തും. ഇതിൽ എഴുത്തുകാരിയുടെ വീട് മാത്രം ഇത്തിരി വട്ടമുള്ളതായിരുന്നു. അതിനു നാലു ഭാഗത്തും ടെറസ്സും ബാൽക്കണിയുമെല്ലാമുണ്ട്.

ഇവിടെയുള്ളവരിൽ അധികമാളുകളും തണുപ്പ് തുടങ്ങിയാൽ ഈ സമതലം വിട്ടുപോകുന്നു എന്നതിൽ അത്ഭുതമൊന്നുമില്ല. ഒക്ടോബർ മുതൽ ഏപ്രിൽ വരെ ഇവിടെ ജീവിക്കുക പ്രയാസമാണ്. അതെനിക്ക് നന്നായി അറിയാം. എല്ലാ വർഷവും കനത്ത മഞ്ഞുവീഴ്ചയുണ്ടാകും. അതിൽ കാറ്റ് കൊത്തുപണികൾ ചെയ്യും. ഈയ്യിടെയായി സംഭവിച്ചിരിക്കുന്ന കാലാവസ്ഥാ വ്യതിയാനങ്ങൾ, തണുപ്പിനെ കുറച്ച് കുറച്ചിരിക്കുന്നു. മറ്റെല്ലായിടത്തും അങ്ങനെ സംഭവിച്ചിരിക്കുന്നു. പക്ഷേ ഈ സമതലത്തിൽ മാത്രം മാറ്റമൊന്നും വന്നിട്ടില്ല. ഇവിടെ കാര്യങ്ങൾ തിരിച്ചാണ്. പ്രത്യേകിച്ചും ഫെബ്രുവരിയാകുമ്പോൾ. അപ്പോൾ ഇവിടെ മഞ്ഞ് വീഴ്ച അധികമാകും. ദീർഘകാലം അത് ഉരുകാതെ കിടക്കും. ശിശിരത്തിൽ പല ദിവസങ്ങളിൽ തണുപ്പ് മൈനസ് ഇരുപതിലെത്തും. അതൊന്നവസാനിക്കണമെങ്കിൽ ഏപ്രിൽ മാസമാകണം. ഇവിടത്തെ വഴികളൊക്കെ മോശമാണ്. പ്രാദേശിക കൗൺസിൽ പലവട്ടം അവയൊക്കെ നേരെയാക്കാൻ, കേടുപാടുകൾ തീർത്തെടുക്കാൻ ശ്രമിച്ചിട്ടുണ്ട്. അവരുടെ പക്കൽ വളരെ ചുരുങ്ങിയ തുകയേ അതിനായുള്ളൂ എന്നത് വകവെയ്ക്കാതെ അവരതിന് ഇറങ്ങിപ്പുറപ്പെടാറുണ്ട്. പക്ഷേ മഞ്ഞ്വീണ്ടും എല്ലാം തകിടം മറിക്കും. ടാറിട്ട വഴിയിലെത്താൻ നാലു കിലോമീറ്റർ ദൂരം താണ്ടണം. മുഴുവൻ കുഴികളുള്ള മണ്ണുവഴിയിലൂടെ നാലുകിലോമീറ്റർ. അങ്ങനെ വളരെ വിഷമിച്ച് അവിടെയെത്തിയിട്ടും പ്രത്യേകിച്ച് നേട്ടമൊന്നുമില്ല. കുദോവയിലേക്കുള്ള ബസ് പ്രഭാതത്തിൽതന്നെ കുന്നിറങ്ങും. പിന്നെ മദ്ധ്യാഹ്നം കഴിഞ്ഞേ വരികയുള്ളൂ. വേനലിൽ, വിളറിയ മുഖമുള്ള ഇവിടത്തെ കുട്ടികൾക്ക് അവധിയാകുമ്പോൾ, ബസ് ഓട്ടവും അവസാനിപ്പിക്കും. ഗ്രാമത്തിന്റെ അതിസൂക്ഷ്മതയെ, ഇല്ലാതാക്കാനെന്ന പോലെ ഇതിനു നടുക്ക് ഒരു ഹൈവേയുണ്ട്. ഒരു മന്ത്രവിദ്യയാലെന്ന പോലെ ഈ ഗ്രാമത്തെ അടുത്തുള്ള പട്ടണത്തിന്റെ പ്രാന്തപ്രദേശമാക്കുന്നതാണീ പാത. അതിനാൽ, ആഗ്രഹമുണ്ടെങ്കിൽ നിങ്ങൾക്ക് ആ പാതയിലൂടെ വ്രോക്ലൗവിലേക്കോ ചെക്ക്റിപ്പബ്ലിക്കിലേക്കോ വണ്ടിയോടിക്കാം.

എന്നാൽ ചിലർക്ക് ഇത് തീർത്തും സുഖകരമായ ഒന്നാണ്. ഇതിലേക്ക് എത്തിനോക്കാൻ പോയാൽ നമ്മൾ നമ്മെ തന്നെ പലവിധ

അനുമാനങ്ങളിലേക്കും നയിക്കും. മനശ്ശാസ്ത്രത്തിനും സാമൂഹ്യശാസ്ത്രത്തിനും അന്വേഷിക്കാനും നിർദ്ദേശിക്കാനും സാധ്യതകൾ ധാരാളമുണ്ടാകും. എന്നാൽ എനിക്ക് ഈ വിഷയത്തിൽ അശേഷം താത്പര്യമില്ല.

ഉദാഹരണത്തിന്, ശിശിരത്തിലും ഞാനും ഓഡ്ബോളും ധീരത പ്രകടിപ്പിക്കുന്നു. അതിനെ നേരിടുന്നു. 'ധീരത പ്രകടിപ്പിക്കുക' എന്നത് വളരെ വില കുറഞ്ഞ ഒരു പ്രയോഗമായി. സത്യത്തിൽ ഞങ്ങൾ ഞങ്ങളുടെ താടിയെല്ലുകൾ കൂട്ടിപ്പിടിച്ച് ഉറച്ചിരിക്കുകയാണ്. ഗ്രാമത്തിലെ പാലത്തിൽ വസിക്കുന്ന മിക്കവരും ഇത് തന്നെയാണല്ലോ ചെയ്യുന്നത്. പുകഴ്ത്തലുകളൊന്നുമില്ലാത്ത വാക്യങ്ങളാൽ പ്രകോപിപ്പിച്ചാൽ അവർ കോപത്തോടെ പ്രതികരിക്കും. "എന്താ പറഞ്ഞേ...ഏ... എന്താ പറഞ്ഞേന്ന്?" ഒരു കണക്കിന് നമ്മൾ ഈ ശിശിരത്തേയും പ്രകോപിപ്പിക്കുകയാണല്ലോ. പക്ഷേ അത് നമ്മളെ അവഗണിക്കുന്നു. ലോകത്തിലെ മറ്റുള്ളവയെല്ലാം പോലെ അതും നമ്മെ അവഗണിക്കുന്നു. പഴയ വട്ടന്മാരെപ്പോലെ, ദയനീയത വിളിച്ചോതുന്ന ഹിപ്പികളെപ്പോലെ.

ശിശിരം ഇവിടെ എല്ലാതിനേയും വെളുത്ത പരുത്തിയിൽ പൊതിയുക എന്ന സുന്ദരമായ ഒരു ജോലി ചെയ്യുന്നുണ്ട്. അത് പകലിന്റെ ദൈർഘ്യം കുറയ്ക്കുന്നു. അതുകൊണ്ടുതന്നെ രാത്രിയിൽ ഏറെ നേരം ഉണർന്നിരിക്കുക എന്ന തെറ്റ് നിങ്ങൾ ചെയ്താൽ ഉണരുന്നത് അടുത്ത സായാഹ്നത്തിന്റെ ഉന്മേഷക്കുറവിലേക്കായിരിക്കും. കഴിഞ്ഞ ഒരു വർഷമായി എനിക്ക് ഇത് കൂടക്കൂടെ സംഭവിക്കാറുണ്ട് എന്ന് ഞാൻ കുമ്പസാരിക്കട്ടെ. ഇവിടെ ആകാശം, ഇരുണ്ട ആകാശം, ഞങ്ങൾക്ക് തൊട്ടുമുകളിൽ ഞാന്ന് കിടക്കുന്നു. അഴുക്കുപിടിച്ച ഒരു സ്ക്രീൻ പോലെയുണ്ടതിനെ കാണാൻ. അതിൽ മേഘങ്ങൾ ഘോരയുദ്ധത്തിലേർപ്പെടുന്നുണ്ടാകും. ഞങ്ങൾക്ക് ഈ വീടുകൾക്കൊണ്ടുള്ള ഉപകാരം അത് ഈ ആകാശത്തിൽ നിന്ന് ഞങ്ങളെ സംരക്ഷിക്കുന്നു എന്നത് മാത്രമാണ്. അങ്ങനെ ചെയ്തില്ലായിരുന്നെങ്കിൽ ആകാശം ഞങ്ങളുടെ ശരീരത്തിലേക്ക് തുളച്ചുകയറുമായിരുന്നു. ഒരു കൊച്ചുസ്ഫടികപ്പന്തുപോലെ ശരീരത്തിനകത്തിരിക്കുന്ന ആത്മാവിലേക്ക് അത് എത്തിച്ചേരുമായിരുന്നു. ആത്മാവ് എന്നൊക്കെയുള്ളതുണ്ടെങ്കിൽ!

ഇരുണ്ട മാസങ്ങളിൽ ഈ ഓഡ്ബോൾ എന്താണ് ചെയ്യുന്നത് എന്ന് എനിക്ക് കൃത്യമായി അറിയില്ല. ഞങ്ങൾ അത്ര അടുത്ത് ഇടപഴകാറില്ല. ഇടപഴകണം എന്ന് ഞാൻ ആഗ്രഹിക്കുന്നുണ്ട് എന്നത് മറച്ചുപിടിക്കാനൊന്നും ആഗ്രഹിക്കുന്നില്ല. ഏതാനും ദിവസം കൂടുമ്പോൾ ഞങ്ങൾ പരസ്പരം കണ്ടുമുട്ടാറുണ്ട്. അങ്ങനെ കണ്ടാൽ അഭിവാദ്യത്തിന്റെ ചില ഔപചാരികതകൾ കൈമാറും. പരസ്പരം ചായയ്ക്ക് ക്ഷണിക്കാനായിട്ടൊന്നുമല്ല ഇവിടേക്ക് ഞങ്ങൾ വന്നത്. ഞാൻ എന്റെ വീട് വാങ്ങി ഒരു വർഷം കഴിഞ്ഞിട്ടാണ് ഓഡ്ബോൾ തന്റെ വീട് വാങ്ങിയത്. അയാൾ ഒരു പുതിയ ജീവിതം തുടങ്ങാൻ ആഗ്രഹിച്ചിരുന്നു എന്നെനിക്ക് തോന്നി. പഴയ ജീവിതത്തിനെക്കുറിച്ചുള്ള ആശയങ്ങളും അത് മുന്നോട്ടു

കൊണ്ടുപോകാനുള്ള മാർഗ്ഗങ്ങളും. ഒഴിഞ്ഞുപോയവരെല്ലാം ഇതാണല്ലോ ചെയ്യുക. അയാൾ ഏതോ സർക്കസിൽ ജീവനക്കാരനായിരുന്നു എന്നു തോന്നുന്നു. അവിടെ കണക്കപ്പിള്ളയായിരുന്നോ അതോ അഭ്യാസിയാ യിരുന്നോ എന്നൊന്നും എനിക്കറിയില്ല. അഭ്യാസിയായിരുന്നു എന്ന് ചിന്തിക്കാനാണെനിക്ക് ഇഷ്ടം. അയാൾ മുടന്തുന്നത് കാണുമ്പോഴൊക്കെ, പണ്ടൊരിക്കൽ, അതായത് സുന്ദരമായ 1970കളിലെന്നോ, ഏതോ ഒരു പ്രകടനം നടക്കുന്നതിനിടയിൽ എങ്ങനേയോ അയാളുടെ കൈവഴുതി എന്നും നിലത്ത് പരത്തിയിട്ടിരുന്ന മരപ്പൊടിയിലേക്കയാൾ വീണു എന്നും ഞാൻ ചിന്തിക്കാറുണ്ട്. പിന്നെ ഒന്നുകൂടി ആലോചിക്കുമ്പോൾ, കണക്ക പ്പിള്ളയാകുക എന്നതും അത്ര മോശം ജോലിയൊന്നുമല്ലല്ലോ എന്ന് ഞാൻ ചിന്തിക്കും. എല്ലാം കൃത്യമായിരിക്കണം എന്ന ചിന്ത കണക്ക പ്പിള്ളമാരുടെ ഒരു പ്രത്യേകതയാണ്. അതെന്നിൽ ബഹുമാനമുണ്ടാ ക്കുന്നു. തന്റെ വീടിന്റെ മുൻവശം അഴുക്കുകളില്ലാതെ, വൃത്തിയോടെ യിരിക്കണം എന്നാഗ്രഹിക്കുന്നവനാണ് ഓഡ്ബോൾ. ശിശിരകാലത്തെ ലക്ഷ്യംവെച്ച് ശേഖരിക്കുന്ന വിറക് കൃത്യമായി അടുക്കിയൊതുക്കി വെച്ചിട്ടുണ്ടാകും. അതങ്ങനെ സ്വർണ്ണ നിറത്തിൽ തിളങ്ങുന്നുണ്ടാകും. അത് കെട്ടിവെച്ചിരിക്കുന്ന കയർ നല്ല കലാമേന്മയുള്ളതാണെന്ന് ആരും സമ്മതിക്കും. ആ അടക്കത്തേയും ഒതുക്കത്തേയും ആരാധിക്കാതിരി ക്കാൻ എനിക്ക് കഴിയില്ല. അതുവഴി കടന്നുപോകുമ്പോഴൊക്കെ അയാ ളുടെ കരവിരുതൊന്ന് കാണാൻ ഞാൻ നിൽക്കാറുണ്ട്. ഒരു നിമിഷം അങ്ങനെനിന്ന് അതാസ്വദിക്കാറുണ്ട്. വിറകുപോലെയുള്ള ഇത്രയും നിസ്സാരമായ ഒരു വസ്തു ഈ ബ്രഹ്മാണ്ഡത്തിലെ ഏറ്റവും കൃത്യത യാർന്ന രൂപത്തിൽ ഒതുങ്ങിയിരിക്കുന്നതിന്റെ ഭംഗിയൊന്ന് കാണാൻ.

ഓഡ്ബോളിന്റെ വീടിനു മുന്നിലെ വഴിയും എപ്പോഴും വൃത്തിയായി കിടക്കും. അവിടെ ചരൽ വിരിച്ചിട്ടുണ്ട്. അതൊരു പ്രത്യേകതരം ചരലാ ണെന്ന് തോന്നുന്നു. ഒരുപോലെയുള്ള കല്ലുകളാണതിലുള്ളത്. കുട്ടി ച്ചാത്തന്മാരുടെ ഫാക്ടറിയിലെ ഭൂഗർഭ അറയിൽ നിന്ന് തിരഞ്ഞെടുത്ത് കൊണ്ടുവന്നതാണാ കല്ലുകൾ. ജാലകങ്ങളിലെ പർദ്ദകളെല്ലാം ഒരു പോലെ മടക്കുകളുള്ളതും ഒരേ വീതിയിലുള്ളതുമാണ്. അതിനൊക്കെ അയാളുടെ കയ്യിൽ പ്രത്യേകം ഉപകരണങ്ങളുണ്ടെന്ന് തോന്നുന്നു. തോട്ട ത്തിലെ പൂക്കളും വൃത്തിയും വെടിപ്പുമുള്ളവയാണ്. നീണ്ട് നിവർന്ന് നിൽക്കുന്നവ. അവ എന്നും ജിമ്മിൽ പോകാറുണ്ടെന്ന് തോന്നും ആ നില്പ് കണ്ടാൽ.

ഓഡ്ബോൾ അടുക്കളയിൽ തിരക്കിലായപ്പോൾ അവിടെ ഗ്ലാസുകൾ എത്ര ഭംഗിയായാണ് അടുക്കിവെച്ചിരിക്കുന്നത് എന്ന് ഞാൻ ശ്രദ്ധിച്ചു. തുന്നൽയന്ത്രത്തിനു മുകളിലിട്ടിരിക്കുന്ന ഭംഗിയും വൃത്തിയുമുള്ള തുണിയും ഞാൻ ശ്രദ്ധിച്ചു. ഇതിനകത്ത് ഒരു തുന്നൽ യന്ത്രവുമുണ്ടെന്ന്

ഇപ്പോഴാണ് ഞാനറിയുന്നത്. ഞാൻ ലജ്ജിച്ച് എന്റെ കൈകൾ കാൽമുട്ടിൽ വെച്ചു. ഇത്രയും നാളായിട്ടും ഇതിലൊന്നും എനിക്ക് വലിയ ശ്രദ്ധയുണ്ടായിട്ടില്ല. ഇപ്പോഴിതാ ചുരുങ്ങിയ പക്ഷം എന്റെ വിരൽ നഖങ്ങളെങ്കിലും വൃത്തിഹീനമാണെന്ന് സമ്മതിക്കാനുള്ള ധൈര്യം എനിക്ക് കൈവന്നിരിക്കുന്നു.

അദ്ദേഹം ടീസ്പൂണുകൾ തിരഞ്ഞുകൊണ്ടിരിക്കുന്നതിനിടയിൽ ആ മേശ വലിപ്പൊന്ന് കാണാനുള്ള അവസരം എനിക്ക് ലഭിച്ചു. അതിൽ നിന്ന് എനിക്ക് കണ്ണെടുക്കാനായില്ല. നല്ല വീതിയും ആഴവുമുള്ള ഒരു വലിപ്പായിരുന്നു അത്. അതിനകത്ത് രണ്ട് കള്ളികളുണ്ട്. ആ കള്ളികളിൽ ശ്രദ്ധാപൂർവ്വം അടുക്കളയിൽ ആവശ്യമുള്ള, കത്തി, മുള്ള്, സ്പൂൺ മുതലായവ അടുക്കിവെച്ചിട്ടുണ്ട്. ഓരോന്നിനും അതിന്റെ സ്ഥാനമുണ്ട്. അതിൽ പലതും എന്തിനുപയോഗിക്കുന്നു എന്നു പോലും എനിക്കറിയില്ല. ഓഡ്ബോളിന്റെ നീണ്ട മെലിഞ്ഞ വിരലുകൾ അതിൽ നിന്ന് രണ്ട് ടീസ്പൂണുകൾ തിരഞ്ഞെടുത്തു. അവ ഒട്ടും താമസിയാതെ ഞങ്ങളുടെ ചായക്കപ്പുകൾക്കരികിൽ, പച്ച നിറമുള്ള നാപ്കിനുകളിൽ വിശ്രമിക്കാനാരംഭിച്ചു. ഇത്തിരി വൈകിയാണവ എത്തിയത്. അത് നിർഭാഗ്യകരമായി. അപ്പോഴേക്കും ഞാൻ ചായ കുടിച്ച് തീർത്തിരുന്നു.

ഓഡ്ബോളുമായി ഒരു സംഭാഷണം തുടങ്ങുക വിഷമകരമായിരുന്നു. അയാൾ അധികം സംസാരിക്കുന്ന പ്രകൃതക്കാരനല്ല. സംസാരിക്കുക അസാധ്യമായതിനാൽ നിശ്ശബ്ദമായിരുന്നു. പലപ്പോഴും പലരോടും സംസാരിക്കുക എന്നതേ ബുദ്ധിമുട്ടുളവാക്കുന്നതാണ്, പ്രത്യേകിച്ചും ചില ആണുങ്ങളോട്. അതിനെക്കുറിച്ചും എനിക്കൊരു സിദ്ധാന്തമുണ്ട്. പ്രായമാകുമ്പോൾ പല ആണുങ്ങൾക്കും ടെസ്റ്റോസ്റ്റെറോൺ ഓട്ടിസം എന്ന അസുഖം ബാധിക്കാറുണ്ട്. സാമൂഹ്യഅവബോധവും പരസ്പരം സംവദിക്കുന്നതിനുള്ള കഴിവും സാവധാനത്തിൽ കുറയുക എന്നതാണ് ഇതിന്റെ ലക്ഷണം. അതിനോടൊപ്പം ചിന്തകൾ രൂപപ്പെടുത്താനുള്ള ശേഷിയിലും കുറവുണ്ടാകും. ഈ രോഗം ബാധിച്ച വ്യക്തി മിതഭാഷിയായി മാറുന്നു. പലപ്പോഴും ആലോചനയിൽ മുഴുകുന്നു. പലവിധ യന്ത്രസാമഗ്രികളിലും ഉപകരണങ്ങളിലും അയാൾക്ക് താത്പര്യം ജനിച്ച് തുടങ്ങുന്നു. രണ്ടാം ലോകമഹായുദ്ധത്തിനോടും പ്രസിദ്ധരുടെ, പ്രത്യേകിച്ചും രാഷ്ട്രീയക്കാരുടേയും ദുഷ്ടകഥാപാത്രങ്ങളുടേയും ജീവചരിത്രങ്ങളോടും താത്പര്യം ജനിച്ച് തുടങ്ങുന്നു. നോവലുകൾ വായിക്കാനുള്ള ശേഷി മിക്കവാറും അസ്തമിക്കുന്നു. ടെസ്റ്റോസ്റ്റെറോൺ ഓട്ടിസം ബാധിച്ച വ്യക്തിക്ക് കഥാപാത്രത്തിന്റെ മനശ്ശാസ്ത്രം മനസ്സിലാകാതാകുന്നു. ഓഡ്ബോളിന് ഈ അസുഖമുണ്ടെന്ന് എനിക്കു തോന്നുന്നു.

എന്നാൽ ആരിൽ നിന്നെങ്കിലും നീളൻ വാക്യങ്ങൾ പ്രതീക്ഷിക്കാവുന്ന ഒരു സമയമായിരുന്നില്ല അത്. ഞങ്ങൾ ആകെ നിരാശരായിരുന്നു.

മറുവശത്ത് എനിക്ക് വലിയ ആശ്വാസവും തോന്നാതിരുന്നില്ല. വിശാലമായി ചിന്തിച്ചാൽ, മാനസികമായ ഇഷ്ടങ്ങളെ അവഗണിച്ച് ചിന്തിച്ചാൽ,

ഒരു വ്യക്തിയുടെ പ്രവർത്തനങ്ങളുടെ ആകത്തുക കണക്കിലെടുത്താൽ ഒരുപക്ഷേ അവരുടെ ജീവിതം മറ്റുള്ളവർക്ക് അത്ര നല്ലതായിരുന്നില്ല എന്ന തീരുമാനത്തിലെത്തിയേക്കാം. ഞാൻ ഈ പറഞ്ഞത് ശരിയാണെന്ന് എല്ലാവരും സമ്മതിക്കും എന്നാണെനിക്ക് തോന്നുന്നത്.

ഞാൻ ഒരു ഗ്ലാസ്ചായ കൂടി വേണമെന്ന് ആവശ്യപ്പെട്ടു. മറ്റൊന്നിനുമല്ല, സ്പൂൺ ഇട്ട് ഇളക്കിക്കൊണ്ടിരിക്കാൻ വേണ്ടി മാത്രം.

"ഒരിക്കൽ ബിഗ്ഫൂട്ടിനെക്കുറിച്ച് ഞാൻ പൊലീസിൽ പരാതിപ്പെട്ടിട്ടുണ്ട്" ഞാൻ പറഞ്ഞു.

ഒരു നിമിഷത്തേക്ക് ഓഡ്ബോൾ താൻ ചെയ്തുകൊണ്ടിരുന്ന പ്രവൃത്തി നിർത്തിവെച്ചു. അയാളപ്പോൾ ബിസ്കറ്റ് വെച്ചിരുന്ന പ്ലേറ്റ് തുടയ്ക്കുകയായിരുന്നു.

"പട്ടിയായിരുന്നോ കാരണം?"

"അതെ. അതിനോടൊപ്പം അതിക്രമിച്ച് കടക്കലും. അയാളെക്കുറിച്ച് പരാതിപ്പെട്ട് ഞാൻ കത്തുകളയച്ചിട്ടുണ്ട്."

"എന്നിട്ടെന്തുണ്ടായി?"

"ഒന്നുമില്ല."

"അയാൾ മരിച്ചുപോയത് നന്നായി എന്നാണോ പറഞ്ഞു വരുന്നത്?"

കഴിഞ്ഞ ക്രിസ്തുമസിന് ഈ കാര്യങ്ങൾ നേരിൽ ബോധിപ്പിക്കാനായി ഞാൻ പ്രാദേശിക ഭരണസമിതിക്കു മുന്നിലെത്തി. അതുവരേക്കും ഞാൻ കത്തുകൾ മാത്രമാണെഴുതിയിരുന്നത്. അതിനാരും ഉത്തരമൊന്നും നൽകിയിരുന്നില്ല. പൗരർ ഉന്നയിക്കുന്ന ചോദ്യങ്ങൾക്ക് പ്രതികരണം നൽകണം എന്ന നിയമപരമായ വ്യവസ്ഥയൊക്കെയുണ്ടെന്നത് വേറെ കാര്യം. ഞാൻ ചെന്നുകയറിയത് അവിടത്തെ പൊലീസ് സ്റ്റേഷനിലേക്കായിരുന്നു. അതൊരു ചെറിയ കെട്ടിടമായിരുന്നു. കമ്മ്യൂണിസ്റ്റ് ഭരണകാലത്ത് നിർമ്മിക്കപ്പെട്ടിരുന്ന, ഒരു കുടുംബത്തിനു മാത്രം താമസിക്കാൻ തക്ക വലിപ്പമുള്ള ചെറിയ വീടുകളുടേതിനു സമാനമായിരുന്നു അത്. എവിടെനിന്നൊക്കെയോ കൊണ്ടുവരുന്ന വസ്തുക്കൾ കൊണ്ടാണത്തരം വീടുകൾ നിർമ്മിക്കാറുള്ളത്. പരിതാപകരമായ അവസ്ഥയിലാകും അതെല്ലാം. അതേ അന്തരീക്ഷമായിരുന്നു ഈ കെട്ടിടത്തിനകത്തും. ചുമരുകളിൽ ഓയിൽ പെയ്ന്റ് അടിച്ചിട്ടുണ്ട്. അതുകൂടാതെ കടലാസുകൾ ഒട്ടിച്ചു വെച്ചിട്ടുണ്ട്. അവയ്ക്കു മുകളിലെല്ലാം 'പൊതുജനങ്ങൾക്കായുള്ള നോട്ടീസ്' എന്ന് വലിയ അക്ഷരത്തിലുണ്ട്. എന്തൊരു ഭീകരവാക്യമാണത്! പൊലീസ് ഇതുപോലെ അരോചകമായ പല വാക്യങ്ങളും ഉപയോഗിക്കാറുണ്ട്. 'ശവം', 'സഹവാസം' എന്നിവയൊക്കെ അതിൽ പെടുന്നതാണ്.

രാഹുവിന്റെ ഈ ക്ഷേത്രത്തിൽ മരവേലിക്കപ്പുറത്തിരുന്നിരുന്ന ഒരു യുവാവ് ആദ്യം എന്നെ ഒഴിവാക്കാനൊരു ശ്രമം നടത്തി. പിന്നെ അയാളേക്കാൾ പ്രായമുള്ള അയാളുടെ മേലാളനും അതേ ശ്രമം തുടർന്നു. എനിക്ക് കമാൻഡന്റിനെ കാണണം എന്ന് ഞാൻ നിർബന്ധം പിടിച്ചു. ഇവർ ഇരുവർക്കും ക്ഷമ നശിക്കുമെന്നും എന്നെ അകത്തേക്ക് പ്രവേശിപ്പിക്കുമെന്നും എനിക്കുറപ്പുണ്ടായിരുന്നു. എനിക്ക് വളരെയധികം നേരം കാത്തിരിക്കേണ്ടിവന്നു. തിരിച്ചുചെല്ലുന്നതിനു മുമ്പ് പലവ്യഞ്ജനകട അടച്ച് പോകുമോ എന്നൊരു ഭയം എന്നിലുണ്ടായിരുന്നു. സാധനങ്ങൾ വാങ്ങാൻ ബാക്കിയായിരുന്നു. ഏകദേശം നാലുമണിക്ക്, അസ്തമയമായപ്പോഴും ഞാൻ കാത്ത് നിൽക്കുകയായിരുന്നു. അതായത് രണ്ട് മണിക്കൂറോളം.

അവസാനം, ഓഫീസ് അടയ്ക്കേണ്ട സമയത്തിനു തൊട്ടുമുമ്പ്, ഒരു യുവതി ഇടനാഴിയിൽ പ്രത്യക്ഷപ്പെട്ടു. 'അകത്ത് വരൂ മാഡം' എന്നറിയിച്ചു.

അപ്പോഴേക്കും ഞാൻ ഏതോ ഗഹനചിന്തയിലമർന്നിരുന്നു. അതുകൊണ്ടുതന്നെ തിരിച്ച് ഈ ലോകത്തിലെത്താൻ കുറച്ച് വിഷമിച്ചു. സാവധാനത്തിൽ സ്വബോധം വീണ്ടെടുത്ത് ആ സ്ത്രീക്ക് പുറകെ മുകളിലെ നിലയിലേക്കു കയറി. അവിടെയായിരുന്നു പൊലീസ് കമാൻഡന്റിന്റെ ഓഫീസ്.

ഏകദേശം എന്റെ പ്രായമുള്ള ഒരു തടിയനായിരുന്നു കമാൻഡന്റ്. പക്ഷേ ഞാൻ അയാളുടെ അമ്മയാണെന്ന മട്ടിലായിരുന്നു അയാളുടെ അഭിസംബോധന. അമ്മയാണോ അമ്മൂമ്മയാണോ എന്ന് ഞാൻ തന്നെ തെറ്റിദ്ധരിച്ചു. എന്നെയൊന്ന് നോക്കിയിട്ട് “ഇരിക്കൂ” എന്ന് പറഞ്ഞു.

ഈ പ്രകൃതം നാട്ടിൻപുറത്തുകാരുടേതാണെന്ന് സ്വയം മനസ്സിലാക്കിയതുകൊണ്ടാകണം അദ്ദേഹം തൊണ്ടയൊന്ന് ശരിയാക്കി “ഇരിക്കൂ മാഡം” എന്ന് വീണ്ടും പറഞ്ഞു.

അയാളുടെ ചിന്തകൾ എനിക്ക് മിക്കവാറും കേൾക്കാമായിരുന്നു. അയാളുടെ മനസ്സിൽ ഞാനൊരു 'വൃദ്ധ'യായിരുന്നു. എന്റെ കുറ്റാരോപണ പ്രസംഗത്തിന് വേഗത കൂടിയപ്പോൾ അത് 'കഥയില്ലാത്ത ഈ പടുകിഴവി', പിന്നെയത് 'വട്ടുള്ള വൃദ്ധ', അതു കഴിഞ്ഞപ്പോൾ 'ഭ്രാന്തി' എന്നൊക്കെയായിരിക്കും അയാളുടെ ചിന്ത. എന്റെ ചലനങ്ങൾ കണ്ടുകൊണ്ടിരുന്നപ്പോൾ അയാളിൽ വന്നുകൊണ്ടിരുന്ന വെറുപ്പ് എനിക്ക് കാണാമായിരുന്നു. അതിനാലാകണം എനിക്കു നേരെ നിഷേധാത്മകമായ നോട്ടമയച്ചത്. എന്റെ മുടി ചീകിയൊതുക്കിയിരിക്കുന്ന രീതി അയാൾക്കിഷ്ടപ്പെട്ടില്ല. എന്റെ വസ്ത്രങ്ങൾ ഇഷ്ടപ്പെട്ടില്ല. കെഞ്ചിപ്പറയാത്ത സ്വഭാവവും ഇഷ്ടമായില്ല. നിറഞ്ഞ അനിഷ്ടത്തോടെതന്നെ അയാൾ എന്റെ മുഖത്തേക്ക് നോക്കി ഇരുന്നു. എനിക്കും അയാളെക്കുറിച്ച് വളരെയധികം കാര്യങ്ങൾ പറയാനാകും. അയാൾ ക്ഷിപ്രകോപിയാണ്, അമിതമായിമദ്യപിക്കുന്നവനാണ്,

കൊഴുപ്പ് നിറഞ്ഞ ഭക്ഷണങ്ങളോട് ആർത്തിയുള്ളവനാണ്. എന്റെ പ്രസംഗം നടന്നുകൊണ്ടിരിക്കുമ്പോൾ അയാളുടെ ആ വലിയ മൊട്ടത്തല സാവധാനത്തിൽ ചുവന്നു. കഴുത്തിന്റെ പിൻഭാഗത്തുനിന്ന് ചുവന്ന് തുടങ്ങിയത് മൂക്കിൻ തുമ്പുവരെയെത്തി. കവിളിൽ രക്തം കൂടുതലൊഴുക്കുന്ന രക്തധമനികൾ പ്രത്യക്ഷമായി. അതൊരുഅസാധാരണമായ പച്ചകുത്ത് പോലെ തോന്നിച്ചു. ഉത്തരവുകൾ നൽകുന്നതും ഉത്തരവുകൾ അനുസരിക്കുന്നതുമാകണം അയാൾ ശീലിച്ചിട്ടുള്ളത്. കോപം അയാളെ പല തലങ്ങളിലേക്ക് കൊണ്ടുപോകുന്നു. വ്യാഴമാകണം ഈ മനുഷ്യന്റെ രാശി അധിപൻ.

ഞാൻ പറഞ്ഞത് അയാൾക്ക് മുഴുവൻ മനസ്സിലായിട്ടില്ല എന്നും എനിക്ക് പറയാനാകും. അതിനാദ്യകാരണം അയാൾക്ക് അത്ര പരിചിതമല്ലാത്ത വാഗ്വാദങ്ങളാണ് ഞാൻ നിരത്തിയിരുന്നത് എന്നതാണ്. പിന്നെയൊരു കാരണം അയാൾക്ക് ഇത്രയൊന്നും മനസ്സിലാക്കാൻ തക്ക പദസഞ്ചയം പക്കലില്ലായിരുന്നു എന്നാണ്. തനിക്ക് മനസ്സിലാകാത്തതിനെയെല്ലാം അവജ്ഞാപൂർവ്വം വീക്ഷിക്കുന്ന സ്വഭാവക്കാരനായിരുന്നു അയാൾ.

"പല ജീവികൾക്കും, മൃഗങ്ങൾക്കും മനുഷ്യർക്കും ഭീഷണിയാണയാൾ." ഞാൻ ബിഗ്ഫൂട്ടിനെക്കുറിച്ചുള്ള പരാതി പറഞ്ഞവസാനിപ്പിച്ചു. അതിൽ ഞാൻ എന്റെ നിരീക്ഷണങ്ങളും സംശയങ്ങളും നിരത്തിയിരുന്നു.

ഞാൻ അയാളെ കളിയാക്കുകയാണോ അതോ തന്റെ മുന്നിലിരിക്കുന്ന സ്ത്രീക്ക് ഭ്രാന്താണോ എന്ന് കമാൻഡന്റിന് ഉറപ്പില്ലായിരുന്നു. ഇത് രണ്ടിലൊന്നല്ലാതെ മറ്റൊരു സാധ്യത ഇല്ലായിരുന്നു. രക്തം അയാളുടെ മുഖത്തേക്ക് ഇരച്ചുകയറുന്നത് കണ്ടു. ഇത്തരക്കാരുടെ മരണം പക്ഷാഘാതം വന്നാകും എന്ന് ഉറപ്പാണ്.

"അയാൾ അതിക്രമിച്ച് കയറാറുണ്ടെന്ന് അറിയില്ലായിരുന്നു. ഞങ്ങൾ നോക്കാം." പല്ലു ഞെരിച്ചാണയാൾ ഇത്രയും പറഞ്ഞത്.

"ദയവായി വീട്ടിൽ പോകൂ. ഇതിനെക്കുറിച്ചൊക്കെ വിഷമിക്കാതിരിക്കൂ. എനിക്കയാളെ നല്ലവണ്ണമറിയാം."

"ശരി," ഞാൻ സ്വയം ഒന്ന് തണുപ്പിച്ച് പറഞ്ഞു.

അപ്പോഴേക്കും അയാൾ എഴുന്നേറ്റ് നിന്നിട്ടുണ്ടായിരുന്നു. കൈകൾ മേശപ്പുറത്ത് കുത്തിയാണയാൾ നിന്നത്. സമയം അവസാനിച്ചു എന്നതിന്റെ വ്യക്തമായ സൂചന.

ഒരു പ്രായം കഴിഞ്ഞാൽ പിന്നെ ചുറ്റിലുമുള്ളവർ നമ്മോട് അക്ഷമയോടെ പെരുമാറിയേക്കാം എന്നതുമായി പൊരുത്തപ്പെടാൻ നമുക്ക് ഒരു ബുദ്ധിമുട്ടൊക്കെയുണ്ടാകും. മുമ്പൊക്കെ, ചില ചേഷ്ടകളും വാക്കുകളും എന്ത് അർത്ഥം വെയ്ക്കുന്നു എന്ന് എനിക്ക് അത്ര പെട്ടെന്ന് മനസ്സിലാകാറില്ലായിരുന്നു. പെട്ടെന്ന് എഴുന്നേറ്റ് നിൽക്കുക, കണ്ണിലേക്ക് നേരിട്ട്

നോക്കാതിരിക്കുക, ഇടയ്ക്കിടെ ‘ശരി ശരി’ എന്ന് പറയുക എന്നതൊക്കെ ഇതിൽ പെടുന്നു. ഇടയ്ക്കിടെ സമയം നോക്കുക, മൂക്ക് തിരുമ്മുക എന്നിവയൊക്കെ ഇതിൽ പെടുന്നു. ഇപ്പോൾ എനിക്ക് ‘എന്നെയൊന്ന് വെറുതെ വിട് തള്ളേ’ എന്ന ഈ പ്രകടനം പൂർണ്ണമായും മനസ്സിലാകും. ഒരു സുന്ദരനാണിവിടെ വന്ന് ഇതേ കാര്യങ്ങൾ അവതരിപ്പിച്ചതെങ്കിൽ അയാളോടും ഇതേ രീതിയിലാകുമോ പ്രതികരണം? അതല്ലെങ്കിൽ നല്ല ശരീര പുഷ്ടിയും അഴകുമുള്ള, ഇരുണ്ട മുടിയുള്ള ഒരു സുന്ദരിയായിരുന്നെങ്കിൽ?

ഞാൻ കസേരയിൽ നിന്ന് ചാടിയെഴുന്നേറ്റ് സ്ഥലം വിടും എന്നായിരിക്കണം അയാൾ പ്രതീക്ഷിച്ചിരുന്നത്. പക്ഷേ, എനിക്ക് അതേ പ്രാധാന്യമുള്ള ഒരു കാര്യം കൂടി പറഞ്ഞുതീർക്കാനുണ്ടായിരുന്നു. അതയാളെ വീണ്ടും ഇരിക്കാൻ നിർബന്ധിതനാക്കി.

“അയാൾ അയാളുടെ പട്ടിയെ എപ്പോഴും കൂട്ടിലടച്ചിടുന്നു. കൂട് ചൂടാക്കാനുള്ള വ്യവസ്ഥയൊന്നുമില്ല. തണുപ്പ് സഹിക്ക വയ്യാതെ ആ പട്ടി എപ്പോഴും മോങ്ങിക്കൊണ്ടിരിക്കും. ആ പട്ടിയെ അവിടെ നിന്ന് കൊണ്ടുപോകാൻ പൊലീസിനാകുമോ? അതിനോടൊപ്പം അയാൾക്ക് മാതൃകാപരമായ ഒരു ശിക്ഷയും നൽകണം.”

അയാൾ ഒരു നിമിഷം നിശ്ശബ്ദമായി എന്നെത്തന്നെ നോക്കി ഇരുന്നു. അപ്പോൾ ഞാനാദ്യം വിവരിച്ച അതേ മുഖഭാവമായിരുന്നു അയാൾക്ക്. പുച്ഛം, അധിക്ഷേപം, വെറുപ്പ് എന്നൊക്കെ അതിനെ വിളിക്കാം. അത് ആ മുഖത്ത് വ്യക്തമായിരുന്നു. അയാളുടെ ചുണ്ടുകൾ വളഞ്ഞു. കുറച്ച് പുറത്തേക്ക് തള്ളിവന്നു. മുഖഭാവം നിയന്ത്രണത്തിൽ നിർത്താനുള്ള ശ്രമത്തിലാണയാൾ എന്ന് മനസ്സിലായി. അതിനായി വിശാലമായ ഒരു പുഞ്ചിരി വരുത്തി. അപ്പോൾ പുകയിലക്കറ പുരണ്ട പല്ലുകൾ വ്യക്തമായി കാണാനായി.

“അത് പൊലീസ് കൈകാര്യം ചെയ്യേണ്ട വിഷയമല്ല മാഡം. പട്ടി എന്തായാലും പട്ടിയാണ്. നാട്ടിൻപുറം നാട്ടിൻപുറവും. നിങ്ങൾ എന്താണ് പ്രതീക്ഷിക്കുന്നതെന്നറിയില്ല. പട്ടികളെ ഒന്നുകിൽ കൂട്ടിലിടും അല്ലെങ്കിൽ ചങ്ങലയ്ക്കിടും.”

“ആ മനുഷ്യൻ ഒരു പാപം ചെയ്യുകയാണെന്ന്, ദുഷ്കൃത്യം ചെയ്യുകയാണെന്ന്, പൊലീസിനെ അറിയിച്ചു എന്നു മാത്രം. പൊലീസിലല്ലാതെ ഞാൻ എവിടെ പോയി പറയും?”

അയാൾ ഉള്ളറിഞ്ഞൊന്ന് ചിരിച്ചു.

“ദുഷ്കൃത്യം എന്നല്ലേ പറഞ്ഞത്. പാപം. ഒരുപക്ഷേ ഏതെങ്കിലും പുരോഹിതരോട് പറയേണ്ടിവരും.” തന്റെ തമാശ സ്വയം ആസ്വദിച്ചു. പക്ഷേ ആ തമാശ ഞാൻ ആസ്വദിക്കുന്നില്ല എന്ന് പെട്ടെന്നുതന്നെ അയാൾക്ക് മനസ്സിലായി. അപ്പോൾ അയാളുടെ മുഖം വീണ്ടും ഗൗരവത്തിലായി. “മൃഗങ്ങളെ പരിരക്ഷിക്കുന്ന ഒരു സൊസൈറ്റിയുണ്ടെന്ന്

തോന്നുന്നു. ഫോൺ നമ്പർ പരതിയാൽ ലഭിക്കും. മൃഗസംരക്ഷണത്തി നായുള്ള ലീഗ് - അവിടെ ചെന്ന് പറയണം. ഞങ്ങൾ പൊലീസുകാ രാണ്. അവരെ വ്രോക്ലൊയിൽ പോയി അന്വേഷിക്കൂ. അവർക്ക് മൃഗ ങ്ങളെ സംരക്ഷിക്കാൻ വാർഡനൊക്കെയുണ്ട്."

"വ്രോക്ലോ?" ഞാൻ ഒന്ന് അത്ഭുതപ്പെട്ടു. "അങ്ങനെയെങ്ങനെ പറയാ നാകും? ഇതെല്ലാം പ്രാദേശിക പൊലീസിന്റെ ഉത്തരവാദിത്വമാണ്. എനിക്ക് നിയമമൊക്കെ അറിയാം."

"അതെയോ!" അയാൾ നീരസത്തോടെ ഒന്ന് പുഞ്ചിരിച്ചു. "എന്ന് വെച്ചാൽ എന്റെ ഉത്തരവാദിത്വം എന്തൊക്കെ എന്ന് എന്നെ പഠിപ്പിക്കാ നാണുദ്ദേശ്യം എന്ന് അല്ലേ?"

മനക്കണ്ണിൽ, പുറത്ത് മൈതാനത്തിൽ പട്ടാളമിറങ്ങിയിരിക്കുന്നത് ഞാൻ കണ്ടു. യുദ്ധത്തിനു തയ്യാറായി നിൽക്കുന്നത് കണ്ടു.

"അതിനെനിക്ക് സന്തോഷമേയുള്ളൂ" ഞാൻ മറ്റൊരു പ്രഭാഷണ ത്തിനു തയ്യാറെടുത്തു.

പരിഭ്രാന്തനായി അയാൾ വാച്ചിലേക്കു നോക്കി. എന്നോടുള്ള അനി ഷ്ടത്തെ അടിച്ചമർത്തി.

"ശരി. ഞങ്ങൾ പരിശോധിക്കാം." നിരുന്മേഷനായി അയാൾ പറഞ്ഞു. മേശപ്പുറത്ത് കിടന്ന കടലാസുകൾ പെറുക്കിയെടുത്ത് ബ്രീഫ്കേസിൽ നിക്ഷേപിക്കാൻ തുടങ്ങി. അയാൾ എന്നിൽ നിന്ന് രക്ഷപ്പെട്ടു.

ആ നിമിഷത്തിൽ എനിക്ക് ഈ മനുഷ്യനെ ഇഷ്ടമല്ല എന്നൊരു തോന്നൽ എന്നിലുണ്ടായി. അതിലുപരി അയാളോട് ഒരു വെറുപ്പ് മന സ്സിൽ കുമിയാൻ തുടങ്ങി. കത്തിയുടെ മൂർച്ചയുള്ള വെറുപ്പ്.

അയാൾ എന്തോ തീരുമാനിച്ചുറച്ചതുപോലെ എഴുന്നേറ്റു നിന്നു. അയാളുടെ വലിയ വയറിനെ കെട്ടി നിർത്താനുള്ളത്ര വലിപ്പം അയാ ളുടെ യൂണിഫോം ബെൽറ്റിനില്ല എന്ന് ഞാൻ ശ്രദ്ധിച്ചു, ലജ്ജകൊണ്ടാ കണം ആ കുടവയർ ഒന്ന് താഴ്ന്നുകിടന്ന് എവിടെയെങ്കിലും ഒളിക്കാ നാകുമോ എന്ന് ശ്രമിക്കുന്നത്. അയാളുടെ ഗുഹ്യഭാഗത്തിന്റെ മറച്ച കാഴ്ചവരെ, അസൗകര്യമായി അതങ്ങനെ താഴ്ന്നുവീണ് കിടപ്പുണ്ടാ യിരുന്നു. അയാൾ ഷൂസിന്റെ ചരടുകൾ കെട്ടിയിട്ടില്ലായിരുന്നു. ഒരു പക്ഷേ ഇരിക്കുന്നതിനിടയിൽ ഷൂസ് അഴിച്ചിട്ടതാകണം. അതയാൾക്കിപ്പോൾ അതിവേഗമെടുത്തണിയേണ്ടിയിരിക്കുന്നു.

"താങ്കളുടെ ജന്മത്തിയതിയൊന്ന് പറയാമോ?" ഞാൻ താഴ്മയോടെ ചോദിച്ചു. അയാൾ അപ്പോഴേക്കും വാതിൽക്കൽ എത്തിയിരുന്നു.

അയാൾ അതുകേട്ട് അത്ഭുതപ്പെട്ടു. ഒന്ന് നിന്നു.

"എന്തിനാണത്?" സംശയത്തോടെ അയാൾ ചോദിച്ചു. എനിക്ക് പുറത്ത് പോകാനായി വാതിൽ തുറന്നു പിടിച്ചു.

"ഞാൻ ജാതകം ഗണിക്കാറുണ്ട്. താത്പര്യമുണ്ടോ? ഉണ്ടെങ്കിൽ ഞാൻ ഗണിച്ച് പറയാം."

അയാളുടെ മുഖത്ത് സന്തോഷഭരിതമായ ഒരു പുഞ്ചിരി വിടർന്നു.

“വേണ്ട. എനിക്ക് ജ്യോതിഷത്തിൽ താത്പര്യമില്ല.”

“ജീവിതത്തിൽ എന്ത് പ്രതീക്ഷിക്കാം എന്ന് നിങ്ങൾക്ക് അറിയാനാകും. അറിയണമെന്നുണ്ടോ?”

അപ്പോൾ അയാൾ റിസപ്ഷൻ ഡെസ്കിനു പുറകിലിരിക്കുന്ന പൊലീസുകാരനെ ഒളികണ്ണിട്ട് നോക്കി. മുഖത്ത് വ്യംഗാത്മകമായ ഒരു പുഞ്ചിരി വരുത്തി. ഏതോ കുട്ടിക്കളിയിൽ പങ്കെടുക്കുകയാണെന്ന മട്ടിലായിരുന്നു ആ പുഞ്ചിരി. അയാൾ എനിക്ക് അയാളുടെ എല്ലാ വിശദാംശങ്ങളും പറഞ്ഞുതന്നു. അതെല്ലാം ഞാൻ എഴുതിയെടുത്തു. നന്ദി പറഞ്ഞു. തൊപ്പിയെടുത്തു. വാതിൽക്കലേക്ക് നടന്നു. വാതിൽക്കലെത്തിയപ്പോൾ അയാളുടെ പൊട്ടിച്ചിരികേട്ടു. ഞാൻ പ്രതീക്ഷിച്ചതുപോലെതന്നെ ‘ഭ്രാന്തിതള്ള’ എന്ന വാക്കുകൾ കേട്ടു.

അന്ന് സായാഹ്നത്തിൽ, അസ്തമയശേഷം, ബിഗ്ഫൂട്ടിന്റെ പട്ടി വീണ്ടും ഓരിയിടാൻ തുടങ്ങി. അന്തരീക്ഷം നീലിച്ചിരുന്നു. അതിന് ഒരു കത്തിയുടെ മൂർച്ചയുള്ള തണുപ്പുണ്ടായിരുന്നു. ആ പട്ടിയുടെ ഓരിയിൽ ഒരു ആപത്സൂചനയുണ്ടായിരുന്നു. മരണം പടിവാതിൽക്കലെത്തി നില്പുണ്ടെന്ന സൂചന. അങ്ങനെ ചിന്തിക്കേണ്ടതില്ലല്ലോ. മരണം എപ്പോഴും നമ്മോടൊപ്പമുള്ളതല്ലേ. നമ്മുടെ പടിവാതിൽക്കൽ. രാവെന്നോ പകലെന്നോ ഇല്ലാതെ, ഞാൻ എന്നെ ഓർമ്മിപ്പിച്ചു. നിങ്ങളുമൊത്ത് ഏറ്റവും നല്ല സംഭാഷണങ്ങളിൽ ഏർപ്പെടുന്നത് മരണമല്ലേ. ചുരുങ്ങിയ പക്ഷം തെറ്റിദ്ധാരണ എന്നൊന്നെങ്കിലുമുണ്ടാകില്ല. ഞാൻ കട്ടിലെടുത്ത് അടുക്കളയിലിട്ടു. അവിടെ കിടന്നു. കാത് തുളയ്ക്കുന്ന ആ ഓരി കേട്ടുകൊണ്ടിരിക്കുകയല്ലാതെ മറ്റൊന്നും ചെയ്യാൻ തോന്നിയില്ല. ഏതാനും ദിവസങ്ങൾക്ക് മുമ്പ് ഇതിൽ ഇടപെടാനായി ഞാൻ ബിഗ്ഫൂട്ടിന്റെ വീട്ടിലേക്കു പോയിരുന്നു. അപ്പോൾ ആ മൃഗം എന്നെ അകത്തു വരാൻ അനുവദിച്ചില്ല. മറ്റുള്ളവരുടെ കാര്യങ്ങളിൽ ഇടപെടരുത് എന്ന് എന്നോട് ആവശ്യപ്പെട്ടു. അതിനുശേഷം ഏതാനും മണിക്കൂർ നേരത്തേക്ക് അയാൾ ആ പട്ടിയെ തുറന്നുവിട്ടിരുന്നു. അതു കഴിഞ്ഞ് വീണ്ടും അതിനെ കൂട്ടിൽ പൂട്ടിയിട്ടു. അപ്പോൾ അത് വീണ്ടും ഓരിയിടാൻ തുടങ്ങി.

ഞാനങ്ങനെ മറ്റെന്തെങ്കിലുമൊക്കെ ചിന്തിക്കാൻ ശ്രമിച്ച് അടുക്കളയിൽ കട്ടിലിൽ കിടന്നു. ആ ശ്രമംകൊണ്ട് പ്രത്യേകിച്ച് ഉപകാരമൊന്നുമുണ്ടായില്ല. എന്റെ മാംസപേശികളിലേക്ക് എന്തോ ഒരു ഊർജ്ജം അരിച്ച് കയറുന്നത് ഞാനറിഞ്ഞു. കുറച്ചുകൂടി അധികമായാൽ എന്റെ കാലുകൾക്കുള്ളിൽവെച്ച് തന്നെ അത് പൊട്ടിത്തെറിക്കുമായിരുന്നു.

ഞാൻ ചാടിയെഴുന്നേറ്റു. ബൂട്ടും ജാക്കറ്റുമിട്ടു. ഒരു ചുറ്റികയും ഇരുമ്പുദണ്ഡുമെടുത്തു. കയ്യിൽ കിട്ടിയ ആയുധങ്ങളെല്ലാമെടുത്തു. ഏതാനും

നിമിഷങ്ങൾകൊണ്ട് ബിഗ്ഫൂട്ടിന്റെ ഷെഡിനു മുന്നിലെത്തി. അയാൾ അകത്തില്ലായിരുന്നു. വിളക്കുകൾ അണഞ്ഞു കിടക്കുകയായിരുന്നു. പുക ക്കുഴലിൽ നിന്ന് പുകയൊന്നും വരുന്നുണ്ടായിരുന്നില്ല. പട്ടിയെ പൂട്ടിയിട്ട് അയാൾ അപ്രത്യക്ഷമായിരിക്കുന്നു. അയാളിനി എപ്പോൾ വരുമെന്ന് ആർക്കറിയാം? അയാൾ വീട്ടിലുണ്ടെങ്കിലും ഞാൻ ഇതൊക്കെ തന്നെ യാകും ചെയ്യുന്നുണ്ടാകുക. കുറച്ചൊന്ന് അദ്ധ്വാനിച്ചപ്പോൾ, വിയർപ്പിൽ കുളിച്ചപ്പോൾ ആ മരവാതിൽ തുറക്കാൻ എനിക്കായി. ഇരുവശത്തുമുള്ള താഴുകൾ പൊളിഞ്ഞു വീണു. എനിക്ക് കുറ്റി തുറക്കാനായി. അകത്ത് ഇരുട്ടായിരുന്നു. നനവുണ്ടായിരുന്നു. തുരുമ്പ് പിടിച്ച ഏതാനും സൈക്കി ളുകൾ അവിടെ കുന്നുകൂട്ടിയിട്ടിരിക്കുന്നു. അതു കൂടാതെ പ്ലാസ്റ്റിക്കിന്റെ വീപ്പകളും മറ്റ് ചവറുകളുമുണ്ട്. പട്ടി ചില മരത്തടികൾക്കു മുകളിലാണ് നിന്നിരുന്നത്. കഴുത്തിൽ ഒരു കയറിട്ട് ചുമരിൽ കെട്ടി നിർത്തിയിരിക്കുക യാണതിനെ. എന്റെ കണ്ണിൽ ആദ്യം ഉടക്കിയത് പട്ടിക്കാട്ടത്തിന്റെ കുന്നാ യിരുന്നു. മറ്റൊരിടത്തേക്ക് മാറി നിന്ന് വിസർജ്ജിക്കാനുള്ള സൗകര്യം അതിനില്ലായിരുന്നു. അത് വാലാട്ടി. ആ വാലാട്ടലിനൊരു നിശ്ചയമില്ലാ യ്മയുണ്ടായിരുന്നു. നനഞ്ഞ കണ്ണുകളോടെ അതെന്നെ നോക്കി. ആ കണ്ണുകളിൽ സന്തോഷമുണ്ടായിരുന്നു. ഞാൻ അതിനെ ബന്ധിച്ചിരുന്ന ചരട് മുറിച്ചുകളഞ്ഞു. അതിനെ കോരിയെടുത്തു. വീട്ടിലേക്കു നടന്നു.

ഇനിയെന്ത് ചെയ്യും എന്ന് എനിക്കറിയില്ലായിരുന്നു. ചിലപ്പോൾ കോപം വന്ന് കഴിഞ്ഞാൽ ചിലർക്ക് എല്ലാം വളരെ ലളിതവും വ്യക്തവു മാകും. തീർച്ചയുള്ളതാകും. കോപം എല്ലാതിനേയും ക്രമപ്പെടുത്തും. ലോകത്തെ അതിന്റെ സംക്ഷിപ്തരൂപത്തിൽ വെളിപ്പെടുത്തും. കോപം ചിലപ്പോൾ വ്യക്തതയും വീക്ഷണവും പുനഃസ്ഥാപിക്കും. മറ്റൊരു മാനസികാവസ്ഥയിലും ലഭിക്കാത്ത വ്യക്തതയും വീക്ഷണവും!

ഞാനാ പട്ടിയെ അടുക്കളയിൽ നിലത്തു കിടത്തി. അതെത്ര ചെറു താണെന്നതിൽ അത്ഭുതം പൂണ്ടു. അതിനെ ഓരിയും ശോകമൂകമായ മോങ്ങലും കേട്ടാൽ അതിനൊരു വേട്ടനായയുടെ വലിപ്പമെങ്കിലുമുണ്ടാകും എന്നാകും എല്ലാവരും പ്രതീക്ഷിക്കുക. എന്നാൽ അതൊരു നാടൻ പട്ടി യായിരുന്നു. ഇവിടങ്ങളിൽ അതിനെ 'ടേബിൾ മൗണ്ടൻസ് അഗ്ലിമട്ട്' എന്നു വിളിക്കുന്നു. അവ അത്ര സുന്ദരരൂപികളല്ല എന്നതിനാലാണീ പേരു വീണത്. കുറിയവയാണവ. മെലിഞ്ഞ് ശരീരമുള്ളവ. കാലുകൾ മിക്കതും വളഞ്ഞിരിക്കും. ചാര നിറംകലർന്ന തവിട്ട് ചർമ്മമുണ്ടാകും. ചിലപ്പോൾ ഭാരം വെയ്ക്കാനുള്ള ഒരു പ്രവണത അവയ്ക്കുണ്ട്. കീഴ്ത്താടിയിലെ പല്ലുകൾ മേൽത്താടിയിലേതിനെ മറച്ചു പിടിച്ചിരിക്കും എന്നതാണേറ്റവും പ്രത്യക്ഷമായ പ്രത്യേകത. രാവിന്റെ ഈ പാട്ടുകാരിയെ സൗന്ദര്യം അനുഗ്രഹിച്ചിരുന്നില്ല എന്നു മാത്രം നമുക്ക് പറയാം.

അത് വല്ലാത്ത ആകാംക്ഷയിലായിരുന്നു. ശരീരം മുഴുക്കെ വിറയ്ക്കു ന്നുണ്ടായിരുന്നു. അര ലിറ്റർ ചൂട് പാൽ അത് കുടിച്ചു. അപ്പോൾ അതിന്റെ വയർ ഒരു പന്തുപോലെയായി. ഞാനതിന് കുറച്ച് ബ്രഡും വെണ്ണയും

കൊടുത്തു. ഞാനൊരു അതിഥിയെ പ്രതീക്ഷിക്കുന്നുണ്ടായിരുന്നില്ല. അതിനാൽതന്നെ ഫ്രിഡ്ജ് മിക്കവാറും ശൂന്യമായിരുന്നു. ഞാനതിനോട് അനുകമ്പാപൂർവ്വം സംസാരിച്ചു. എന്റെ നീക്കങ്ങളെക്കുറിച്ചെല്ലാം അതിനോട് വിശദീകരിച്ചു. അതെന്നെ ചോദ്യരൂപേണ നോക്കിയിരുന്നു. സാഹചര്യങ്ങൾ ഇത്ര പെട്ടെന്ന് മാറിയത് അതിനെ അത്ഭുതപ്പെടുത്തിയിരിക്കുന്നു എന്നു വ്യക്തമായി. ഞാൻ കട്ടിലിൽ കയറി കിടന്നു. നിനക്ക് വിശ്രമിക്കാനുള്ള സ്ഥലം സ്വയം കണ്ടെത്തിക്കോളൂ എന്ന് അതിനോട് നിർദ്ദേശിച്ചു. അവസാനം അവൾ റേഡിയേറ്ററിനരികിൽ സ്ഥലംകണ്ടെത്തി. അവിടെ കിടന്നുറങ്ങി. അതിനെ അടുക്കളയിൽ ഒറ്റയ്ക്ക് വിടാൻ എനിക്ക് താത്പര്യമില്ലാത്തതിനാൽ ഞാൻ ആ കട്ടിലിൽതന്നെ രാവ് കഴിച്ചു.

എന്റെ ഉറക്കം ശരിയായില്ല. എന്റെ ഉള്ളിൽ അപ്പോഴും ഒരു കോപത്തിന്റെ തിരയിളക്കമുണ്ടായിരുന്നു. അതെന്നിലേക്ക് നിരന്തരം സ്വപ്നങ്ങളെ എത്തിച്ചു. സ്വപ്നങ്ങളിൽ ചൂടുള്ള അടുപ്പുകൾ കണ്ടു. അതിന്റെ അരികുകൾ ചുവന്നിരിക്കുന്നു. അതിഭീകരമായ ചൂട് അതിൽനിന്ന് ഗമിക്കുന്നു. ചൂടേറിയ ബോയിലർമുറികൾ പോലെയാണവ. അടുപ്പിൽ നിന്നുള്ള തീ ഞങ്ങളെയൊന്ന് പുറത്തുവിടൂ എന്നാക്രോശിക്കുന്നുണ്ടെന്ന് തോന്നും. പെട്ടെന്ന് പൊട്ടിത്തെറിച്ച് ഈ ലോകത്തിലേക്ക് കടന്നുവന്ന് എല്ലാതിനേയും ചാമ്പലാക്കാൻ വെമ്പുന്നു എന്നു തോന്നും. ഈ സ്വപ്നങ്ങൾ ഒരുപക്ഷേ എന്റെ അസുഖവുമായി ബന്ധപ്പെട്ടവയാകാം. രാവിൽ വരുന്ന പനികളുമായി ബന്ധപ്പെട്ടവയാകാം.

പ്രഭാതമാകുന്നതിനുമുമ്പേ ഞാൻ എഴുന്നേറ്റു. ഇരുട്ട് മാറിയിരുന്നില്ല. എന്റെ കഴുത്ത് ഉളുക്കിയിരുന്നു. അത്ര സുഖകരമല്ലായിരുന്നു കിടപ്പിൽ സംഭവിച്ചതാകണം. പട്ടി എന്റെ തലയ്ക്കൽ നില്പുണ്ടായിരുന്നു. അതെന്നെതന്നെ തുറിച്ചുനോക്കി നിൽക്കുകയായിരുന്നു. ഇടയ്ക്ക് ദയനീയമായി മോങ്ങുന്നുണ്ടായിരുന്നു. ഒന്ന് ഞരങ്ങി ഞാൻ എഴുന്നേറ്റു. അതിനെ തുറന്നു വിടാൻ ഒരുങ്ങി. അത് കുടിച്ച പാലെല്ലാംഒന്ന് പുറത്തേക്കൊഴുകാൻ വെമ്പി നിൽക്കുകയായിരുന്നു. വാതിൽ തുറന്നപ്പോൾ അഴുകിയ മണമുള്ള കാറ്റ് അകത്തേക്ക് ഇരച്ചു കയറി. ഏതോ ശ്മശാനത്തിൽനിന്ന് വന്ന കാറ്റുപോലെ തോന്നിച്ചു അത്. പട്ടി പുറത്തേക്കോടി. മൂത്രമൊഴിച്ചു. പതിവ് ഹാസ്യരീതിയിൽ പിൻകാലൊന്ന് പൊക്കി മൂത്രമൊഴിച്ചു. പിന്നെ ദുഃഖത്തോടെ എന്നെ നോക്കി. അതെന്റെകണ്ണിലേക്ക് ചൂഴ്ന്നു നോക്കുകയായിരുന്നു എന്ന് എനിക്ക് ഉറപ്പിച്ച് പറയാനാകും. ഒരു നിമിഷം അങ്ങനെ നിന്നതിനുശേഷം അത് ബിഗ്ഫൂട്ടിന്റെ വീട്ടിലേക്ക് ഓടിപ്പോയി.

അത് അതിന്റെ തടവറയിലേക്ക് തിരിച്ചുപോയി.

അതിനുശേഷം അതിനെ ഞാൻ കണ്ടിട്ടില്ല. ഞാൻ പിന്നെ അതിനെ വിളിച്ചിട്ടുണ്ട്. അതിനായി ആ തോട്ടത്തിനരികിലേക്ക് ഞാൻ നടന്നല്ലോ

എന്ന് അത്ഭുതപ്പെട്ടുകൊണ്ടുതന്നെ അവിടെയെത്തിയപ്പോൾ അതിനെ വിളിച്ചിട്ടുണ്ട്. തടവിൽ കിടക്കുന്ന ഒന്നിന്റെ നിസ്സഹായതയെ ഓർത്ത്, അതിന്റെ പൈശാചികതയോർത്ത് വിളിച്ചിട്ടുണ്ട്. അതിനായി ബൂട്ട് എടുത്തണിഞ്ഞ പ്രഭാതങ്ങളുണ്ട്. അപ്പോൾ ആ പ്രഭാതത്തിന്റെ ചാരനിറം, അതിന്റെ ഭീകരത എന്നെ ഭയപ്പെടുത്തും. ചിലപ്പോഴൊക്കെ നമ്മൾ ഒരു കുഴിമാടത്തിനുള്ളിലാണ് താമസിക്കുന്നതെന്ന തോന്നൽ എന്നിലുണ്ടാകാറുണ്ട്. വളരെയധികം ആളുകളെ ഒന്നിച്ചടക്കാവുന്ന ഒരു വലിയ കുഴിമാടത്തിനകത്ത്. ചാരനിറമുള്ള ഇരുട്ടും തണുപ്പും നിറഞ്ഞ ലോകത്തെ ഞാൻ നോക്കി കാണുന്നു. തുറുങ്ക് പുറത്തല്ല. നമ്മൾ ഓരോരുത്തരുടേയും ഉള്ളിലാണ്. അതില്ലാതെ എങ്ങനെ ജീവിക്കണം എന്ന് ഒരുപക്ഷേ നമുക്കൊന്നും അറിയില്ലായിരിക്കാം.

ഏതാനും ദിവസങ്ങൾക്കുശേഷം കനത്ത മഞ്ഞുവീഴ്ചയുണ്ടായി. ബിഗ് ഫൂട്ടിന്റെ വീടിനുമുന്നിൽ ഒരു പൊലീസ്കാർ വന്ന് നിൽക്കുന്നത് ഞാൻ കണ്ടു. അതു കണ്ടപ്പോൾ എനിക്ക് സന്തോഷം തോന്നി എന്ന് പറയുന്നതിൽ മടിയൊന്നുമില്ല. അവസാനം പൊലീസ് അയാളെ തിരക്കിയെത്തി എന്നതിൽ എനിക്കു സന്തോഷം തോന്നി. ഞാൻ ക്ഷമയുടെ രണ്ട് കളികൾ കളിച്ചു. അത് രണ്ടും ശരിയായിരിക്കുന്നു. ഫലം കണ്ടിരിക്കുന്നു. അവർ അയാളെ അറസ്റ്റ് ചെയ്യും എന്ന് ഞാൻ പ്രതീക്ഷിച്ചു. കയ്യാമം വെച്ച് പുറത്തെത്തിക്കുമെന്ന്. അയാളുടെ പക്കലുള്ള വയറുകളും വാളുമെല്ലാം അവർ പിടിച്ചെടുക്കുമെന്ന്. (വാൾ എന്ന ഈ ഉപകരണം സൂക്ഷിക്കുന്നതിന് തോക്കുകൾ സൂക്ഷിക്കുന്നതുപോലെ ചില അനുമതികൾ ആവശ്യമാണ്. കാരണം ഈ ഉപകരണം ചെടികൾക്ക് മീതെ സംഹാരതാണ്ഡവമാടുന്ന ഒന്നാണ്.) പക്ഷേ ആ കാർ ബിഗ്ഫൂട്ടിനെ കയറ്റാതെ തിരിച്ചു പോയി. അസ്തമയമായി. മഞ്ഞ് വീണ്ടും പെയ്തു തുടങ്ങി. കൂട്ടിലടച്ച പട്ടി വീണ്ടും മോങ്ങിത്തുടങ്ങി. പിറ്റേന്ന് പ്രഭാതത്തിൽ, സുന്ദരമായ വെളുത്ത നിലത്ത്, ഞാനാദ്യം കണ്ടത്, ബിഗ്ഫൂട്ടിന്റെ ചഞ്ചലമായ കാലടികളും എന്റെ തൊടിയിലെ അലങ്കാരമരത്തിനു ചുറ്റിലും മൂത്രത്തിന്റെ മഞ്ഞപ്പാടുകളുമാണ്.

ഓഡ്ബോളിന്റെ അടുക്കളയിലിരുന്നപ്പോൾ ഇതെല്ലാം എന്റെ ഓർമ്മയിലെത്തി. എന്റെ കൊച്ചുപെൺകുട്ടികളും ഓർമ്മയിലെത്തി.

എന്റെ കഥ കേട്ടുകൊണ്ടിരിക്കുന്നതിനിടയിൽ ഓഡ്ബോൾ മുട്ട പുഴുങ്ങി. അത് ചീനപിഞ്ഞാണത്തിൽ വിളമ്പി.

“അധികാരികളിൽ നിങ്ങൾക്കുള്ള വിശ്വാസം എനിക്കില്ല. നമ്മൾ എല്ലാം സ്വയം ചെയ്യേണ്ടിയിരിക്കുന്നു.” അയാൾ പറഞ്ഞു.

ഈ പറഞ്ഞതുകൊണ്ട് അയാൾ എന്താണർത്ഥം വച്ചതെന്ന് എനിക്ക് ഉറപ്പില്ല.

3

ശാശ്വതമായ വെളിച്ചം

അസുഖകരമായ ജന്മത്തിൽനിന്ന് പിറവികൊണ്ടവരും
ഈ മണ്ണിൽത്തന്നെ അലിഞ്ഞു ചേരേണ്ടവയാണ്.

വീട്ടിൽ തിരിച്ചെത്തിയപ്പോഴേക്കും വെളിച്ചമായിട്ടുണ്ടായിരുന്നു. എനിക്കാകെ സമനില തെറ്റിയ മട്ടായിരുന്നു. ആ കൊച്ചുപെൺകുട്ടികൾ എന്റെ വീടിന്റെ പ്രധാന മുറിയിലെ നിലത്തുകിടന്ന് ചിലയ്ക്കുന്ന സ്വരം ഒരിക്കൽകൂടി കേൾക്കുന്നു എന്നെനിക്ക് തോന്നി. അവയുടെ ചോദ്യരൂപേണയുള്ള നോട്ടം എനിക്കു കാണാമെന്ന് തോന്നി. അവയുടെ ചാലുപോലെയുള്ള പുരികം കാണുന്നുണ്ടെന്ന് തോന്നി. അവരുടെ പുഞ്ചിരി കാണാനാകുന്നുണ്ടെന്ന് തോന്നി. ആ നിമിഷത്തിൽ എന്റെ ശരീരം മമതയ്ക്കായി തയ്യാറെടുക്കുന്നു, അതിനുള്ള സ്വാഗതമോതാൻ തയ്യാറെടുക്കുന്നു എന്നു തോന്നി.

എന്നാൽ വീട്ടിൽ ആരുമുണ്ടായിരുന്നില്ല. ശിശിരത്തിന്റെ വെണ്മ ജാലകത്തിലൂടെ മൃദുവായ തിരകളായി ഒഴുകിയെത്തുന്നു. സമതലത്തിന്റെ വിശാലത നിരന്തരം അകത്തേക്കു തള്ളിക്കയറി വരുന്നുണ്ടായിരുന്നു. ഗരാഷി. ഞാൻ ആ മാൻ തല സൂക്ഷിച്ചു. അവിടെ നല്ല തണുപ്പുണ്ടായിരുന്നു. കത്തിക്കൊണ്ടിരുന്ന ചൂളയിൽ കൂടുതൽ വിറകിട്ടു. ധരിച്ച വസ്ത്രങ്ങളിൽ തന്നെ ഞാൻ മെത്തയിലേക്കു നീങ്ങി. ചത്തതുപോലെ കിടന്നുറങ്ങി.

'**ശ്രീ**മതി ദസ്ജെയ്കോ ജനീന.'

ഒരു നിമിഷത്തെ ഇടവേളയ്ക്കുശേഷം 'ശ്രീമതി ദസ്ജെയ്കോ ജനീന, ജനീന' എന്ന സ്വരം കൂടുതൽ ഉച്ചത്തിലെത്തി.

ഹാളിൽ നിന്നുള്ള ഒരു സ്വരമാണെന്നെ ഉണർത്തിയത്. താഴ്ന്ന സ്വരം. പുരുഷ സ്വരം. അത്രയൊന്നും ഉറപ്പില്ലാത്ത സ്വരം. ഞാൻ അലോസരപ്പെട്ടു.

അലോസരം ഇരട്ടിയായി. എന്റെ ഉറക്കത്തെ വീണ്ടും ആരോ ശല്യപ്പെടുത്തിയിരിക്കുന്നു. അതെ, രണ്ടാമതും. എന്നെ ആ പേരുപയോഗിച്ച് ആരോ വിളിക്കുന്നു. ഞാനിഷ്ടപ്പെടാത്ത എന്റെ ആദ്യ പേരുപയോഗിച്ച്. ആ പേര് എനിക്കിഷ്ടമല്ല. എനിക്കാ പേര് സ്വീകരിക്കാനാകില്ല. അതൊരു സാധ്യതയാൽ വന്നു ചേർന്നതാണ്. രണ്ടാമതൊന്ന് ആലോചിക്കാതെ ആരോ തന്നതാണെനിക്കത്. വാക്കുകളുടെ അർത്ഥം, പ്രത്യേകിച്ചും പേരുകളുടെ അർത്ഥം ഒരാൾ പരിഗണിക്കാതിരിക്കുമ്പോൾ, ഗൗനിക്കാതിരിക്കുമ്പോൾ, അവയെ അന്ധമായി സ്വീകരിക്കുമ്പോൾ, സംഭവിക്കുന്നതാണിതൊക്കെ. എന്നെ ജനീന എന്ന് ആരും വിളിക്കുന്നത് എനിക്ക് ഇഷ്ടമല്ല.

ഞാൻ എഴുന്നേറ്റു. വസ്ത്രം ശരിയാക്കി. അതാകെ ചുളിഞ്ഞിട്ടുണ്ടായിരുന്നു. രണ്ട് രാത്രി മുഴുക്കെ ഞാനിതണിഞ്ഞാണല്ലോ ഉറങ്ങിയത്. ഞാൻ മുറിയിൽനിന്ന് പുറത്തിറങ്ങി. ഹാളിൽ, ഉരുകിയ മഞ്ഞിൽ, ഗ്രാമത്തിലെ രണ്ടുപേർ നില്പുണ്ടായിരുന്നു. നല്ല ഉയരമുള്ള, വീതിയുള്ള ചുമലുകളും വലിയ മീശയുമുള്ള രണ്ടുപേർ. ഞാൻ വാതിൽ അടച്ചിരുന്നില്ല. അങ്ങനെയാണവർ അകത്തെത്തിയത്. അതുകൊണ്ടുതന്നെ അവരിൽ ഒരു കുറ്റബോധമുള്ളതുപോലെ തോന്നി.

"ഒന്ന് കോട്ടേജിലേക്കു വരാമോ?" അതിലൊരാൾ ആഴമേറിയ സ്വരത്തിൽ ചോദിച്ചു.

അവർ ക്ഷമാപണത്തോടെ ഒന്ന് പുഞ്ചിരിച്ചു. അവർ ഇരുവരുടേയും പല്ലുകൾ ഒരുപോലെയിരിക്കുന്നു എന്ന് ഞാൻ ശ്രദ്ധിച്ചു. അവരെ ഞാൻ തിരിച്ചറിഞ്ഞു. അവർ മരപ്പണിക്കാരാണ്. ഗ്രാമത്തിലെ കടയിൽ വച്ച് ഞാനവരെ കണ്ടിട്ടുണ്ട്.

"ഞാനിപ്പോൾ അവിടെ നിന്ന് വന്നതേയുള്ളു." ഞാൻ മന്ത്രിച്ചു.

പൊലീസ് ഇനിയും വന്നിട്ടില്ല എന്നവർ അറിയിച്ചു. അവർ പുരോഹിതനെ കാത്തിരിക്കുകയാണെന്നും പറഞ്ഞു. രാത്രി മുഴുക്കെ മഞ്ഞ് പെയ്തിരുന്നു. വഴിയിൽ മഞ്ഞു മൂടിയിരിക്കുന്നു. ചെക്ക് റിപ്പബ്ലിക്കിലേക്കും വ്രോക്ലാവിലേക്കുമുള്ള വഴിയിലൂടേയും യാത്ര അസാധ്യമായിരിക്കുന്നു. ലോറികളെല്ലാം നീളൻ ട്രാഫിക് ജാമുകളിൽ പെട്ടിരിക്കുന്നു. എന്നാൽ അയൽവക്കത്ത് നടന്ന സംഭവം പെട്ടെന്ന് വാർത്തയാകുന്നു. ചുറ്റിലും പരക്കുന്നു. ബിഗ്ഫൂട്ടിന്റെ ചില സുഹൃത്തുക്കൾ നടന്നെത്തിയിരിക്കുന്നു. അയാൾക്ക് സുഹൃത്തുക്കളൊക്കെയുണ്ടായിരുന്നു എന്നറിയുന്നതിനും ഒരു സുഖമൊക്കെയുണ്ട്. വിപരീത കാലാവസ്ഥ അവരുടെ മാനസികനില ഉയർത്തുന്നോ എന്ന് ഞാൻ ശങ്കിച്ചു. മരണവുമായി പൊരുത്തപ്പെടുന്നതിനേക്കാൾ എളുപ്പമാണ് മഞ്ഞുകാറ്റുമായി പൊരുത്തപ്പെടുന്നത്.

ഞാൻ അവർക്ക് പുറകിൽ നടന്നു. പൂടപോലെയുള്ള, മൃദുവായ മഞ്ഞിലൂടെ ചവുട്ടി നടന്നു. അത് പുതുതായി വീണ മഞ്ഞായിരുന്നു.

* Wroclove - പടിഞ്ഞാറൻ പോളണ്ടിലെ ഒരു നഗരം

വെയിൽ തട്ടി തിളങ്ങുന്നുണ്ടായിരുന്നു. കട്ടിയുള്ള റബ്ബർ ബൂട്ടുകളാണാ മനുഷ്യർ ധരിച്ചിരുന്നത്. ബൂട്ടിനു മുകളിൽ രോമത്തുണി തുന്നിപ്പിടിപ്പിച്ചിട്ടുണ്ട്. ഇവിടെയുള്ള പുരുഷന്മാർക്ക് ശിശിരകാലത്തിൽ അറിയാവുന്ന ഏക ഫാഷനാണത്. വീതിയുള്ള പാദങ്ങൾ വച്ച് അവർ എനിക്കുവേണ്ടി ഒരു കൊച്ച് തുരങ്കം നിർമ്മിച്ചുകൊണ്ട് മുന്നിൽ നടന്നു.

കോട്ടേജിനു വെളിയിൽ ആളുകൾ കൂട്ടം കൂടി നില്പുണ്ടായിരുന്നു. അവർ മിക്കവരും സിഗരറ്റ് വലിക്കുന്നുണ്ട്. അവർ എന്റെ കണ്ണിലേക്ക് നോക്കാതെ വണങ്ങി. അറിയാവുന്ന ഒരാളുടെ മരണം ആരുടേയും ആത്മവിശ്വാസത്തെ തകർക്കാൻ പര്യാപ്തമാകും. അവർക്കെല്ലാം ഒരേ മുഖഭാവമായിരുന്നു. ഔദ്യോഗികമായ ദുഃഖം, ആചാരപ്രകാരമുള്ള അനുഷ്ഠാനം. അടക്കിപ്പിടിച്ച സ്വരത്തിൽ അവർ പരസ്പരം സംസാരിച്ചു. പുകവലിച്ചവസാനിപ്പിച്ചവർ അകത്തേക്കു കയറി.

അവരെല്ലാവർക്കും മീശയുണ്ടായിരുന്നു. അതില്ലാത്ത ഒരാൾ പോലുമുണ്ടായിരുന്നില്ല. ശവം കിടന്നിരുന്ന മടക്കുകട്ടിലിനു ചുറ്റിലും ദുഃഖത്തോടെ അവർ നിന്നു. ഇടയ്ക്കിടെ വാതിൽ തുറക്കപ്പെട്ടു. പുതിയ ആൾക്കാർ അകത്തേക്കു പ്രവേശിച്ചു. അവർക്കൊപ്പം മഞ്ഞും അതിന്റെ ലോഹമണവും അകത്ത് വന്നു. അവരിൽ മിക്കവരും പണ്ട് സർക്കാരിന്റെ കൃഷിയിടങ്ങളിൽ ജോലി ചെയ്തിരുന്നവരായിരുന്നു. ഇപ്പോൾ ചില ഔദാര്യങ്ങൾ പറ്റി ജീവിക്കുന്നു. ഇടയ്ക്കൊക്കെ മരം മുറിക്കുന്ന ജോലി അവർക്ക് ലഭിക്കാറുണ്ട്. അവരിൽ ചിലർ ജോലി തേടി ഇംഗ്ലണ്ടിലേക്ക് പോയിരുന്നു എങ്കിലും പെട്ടെന്ന് മടങ്ങിപ്പോന്നു. വൈദേശികമായ ഒരു സ്ഥലത്ത് എത്തിപ്പെട്ടതിന്റെ വിഭ്രാന്തി മൂലമാണവർ തിരിച്ചു പോന്നത്. മറ്റ് ചിലർ യൂറോപ്യൻ യൂണിയനിൽനിന്ന് ലഭിച്ച സബ്സിഡികൾ ഉപയോഗിച്ച് അത്ര ലാഭകരമൊന്നുമല്ലാത്ത ചെറിയ കൃഷിയിടങ്ങൾ നടത്തിക്കൊണ്ടിരുന്നു. കോട്ടേജിനകത്ത് രണ്ടുപേരേയുണ്ടായിരുന്നുള്ളൂ. അവരുടെ ഉച്ഛ്വാസവായു മുറിയെ ചൂട് പിടിപ്പിക്കുന്നുണ്ടായിരുന്നു. അതിനോടൊപ്പം എനിക്ക് ചാരായത്തിന്റെ ഗന്ധവും പിടിച്ചെടുക്കാനായി. ചാരായം മാത്രമല്ല, പുകയിലയുടെയും നനഞ്ഞ വസ്ത്രങ്ങളുടെയും ഗന്ധമുണ്ടവിടെ. അവർ ശവത്തിലേക്ക് ഗൂഢമായ നോട്ടങ്ങളയയ്ക്കുന്നുണ്ടായിരുന്നു. അവർ മൂക്ക് വലിക്കുന്ന ശബ്ദം എനിക്കു കേൾക്കാനുണ്ടായിരുന്നു. അത് കേവലം ജലദോഷം കൊണ്ട് മാത്രമായിരുന്നോ എന്ന് എനിക്കറിയില്ല. അതോ സത്യമായും അവരുടെ കണ്ണുകൾ ഈറനണിഞ്ഞതാണോ? ഒരു പക്ഷേ ആ വലിയ കണ്ണുകളിൽ കണ്ണുനീരിന് പിടിച്ചു നിൽക്കാനാകാതായപ്പോൾ അത് മൂക്കിലേക്കൊലിച്ചിറങ്ങിയതാകാം. ഓഡ്ബോൾ അവിടെയില്ലായിരുന്നു. എനിക്ക് പരിചയമുള്ള ഒരാളും അവിടെയില്ലായിരുന്നു.

അതിലൊരാൾ ഏതാനും മെഴുകുതിരികൾ പുറത്തെടുത്തു. കൊച്ചു ലോഹക്കപ്പുകളിലാണവ വച്ചിരുന്നത്. അയാളുടെ കീശയിൽ നിന്നാണ്

അതെടുത്തത്. അയാൾ ഒട്ടും മടിക്കാതെ അതെന്റെ കയ്യിൽ തന്നു. ഞാൻ യാന്ത്രികമായി അത് വാങ്ങുകയും ചെയ്തു. എന്നാൽ അത് എന്തിനാണെന്ന് എനിക്കത്ര ഉറപ്പില്ലായിരുന്നു. കുറച്ച് നേരം ചിന്തിച്ചപ്പോഴാണ് എന്താണയാൾ ഉദ്ദേശിച്ചതെന്ന് എനിക്ക് മനസ്സിലായത്. ഞാൻ ഈ മെഴുകുതിരികൾ ആ ശവത്തിനു ചുറ്റിലും വെയ്ക്കണം. കത്തിക്കണം. അപ്പോൾ കാര്യങ്ങൾ കൂടുതൽ പവിത്രവും ആചാരപരവുമാകും. അപ്പോൾ ഒരുപക്ഷേ ആ നാളങ്ങൾ കണ്ണുനീരിനു പുറത്ത് വരാനും കട്ടിയുള്ള മീശ നനയ്ക്കാനും അവസരം നൽകിയേക്കും. അതവരിൽ ഒരു ആശ്വാസമൊക്കെ കൊണ്ടുവരും. അതിനാൽ ഞാൻ മെഴുകുതിരികളുമായി തിരക്കിലായി. എന്റെ അവിടത്തെ സാന്നിദ്ധ്യത്തിൽ അവരിൽ പലർക്കും തെറ്റിദ്ധാരണകളുണ്ടാകുമോ എന്നൊരു ചിന്ത അപ്പോഴും എന്റെ മനസ്സിലുണ്ടായിരുന്നു. ഈ ചടങ്ങുകൾ നടത്തേണ്ടുന്ന സ്ത്രീയാണ്, അതിനധികാരപ്പെട്ട സ്ത്രീയാണ് ഞാൻ എന്ന് അവർ ധരിച്ചിരിക്കണം. അവിടത്തെ മുഖ്യ. വിലപിക്കുന്നവരിലെ മുഖ്യ. കാരണം, മെഴുകുതിരികൾ എരിഞ്ഞു തുടങ്ങിയപ്പോൾ അവരെല്ലാം ഒന്നിച്ച് നിശ്ശബ്ദരായി. അവരുടെയെല്ലാം കണ്ണുകൾ അപ്പോൾ എന്നിലേക്കായി.

"തുടങ്ങിക്കോളൂ" എനിക്ക് പരിചയമുണ്ടെന്ന്, ഞാൻ എവിടേയോ കണ്ടിട്ടുണ്ടെന്ന് തോന്നിയ ഒരു മനുഷ്യൻ എന്നെ നോക്കി മന്ത്രിച്ചു.

എനിക്ക് മനസ്സിലായില്ല.

"പാടാൻ തുടങ്ങൂ."

"എന്താണ് പാടേണ്ടത്?" ഞാൻ ചോദിച്ചു. സത്യമായും അപ്പോൾ ഞാൻ ഭയന്നിരുന്നു.

"പാടാനൊന്നും എനിക്കറിയില്ല."

"എന്തെങ്കിലും" അയാൾ പറഞ്ഞു. "ഏറ്റവും ഉത്തമം, നിത്യവിശ്രമ ഗാനം ആലപിക്കുകയാണ്."

"ഞാനോ? എന്തുകൊണ്ട്?"

അപ്പോൾ എനിക്ക് ഏറ്റവും അടുത്തുണ്ടായിരുന്നയാൾ എന്റെ കാതിൽ "നിങ്ങൾ ഒരു പെണ്ണായതുകൊണ്ട്" എന്ന് മന്ത്രിച്ചു.

അത് ശരി. അതാണിന്നത്തെ നിയമം അല്ലേ? എന്റെ ലിംഗവും ഗാനവുമായുള്ള ബന്ധം എനിക്കറിയില്ലായിരുന്നു. എന്നാൽ ഇത്തരത്തിലൊരവസരത്തിൽ ഞാൻ എതിർക്കാനൊന്നും പോകുന്നില്ല. "നിത്യ വിശ്രമ ഗാനം." കുട്ടിക്കാലത്ത് പങ്കെടുത്തിട്ടുള്ള ശവസംസ്കാര ചടങ്ങുകളിൽ ഇതിന്റെ വരികൾ ഞാൻ കേട്ടിട്ടുണ്ട്. പ്രായമായതിനു ശേഷം അത്തരം ചടങ്ങുകളിലൊന്നിലും ഞാൻ പങ്കെടുക്കാറില്ല. എന്നാൽ ആ വാക്കുകൾ എനിക്കിപ്പോഴും ഓർമ്മയുണ്ട്. എനിക്ക് ആദ്യത്തെ ചില വാക്കുകൾ ഒന്ന് ഉച്ചരിക്കുക മാത്രമേ വേണ്ടിവന്നുള്ളൂ എന്ന് പിന്നീട് ഞാൻ തിരിച്ചറിഞ്ഞു. ഞാൻ തുടങ്ങിയപ്പോൾ മറ്റുള്ളവർ ഒരു സമൂഹഗാനം

പോലെ അതേറ്റെടുത്തു. ഒട്ടും ശ്രുതിയില്ലാത്ത ഒരു സംഘഗാനം അവിടെ അലയടിച്ചു. ഓരോ തവണ വാക്കുകൾ ആവർത്തിക്കാറായപ്പോഴും അതിനു കരുത്തേറി. പിന്നെപ്പിന്നെ എന്നിലേക്ക് ഒരു ആശ്വാസം വന്നു. ശബ്ദത്തിന് ആത്മവിശ്വാസം വർദ്ധിച്ചു. അനശ്വരമായ, ശാശ്വതമായ വെളിച്ചത്തെക്കുറിച്ചുള്ള വാക്കുകൾ, ലളിതമായ വാക്കുകൾ എനിക്ക് ഓർമ്മവന്നു തുടങ്ങി. ആ ശാശ്വതമായ വെളിച്ചം ബിഗ്ഫൂട്ടിനേയും വലയം ചെയ്യും എന്ന് ഞങ്ങളെല്ലാം വിശ്വസിക്കുന്നുണ്ട്.

ഒരു മണിക്കൂറോളം ഞങ്ങൾ പാടി. ഒരേ വരികൾ വീണ്ടും വീണ്ടുമാവർത്തിച്ചു. അവസാനം ആ വാക്കുകൾക്ക് അർത്ഥമൊന്നുമില്ലാതായി. അവ കടലിൽ കല്ലെറിഞ്ഞതുപോലെയായി. ആ കല്ലുകൾ തിരകളിൽ കിടന്ന് ഊഞ്ഞാലാടുന്നതുപോലെയായി. അങ്ങനെ തിരകളിൽ പെട്ട് അവസാനം അവ രണ്ട് മണൽത്തരികൾ മാത്രമായി. അത് ഞങ്ങൾക്ക് ഒരു ആശ്വാസം നൽകി. അപ്പോൾ അവിടെ കിടന്നിരുന്ന ശവം കൂടുതൽ അയഥാർത്ഥമായി. ഈ സമതലത്തിലെ കഠിനാദ്ധ്വാനികളായ മനുഷ്യർക്ക് ഒത്തുചേരാനുള്ള ഒരു ഒഴികഴിവ് മാത്രമായത്. ഞങ്ങൾ യഥാർത്ഥ വെളിച്ചത്തെക്കുറിച്ച് പാടി. അങ്ങ് ദൂരെ എവിടേയോ നിലനിൽക്കുന്ന യഥാർത്ഥ വെളിച്ചത്തെക്കുറിച്ച്. ഇപ്പോൾ അത് അസ്പഷ്ടമാണ്. എന്നാൽ മരണശേഷം നമ്മളെല്ലാം അതിനെ പ്രാപിക്കും. ഇപ്പോൾ ചില്ലുജാലകത്തിലൂടെ അതിനെ ഒന്ന് കാണാൻ മാത്രമേ നമുക്കാകൂ, അല്ലെങ്കിൽ കേടുവന്ന കണ്ണാടിയിലൂടെ. എന്നാൽ ഒരു ദിവസം നമ്മൾ അതുമായി മുഖാമുഖം നിൽക്കും. അത് നമ്മെ വലയം ചെയ്യും. കാരണം അതാണ് നമ്മുടെ മാതാവ്. ഈ വെളിച്ചം. അതിൽ നിന്നാണ് നമ്മൾ വന്നത്.

അതിന്റെ പദാർത്ഥങ്ങളെല്ലാം നമ്മൾ നമ്മോടൊപ്പം കൊണ്ടുപോകുന്നു. നമ്മളെല്ലാം. അതിൽ ബിഗ്ഫൂട്ടും ഉൾപ്പെടും. അതിനാൽ മരണം സത്യത്തിൽ നമ്മെ തൃപ്തരാക്കേണ്ടതാണ്. പാടിക്കൊണ്ടിരുന്നപ്പോൾ എന്റെ മനസ്സിൽ ഇത്തരം ചിന്തകളായിരുന്നു. യഥാർത്ഥത്തിൽ ഞാനൊരിക്കലും നിതാന്തമായ വെളിച്ചത്തിന്റെ വ്യക്തിപരമായ വിതരണം എന്നതിലൊന്നും വിശ്വസിച്ചിരുന്നില്ല. ഒരു ദൈവവും അതൊന്നും കാണാൻ പോകുന്നില്ല. ഒരു സ്വർഗ്ഗവാസിയുമില്ല. ഇത്രയധികം ക്ലേശങ്ങൾ ഒരു വ്യക്തി സഹിക്കുക എന്നത് അയാൾക്ക് വളരെ കഠിനമാകും. പ്രത്യേകിച്ചും സർവവ്യാപിയായ ഒരാൾക്ക്. അത്രയും വേദനയുണ്ടെങ്കിൽ അതിൽ അവർ തകർന്നടിഞ്ഞുപോകും എന്നാണെനിക്ക് തോന്നിയിട്ടുള്ളത്. അതല്ലെങ്കിൽ അവരുടെ പക്കൽ വളരെ പുരോഗമിച്ച എന്തെങ്കിലും വിദ്യകളുണ്ടാകണം. മനുഷ്യർക്കുള്ളതുപോലെ. ഈ ലോകത്തിന്റെ വേദനകളെ അപ്പാടെ ഒന്നിച്ച് കൊണ്ടുനടക്കാൻ ഒരു യന്ത്രത്തുണ്ടിനല്ലാതെ മറ്റൊന്നിനും പറ്റില്ല. ലളിതവും പ്രഭാവമുള്ളതും നീതിയുള്ളതുമായ ഒരു യന്ത്രത്തിനു മാത്രം. എന്നാൽ ഇതിന് മറ്റൊരു വശം കൂടിയുണ്ട്. എല്ലാം അങ്ങനെ യാന്ത്രികമായി നടക്കുമെങ്കിൽ പിന്നെ നമ്മുടെ പ്രാർത്ഥനയുടെ ആവശ്യമൊന്നുമില്ല.

ഞാൻ പുറത്തിറങ്ങിയപ്പോൾ പുരോഹിതനെ അന്വേഷിച്ച് പോയ മീശക്കാർ അദ്ദേഹത്തെ പടിവാതിൽക്കൽ വെച്ച് സ്വീകരിക്കുന്നത് കണ്ടു. പുരോഹിതന് അത്രയും ദൂരം വണ്ടിയിൽ വരാനായില്ല. അദ്ദേഹത്തിന്റെ വാഹനം മഞ്ഞിൽ പുതഞ്ഞു പോയി. അവർ ഒരു ട്രാക്ടറിൽ കയറ്റി പുരോഹിതനെ ഇങ്ങോട്ട് കൊണ്ടുവന്നു. ഞാനദ്ദേഹത്തെ ഫാദർ റസൽ എന്നാണ് സ്വകാര്യമായി വിളിക്കാറുള്ളത്. അദ്ദേഹം ളോഹയൊന്ന് തട്ടി ക്കുടഞ്ഞു. ട്രാക്ടറിൽ നിന്ന് നിലത്തേക്കെടുത്ത് ചാടി. ആരേയും നോക്കാതെ നേരെ അകത്തേക്കു നടന്നു. എന്റെ വളരെ അടുത്തുകൂടി യാണദ്ദേഹം പോയത്. അതിനാൽ എനിക്ക് അദ്ദേഹത്തിന്റെ മണം ലഭി ക്കുകയും ചെയ്തു. തീ കാഞ്ഞതിന്റേയും യൂൽദെ കൊളോണിന്റേയും സമ്മിശ്ര ഗന്ധം.

ഓഡ്ബോൾ എല്ലാ കാര്യങ്ങളും വളരെ ശ്രദ്ധിച്ചും അടുക്കും ചിട്ട യോടെയും ചെയ്യുന്നയാളാണെന്ന് ഞാൻ മനസ്സിലാക്കിയിരുന്നു. ആട്ടിൻ തോലിന്റെ കോട്ടിട്ട് അയാൾ ചടങ്ങുകളുടെ മേലാളസ്ഥാനം ഏറ്റെടുത്തി രിക്കുന്നു. ഒരു ചൈനീസ് തെർമോസിൽ നിന്ന് പ്ലാസ്റ്റിക് കപ്പുകളിലേക്ക് ചായ പകർന്ന് അത് അവിടെ കൂടിയിരുന്നവർക്ക് കൊടുക്കുകയാണയാൾ. അങ്ങനെ ആ കുടിലിന്റെ മുന്നിൽ നിന്ന് ഞങ്ങൾ ചൂടുള്ള, മധുരമുള്ള, ചായ കുടിച്ചു.

കുറച്ച് കഴിഞ്ഞപ്പോൾ പൊലീസെത്തി. അവരും വണ്ടിയിലല്ല വന്നത്. നടന്നാണെത്തിയത്. വണ്ടി ടാറിട്ട റോഡിൽ ഉപേക്ഷിക്കേണ്ടി വന്നു. മഞ്ഞുകാലത്തിനനുയോജ്യമായ ടയറുകൾ അവരുടെ വണ്ടിക്കില്ലായി രുന്നു.

അവർ മൂന്നുപേരുണ്ടായിരുന്നു. രണ്ടുപേർ യൂണിഫോമിലും ഒരാൾ അല്ലാതെയും. അയാൾ നീളമുള്ള കറുത്ത കോട്ടാണ് ധരിച്ചിരുന്നത്. കോട്ടേജ് വരെ നടന്നെത്തിയപ്പോഴേക്കും മഞ്ഞ് അവരുടെ ബൂട്ടിൽ കട്ട പിടിച്ചു. അവർ വല്ലാതെ കിതയ്ക്കുന്നുണ്ടായിരുന്നു. ഞങ്ങളെല്ലാം പുറ ത്തിറങ്ങി. ഞങ്ങൾ അങ്ങനെ ആ അധികാരികളോടുള്ള ബഹുമാനം പ്രകടിപ്പിച്ചു എന്നാണെനിക്കു തോന്നിയത്. യൂണിഫോം ധരിച്ചവർ ഇരു വരും മറ്റുള്ളവരിൽ നിന്ന് അകന്നു നിന്നു. വളരെ ഔപചാരികമായിരുന്നു അവരുടെ പെരുമാറ്റങ്ങൾ. മഞ്ഞ് സഹിക്കവയ്യാത്തതിനാലാകണം അവർ കോപാകുലരായിരുന്നത്. അല്ലെങ്കിൽ ആ ദീർഘയാത്രയും ഈ കേസിന്റെ പൊതു സാഹചര്യങ്ങളുമാകാം അതിനു കാരണം. അവർ ബൂട്ടിലെ മഞ്ഞ് തുടച്ചുകളഞ്ഞ് വീടിനകത്തേക്ക് കയറി. ആരോടും ഒന്നും പറയാതെയാണവർ അകത്ത് കയറിയത്. അതിനിടയിൽ, എവിടെ നിന്നെന്നറിയാതെ, കറുത്ത കോട്ടിട്ട മനുഷ്യൻ എന്റേയും ഓഡ്ബോളി ന്റെയുമരികിലേക്കെത്തി.

"ഗുഡ് മോണിങ്ങ്... ഹലോ മാഡം. ഹായ് ഡാഡ്."

അയാൾ "ഹായ് ഡാഡ്" എന്നാണ് പറഞ്ഞത്. അത് ഓഡ്ബോളിനെ അഭിസംബോധന ചെയ്താണ് പറഞ്ഞത്.

ഓഡ്ബോളിന് പൊലീസുകാരനായ ഒരു മകനുണ്ടെന്ന ധാരണ എനിക്കില്ലായിരുന്നു. അതും ഇത്രയും വിചിത്രമായ കറുത്ത കോട്ടിടുന്ന ഒരുവൻ.

ഒട്ടും താത്പര്യമില്ലാതെ തന്നെ ഓഡ്ബോൾ ഞങ്ങൾ ഇരുവരേയും പരിചയപ്പെടുത്തി. എന്നാൽ കറുത്ത കോട്ടുകാരന്റെ ഔദ്യോഗിക നാമം എനിക്ക് ഓർത്തിരിക്കാനായില്ല. കാരണം അത് പറഞ്ഞയുടൻ അവരിരുവരും ഒരു വശത്തേക്ക് മാറി നിന്നു. മകൻ അച്ഛനെ വഴക്കു പറയുന്നത് കേട്ടു. "ദൈവത്തെയോർത്ത് ഡാഡ്... എന്തിനാണാ ശവം സ്പർശിച്ചത്? സിനിമകളിൽ കാണാറില്ലേ? എന്ത് സംഭവിച്ചതായാലും പൊലീസ് വരുന്നതിനു മുമ്പ് ശവത്തിൽ സ്പർശിക്കാൻ പാടില്ല എന്ന് എല്ലാവർക്കും അറിയാവുന്ന കാര്യമല്ലേ?"

ഓഡ്ബോളിന്റെ പ്രതിരോധം ബലഹീനമായിരുന്നു. മകനോട് സംസാരിക്കുമ്പോൾ അയാൾ നിസ്സഹായനായിരുന്നു. മറിച്ചാകും എന്നാണ് ഞാൻ കരുതിയിരുന്നത്. മകനുമായുള്ള സംസാരം അയാൾക്ക് കൂടുതൽ കരുത്തു പകരും എന്നാണ് കരുതിയിരുന്നത്.

"അയാൾ വല്ലാതെ ഭീകരമായ അവസ്ഥയിലായിരുന്നു മോനേ. നീയാണെങ്കിലും ഇത് തന്നെ ചെയ്യുമായിരുന്നു. എന്തോ തൊണ്ടയിൽ കുടുങ്ങിയതാണ്. ശരീരം ആകെ വളഞ്ഞുപുളഞ്ഞ് കിടപ്പായിരുന്നു. എല്ലായിടത്തും അഴുക്കായിരുന്നു... അയാൾ നമ്മുടെ അയൽക്കാരനല്ലേ. അങ്ങനെ നിലത്ത് ഉപേക്ഷിച്ച് വരാനാകുമോ.... അതായത്..." അയാൾ ശരിയായ വാക്കുകൾ പരതുകയാണെന്ന് തോന്നി.

"ഒരു മൃഗത്തെപ്പോലെ..." ഞാൻ അത് പൂരിപ്പിച്ചു. അപ്പോഴേക്കും ഞാൻ അവരുടെ സമീപമെത്തിയിരുന്നു. കറുത്ത കോട്ടുകാരൻ തന്റെ അച്ഛനെ ശകാരിക്കുന്നത് എനിക്ക് ഇഷ്ടമായില്ല. "അയാൾ എവിടെ നിന്നോ ഒരു മാനിനെ കവർന്നെടുത്തു. അതിന്റെ എല്ല് തൊണ്ടയിൽ കുടുങ്ങി. അതൊരുപക്ഷേ ശവകുടീരത്തിൽ നിന്നും വന്ന പ്രതികാരമാകണം."

കറുത്ത കോട്ടുകാരൻ എന്നെയൊന്ന് പാളി നോക്കി. അച്ഛനുമൊത്തുള്ള സംഭാഷണം തുടർന്നു. "അന്വേഷണത്തിനെ തടസ്സപ്പെടുത്തി എന്ന് പറഞ്ഞ് അച്ഛനെതിരെ കേസെടുക്കാം. നിങ്ങൾക്കെതിരെയും മാഡം."

"നിങ്ങൾ തമാശ പറയുകയാകണം. എല്ലാത്തിനും ഒരു പരിധിയൊക്കെ വേണ്ടേ. അതും പ്രോസിക്യൂട്ടറായ മകനോട്."

ചർച്ച പിന്നെ തുടരേണ്ടതില്ല എന്ന തീരുമാനത്തിൽ മകനെത്തി.

"ശരി ഡാഡ്. നിങ്ങൾ ഇരുവരും ചില പ്രസ്താവങ്ങൾ നൽകേണ്ടി വരും. ഇപ്പോൾ വേണ്ട. പിന്നെ മതി. അവർക്ക് ഒരു പ്രേത പരിശോധന നടത്തേണ്ടിവന്നേക്കാം."

അയാൾ ഓഡ്ബോളിന്റെ കയ്യിൽ സ്നേഹത്തോടെ തടവി. അത്

അയാളുടെ ആധിപത്യം കാണിക്കുന്നതായിരുന്നു. 'ശരി ശരി... കാര്യങ്ങളൊക്കെ ഇനി ഞാൻ കൈകാര്യം ചെയ്തോളാം'.

അയാൾ പിന്നെ കുടിലിനകത്ത് അപ്രത്യക്ഷമായി. മറ്റൊന്നിനും കാത്ത് നിൽക്കാതെ ഞാൻ വീട്ടിലേക്കു മടങ്ങി. ഞാനാകെ തണുത്ത് മരവിച്ചിരുന്നു. തൊണ്ടയിൽ കരകരപ്പ് തുടങ്ങിയിരുന്നു. എനിക്ക് മതിയായി.

ഞങ്ങൾ 'ബാലറൂഷ്യൻ' എന്ന് വിളിക്കുന്ന മഞ്ഞിനെ ഇളക്കുന്ന കലപ്പ ഗ്രാമത്തിൽനിന്നും വരുന്നത് ഞാൻ എന്റെ ജാലകത്തിലൂടെ കണ്ടു. അത് പാത കുറച്ചൊക്കെ വൃത്തിയാക്കിയതിനാൽ സായാഹ്നത്തിൽ ശവമഞ്ചത്തിന് ബിഗ്ഫൂട്ടിന്റെ വീടുവരെ എത്താനായി. നീളമുള്ള, അധികം ഉയരമില്ലാത്ത, ഇരുണ്ട, ജാലകങ്ങളിൽ കറുത്ത പർദ്ദകളുള്ള ഒരു വാഹനമായിരുന്നു അത്. ഏകദേശം നാലുമണിയോടെ, അതായത് അസ്തമിക്കുന്നതിനു തൊട്ടു മുമ്പ്, ഞാൻ ടെറസ്സിലേക്ക് കയറി. ദൂരെ കറുത്ത നിറമുള്ള എന്തോ ഒന്ന് ചലിക്കുന്നത് ഞാൻ കണ്ടു. കനമുള്ള മീശയുള്ള കുറച്ചാളുകൾ അവരുടെ സുഹൃത്തിന്റെ ശവമഞ്ചം തള്ളിക്കൊണ്ട് പോകുകയായിരുന്നു. ഗ്രാമത്തിലേക്ക്. അയാളുടെ ശാശ്വതമായ വെളിച്ചത്തിലേക്ക്.

സാധാരണയായി എന്റെ വീട്ടിലെ ടെലിവിഷൻ ദിവസം മുഴുക്കെ പ്രവർത്തിച്ചുകൊണ്ടിരിക്കും. പ്രാതലിനൊപ്പം അതിന്റെ പ്രവർത്തനവും ആരംഭിക്കും. അതെനിക്കൊരു സുഖം നൽകുന്നു. പുറത്ത് തണുപ്പും മഞ്ഞുമൊക്കെയായാലോ, പ്രഭാതത്തിനും അസ്തമയത്തിനും ഇടയിലുള്ള വെളിച്ചത്തിന്റെ ഇടവേള കുറഞ്ഞാലോ, ചുറ്റിലും പിന്നെ ഒന്നുമില്ലെന്ന ഒരു വിശ്വാസം എനിക്കുണ്ടാകാൻ തുടങ്ങും. അടുക്കളയുടെ ജാലകപ്പാളിയിലൂടെ പുറത്തേക്ക് നോക്കിയാൽ കാണുന്നത്, ആ ചില്ലുകളിൽ തട്ടി പ്രതിഫലിക്കുന്ന അടുക്കളയാകും. അതായിരിക്കും പിന്നെ എന്റെ ലോകം.

അതിനാൽ ടെലിവിഷനെ ആശ്രയിക്കുന്നു.

തിരഞ്ഞെടുക്കാനായി എന്റെ പക്കൽ അനവധി പ്രോഗ്രാമുകളുണ്ട്. ഒരു ദിവസം ഡിസ്സി എനിക്ക് തളികയുടെ ആകൃതിയുള്ള ഒരു ഏരിയൽ സമ്മാനിച്ചു. അതിൽ അനേകം ചാനലുകളുണ്ട്. എന്നെ സംബന്ധിച്ചിടത്തോളം അത് വളരെ അധികമായിരുന്നു. പത്തെണ്ണം എന്ന് പറഞ്ഞാൽ തന്നെ എനിക്ക് അധികമായി. എന്തിന്, രണ്ട് തന്നെ അധികമാണ്. ഞാൻ സാധാരണയായി കാലാവസ്ഥയെക്കുറിച്ച് പറയുന്ന ചാനൽ മാത്രമേ കാണാറുള്ളൂ. അങ്ങനെയൊരു ചാനലുണ്ടെന്ന് കണ്ടെത്തിയ ദിവസം മുതൽ ഞാനങ്ങനെയാണ്. അത് കണ്ടെത്തിയതുമുതൽ എനിക്ക് എന്തൊക്കെ വേണമോ അതെല്ലാം ലഭ്യമാകുന്നു എന്ന സന്തോഷത്തിലാണ് ഞാൻ. എന്നാൽ എന്റെ റിമോട്ട് എവിടെ പോയി എന്ന് എനിക്കറിയില്ല.

അതിനാൽ പ്രഭാതം മുതൽ ഞാൻ കാലാവസ്ഥയുടെ ചിത്രങ്ങൾ കണ്ടു. സുന്ദരമായ ഭൂപട രേഖകൾ കണ്ടു. നീലയും ചുവപ്പും കലർന്ന ഭൂപടങ്ങൾ. അവ പടിഞ്ഞാറുനിന്നോ, ചെക്ക് റിപ്പബ്ലിക്കിൽനിന്നോ,

ജർമ്മനിയിൽ നിന്നോ തുടങ്ങും. അവർ പ്രേഗിൽ നിന്ന് കാറ്റിനെ കൊണ്ടു വരും. കുറച്ച് മുമ്പ് പ്രേഗിലുള്ളവർ ശ്വസിച്ചിരുന്ന വായുവിനെ, അല്ലെങ്കിൽ ബർലിനിലുള്ളവർ ശ്വസിച്ചിരുന്ന വായുവിനെ ഇവിടേക്കെത്തിക്കും. അത് അറ്റ്ലാന്റിക്കിനു മുകളിലൂടെ വീശും. യൂറോപ്പിനു കുറുകെ വീശും. അതിനാൽ ചിലർക്കെങ്കിലും ഞങ്ങളുടെ അന്തരീക്ഷത്തിൽ കടൽക്കാറ്റുണ്ടെന്ന് പറയാം. ഇവിടെ ഈ മലനിരയിൽ കടൽക്കാറ്റുണ്ടെന്ന്. മർദ്ദങ്ങളുടെ ചിത്രങ്ങൾ കാണിക്കുന്നത് കാണാൻ എനിക്കിഷ്ടമാണ്; അത് ഒരു സ്ഥലത്ത് പ്രത്യേകമായൊരു പ്രതിരോധം തീർക്കുന്നതു കാണാൻ. മെത്തയിൽ നിന്നെഴുന്നേൽക്കാനാകാത്ത കാൽമുട്ടിലെ വേദനയ്ക്ക് അത് വിശദീകരണമാകും. അതല്ലെങ്കിൽ മറ്റെന്തിനെങ്കിലും. അന്തരീക്ഷത്തിൽ ഉണ്ടായതിനു സമാനമായി വിശദീകരിക്കാനാകാത്ത ഒരു വേദനയ്ക്ക്, ഭൂമിയുടെ അന്തരീക്ഷത്തിനെ വലയം ചെയ്യുന്ന സർപ്പാകൃതിക്ക്.

ഉപഗ്രഹ ചിത്രങ്ങളും ഭൂമിയുടെ വളവും വളരെ ഹൃദയഹാരിയായി എനിക്കു തോന്നാറുണ്ട്. നമ്മൾ ഒരു ഗോളത്തിന്റെ ഉപരിതലത്തിൽ അനേകം ഗ്രഹങ്ങളിലേക്ക് തുറന്നു വെയ്ക്കപ്പെട്ടാണ് ജീവിക്കുന്നതെന്ന് പറയുന്നത് സത്യമാണോ? ഒരു ശൂന്യതയ്ക്ക് നടുക്കാണെന്ന് പറയുന്നത്? ഒരു വെളിച്ചം വീണതിനു ശേഷം എല്ലാം തച്ചുടയ്ക്കപ്പെടുകയും പൊട്ടിത്തെറിക്കപ്പെടുകയും ചെയ്ത ശൂന്യതയുടെ നടുക്ക്? അത് സത്യമാണോ? ആണെങ്കിൽ അത് നമ്മൾ എന്നും ഓർക്കണം. കാരണം മറക്കാനുള്ള ഒരു വാസന നമ്മളിലുണ്ട്. നമ്മൾ സ്വതന്ത്രരാണെന്ന് നമ്മളെല്ലാം കരുതുന്നു. ദൈവം നമുക്ക് മാപ്പ് നൽകും എന്നും വിശ്വസിക്കുന്നു. വ്യക്തിപരമായി ഞാൻ തിരിച്ചാണ് കരുതുന്നത്. അവസാനം കമ്പനം ചെയ്യുന്ന ഫോട്ടോണുകളായി, നമ്മുടെയെല്ലാം പ്രവൃത്തികൾ ബാഹ്യാകാശത്തേക്ക് കുതിക്കും. ലോകാവസാനം വരെ പിന്നെ ഗ്രഹങ്ങൾ ഒരു സിനിമ കാണുന്നതുപോലെ അതെല്ലാം കണ്ടുകൊണ്ടിരിക്കും.

ഞാൻ കാപ്പിയിട്ടുകൊണ്ടിരിക്കുമ്പോൾ അവർ സ്കീയിന്മേൽ തെന്നിനീങ്ങുന്നതിൽ തത്പരരായവർക്കുവേണ്ടി കാലാവസ്ഥ പ്രവചിക്കുകയാകും. അപ്പോഴവർ മലനിരകൾ കാണിക്കുന്നുണ്ടാകും. ചരിവുകളും താഴ്വാരങ്ങളും കാണിക്കുന്നുണ്ടാകും. അതിനു മുകളിലെ അസ്ഥിരമായ മഞ്ഞ് കാണിക്കുന്നുണ്ടാകും. ഭൂമിയുടെ പരുപരുത്ത ചർമ്മം അവിടവിടെ മഞ്ഞുവയലുകൾ കൊണ്ട് വെളുപ്പിച്ചിട്ടുണ്ടാകും. വസന്തകാലമായാൽ സ്കീയിംഗ് കളിക്കാർക്ക് പകരം മറ്റൊരു കൂട്ടർ വരും. അലർജിയാൽ വിമ്മിട്ടപ്പെടുന്നവർ. അപ്പോൾ കാണിക്കുന്ന ചിത്രങ്ങൾക്ക് പല വർണ്ണങ്ങളുണ്ടാകും. മൃദുവായ രേഖകൾ അപകട മേഖലകളെ കാണിക്കും. അവിടെ എല്ലാം ചുവപ്പാകും. പ്രകൃതിയുടെ ആക്രമണം ഏറ്റവും രൂക്ഷമാകും. മഞ്ഞുകാലം മുഴുക്കെ അത് പതുങ്ങിക്കിടപ്പായിരുന്നു. മനുഷ്യന്റെ രോഗപ്രതിരോധ ശേഷിയെ ആക്രമിക്കാനായി തക്കം പാർത്ത് കിടപ്പായിരുന്നു. ഒരു ദിവസം ഈ മാർഗ്ഗമുപയോഗിച്ച് അത് നമ്മെ തുടച്ച് നീക്കും. ആഴ്ചാവസാനമാകുമ്പോൾ വണ്ടിയോടിക്കുന്നവർക്കായുള്ള

കാലാവസ്ഥാ പ്രവചനങ്ങൾ വന്ന് തുടങ്ങും. എന്നാൽ അവരുടെ ലോകം ഏതാനും രേഖകളിലേക്ക്, വണ്ടികളോടിക്കാവുന്ന രേഖകളിലേക്ക് ചുരുങ്ങിയിട്ടുണ്ടാകും. ജനങ്ങളെ ഇങ്ങനെ മൂന്ന് സംഘമാക്കുന്നത് വളരെ തൃപ്തികരമായി എനിക്കു തോന്നി. സ്കീയിങ്ങ് എന്ന കളിയിൽ താത്പര്യമുള്ളവർ, അലർജി രോഗങ്ങളുള്ളവർ, ഡ്രൈവർമാർ. ഇത് വളരെ ഋജുവായ ഒരു മാർഗ്ഗമാണ്. സ്കീയിങ്ങിലെ തത്പരർ സുഖഭോഗവാദികളാണ്. അവർ അവരെ കുന്നിൻചെരിവുകളിലൂടെ താഴോട്ട് നയിക്കുന്നു. ഡ്രൈവർമാർക്ക് അവരുടെ വിധി സ്വന്തം കയ്യിലെടുക്കുന്നതിലാണ് താത്പര്യം. പലപ്പോഴും അതിന്റെ വൈഷമ്യം അനുഭവിക്കുന്നത് അവരുടെ സ്വന്തം നട്ടെല്ലാണ്. ജീവിതം കഠിനമാണെന്ന് നമുക്കെല്ലാം അറിയുന്നതാണല്ലോ. എന്നാൽ അലർജി രോഗികൾ എന്നും യുദ്ധത്തിലാണ്. ഞാനും അങ്ങനെയൊരാളാകേണ്ടതായിരുന്നു.

നക്ഷത്രങ്ങളെക്കുറിച്ചും ഗ്രഹങ്ങളെക്കുറിച്ചും പറയുന്ന ഒരു ചാനൽ കൂടിയുണ്ടായിരുന്നെങ്കിൽ എന്ന് ഞാൻ ആഗ്രഹിക്കാറുണ്ട്. 'പ്രാപഞ്ചിക പ്രഭാവങ്ങളെക്കുറിച്ച് പറയുന്ന ചാനൽ.' ഇതിലും ഭൂപടങ്ങളുണ്ടാകണം. ഗ്രഹങ്ങളുടെ പ്രഭാവത്തെക്കുറിച്ച് കാണാനാകണം. അത് കാണിക്കണം. 'ചൊവ്വ ക്രാന്തിവൃത്തത്തിനു മുകളിലേക്കുദിച്ചുയർന്നുകൊണ്ടിരിക്കുന്നു. ഇന്ന് സായാഹ്നമാകുമ്പോഴേക്കും അത് രാഹുവിന്റെ പ്രഭാവത്തെ മറികടക്കും. നിങ്ങൾ നിങ്ങളുടെ കാറുകൾ പുറത്തിറക്കരുത്. അത് മൂടിയിടുക. കത്തികൾ അടുത്തു വയ്ക്കരുത്. ഏതെങ്കിലും അറകളിൽ കയറുമ്പോൾ ശ്രദ്ധിക്കുക. ഗ്രഹം കർക്കിടകരാശി കടക്കുന്നതു വരെ നിങ്ങൾ കുളിക്കരുതെന്നും കുടുംബകലഹങ്ങളിൽ ഏർപ്പെടരുതെന്നും ഞങ്ങൾ അഭ്യർത്ഥിക്കുന്നു.' മെലിഞ്ഞ, ദിവ്യതയുള്ള, അവതാരിക പറയും. അപ്പോൾ ഇന്ന് തീവണ്ടികൾ എന്തുകൊണ്ട് വൈകിയോടുന്നു എന്ന് നമുക്ക് മനസ്സിലാകും. പോസ്റ്റ്മാന്റെ ഫിയറ്റ് എങ്ങനെ മഞ്ഞിൽ കുടുങ്ങി എന്നറിയും. മയോണീസ് ശരിയാകാഞ്ഞതെന്തുകൊണ്ടെന്ന് മനസ്സിലാകും. അല്ലെങ്കിൽ തലവേദനയെങ്ങനെ പെട്ടെന്ന്, മരുന്നൊന്നും കഴിക്കാതെ സുഖപ്പെട്ടു, വന്നതുപോലെ തന്നെ അപ്രത്യക്ഷമായതെങ്ങനെ എന്നൊക്കെ മനസ്സിലാകും. തലമുടിക്ക് നിറം ചാർത്താൻ പറ്റിയ സമയമേതെന്നറിയും. കല്യാണം കഴിക്കേണ്ടതെപ്പോൾ എന്നറിയും.

രാത്രിയിൽ ഞാൻ ശുക്രനക്ഷത്രത്തെ ശ്രദ്ധിക്കാറുണ്ട്. ഈ കന്യകയുടെ പലായനം ശ്രദ്ധിക്കാറുണ്ട്. സായാഹ്ന നക്ഷത്രം എന്നും അവളാകണം എന്നാണെന്റെ ഇച്ഛ. അവൾ എവിടെനിന്നറിയാതെ പ്രത്യക്ഷപ്പെടുന്നു. ഒരു മാന്ത്രിക വിദ്യയിലെന്നപോലെ. എന്നിട്ട് സൂര്യനു പുറകിൽ മറയുന്നു. ശാശ്വതമായ വെളിച്ചത്തിന്റെ ചൈതന്യത്തിൽ. സന്ധ്യയ്ക്കാണ് ഏറ്റവും രസകരമായ കാര്യങ്ങൾ സംഭവിക്കുന്നത്. അപ്പോഴാണ് ലളിതമായ വ്യത്യാസങ്ങൾ മാഞ്ഞുപോകുന്നത്. ശാശ്വതമായ സന്ധ്യയിൽ എനിക്ക് എന്നെന്നും ജീവിക്കാനാകും.

4

999 മരണങ്ങൾ

കാണുന്നതിനെ സംശയിക്കുന്നവർ ഒരിക്കലും വിശ്വസിക്കില്ല,
നിങ്ങളുടെ ഇഷ്ടം നടത്തുന്നതിനെ സൂര്യചന്ദ്രന്മാർ
ശങ്കിച്ചു തുടങ്ങിയാൽ അവരുടൻ പുറത്തു പോകും.

പിറ്റേന്ന് കാലത്ത് ഞാൻ മാനിന്റെ തല എന്റെ ശ്മശാനത്തിൽ മറവ് ചെയ്തു. എന്റെ വീടിനരികിൽ. ബിഗ്ഫൂട്ടിന്റെ വീട്ടിൽ നിന്ന് ഞാനെടുത്തതെല്ലാം ഒരു കുഴിയിലിട്ടു. രക്തക്കറയുണ്ടായിരുന്ന സഞ്ചി ഒരു മരത്തിന്റെ ശാഖയിൽ ഓർമ്മയ്ക്കായി കൊളുത്തിയിട്ടു. കൊളുത്തിയപ്പോൾ കുറച്ച് മഞ്ഞ് കണങ്ങൾ അതിനു മീതെ വീണു. അന്ന് രാത്രി തണുപ്പധികമായിരുന്നു. തണുത്തുറഞ്ഞ മണ്ണിൽ, കല്ലുപോലെയുള്ള മണ്ണിൽ നല്ലൊരു കുഴിയെടുക്കാൻ ഞാൻ കുറേയേറെ അദ്ധ്വാനിച്ചു. എന്റെ കണ്ണ് നിറഞ്ഞൊഴുകി.

പതിവനുസരിച്ച് ഞാൻ കുഴിമാടത്തിനു മുകളിൽ ഒരു കല്ല് വെച്ചു. എന്റെ ശ്മശാനത്തിൽ അപ്പോഴേക്കും ഒരുപാട് കല്ലുകളായിട്ടുണ്ടായിരുന്നു. വൃദ്ധൻ ടോം എന്ന പൂച്ച ഇവിടെ അന്തിയുറങ്ങുന്നു. ഈ വീട് വാങ്ങിച്ചപ്പോൾ നിലവറയിൽ ഇതിന്റെ ശവം കിടപ്പുണ്ടായിരുന്നു. ഇതിനോടൊപ്പം ഒരു പെൺപൂച്ചയുമുണ്ടായിരുന്നു. പ്രസവത്തിൽ മരിച്ചവളാണവൾ. ഇവിടെ ഒരു കുറുക്കൻ ഉറങ്ങുന്നു. പേയിളകി എന്നു പറഞ്ഞ് കാട്ടിൽ വേലയ്ക്കു പോയവർ തല്ലിക്കൊന്നതാണിതിനെ. അതുകൂടാതെ നായ്ക്കൾ കടിച്ചുകൊന്ന അനേകം തുരപ്പനെലികളുടെയും മാനുകളുടെയും കുഴിമാടങ്ങളുണ്ട്. അതുകൊണ്ടും മുഴുവനാകുന്നില്ല. ഇതൊക്കെ ഞാൻ കാട്ടിൽ നിന്ന് കണ്ടെത്തിയ ഏതാനും മൃഗങ്ങളേയാകുന്നുള്ളൂ.

ബിഗ്ഫൂട്ടിന്റെ കൈക്രിയകളിൽ പെട്ടവയെ ഞാൻ മറ്റൊരിടത്തേക്ക് നീക്കി. അവയെ ആരെങ്കിലും ഭക്ഷണമാക്കിക്കോട്ടെ എന്നു കരുതി.

കുന്നിൻചെരുവിലെ കുളത്തിന്റെ കരയിലുള്ള ഈ ശ്മശാനത്തിൽ നിന്ന് സമതലം മുഴുക്കെ കാണാനാകും. എന്റേയും അവസാനയുറക്കം ഇവിടെയാകണം എന്നാണാഗ്രഹം. ഇവിടെ നിന്ന് എല്ലാകാര്യങ്ങളും ഭംഗിയായി നടത്തണം. എന്നെന്നേക്കുമായി നടത്തിക്കൊണ്ടേയിരിക്കണം.

ദിവസത്തിൽ രണ്ട് ദിവസമെങ്കിലും എസ്റ്റേറ്റിലൊന്ന് ഉലാത്താൻ ഞാൻ ശ്രമിക്കാറുണ്ട്. എന്റെ ഒരു കണ്ണ് ലഫ്റ്റ് ജഗിനു മേലാകും. അങ്ങനെ ചെയ്യാം എന്ന് ഞാൻ സമ്മതിച്ചിട്ടുള്ളതാണ്. എന്നോട് ശ്രദ്ധിക്കണം എന്ന് പറഞ്ഞേല്പിച്ചിട്ടുള്ള എല്ലാ വീടുകളിലേക്കും എന്റെ കണ്ണെത്തും. അവസാനം കുന്നുകയറും. അവിടെനിന്ന് ഞങ്ങളുടെ സമതലത്തെ വീക്ഷിക്കും.

ഇവിടെ നിന്നാകുമ്പോൾ അടുത്ത് നിന്ന് കാണാത്ത ഒരു വീക്ഷണ കോണിലൂടെ എല്ലാം നോക്കി കാണാനാകും. മഞ്ഞുകാലമായാൽ ഇവിടെ എല്ലാ ചലനങ്ങളും കൃത്യതയോടെ രേഖപ്പെടുത്തിയിട്ടുണ്ടാകും. ആ റജിസ്റ്ററിൽ നിന്ന് ഒന്നിനും രക്ഷപ്പെടാനാകില്ല. ദിനസരിക്കുറിപ്പുകൾ പോലെ മഞ്ഞ് മനുഷ്യരുടെയും മൃഗങ്ങളുടെയും കാലടികൾ ഒപ്പിയെടുത്തിട്ടുണ്ടാകും. വല്ലപ്പോഴും അതുവഴി പോകുന്ന കാറുകളുടെ ചക്രപ്പാതകൾക്ക് അനശ്വരത വരുത്തിയിട്ടുണ്ടാകും. ഞാൻ മേൽക്കൂരയിലേക്കൊന്ന് നോക്കും. അവിടെ മഞ്ഞ് ശീർഷകമെന്തെങ്കിലും എഴുതി വച്ചിട്ടുണ്ടോ എന്ന് ശ്രദ്ധിക്കും. പുകക്കുഴലിലായിരിക്കും അതെഴുതി വെച്ചിരിക്കുക. എഴുതിവെച്ച ശീർഷകം സാവധാനത്തിൽ ഉരുകിയൊലിക്കുന്നുണ്ടാകും. അതിൽനിന്നിറ്റ് വീഴുന്ന ജലകണങ്ങൾ മേൽക്കൂരയുടെ ഓടുകളിലേക്കും അവിടെനിന്ന് വീട്ടിലേക്കും വീഴുന്നുണ്ടാകും. ജാലകങ്ങൾക്കൊന്നും കേടുപാടുകൾ സംഭവിച്ചിട്ടില്ലല്ലോ എന്നു നോക്കും. കഴിഞ്ഞ സന്ദർശനത്തിൽ ഒന്നും കാണാതെ വിട്ടുപോകുകയോ അവഗണിക്കുകയോ ചെയ്തിട്ടില്ലല്ലോ എന്ന് ഉറപ്പു വരുത്തും. പിന്നെ വീടിന്റെ മുറ്റവും വാതിലുകളും പടിയും ഷെഡുകളും വിറകുപുരയും നോക്കും.

അയൽക്കാരുടെ വസ്തുവകകളുടെ സംരക്ഷണ ചുമതല എന്നെയാണേല്പിച്ചിരിക്കുന്നത്. അവരാകട്ടെ അപ്പോൾ നഗരത്തിൽ ശിശിരകാല ജോലികളിലും ആഘോഷങ്ങളിലുമാകും. അവർക്കുവേണ്ടി ഞാൻ എന്റെ ശിശിരം ഇവിടെ ചെലവിടും. അവരുടെ വീടുകൾ തണുപ്പിൽ നിന്നും ഈർപ്പത്തിൽനിന്നും സംരക്ഷിച്ച് നിർത്തും. എളുപ്പം നശിച്ചുപോയേക്കാവുന്ന സാധനസാമഗ്രികൾ സൂക്ഷിക്കും. ഇതുവഴി ഇരുട്ടിന്റെ ഭാഗമാകുന്നതിൽ നിന്നും ഞാനവരെ ഒഴിവാക്കി നിർത്തി.

നിർഭാഗ്യകരമെന്ന് പറയട്ടെ, എന്റെ അസുഖങ്ങൾ വീണ്ടും തലയുയർത്താൻ തുടങ്ങിയിരിക്കുന്നു. മാനസിക പിരിമുറുക്കമോ മറ്റ് അസാധാരണ സംഭവങ്ങളോ ഉണ്ടായാൽ എന്റെ അസുഖങ്ങൾ വർദ്ധിക്കും. ചിലപ്പോൾ രാത്രിയിൽ ശരിയായ ഉറക്കമില്ലായ്മയായിട്ടാകും അത് പ്രത്യക്ഷപ്പെടുക. അങ്ങനെയാകും എന്നെ പീഡിപ്പിച്ച് തുടങ്ങുക. എന്റെ കൈകൾ വിറച്ചു തുടങ്ങും. എന്റെ കൈകാലുകളിലൂടെ വൈദ്യുതി പ്രവഹിക്കുന്നുണ്ടെന്നെനിക്കു തോന്നും. എന്റെ ശരീരത്തെ ഒരു വൈദ്യുതി വലകൊണ്ട് പുതപ്പിച്ചിരിക്കുന്നതുപോലെ. ആരോ ഇടയ്ക്കിടെ അതുപയോഗിച്ച് എന്നെ ശിക്ഷിക്കുന്നതുപോലെ. പിന്നെ പെട്ടെന്ന് എന്റെ ചുമലിലോ കാലുകളിലോ പേശിവലിച്ചിലുണ്ടാകും. സഹിക്കവയ്യാത്ത വേദനയുണ്ടാകും. എന്റെ കാലുകൾ മരവിക്കും. വിറകുപോലെ മരവിക്കും. ഞാൻ എഴുന്നേറ്റ് നടക്കാൻ തുടങ്ങും. മരവിച്ച കാല് വലിച്ചുവലിച്ച്, മുടന്തി മുടന്തി നടക്കും. പിന്നേയുമുണ്ട്, മാസങ്ങളോളം കണ്ണിൽനിന്ന് വെള്ളം വീണുകൊണ്ടേയിരിക്കും. ഒരു കാരണവുമില്ലാതെ കണ്ണുനീർ ധാരധാരയായി ഒഴുകിക്കൊണ്ടിരിക്കും.

വേദനയെ സാരമാക്കാതെ കുന്നിൻമുകളിലേക്ക് പോകാനും എനിക്ക് മുകളിലുള്ള ലോകത്തെ ഒന്നു കാണാനും ഞാൻ ഇന്ന് തീരുമാനിച്ചു. എല്ലാം അതിന്റേതായ സ്ഥാനത്തുണ്ടാകും എന്ന് എനിക്ക് ഉറപ്പുണ്ട്. അങ്ങനെയുണ്ടെന്ന് കണ്ടാൽ അതൊരു പക്ഷേ എനിക്ക് കുറച്ച് സമാധാനമൊക്കെ നൽകിയേക്കും. എന്റെ തൊണ്ടയിൽ കുരുങ്ങിക്കിടക്കുന്ന ആ എന്തോ ഒന്ന് ഇല്ലാതായേക്കും. ബിഗ്ഫൂട്ടിനെ പ്രതി എനിക്ക് വിഷമമൊന്നും തോന്നുന്നില്ല. അയാളുടെ വീടിനരികിലൂടെയാണ് ഞാൻ പോകുന്നത്. കാപ്പിക്കളർ സ്യൂട്ട് ധരിച്ച് കിടന്ന അയാളുടെ ശവത്തെ എനിക്ക് ഓർമ്മവന്നു. അപ്പോൾ എന്റെ പരിചയക്കാരുടെയെല്ലാം ഓർമ്മ എന്നിലേക്ക് ഓടിയെത്തി. അവരെല്ലം സന്തോഷത്തോടെ അവരുടെ വീടുകളിൽ കഴിഞ്ഞിരുന്നത് ഓർമ്മ വന്നു. ഞാൻ എന്നെപ്പറ്റിയും ചിന്തിച്ചു. എന്റെ കാലുകളെക്കുറിച്ച്. അതിനോടൊപ്പം ഓഡ്ബോളിന്റെ മെലിഞ്ഞു ചുരുണ്ട ശരീരം ഓർമ്മവന്നു. സഹിക്കവയ്യാത്ത ദുഃഖങ്ങളിലൂടെ ആ ശരീരം കടന്നുപോയിട്ടുണ്ടെന്ന് തോന്നുന്നു. ഞാൻ സമതലത്തിലേക്ക് തിരിഞ്ഞ് നോക്കി. കറുപ്പും വെളുപ്പും കലർന്ന സമതലം. ഈ ലോകത്തെ വിവരിക്കുന്നതിൽ പ്രാധാന്യമുള്ള വാക്കുകളിലൊന്നാണ് ദുഃഖം എന്ന് എന്റെ മനസ്സ് എന്നോട് അപ്പോൾ പറഞ്ഞു. എല്ലാതിന്റെയും അടിസ്ഥാനം അതാണ്. അതാണ് അഞ്ചാമത്തെ ഘടകം. സാരസർവ്വസ്വം.

കറുപ്പിന്റെയും വെളുപ്പിന്റെയും വൈവിധ്യങ്ങളുള്ള ഒരു രംഗമാണെനിക്ക് മുന്നിൽ പ്രകൃതി തുറന്നുവെച്ചിരിക്കുന്നത്. അതിൽ വയലുകൾക്ക് അതിരു പാകിയിരിക്കുന്ന മരങ്ങളുണ്ട്. പുല്ല് വെട്ടിയൊതുക്കിയിട്ടില്ലാത്തിടത്ത് ഒരേപോലെ വെണ്മ നൽകുന്നതിൽ മഞ്ഞ് പരാജയപ്പെട്ടിരിക്കുന്നു. പുല്ലിന്റെ നാമ്പുകൾ മഞ്ഞിനിടയിലൂടെ തലയുയർത്തി

നിൽക്കുന്നു. ദൂരെനിന്ന് നോക്കിയാൽ ഏതോ ഒരു വലിയ കൈ അമൂർത്തമായ ഒരു ചിത്രം വരയ്ക്കാൻ തുടങ്ങിയതാണോ എന്ന തോന്നലുണ്ടാകും. അതിനായി ആദ്യം കുറച്ച് ചായം ബ്രഷുകൊണ്ടെടുത്ത് കോറിവരച്ചതാണോ എന്ന്. വയലുകളിലെ സുന്ദരങ്ങളായ ജാമിതീയ രൂപങ്ങൾ എനിക്ക് കാണാനായി. അതിൽ നേർരേഖകളും ദീർഘ ചതുരങ്ങളുമുണ്ട്. ഓരോന്നിനും ഓരോ ആകൃതിയും വർണ്ണവുമാണ്. ചിലത് കോണിൽ ഒന്ന് വളഞ്ഞു നിൽക്കുന്നു, ചിലത് ശിശിരത്തിൽ എളുപ്പമെത്തുന്ന അസ്തമയത്തിലേക്ക് മുഖം തിരിഞ്ഞുനിൽക്കുന്നു. ഞങ്ങളുടെ ഏഴ് വീടുകളും ഇവിടെ പ്രകൃതിയുടെ ഭാഗമായി ചിന്നിച്ചിതറിക്കിടക്കുന്നു. വയലുകളുടെ അതിരുകളിൽ നിന്ന് ഉയർന്ന് വന്നവയാണവ എന്നു തോന്നുമായിരുന്നു. ആ കൊച്ചരുവിയും അതിനു കുറുകെയുള്ള പാലവും ഇതുപോലെ തന്നെ ചിത്രത്തിന്റെ ഭാഗമായിരിക്കുന്നു. എല്ലാം കൃത്യതയോടെ രൂപകല്പന ചെയ്തിരിക്കുന്നതുപോലെ. അതിന്റേതായ സ്ഥാനങ്ങളിൽ അവരോധിച്ചിരിക്കുന്നതുപോലെ. ഒരുപക്ഷേ ഈ ചിത്രം വരച്ച് തുടങ്ങിയതാരാണോ അയാൾ തന്നെയാകും ഇത് ചെയ്തിരിക്കുക.

ഓർമ്മയിൽനിന്ന് എനിക്കും ഇതുപോലൊരു രേഖാചിത്രമുണ്ടാക്കാനാകും. അതിൽ ഞങ്ങളുടെ സമതലത്തിന് ഒരു ചന്ദ്രക്കലയുടെ രൂപമാകും. അതിന്റെ ഒരുഭാഗത്ത് വെള്ളിനിറമാർന്ന മലനിരകളുണ്ടാകും. ചെക്ക് റിപ്പബ്ലിക്കുമായി അതിർത്തി പങ്കിടുന്ന, അധികം ഉയരമില്ലാത്ത, താരതമ്യേന ചെറുതായ മലനിരകൾ. അതിന്റെ ഒരു ഭാഗത്ത് പോളണ്ടാണ്. അവരുടെ വെളുത്ത കുന്നുകളാണ്. അവിടെ ആകെ ജനവാസമുള്ളത് ഞങ്ങളുടെ വീടുകൾ നിൽക്കുന്നിടത്ത് മാത്രമാണ്. ഗ്രാമവും പട്ടണവും കുറച്ച് താഴെയാണ്. വടക്കുകിഴക്ക് ദിശയിൽ. ഈ സമതലവും കോഡ്സ്കോ താഴ്വാരവും തമ്മിലുള്ള വ്യത്യാസം അത്രയധികമൊന്നുമില്ല. എന്നാൽ ഇവിടെ ഉയരം കൂടുതലുണ്ടെന്ന് ആർക്കും മനസ്സിലാകും. ഇവിടെ നിന്നാൽ എല്ലാം കാണാനാകും എന്ന് മനസ്സിലാകും. വളരെ അദ്ധ്വാനിച്ച് തന്നെയാണ് വഴി മുകളിലേക്കു കയറിവരുന്നത്. വടക്കുനിന്നാണത് വരുന്നത്. കിഴക്ക് ഭാഗത്തേക്കുള്ള ഇറക്കം ഇത്തിരി ചെങ്കുത്താണ്. ശിശിരത്തിൽ ഇത് അപകടകാരിയാകും. കഠിനമായ മഞ്ഞുവീഴ്ചയുള്ളപ്പോൾ അധികാരികൾ ഇതുവഴിയുള്ള ഗതാഗതം നിരോധിക്കും. അപ്പോൾ ഞങ്ങൾ താഴേക്ക് വണ്ടികൊണ്ടുപോകുന്നത് നിയമാനുസൃതമല്ലാതാകും. എങ്കിലും ഞങ്ങൾ അത് ചെയ്തുകൊണ്ടേയിരിക്കും. അത് ഞങ്ങളുടെ സ്വന്തം ഉത്തരവാദിത്വത്തിൽ ചെയ്യുന്നതാണ്. ഞങ്ങളുടെ കാറുകളെല്ലാം നല്ലതാണെന്ന വ്യാജേനയാണിത് ചെയ്യുന്നത്. ഞാനീ പറഞ്ഞത് മറ്റുള്ളവരെക്കുറിച്ചല്ല. എന്നെക്കുറിച്ച് മാത്രമാണ്. ഓഡ്ബോളിന്റെ കൈവശം ഒരു മോപ്പഡ് മാത്രമേയുള്ളൂ. ബിഗ്ഫൂട്ടിനാകട്ടെ അയാളുടെ വീതിയുള്ള രണ്ട് കാലുകളായിരുന്നു വാഹനം. ഈ

ഇറക്കത്തെ ഞങ്ങൾ ചുരം എന്നാണ് വിളിച്ചിരുന്നത്. അടുത്തുതന്നെ കല്ലുകൾ നിറഞ്ഞ ഒരു ഗർത്തവുമുണ്ട്. അത് സ്വാഭാവികമായി, പ്രകൃത്യാ, ഉള്ളതാണെന്ന് ആരെങ്കിലും ധരിച്ചാൽ തെറ്റി. അത് സത്യത്തിൽ ഒരു ക്വാറിയുടെ അവശിഷ്ടമാണ്. അത് കുഴിച്ചുണ്ടാക്കിയവരുടെ അത്യാർത്തിയിൽ ഒരു പക്ഷേ ഈ പ്രദേശം മുഴുക്കെ അവർ വാരിക്കൊണ്ടുപോകുമായിരുന്നു. എന്തുകൊണ്ടോ അവരത് നിർത്തിവച്ചു. വീണ്ടും തുടങ്ങും എന്നൊക്കെ പറയുന്നുണ്ട്. അപ്പോൾ യന്ത്രങ്ങൾക്ക് ഭക്ഷണമായി ഞങ്ങളെല്ലാം ഈ ലോകത്തിൽ നിന്നില്ലാതാകും.

ചുരമിറങ്ങിയാൽ ഒരു മണ്ണുവഴിയുണ്ട്. വേനലിൽ മാത്രം സഞ്ചാരയോഗ്യമാകുന്നത്. അതിലെ ഗ്രാമത്തിലേക്കെത്താനാകും. പടിഞ്ഞാറ് ഞങ്ങളുടെ ഈ വഴിയിലേക്ക് വന്നുചേരുന്ന മറ്റൊരു വഴിയുണ്ട്. കുറച്ച് വലുത്. വലുതാണെങ്കിലും അത് ഹൈവേ ഒന്നും ആയിട്ടില്ല. ഈ വഴിക്കരികിലാണ് ഞാൻ ട്രാൻസിൽവാനിയ എന്നു വിളിക്കാനിഷ്ടപ്പെടുന്ന ഗ്രാമം സ്ഥിതി ചെയ്യുന്നത്. അതിന്റെ പൊതു അന്തരീക്ഷം മൂലമാണ് ഞാൻ ഇങ്ങനെ ഒരു പേരുകൊടുത്തത്. അവിടെ ഒരു പള്ളിയുണ്ട്. ഒരു കടയുണ്ട്. ഒരു യൂത്ത് ക്ലബ്ബും സ്കീയിങ്ങിനുപയോഗിക്കുന്ന കേടുവന്ന സാധനസാമഗ്രികളുമുണ്ട്. അവിടെ ചക്രവാളം വളരെ ഉയരത്തിലാണ്. എപ്പോഴും അസ്തമയമാണോ എന്ന് അവിടെ ചെന്നാൽ നമുക്ക് തോന്നിപ്പോകും. ആ സ്ഥലത്തെക്കുറിച്ച് എന്റെ മനസ്സിൽ വരാറുള്ള ചിന്തകളാണിതെല്ലാം. ആ ഗ്രാമം അവസാനിക്കുന്നിടത്ത് ഒരു ഇടവഴിയുണ്ട്. ഫോക്സ് ഫാമിലേക്കുള്ള വഴിയാണത്. ആ ദിശയിൽ സഞ്ചരിക്കാൻ എനിക്കു താത്പര്യമില്ല.

ട്രാൻസിൽവാനിയയ്ക്ക് അപ്പുറത്ത്, മോട്ടോർ വണ്ടികൾ പോകുന്ന വഴിയിലെത്തുന്നതിനു തൊട്ടു മുമ്പ് ഒരു കൊടുംവളവുണ്ട്. അവിടെ അപകടങ്ങൾ സാധാരണമാണ്. ഡിസ്സി അതിനെ ഓക്സ് ഹാർട്ട് കോർണർ എന്നാണ് വിളിക്കാറുള്ളത്. ഒരിക്കൽ അവിടെ വെച്ച് അന്നാട്ടുകാരനായ ഒരു പ്രമുഖന്റെ ഇറച്ചി വ്യാപാരക്കടയിൽനിന്നും വന്നിരുന്ന ഒരു ലോറിയിൽനിന്ന് ഇറച്ചിക്കഷണങ്ങൾ, അവശിഷ്ടങ്ങൾ, വഴിയിലേക്ക് തെറിച്ചുവീഴുന്നത് അവൻ കണ്ടു. അതിൽ കാളയുടെയും പശുവിന്റെയും ഹൃദയവുമുണ്ടായിരുന്നു എന്നവൻ അവകാശപ്പെടുന്നു. അതൊരു ഭീകര കെട്ടുകഥയാണെന്നേ എനിക്ക് തോന്നിയുള്ളൂ. ഒരു പക്ഷേ അവനത് മുഴുക്കെ കെട്ടിച്ചമച്ചതുമാകാം. പലവിഷയങ്ങളിലും ഡിസ്സി അതിവൈകാരികത പ്രകടിപ്പിക്കും. ഈ പാത താഴ്‌വാരത്തെ വഴികളെ തമ്മിൽ തമ്മിൽ ബന്ധിപ്പിക്കുന്നവയാണ്. വെയിലുള്ള ദിവസമാണെങ്കിൽ ഞങ്ങളുടെ സമതലത്തിൽ നിന്നാൽ ഈ വഴി കാണാനാകും. ആ മാർഗ്ഗത്തിലുള്ള കുദോവയും ലെവിനും കാണാനാകും. അതിനുമപ്പുറം നോവ റൂദയും ക്ലോദ്സ്കോയും ജാബ്കോവിസും കാണാം. യുദ്ധത്തിനു മുമ്പ് ജാബ്കോവിസിനെ ഫ്രാങ്കെൻസ്റ്റീൻ എന്നാണ് വിളിച്ചിരുന്നത്.

ആ ലോകമെല്ലാം ഇപ്പോൾ അങ്ങ് ദൂരെയാണ്. ഞാൻ ചുരത്തിലൂടെ എന്റെ സമുറായ് ഓടിച്ചു പോകും. അതിനപ്പുറത്തുനിന്ന് ഇടത്തോട്ട് തിരിഞ്ഞാൽ അതിർത്തിയിലെത്താം. അതിർത്തി കാവൽ കുടിലമാണ്. അത്ര ഗംഭീരമൊന്നുമല്ല. അതിലൂടെ ആരാലും ശ്രദ്ധിക്കപ്പെടാതെ കടന്നുപോകാനാകും. എന്റെ ദൈനംദിന യാത്രകൾക്കിടയിൽ അത് കടന്നുപോകുക എന്ന അബദ്ധം പലപ്പോഴും പിണഞ്ഞിട്ടുണ്ട്. ബോധ പൂർവ്വമായിരുന്നില്ല അത്. എന്നാൽ ചിലപ്പോൾ ബോധപൂർവ്വം കടന്നു പോകണം എന്ന ആഗ്രഹവും ഉണ്ടാകാറുണ്ട്. ഞാനത് ചെയ്യാറുമുണ്ട്. വെറുതെ അങ്ങോട്ടൊന്നു പോയി തിരിച്ചു വരും. ഒരു ഡസൻ തവണ യൊക്കെ അങ്ങനെ ചെയ്യും. പലപ്പോഴും അത് പല ഡസൻ തവണ കളാകും. അങ്ങനെ അരമണിക്കൂർ മുതൽ ഒരു മണിക്കൂർ വരെയൊക്കെ ഞാൻ വെറുതെ ആനന്ദിക്കും. അതിർത്തി കടക്കുക എന്ന കളി കളിച്ച് ആനന്ദിക്കും. ഇത് അസാധ്യമായിരുന്ന ഒരു കാലം എനിക്കോർമ്മയുണ്ട്. അതുകൊണ്ടുകൂടിയാണെനിക്ക് ഇതൊരു ആനന്ദമാകുന്നത്. അതിർത്തി കൾ കടക്കുക എന്നത് എനിക്കിഷ്ടമാണ്.

എന്റെ പരിശോധനയിൽ ആദ്യം വന്ന വീട് പ്രൊഫസറുടെയും ഭാര്യ യുടെയുമാണ്. അതാണെനിക്ക് ഏറ്റവും ഇഷ്ടപ്പെട്ടതും. ചെറിയതും ലളിത മായതുമായ ഒന്ന്. വെളുത്ത ചുമരുകളുള്ള, നിശ്ശബ്ദതയുള്ള, ഏകാന്ത തയുള്ള ഒന്ന്. അവരങ്ങനെ ഇവിടേക്ക് വരാറൊന്നുമില്ല. അവരുടെ കുട്ടി കൾ ചിലപ്പോൾ സുഹൃത്തുക്കളുമൊന്നിച്ച് എത്തിപ്പെടാറുണ്ട്. അപ്പോൾ കാറ്റിൽ മുഴുക്കെ അവരുടെ സ്വരങ്ങളാകും. ജാലകപ്പാളികൾ തുറന്ന് വെച്ചിട്ടുണ്ടാകും. വിളക്കുകളെല്ലാം ജ്വലിച്ച് നില്പുണ്ടാകും. ഉച്ചത്തിൽ സംഗീതമുണ്ടാകും. വീട് ഒട്ടൊന്ന് അന്ധാളിച്ചുവോ എന്നും അതിന് മത്ത് പിടിച്ചുവോ എന്നും തോന്നിപ്പോകും. ജാലകപ്പാളികളിലെ പിളർപ്പ് കണ്ടാൽ പലപ്പോഴും ഈ വീടിന്റെ തലയ്ക്കകത്തൊന്നുമില്ലല്ലോ എന്ന തോന്നൽ വരുത്തും. കുട്ടികളും സുഹൃത്തുക്കളും പോയാൽ വീട് പൂർവ്വ സ്ഥിതിയിലാകും. കുത്തനെയുള്ള മേൽക്കൂരയാണാ വീടിന്റെ ബലഹീ നത. അതിൽ വീഴുന്ന മഞ്ഞുകണങ്ങൾ ഉടൻ നിലത്തെത്തും. വടക്ക് വശത്തുള്ള ചുമരിനരികിൽ മെയ് മാസം വരെ പിന്നെ അവയങ്ങനെ വെറുതെ കിടക്കും. അതിൽനിന്നുള്ള ഈർപ്പം അകത്തേക്ക് കിനി ഞ്ഞെത്തും. അതുണ്ടാകാതിരിക്കാൻ ഞാൻ ആ മഞ്ഞുപാളികൾ അവിടെ നിന്ന് നീക്കം ചെയ്യും. അത്ര എളുപ്പമുള്ള ജോലിയൊന്നുമല്ല. ഒട്ടും ഉപകാരസ്മരണയില്ലാത്തതുമാണത്. വസന്തകാലമായ അവിടെയുള്ള ചെറു പൂന്തോട്ടം സംരക്ഷിക്കുകയാണെന്റെ ജോലി. അവിടെ ചെടികൾ നടും. മുളച്ച് വന്നവ കല്ലുകൾക്കിടയിൽ കിടന്ന് വളരുന്നു എന്ന് ഉറപ്പ് വരുത്തും. അതൊരു സന്തോഷമാണ്. എനിക്കു സന്തോഷം തരുന്ന ജോലിയാണ്. വല്ലപ്പോഴും ചെറിയ കേടുപാടുകൾ തീർക്കാനുണ്ടാകും.

അതിനായി ഞാൻ പ്രൊഫസറെയും ഭാര്യയെയും വിളിക്കും അവർ വ്രോക്ലോവിലാണ്. അവർ അതിനു വേണ്ട പണം എന്റെ അക്കൗണ്ടിലേക്ക് അയയ്ക്കും. ഞാൻ ജോലിക്കാരെ അന്വേഷിച്ച് കണ്ടെത്തും. ജോലി ശരിക്ക് ചെയ്യുന്നില്ലേ എന്നു ശ്രദ്ധിക്കും.

ഈ ശിശിരത്തിൽ ഒരു പറ്റം വവ്വാലുകൾ അവരുടെ നിലവറയിൽ താമസമുറപ്പിച്ചിരിക്കുന്നു എന്ന് ഞാനറിഞ്ഞു. താഴേക്കു വെള്ളം ഇറ്റ് വീഴുന്നുണ്ടോ എന്നു സംശയം തോന്നിയതിനാലാണ് ഞാൻ അവിടേക്ക് പോയത്. അവിടെ ഒരു പൈപ്പ് പൊട്ടിയിട്ടുണ്ടായിരുന്നു. അപ്പോഴാണ് അവ കൂട്ടം കൂട്ടമായി അതിനകത്തു കിടന്ന് ഉറങ്ങുന്നത് ഞാൻ കാണാനിടയായത്. മുറിയുടെ മച്ചിലാണവ സ്ഥാനം പിടിച്ചിരിക്കുന്നത്. ഞാൻ ചെന്നിട്ടും അവ അനങ്ങിയില്ല. ഉറക്കത്തിലും അവയുടെ ശ്രദ്ധ എന്നിൽ തന്നെയാണെന്നൊരു ചിന്ത എനിക്കുണ്ടായി. അവയുടെ തുറന്ന കണ്ണിൽ വെളിച്ചം തട്ടി പ്രതിഫലിക്കുന്നുണ്ടായിരുന്നു. വസന്തം വരെ നിങ്ങൾ ഇതിനകത്ത് സുഖമായിരിക്കൂ എന്ന് ഞാനവർക്ക് യാത്രാമൊഴി ചൊല്ലി. വലിയ കേടുപാടുകളൊന്നും കാണായ്കയാൽ ഞാൻ ശബ്ദമുണ്ടാക്കാതെ മുകളിലേക്കു കയറി.

അതിനിടയിൽ എഴുത്തുകാരിയുടെ വീട്ടിൽ നീർനായ്ക്കൾ ഇണ ചേരുന്നുണ്ടായിരുന്നു. അവയ്ക്കൊന്നും ഞാൻ പേരിട്ടിരുന്നില്ല. അവയെ എണ്ണിയെടുക്കാനും പരസ്പരം വേർതിരിച്ചറിയാനും എന്റെ പക്കൽ ഒരു മാർഗ്ഗവുമില്ലായിരുന്നു. ഓരോന്നിനുമുള്ള പ്രത്യേകാൽ സ്വഭാവവിശേഷങ്ങൾ തിരിച്ചറിയുക തന്നെ ബുദ്ധിമുട്ടായിരുന്നു. പ്രേതങ്ങളെപ്പോലെയാണവ. കണ്ടു എന്ന് ഉറപ്പാക്കുന്നതിനു മുമ്പേ അവ അപ്രത്യക്ഷമായിട്ടുണ്ടാകും. അപ്രത്യക്ഷമായിരിക്കുന്നു എന്ന് ചിന്തിക്കുന്നതിനു മുമ്പേ അവ വീണ്ടും വരികയും ചെയ്യും. നല്ല സൗന്ദര്യമുള്ളവയാണ് ഈ നീർനായ്ക്കൾ. ഞാനവയെ എന്റെ കുലചിഹ്നമായി ഉപയോഗിക്കുമായിരുന്നു. അങ്ങനെയൊരു ആവശ്യം വന്നിരുന്നെങ്കിൽ അത് തീർച്ചയായും ചെയ്യുമായിരുന്നു. അധികം ഭാരമില്ലാത്തവയും നിഷ്കളങ്കവുമാണവ എന്ന് തോന്നി. എന്നാൽ കാഴ്ചയിൽ മാത്രമേ അങ്ങനെയുള്ളൂ. സത്യത്തിൽ അവ സൂത്രശാലികളാണ്. ആക്രമണകാരികളും. പൂച്ചകൾ, എലികൾ, പക്ഷികൾ എന്നിവയൊക്കെയുമായി അവ യുദ്ധങ്ങളിലേർപ്പെടാറുണ്ട്. ഇടയ്ക്ക് അവ പരസ്പരം പോരാടാറുണ്ട്. എഴുത്തുകാരിയുടെ വീട്ടിൽ മേച്ചിലോടുകൾക്കും തട്ടിനും ഇടയിലാണവ വാസമുറപ്പിച്ചിരിക്കുന്നത്. അവിടെ കൊടുങ്കാറ്റഴിച്ചുവിടുന്നു എന്നാണെനിക്കു തോന്നിയത്. അവിടെയുള്ളതെല്ലാം കടിച്ച് പൊളിക്കുന്നുണ്ടാകണം. മച്ചിൽ ഇൻസുലേഷനു വേണ്ടി പിടിപ്പിച്ചിരിക്കുന്ന മിനറൽ വൂൾ കടിച്ച് പറിക്കുന്നുണ്ടാകണം. മരപ്പലകകളിൽ കടിച്ച് ദ്വാരമുണ്ടാക്കുന്നുണ്ടാകണം.

മെയ് മാസമായാൽ കാറിൽ നിറയെ പുസ്തകങ്ങളും നല്ല ഭക്ഷണവുമായി ഇവിടേക്ക് വരുന്നവളാണീ ഈ എഴുത്തുകാരി. അതൊക്കെ

ഇറക്കി വെയ്ക്കാൻ ഞാൻ സഹായിക്കാറുണ്ട്. അവരുടെ നട്ടെല്ലിന് എന്തോ കുഴപ്പമുണ്ട്. അതുകൊണ്ടാണ് ഞാൻ സഹായിക്കാൻ ചെല്ലുന്നത്. കഴുത്തിൽ ഒരു ഓർത്തോപീഡിക് കോളർ ധരിച്ചാണവരുടെ നടത്തം. എന്നോ ഒരു അപകടത്തിൽപെട്ടിരുന്നു എന്നു തോന്നുന്നു. അതല്ലെങ്കിൽ ഇരുന്ന് എഴുതിയെഴുതി നട്ടെല്ലിന് കേടുവന്നതുമാകാം. പോംപീ അഗ്നിപർവ്വത സ്ഫോടനത്തിൽനിന്ന് രക്ഷപ്പെട്ടവരിൽ ഒരാളാണ് ഇവർ എന്ന് ചിലപ്പോൾ തോന്നാറുണ്ട്. കാരണം അവരുടെ കോട്ടിൽ അത്രയ്ക്കധികം ചാരം കാണാനാകും. അവരുടെ മുഖവും ചാരനിറത്തിലുള്ളതാണ്. ചുണ്ടുകൾക്കു പോലും ആ നിറമാണ്. കണ്ണുകളും നീളൻ മുടിയും അതുപോലെ തന്നെ. ആ നീളൻമുടി ഒരു പന്തുപോലെ തലയ്ക്ക് മുകളിൽ ചുരുട്ടിക്കെട്ടിവെച്ചിരിക്കും. അവരെ ഇത്രയടുത്തറിയില്ലായിരുന്നെങ്കിൽ ഞാൻ അവരുടെ പുസ്തകങ്ങൾ വായിക്കുമായിരുന്നു. എന്നാൽ ഇത്രയടുത്തറിയാവുന്നതിനാൽ അത് തുറക്കാൻ തന്നെ ഭയമാകുന്നു. അതിലെങ്ങാൻ എനിക്കിഷ്ടപ്പെടാത്ത, എനിക്ക് ചിന്തിക്കാനാകാത്ത വിധത്തിൽ അവർ എന്നെ വരച്ചിട്ടിട്ടുണ്ടെങ്കിലോ? എന്നെ അല്ലെങ്കിൽ എന്റെ ഇഷ്ട സ്ഥലങ്ങളെ. ആ സ്ഥലങ്ങളെല്ലാം എനിക്കെന്താണോ അതിൽ നിന്ന് തീർത്തും വ്യത്യസ്തമാണവർക്കത്. അതെന്തോ ആകട്ടെ. ജനങ്ങൾക്ക് അവരെ ഇഷ്ടമാണ്. പേന കയ്യിലുള്ളവർ പലപ്പോഴും അപകടകാരികളായേക്കാം. എന്റെ മനസ്സിലേക്ക് കാലവിളംബമൊന്നുമില്ലാതെ ഒരു നാട്യക്കാരിയുടെ മുഖം വരുന്നു. ഇവർ അത്തരമൊരാളല്ല എന്ന ചിന്ത വരുന്നു. എന്നാൽ ഏതോ ഒരു കണ്ണ് നിരന്തരം നിരീക്ഷിച്ചുകൊണ്ടിരിക്കുന്നുണ്ട്. അത് കാണുന്നതിനെയെല്ലാം വാക്യങ്ങളാക്കി മാറ്റുന്നുണ്ട്. ആ പ്രക്രിയക്കിടയിൽ യാഥാർത്ഥ്യത്തിൽനിന്ന് അതിന്റെ ഏറ്റവും അവശ്യം വേണ്ട ഗുണമേന്മയായ ആവിഷ്കരണശക്തിയില്ലായ്മയെ അടർത്തി മാറ്റിയെടുക്കുന്നു.

സെപ്തംബർ വരെ അവർ ഇവിടെ തുടരാറുണ്ട്. വീട്ടിൽ നിന്ന് അധികം പുറത്തിറങ്ങാറില്ല. വല്ലപ്പോഴും മുഖം കാണിക്കും. എന്നിട്ട് ഞങ്ങളുടെ കാറ്റും വെയിലും പശപശപ്പുള്ളതും അസഹനീയവുമാകുമ്പോൾ അവർ അവരുടെ ചാരനിറമുള്ള ശരീരം ഒരു ചാരുകസേരയിൽ നിക്ഷേപിക്കും. അതിൽ കിടന്ന് അനങ്ങാതെ വെയിൽ കായും. അവർ അപ്പോൾ കൂടുതൽ ചാരനിറമാകും. അവരുടെ പാദമൊന്ന് കാണാനായെങ്കിൽ എന്ന് ഞാൻ ചിന്തിക്കാറുണ്ട്. അങ്ങനെയെങ്കിൽ ഒരു പക്ഷേ ഇതൊരു മനുഷ്യസ്ത്രീയല്ല എന്ന് വന്നേക്കാം. മറ്റേതോ ജീവരൂപമാണെന്ന് വന്നേക്കാം. ഒരു മത്സ്യകന്യക അല്ലെങ്കിൽ ഒരു അപ്സരസ്സ്. അവരുടെ ഒരു പെൺസുഹൃത്ത് ചിലപ്പോൾ കാണാനെത്താറുണ്ട്. നല്ല കറുത്തുള്ള ഇരുണ്ട മുടിയുള്ള തിളങ്ങുന്ന ലിപ്സ്റ്റിക് തേച്ച ഒരു സ്ത്രീ. അവരുടെ മുഖത്ത് തവിട്ട് നിറമുള്ള ഒരു കാക്കപ്പുള്ളിയുണ്ട്. അതിനർത്ഥം അവർ ജനിച്ചത് ശുക്രനക്ഷത്രം ആദ്യപാദത്തിലായിരുന്നപ്പോഴായിരുന്നു

എന്നായിരിക്കണം. അവരെത്തിയാൽ പിന്നെ അവരൊന്നിച്ചാകും പാചകം. ഗാർഹിക മര്യാദകളും ആചാരങ്ങളുമെല്ലാം എങ്ങനേയോ പെട്ടെന്ന് ഓർമ്മ വന്നവരെപ്പോലെയാകും അവരുടെ പെരുമാറ്റം. കഴിഞ്ഞ വേനലിൽ പലതവണ ഞാൻ അവരോടൊപ്പം ഭക്ഷണം കഴിക്കുകയുണ്ടായി. തേങ്ങാപ്പാല് ചേർത്ത എരിവുള്ള സൂപ്പ്, ഉരുളക്കിഴങ്ങ് പാൻകേക്ക്, കൂണ്. അവർ നന്നായി പാചകം ചെയ്യും. രുചികരമായ ഭക്ഷണമുണ്ടാക്കും ചാരനിറമുള്ള സ്ത്രീയെ അവരുടെ ആ സ്ത്രീസുഹൃത്തിന് വലിയ ഇഷ്ടമായിരുന്നു. ഒരു കൊച്ചുകുട്ടിയോടെന്നപോലെയാണവർ ചാരനിറമുള്ള സ്ത്രീയോട് പെരുമാറാറുള്ളത്. താൻ എന്താണ് ചെയ്യുന്നതെന്ന് അവർക്ക് കൃത്യമായ അറിവുമുണ്ടായിരുന്നു.

നനവുള്ള കുറ്റിക്കാടുകൾക്കപ്പുറത്തുള്ള വീടാണേറ്റവും ചെറിയത്. അത് അടുത്തയിടെ വ്രോക്ലോവിൽ നിന്നുള്ള ഒരു കുടുംബമാണ് വാങ്ങിയത്. എപ്പോഴും ശബ്ദമുഖരിതമായിരിക്കുക എന്നതാണവരുടെ പ്രത്യേകത. പൊണ്ണത്തടിയരായ, വല്ലാതെ ലാളിച്ചിരിക്കുന്ന രണ്ട് കുട്ടികളുണ്ടവർക്ക്. കൗമാരക്കാർ. ക്രൈജ്കിയിൽ ഒരു പലചരക്ക് കടയുണ്ട്. ആ വീട് പൊളിച്ച് പണിയാനുള്ള ലക്ഷ്യമുണ്ടവർക്ക്. ഒരു പോളിഷ് ബംഗ്ലാവിന്റെ മാതൃകയിൽ പുനർനിർമ്മാണം ചെയ്യാൻ. ഒരു ദിവസം അവർ അതിനൊരു പൂമുഖം പണിതു. പുറകിൽ ഒരു നീന്തൽ കുളമുണ്ടാക്കി. ഇതൊക്കെ കുടുംബനാഥൻ എന്നോട് പറഞ്ഞതാണ്. അവരാദ്യം ചെയ്തത് വീടിനു ചുറ്റിലും കോൺക്രീറ്റുകൊണ്ടുള്ള മതിൽ പണിയുക എന്നതാണ്. അവരുടെ വീട് നോക്കുന്നതിന് എനിക്കവർ നല്ലൊരു തുക പ്രതിഫലമായി നൽകുന്നുണ്ട്. എന്നും വീട് തുറന്ന് നോക്കണം എന്ന് അവർ ആവശ്യപ്പെട്ടിട്ടുണ്ട്. ആരും വാതിൽ തല്ലിത്തകർത്ത് അകത്ത് കടന്നിട്ടില്ലല്ലോ എന്ന് ഉറപ്പ് വരുത്താനാണിത്. ഒരു പഴയ വീടാണത്. പഴയ രൂപമാതൃകയിലുള്ളത്. മിക്കവാറും അഴുകി വീഴാറായിട്ടുള്ളത്. എന്നാൽ ഈ വർഷം അതിന്റെ രൂപമാകെ മാറും. അവരിപ്പോഴേ ഗെയ്റ്റിനരികിൽ മണൽകുന്നുകൂട്ടിയിട്ടിട്ടുണ്ട്. അതിനു മീതെ വിരിച്ചിരിക്കുന്ന പ്ലാസ്റ്റിക് കവറിനെ മറികടന്ന് കാറ്റ് അതിൽനിന്നും മണൽ നാലുഭാഗത്തേക്കും കൊണ്ടുപോകുന്നുണ്ട്. അത് തിരിച്ചവിടേക്കെത്തിക്കുക എന്നത് നല്ല അദ്ധ്വാനം ആവശ്യപ്പെടുന്ന ജോലിയായി. അവരുടെ പറമ്പിൽ ഒരു കൊച്ച് അരുവിയുണ്ട്. അതിനരികിൽ ഒരു കുളമുണ്ടാക്കാനും അതിൽ മീൻ വളർത്താനുമുള്ള പദ്ധതിയുണ്ടവർക്ക്. ആ കുളത്തിനരികിൽ ബാർബിക്യൂ വേണമെന്നും അവർ ആഗ്രഹിക്കുന്നു. വെല്ലർ (Weller) എന്നാണവരുടെ കുടുംബപ്പേര്. എന്റേതായ ഒരു പേര് അവർക്കിടണമോ എന്ന് ഞാൻ കുറേയാലോചിച്ചു. ഔദ്യോഗിക സർനെയിം യോജിക്കുന്ന ഒരു വ്യക്തിയാണിതെന്ന് പിന്നെ എനിക്ക് തോന്നി. ഇങ്ങനെ സമാനമായ ചിന്ത വന്നിട്ടുള്ള രണ്ടുപേരിൽ ഒരാളാണാണിയാൾ. അവർ സത്യമായും കിണറിൽ നിന്നുള്ളവർ തന്നെ. പണ്ടെന്നോ അതിൽ വീണതാണവർ.

ഇപ്പോൾ അതിന്റെ ഏറ്റവും ആഴത്തിലാണവർ താമസമാക്കിയിരിക്കുന്നത്. ഈ കിണറാണ് ഉലകം എന്നാണവർ ധരിച്ചിരിക്കുന്നത്.

അവസാനത്തെ വീട് വാടകയ്ക്ക് കൊടുത്തിരിക്കുകയാണ്. കൊച്ചു കുട്ടികളുള്ള യുവമിഥുനങ്ങളാണീ വീട് സാധാരണ വാടകയെക്കടുക്കാറുള്ളത്. ആഴ്ചാവസാനങ്ങൾ പ്രകൃതിയോടിണങ്ങി ജീവിക്കാൻ ആഗ്രഹിക്കുന്നവർ. ചിലപ്പോൾ കാമുകീകാമുകന്മാരാകും അത് വാടകയ്ക്കെടുക്കുന്നത്. അപൂർവ്വമായി സംശയാസ്പദമായ ചിലരേയും കണ്ടിട്ടുണ്ട്. രാവ് മുഴുക്കെ മദ്യപിക്കുന്നവർ. എന്നിട്ട് ഉച്ചവരെ ഉറങ്ങുന്നവർ. നിഴൽ പോലെ ആരെല്ലാം ഞങ്ങൾക്കിടയിലൂടെ കടന്നുപോയി? ആഴ്ചാവസാനങ്ങളിൽ മാത്രമാകും അവർ കാണപ്പെടുക. ഇന്നും വരും, നാളെ പോകും എന്ന മട്ടിൽ. അതിഗംഭീരമായി ഫർണിഷ് ചെയ്തിരിക്കുന്ന ആ കോട്ടേജ് ഞങ്ങൾക്കിടയിലെ ഏറ്റവും ധനികന്റേതാണ്. മിക്കവാറും എല്ലാ താഴ്വാരങ്ങളിലും എല്ലാ സമതലങ്ങളിലും വസ്തുവഹകളുണ്ടയാൾക്ക്. ഇന്നേർഡ് എന്നാണയാളുടെ പേര്. ഔദ്യോഗികനാമം ശരിക്കും യോജിക്കുന്നു എന്ന് ഞാൻ പറഞ്ഞ രണ്ടാമത്തെ വ്യക്തി ഇതാണ്. അയാൾ ആ വീട് വാങ്ങിയത് അത് നിൽക്കുന്ന ഭൂമി കണ്ടിട്ടാണത്രെ. അതിനെ ഒരു ദിവസം ഒരു ക്വാറിയാക്കി മാറ്റാനായേക്കും എന്ന ചിന്തയോടെയാണത്രെ. ഒരുപക്ഷേ ഈ സമതലം മുഴുക്കെ, ഇതുപോലെ ഖനനത്തിന് അനുയോജ്യമാകാം. ഒരുപക്ഷേ ഞങ്ങളെല്ലാം ഒരു സ്വർണ്ണ ഖനിക്ക് മുകളിലാകാം താമസിക്കുന്നത്. കരിങ്കല്ല് എന്ന സ്വർണ്ണത്തിനു മുകളിൽ.

ഇതെല്ലാം നേരാംവണ്ണം കൊണ്ടുനടക്കാൻ എനിക്ക് കുറേയെറെ അദ്ധ്വാനിക്കേണ്ടി വന്നു. ഇതിനോടൊപ്പം ആ ചെറിയ പാലവും സംരക്ഷിക്കണം. അതിനു കേടുപാടൊന്നുമില്ലല്ലോ എന്ന് ശ്രദ്ധിക്കണം. അതിന്റെ ഭാഗങ്ങളൊന്നും, കഴിഞ്ഞ വെള്ളപ്പൊക്കത്തിനുശേഷം പുനസ്ഥാപിക്കപ്പെട്ട ഭാഗങ്ങളൊന്നും ഒലിച്ചു പോയിട്ടില്ലല്ലോ എന്ന് ശ്രദ്ധിക്കണം. വെള്ളം അതിൽ ദ്വാരങ്ങളുണ്ടാക്കിയിട്ടില്ലല്ലോ എന്ന് ശ്രദ്ധിക്കണം. എന്റെ സന്ദർശനം കഴിഞ്ഞാൽ ഞാൻ ഒരു വട്ടം കൂടി തിരിഞ്ഞ് നോക്കും. എല്ലാം അവിടെയുണ്ടെന്നതിൽ സന്തോഷിക്കും. അങ്ങനെ അല്ലാതിരിക്കാനും സാധ്യതയുണ്ടല്ലോ! ഈ സമതലത്തിൽ പുല്ലല്ലാതെ മറ്റൊന്നും ഇല്ലാത്ത അവസ്ഥയിലേക്ക് നീങ്ങാൻ സാധ്യതയുണ്ട്. വലിയ പുല്ലും മുൾച്ചെടികളും മാത്രം. അതല്ലെങ്കിൽ ഒന്നുമില്ലാത്ത ശൂന്യമായ അവസ്ഥയും സംജാതമായേക്കാം. ശൂന്യാകാശം പോലെ ഒരു ശൂന്യത. ഒരുപക്ഷേ അതായിരുന്നിരിക്കാം ഏറ്റവും നല്ല അവസ്ഥ.

ഇങ്ങനെ വയലുകളിലൂടെയും തോട്ടങ്ങളിലൂടെയും ഉലാത്തിക്കൊണ്ടിരിക്കുമ്പോൾ എന്റെ മനസ്സിൽ മറ്റൊരു ചിന്ത വരും. ദശലക്ഷം വർഷങ്ങൾ കഴിഞ്ഞാൽ ഈ സ്ഥലം എങ്ങനെയുണ്ടാകും? ഇതേ ചെടികൾ അന്നുമുണ്ടാകുമോ? ആകാശത്തിന്റെ നിറമെന്താകും? ഇതുപോലെ

തന്നെയിരിക്കുമോ? ഭൂമിയുടെ അന്തർഭാഗത്തെ പാളികൾ ചലിച്ച്, കൂട്ടിയിടിച്ച്, വലിയ മലനിരകൾ, ഉയരമേറിയ ഗിരിശൃംഗങ്ങൾ രൂപപ്പെട്ടിരിക്കുമോ? കടൽ ഉയർന്ന് വന്നിട്ടുണ്ടാകുമോ? അങ്ങനെ ഇന്ന് ലോകം 'സ്ഥലം' എന്നു വിളിക്കുന്ന എല്ലാതിനേയും അത് അതിന്റെ ചലനങ്ങളാലും തിരകളാലും ഇല്ലാതാക്കിയിരിക്കുമോ? എനിക്കൊന്ന് മാത്രം ഉറപ്പുണ്ട്. അന്ന് ഈ വീടുകളൊന്നുമുണ്ടാകില്ല. എന്റെ പ്രയത്നം അതിനാൽതന്നെ തീർത്തും നിസ്സാരങ്ങളാണ്. ഒരു മൊട്ടുസൂചിമുനയിൽ നിറുത്താവുന്നത്ര നിസ്സാരം. എന്റെ ജീവിതവും അങ്ങനെ തന്നെ. അത് ഞാൻ ഒരിക്കലും മറക്കരുത്.

പിന്നെ ഞങ്ങളുടെ അതിരുകൾക്കപ്പുറത്തേക്ക് നടന്നാൽ, പ്രകൃതി മാറും. ഇവിടെ നിലത്തുനിന്ന് ആശ്ചര്യചിഹ്നങ്ങൾ എഴുന്ന് നിൽക്കുന്നത് കാണാനാകും. പ്രകൃതിയെ കീറിമുറിച്ച് നിൽക്കുന്ന മൊട്ടക്കുന്നുകൾ കാണാനാകും. എവിടെ നോക്കിയാലും അത് മാത്രമാകും കാഴ്ച. അപ്പോൾ എന്റെ കൺപോളകൾ വിറയ്ക്കും. കണ്ണടഞ്ഞ് പോകും. വയലുകളിൽ എഴുന്ന് നിൽക്കുന്ന, നിർത്തിയിരിക്കുന്ന, മരം കൊണ്ട് നിർമ്മിച്ച ആ രൂപങ്ങൾ കണ്ട് ഞാൻ കണ്ണടയ്ക്കും. വയലുകളുടെ അതിരിൽ അല്ലെങ്കിൽ കാടിന്റെ അതിരിലാകും അവ. സമതലത്തിൽ അത്തരത്തിൽ എട്ടെണ്ണമുണ്ട്. അതിന്റെ കൃത്യം എണ്ണം എനിക്കറിയാം. കാരണം ഡോൺ ക്വിക്സോട്ട് കാറ്റാടികളുമായി ഇടപഴകിയതുപോലെ ഭൂതകാലത്ത് ഞാൻ അവയുമായി ഇടപഴകിയിട്ടുണ്ട്. മരംകൊണ്ടുള്ള കുരിശുകൾ എന്ന് ഞാനവയെ വിളിക്കും. നാലുകാലുകൾക്ക് മുകളിൽ നിൽക്കുന്ന കാബിനുകളാണവ. നായാടാൻ ഉപയോഗിക്കുന്ന മണ്ഡപങ്ങൾ. അതെന്നെ കോപാകുലയാക്കും. അത്തരം ഒരു മണ്ഡപത്തിന്റെ ആവശ്യമെന്താണ്? അവിടെ നിന്ന് ആര് എന്ത് സുവിശേഷമാണ് പ്രസംഗിക്കുന്നത്? അഹങ്കാരത്തിന്റെ, ധിക്കാരത്തിന്റെ, ധാർഷ്ട്യത്തിന്റെ ഉത്തുംഗതയല്ലേ ഇത്? എന്തിനെയെങ്കിലും കൊല്ലാനായി നിർമ്മിച്ചിരിക്കുന്നതിനെ മണ്ഡപം എന്നൊക്കെ വിളിക്കുന്നത് അതിദുഷ്ടമായ ഒരു ആശയമല്ലേ?

എനിക്കിപ്പോഴും അവയെ കാണാനാകും. ഞാൻ ഇടംകണ്ണിട്ട് നോക്കും. അങ്ങനെ നോക്കുമ്പോൾ അവയ്ക്ക് ആകൃതിയില്ലാതാകും, അവ അപ്രത്യക്ഷമാകും. അവയുടെ സാന്നിദ്ധ്യം അസഹനീയമായതിനാലാണ് ഞാൻ അങ്ങനെ ചെയ്യുന്നത്. സത്യം മറ്റൊന്നു കൂടിയാണ്. കോപം വരുന്നവർ ഒന്നും ചെയ്യാറില്ല. അവർ വെറുത ആ അണുബാധ പരത്തുകയേ ചെയ്യാറുള്ളൂ എന്നാണ് ഞങ്ങളുടെ ബ്ലേയ്ക്ക് പറയുന്നത്. അത് തന്നെയാകണം എന്റെ കാരണവും.

ആ മണ്ഡപങ്ങളെ നോക്കി അങ്ങനെ നിൽക്കുമ്പോൾ എനിക്ക് കയ്യൊന്ന് നീട്ടി ചക്രവാളത്തിന്റെ ഒറ്റവരയിൽ പിടിക്കാനാകും. അതൊരു മുടിനാരാണെന്ന മട്ടിൽ പിടിക്കാനാകും. അതിനപ്പുറം കാണാനാകും.

അതിനപ്പുറത്ത് ചെക്ക് റിപ്പബ്ലിക്കാണ്. ഇത്തരം പീഡനങ്ങൾ, പൈശാചികത കണ്ട് സഹിക്കാനാകാതെ, സൂര്യൻ അവിടെനിന്ന് പെട്ടെന്ന് ഓടിപ്പോകുന്നു. അവിടെ എന്റെ കന്യക രാവിലേക്കൊളിക്കുന്നു. ശുക്രൻ ചെക്ക് റിപ്പബ്ലിക്കിൽ മെത്ത വിരിക്കുന്നു.

ഇങ്ങനെയൊക്കെയാണെന്റെ സായാഹ്നങ്ങൾ. ഞാൻ അടുക്കളയിലെ വലിയ മേശയ്ക്കരികിലിരിക്കും. എന്റെ ഇഷ്ടവിനോദങ്ങളിലേർപ്പെടും. ആ മേശപ്പുറത്ത് ഡിസ്സി എനിക്ക് തന്ന ലാപ്ടോപ്പിരിപ്പുണ്ട്. എന്നാൽ ഒരൊറ്റ പ്രോഗ്രാം മാത്രമേ ഞാൻ ഇതുവരേക്കും ഉപയോഗിച്ചിട്ടുള്ളൂ. അവിടെ എന്റെ പഞ്ചാംഗമുണ്ട്. നോട്ടുകളെഴുതാൻ കുറച്ച് കടലാസുകളുണ്ട്. ഏതാനും പുസ്തകങ്ങളുണ്ട്. ജോലിക്കിടയിൽ ഞാൻ നുണയുന്ന ഉണങ്ങിയ പഴങ്ങളുണ്ട്. ഒരു പാത്രത്തിൽ പാലൊഴിക്കാത്ത ചായയുണ്ട്. അതല്ലാതെ മറ്റ് വിധത്തിലുള്ള ചായ കുടിക്കാറില്ല.

സത്യത്തിൽ എനിക്ക് എല്ലാ കണക്കുകളും കൈകൊണ്ട് കൂട്ടാവുന്നതേയുള്ളു. എന്നാൽ അങ്ങനെ ചെയ്യാറില്ല എന്നതിൽ എനിക്ക് ചെറിയ ദുഃഖമുണ്ട്. ഇന്ന് ആരാണ് മനക്കണക്ക് കൂട്ടാനിരിക്കുക?

ഒരു മരുഭൂമിയിൽ വെച്ച്, കമ്പ്യൂട്ടറില്ലാതെ, വൈദ്യുതിയില്ലാതെ, ഒരു ഉപകരണത്തിന്റേയും സഹായമില്ലാതെ ജാതകം ഗണിക്കാൻ എന്നോട് ആവശ്യപ്പെട്ടാൽ എനിക്കതിനാകും. എനിക്കാകെ ആവശ്യം വരിക എന്റെ പഞ്ചാംഗം മാത്രം. അതുകൊണ്ടുതന്നെ എന്നോടാരെങ്കിലും ഞാനൊരു ഒറ്റപ്പെട്ട ദ്വീപിലാകുകയാണെങ്കിൽ അപ്പോൾ ഏത് പുസ്തകം കയ്യിലുണ്ടാകണം എന്നാണ് ആഗ്രഹിക്കുക എന്ന് ചോദിച്ചാൽ സംശയലേശമന്യേ ഞാൻ 1920 മുതൽ 2020 വരെയുള്ള സമ്പൂർണ്ണ പഞ്ചാംഗം എന്ന് പറയും. (അങ്ങനെ ആരും ചോദിക്കാറില്ല എന്നത് ദുഃഖകരമാണ്.)

ഒരാളുടെ മരണദിവസം ജാതകത്തിലൂടെ കാണാനാകുമോ എന്നറിയാൻ എന്നിൽ ആകാംക്ഷയുണ്ട്. ജാതകത്തിലെ മരണം! അതെങ്ങനെയുണ്ടാകും? അതെങ്ങിനെ പ്രകടമാകും? ഇത്തരം വിധികളെ നിയന്ത്രിക്കുന്നത് ഏത് ഗ്രഹമാണ്? യൂറിസണിന്റെ ഈ ലോകത്തിൽ ഈ നിയമങ്ങൾ ബാധകമാണ്. നക്ഷത്രങ്ങൾ തിളങ്ങി നിൽക്കുന്ന ആകാശം തൊട്ട് സദാചാര അന്തർബോധം വരെ. ഇതെല്ലാം കൃത്യതയാർന്ന നിയമങ്ങളാണ്. ഒഴികഴിവുകളൊന്നുമില്ല. ദയയോ കരുണയോ ഇല്ല. ജനനത്തിനൊരു ചിട്ടയുള്ളതുപോലെ മരണത്തിനുമുണ്ടോ?

ഇത്രയും വർഷങ്ങൾക്കുള്ളിൽ ഞാൻ 1042 ജനനത്തിയതികളും 999 മരണത്തിയതികളും ശേഖരിച്ചിട്ടുണ്ട്. എന്റെ ചെറിയ ഗവേഷണം ഇപ്പോഴും നടന്നുകൊണ്ടിരിക്കുന്നു. യൂറോപ്യൻ യൂണിയനിൽ നിന്ന് ഇതിന് ധനസഹായമൊന്നും ലഭിക്കുന്നില്ല. ഇത് ഒരു അടുക്കള മേശയിൽ വിരാജിക്കുന്ന പദ്ധതിയാണ്.

ശീലം കൊണ്ടാണ് ജ്യോതിഷം പഠിക്കേണ്ടത് എന്ന അഭിപ്രായക്കാരിയാണ് എന്നും ഞാൻ. ഇത് ജ്ഞാനമാണ്. ഒരു പരിധിവരെ അനുഭവസിദ്ധവും മനശ്ശാസ്ത്രം പോലെ ശാസ്ത്രീയവും എന്ന് നമുക്കു പറയാം. ഒരാൾ സ്വന്തം ചുറ്റുവട്ടത്തിലുള്ള ചിലരെ നിരീക്ഷിക്കണം. അവരുടെ ജീവിതവും ഗ്രഹങ്ങളുടെ ചലനങ്ങളും നിലയും തമ്മിൽ സംയോജിപ്പിക്കണം. താരതമ്യപ്പെടുത്തണം. മറ്റുള്ളവർ പങ്കാളികളാകുന്ന ഇതേ സംഭവങ്ങളും അയാൾ നിരീക്ഷിക്കുകയും വിശകലനം ചെയ്യുകയും വേണം. അപ്പോൾ ഒരേ പോലെയുള്ള ജ്യോതിശാസ്ത്ര രൂപങ്ങൾ ഒരേപോലെയുള്ള സംഭവങ്ങളെ വിവരിക്കുന്നു എന്ന് കാണാനാകും. അപ്പോഴാണ് ഒരാൾക്ക് ഇതിൽ താത്പര്യം തോന്നി തുടങ്ങുന്നത്. അതെ, ഒരു ക്രമമൊക്കെയുണ്ട് എന്ന താത്പര്യം. അതെങ്ങനെ എന്ന് നമുക്ക് മനസ്സിലാക്കാവുന്ന അകലത്തിലാണല്ലോ എന്നു താത്പര്യം. നക്ഷത്രങ്ങളും ഗ്രഹങ്ങളും അത് സ്ഥാപിക്കുന്നു. അതിനു വേണ്ട, അതായത് നമ്മുടെ ജീവിതത്തിനു വേണ്ട, മാതൃക ആകാശമാണ്. വിശദമായ പഠനം നടത്തിയാൽ, ഇവിടെ ഭൂമിയിലിരുന്ന് ആകാശത്തിൽ ഗ്രഹങ്ങൾ എങ്ങനെ വിതാനിച്ചിരിക്കുന്നു എന്ന് ഊഹിച്ചെടുക്കാനാകും. ഉച്ചയ്ക്കുണ്ടാകുന്ന ഒരു കൊടുങ്കാറ്റ്, വാതിലിലെ വിള്ളലിലൂടെ പോസ്റ്റ്മാൻ അകത്തേക്ക് തള്ളിയ ഒരു കത്ത്, കുളിമുറിയിലെ പൊട്ടിപ്പോയ ഒരു ബൾബ്, ഒന്നിനും ഈ ക്രമത്തിനതീതമാകാനാകില്ല. എന്നിൽ ഇത് മദ്യംപോലെ പ്രവർത്തിക്കുന്നു. അതല്ലെങ്കിൽ മയക്കുമരുന്നുപോലെ. അതിനാൽ ഞാൻ ഊഹിച്ചുകൊണ്ടേയിരിക്കുന്നു. അതെന്നെ ആഹ്ലാദിപ്പിച്ചുകൊണ്ടേയിരിക്കുന്നു.

ഒരാൾ അയാളുടെ കണ്ണും കാതും തുറന്നു വെയ്ക്കേണ്ടതുണ്ട്. യാഥാർത്ഥ്യങ്ങളെ താരതമ്യം ചെയ്യേണ്ടതെങ്ങനെ എന്ന് പഠിക്കേണ്ടതുണ്ട്. തീർത്തും വ്യത്യസ്തങ്ങളായവയിൽ താരതമ്യങ്ങൾ കാണേണ്ടതുണ്ട്. ചിലതെല്ലാം പല തലങ്ങളിൽ സംഭവിക്കുന്നു എന്നറിയേണ്ടതുണ്ട്. അഥവാ പലതും ഒരേ സംഭവം തന്നെയെന്നറിയേണ്ടതുണ്ട്. ഈ ലോകം ഒരു വലിയ കണ്ണിയാണെന്നറിയേണ്ടതുണ്ട്. ഒരൊറ്റ വസ്തുവിനും സ്വതന്ത്രമായ, വ്യതിരിക്തമായ നിലനില്പില്ലെന്നറിയേണ്ടതുണ്ട്. ഈ ലോകത്തിലെ അവസാനത്തെ കണികയും സങ്കീർണ്ണമായ പ്രപഞ്ചവുമായി ബന്ധപ്പെട്ടതാണ്. ഒരു സാധാരണ മനസ്സിന് ഇതിലേക്കിറങ്ങിച്ചെല്ലുക വിഷമമാണ്. അങ്ങനെയാണവ പ്രവർത്തിക്കുന്നത്. ഒരു ജാപ്പനീസ് കാറുപോലെയാണത്.

ബ്ലെയ്ക്കിന്റെ ഭ്രമാത്മകവും വിചിത്രവുമായ പ്രതിരൂപാത്മകവാദത്തിൽ അമിതാവേശത്തോടുകൂടി കാടുകയറിപ്പോകുന്ന ശീലമുള്ള ഡിസ്സി ഒരിക്കലും ജ്യോതിഷത്തിലുള്ള എന്റെ താത്പര്യം പങ്കുവെച്ചിട്ടില്ല. അത് അയാൾ വളരെ വൈകി ജനിച്ചതിനാലാണ്. അയാളുടെ തലമുറയ്ക്ക് തുലാം രാശിയിൽ രാഹുവുണ്ട്. ആ സാന്നിദ്ധ്യം അവരിൽ ജാഗ്രതക്കുറവുണ്ടാക്കുന്നു. നരകത്തെപ്പോലും സമവായത്തിലാക്കാൻ അവർക്കാകും

എന്നവർ കരുതുന്നു. അത്രയ്ക്കൊക്കെ അവർക്കു ചെയ്യാനാകും എന്ന് എനിക്കു വിശ്വാസമില്ല. അവർക്ക് ഒരു പക്ഷേ രൂപകല്പനകളും എഴുത്ത് പ്രയോഗങ്ങളുമൊക്കെ അറിയാമായിരിക്കും. എന്നാൽ അവരിൽ മിക്ക വർക്കും ജാഗ്രത എന്നൊന്നുണ്ടാകില്ല.

വളരെ സുന്ദരമായ ഒരു പ്രദേശത്താണ് ഞാൻ ജനിച്ച് വളർന്നത്. ദുഃഖകരമെന്ന് പറയട്ടെ അതെല്ലാം ഇന്നലെയായിരുന്നു. ആ ഇന്നലെ കളിൽ മാറ്റത്തിനെ സ്വീകരിക്കാനുള്ള മനസ്സൊരുക്കമുണ്ടായിരുന്നു. വിപ്ലവാത്മകമായ വീക്ഷണങ്ങൾ സൃഷ്ടിക്കുന്നതിനുള്ള നിപുണതകളു ണ്ടായിരുന്നു. ഇന്ന് പുതുതായി ചിന്തിക്കാനുള്ള ധൈര്യം ആർക്കുമില്ല. കാര്യങ്ങൾ എങ്ങനെയാണെന്നാണ് ദിവസം മുഴുക്കെ അവർ ചർച്ച ചെയ്യുന്നത്. പഴയ ആശയങ്ങൾ തന്നെ അവർ വീണ്ടും വീണ്ടും ഉരുട്ടി ക്കളിക്കുന്നു. യാഥാർത്ഥ്യത്തിനു പ്രായമായിരിക്കുന്നു, ജരാനര ബാധി ച്ചിരിക്കുന്നു. എന്തൊക്കെയാണെങ്കിലും ജീവനുള്ള വസ്തുക്കളെ ബാധിക്കുന്നതെല്ലാം ആ നിയമങ്ങളെല്ലാം ഇതിനും ബാധകമാകുമല്ലോ. ശരീരത്തിലെ കോശങ്ങൾ പോലെ, അതിന്റെ ചെറിയ ഘടകങ്ങൾ പോലെ, വികാരങ്ങളും മുൻ നിർണ്ണയിക്കപ്പെട്ട കോശശിഥിലീകരണ പ്രക്രിയയ്ക്ക് വിധേയമാകുന്നു. ഈ പ്രക്രിയ സ്വാഭാവിക മരണമാണ്. വസ്തുക്കളുടെ ക്ഷീണവും അപചയവും മൂലം സംഭവിക്കുന്ന ഒന്ന്. ഗ്രീക്ക് ഭാഷയിൽ ഇതിനുപയോഗിക്കുന്ന പദത്തിന് 'ഇതൾ കൊഴിയുക' എന്നൊരു അർത്ഥം കൂടിയുണ്ട്. അതെ, ലോകം അതിന്റെ ഇതളുകൾ കൊഴിച്ചിരിക്കുന്നു.

എന്നാൽ പുതിയ ചിലത് സംഭവിക്കാതിരിക്കുക തരമില്ല. എന്നും അതങ്ങനെയാണ്. ഇത് ഹാസ്യാത്മകമായ ഒരു വിരോധാഭാസമാണോ? മീനം രാശിയിൽ വരുണനുണ്ട്. എന്നാൽ അത് മേടം രാശിയിലേക്ക് നീങ്ങു മ്പോൾ പുതിയ ഒരു ചക്രം തുടങ്ങുന്നു. യാഥാർത്ഥ്യം വീണ്ടും ജനി ക്കുന്നു. വസന്തത്തിൽ, രണ്ട് വർഷത്തിനുള്ളിൽ.

ജാതകം ഗണിക്കുക എന്നത് എനിക്ക് സന്തോഷം നൽകുന്നു. മരണ ത്തിന്റെ ഈ ക്രമങ്ങളെക്കുറിച്ച് കണ്ടെത്തുമ്പോഴും അതെന്നിൽ കൊണ്ടുവരുന്നത് ജാതകം ഗണിക്കുന്നു എന്ന ആനന്ദമാണ്. ഗ്രഹ ങ്ങളുടെ ചലനം എപ്പോഴും സമ്മോഹനപരമാണ്. സുന്ദരമാണ്. അതിനെ നിർത്തിവെയ്പ്പിക്കാനോ അതിന്റെ വേഗം കൂട്ടുവാനോ ആകില്ല. ഈ ക്രമം ജനീന ദസ്ജെയ്കൊവിന്റെ സമയത്തിനും സ്ഥലത്തിനും അപ്പുറ ത്തേക്ക് നീങ്ങട്ടെ എന്ന് പരിഗണിക്കാനാണെനിക്കിഷ്ടം. എന്തിലെങ്കിലും പൂർണ്ണമായി ആശ്രയിക്കാനാകുന്നതിനോട് വിട ചൊല്ലുന്നതിനു തുല്യ മാകും അത്.

അങ്ങനെ, സ്വാഭാവിക മരണം എപ്പോഴുണ്ടാകും എന്നറിയാൻ നമ്മൾ ഹൈലെഗിന്റെ സ്ഥാനം ഗണിക്കുന്നു. മറ്റ് വാക്കുകളിൽ പറഞ്ഞാൽ, അഥവാ ഹൈലെഗ് എന്ന് പറഞ്ഞാൽ, നമുക്കു വേണ്ടി വിശ്വത്തിൽ നിന്ന്

നിർണ്ണായകമായ ഊർജ്ജത്തെ വലിച്ചെടുക്കുന്ന ജ്യോതിർഗോള മാണിത്. പകൽ ജനിക്കുന്നവർക്ക് ഇത് സൂര്യനാണെങ്കിൽ രാത്രി ജനിക്കുന്നവർക്ക് ഇത് ചന്ദ്രനാണ്. ചില അവസരങ്ങളിൽ രാശി അധിപൻ ഹൈലെഗ് ആയി മാറാറുണ്ട്. എട്ടാംഭാവാധിപനുമായോ അല്ലെങ്കിൽ ആ സ്ഥാനത്തുള്ള ഏതെങ്കിലും ഗ്രഹവുമായോ അത്ര സുഖകരമല്ലാത്ത ഒരു അവസ്ഥയിൽ ഹൈലെഗ് സമൂലപരിഷ്കരണ വാദവുമായി അവതരിക്കുമ്പോഴാണ് സാധാരണയായി മരണം വന്നു ചേരുന്നത്.

അക്രമാസക്തമായ മരണത്തിന്റെ സാധ്യതകൾ പരിശോധിച്ചപ്പോൾ എനിക്ക് ഹൈലഗിനേയും പരിഗണിക്കേണ്ടി വന്നു. അതിന്റെ സ്ഥാനവും അപ്പോൾ അതിനോടൊപ്പമുള്ള ഗ്രഹങ്ങൾ ഏതൊക്കെ എന്നും ഗണിക്കേണ്ടി വന്നു. ഹാനികാരികളായ ഗ്രഹങ്ങളായ ചൊവ്വ, ശനി, വരുണൻ എന്നിവയിൽ ഏതിനൊക്കെ അപ്പോൾ കരുത്ത് വർദ്ധിക്കുന്നു എന്നും അതുവഴി ഒരു നിഷേധ പ്രഭാവം വളർത്തുന്നു എന്നും ഗണിച്ചെടുക്കേണ്ടി വന്നു.

അന്ന് ഞാൻ കീശയിൽ നിന്ന് ബിഗ് ഫൂട്ടിന്റെ വിശദാംശങ്ങൾ എഴുതിയിരുന്ന കടലാസെടുത്ത് ജോലി തുടങ്ങി. കീശയിൽ ചുരുട്ടിവച്ചിരിക്കുകയായിരുന്നു ആ കടലാസ്. ശരിയായ സമയത്താണോ അയാൾക്കരികിലേക്ക് മരണദൂതനെത്തിയത് എന്ന് ഗണിച്ചെടുക്കുകയായിരുന്നു ലക്ഷ്യം. അയാളുടെ ജനന തിയതി ടൈപ്പ് ചെയ്യുന്നതിനിടയിൽ ഞാൻ ആ കടലാസിലേക്ക് ഒന്നുകൂടി പാളി നോക്കി. നായാട്ടിന്റെ കലണ്ടർ രേഖപ്പെടുത്തിയ, മാർച്ച് മാസത്തിന്റെ ഒരു താളായിരുന്നു അത്. മാർച്ചിൽ നായാടാവുന്ന മൃഗങ്ങളുടെ വിവരങ്ങളും അവയുടെ സ്വഭാവവിശേഷങ്ങളും അതിൽ രേഖപ്പെടുത്തിയിരുന്നു.

സ്ക്രീനിൽ ജാതകം പ്രത്യക്ഷമായി. ഒരു മണിക്കൂർ അതെന്നെ പിടിച്ചിരുത്തി. ഞാനാദ്യം ശനിയെ ശ്രദ്ധിച്ചു. ഒരു നിശ്ചിത സ്ഥാനത്ത് ശനി വരുന്നത് ശ്വാസം മുട്ടിയോ തൂങ്ങിക്കിടന്നോ ഉള്ള മരണത്തെ സൂചിപ്പിക്കുന്നതാണ്.

രണ്ട് സായാഹ്നങ്ങൾ മുഴുക്കെ ഞാൻ ബിഗ്ഫൂട്ടിന്റെ ജാതകത്തിൽ അലഞ്ഞു. അതിനിടയിൽ ഡിസ്സി വിളിച്ചു. എന്നെ സന്ദർശിക്കാനുള്ള അവന്റെ ഇച്ഛയ്ക്ക് ഞാൻ തടയിട്ടു. ഉറപ്പില്ലാത്ത ഈ മഞ്ഞിൽ അവന്റെ ആ പഴയ ഫിയറ്റ് 126 പൂഴ്ന്ന് പോകും. അവൻ തൊഴിലാളികൾക്കായുള്ള ഹോസ്റ്റൽ മുറിയിലിരുന്ന് ബ്ലെയ്ക്കിനെ വിവർത്തനം ചെയ്യട്ടെ. അവന്റെ മനസ്സിന്റെ ഇരുട്ടറയിൽ പോളിഷ് വാക്യങ്ങൾ ഉത്പാദിപ്പിക്കാനായി ഇംഗ്ലീഷ് നിഷേധ സൂചകങ്ങളെ വികസിപ്പിക്കട്ടെ. അവൻ വെള്ളിയാഴ്ച വരുന്നതാകും നല്ലത്. അപ്പോൾ ഞാൻ അവനോട് കഥകളെല്ലാം പറയും. നക്ഷത്രങ്ങളുടെ ഘടനയും സ്ഥാനവുമെല്ലാം വിവരിക്കും.

ഞാൻ വളരെ ശ്രദ്ധയോടെയിരിക്കേണ്ടിയിരിക്കുന്നു. ഇപ്പോൾ എനിക്കങ്ങനെ ധൈര്യമായി പറയാം. ഞാൻ അത്ര നല്ല ഒരു ജ്യോതിഷിയൊന്നുമല്ല എന്നു പറയാം. ഗ്രഹങ്ങളുടെ വിന്യാസത്തെ എനിക്ക് സ്പഷ്ടമാക്കാത്ത എന്തോ ഒരു പിഴവ് എന്റെ സ്വഭാവത്തിലുണ്ട്. എന്റെ ഭയത്തിലൂടെയാണ് ഞാനവയെ കാണുന്നത്. ജനങ്ങൾ എനിക്ക് ചാർത്തിതന്നിരിക്കുന്ന ആഹ്ലാദചിത്ത എന്ന മായാരൂപത്തെ കണക്കിലെടുക്കാതെ, ഒരു ഇരുണ്ട കണ്ണാടിയിലൂടെയാണ് ഞാൻ എല്ലാം കാണുന്നത്. പുകപിടിപ്പിച്ച ചില്ലിലൂടെ. ഗ്രഹണസമയത്ത് ജനങ്ങൾ സൂര്യനെ എങ്ങനെ നോക്കി കാണുന്നോ അതുപോലെയാണ് ഞാൻ എല്ലാതിനേയും കാണുന്നത്. അതിനാൽ ഭൂമിയെ ഗ്രഹണം ബാധിച്ച അവസ്ഥയിൽ ഞാൻ കാണുന്നു. നിതാന്തമായ അന്ധതയിൽ, ശാശ്വതമായ വിഷാദത്തിൽ എല്ലാം ചലിക്കുന്നത് കാണുന്നു. ഒരു കുട്ടിപെട്ടിയിലടച്ചിട്ട വണ്ടുകളെപ്പോലെയാണവ. നമ്മെ ഉപദ്രവിക്കുകയും നമുക്ക് ക്ഷതമേല്പിക്കുകയും ചെയ്യുക എന്നത് വളരെ എളുപ്പമാണ്. നമ്മുടെ സങ്കീർണ്ണമായി സംയോജിക്കപ്പെട്ട ഭ്രമാത്മകമായ നിലനില്പിനെ തച്ചുടയ്ക്കാൻ എളുപ്പമാണ്. എല്ലാം സാധാരണമാണെന്ന് വ്യാഖ്യാനിക്കാനാണെനിക്ക് ഇഷ്ടം. അതുപോലെ തന്നെ ഭീകരവും ഭീഷണവുമാണെന്ന്. മഹാവിപത്തുകളല്ലാതെ മറ്റൊന്നും ഞാൻ കാണുന്നില്ല. എന്നാൽ ശരൽക്കാരം തുടങ്ങുമ്പോൾ നമുക്ക് ഇതിലും വലിയ വീഴ്ചയുണ്ടാകുമോ?

എന്തായാലും എന്റെ മരണ തിയതി എനിക്കറിയാം. അതെന്നെ സ്വതന്ത്രമാക്കുന്നു.

5

മഴയിൽ ഒരു തുണ്ട് വെളിച്ചം

നിയമത്തിന്റെ കല്ലുകളുപയോഗിച്ചാണ്
ജയിലുകൾ നിർമ്മിക്കപ്പെടുന്നത്
മതത്തിന്റെ കല്ലുകളുപയോഗിച്ച് വേശ്യാലയങ്ങളും

ദൂരെനിന്ന് ഒരു അടിയൊച്ച. എന്തോ പൊട്ടിയ ഒരു സ്വരം. അടുത്ത മുറിയിലിരുന്ന് ആരോ കടലാസു സഞ്ചിയിൽ വായു നിറച്ച് അടിച്ച് പൊട്ടിച്ചതുപോലെ.

ഞാൻ മെത്തയിൽ എഴുന്നേറ്റിരുന്നു. എന്തോ സംഭവിക്കാൻ പാടില്ലാത്തത് സംഭവിച്ചിരിക്കുന്നു. ഈ സ്വരം ഒരുപക്ഷേ ആരുടെയെങ്കിലും ജീവനുമേലുള്ള വിധിയാകാം. അതേ സ്വരം വീണ്ടും പലയാവർത്തി വന്നു. ഞാൻ വേഗം വസ്ത്രം ധരിച്ചു. അപ്പോഴും പക്ഷേ ഞാൻ ഉറക്കത്തിൽ നിന്ന് പൂർണ്ണ വിമുക്തയായിരുന്നില്ല. മുറിയുടെ മദ്ധ്യത്തിൽ സ്വെറ്ററിൽ കുടുങ്ങി ഞാൻ നിന്നു. എനിക്കെന്തോ നിസ്സഹായത തോന്നി. എന്തു ചെയ്യണം? അങ്ങനെയൊരു ദിവസത്തിൽ സംഭവിക്കാറുള്ളതുപോലെ സുന്ദരമായ കാലാവസ്ഥയായിരുന്നു. നായാട്ടുകാരെ കാലാവസ്ഥാ ദേവത അനുഗ്രഹിച്ചിരിക്കുന്നു. നല്ല വെയിലുണ്ടായിരുന്നു. സൂര്യൻ ഉദിച്ചിട്ടേയുള്ളൂ. ചുവപ്പ് പൂർണ്ണമായും മാറിയിട്ടില്ല. ഉറക്കം തൂങ്ങുന്ന നീളൻ നിഴലുകൾ വിട്ടുപോയിട്ടില്ല. ഞാൻ പുറത്തിറങ്ങി. എന്റെ കൊച്ചു പെൺകുട്ടികൾ എനിക്ക് മുന്നേ ഓടുന്നുണ്ടെന്ന് തോന്നി. അവർ നേരെ മഞ്ഞിലേക്കാണോടുന്നത്. അവർ പ്രതീക്ഷിച്ചിരിക്കുന്ന ദിവസം വന്നെത്തിയിരിക്കുന്നു എന്ന ഉത്സാഹമാണവർക്ക്. ഒട്ടും ലജ്ജയില്ലാതെ അവ അവരുടെ സന്തോഷം തുറന്ന് കാണിക്കുന്നു. ഞാൻ അതിൽ ആകൃഷ്ടയായി.

അതെന്നിലേക്കും പടർന്നു. ഞാൻ അവയ്ക്ക് ഒരു മഞ്ഞുപന്ത് എറിഞ്ഞ് കൊടുത്തു. അവയത് ഒരു പച്ചവെളിച്ചമാണെന്ന് കരുതി സ്വീകരിച്ചു.

വീണ്ടും ഓടാൻ തുടങ്ങി. അപ്പോൾ എന്തിനു പുറകെയാണോ അവയോടിക്കൊണ്ടിരുന്നത് അത് അവയെ പിന്തുടരാൻ തുടങ്ങി. പന്തയം അങ്ങനെ മാറി മാറി വന്നു. ആദ്യം മുന്നിലായിരുന്നവർ പുറകിലേക്കും വീണ്ടും മുന്നിലേക്കും മാറിമാറിയെത്തി. അതവരുടെ ആനന്ദം വർദ്ധിപ്പിച്ചു. ഭ്രാന്ത് പിടിച്ചതുപോലെ വീടിനു ചുറ്റിലും ഓടുകയല്ലാതെ ആ ആനന്ദം പ്രകടമാക്കാൻ മറ്റ് മാർഗ്ഗങ്ങളില്ലെന്ന് തോന്നി.

കണ്ണുനീർ എന്റെ കവിളുകളെ വീണ്ടും നനയ്ക്കാനാരംഭിച്ചു. ഒരു ഡോക്ടറെ കാണാൻ സമയമായിരിക്കുന്നു എന്നെനിക്കു തോന്നി. ഡോക്ടർ അലി, ത്വക്രോഗവിദഗ്ദനാണദ്ദേഹം. എന്നാൽ മറ്റ് വിഷയങ്ങളും അദ്ദേഹത്തിനറിയാം. അതൊക്കെ മനസ്സിലാക്കും. എന്റെ കണ്ണുകൾക്ക് എന്തോ രോഗമുണ്ടെന്നത് ഉറപ്പായിരിക്കും.

സമുറായ്ക്ക് നേരെ നടക്കുന്നതിനിടയിൽ ഞാൻ മരത്തിൽ ഞാത്തിയിട്ടിരുന്ന സഞ്ചിയെടുത്തു. അതിൽ നിറയെ മഞ്ഞുകണങ്ങളുണ്ടായിരുന്നു. അതിനെത്ര ഭാരമുണ്ടാകും എന്ന് കണക്കു കൂട്ടി. 'പിശാചിന്റെ തണുത്ത കൈ' എന്ന ഒരു ഭൂതകാല ഓർമ്മ എന്നിലേക്കെത്തി. ഫൗസ്റ്റിന്റെ വരികളാണോ അത്. പിശാചിന്റെ തണുത്ത കൈ. ആദ്യശ്രമത്തിൽ തന്നെ സമുറായ് സ്റ്റാർട്ട് ആയി. എന്റെ മാനസികാവസ്ഥ മനസ്സിലാക്കിയിരിക്കുന്നു എന്ന് പറയുന്നതുപോലെ. ഞാൻ മഞ്ഞിലൂടെ മുന്നോട്ട് നീങ്ങി. കോരികളും സ്പെയർ ചക്രവും പുറകിൽ ചിലമ്പിച്ചു. ആ ശബ്ദം, വെടിയൊച്ചപോലെയുള്ള സ്വരം, എവിടെ നിന്നു വന്നു എന്ന് കൃത്യമായി പറയുക അസാധ്യമായിരുന്നു. കാടിന്റെ ചുമരുകളിൽനിന്ന് അവ പ്രതിധ്വനിക്കുന്നുണ്ട്. അതിന്റെ സ്വരം വർദ്ധിക്കുന്നുണ്ട്. ഞാൻ ചുരത്തിനരികിലേക്ക് വണ്ടിയെടുത്തു. ഗർത്തത്തിൽനിന്നും രണ്ട് കിലോമീറ്റർ ദൂരെയെത്തിയപ്പോൾ ഞാൻ അവരുടെ വണ്ടികൾ കണ്ടു. ഒരു ചെറിയ ട്രക്കും പൊങ്ങച്ചം കാണിക്കുന്നതുപോലെ ചില ജീപ്പുകളും. അവയ്ക്കരികിൽ പുകവലിച്ചുകൊണ്ട് ഒരാൾ നില്പുണ്ട്. ഞാൻ വേഗം വർദ്ധിപ്പിച്ചു. അവർക്കരികിലേക്ക് വണ്ടിയെടുത്തു. എന്റെ മനസ്സിൽ അപ്പോൾ എന്താണെന്ന് സമുറായ്ക്ക് അറിയാമായിരുന്നു. ആ വാഹനം വളരെ ആവേശത്തോടെ നാലുഭാഗത്തേക്കും മഞ്ഞിനെ തട്ടിത്തെറിപ്പിക്കുന്നുണ്ടായിരുന്നു. ആ മനുഷ്യൻ എനിക്ക് പുറകെ ഓടി വന്നു. കൈ വീശി, എന്നെ നിർത്തിക്കാനുള്ള ആവേശത്തിലെന്നവണ്ണം ഏതാനും മീറ്റർ എനിക്ക് പുറകെയോടി. ഞാൻ അയാളെ കണ്ടതായി നടിച്ചില്ല.

അപ്പോൾ ഞാൻ അവരെ കണ്ടു. അവർ വരിവരിയായി നടക്കുകയായിരുന്നു. ഇരുപതോ മുപ്പതോ വരും അവരുടെ സംഖ്യ. പട്ടാളത്തിന്റെ യൂണിഫോം പോലെയുള്ള വസ്ത്രവും വിഡ്ഢിത്തം പോലൊരു തൊപ്പിയും അതിലൊരു തൂവലുമുണ്ട്. ഞാൻ കാർ നിർത്തി അവർക്കരികിലേക്കോടി.

അപ്പോഴേക്കും അവരിൽ പലരേയും എനിക്ക് പരിചയമുണ്ടല്ലോ എന്ന് മനസ്സിലായി. അവർ എനിക്കരികിലേക്കു വന്നു. അവർ അത്ഭുതത്തോടെ എന്നെ നോക്കി. അതേ അത്ഭുതത്തോടെ പരസ്പരം നോക്കി.

"എന്താണിവിടെ സംഭവിച്ചുകൊണ്ടിരിക്കുന്നത്?" ഞാൻ ഒച്ചയിട്ടു.

അവരുടെ സഹായികളിൽ ഒരാൾ എനിക്കരികിലേക്ക് വന്നു. ബിഗ് ഫൂട്ട് മരിച്ച അന്ന് എന്നെത്തേടി വന്ന മീശക്കാരിൽ ഒരാൾ.

"ശ്രീമതി ദസ്ജെയ്കോ, ഇനിയും അരികിലേക്ക് വരരുത്. അത് അപകടമാകും. ദയവായി ഇവിടെ നിന്ന് പോകൂ. ഞങ്ങൾ വെടിവയ്ക്കാനൊരുങ്ങുകയാണ്."

ഞാൻ അയാളുടെ മുഖത്തേക്ക് വിരൽ ചൂണ്ടി.

"അല്ല. നിങ്ങളാണിവിടെ നിന്ന് പോകേണ്ടത്. അല്ലെങ്കിൽ ഞാൻ പൊലീസിനെ വിളിക്കും."

മറ്റൊരാൾ വരിയിൽ നിന്ന് വേർപെട്ടു. ഞങ്ങൾക്കരികിലെത്തി. എനിക്കയാളെ പരിചയമില്ല. അയാൾ നായാട്ടുവേഷത്തിലായിരുന്നു. തൊപ്പിയുണ്ടായിരുന്നു. മറ്റുള്ളവർ മുന്നോട്ട് തോക്ക് നീട്ടിപ്പിടിച്ച് നീങ്ങി.

"അതിന്റെയൊന്നും ആവശ്യമില്ല മാഡം." അയാൾ വിനയത്തോടെ പറഞ്ഞ് തുടങ്ങി. "പൊലീസ് എത്തിക്കഴിഞ്ഞു." അയാൾ പുഞ്ചിരിച്ചു. അഭിമാനപൂർവം പുഞ്ചിരിച്ചു. എനിക്കപ്പോൾ ദൂരെ നിൽക്കുന്ന കുടവയറൻ കമാൻഡന്റിനെ കാണാനായി.

"എന്താണീ നടക്കുന്നത്?" ആരോ ബഹളം വെച്ചു.

"ഒന്നുമില്ല. ലഫ്റ്റ്ജഗിൽ നിന്നൊരു വൃദ്ധ. അവർക്ക് പൊലീസിനെ വിളിക്കണമത്രെ." ആ സ്വരം ആക്ഷേപഹാസ്യത്തിന്റേതായിരുന്നു.

എനിക്കയാളോട് വെറുപ്പ് തോന്നി.

"ശ്രീമതി ദസ്ജെയ്കോ. വിഡ്ഢിത്തം കാണിക്കരുത്." മീശക്കാരൻ സമാധാനിപ്പിക്കാൻ ശ്രമിച്ചു. "ഞങ്ങൾ നായാട്ടിനിറങ്ങിയതാണ്."

"ജീവികളെ വെടിവെയ്ക്കാൻ നിങ്ങൾക്ക് ഒരു അധികാരവുമില്ല." ഞാൻ എനിക്കാകാവുന്നത്ര ഒച്ചയിൽ പറഞ്ഞു. കാറ്റ് എന്റെ വായിൽ നിന്ന് വാക്കുകളെ കീറിയെടുത്ത് സമതലം മുഴുക്കെ പരത്തി.

"ശരി വെയ്ക്കുന്നു. പക്ഷേ താങ്കൾ ഇപ്പോൾ വീട്ടിൽ പോയിക്കോളൂ. ഞങ്ങൾ കൊറ്റികളെ മാത്രമേ വെടിവെയ്ക്കുന്നുള്ളൂ." മീശക്കാരൻ എനിക്ക് ഉറപ്പ് തന്നു. എന്റെ പ്രതിഷേധം എന്തിനെന്ന് മനസ്സിലാകുന്നില്ല എന്ന മട്ടിലായിരുന്നു അയാളുടെ പെരുമാറ്റം. മറ്റേയാൾ സംഭാഷണത്തിൽ മധുരം ചേർത്തു. "ഇനി അവരുമായി വാക്ക് തർക്കത്തിനു നിൽക്കണ്ട. ഭ്രാന്താണവർക്ക്."

അത്രയും കേട്ടപ്പോൾ കോപം എന്നിലേക്ക് ഇരച്ചെത്തുന്നത് ഞാനറിഞ്ഞു. യഥാർത്ഥമായ കോപം, അല്ലാതെ ദിവ്യമായതൊന്നുമല്ല.

കോപമെന്റെ ഉള്ളകം നിറച്ചു, ഒരു നെരിപ്പോടാക്കി. ആ ഊർജ്ജം എനിക്ക് മഹത്തായ ആശയങ്ങൾ തന്നു. അതെന്നെ മണ്ണിൽനിന്ന് ഉയർത്തുന്നോ എന്നു തോന്നി. എന്റെ ശരീരമാകുന്ന ബ്രഹ്മാണ്ഡത്തിൽ ഒരു മഹാ വിസ്ഫോടനം നടക്കുന്നു. അതിൽ അഗ്നിയെരിയുന്നുണ്ടായിരുന്നു. ഞാൻ മുന്നോട്ട് കുതിച്ചു. വിഡ്ഢിത്തൊപ്പി ധരിച്ചവനെ തള്ളിമാറ്റി. അയാൾ മഞ്ഞിലേക്ക് മറിഞ്ഞു വീണു. എന്റെ ഈ നീക്കം അയാൾ പ്രതീക്ഷിച്ചിരുന്നില്ല. മീശക്കാരൻ അയാളെ സഹായിക്കാൻ തുടങ്ങിയപ്പോൾ ഞാൻ അയാളേയും ആക്രമിച്ചു. എല്ലാ കരുത്തുമെടുത്ത് അയാളുടെ തോളിൽ ആഞ്ഞിടിച്ചു. അയാൾ വേദനകൊണ്ട് ഞെരങ്ങി. ഞാനത്ര ബലഹീനയൊന്നുമല്ല.

“ഇങ്ങനെയാണോ പെരുമാറുന്നത് സ്ത്രീയേ?” അയാളെന്റെ കയ്യിൽ കയറി പിടിക്കാൻ ശ്രമിച്ചു. അയാളുടെ ചുണ്ടുകൾ വേദനകൊണ്ട് കോടിയിരുന്നു.

അപ്പോഴേക്കും അവരുടെ വണ്ടികൾക്കരികിൽ നിന്നിരുന്ന മനുഷ്യൻ പുറകിൽ നിന്നെത്തി. അയാൾ എനിക്ക് പുറകെ ഒരു വണ്ടിയെടുത്ത് വന്നതായിരുന്നു. അയാൾ എന്നെ വട്ടം പിടിച്ചു. കൊളുത്തിട്ട് പിടിച്ചതു പോലെ. എനിക്ക് അനങ്ങാനായില്ല.

“ഞാൻ നിന്നെ നിന്റെ കാറിലെത്തിക്കാം” അയാൾ എന്റെ കാതിൽ മന്ത്രിച്ചു. പക്ഷേ അങ്ങനെയൊരു ലക്ഷ്യമൊന്നും അയാൾക്കില്ലായിരുന്നു. പകരം അയാൾ എന്നെ പുറകിലേക്ക് വലിച്ചു. ഞാൻ മറിഞ്ഞ് വീണു.

മീശക്കാരൻ വന്ന് എന്നെ എഴുന്നേൽക്കാൻ സഹായിച്ചു. നിരാശയാൽ ഞാൻ അയാളെ തള്ളിമാറ്റി. ഇനി എനിക്ക് പിടിച്ച് നിൽക്കാനാകില്ല എന്നു മനസ്സിലായി.

“നിങ്ങളുടെ മാഡത്തെ ഇങ്ങനെ ഭ്രാന്തെടുപ്പിക്കാതെ. നമ്മൾ നിയമത്തിനകത്താണ്.”

അതെ, അങ്ങനെ തന്നെയാണയാൾ പറഞ്ഞത്. ‘നമ്മൾ നിയമത്തിനകത്താണ്’ എന്ന്. ഞാൻ മഞ്ഞ് തുടച്ചുകളഞ്ഞ് കാറിനരികിലേക്ക് നടന്നു. ഞാനപ്പോഴും കോപംകൊണ്ട് വിറയ്ക്കുന്നുണ്ടായിരുന്നു. തട്ടിത്തടഞ്ഞ് വീഴാൻ പോകുന്നുണ്ടായിരുന്നു. നായാട്ടുകാരുടെ നിര അപ്പോഴേക്കും കുറ്റിക്കാട്ടിൽ അപ്രത്യക്ഷമായിക്കഴിഞ്ഞിരുന്നു. അധികം താമസിയാതെ വെടിയൊച്ചകൾ കേട്ട് തുടങ്ങി. അവർ പക്ഷികൾക്ക് നേരെ നിറയൊഴിക്കുകയായിരുന്നു. ഞാൻ കാറിൽ കയറി. അനങ്ങാതെ ഇരുന്നു. എന്റെ കൈകൾ സ്റ്റിയറിങ്ങിലായിരുന്നു. പക്ഷേ ഒന്നനങ്ങനാകുന്നതിന് പിന്നേയും സമയമേറെയെടുത്തു.

ഞാൻ വീട്ടിലേക്ക് തിരിച്ച് പോന്നു. നിസ്സഹായതാവസ്ഥയിൽ തേങ്ങിക്കരഞ്ഞു. എന്റെ കൈകൾ വിറയ്ക്കുന്നുണ്ടായിരുന്നു. ഇതത്ര സുഖകരമായല്ല അവസാനിക്കുക എന്ന് എനിക്ക് മനസ്സിലാകുന്നുണ്ടായിരുന്നു.

എന്റെ നിശ്വാസമുതിർന്നുകൊണ്ടിരുന്നു. വീടിനു മുന്നിലെത്തിയപ്പോൾ സമുറായ് നിന്നു. എല്ലാതിലും ഞാനൊപ്പമുണ്ട് എന്ന് അത് എന്നോട് പറയുകയാണെന്ന് തോന്നി. ഞാൻ ഹോൺ അമർത്തി. ഒരു രോദനം പോലെ അത് കേട്ടു.

വിശ്വാസഘാതകരെപ്പോലെയാണെന്റെ രോഗങ്ങൾ. അവ എപ്പോൾ വരുമെന്ന് അറിയില്ല. വരുമ്പോൾ എന്റെ ശരീരത്തിനകത്ത് എന്തൊക്കെയോ സംഭവിക്കും. അസ്ഥികൾ വേദനിച്ച് തുടങ്ങും. അതത്ര സുഖകരമായ ഒരു വേദനയൊന്നുമല്ല. അസഹനീയം, ഓക്കാനം വരുത്തുന്നത്. അതങ്ങനെ തുടർന്നുകൊണ്ടേയിരിക്കും. നിലയ്ക്കാതെ മണിക്കൂറുകൾ തുടരും. ചിലപ്പോൾ ദിവസങ്ങളോളം നീളും. ഈ വേദനയിൽ നിന്ന് ഓടിയൊളിക്കാനൊന്നുമാകില്ല. ഇതിനെ തടയാൻ ഗുളികകളില്ല, കുത്തിവയ്പ്പുകളില്ല. ഒരു നദിക്ക് ഒഴുകിയേ മതിയാകൂ എന്നതുപോലെ, തീയ്യിന് എരിഞ്ഞേ മതിയാകൂ എന്നതുപോലെ എനിക്കു വേദനിച്ചു കൊണ്ടേയിരിക്കും. ഭൗതികമായ ചില പദാർത്ഥങ്ങൾ കൊണ്ടുണ്ടാക്കിയ ഒന്നാണ് ഞാനെന്ന് അതെന്നെ പകയോടെ ഓർമ്മിപ്പിച്ചുകൊണ്ടേയിരിക്കുന്നു. ആ പദാർത്ഥങ്ങൾ എന്നിൽനിന്ന് ഓരോ നിമിഷം കഴിയും തോറും വിട്ടുപോയിക്കൊണ്ടിരിക്കുകയാണെന്ന് ഓർമ്മിപ്പിക്കുന്ന പോലെ. ഒരുപക്ഷേ ഇതുമായി പൊരുത്തപ്പെടാനായേക്കും, എങ്കിൽ അങ്ങനെ ജീവിക്കാം. ഓഷ്‌വിറ്റ്സിലും ഹിരോഷിമയിലും ഭൂതകാലത്തിൽ എന്ത് സംഭവിച്ചു എന്നോർത്തിരിക്കാതെ ആളുകൾ താമസിക്കുന്നില്ലേ, അതുപോലെ. അവരങ്ങനെ തങ്ങളുടെ ജീവിതവുമായി മുന്നോട്ടു പോകുന്നു.

വേദനയെപ്പറ്റി പറയട്ടെ. അസ്ഥികളെ തുടർന്ന് വയറിൽ, കുടലിൽ, കരളിൽ അകത്തുള്ള എല്ലാതിലും അത് പടരും. കുറച്ച് ഗ്ലൂക്കോസ് കഴിച്ചാൽ ഒരു ചെറിയ ഇടവേളയ്ക്ക് ശമനമുണ്ടാകും. അതിനാൽ എന്റെ കീശയിൽ എപ്പോഴും ഗ്ലൂക്കോസിന്റെ ഒരു ചെറിയ കുപ്പിയുണ്ടാകും. ആക്രമണം എപ്പോഴാണുണ്ടാകുക എന്ന് എനിക്കറിയില്ല. അവസ്ഥ എപ്പോൾ മോശമാകുമെന്നറിയില്ല. ചിലപ്പോഴൊക്കെ തോന്നും ഈ രോഗലക്ഷണങ്ങൾ ഒന്നു ചേർന്ന രൂപമാണ് ഞാൻ. വേദനകൊണ്ട് നിർമ്മിക്കപ്പെട്ട ഒരു ഫാന്റം. സ്വയം എന്ത് ചെയ്യണം എന്ന് എനിക്കറിയാത്ത നിമിഷങ്ങളിൽ വയറിൽ, അടിവയറുമുതൽ കഴുത്ത് വരെ ഒരു സിപ്പ് ഘടിപ്പിക്കാനായെങ്കിൽ എന്ന് ആഗ്രഹിച്ചിട്ടുണ്ട്. അങ്ങനെയെങ്കിൽ അത് സാവധാനത്തിൽ താഴെ നിന്ന് മുകളിലേക്ക് തുറക്കാനാകും. എന്നിട്ട് കൈകളെ കൈകളിൽനിന്നും കാലുകളെ കാലുകളിൽനിന്നും വേർപെടുത്താം. തലയെ തലയിൽ നിന്ന് വേർപെടുത്താം. എന്നെ എന്റെ ശരീരത്തിൽ നിന്ന് വേർപെടുത്താം. എല്ലാം എന്റെ വസ്ത്രം പോലെ അഴിഞ്ഞ് വീഴും. അതിനകത്ത് ഞാൻ മൃദുവായതും മിക്കവാറും സുതാര്യവുമാകും.

ഒരു ജെല്ലിഫിഷിന്റെ ശരീരമാകും എന്റേത്. വെളുത്തത്, പാലുപോലെയുള്ളത്, സ്വയം പ്രകാശിക്കുന്നത്.

ഈ ഭ്രമാത്മക ചിന്ത അല്ലെങ്കിൽ വിചിത്ര കല്പന ഒന്ന് മാത്രമാണ് എനിക്ക് ഇത്തിരി ആശ്വാസമെത്തിക്കുന്നത്. അതെ, അപ്പോൾ ഞാൻ സ്വതന്ത്രയാകുന്നു.

ആ ആഴ്ച്ചാവസാനത്തിൽ, വെള്ളിയാഴ്ച, ഡിസ്സിയോട് ഞാൻ സാധാരണ വരുന്നതിലും വൈകിയെത്തിയാൽ മതി എന്നാവശ്യപ്പെട്ടു. എനിക്ക് സുഖമില്ലായിരുന്നു. ഒരു ഡോക്ടറെ കാണണം.

ഞാൻ ഡോക്ടറെ കാണാനുള്ള വരിയിൽ ചെന്ന് ഇരുന്നു. ഡോക്ടർ അലിയെ ആദ്യമായി കണ്ട സാഹചര്യം എനിക്ക് ഓർമ്മ വന്നു.

കഴിഞ്ഞ വർഷമായിരുന്നു സൂര്യൻ എന്നെ വീണ്ടും കരിയിച്ചു. ദയനീയമായിരുന്നു എന്റെ അവസ്ഥ. അതുകൊണ്ടാകണം റിസപ്ഷനിൽ വെച്ച് കണ്ട നഴ്സ് എന്നെ നേരെ വാർഡിലേക്ക് കൂട്ടിക്കൊണ്ടുപോയത്. അവിടെ കാത്തിരിക്കാൻ അവർ എന്നോട് ആവശ്യപ്പെട്ടു. എനിക്കപ്പോൾ വിശക്കുന്നുണ്ടായിരുന്നു. ഞാൻ എന്റെ ബാഗിൽ നിന്ന് നാളികേരം വിതറിയ ബിസ്കറ്റുകളെടുത്ത് കഴിച്ചു. അധികം താമസിയാതെ ഡോക്ടറെത്തി. വാൽനട്ടു പോലെ വിളറിയും തവിട്ട് കലർന്നതുമായിരുന്നു അയാളുടെ രൂപം. അയാൾ എന്നെ നോക്കി. 'എനിക്കും നാളികേര' ബിസ്കറ്റുകൾ ഇഷ്ടമാണെന്ന് പറഞ്ഞു.

അതയാളോട് ഒരു അടുപ്പം തോന്നിപ്പിക്കാൻ കാരണമായി. എന്തോ ചില പ്രത്യേക സ്വഭാവവിശേഷങ്ങൾ അയാളിലുണ്ടെന്ന തോന്നൽ. പ്രായമായതിനു ശേഷം പോളിഷ് ഭാഷ പഠിച്ച പലരേയും പോലെ അയാളും പലപ്പോഴും പല വാക്കുകളും മാറ്റിയുപയോഗിച്ചിരുന്ന തീർത്തും വ്യത്യസ്തമായ അർത്ഥമുള്ള വാക്കുകൾ ഉപയോഗിച്ചു.

"നിങ്ങൾക്ക് നിലവിളിയുണ്ടാക്കുന്നത് എന്താണ് എന്ന് ഞാൻ കണ്ടെത്താം" എന്ന് അയാൾ എന്നോട് പറഞ്ഞു.

അയാൾ എന്റെ രോഗം വളരെ ശ്രദ്ധയോടെ ചികിത്സിച്ചു. ത്വക് രോഗങ്ങളെ മാത്രമല്ല അയാൾ ചികിത്സിച്ചത്. ആ ഇരുണ്ട മുഖം എപ്പോഴും ശാന്തമായിരുന്നു. എന്റെ നാഡിയും രക്തസമ്മർദ്ദവുമൊക്കെ പരിശോധിക്കുന്നതിനിടയിൽ അയാൾ സങ്കീർണ്ണമായ ചെറുകഥകൾ പറയുമായിരുന്നു. ഒരു ചർമ്മരോഗവിദഗ്ദ്ധന്റെ കർത്തവ്യങ്ങൾക്കപ്പുറം അയാൾ കടന്നുചെല്ലും. ഏതോ മദ്ധ്യപൗരസ്ത്യ രാജ്യത്തിൽനിന്ന് വന്നവനാണ് അലി. ചർമ്മരോഗ ചികിത്സയ്ക്ക് പാരമ്പര്യമുള്ളതും ആശ്രയിക്കാവുന്നതുമായ മാർഗ്ഗങ്ങളാണയാൾ ഉപയോഗിച്ചിരുന്നത്.

ഫാർമസിയിലുള്ള സ്ത്രീകളോട് സാധാരണ കണ്ടിട്ടില്ലാത്തത്ര കൂട്ടുകളുള്ള ഓയിന്റ്മെന്റുകളും ലോഷനുകളും തയ്യാറാക്കാൻ അയാൾ ആവശ്യപ്പെടും. കുറേയെറെ സമയം അപഹരിക്കുന്നവയാകും അവ. അതുകൊണ്ടാകണം അവിടത്തെ ഫാർമസിസ്റ്റുകൾക്കൊന്നും ഈ മനുഷ്യനെ ഇഷ്ടമല്ലാത്തതെന്ന് ഞാൻ ഊഹിക്കുന്നു. അയാൾ നൽകുന്ന മിശ്രിതങ്ങൾക്ക് തിളങ്ങുന്ന വർണ്ണവും ഞെട്ടിപ്പിക്കുന്ന ഗന്ധവുമുണ്ടാകും. ഒരു പക്ഷേ അലർജി മൂലമുണ്ടാകുന്ന തടിപ്പിനുള്ള മരുന്നും ആ തടിപ്പ് പോലെ തന്നെ ഗംഭീരമാകണം എന്നൊരു ചിന്ത അയാളിലുണ്ടായിരുന്നിരിക്കാം.

ഇന്നയാൾ എന്റെ കൈകളിലെ വീർമ്മതകളും പരിശോധിച്ചു.

“ഇതെങ്ങനെയുണ്ടായി?”

ഞാൻ അത് നിസ്സാരമെന്ന മട്ടിൽ പ്രതികരിച്ചു. ഒന്ന് തട്ടിയാൽ മതി എന്റെ ശരീരം ഒരു മാസത്തേക്ക് ചുവക്കും എന്ന് പറഞ്ഞു. അയാൾ എന്റെ കഴുത്തിലേക്ക് നോക്കി. എന്റെ ശ്വാസകോശത്തിന്റെ സ്വരം കേട്ടു.

“എന്നെ ബോധം കെടുത്താനാകുന്ന എന്തെങ്കിലുമൊക്കെ തരുമോ? അങ്ങനെയുള്ള മരുന്നൊക്കെയുണ്ടാകില്ലേ? ഉണ്ടെങ്കിൽ അതെനിക്ക് വേണം. അപ്പോൾ എന്നിൽ ഒരു വികാരവുമുണ്ടാകില്ല. വിഷമങ്ങളുണ്ടാകില്ല. സുഖമായി ഉറങ്ങാനാകും, സാധ്യമാണോ?”

അയാൾ കുറിപ്പടി എഴുതാൻ തുടങ്ങി. ഓരോ വരിയും എഴുതി കുറേ ആലോചിച്ചു. പേനയുടെ തുമ്പ് കടിച്ചു. കുറേക്കഴിഞ്ഞ് ആ കടലാസെനിക്ക് തന്നു. ഓരോ മരുന്നും അതിലെഴുതിയതുപോലെ കൃത്യമായി നിർമ്മിക്കേണ്ടവയായിരുന്നു.

വൈകിയാണ് ഞാൻ വീട്ടിലെത്തിയത്. ഇരുട്ടി സമയമേറെയായിട്ടുണ്ടായിരുന്നു. ഇന്നലെ മുതൽ തെക്കുനിന്നുള്ള ചൂടുകാറ്റ് വീശുന്നുണ്ട്. ഞങ്ങളിതിനെ ഫോയേൻ കാറ്റ് എന്നാണ് വിളിക്കാറുള്ളത്. അതുമൂലം മഞ്ഞ് പെട്ടെന്ന് ഉരുകുന്നുണ്ട്. ആലിപ്പഴം പോലെ ഹിമവൃഷ്ടിയുമുണ്ട്. ഭാഗ്യമെന്ന് പറയട്ടെ സ്റ്റൗ കെട്ടിട്ടുണ്ടായിരുന്നില്ല. ഡിസ്സിയും വൈകിയാണെത്തിയത്. മഞ്ഞുരുകി വഴിയിൽ വഴുക്കൽ വീണതിനാൽ വണ്ടിയോടിക്കുക എളുപ്പമല്ലായിരുന്നു. ടാറിട്ട വഴി അവസാനിച്ചിടത്ത് അവൻ തന്റെ ഫിയറ്റ് കാർ ഉപേക്ഷിച്ചു. അവിടെനിന്ന് നടന്നു വന്നു. അസ്ഥിവരെ തണുത്തുറഞ്ഞാണവൻ എത്തിയത്.

ഡിസ്സിയുടെ ഔദ്യോഗിക നാമം ഡിയോനിസി എന്നാണ്. എല്ലാ വെള്ളിയാഴ്ചയും അവൻ വീട്ടിലെത്തും. ജോലിസ്ഥലത്തു നിന്ന് നേരെ എന്റെ വീട്ടിലേക്ക്. അന്ന് ഞാൻ അത്താഴമുണ്ടാക്കും. ആഴ്ചയിലെ മറ്റ് ദിവസങ്ങളിൽ ഞാൻ ഒറ്റയ്ക്കായതുകൊണ്ട് ഞായറാഴ്ച ഞാൻ ഒരു

വലിയ പാത്രത്തിൽ സൂപ്പുണ്ടാക്കി വയ്ക്കും. വ്യാഴം വരെ അത് ചൂടാക്കി കഴിക്കും. അടുക്കളയിലുള്ള ഉണങ്ങിയതെല്ലാം എടുത്ത് കഴിക്കും. അല്ലെങ്കിൽ പട്ടണത്തിൽ നിന്ന് പിസ വാങ്ങിക്കഴിക്കും. പിസ മാർഗ്ഗരിറ്റ.

ഡിസ്സിക്ക് അലർജിയുടെ അസുഖമുണ്ട്. അതിനാൽ തന്നെ എന്റെ പാചകകലയെ എനിക്ക് കയറൂരി വിടാനൊന്നുമാകില്ല. പാലുല്പന്നങ്ങൾ ഇല്ലാതെ വേണം അവന് പാചകം ചെയ്യാൻ. ഒപ്പം കുരുമുളക്, മുട്ട, ഗോതമ്പ് എന്നിവയും ഒഴിവാക്കേണ്ടതുണ്ട്. അത് പാചകത്തിനുള്ള വസ്തുക്കളുടെ എണ്ണം കുറയ്ക്കും. ഞങ്ങളാകട്ടെ മാംസം ഭക്ഷിക്കാറുമില്ല. വല്ലപ്പോഴും അവന് അനുയോജ്യമായതെന്തിനോടെങ്കിലും ആർത്തി തോന്നി കഴിച്ചാൽ പിന്നെ ചർമ്മമാകെ ചൊറിഞ്ഞ് പൊട്ടും. അതിൽ നിന്ന് വെള്ളമൊലിക്കും. അവൻ ശരീരം മുഴുക്കെ ചൊറിയും, നിയന്ത്രിക്കാനാകാത്തവിധത്തിൽ. ചർമ്മം ചൊറിഞ്ഞ് പൊട്ടും. വൃണങ്ങളുണ്ടാകും. അതിനാൽ പരീക്ഷണങ്ങൾക്ക് മുതിരാതിരിക്കുന്നതാണ് നല്ലത്. അലിക്കും അയാൾ കൊടുത്ത മിശ്രിതങ്ങൾക്കും വരെ ഡിസ്സിയുടെ അലർജിയെ ശമിപ്പിക്കാനോ ശാന്തമാക്കാനോ കഴിഞ്ഞില്ല. അതിന്റെ പ്രകൃതം നിഗൂഢവും വഞ്ചനാപരവുമാണ്. ലക്ഷണങ്ങൾ എപ്പോഴും മാറിക്കൊണ്ടിരിക്കും. ഒരൊറ്റ പരീക്ഷണത്തിനും അതിന്റെ കാരണം കണ്ടെത്തായിട്ടില്ല.

പുറത്ത് തൂക്കിയിരിക്കുന്ന സഞ്ചിയിൽ നിന്ന് ഡിസ്സി ഒരു പുസ്തകവും കളർപേനകളും പുറത്തെടുത്തു. ഭക്ഷണം കഴിക്കുന്നതിനിടയിൽ മുഴുക്കെ അവൻ അതിലേക്ക് ഒളികണ്ണിട്ട് നോക്കിക്കൊണ്ടിരുന്നു. ഭക്ഷണം കഴിച്ച് കഴിഞ്ഞപ്പോൾ ഞങ്ങൾ കട്ടൻചായ കുടിക്കാനിരുന്നു. (അതല്ലാതെ മറ്റൊരു പാനീയവും ഞങ്ങൾ ഇരുവർക്കും ഇഷ്ടമല്ല.) അപ്പോൾ ആ ആഴ്ചയിൽ എന്തൊക്കെ ചെയ്തു എന്ന് അവൻ പറയാനാരംഭിച്ചു. ബ്ലെയ്ക്കിനെ വിവർത്തനം ചെയ്യുകയാണ് ഡിസ്സി. ചുരുങ്ങിയ പക്ഷം അങ്ങനെ തീരുമാനിക്കുകയെങ്കിലും ചെയ്തിരിക്കുന്നു. ആ ലക്ഷ്യത്തെ വളരെ കഠിനമായി അവൻ പിന്തുടരുന്നുണ്ട്.

പണ്ട് ഇവൻ എന്റെ വിദ്യാർത്ഥിയായിരുന്നു. ഇപ്പോൾ ഇവന് മുപ്പതായിരിക്കുന്നു. സ്കൂളിൽ പഠിക്കുന്ന കാലത്തൊരിക്കൽ അബദ്ധവശാൽ ശൗചാലയത്തിന്റെ വാതിൽ തുറക്കാനാകാതെ അകത്ത് പെട്ടുപോയി. ആ ഡിസ്സിയിൽനിന്ന് ഒട്ടും വ്യത്യസ്തനല്ല അവനിന്നും. അന്ന് അവന് ഇംഗ്ലീഷ് പരീക്ഷയായിരുന്നു. അതുമൂലം ആ പരീക്ഷയിൽ അവൻ തോറ്റു. അതിനകത്തിരുന്ന് ഒച്ചയിട്ട് സഹായമഭ്യർത്ഥിക്കാൻ അവന് നാണം തോന്നി. ചെറിയ കൈകളും മിനുസമായ മുടിയുമുള്ള ഇത്തിരി സ്ത്രൈണതയുള്ള, കുറിയ രൂപമാണവന്റേത്.

നിർഭാഗ്യകരമായ ആ പരീക്ഷയ്ക്കു ശേഷം ഞങ്ങളെ ഒന്നിപ്പിച്ചത് വിചിത്രമായ ഒരു വിധിയാണ്. പട്ടണത്തിലെ അങ്ങാടിയിൽ വെച്ചാണ്

അവനെ വീണ്ടും കണ്ടത്. തപാലാപ്പീസിൽനിന്ന് ഞാനിറങ്ങുകയായിരുന്നു. അവനാകട്ടെ ഇന്റർനെറ്റ് വഴി ഓർഡർ നൽകിയിരുന്ന ഒരു പുസ്തകം വാങ്ങാൻ അവിടേക്ക് വരികയും. ഞാൻ ഒരുപാട് മാറിയിട്ടുണ്ടാകണം. അതുകൊണ്ടാകണം ആദ്യ നോട്ടത്തിൽ അവനെന്നെ തിരിച്ചറിയാനാകാഞ്ഞത്. എന്നെ കണ്ടപ്പോൾ വാ പൊളിച്ച്, കണ്ണ് മിഴിച്ച് അവൻ കുറച്ചുനേരം നിന്നു.

"ഇത് താങ്കൾ തന്നെയാണോ?" കുറേ കഴിഞ്ഞപ്പോൾ അവൻ മന്ത്രിച്ചു. ആ മന്ത്രണത്തിൽ അത്ഭുതമുണ്ടായിരുന്നു.

"ഡിയോനിസ്സി?"

"ഇവിടെ?"

"ഇതിനടുത്താണ് ഞാൻ താമസിക്കുന്നത്. നീയ്യോ?"

"ഞാനും ദസ്ജേയ്കോ മാഡം."

ഞങ്ങൾ ആലിംഗനം ചെയ്തു. വ്രോക്ലോവിൽ പൊലീസിൽ വിവരസാങ്കേതിക വിദ്യാവകുപ്പിൽ ജോലി ചെയ്യുമ്പോൾ എന്തോ ചില പുനസംഘടനകളിൽനിന്ന് അവന് ഒഴിവാകാനായില്ല. അങ്ങ് ദൂരെയെവിടേയോ അവനൊരു ജോലി നൽകാം എന്ന് അവർ പറഞ്ഞു. അവിടെ ഒരു ഹോസ്റ്റലിൽ താത്കാലികമായി താമസവും ഏർപ്പെടുത്താം. ഒരു ഫ്ളാറ്റ് കണ്ടെത്തിയാൽ അവിടെനിന്ന് മാറിയാൽ മതി എന്നായിരുന്നു വ്യവസ്ഥ. എന്നാൽ ഡിസ്സിക്ക് അങ്ങനെയൊന്ന് കണ്ടെത്താനായില്ല. അവനിപ്പോഴും അവിടത്തെ തൊഴിലാളികൾ താമസിക്കുന്ന ഹോസ്റ്റലിൽ തന്നെയാണ്. വിശാലമായ, ചന്തമൊട്ടുമില്ലാത്ത ഒരു കോൺക്രീറ്റ് കെട്ടിടമാണത്. ചെക്ക് റിപ്പബ്ലിക്കിലേക്ക് പോകുന്ന സംഘങ്ങൾ അവിടെ വിശ്രമിക്കാറുണ്ട്. വ്യാപാരശാലകൾ ചില പരിശീലനങ്ങൾ നൽകാനായി അവിടം തിരഞ്ഞെടുക്കാറുണ്ട്. പരിശീലനത്തിനുശേഷം പിറ്റേന്ന് പ്രഭാതം വരെ നീളുന്ന മദ്യപാന സദസ്സുകളുണ്ടാകും. അവിടെ ഡിസ്സിക്ക് ഒരു വലിയ മുറിയുണ്ട്. അതിനൊരു പൂമുഖമുണ്ട്. മുകളിൽ മറ്റുള്ളവരുമൊത്ത് പങ്കുവെയ്ക്കാവുന്ന ഒരു അടുക്കളയുമുണ്ട്.

The Book of Urizen ആണ് അവനിപ്പോൾ വിവർത്തനം ചെയ്യുന്നത്. Proverbs of Hell, Songs of Innocence എന്നീ പുസ്തകങ്ങളേക്കാൾ വിഷമമാണത്. ആ രണ്ട് പുസ്തകങ്ങളാണ് ഇതിനു മുമ്പ് അവൻ വിവർത്തനം ചെയ്തത്. അവ വിവർത്തനം ചെയ്യുന്നതിന് ഞാൻ സഹായിച്ചിരുന്നു. അതത്ര എളുപ്പമായി എനിക്കു തോന്നിയില്ല. ബ്ലെയ്ക്ക് വാക്കുകളാൽ വരച്ചിട്ട നാടകീയമായ ചിത്രങ്ങളെക്കുറിച്ച് എനിക്ക് ഒന്നും മനസ്സിലായില്ല എന്നു വേണം പറയാൻ. അങ്ങനെയൊക്കെയാണോ അദ്ദേഹം ചിന്തിച്ചത്? എന്താണദ്ദേഹം വിവരിച്ചത്? അതെവിടെയായിരുന്നു? എവിടെ എപ്പോഴാണ് അത് സംഭവിച്ചത്? ഇത് ഒരു കെട്ടുകഥയാണോ? ഈ ചോദ്യങ്ങളെല്ലാം ഞാൻ ഡിസ്സിയോട് തുടർച്ചയായി ചോദിച്ചുകൊണ്ടേയിരുന്നു.

“എല്ലായിടത്തും എല്ലായിപ്പോഴും അത് സംഭവിച്ചുകൊണ്ടേയിരിക്കുന്നു” കണ്ണിൽ തിളക്കവുമായി അവൻ പറഞ്ഞു.

ഓരോ ഖണ്ഡിക പൂർത്തീകരിച്ചാലും അതിലെ ഓരോ വാക്യങ്ങളും ഉച്ചത്തിൽ എനിക്ക് വായിച്ച് കേൾപ്പിക്കാറുണ്ട്. എന്നിട്ട് എന്റെ ടിപ്പണികൾക്കായി കാതോർക്കും. ചിലപ്പോൾ ഞാൻ ചില വാക്കുകൾ തെറ്റിദ്ധരിച്ചിരിക്കുകയാണോ എന്ന് തോന്നാറുണ്ടാകാറുണ്ട്. അല്ലെങ്കിൽ അതിന്റെ അർത്ഥം ശരിയായി ഗ്രഹിക്കാനായില്ലെന്ന് തോന്നാറുണ്ട്. അല്ലെങ്കിൽ അവനെ എങ്ങനെ സഹായിക്കാനാകും? എനിക്ക് ഉറപ്പില്ലായിരുന്നു. കവിത എനിക്ക് അത്ര ഇഷ്ടമല്ല. എഴുതപ്പെട്ടിരിക്കുന്ന കവിതകളെല്ലാം അവ്യക്തവും അനാവശ്യമായി സങ്കീർണ്ണമാക്കിയതുമാണെന്ന് ഞാൻ ചിന്തിക്കാറുണ്ട്. ഈ വെളിപാടുകൾ എന്തുകൊണ്ട് ആരും ഗദ്യത്തിൽ രേഖപ്പെടുത്തുന്നില്ല എന്ന് എനിക്ക് മനസ്സിലായിട്ടില്ല. അപ്പോൾ ഡിസ്സിക്ക് ക്ഷമ നശിക്കും. അവൻ ക്ഷീണിതനാകും. അവനെ കളിയാക്കുന്നത് എനിക്ക് ഇഷ്ടമായിരുന്നു.

എന്നെക്കൊണ്ട് അവന് വലിയ സഹായമൊന്നുമുണ്ടായില്ല എന്നാണെന്റെ അഭിപ്രായം. എന്നേക്കാൾ ജ്ഞാനിയാണ് അവൻ. എന്റേത് ഇപ്പോഴും അനലോഗ് യുഗത്തിലെ ബുദ്ധിയായിരുന്നെങ്കിൽ അവന്റേത് ഡിജിറ്റൽ യുഗത്തിലെത്തിയിരിക്കുന്നു. അവന് വാക്യങ്ങൾ പെട്ടെന്ന് മനസ്സിലാകുന്നു. ഓരോ വാക്യങ്ങളേയും തീർത്തും വ്യത്യസ്തമായ കോണിൽ വിവർത്തനം ചെയ്യാനാകുന്നു. അപ്പോൾ അവൻ ഒരു വാക്കിനോട് ഒട്ടിച്ചുവച്ചിരിക്കുന്ന ആവശ്യമില്ലാത്തതെന്തൊക്കെയോ, അതൊക്കെ ഒഴിവാക്കുന്നു. പിന്നീട് തിരിച്ചെത്തുമ്പോൾ അത് തീർത്തും സുന്ദരവും പുതിയതുമാകുന്നു.

ഞാനവന് അധികം ഉപ്പ് നൽകും. ഉപ്പ് പാത്രം തന്നെ അവന് നീക്കിവെച്ച് കൊടുക്കും. നാഡീവ്യൂഹങ്ങളിലെ പ്രണോദനങ്ങളെ, പ്രസരണത്തെ, ഉപ്പ് സഹായിക്കും എന്നൊരു സിദ്ധാന്തം എനിക്കുള്ളതിനാലാണിത് ചെയ്യുന്നത്. വിരലിൽ ഉമിനീരാക്കി അത് ആ പാത്രത്തിൽ മുക്കി നക്കേണ്ടതെങ്ങനെ എന്ന് അവൻ പിന്നെ പഠിച്ചെടുത്തു. അക്കാലമായപ്പോഴേക്കും ഞാൻ ഇംഗ്ലീഷ് മിക്കവാറും മറന്നിരുന്നു. വീലിജ്കയിലെ ഉപ്പ് ഖനി അപ്പാടെ വിഴുങ്ങിയിട്ടും എനിക്കത് സഹായകരമായിട്ടില്ല. മാത്രമല്ല ഇത്രയും അദ്ധ്വാനമുള്ള വിവർത്തന ജോലി എനിക്ക് ഇഷ്ടവുമല്ലായിരുന്നു. ഇനി എന്ത് ചെയ്യണം എന്ന് എനിക്കറിയില്ലായിരുന്നു.

കളികൾ തുടങ്ങാനായി കുട്ടികൾ ഉപയോഗിക്കുന്ന ഒരു കവിതയുണ്ട്. അതെങ്ങനെ വിവർത്തനം ചെയ്യും? അതങ്ങനെ പാടിക്കൊണ്ടിരിക്കാനല്ലേ പറ്റൂ.

എല്ലാ രാവുകളിലും പ്രഭാതങ്ങളിലും
സങ്കടങ്ങൾ ജനിച്ച് വീഴുന്നു
എല്ലാ പ്രഭാതങ്ങളിലും രാവുകളിലും
ചിലതാകട്ടെ സുന്ദരമായ ആഹ്ലാദങ്ങളിലേക്കാണ് ജനിച്ച് വീഴുന്നത്
മറ്റു ചിലതാകട്ടെ അവസാനിക്കാത്ത രാവുകളിലേക്കും.

ബ്ലെയ്ക്കിന്റെ ഈ കവിത പ്രസിദ്ധമാണ്. താളം തെറ്റാതെ ഇതിനെ പോളിഷ് ഭാഷയിലേക്ക് വിവർത്തനം ചെയ്യുക അസാധ്യമാണ്. താളം മാത്രം പോരാ കുട്ടികളുടെ ക്ഷണികത്വവും വേണം. ഡിസ്സി അത് പല തവണ ശ്രമിച്ചു. ഒരു നാട്യത്തിനെ പരിഹരിക്കാനുള്ള ശ്രമം പോലെ യായി അത്.

അവൻ സൂപ്പ് കഴിച്ചു. അതവന്റെ കവിളുകളെ ചൂട് പിടിപ്പിച്ചു. അത് തുടുത്തു. അവന്റെ തൊപ്പിയിൽ നിന്നുമുള്ള ഘർഷണം വൈദ്യുതിയായി മുടിയിഴകളെ എഴുന്ന് നില്പിച്ചിരുന്നു. തലയ്ക്കു ചുറ്റിലും ഒരു ദീപ്തി വലയം വന്നിരുന്നു.

അന്ന് രാത്രിയിൽ വിവർത്തനത്തിൽ ശ്രദ്ധിക്കാൻ ഞങ്ങൾ ബുദ്ധിമുട്ടി. ഞാൻ ക്ഷീണിതയായിരുന്നു. ആകാംക്ഷയും വല്ലാതെ ശല്യപ്പെടുത്തുന്നുണ്ടായിരുന്നു. എനിക്ക് ഒന്നും ചിന്തിക്കാനാകുന്നി ല്ലായിരുന്നു.

“എന്തു പറ്റി? ഒന്നിലും ശ്രദ്ധയില്ലല്ലോ?” ഡിസ്സി ചോദിച്ചു.

ഞാൻ അതിനോട് യോജിച്ചു. വേദന അധികമില്ലായിരുന്നു. എന്നാൽ അത് പൂർണ്ണമായും ശമിച്ചിട്ടുമുണ്ടായിരുന്നില്ല. കാലാവസ്ഥ അത്ര മികച്ച തായിരുന്നില്ല. കാറ്റും മഴയുമുണ്ടായിരുന്നു. ഫോയേൻ കാറ്റ് വീശുമ്പോൾ എന്തിലെങ്കിലും ശ്രദ്ധ കേന്ദ്രീകരിക്കുക വിഷമമാണ്.

“വെറുപ്പ് വരുത്തുന്ന ഈ ശൂന്യതയെ സൃഷ്ടിച്ച ചെകുത്താൻ ഏതാണ്?” ഡിസ്സി ചോദിച്ചു.

ബ്ലെയ്ക്ക് ആ സായാഹ്നത്തിനുതകുന്ന മാനസികനില നൽകി. ആകാശം ഭൂമിയിലേക്കിറങ്ങി വന്നിരിക്കുന്നോ എന്ന് ഞങ്ങൾക്ക് തോന്നി. അതിനാൽ ജീവജാലങ്ങൾക്ക് ആവശ്യത്തിനു വായുവിനുള്ള ഇടമില്ലാ തായിരിക്കുന്നുവോ എന്നു പോലും. ദിവസം മുഴുക്കെ ആകാശം മേഘാ വൃതമായിരിക്കുന്നു. ഇപ്പോൾ സായാഹ്നം അവ അവയുടെ നനഞ്ഞ ഉദരം കുന്നുകളിന്മേൽ ഉരച്ചുകൊണ്ടിരിക്കുന്നു.

അന്ന് രാത്രി എന്നോടൊപ്പം തങ്ങാൻ അവനെ ഞാൻ നിർബന്ധിച്ചു. ചിലപ്പോഴൊക്കെ അവൻ അത് ചെയ്യാറുണ്ട്. എന്റെ കൊച്ചുപഠന മുറിയിൽ സോഫയിന്മേൽ ഞാൻ അവന് മെത്തയൊരുക്കും. ഇലക്ട്രിക് ഹീറ്റർ ഓൺ ചെയ്തിടും. ഞാൻ കിടന്നുറങ്ങുന്ന മുറിയിലേക്കുള്ള

വാതിൽ തുറന്നിടും. അങ്ങനെയാകുമ്പോൾ ഞങ്ങൾ ഇരുവരുടേയും ശ്വസനസ്വരം പരസ്പരം കേൾക്കാനാകും. എന്നാൽ ഇന്ന് അവന് ഇവിടെ താമസിക്കാനാകില്ല. ഒരു പൊലീസ് സ്റ്റേഷനിലെ കംപ്യൂട്ടർ പ്രോഗ്രാം മാറ്റിക്കൊണ്ടിരിക്കുകയാണെന്ന് ഉറക്കച്ചടവുള്ള കണ്ണുകൾ തിരുമ്മി അവനറിയിച്ചു. അതിന്റെ വിശദാംശങ്ങളിൽ എനിക്ക് താത്പര്യമില്ലായിരുന്നു. അവൻ തിരക്കിലാകും എന്ന വസ്തുതയിൽ മാത്രമേ എനിക്കു താത്പര്യം തോന്നിയുള്ളൂ. പ്രഭാതമാകുമ്പോഴേക്കും അവന് ജോലി സ്ഥലത്തെത്തണം. പോകേണ്ടതാകട്ടെ വഴുക്കലുള്ള വഴികളിലൂടെയുമാണ്.

“എങ്ങനെ എത്തിച്ചേരും?” ഞാൻ കിതച്ചു.

“ടാറിട്ട വഴിയിലെത്തിയാൽ പിന്നെ കുഴപ്പമില്ല.”

അവൻ പോകുന്നു എന്നത് ഒട്ടും സന്തോഷപ്രദമല്ലായിരുന്നു. അതെനിക്ക് ഇഷ്ടമായില്ല. ഞാൻ രണ്ട് ആടുരോമക്കുപ്പായങ്ങളണിഞ്ഞു. തൊപ്പിയെടുത്തിട്ടു. റബ്ബറുകൊണ്ടുള്ള റെയിൻകോട്ടാണ് ഞങ്ങൾ ഇരുവരും അണിഞ്ഞത്. അതണിഞ്ഞപ്പോൾ ഞങ്ങൾ കുള്ളന്മാരായി. ആ കോട്ടിനുള്ളിൽ ഡിസ്സി അയഞ്ഞുകിടക്കുന്ന ഒരു ജാക്കറ്റാണ് ധരിച്ചത്. അവന്റെ ബൂട്ടുകൾ റേഡിയേറ്ററിൽ വെച്ച് ഉണക്കാൻ ശ്രമിച്ചിരുന്നുവെങ്കിലും അതപ്പോഴും നനഞ്ഞിരിക്കുന്നു. അവനോടൊപ്പം ഇടവഴിയിലൂടെ ഞാനും നടന്നു. കാറുവരെ നടക്കുന്നതിൽ എനിക്ക് സന്തോഷമേ ഉണ്ടായിരുന്നുള്ളൂ. എന്നാൽ അവൻ അതിനനുവദിച്ചില്ല. ഇടയ്ക്ക് വെച്ച് എന്നോട് യാത്ര പറഞ്ഞു. ഞാൻ തിരിച്ച് വീടിനോടടുത്തെത്തിയപ്പോൾ അവൻ എന്തോ വിളിച്ചു കൂവി.

ചുരത്തിലേക്കാണവൻ അപ്പോൾ ചൂണ്ടിക്കാണിച്ചത്. അവിടെ എന്തോ കിടന്ന് തിളങ്ങുന്നു. വിചിത്രമായ എന്തോ.

ഞാൻ തിരിച്ച് നടന്നു.

“അതെന്താകും?” അവൻ ചോദിച്ചു.

അറിയില്ലെന്ന് ഞാൻ തോൾ കുലുക്കി.

“ഒരുപക്ഷേ ആരെങ്കിലും ടോർച്ചുമായി അവിടെ പമ്മിയിരിക്കുന്നുണ്ടാകും.”

“വരൂ, നമുക്ക് നോക്കാം.” അവൻ എന്റെ കൈ പിടിച്ചു. എന്നെ വലിച്ച് നടന്നു. നിഗൂഢരഹസ്യം വെളിപ്പെടുത്താനിറങ്ങിയ സ്കൗട്ട് ആയി അവനപ്പോൾ.

“ഇപ്പോഴോ? ഈ രാത്രിയിലോ? ബുദ്ധിശൂന്യത കാണിക്കരുത്. അവിടെ ആകെ നനഞ്ഞു കുതിർന്ന് കിടപ്പാണ്.” ഞാൻ പ്രതിഷേധിച്ചു. അവന്റെ ദുശ്ശാഠ്യം കണ്ട് അമ്പരന്നു. “ഒരുപക്ഷേ ഓഡ്ബോളിന്റെ ടോർച്ച് നഷ്ടപ്പെട്ടിരിക്കും. അതായിരിക്കും അവിടെ കിടന്ന് തിളങ്ങുന്നത്.”

"അത് ടോർച്ചിന്റെ വെളിച്ചമല്ല." ഡിസ്സി മുന്നോട്ടു നീങ്ങി.

അവനെ തടയാൻ ഞാൻ ശ്രമിച്ചു. അവന്റെ കൈ പിടിച്ചു. എന്നാൽ കയ്യുറ ഊരിപ്പോന്നതല്ലാതെ അവൻ നിന്നില്ല.

"ഡിസ്സി. അങ്ങോട്ട് പോകരുത്."

അവനെ ഏതോ ഭൂതം ബാധിച്ചിരിക്കുന്നു എന്നു തോന്നി. അവൻ എന്റെ വാക്കുകളോട് പ്രതികരിച്ചില്ല.

"ഞാൻ വരുന്നില്ല. ഇവിടെ നിൽക്കാം." അവനെ ഭീഷണിപ്പെടുത്താൻ ഞാനൊരു ശ്രമം നടത്തി.

"ശരി. നിങ്ങൾ വീട്ടിൽ പോയിക്കോളൂ. ഞാൻ പോയി നോക്കാം. ഒരുപക്ഷേ എന്തെങ്കിലും സംഭവിച്ചിട്ടുണ്ടെങ്കിലോ?"

"ഡിസ്സി" എനിക്ക് കോപം സഹിക്കാനായില്ല.

അവൻ ഉത്തരമൊന്നും തന്നില്ല.

അതിനാൽ ഞാൻ അവനു പുറകെ പോയി. ഞാൻ എന്റെ കയ്യിലുള്ള ടോർച്ച് തെളിയിച്ചു. വർണ്ണങ്ങളൊന്നുമില്ലാത്ത ഇരുട്ടിൽ അത് ചെറിയ വൃത്തങ്ങൾ സൃഷ്ടിച്ചു. മേഘങ്ങൾ വളരെ അടുത്താണെന്ന് തോന്നി. ഞങ്ങൾക്ക് കയ്യെത്തിപ്പിടിക്കാവുന്നത്ര അടുത്ത്. വേണമെങ്കിൽ അതിൽ ഒരു കൊളുത്തിട്ട് ഞങ്ങൾക്കവയെ ദൂരെയേതെങ്കിലും പ്രദേശത്തേക്ക് വലിച്ചു കൊണ്ടുപോകാം. തെക്കുഭാഗത്തേക്ക്. കുറച്ചുകൂടി ചൂടുള്ള പ്രദേശങ്ങളിലേക്ക്. അവിടെ പച്ചപ്പുള്ള തോട്ടങ്ങളിലേക്ക് അവയ്ക്ക് കുത്തിയൊലിക്കാം. അല്ലെങ്കിൽ മൊറാവിയായിലെ മുന്തിരിത്തോട്ടങ്ങളിലേക്ക് നീങ്ങാം. അവിടെയാണല്ലോ രുചികരമായ വീഞ്ഞ് ഉത്പാദിപ്പിക്കുന്നത്. ഞങ്ങളുടെ കാലുകൾ ചളിനിറഞ്ഞ മഞ്ഞിൽ പൂണ്ടുപോകുന്നുണ്ടായിരുന്നു. മഴ ഞങ്ങളുടെ ഉടുപ്പിനുള്ളിലേക്ക് അരിച്ചിറങ്ങാൻ ശ്രമിക്കുന്നുണ്ടായിരുന്നു. കാറ്റ് മഴയെ ഞങ്ങളുടെ മുഖത്ത് ആഞ്ഞടിക്കുന്നുണ്ടായിരുന്നു.

അവസാനം ഞങ്ങൾ അത് കണ്ടു.

ചുരത്തിൽ ഒരു കാറുണ്ട്. ഒരു വലിയ വണ്ടി. അതിന്റെ വാതിലുകളെല്ലാം തുറന്ന് കിടക്കുന്നു. അതിനകത്ത് ഒരു വെളിച്ചം മിന്നുന്നുണ്ട്. ഞാൻ ഏതാനും മീറ്റർ ദൂരെ മാറി നിന്നു. അതിനടുത്തേക്ക് പോകാൻ എനിക്കു ഭയമായിരുന്നു. ഏത് നിമിഷത്തിൽ വേണമെങ്കിലും ഒരു കുട്ടിയെപ്പോലെ ഞാൻ പൊട്ടിക്കരഞ്ഞേക്കും എന്നെനിക്കു തോന്നി. ഭയം മൂലം. മാനസിക പിരിമുറുക്കം മൂലം. ഡിസ്സി എന്റെ കയ്യിൽ നിന്ന് ടോർച്ച് വാങ്ങി. വാഹനത്തിനരികിലേക്കു നീങ്ങി. അതിനകത്തേക്ക് ടോർച്ച് തെളിയിച്ചു. കാറിനകം ശൂന്യമായിരുന്നു. പുറകിലെ സീറ്റിൽ ഒരു കറുത്ത ബ്രീഫ്കേസ് കിടപ്പുണ്ടായിരുന്നു. അതുകൂടാതേയും ചില ബാഗുകളുണ്ടായിരുന്നു. ഒരു പക്ഷേ ഷോപ്പിങ്ങ് കഴിഞ്ഞ് വരുന്ന വഴിയാകണം.

"ഈ വണ്ടി അറിയാമല്ലോ" ഡിസ്സി ശാന്തമായി പറഞ്ഞു. ഓരോ വാക്കും വളരെ ശ്രദ്ധിച്ചാണവൻ പുറത്തു വിട്ടത്. "ഈ കാർ എനിക്കറിയാം. ഇത് നമ്മുടെ കമാൻഡന്റിന്റെ ടൊയോട്ടയാണ്."

അവൻ കാറിനു ചുറ്റിലുമുള്ള പ്രദേശങ്ങൾ ടോർച്ചിന്റെ വെളിച്ചത്തിൽ പരതാനാരംഭിച്ചു. വഴി ഇടത്തോട്ട് തിരിയുന്നിടത്താണത് കിടന്നിരുന്നത്. അതിന്റെ വലതുവശത്ത് കുറ്റിച്ചെടികൾ ഇടതൂർന്ന് വളർന്നിട്ടുണ്ടായിരുന്നു. യുദ്ധം തുടങ്ങുന്നതിനു മുമ്പ് ഇവിടെ ഒരു വീടും കാറ്റാടിമില്ലുമുണ്ടായിരുന്നു. ഇപ്പോൾ അവിടെ കെട്ടിടാവശിഷ്ടങ്ങൾക്കു മീതെ ഒരു മരം വളർന്ന് നിൽക്കുന്നു. അതിൽ ശിശിരത്തിൽ അണ്ണാറക്കണ്ണന്മാരെത്തും. ചുറ്റുപാടുമുള്ള അണ്ണാറക്കണ്ണന്മാരെല്ലാം അവിടെ തമ്പടിക്കും.

"ഇതാ അവിടേക്കു നോക്ക്. മഞ്ഞിൽ എന്തോ കിടക്കുന്നു!" ഞാൻ വിളിച്ച് പറഞ്ഞു.

ടോർച്ചിന്റെ വെളിച്ചം വിചിത്രങ്ങളായ പാടുകൾ കാണിച്ചു. ചെറിയ വട്ടങ്ങൾ. ഒരു നാണയത്തിന്റെ വലിപ്പമുള്ള വട്ടങ്ങൾ. അവ എല്ലായിടത്തും പരന്ന് കിടപ്പുണ്ടായിരുന്നു. കാറിനു ചുറ്റിലും വഴിയിലുമെല്ലാമുണ്ടായിരുന്നു. അതിനടുത്ത് ഒരു പുരുഷന്റെ ബൂട്ടിന്റെ പാടുകൾ കാണാനായി. കനത്ത സോളുകളോട് കൂടിയ ബൂട്ടിന്റെ പാടുകൾ. മഞ്ഞ് ഉരുകിക്കൊണ്ടിരിക്കുകയും എല്ലാ കാലടിപ്പാടുകളിലേക്കും കറുത്ത വെള്ളം ഒലിച്ചിറങ്ങുകയും ചെയ്തുകൊണ്ടിരുന്നതിനാൽ ഈ പാടുകൾ വളരെ വ്യക്തമായിരുന്നു.

"കുളമ്പടിപ്പാടുകളാണവ" ആ വൃത്തങ്ങളെ അടുത്ത് പരിശോധിക്കാനായി മുട്ടുകുത്തി നിന്ന് ഞാൻ പറഞ്ഞു. "മാനിന്റെ കുളമ്പുകൾ. കണ്ടോ?"

ഡിസ്സിയുടെ നോട്ടം പക്ഷേ അവിടേക്കായിരുന്നില്ല. കുഴഞ്ഞ മഞ്ഞ് ചവുട്ടി മെതിക്കപ്പെട്ട ഒരിടത്തേക്കാണവൻ നോക്കിക്കൊണ്ടിരുന്നത്. അവിടമാകെ ചവുട്ടി പരത്തിയിരിക്കുന്നു. ടോർച്ചിന്റെ വെളിച്ചം പിന്നേയും മുന്നോട്ടു കുറ്റിക്കാട്ടിലേക്ക് നീങ്ങി. കുറച്ചു കഴിഞ്ഞപ്പോൾ അവന്റെ നിലവിളി കേട്ടു. കുറ്റിക്കാടിന്റെ അരികിലും കിണറിന്റെ വക്കിൽ പിടിച്ച് നിൽക്കുകയായിരുന്നു അവനപ്പോൾ. വഴിയരികിൽ തന്നെയാണാ കിണർ.

"ദൈവമേ! ദൈവമേ! ദൈവമേ" അവൻ യാന്ത്രികമായി വിളിച്ചുകൊണ്ടിരുന്നു. ആ നിലവിളി എന്റെ സമതുലിതാവസ്ഥ തെറ്റിച്ചു. ഇവിടെ എന്ത് സംഭവിച്ചിട്ടുണ്ടാകുമോ അത് ശരിയാക്കാൻ ഇപ്പോൾ ഒരു ദൈവവും വരാൻ പോകുന്നില്ല എന്ന് എനിക്കറിയാമായിരുന്നു.

"ദൈവമേ! ഇവിടെ ആരോ ഉണ്ട്" അവൻ നിലവിളി തുടർന്നു.

ആഴം കുറഞ്ഞ കിണറ്റിൽ ഒരു ശരീരം കിടപ്പുണ്ട്. തല കീഴോട്ടായി, ശരീരം വളഞ്ഞ് പുളഞ്ഞാണത് കിടക്കുന്നത്. ഒരു കയ്യിന്റെ വശത്തു

കൂടി മുഖത്തിന്റെ ഒരു ഭാഗം കാണാമായിരുന്നു. ഭീകരമായിരുന്നു ആ ദൃശ്യം. രക്തത്തിൽ കുളിച്ച്, കണ്ണുകൾ തുറന്നാണത് കിടന്നിരുന്നത്. ഒരു ജോടി ബൂട്ടുകൾ മുകളിലേക്ക് തെറിച്ച് നിൽക്കുന്നു. കനമുള്ള ബൂട്ടുകൾ. കട്ടിയുള്ള സോളുകളുള്ളവ. ആ കിണർ വർഷങ്ങൾക്കു മുമ്പ് മണ്ണിട്ട് മൂടിയതായിരുന്നു. ഇന്നത് ഒരു ചെറിയ കുഴി മാത്രമാണ്. ആഴമില്ലാത്ത ഒരു കുഴി. ഞാൻ തന്നെ ഒരിക്കൽ അതിനു ചുറ്റിലും കുറ്റിച്ചെടികളുടെ കമ്പുകൾ നിരത്തിയിട്ടുണ്ട്. ദന്തഡോക്ടറുടെ ആടുകൾ അതിനകത്ത് വീഴാതിരിക്കാനാണന്ന് അങ്ങനെ ചെയ്തത്.

ഡിസ്സി കുനിഞ്ഞിരുന്നു. ബുട്ടിൽ സ്പർശിച്ചു. നിസ്സഹായതയോടെ അതിന്റെ മുകളിൽ വിരൽ വെച്ചു.

“തൊടരുത്,” ഞാൻ മന്ത്രിച്ചു.

എന്റെ ഹൃദയത്തിന് ഭ്രാന്തു പിടിച്ചിരുന്നു. അത്ര വേഗത്തിലാണത് മിടിച്ചുകൊണ്ടിരുന്നത്. രക്തമില്ലാത്ത ആ തല ഏതു നിമിഷം വേണമെങ്കിലും ഞങ്ങൾക്ക് നേരെ തിരിഞ്ഞേക്കാം എന്നൊരു ചിന്ത അപ്പോൾ എന്നിലുണ്ടായി. ആ വെളുത്ത കണ്ണുകൾ കട്ടപിടിച്ച രക്തത്തിനിടയിലൂടെ തിളങ്ങും. ചുണ്ടുകൾ അനങ്ങും. എന്തെങ്കിലുമൊക്കെ പറയും. അപ്പോൾ വളഞ്ഞു പിരിഞ്ഞ് കിടക്കുന്ന ആ ശരീരം സാവധാനത്തിൽ മുകളിലേക്ക് ഉയരും. അതിനു ജീവൻ വെയ്ക്കും. സ്വന്തം മരണത്തിൽ കുപിതനായി, കോപാകുലനായി അത് എന്റെ കഴുത്തിൽ കയറി പിടിക്കും. ഞെരിക്കും.

“ഒരു പക്ഷേ അയാൾക്ക് ജീവനുണ്ടെങ്കിലോ?” ഡിസ്സിയുടെ സ്വരത്തിൽ ഇത്തിരി ദുഃഖമുണ്ടായിരുന്നു.

അങ്ങനെയാകരുതേ എന്ന് അപ്പോൾ ഞാൻ പ്രാർത്ഥിച്ചു.

ഞങ്ങൾ അനങ്ങാതെ നിന്നു. അസ്ഥിവരെ മരവിച്ചു നിന്നു. ഭയന്ന് വിറച്ചു നിന്നു. ഡിസ്സി അപസ്മാരബാധ വന്നതുപോലെ വിറയ്ക്കുന്നുണ്ടായിരുന്നു. എനിക്ക് അപ്പോൾ അവനെക്കുറിച്ച് ഭയം തോന്നി. അവന്റെ പല്ലുകൾ കൂട്ടിയടിക്കുന്നുണ്ട്. ഞങ്ങൾ പരസ്പരം ആലിംഗനം ചെയ്തു. ഡിസ്സി തേങ്ങിക്കരയാൻ തുടങ്ങി.

ആകാശത്തുനിന്ന് ജലം കുത്തിയൊഴുകുന്നുണ്ട്. ഭൂമിയിൽ അതൊരു അരുവിയായി രൂപപ്പെട്ടിട്ടുണ്ട്. ഭൂമി എന്നത് വലിയൊരു സ്പോഞ്ചാണെന്നും അതിൽ ആവശ്യത്തിലധികം വെള്ളം നിറഞ്ഞിരിക്കുന്നു എന്നും എനിക്കു തോന്നി.

“ഇങ്ങനെ നിന്നാൽ നമുക്ക് ന്യുമോണിയ പിടിക്കും” ഡിസ്സി വിറച്ചുകൊണ്ട് പറഞ്ഞു.

“നീ വാ. നമുക്ക് ഓഡ്ബോളിനെ പോയി കാണാം. എന്തു ചെയ്യണം എന്ന് അയാൾ പറഞ്ഞു തരും. നമുക്കിപ്പോൾ ഇവിടെ നിന്നു പോകാം. ഇവിടെ അധികം നിൽക്കണ്ട.”

ഞങ്ങൾ തിരിച്ചു നടന്നു. പരസ്പരം ചുറ്റിപ്പിടിച്ച് നടന്നു. മുറിവേറ്റ യോദ്ധാക്കൾ നീങ്ങുന്നതുപോലെ താങ്ങായി നടന്നു. ആകാംക്ഷയാൽ എന്റെ തല പൊട്ടിത്തെറിക്കുമെന്നു തോന്നി. തലവേദനിക്കാൻ തുടങ്ങി. തലയ്ക്കു വല്ലാത്ത ചൂട്. ആ ചൂടിൽ മഴത്തുള്ളികൾ ആവിയായി പോകുന്നത് എനിക്കു കാണാനായി. അങ്ങനെ അവ വെളുത്ത മേഘങ്ങൾക്ക് കറുത്ത നിറം നൽകി. ഇടയ്ക്കിടെ കാൽ വഴുക്കി നടന്ന് കൊണ്ടിരിക്കുന്നതിനിടയിൽ എന്റെ ചുണ്ടുകളെ തേടി ചില വാക്കുകളെത്തി. എനിക്കത് ഡിസ്സിയുമൊത്ത് പങ്കിടാൻ തിരക്കായി. അവ ഉറക്കെ പറയണം എന്ന് ഞാൻ ആഗ്രഹിച്ചു. എന്നാൽ എന്തുകൊണ്ടെന്നറിയില്ല അവ പുറത്തു വന്നില്ല. എവിടെ തുടങ്ങണം എന്ന് എനിക്കറിയില്ലായിരുന്നു.

“ഈശോയേ” ഡിസ്സി തേങ്ങിക്കൊണ്ടിരുന്നു. “അത് ഞങ്ങളുടെ കമാൻഡന്റാണ്. ഞാനയാളുടെ മുഖം കണ്ടു. അതയാൾ തന്നെയാണ്.”

ഡിസ്സിയെ എനിക്ക് എന്നും ഇഷ്ടമായിരുന്നു. ഞാനൊരു ഭ്രാന്തിയാണെന്ന് അവൻ ഒരിക്കലും കരുതരുത് എന്ന് ഞാൻ ഇച്ഛിച്ചിരുന്നു. അവൻ മാത്രം അങ്ങനെ ചിന്തിക്കരുത്. ഞങ്ങൾ ഓഡ്ബോളിന്റെ വീട്ടിലെത്തി. അപ്പോൾ എന്റെ മനസ്സിൽ എന്താണെന്ന് അവനോട് പറയാനുള്ള ധൈര്യം എനിക്കു ലഭിച്ചു.

“മൃഗങ്ങൾ മനുഷ്യർക്കുമേൽ പ്രതികാരം ചെയ്യുകയാണ് ഡിസ്സി.” ഞാൻ പറഞ്ഞു.

ഡിസ്സി എന്നെ എന്നും വിശ്വസിച്ചിട്ടുണ്ട്. പക്ഷേ ഇത്തവണ അവൻ എന്നെ ശ്രദ്ധിക്കുന്നുണ്ടായിരുന്നില്ല.

“അതത്ര വിചിത്രമായി തോന്നേണ്ടതില്ല. മൃഗങ്ങൾ കരുത്തുള്ളവയാണ്. ബുദ്ധിയുള്ളവയാണ്. അവയുടെ കൗശലത്തെക്കുറിച്ച് നമുക്ക് ഒന്നുമറിയില്ല. മൃഗങ്ങളെ കോടതിയിൽ വിചാരണ ചെയ്തിരുന്ന ഒരു കാലമുണ്ടായിരുന്നു. അവയിൽ ചിലതിനെ ശിക്ഷിക്കാറുമുണ്ടായിരുന്നു.”

“എന്തൊക്കെയാണീ പറയുന്നത്? എന്തൊക്കെയാണീ പറയുന്നത്?” അവൻ പുലമ്പാൻ തുടങ്ങി.

“ഒരിക്കൽ കുറേ എലികൾ നാട്ടിൽ വലിയ നാശനഷ്ടങ്ങളുണ്ടാക്കി. അവയെക്കതിരെ കേസുണ്ടായി. എലികൾ വിചാരണയ്ക്ക് ഹാജരാകാത്തതിനാൽ കേസ് മാറ്റിവയ്ക്കപ്പെട്ടു. പലതവണ മാറ്റിവയ്ക്കപ്പെട്ടു. അവസാനം കോടതി അവർക്കായി ഒരു വക്കീലിനെ നിയമിച്ചു. ഇത് ഞാൻ എവിടേയോ വായിച്ചതാണ്.”

“ഈശോയേ.....നിങ്ങൾക്കിത് എന്ത് പറ്റി?”

"ഫ്രാൻസി പതിനാറാം നൂറ്റാണ്ടിലാണത് നടന്നതെന്ന് തോന്നുന്നു. അതിന്റെ അവസാനം എങ്ങനെയായിരുന്നു എന്നെനിക്കറിയില്ല. അവയ്ക്കെതിരെ എന്തെങ്കിലും ശിക്ഷ വിധിക്കുകയുണ്ടായോ എന്നും അറിയില്ല."

അവൻ പെട്ടെന്ന് നിന്നു. എന്നെ മുറുകെ പിടിച്ചു. എന്നെ പിടിച്ച് കുലുക്കി.

"നിങ്ങൾ ഒരു ഞെട്ടലിലാണ്. ഇതെന്തൊക്കെയാണ് പുലമ്പുന്നത്?"

ഞാൻ പറഞ്ഞുകൊണ്ടിരുന്നതെന്തെന്ന് എനിക്ക് നല്ലവണ്ണമറിയാമായിരുന്നു. അതിലെ വാസ്തവങ്ങൾ ഉടൻ അന്വേഷിക്കണം എന്ന് ഞാൻ തീരുമാനിച്ചു.

വേലിക്കപ്പുറത്ത് തലയിലെ തൊപ്പിയിൽ ഒരു ടോർച്ച് ഘടിപ്പിച്ച് ഓഡ്ബോൾ പ്രത്യക്ഷനായി. ആ വെളിച്ചത്തിൽ അയാളുടെ മുഖം ഭീതിദവും മൃതവുമായി തോന്നി.

"എന്ത് പറ്റി? എന്തിനാണിങ്ങനെ രാത്രിയിൽ ഇറങ്ങി നടക്കുന്നത്?" ഒരു കാവൽക്കാരന്റെ സ്വരത്തിൽ അയാൾ ചോദിച്ചു.

"നമ്മുടെ കമാൻഡന്റ് അവിടെ കിടക്കുന്നു. അയാൾ മരിച്ചു. അയാളുടെ കാറിനരികിലാണ് കിടക്കുന്നത്." ഡിസ്സി പറഞ്ഞു. അവന്റെ പല്ലുകൾ അപ്പോഴും കൂട്ടിയടിക്കുന്നുണ്ടായിരുന്നു. പറയുമ്പോൾ പുറകിലേക്ക് വിരൽ ചൂണ്ടിയിരുന്നു.

ഓഡ്ബോൾ വാ തുറന്നു. ചുണ്ടുകൾ അനങ്ങാൻ ശ്രമിച്ചു. അതിൽ നിന്ന് സ്വരമൊന്നും വന്നില്ല. അയാളുടെ സംസാരശേഷി നഷ്ടമായിരിക്കുന്നു എന്നൊരു ചിന്ത അപ്പോൾ എന്നിൽ വന്നു. ദീർഘ മൗനത്തിനു ശേഷം അയാൾ പറഞ്ഞു: "അയാളുടെ ആ വലിയ വണ്ടി ഇന്ന് ഞാൻ കണ്ടിരുന്നു. ഇങ്ങനെയെന്തെങ്കിലും സംഭവിച്ചേക്കാം എന്നെനിക്കു തോന്നി. അയാൾ മദ്യലഹരിയിലായിരുന്നു. പൊലീസിനെ വിളിച്ചോ?"

"വിളിക്കണോ?" ഞാൻ ചോദിച്ചു. ഡിസ്സിയുടെ മാനസികാവസ്ഥ പരിഗണിച്ചാണങ്ങനെ ചോദിച്ചത്.

"നിങ്ങൾ ഒരു ശവമാണ് കണ്ടെത്തിയിരിക്കുന്നത്. സാക്ഷികളാണ് നിങ്ങൾ."

അയാൾ ഫോണിനരികിലേക്ക് പോയി. ഒരു മനുഷ്യന്റെ മരണം അയാൾ ശാന്തമായി റിപ്പോർട്ട് ചെയ്യുന്നത് ഞങ്ങൾ കേട്ടു.

"ഞാനവിടേക്കിനി തിരിച്ചില്ല." ഞാൻ പറഞ്ഞു. ഡിസ്സിക്കും അങ്ങനെയൊരാഗ്രഹമുണ്ടാകില്ല എന്ന് എനിക്കറിയാമായിരുന്നു.

"അവിടെ ആ കിണറ്റിലാണയാൾ കിടക്കുന്നത്. കാലുകൾ മേൽപോട്ടാക്കി. തല കീഴോട്ടാക്കി. രക്തത്തിൽ കുളിച്ച്. അതിനു ചുറ്റിലും കാലടിപ്പാടുകളുണ്ട്. ചെറിയ കാലടികൾ. മാനിന്റെ കുളമ്പുകൾ പോലെ." ഡിസ്സി പുലമ്പി.

"അയാൾ ഒരു പൊലീസുകാരനായതിനാൽ കാര്യങ്ങൾ കൂടുതൽ ദുഷ്കരമാകും." ഓഡ്ബോൾ വിരസമായി പറഞ്ഞു. "ആ കാലടികൾക്കു പുറകെ നിങ്ങൾ പോയില്ലെന്ന് കരുതട്ടെ. കുറ്റാന്വേഷണ കഥകളൊക്കെ കാണാറും കേൾക്കാറുമുണ്ടല്ലോ?"

ഞങ്ങൾ അയാളുടെ അടുക്കളയിൽ കയറി. അവിടം ഊഷ്മളമാണ്. നല്ല വെളിച്ചവും. അയാൾ പൊലീസ് വരുന്നതിനായി പുറത്ത് കാത്തുനിന്നു. ഞങ്ങൾ ഇരുവരും നിശ്ശബ്ദരായിരുന്നു. കസേരയിൽ മെഴുകുപ്രതിമകളെപ്പോലെ.

എന്റെ ചിന്തകൾ ആകാശത്തെ കനമേറിയ മഴമേഘങ്ങളേക്കാൾ വേഗത്തിൽ സഞ്ചരിക്കുന്നുണ്ടായിരുന്നു.

ഒരു മണിക്കൂർ കഴിയും മുമ്പേ പൊലീസ് വന്നു. ഒരു ജീപ്പിലാണവർ എത്തിയത്. അതിൽനിന്ന് ഏറ്റവും അവസാനം പുറത്തു വന്നത് കറുത്ത കോട്ടുകാരനായിരുന്നു. ഞാനയാൾക്ക് ബ്ലാക്ക് കോട്ട് എന്ന് പേരിട്ടു.

"ഹലോ ഡാഡ്. നിങ്ങൾ ഇവിടെ തന്നെയുണ്ടാകും എന്ന് എനിക്കറിയാമായിരുന്നു." ഇത്തിരി ആക്ഷേപച്ചുവയിൽ തന്നെയാണയാൾ അത് പറഞ്ഞത്. അതുകേട്ട് ഓഡ്ബോൾ ആകെ വിഷണ്ണനായി.

പട്ടാളക്കാരെപോലെ കൈ കുലുക്കി ബ്ലാക്ക് കോട്ട് ഞങ്ങളെ അഭിവാദ്യം ചെയ്തു. ഞങ്ങൾ സ്കൂളിലെ സ്കൗട്ട് വിദ്യാർത്ഥികളും അയാൾ ഞങ്ങളുടെ നേതാവുമാണെന്ന ഒരു മട്ടിൽ. ഒരു നല്ല കാര്യം ചെയ്തതിന് നന്ദി പറയുകയാണയാൾ എന്ന പോലെ. എങ്കിലും ഡിസ്സിയെ ഇത്തിരി സംശയത്തോടെയാണ് നോക്കിയത്. "നമ്മൾ ഇതുവരേക്കും പരിചയപ്പെട്ടിട്ടില്ലല്ലോ?" അയാൾ ചോദിച്ചു.

"നമ്മൾ കണ്ടിട്ടുണ്ട്. ഞാൻ പൊലീസ് സ്റ്റേഷനിലാണ് ജോലി ചെയ്യുന്നത്."

"സുഹൃത്താണ്. വെള്ളിയാഴ്ചകളിൽ എന്നെ കാണാനെത്തും. ഞങ്ങൾ ഒരുമിച്ച് വില്യം ബ്ലെയ്ക്കിന്റെ കൃതികൾ വിവർത്തനം ചെയ്യുന്നു." ഞാൻ വിശദീകരിച്ചു.

അത്ര താത്പര്യമില്ലാത്ത മട്ടിൽ അയാൾ എന്നെയൊന്ന് നോക്കി. അയാളോടൊപ്പം പൊലീസ് വാഹനത്തിൽ കയറാൻ ആവശ്യപ്പെട്ടു. ചുരത്തിനരികിലെത്തിയപ്പോൾ സംഭവസ്ഥലം മുഴുക്കെ പൊലീസ് നിരന്നിരുന്നു എന്നു കണ്ടു. പ്ലാസ്റ്റിക് ചരടുകൾകൊണ്ട് അവിടം വേർതിരിച്ച് നിർത്തിയിരുന്നു. നിറയെ ഫ്ളഡ്ലൈറ്റുകൾ വച്ചിട്ടുണ്ടായിരുന്നു. മഴ

അപ്പോഴും നിലച്ചിട്ടുണ്ടായിരുന്നില്ല. നിറയെ വെളിച്ചമായപ്പോൾ മഴ വെള്ളിനൂലുകൾ പോലെ പെയ്തിറങ്ങുന്നതായി മാറി. ക്രിസ്തുമസ് മരത്തിലെ മാലാഖയുടെ വെള്ളിത്തലമുടിനാരുപോലെ.

ആ പ്രഭാതം മുഴുവൻ ഞങ്ങൾ പൊലീസ് ആസ്ഥാനത്ത് ചെലവിട്ടു. ഞങ്ങൾ മൂന്നുപേരുമുണ്ടായിരുന്നു. ഓഡ്ബോളിന് അവിടെയുണ്ടാകേണ്ട ആവശ്യമുണ്ടായിരുന്നില്ലെങ്കിലും അയാളും ഒപ്പം നിന്നു. അയാൾ ഭയന്നിരുന്നു. അയാളെ ഇതിലേക്ക് വലിച്ചിഴച്ചതിൽ എനിക്ക് കുറ്റബോധം തോന്നി.

ഞങ്ങൾ കമാൻഡന്റിനെ കൊന്നതുപോലെയായിരുന്നു ചോദ്യങ്ങളെല്ലാം. ഭാഗ്യമെന്ന് പറയട്ടെ ചൂടുള്ള ചോക്ലേറ്റ് പാനീയം തരുന്ന ഒരു കോഫി മെഷീൻ ഈ പൊലീസ് സ്റ്റേഷനിലുണ്ടായിരുന്നു. അതെനിക്ക് ഇഷ്ടമായി. എന്റെ മാനസികനില സമതുലിതമാക്കി. എങ്കിലും രോഗിയായ ഞാൻ കൂടുതൽ ശ്രദ്ധിക്കേണ്ടിയിരിക്കുന്നു എന്ന് ഞാൻ സ്വയം ഓർമ്മിപ്പിച്ചുകൊണ്ടിരുന്നു.

തിരിച്ച് വീട്ടിലെത്തിയപ്പോഴേക്കും ഉച്ച കഴിഞ്ഞിരുന്നു. സ്റ്റൗ കെട്ടുപോയിരുന്നു. അതൊന്ന് കത്തിക്കാൻ ഞാൻ കുറേ അദ്ധ്വാനിച്ചു.

ഞാൻ മെത്തയിൽ കയറി കിടന്നു. അതേ വസ്ത്രം ധരിച്ചുകൊണ്ടു തന്നെ ഉറങ്ങി. പല്ലുപോലും തേച്ചില്ല. ചത്തതുപോലെ ഉറങ്ങി. പ്രഭാതമാകുന്നതിനു തൊട്ടുമുമ്പ്, പുറത്ത് വിചിത്രമായ ഒരു സ്വരം കേട്ടു. അപ്പോഴും ഇരുട്ടായിരുന്നു. വീട് ചൂടാക്കാനുള്ള അടുപ്പിന്റെ പ്രവർത്തനം നിലച്ചതാകും എന്നാണ് ഞാൻ കരുതിയത്. അതിന്റെ സ്വരം വരാതായിട്ടുണ്ടായിരുന്നു. ഞാൻ കോട്ട് എടുത്തിട്ട് താഴേക്കിറങ്ങി. ബോയിലർ മുറിയിലേക്കുള്ള വാതിൽ തുറന്നു.

അവിടെ എന്റെ അമ്മ നില്പുണ്ടായിരുന്നു. വേനലിൽ ധരിക്കുന്ന ഉടുപ്പിട്ട്. പൂക്കളുള്ള ഉടുപ്പിട്ട്. ചുമലിൽ ഒരു ബാഗ് ഞാത്തിയാണമ്മ നിൽക്കുന്നത്. മുഖത്ത് ആകാംക്ഷയും ആശങ്കയും ആശയക്കുഴപ്പവുമുണ്ടായിരുന്നു.

“ദൈവമേ! അമ്മ.... എന്താണിവിടെ ചെയ്യുന്നത്?” ഞാൻ എന്റെ ആശ്ചര്യം വെളിപ്പെടുത്തി.

അമ്മ ഉത്തരം പറയാനെന്ന മട്ടിൽ വാ തുറന്നു. ചുണ്ടുകൾ ചലിപ്പിക്കാൻ ശ്രമിച്ചു. ശബ്ദമൊന്നും വന്നില്ല. പിന്നെ ആ ശ്രമം ഉപേക്ഷിച്ചു. അമ്മയുടെ കണ്ണുകൾ ചുമരിലും മച്ചിലും റോന്തു ചുറ്റി. ബോയിലർ മുറിയാകെ നോക്കി. താൻ എവിടെയാണെന്ന് അമ്മയ്ക്ക് മനസ്സിലാകുന്നില്ല. അമ്മ വീണ്ടും എന്തോ പറയാൻ ശ്രമിച്ചു. പിന്നേയും അതുപേക്ഷിച്ചു.

“അമ്മേ” ഞാൻ മന്ത്രിച്ചു. അമ്മയുടെ നോട്ടത്തെ പിടിച്ചു നിർത്താൻ ശ്രമിച്ചു.

എനിക്ക് അമ്മയോട് കോപം വന്നു. അമ്മ മരിച്ചിട്ട് വർഷമിത്തിരി യായിരിക്കുന്നു. പണ്ടേ മരിച്ച അമ്മമാർ ഇങ്ങനെയൊന്നുമല്ല പെരുമാറേ ണ്ടത്.

“അമ്മയെങ്ങനെ ഇവിടെയെത്തി? ഇത് അമ്മയ്ക്ക് പറ്റിയ സ്ഥല മൊന്നുമല്ലല്ലോ.” ഞാൻ അമ്മയെ ശകാരിക്കാൻ തുടങ്ങി. അതേ സമയം അതിശക്തമായ ദുഃഖവും എന്നെ പിടികൂടി. അമ്മ എന്നെ ഭയപ്പാടോടെ നോക്കി. അമ്മയുടെ കണ്ണുകൾ വീണ്ടും ചുമരിൽ വട്ടം ചുറ്റാൻ തുടങ്ങി. അവർ ആശയക്കുഴപ്പത്തിലായിരുന്നു എന്നു വ്യക്തം.

അമ്മയെ ഞാൻ തന്നെയാണിവിടേക്കു കൊണ്ടുവന്നതെന്ന് ഞാൻ തിരിച്ചറിഞ്ഞു. ബോധപൂർവ്വം ചെയ്തതല്ല. മറ്റെവിടേക്കോ കൊണ്ടു പോകാനാണ് ഞാൻ തുനിഞ്ഞത്. എന്നാൽ എത്തിച്ചേർന്നത് ഇവിടെ യാണ്.

“വേഗം പോകൂ അമ്മേ” ഞാൻ സാവധാനത്തിൽ അമ്മയോട് ആവശ്യ പ്പെട്ടു.

അമ്മ എന്നെ കേൾക്കുന്നുണ്ടായിരുന്നില്ല. ഒരുപക്ഷേ കേൾക്കാനാ കുന്നില്ലായിരിക്കാം. അമ്മയുടെ കണ്ണുകൾ എന്റെ മുഖത്തേക്കു വരാൻ വിസമ്മതിച്ചു. പ്രകോപിതയായി ഞാൻ ബോയിലർ മുറിയുടെ വാതിൽ വലിച്ചടച്ചു. അതിന്റെ മറുവശത്തുനിന്ന്, അകത്തുനിന്ന്, എന്തെങ്കിലും സ്വരം വരുന്നുണ്ടോ എന്ന് ശ്രദ്ധിച്ചു. എനിക്കാകെ കേൾക്കാനായത് ചില ഞരക്കങ്ങൾ മാത്രം. എലി കരളുന്നതുപോലെ. ചിതലരിക്കുന്നതുപോലെ.

ഞാൻ സോഫയിലേക്ക് തിരിച്ച് പോന്നു. പ്രഭാതത്തിൽ കണ്ണ് മിഴിച്ച പ്പോൾ ഇതെല്ലാം വീണ്ടും ഞാനോർത്തു.

6

നിസ്സാരങ്ങളും വിരസങ്ങളും

അവിടെയുമിവിടെയും അലയുന്ന ഒരു കാട്ടുമാൻ
മനുഷ്യാത്മാവിനെ ശ്രദ്ധയിൽ നിന്നകറ്റുന്നു

ഏകാന്തവാസത്തിനായി ജനിച്ചവനാണ് ഓഡ്ബോൾ എന്ന് തോന്നുന്നു. എന്നെപ്പോലെ തന്നെ. എന്നാൽ വ്യതിരിക്തങ്ങളായ ഞങ്ങളുടെ ഏകാന്തതകളെ സംയോജിപ്പിക്കാൻ മാർഗ്ഗങ്ങളില്ലായിരുന്നു. നാടകീയമായ ഈ സംഭവങ്ങൾക്കുശേഷം എല്ലാം പഴയപടിയായി. വസന്തം വന്നു. ഓഡ്ബോൾ ഊർജ്ജസ്വലതയോടെ പരിസരം വൃത്തിയാക്കൽ തുടങ്ങി. പണിശാലയിൽ വിവിധയിനം ഉപകരണങ്ങൾ തയ്യാറാക്കി തുടങ്ങി. ആ ഉപകരണങ്ങൾ അയാൾ വേനലിൽ ഉപയോഗിക്കും. അതെന്റെ ജീവിതം ദുഷ്കരമാക്കും. വൈദ്യുതികൊണ്ട് പ്രവർത്തിക്കുന്ന ഒരു വാൾ, തോട്ടം വെട്ടിയൊതുക്കുന്നതിനുള്ള ഒരു കത്രിക എന്നിവയെയാണ് ഇക്കൂട്ടത്തിൽ ഞാൻ ഏറ്റവും വെറുത്തത്. എന്നാൽ ഇതിലും വെറുപ്പ് തോന്നിയ മറ്റൊരു ഉപകരണമുണ്ട്. പുൽത്തകിടി വെട്ടിയൊതുക്കുന്നതിനുള്ള ഒന്ന്.

ദൈനംദിന ചര്യകൾക്കിടയിൽ ചിലപ്പോൾ അയാളുടെ മെലിഞ്ഞ് കുനിഞ്ഞ ശരീരം ഞാൻ കാണാറുണ്ട്. അതും ദൂരെനിന്ന് മാത്രം. ഒരിക്കൽ കുന്നിൻമുകളിൽനിന്ന് ഞാൻ അയാളെ നോക്കി കൈ വീശി. അയാൾ പ്രതികരിച്ചില്ല. ഒരു പക്ഷേ എന്നെ കണ്ടിട്ടുണ്ടാകില്ല.

മാർച്ചിൽ എനിക്ക് ഒരിക്കൽ രോഗം കലശലായി. ഓഡ്ബോളിനെ വിളിച്ചാലോ, അയാളുടെ വാതിൽക്കൽ പോയൊന്ന് മുട്ടിവിളിച്ചാലോ എന്ന് ഞാൻ ചിന്തിച്ചു.

എന്റെ സ്റ്റൗ കെട്ട് പോയിരുന്നു. ബോയിലർ മുറി വരെ പോകാനുള്ള കരുത്ത് എന്നിലില്ലായിരുന്നു. അല്ലെങ്കിലും അവിടെയെത്തി അത് പ്രവർത്തനക്ഷമമാക്കുക എന്നത് എനിക്കൊരിക്കലും സംതൃപ്തി തന്നിരുന്നില്ല. വേനലിൽ വീട്ടുകാവലേല്പിച്ച് പോയവർ തിരിച്ചുവരുമ്പോൾ അടുത്ത വർഷം ഈ തൊഴിൽ ചെയ്യാൻ ആകില്ല എന്ന് അറിയിക്കണം എന്ന തീരുമാനത്തിൽ ഞാനെത്തി. ഒരുപക്ഷേ ഞാൻ ഇവിടെ കഴിയുന്ന അവസാന വർഷമാകും ഇതെന്നും അവരോട് പറയണം. അടുത്ത ശിശിരമാകുമ്പോഴേക്കും എനിക്ക് വ്രോക്ലോവിലുള്ള വീജീന്ന തെരുവിലെ എന്റെ കൊച്ചു ഫ്ളാറ്റിലേക്ക് മാറേണ്ടി വന്നേക്കാം. സർവകലാശാലയ്ക്ക് അടുത്താണത്. അവിടെ നിന്ന് ഓദർ നദിയുടെ ഭംഗി കണ്ടാസ്വദിക്കാം. മണിക്കൂറുകൾ അങ്ങനെയിരിക്കാനാകും, വടക്കോട്ടോഴുകുന്ന നദിയെ കണ്ട് ഏതോ മോഹവലയത്തിൽ അകപ്പെട്ടതുപോലെ ഇരിക്കാം.

ഭാഗ്യമെന്നു പറയട്ടെ ഡിസ്സി എത്തിച്ചേർന്നു. അവൻ സ്റ്റൗ വീണ്ടും കത്തിച്ചു. വിറകുപുരയിൽ പോയി വിറക് കൊണ്ടുവന്നു. അതിലപ്പോഴും മാർച്ച് മാസത്തിന്റെ നനവുണ്ടായിരുന്നു. അതിനാൽ അത് തീയ്യിനേക്കാൾ പുക നൽകി. ചൂട് നൽകിയുമില്ല. ഞാൻ കുപ്പികളിൽ സൂക്ഷിച്ചിരുന്ന ഉപ്പിലിട്ടതും അച്ചാറും അവനെടുത്തു. ഒരു സൂപ്പുണ്ടാക്കി തന്നു. നല്ല രുചികരമായ ഒരു സൂപ്പ്.

ദിവസങ്ങളോളം ഞാനങ്ങനെ കിടന്നു. അങ്ങനെ എന്റെ ശരീരത്തിലെ കലഹകാരികളെ അമർച്ച ചെയ്തു. കാലുകളിൽ അതിനിടയിൽ പലതവണ മരവിപ്പ് വന്നു. അതെല്ലാം ഞാൻ ക്ഷമയോടെ നേരിട്ടു. ചിലപ്പോൾ കാലുകൾ കത്തിയെരിയുന്നതായി തോന്നി. അസഹനീയം. അപ്പോൾ എന്റെ മൂത്രം പോലും ചുട്ടുപഴുത്തിരിക്കുന്നതായും ചുവന്നിരിക്കുന്നതായും തോന്നി. ചുവന്ന മൂത്രം നിറഞ്ഞ ശൗചാലയം എന്നത് ഭീതി നൽകുന്ന കാഴ്ചയായിരുന്നു. ഞാൻ പർദ്ദകൾ വലിച്ചിട്ടു. അങ്ങനെ മാർച്ചിലെ വെയിൽ മഞ്ഞിൽ തട്ടി പ്രതിഫലിച്ചെത്തുന്നതിനെ തടഞ്ഞു. വേദന എന്റെ തലച്ചോറിന്റെ ചാട്ടയടിപോലെ പ്രഹരിച്ചുകൊണ്ടിരുന്നു.

എനിക്കൊരു സിദ്ധാന്തമുണ്ട്. എന്തോ അരുതാത്തത് സംഭവിച്ചിരിക്കുന്നു എന്നാണത്. അതായത് നമ്മുടെ അനുമസ്തിഷ്കത്തെ തലച്ചോറുമായി ബന്ധിപ്പിച്ചിരിക്കുന്നത് ശരിയായ വിധത്തിലല്ല എന്ന്. നമ്മെ പ്രോഗ്രാം ചെയ്തെടുത്തപ്പോൾ പറ്റിയ ഏറ്റവും വലിയ പിഴവായിരിക്കണം ഇത്. ആരോ നമ്മെ അത്ര കൃത്യമല്ലാതെ രൂപകല്പന ചെയ്തിരിക്കുന്നു. അതുകൊണ്ടാണ് ഈ രൂപകല്പന മാറ്റാൻ സമയമായിരിക്കുന്നു എന്ന് പറയുന്നത്. നമ്മുടെ അനുമസ്തിഷ്കത്തെ തലച്ചോറുമായി ബന്ധിപ്പിച്ചിട്ടുണ്ടെങ്കിൽ നമുക്ക് നമ്മുടെ ശരീരഘടനയുടെ എല്ലാ വിവരങ്ങളും ജ്ഞാനവും ലഭ്യമാകും. നമ്മുടെ ശരീരത്തിനകത്ത് എന്തു സംഭവിക്കുന്നു എന്ന് അറിയാനാകും. ശരീരത്തിലെ പൊട്ടാസ്യത്തിന്റെ

അളവ് കുറഞ്ഞിരിക്കുന്നല്ലോ എന്ന് നമുക്കു പറയാനാകും. നട്ടെല്ലിന്റെ മൂന്നാമത്തെ കശേരുവിന് സ്വല്പം വലിച്ചിലുണ്ട്. രക്തസമ്മർദ്ദം കുറഞ്ഞിരിക്കുന്നു, ഇന്നലെ കഴിച്ച മുട്ടയും മയോണൈസും എന്റെ കൊളസ്ട്രോൾ നില വഷളാക്കിയിരിക്കുന്നു, അതിനാൽ ഇന്ന് എന്തു കഴിക്കുന്നു എന്ന് ശ്രദ്ധിക്കേണ്ടിയിരിക്കുന്നു എന്നൊക്കെ നമുക്കു പറയാനും ചിന്തിക്കാനുമാകും.

നമ്മുടെ ഈ ശരീരമുണ്ടല്ലോ, അത് വിഷമം നൽകുന്ന ഒരു സഞ്ചിയാണ്. എന്തൊക്കെയോ കുത്തിനിറച്ച ഒരു സഞ്ചി. അതിനെക്കുറിച്ച് നമുക്ക് ഒന്നുമറിയില്ല. അതിന്റെ സ്വാഭാവിക പ്രക്രിയ എന്താണെന്നറിയാൻ ഒരുപാട് ഉപകരണങ്ങൾ നമുക്ക് ആവശ്യമായി വരുന്നു. കഴിഞ്ഞ തവണ എന്റെ ഉദരത്തിനകത്ത് എന്താണ് സംഭവിച്ചുകൊണ്ടിരിക്കുന്നത് എന്നറിയാൻ ഒരു ഡോക്ടർക്ക് എന്റെ മേൽ ഗ്യാസ്ട്രോസ്കോപ്പി ചെയ്യേണ്ടി വന്നു എന്നത് നിന്ദിപ്പിക്കുന്നതും ഞെട്ടിപ്പിക്കുന്നതുമല്ലേ! എനിക്ക് ഒരു ട്യൂബ് വിഴുങ്ങേണ്ടി വന്നു. ഉദരത്തിനകത്ത് എന്ത് സംഭവിക്കുന്നു എന്നറിയാൻ അതിലൊരു ക്യാമറ ഘടിപ്പിച്ചിരുന്നു. പരുപരുത്തതും പുരാതനവുമായ ആ യന്ത്രം എനിക്ക് കൂടുതൽ വേദന സമ്മാനിച്ചു. മാലാഖമാർ എന്നൊന്നുണ്ടെങ്കിൽ അവർ നമ്മെ നോക്കി ചിരിക്കുന്നുണ്ടാകും. ഒരു ശരീരം നമുക്കു തരികയും അതിനെക്കുറിച്ച് ഒന്നുമറിയാതിരിക്കുകയും എന്ന അവസ്ഥകണ്ട് അവർ ചിരിക്കുന്നുണ്ടാകും. അത് ഉപയോഗിക്കാനുള്ള നിർദ്ദേശപത്രികയൊന്നുമില്ലതാനും.

നിർഭാഗ്യകരമെന്ന് പറയട്ടെ തെറ്റ് വളരെ മുമ്പേ സംഭവിച്ച് കഴിഞ്ഞിരുന്നു. മറ്റ് തെറ്റുകളെപ്പോലെ തന്നെ വളരെ മുമ്പേ.

ഭാഗ്യമെന്നു പറയട്ടെ എന്റെ ഉറക്കത്തിന്റെ ക്രമങ്ങൾ വീണ്ടും വ്യത്യാസപ്പെട്ട് തുടങ്ങി. പ്രഭാതത്തിൽ ഉറങ്ങാൻ തുടങ്ങും, ഉച്ചയോടെ എഴുന്നേൽക്കും. ഇതൊരുപക്ഷേ പകൽവെളിച്ചത്തിനെതിരെയുള്ള സ്വാഭാവിക പ്രതിരോധമായിരുന്നിരിക്കണം. പകലിനോട് പൊതുവായുള്ള പ്രതിഷേധം. പകലിന്റെ ഭാഗമായ എല്ലാതിനോടുമുള്ള പ്രതിഷേധം. എഴുന്നേറ്റാൽ പടികൾ ചവുട്ടിക്കയറുന്ന എന്റെ കൊച്ചു പെൺകുട്ടികളുടെ സ്വരം ഞാൻ കേൾക്കും. അതൊരു പക്ഷേ എന്റെ സ്വപ്നമായിരുന്നിരിക്കാം. അപ്പോൾ, ആയിടെ, നടന്നതെല്ലാം പനി കൊണ്ടുവന്ന ക്ഷീണിതമായ മായക്കാഴ്ചകളായിരുന്നിരിക്കാം. എന്നാൽ അതായിരുന്നു സുന്ദര നിമിഷങ്ങൾ.

ആ മയക്കാവസ്ഥയിൽ എന്റെ ചിന്തകൾ ചെക്ക് റിപ്പബ്ലിക്കിനെക്കുറിച്ചായിരുന്നു. അതിന്റെ അതിർത്തികൾ എന്റെ ഓർമ്മയിൽ വരും. അതിനപ്പുറത്തുള്ള മാന്യതയും മൃദുത്വവുമുള്ള നാട്ടിൻപുറം. അവിടെ നല്ല വെയിലുണ്ടാകും. നല്ല വെളിച്ചമുണ്ടാകും. ടേബിൾ മലനിരകളുടെ കീഴെ ഒരുപോലെ ശ്വസിച്ച് നിൽക്കുന്ന വയലുകൾ കാണാം. ആ സ്ഥലം സുന്ദരമായി കാണാൻ വേണ്ടി മാത്രം നിർമ്മിച്ചവ. വളവും തിരിവുമില്ലാത്ത

വഴികൾ. തെളിഞ്ഞ വെള്ളമുള്ള അരുവികൾ. ചോളവയലുകൾക്കിടയിൽ മുയൽക്കുഞ്ഞുങ്ങൾ ഓടിക്കളിക്കുന്നുണ്ടാകും. അവയെ ഭയപ്പെടുത്തി ഓടിക്കാനായി അവിടവിടെ ചെറിയ മണികൾ കെട്ടിയിട്ടിട്ടുണ്ടാകും. ജനങ്ങൾക്ക് ഒട്ടും തിരക്കില്ല. പരസ്പരം മത്സരിക്കുന്നു എന്ന തോന്നലില്ല. സ്വപ്നങ്ങൾക്ക് പുറകേയോടുകയല്ല അവരൊന്നും. അവരെന്താണോ അവരുടെ പക്കൽ എന്തുണ്ടോ അതിൽ സംതൃപ്തരാണവർ.

ഒരു ദിവസം ചെക്ക് പട്ടണമായ നാചോദിലെ ഒരു പുസ്തകശാലയിൽ നിന്ന് ബ്ലെയ്ക്കിന്റെ പുസ്തകം ലഭിച്ചു എന്ന് ഡിസ്സി ഒരിക്കൽ പറയുകയുണ്ടായി. അതിർത്തിക്കപ്പുറത്ത് താമസിക്കുന്ന ഈ നല്ല മനുഷ്യർ, കുട്ടികളെപ്പോലെ നല്ല വാക്ക് സംസാരിക്കുന്നവർ, ജോലിയെല്ലാം കഴിഞ്ഞ് വീട്ടിലെത്തി, അടുപ്പിൽ തീ കൂട്ടി അതിനരികിലിരുന്ന് ബ്ലെയ്ക്കിന്റെ പുസ്തകം വായിക്കുന്നു എന്ന് സങ്കല്പിക്കാം. ജീവിച്ചിരിപ്പുണ്ടായിരുന്നെങ്കിൽ ഇതെല്ലാം കണ്ട് ബ്ലെയ്ക്ക്, ഇനിയും ശരത്കാലം വരാത്ത ഒരിടം ഇപ്പോഴും ഭൂമിയിലുണ്ട് എന്നു പറയുമായിരുന്നു. ലോകം കീഴ്മേൽ മറിഞ്ഞിട്ടില്ലെന്നും ഏദൻ തോട്ടം ഇന്നുമുണ്ടെന്നും പറയുമായിരുന്നു. കാരണങ്ങളുടെ നിയമങ്ങളാലല്ല ഇവിടെ മനുഷ്യർ ഭരിക്കപ്പെടുന്നത്. വിഡ്ഢിത്തവും അച്ചടക്കവും നിറഞ്ഞ നിയമങ്ങളാലല്ല. പകരം അവരുടെ സഹജജ്ഞാനവും ഹൃദയവും കൊണ്ടാണ്. അനാവശ്യ സംഭാഷണങ്ങളിൽ ജനങ്ങൾ ഏർപ്പെടാറില്ല. അവർക്കറിയാവുന്നതെല്ലാം എല്ലായിടത്തും വിളമ്പാറില്ല. എന്നാൽ അവരുടെ ഭാവന ഉപയോഗപ്പെടുത്തി ഗംഭീരങ്ങളായ വസ്തുക്കൾ നിർമ്മിക്കുന്നു. ദൈനംദിന അടിച്ചമർത്തലിന്റെ ചങ്ങലക്കെട്ടുകൾ സർക്കാർ ഇല്ലാതാക്കിയിരിക്കുന്നു. പകരം അവർ ജനങ്ങളെ അവരുടെ പ്രതീക്ഷകളും സ്വപ്നങ്ങളും നിറവേറ്റാൻ സഹായിക്കുന്നു. ഈ വ്യവസ്ഥയിൽ മനുഷ്യൻ എന്നത് ഒരു ചക്രപ്പല്ലല്ല. അപ്രധാനവ്യക്തിയല്ല. എന്തോ ഒരു ഭാഗം അഭിനയിക്കുന്ന ജീവിയല്ല. സ്വാതന്ത്ര്യമുള്ള ജീവിയാണ്. ഇതൊക്കെയാണെന്റെ മനസ്സിലൂടെ കടന്നുപോയിക്കൊണ്ടിരുന്നത്; എന്റെ വിശ്രമകാലം ആനന്ദമാക്കിക്കൊണ്ടിരുന്നത്.

ചിലപ്പോഴെങ്കിലും രോഗികളാണ് യഥാർത്ഥത്തിൽ ആരോഗ്യമുള്ളവർ എന്ന് ഞാൻ കരുതാറുണ്ട്.

ഇത്തിരി സുഖം തോന്നിയ ആദ്യ ദിവസം തന്നെ ഞാൻ വസ്ത്രമെല്ലാം അണിഞ്ഞ് എന്റെ കർത്തവ്യനിർവഹണത്തിനായി നീങ്ങി. എന്റെ പതിവ് നടത്തത്തിനായി. ഞാൻ ക്ഷീണിതയായിരുന്നു. ഇരുട്ടിൽ അറയിൽ മുളപ്പിച്ച ഉരുളക്കിഴങ്ങിന്റെ തൈ പോലെ.

ഉരുകിയൊലിച്ച മഞ്ഞ് എഴുത്തുകാരിയുടെ വീട്ടിലേക്ക് ചാലു കീറിയിരിക്കുന്നു. മേൽക്കൂരയിൽനിന്ന് വെള്ളമൊലിച്ചിറങ്ങുന്ന ചാലുകളൊന്ന്

പൊട്ടിപ്പൊളിഞ്ഞിരിക്കുന്നു. മരച്ചുമരിനരികിലൂടെയാണിപ്പോൾ വെള്ളം കുത്തിയൊലിക്കുന്നത്. അതിനർത്ഥം അകത്ത് വിഴുപ്പായിട്ടുണ്ടെന്നും അതിപ്പോൾ ഉണങ്ങിയിട്ടുണ്ടെന്നുമാണ്. ഞാൻ അവരെ വിളിച്ചു. അവർ വീട്ടിലുണ്ടായിരുന്നില്ല. ഒരുപക്ഷേ അവർ നാട്ടിലുണ്ടാകില്ല. രാജ്യത്തിനു തന്നെ പുറത്തെവിടെയെങ്കിലുമാകാം. അതിനർത്ഥം ഈ വെള്ളച്ചാല് ഞാൻ തന്നെ കൈകാര്യം ചെയ്യണമെന്നാണ്.

എല്ലാ വെല്ലുവിളികളും നമ്മൾക്കുള്ളിൽ ജീവശക്തികളെ പ്രചോദിപ്പിക്കുന്നതെങ്ങനെ എന്നത് ഒരു നിഗൂഢത തന്നെയാണ്. എനിക്കിപ്പോൾ കുറച്ച് സുഖമെല്ലാം തോന്നുന്നുണ്ട്. ഇടതുകാലിനു മാത്രം ഇത്തിരി വേദനയുണ്ട്. വൈദ്യുതി കടന്നുപോകുന്നതുപോലെ ഒരു തോന്നൽ. ആ കാലൊന്ന് വലിച്ചുവെച്ചാണെന്റെ നടത്തം. അതൊരു കൃത്രിമാവയവമാണെന്ന മട്ടിൽ വലിച്ചുവലിച്ച്. എന്നാൽ കോണി കയറിയേ മതിയാകൂ എന്നൊരു അവസ്ഥയിലേക്ക് എത്തിയപ്പോൾ ഞാൻ എന്റെ രോഗം മറന്നു. വേദന മറന്നു.

കൈകൾ ഉയർത്തി ഒരു മണിക്കൂറോളം ആ കോണികളിന്മേൽ നിന്നു. വെള്ളച്ചാലിന്റെ ഗതിയെ ചില ക്ലാമ്പുകളായി പ്രവർത്തിച്ചിരുന്ന അർദ്ധവൃത്തങ്ങളുടെ പിൻബലത്തോടെ മാറ്റിയെടുക്കാനുള്ള ശ്രമം വിജയം കണ്ടില്ല. ആ ചാലിന്റെ ഒരു വശം പൊട്ടിപ്പൊളിഞ്ഞിരിക്കുന്നു. അതിന് അതിരു പാകിയിരുന്ന തുണ്ട് വീടിനകത്തെവിടേക്കോ പോയിരിക്കുന്നു. അന്ന് രാത്രി ഡിസ്സി വരുന്നതുവരെ വേണമെങ്കിൽ എനിക്കു കാത്തിരിക്കാം. എന്നാൽ ഡിസ്സി അത്ര ആരോഗ്യവാനൊന്നുമല്ല. കുറിയവനാണ്, പെൺകുട്ടികളുടേതുപോലെയുള്ള കൈകളാണ് അവന്റേത്. മാത്രമല്ല അവന്റെ ബുദ്ധിയും അത്ര ശരിയല്ല. അവനോടുള്ള പൂർണ്ണ ബഹുമാനത്തോടെയും സ്നേഹത്തോടെയും തന്നെയാണിത് ഞാൻ പറയുന്നത്. അത് ഒരു പോരായ്മയൊന്നുമല്ല. ഈ ലോകത്തിൽ ജീവിക്കുന്ന നമുക്കെല്ലാം നമ്മുടേതായ സ്വഭാവവിശേഷങ്ങളുണ്ട്. നമ്മുടേത് മാത്രമായവ.

മഞ്ഞുരുകിയപ്പോൾ അത് ഈ സമതലത്തിനെന്തൊക്കെ മാറ്റങ്ങൾ വരുത്തി എന്ന് കോണിക്ക് മുകളിൽ നിന്ന് ഞാൻ നോക്കി കണ്ടു. അവിടവിടെ, പ്രത്യേകിച്ചും കിഴക്കും തെക്കുമുള്ള ചരിവുകളിൽ ഇരുണ്ട ഭാഗങ്ങൾ പ്രത്യക്ഷമായിരിക്കുന്നു. ശിശിരം അവിടെ നിന്ന് അതിന്റെ പട്ടാളത്തെ പിൻവലിച്ചുകൊണ്ടിരിക്കുകയാണ്. എന്നാൽ കാടിനപ്പുറത്തുള്ള വയലുകളുടെ അതിർത്തികളിൽ അതിപ്പോഴും യുദ്ധസജ്ജമായി നിൽക്കുന്നുണ്ട്. ചുരം ഇപ്പോഴും വെണ്മയാർന്ന് നിൽക്കുന്നു. എന്തുകൊണ്ടാണ് ഉഴുതിട്ട ഭൂമി പുൽമൈതാനങ്ങളേക്കാൾ ചൂടുള്ളതാകുന്നത്? എന്തുകൊണ്ടാണ് കാട്ടിലെ മഞ്ഞ് കൂടുതൽ വേഗത്തിൽ ഉരുകുന്നത്? എന്തുകൊണ്ടാണ് മരങ്ങൾക്ക് ചുറ്റിലും മഞ്ഞിൻവളയങ്ങൾ പ്രത്യക്ഷപ്പെടുന്നത്? മരത്തിന് ചൂട് കൂടുതലാണോ?

ഞാൻ ഈ ചോദ്യങ്ങളെല്ലാം ഓഡ്ബോളിനോട് ചോദിച്ചു. എഴുത്തുകാരിയുടെ വീട്ടിലെ അഴുക്കുചാലിന്റെ കേടുപാടുകൾ തീർക്കാൻ സഹായമഭ്യർത്ഥിച്ച് പോയതാണവിടേക്ക്. അയാൾ എന്നെ അമ്പരപ്പോടെ ഒന്നു നോക്കിയതല്ലാതെ ഉത്തരമൊന്നും തന്നില്ല. അയാളെ കാത്തുനിൽക്കുന്നതിനിടയിൽ 'പെന്നി ബൺസ് മഷ്രൂം പിക്കേഴ്സ് സൊസൈറ്റി' വർഷംതോറും നടത്തുന്ന കൂൺ പെറുക്കൽ മത്സരത്തിൽ നിന്ന് അയാൾക്ക് ലഭിച്ച ഡിപ്ലോമയിലേക്ക് കണ്ണോടിച്ചു.

“കൂൺ പെറുക്കുന്നതിൽ താങ്കൾ ഇത്ര കേമനാണെന്ന് എനിക്ക് അറിയില്ലായിരുന്നു.”

അയാൾ ഒന്ന് പുഞ്ചിരിച്ചു. പതിവുപോലെ തന്നെ മറുപടിയൊന്നും വന്നില്ല.

അയാൾ എന്നെ പണിശാലയിലേക്കു കൊണ്ടുപോയി. ഒരു ശസ്ത്രക്രിയ നടത്തുന്ന സ്ഥലം പോലെയുണ്ടായിരുന്നു അത്. വിവിധ തരത്തിലും വലിപ്പത്തിലുമുള്ള വലിപ്പുകളും അലമാരകളും അവിടെയുണ്ടായിരുന്നു. അതിലൊക്കെ ഉപകരണങ്ങൾ നിറച്ചിരുന്നു. ഓരോ ഉപകരണവും ഓരോ ജോലിയെ ലക്ഷ്യം വെച്ചുള്ളതായിരുന്നു. അയാൾ ഒരു പെട്ടിയിൽ കുറേ സമയം തിരഞ്ഞുകൊണ്ടിരുന്നു. അവസാനം പരന്ന ഒരു തുണ്ട് അലുമിനിയം വയർ പുറത്തെടുത്തു. അതിനെ ഒരു വളയമാക്കി മടക്കി.

“ഇതൊരു ക്ലാമ്പുപോലെ പ്രവർത്തിക്കും” അയാൾ പറഞ്ഞു.

നാക്കിനു ബാധിച്ച തളർവാതത്തിനെതിരെ യുദ്ധം ചെയ്യുകയാണെന്ന മട്ടിൽ, വളരെ സാവധാനത്തിൽ, വാക്കുകൾ ഓരോന്നോരോന്നായി, അയാൾ സംസാരിച്ചു തുടങ്ങി. കുറേ ആഴ്ചകളായി താൻ ആരോടും സംസാരിക്കാറില്ല എന്ന് കുമ്പസാരിച്ചു. അതുകൊണ്ടുതന്നെ സംസാരശേഷി നഷ്ടപ്പെട്ടതുപോലെ തോന്നുന്നു. അവസാനം വാക്കുകളെ വട്ടമിട്ട് വട്ടമിട്ട് അയാൾ ബിഗ്ഫൂട്ട് തൊണ്ടയിൽ എല്ലു കുടുങ്ങി ശ്വാസം മുട്ടി മരിച്ചതാണെന്ന് പറഞ്ഞു. വൈദ്യപരിശോധനയിൽ നിർഭാഗ്യകരമായ ഈ അന്ത്യമാണത്രെ വെളിപ്പെട്ടത്. മകനിൽ നിന്നാണയാൾ ഈ വിവരമറിഞ്ഞത്.

അതു കേട്ട ഞാൻ പൊട്ടിച്ചിരിച്ചു.

“പൊലീസിന് ഇതിലും സൂക്ഷ്മബുദ്ധിയോടെ കാര്യങ്ങൾ കണ്ടെത്താനാകും എന്നാണ് ഞാൻ കരുതിയിരുന്നത്. ശ്വാസം മുട്ടി മരിച്ചതാണെന്ന് ആദ്യ നോട്ടത്തിൽ തന്നെ വ്യക്തമായിരുന്നു...”

“അങ്ങനെ ആദ്യ നോട്ടത്തിൽ ഒന്നും വ്യക്തമാകുന്നില്ല,” അയാൾ ഇടയ്ക്ക് കയറി ആവേശഭരിതനായി. ആ ടിപ്പണി എന്റെ മനസ്സിൽ ഉടക്കി നിന്നു.

"അതിനെക്കുറിച്ച് എന്റെ മനസ്സിൽ എന്താണെന്ന് നിങ്ങൾക്കറിയാമല്ലോ, അല്ലേ?" ഞാൻ ചോദിച്ചു.

"എന്താ?"

"നമ്മൾ അവിടെയെത്തിയപ്പോൾ അയാളുടെ വീടിനു പുറത്ത് നിന്നിരുന്ന മാനുകളെ ഓർക്കുന്നോ? അവയാണ് അയാളെ കൊന്നത്."

കയ്യിലുള്ള അലുമിനിയം വളയത്തിലേക്ക് അയാൾ കുറച്ച് നേരം നിശ്ശബ്ദം തുറിച്ചു നോക്കി.

"എങ്ങനെ?"

"എങ്ങനെ? അതെനിക്ക് കൃത്യമായി അറിയില്ല. അവരുടെ സഹോദരിയെ അയാൾ തിന്നുകൊണ്ടിരിക്കുന്നതിനിടയിൽ മാനുകൾ അയാളുമായി തീർത്തും കാടത്തം നിറഞ്ഞ യുദ്ധത്തിൽ ഏർപ്പെട്ടിട്ടുണ്ടാകും."

"അതൊരു സംഘട്ടനമായിരുന്നു എന്ന് പറയുകയാണോ? അതായത് മാനുകൾ അയാൾക്കെതിരെ ഗൂഢാലോചന നടത്തി എന്ന്?"

ഉത്തരം ഞാൻ പെട്ടെന്ന് പറഞ്ഞില്ല. ചിന്തകളെ സ്വരുക്കൂട്ടാൻ അയാൾ വളരെയധികം സമയമെടുക്കുന്നോ എന്നു തോന്നി. സ്വരുക്കൂട്ടി അതിനെ വലിച്ചെടുക്കാൻ. അയാൾ ഭക്ഷണത്തിൽ ഉപ്പിന്റെ അളവ് വർദ്ധിപ്പിക്കേണ്ടതുണ്ട്. ചിന്തകൾ പെട്ടെന്നുണരാൻ ഉപ്പ് നല്ലതാണെന്ന് ഞാൻ നേരത്തെ പറഞ്ഞതാണല്ലോ. തന്റെ മഞ്ഞുകാലതൊപ്പിയും ആട്ടിൻ തോലിന്റെ കോട്ടും ധരിക്കാനും അയാൾ അതുപോലെ വളരെയധികം സമയമെടുത്തു.

"അപ്പോൾ കിണറ്റിൽ കണ്ട കമാൻഡന്റിന്റെ കാര്യമോ?" മഞ്ഞിലൂടെ നടക്കുന്നതിനിടയിൽ ഞാൻ ചോദിച്ചു.

"എനിക്ക് ചോദ്യം മനസ്സിലായില്ല. അറിയേണ്ടത് അയാൾ എങ്ങനെ മരിച്ചു എന്നാണോ? അതെനിക്കറിയില്ല. അവൻ പറഞ്ഞില്ല."

അവൻ എന്ന് അയാൾ ഉദ്ദേശിച്ചത് ബ്ലാക്ക് കോട്ടിനെയാണെന്നുറപ്പ്.

"അല്ല. അയാളുടെ മരണകാരണം എനിക്കറിയാം."

"എന്താണത്?" തനിക്കൊരു താത്പര്യവുമില്ല എന്ന മട്ടിലാണയാൾ ചോദിച്ചത്.

അതിനും ഞാൻ ഉടൻ ഉത്തരം നൽകിയില്ല. ആ ചെറിയ പാലം കടന്ന് എഴുത്തുകാരിയുടെ വീട്ടിലേക്കു നടക്കുന്നതുവരെ കാത്തു.

"അത് തന്നെ."

"എന്ത്? എല്ല് തൊണ്ടയിൽ കുടുങ്ങി ശ്വാസംമുട്ടിയോ?"

"കളിയാക്കരുത്. ഞാനുദ്ദേശിച്ചത് അയാളേയും കൊന്നത് മാനുകളാണെന്നാണ്."

“ഈ കോണി പിടിക്കൂ” എന്നായിരുന്നു അപ്പോൾ അയാളുടെ മറുപടി.

അയാൾ കോണിയിൽ പിടിച്ചു കയറി. മേൽക്കൂരയിൽനിന്ന് ഒടിഞ്ഞു നിന്ന ഓവുചാലിന്റെ കേടുപാടുകൾ തീർക്കാൻ തുടങ്ങി. ഞാൻ അപ്പോൾ എന്റെ സിദ്ധാന്തം വിശദീകരിച്ചു.

എനിക്കൊരു സാക്ഷിയുണ്ടായിരുന്നു. ഡിസ്സി. ഡിസ്സിക്കും എനിക്കും ഇതിനെക്കുറിച്ചൊക്കെ അറിയാം. കാരണം സംഭവസ്ഥലത്ത് ആദ്യ മെത്തിയതും പൊലീസ് കാണാത്ത പലതും കണ്ടതും ഞങ്ങളാണ്. പൊലീസിനു പിന്നെ അതൊന്നും കാണാനായില്ല. അവരെത്തിയപ്പോ ഴേക്കും എല്ലാം ഇരുട്ടിലായിട്ടുണ്ടായിരുന്നു. നനഞ്ഞിരുന്നു. ഞങ്ങളുടെ കൺമുന്നിൽ വെച്ച് മഞ്ഞുരുകി ഒലിക്കുന്നുണ്ടായിരുന്നു. പ്രധാന തെളിവുകളെല്ലാം അതിൽ ഒലിച്ചു പോകുന്നുണ്ടായിരുന്നു. വിചിത്രമായ ആ കാലടികൾ, കിണറിനു ചുറ്റിലുമുള്ള കാലടികൾ, അവ നൂറുക്കണ ക്കിനുണ്ടായിരുന്നു. ഒരുപക്ഷേ അതിലും അധികമുണ്ടാകും. ചെറിയ വൃത്തങ്ങളായിരുന്നു അവ. ഒരു പറ്റം മാനുകൾ ആ മനുഷ്യനെ വലയം ചെയ്തതുപോലെ.

ഓഡ്ബോൾ എല്ലാം കേട്ടു. മറുപടിയൊന്നും പറഞ്ഞില്ല. അയാൾ വായിൽ സ്ക്രൂ കടിച്ച് പിടിച്ചിരിക്കുകയായിരുന്നു. അതിനാൽ ഞാൻ സംസാരം തുടർന്നു. ഒരു പക്ഷേ കമാൻഡന്റ് വണ്ടിയോടിച്ചുകൊണ്ടിരി ക്കുകയായിരുന്നിരിക്കണം. അതിനിടയിൽ എന്തെങ്കിലും കാരണവശാൽ വണ്ടി നിർത്തിയിട്ടുണ്ടാകും. കൊലയാളികളിൽ ഒരുവൻ വഴിയിൽ രോഗം അഭിനയിച്ച് കിടന്നിട്ടുണ്ടാകും. തനിക്കൊരു വേട്ട തരപ്പെട്ടു എന്ന് കമാൻ ഡന്റ് കരുതിയിട്ടുണ്ടാകും. പിന്നെ കാറിൽ നിന്ന് പുറത്തിറങ്ങിയപ്പോൾ അവ അയാളെ വളഞ്ഞിരിക്കും. കിണറിനരികിലേക്ക് തള്ളിക്കൊണ്ട് പോയിട്ടുണ്ടാകും...

“അയാളുടെ തലയിൽ മുഴുക്കെ രക്തം പുരണ്ടിരുന്നു.” മുകളിൽ നിന്ന് ഓഡ്ബോൾ വിളിച്ച് പറഞ്ഞു. അപ്പോൾ അയാൾ അവസാനത്തെ സ്ക്രൂ ഘടിപ്പിക്കുകയായിരുന്നു.

“അതെ. കിണറ്റിലേക്ക് വീഴുമ്പോൾ തലയടിച്ചിട്ടുണ്ടാകും.”

“ഇത് കഴിഞ്ഞു.” ദീർഘ മൗനത്തിനുശേഷം അയാൾ പറഞ്ഞു. താഴേ ക്കിറങ്ങാൻ തുടങ്ങി.

ചാല് അലുമിനിയം ക്ലാമ്പ് ഉപയോഗിച്ച് നല്ല പോലെ ഉറപ്പിച്ചിരിക്കുന്നു. അതിനു മുമ്പ് അവിടെയുണ്ടായിരുന്നത് ഒരു പക്ഷേ മഞ്ഞുരുകിയാൽ കണ്ടെത്താനായേക്കും. അതിനിനി ഒരു മാസം കൂടിയെടുക്കും.

“നിങ്ങളുടെ സിദ്ധാന്തം കയ്യിൽ തന്നെ വെച്ചോളൂ. അത് താങ്കൾക്ക് എന്തെങ്കിലും ദോഷം കൊണ്ടുവരാൻ ഇടയില്ലാത്തതാണ്.” ഓഡ്ബോൾ പറഞ്ഞു. എന്നിട്ട് എന്നെ നോക്കാതെ നേരെ വീട്ടിലേക്കു നടന്നു.

മറ്റുള്ളവരെപ്പോലെ അയാളും ഞാനൊരു ഭ്രാന്തിയാണെന്നാണ് കരുതുന്നത് എന്നെനിക്കു തോന്നി. അതെന്നെ വേദനിപ്പിച്ചു.

ഇത് വിഷമകരമാണ്. ബ്ലെയ്ക്കിന്റെ ഭാഷയിൽ പറഞ്ഞാൽ "എതിർപ്പാണ് യഥാർത്ഥ സൗഹൃദം."

മറ്റൊരു വിസ്താരത്തിന് ഹാജരാകാനുള്ള കത്ത് എനിക്ക് തപാൽ വഴി കിട്ടി. റജിസ്റ്റേർഡ് ആയാണ് ആ സമൻസ് വന്നത്. സമതലത്തിലേക്ക് പട്ടണത്തിൽനിന്നും നടന്നു കയറേണ്ടി വന്നതിന്റെ കോപം, നീരസം, അയാൾ എന്നെ കണ്ടപ്പോൾ പ്രകടമാക്കുകയും ചെയ്തു.

"ഇത്ര ദൂരെ താമസിക്കാൻ ആരേയും അനുവദിക്കരുത്." അയാൾ വാതിൽക്കലിരുന്നു. "ലോകത്തിൽ നിന്ന് ഇങ്ങനെ ഒളിച്ച് താമസിക്കുന്നതുകൊണ്ട് എന്താ ഗുണം? എന്തായാലും ഞാൻ നിങ്ങളെ കണ്ടെത്തും." അത് പറഞ്ഞ സ്വരത്തിൽ ഒരു സംതൃപ്തിയുണ്ടായിരുന്നു. "ഇതാ ഇവിടെ ഒപ്പ് വെയ്ക്കൂ. ഇത് പ്രോസിക്യൂഷൻ വകുപ്പിൽനിന്നുള്ള ഒരു കത്താണ്."

ഇയാൾ എന്തായാലും എന്റെ കൊച്ചു പെൺകുട്ടികളുടെ നല്ല സുഹൃത്താകില്ല എന്ന് ഉറപ്പ്. അയാളെ കണ്ടപ്പോൾ മുതൽ അവയ്ക്ക് അയാളെ ഇഷ്ടമായിട്ടില്ല എന്ന് അവ പ്രകടമാക്കുന്നു എന്നെന്റെ മനസ്സെന്നോട് പറയുന്നുണ്ട്.

"ഇങ്ങനെ ദന്തഗോപുരത്തിൽ ജീവിക്കുന്നത് സുഖമാണോ? മനുഷ്യർ താമസിക്കുന്നതിന്റെ തലയ്ക്കു മുകളിൽ? മൂക്ക് നക്ഷത്രങ്ങളിൽ മുട്ടിച്ച്?" അയാൾ ചോദിച്ചു.

അതാണ് എനിക്ക് മറ്റുള്ളവരിൽ ഇഷ്ടമല്ലാത്ത ഒരു കാര്യം. ആക്ഷേപമാണ്. വിപരീതാർത്ഥപ്രയോഗങ്ങൾ. എല്ലാതിനേയും കളിയാക്കുകയും ചെറുതാക്കുകയും ചെയ്യുക എന്നത് ഭീരുത്വമാണ്. അതുപോലെ തന്നെ ഒന്നിനോടും പ്രതിബദ്ധതയില്ലാതിരിക്കുക, ഒന്നിനോടും ബന്ധനസ്ഥയാകാതിരിക്കുക എന്നതും. ഒരു ഷണ്ഡന്റെ ജീവിതമാണത്. സ്വയം ആനന്ദിക്കാനറിയാത്ത ഷണ്ഡന്റെ. എന്നാൽ അയാൾ മറ്റുള്ളവരുടെ ആനന്ദത്തെ നശിപ്പിക്കാനായി എന്തും ചെയ്യും. ഇത്തരം വിപരീതാർത്ഥ പ്രയോഗങ്ങളാണ് യുറീസണിന്റെ അടിസ്ഥാന ആയുധം. ഷണ്ഡന്മാരുടെ യുദ്ധസാമഗ്രികളാണവ. അതേ സമയം അവർ വിജയശ്രീലാളിതരായാണ് എല്ലാ പ്രഖ്യാപനങ്ങളും നടത്തുന്നത് എന്നൊരു ലോകവീക്ഷണം പ്രകടിപ്പിക്കുകയും ചെയ്യും. ആരെങ്കിലും അവരെ ചോദ്യം ചെയ്യാനാരംഭിച്ചാൽ, വിശദാംശങ്ങൾ ചോദിച്ച് തുടങ്ങിയാൽ, അവർ പറഞ്ഞതിൽ ഒന്നുമില്ലെന്നും എല്ലാം തീർത്തും നിസ്സാരങ്ങളാണെന്നും വിരസവാക്യങ്ങളാണെന്നും മനസ്സിലാകുകയും ചെയ്യും. ഒരാളെ വിഡ്ഢി എന്ന് ഞാൻ ഒരിക്കലും വിളിക്കില്ല. ഈ പോസ്റ്റ്മാനെ പഴിചാരാനും

എനിക്ക് ഉദ്ദേശ്യമില്ല. ഞാനയാൾക്ക് കാപ്പിയുണ്ടാക്കി കൊടുത്തു. സാധാരണ പോസ്റ്റ്മാന്മാർ ഇഷ്ടപ്പെടുന്ന തരം കാപ്പി. കടുപ്പമുള്ളത്. ഫിൽറ്റർ ചെയ്യാത്തത്. ഗ്ലാസിൽ. ഞാനയാൾക്ക് കുറച്ച് ജിഞ്ചർബ്രെഡ് കേക്കും കൊടുത്തു. ക്രിസ്തുമസ്സിനായി സൂക്ഷിച്ചതായിരുന്നു അത്. ഞാൻ തന്നെ ബേയ്ക്ക് ചെയ്തത്. അത് കേടുവന്നിട്ടുണ്ടാകരുതേ എന്നും അത് കടിക്കുമ്പോൾ അയാളുടെ പല്ലിന് കേടുവരരുതേ എന്നും ഞാൻ പ്രാർത്ഥിച്ചു.

അയാൾ ജാക്കറ്റ് അഴിച്ച് മേശയ്ക്കരികിൽ വന്നിരുന്നു.

“ഈയ്യിടെയായി ഇത്തരം ക്ഷണങ്ങൾ അനവധിയായി ഞാൻ വിതരണം ചെയ്യുന്നു. ഇത് ആ കമാൻഡന്റിന്റെ മരണവുമായി ബന്ധപ്പെട്ടതാണെന്ന് തോന്നുന്നു.” അയാൾ പറഞ്ഞു.

ഇനിയാരെയൊക്കെ പ്രോസിക്യൂഷൻ വിളിച്ചിട്ടുണ്ട് എന്നറിയാൻ എനിക്ക് ആകാംക്ഷയായി. എങ്കിലും അത് പ്രകടമാക്കിയില്ല. പോസ്റ്റ്മാൻ എന്നിൽനിന്ന് ആ ചോദ്യം വരാനായി കാത്തിരുന്നു. അത് വന്നില്ല. അയാൾ കസേരക്കയ്യിൽ തന്റെ അസ്വസ്ഥത പ്രകടിപ്പിച്ചു. കാപ്പി മൊത്തിക്കുടിച്ചു. നിശ്ശബ്ദതയെ എങ്ങനെ കൈകാര്യം ചെയ്യണം എന്ന് എനിക്കറിയാം.

“അതായത് ഞാനിതുപോലെയുള്ള കത്ത് ആർക്കൊക്കെ വിതരണം ചെയ്തു എന്ന് വച്ചാ... അതിൽ അയാളുടെ എല്ലാ സുഹൃത്തുക്കളും ഉൾപ്പെടും” അയാൾ അവസാനം പറഞ്ഞു തുടങ്ങി.

“ശരി പറയൂ” ഞാൻ ഒട്ടും താത്പര്യമഭിനയിക്കാതെ പറഞ്ഞു.

“അവരൊക്കെ ഒരേ തൂവ്വൽപക്ഷികളാണ്.” അയാൾ സാവധാനത്തിൽ പറഞ്ഞവസാനിപ്പിച്ചു. ഒട്ടൊന്ന് മടിച്ചാണത് പറഞ്ഞത്. അയാൾ തന്റേതായ ശൈലിയിലേക്ക് നീങ്ങുകയാണെന്ന് എനിക്ക് മനസ്സിലായി. “അവർ അധികാരം പിടിച്ചെടുത്തിരിക്കുന്നു. അവർക്കെവിടെ നിന്നാണ് ഇത്രയും ആഡംബരം നിറഞ്ഞ കാറുകളും വീടുകളും ലഭിച്ചത്? ഉദാഹരണത്തിനായി ആ ഇന്നേർഡിന്റെ കാര്യമെടുക്കുക. ആ അറവുശാലയിൽ നിന്ന് അയാൾ ഇത്രയും സമ്പന്നനായി എന്ന് പറഞ്ഞാൽ വിശ്വസിക്കാനാകുമോ?” അയാൾ കണ്ണൊന്ന് തിരുമ്മി. ആ തിരുമ്മലിനൊരു അർത്ഥമുണ്ടെന്ന് തോന്നി. “അയാൾക്ക് പിന്നേയും എന്തിനെയൊക്കെയോ വളർത്തുന്ന സ്ഥലമുണ്ട്. അതിൽനിന്ന് ഇത്രയൊക്കെ സമ്പത്തുണ്ടാക്കാനാകുമോ? അതെല്ലാം വെറും പുകമറയാണ്, ശ്രീമതി ദസ്ജെയ്കൊ.”

ഒരു നിമിഷം ഞങ്ങൾ ഇരുവരും നിശ്ശബ്ദരായി.

“അവരെല്ലാം ഒരേ സംഘത്തിൽപെട്ടതാണെന്ന് തോന്നുന്നു. അയാളെ ആരെങ്കിലും ആ കിണറ്റിലെത്താൻ സഹായിച്ചിട്ടുണ്ടാകും. അത്രയും എനിക്കറിയാം.” വലിയ സംതൃപ്തിയോടെ അയാൾ പറഞ്ഞവസാനിപ്പിച്ചു.

ചുറ്റിലുമുള്ളവരെക്കുറിച്ച് അനാവശ്യം പറയുന്നതിൽ അയാൾ ആനന്ദിക്കുന്നുണ്ടായിരുന്നു. അതുകൊണ്ടുതന്നെ ഇനിയും അയാളെ ഈ സംഭാഷണത്തിലേക്ക് വലിച്ചിഴയ്ക്കേണ്ട എന്ന് ഞാൻ തീരുമാനിച്ചു.

"വലിയ തുകയ്ക്ക് അവർ ചീട്ട് കളിക്കാറുണ്ടായിരുന്നു എന്ന വിവരം എല്ലാവർക്കും അറിയാവുന്നതാണ്. പിന്നെ അയാളൊരു പുതിയ റസ്റ്റോറന്റ് തുടങ്ങിയിട്ടുണ്ട്. സത്യത്തിൽ അത് വേശ്യാലയമാണ്. വെളുത്ത അടിമകളെ സൂക്ഷിക്കുന്ന ഇടമാണ്."

അയാൾ വല്ലാതെ കൂട്ടിപ്പറയുന്നതാണെന്ന് എനിക്കു തോന്നി.

"അത് കൂടാതെ വിദേശത്തു നിന്ന് ആഡംബര കാറുകൾ കള്ളക്കടത്തായി കൊണ്ടുവരുന്ന കച്ചവടവുമുണ്ട്. മോഷ്ടിച്ച് കൊണ്ടുവരികയാണവ. അന്ന് പ്രഭാതത്തിൽ ഒരു സുന്ദരൻ ബിം എം ഡബ്ല്യൂ ആ ചളി നിറഞ്ഞ റോഡിലൂടെ പോകുന്നത് കണ്ടു എന്ന് ഒരാൾ എന്നോടു പറയുകയുണ്ടായി. അതാരാണെന്ന് എന്നോട് ചോദിക്കരുത്. ഞാൻ പറയില്ല." ആ സമയത്ത് അയാൾ അവിടെ എന്തു ചെയ്യുകയായിരുന്നു? അയാൾ അലങ്കാരങ്ങൾ നിറച്ച് പറഞ്ഞുകൊണ്ടിരുന്നു. ഇതെല്ലാം കേട്ട് ഞാൻ തലകറങ്ങി വീഴും എന്നൊരു പ്രതീക്ഷ അയാളിലുണ്ടെന്നു തോന്നി.

അയാൾ പറഞ്ഞതിലധികവും കെട്ടുകഥകളായിരുന്നു. ശുദ്ധ കെട്ടുകഥകൾ.

"വലിയ തുക കൈക്കൂലി വാങ്ങുന്നവരായിരുന്നു അവരൊക്കെ. അവർക്ക് ഇത്തരം കാറുകൾ എവിടെ നിന്ന് ലഭിക്കുന്നു. ഉദാഹരണത്തിനായി കമാൻഡന്റിന്റെ കാര്യം തന്നെയെടുക്കൂ. ഒരു പൊലീസുകാരന്റെ ശമ്പളംകൊണ്ട് ഇത് സാധ്യമാണോ? അധികാരം തലയ്ക്ക് പിടിക്കും എന്നൊക്കെ പറയാറില്ലേ. അത് ശരിയാണ്. അധികാരം കയ്യിലെത്തിയാൽ അയാൾക്ക് എല്ലാവിധ മാന്യതകളും ഇല്ലാതാകുന്നു. നിസ്സാര വിലയ്ക്കാണവർ പോളണ്ടിനെ തൂക്കി വിറ്റത്. ഈ കമാൻഡന്റിനെ വർഷങ്ങളായി എനിക്കറിയാം. അയാൾ ഒരു സാധാരണ പട്ടാളക്കാരനായിരുന്നു. ചില്ലുകൾ നിർമ്മിക്കുന്ന കമ്പനിയിൽ ജോലിക്കു പോകാൻ മടിച്ചിട്ടാണയാൾ പട്ടാളത്തിൽ ചേർന്നത്. ഇരുപതു വർഷം മുമ്പ് ഞങ്ങളൊന്നിച്ച് ഫുട്ബോൾ കളിക്കാറുണ്ടായിരുന്നു. എന്നാൽ ഇപ്പോൾ അയാൾ എന്നെ കണ്ടാലറിയാതായി. ജീവിതം ആരെ എവിടേക്കൊക്കെ എത്തിക്കുന്നു എന്ന് നോക്കണേ. ഞാനൊരു സാധാരണ പോസ്റ്റ്മാൻ. അയാളാകട്ടെ ഒരു വലിയ പൊലീസ് ഓഫീസറും. ഞാൻ ഒരു ഫിയറ്റ് സിങ്കെഡ്സ്സ്റ്റോയോടിക്കുന്നു. അയാളോ ജീപ് ഷെറോക്കെയും."

"ടൊയോട്ട." ഞാൻ ഇടപെട്ടു. "ഒരു ടൊയോട്ട ലാന്റ് ക്രൂസർ."

പോസ്റ്റ്മാൻ ഒന്ന് നിശ്വസിച്ചു. എനിക്കയാളെ ഓർത്ത് ദുഃഖം തോന്നി. ഒരുകാലത്ത് ഈ മനുഷ്യനും നിഷ്കളങ്കനായിരുന്നിരിക്കണം. ഇന്ന് മനസ്സിൽ നിറയെ വിഷം നിറഞ്ഞിരിക്കുന്നു. ദുഷ്കരമായിരിക്കണം

അയാളുടെ ജീവിതം. ആ കയ്പുനീരാകണം അയാളെ ഇങ്ങനെ കുപിതനാക്കുന്നത്.

"ദൈവം മനുഷ്യനെ സന്തോഷമുള്ളവരും ധനികരുമാക്കി സൃഷ്ടിച്ചു. എന്നാൽ കൗശലക്കാർ നിഷ്കളങ്കരെ ദരിദ്രരാക്കി." ഞാൻ ബ്ലെയ്ക്കിന്റെ വാക്യം, ഏകദേശം അതേ പടി, പറഞ്ഞു.

ആ വാക്യത്തിൽ ദൈവം എന്ന വാക്കിന് ഞാൻ ഇത്തിരി ഊന്നൽ കൊടുത്തു എന്ന വ്യത്യാസം മാത്രമേ ചെയ്തുള്ളു.

സായാഹ്നത്തിൽ ഡിസ്സി എത്തി. അവന് ജലദോഷമുണ്ടായിരുന്നു. ഞങ്ങളപ്പോൾ The Mental Traveller എന്ന കൃതി വിവർത്തനം ചെയ്യുകയായിരുന്നു. തുടക്കത്തിൽ തന്നെ ഞങ്ങൾ തമ്മിൽ ഒരു തർക്കമുണ്ടായി. ഇംഗ്ലീഷിലെ 'മെന്റൽ' എന്ന വാക്കിനെ ഞങ്ങൾ Mentalny എന്ന് വിവർത്തനം ചെയ്യണോ എന്നായിരുന്നു തർക്കം. മെന്റൽ എന്നാൽ മനസ്സിന്റേത് എന്നാണല്ലോ വാക്യാർത്ഥം. Duchowy എന്ന വാക്കായിരിക്കും കൂടുതൽ ഉചിതം എന്നും ചർച്ചയായി. അത് ആത്മീയത്തിനോട് അടുത്ത് നിൽക്കുന്നു. തുമ്മിക്കൊണ്ട് ഡിസ്സി മൂലം ഒന്നു കൂടി വായിച്ചു.

പുരുഷന്മാരുടെ ഭൂമിയിലൂടെ ഞാൻ യാത്ര ചെയ്തു:
പിന്നെ പുരുഷന്മാരുടേയും സ്ത്രീകളുടേയും ഭൂമിയിലൂടെയും
അവിടെ ഭീകരകാഴ്ചകൾ കാണുകയും കേൾക്കുകയും ചെയ്തു
അത്രയും അലയുന്നവർക്ക് അറിയാനാകാത്ത
തണുത്ത ഭൂമിയും ഞാൻ കണ്ടു

ആദ്യം ഞങ്ങൾ ഇരുവരും സ്വതന്ത്രമായി വിവർത്തനം ചെയ്തു. ഞങ്ങൾക്കു തോന്നിയ വൃത്തം ഉപയോഗിച്ചു. പിന്നെ പരസ്പരം താരതമ്യപ്പെടുത്തി. ഞങ്ങളുടെ ആശയങ്ങളെക്കുറിച്ച് സംസാരിച്ചു. അതൊരു രസകരമായ കളിപോലെ തോന്നി. അക്ഷരങ്ങളുടെ സങ്കീർണ്ണതയെ ചുരണ്ടുകയാണെന്ന് തോന്നി.

മനുഷ്യരുടെ ലോകത്തിലൂടെ ഞാൻ യാത്ര ചെയ്തു
പുരുഷന്മാരുടേയും സ്ത്രീകളുടെയും സാമ്രാജ്യങ്ങളിലൂടെ
ഒരു ശുദ്ധാത്മാവിനും സ്വപ്നം കാണാനാനാകാത്ത
ഭീകര ദൃശ്യങ്ങൾ കണ്ടും കേട്ടും

അല്ലെങ്കിൽ

മനുഷ്യരുടെ ലോകത്തിലൂടെ ഞാൻ യാത്ര ചെയ്തു
പുരുഷന്മാരുടേയും സ്ത്രീകളുടെയും സാമ്രാജ്യങ്ങളിലൂടെ
ഞാൻ കണ്ടതും കേട്ടതും ഭയാനകമായിരുന്നു
ഒരാൾക്കും സ്വപ്നത്തിൽപോലും കാണാനാകാത്തവിധം ഭയാനകം

"എന്തിനാണിതിൽ സ്ത്രീ എന്ന പദം രണ്ടാമതായി ഉപയോഗിച്ചത്?" ഞാൻ ചോദിച്ചു. "സ്ത്രീകളുടേയും പുരുഷന്മാരുടേയും 'എന്നാക്കിക്കൂടേ?' താളം, വൃത്തം, ഒന്നുകൂടി നന്നാക്കി കൂടേ?"

ഡിസ്സി ഒന്നും പറഞ്ഞില്ല. അവൻ വിരൽ നഖം കടിച്ചിരുന്നു. അവസാനം വിജയിയെപ്പോലെ

പുരുഷന്മാരും സ്ത്രീകളും പങ്കുവെയ്ക്കുന്ന മണ്ഡലത്തിൽ
മാനുഷ ലോകത്തിൽ, ഞാനലഞ്ഞുകൊണ്ടിരുന്നപ്പോൾ
ഭീകര ദൃശ്യങ്ങൾക്ക് സാക്ഷ്യം വഹിക്കാനായി,
ഈ ഭൂവിൽ ആരും കണ്ടിട്ടില്ലാത്ത ദൃശ്യങ്ങൾ

മണ്ഡലം എന്ന വാക്ക് എനിക്കിഷ്ടമായില്ല. എന്നാൽ ഞങ്ങൾ തുടങ്ങിവെച്ചിരിക്കുന്നു. പത്തുമണിയോടെ ആ കവിത പൂർത്തിയായി. ഞങ്ങൾ ഒലീവ് എണ്ണയിൽ വറുത്ത കിഴങ്ങുകൾ കഴിച്ചു. അതിനോടൊപ്പം ചോറും ആപ്പിളുമുണ്ടായിരുന്നു.

ഗംഭീരമായ ഈ അത്താഴത്തിനുശേഷം കവിതയുടെ നൂലാമാലകളിലേക്കിറങ്ങേണ്ടതിനു പകരം, ഞങ്ങൾ എങ്ങനേയോ കമാൻഡന്റിന്റെ കേസിലേക്ക് മടങ്ങിയെത്തി. പൊലീസിന് എന്തൊക്കെ അറിയാം എന്നതിനെക്കുറിച്ചെല്ലാം ഡിസ്സിക്കറിയാമായിരുന്നു. പൊലീസിന്റെ ശൃംഖലയിലേക്ക് അവന് പ്രവേശിക്കാനാകുമായിരുന്നല്ലോ. അതുകൊണ്ട് തന്നെ അവന് എല്ലാമറിയാം. ഒരു ഉയർന്ന ഉദ്യോഗസ്ഥനാണ് കമാൻഡന്റിന്റെ മരണം അന്വേഷിക്കുന്നത്. ഔദ്യോഗിക കാര്യങ്ങൾ പൂർണ്ണ രഹസ്യമാക്കി വെയ്ക്കണം എന്ന് ഡിസ്സിക്കു നിർദ്ദേശമുണ്ട്. എന്നാൽ അതിൽ അവൻ എന്നെ ഉൾപ്പെടുത്തിയിട്ടില്ല. ഈ രഹസ്യമൊക്കെ ലഭിച്ചിട്ട് അതു പയോഗിച്ച് ഞാനെന്ത് ചെയ്യാനാണ്? അതെത്ര പ്രാധാന്യമുള്ള രഹസ്യമാണെങ്കിലും എനിക്കെന്തു ചെയ്യാനാകും? എനിക്ക് പരദൂഷണത്തിലോ വൃഥാ സല്ലാപത്തിലോ താത്പര്യമില്ല. അതുകൊണ്ടുതന്നെ അവൻ പലപ്പോഴും എന്നോട് രഹസ്യങ്ങൾ പറയാറുണ്ട്.

ഉദാഹരണത്തിനായി, തലയ്ക്ക് അടിയേറ്റാണ് കമാൻഡന്റ് മരിച്ചതെന്ന് അവർക്ക് അറിവായിട്ടുണ്ട്. ഒരുപക്ഷേ അത് കിണറ്റിൽ വീണപ്പോൾ സംഭവിച്ചതാകാം. അയാൾ മദ്യപിച്ചിരുന്നു എന്നും അവർ കണ്ടെത്തിയിട്ടുണ്ട്. അത് ആ വീഴ്ചയ്ക്ക് ഒരു കാരണമായിട്ടുണ്ടാകാം. മദ്യപിച്ചാൽ വീഴ്ച ഉണ്ടാകുക എളുപ്പമാണല്ലോ. എന്നാൽ തലയ്ക്ക് ഏറ്റിരിക്കുന്ന ക്ഷതം അങ്ങനെ സാധാരണ മട്ടിൽ കിണറ്റിൽ വീണാൽ ഉണ്ടാകുന്നതിനേക്കാൾ കാഠിന്യമുള്ളതാണ്. അനേകം മീറ്റർ ഉയരത്തിൽ നിന്നാകണം അയാൾ വീണത്. എങ്കിലേ ഇങ്ങനെയൊരു ക്ഷതം സംഭവിക്കുകയുള്ളൂ. അതല്ലാതെ മറ്റൊരു സാധ്യതയും കണ്ടെത്തപ്പെട്ടിട്ടില്ല. ചെന്നിയിലാണ് പ്രഹരമേറ്റിരിക്കുന്നത്. കൊല്ലാനുള്ള ആയുധങ്ങൾ ഒന്നും പ്രയോഗിച്ചതായി തെളിവില്ല. മറ്റ് തെളിവുകൾ ഒന്നുമില്ല. കുറച്ച്

ചവറുകൾ കണ്ടുകിട്ടിയിട്ടുണ്ട്. മധുരം പൊതിഞ്ഞിരുന്ന കടലാസുകൾ, സഞ്ചികൾ, പഴയ കാനുകൾ, ഉപയോഗിച്ച ഒരു ഗർഭനിരോധന ഉറ എന്നിങ്ങനെ. കാലാവസ്ഥ അപ്പോൾ വളരെ മോശമായിരുന്നു. അന്വേഷണത്തിനായുള്ള പ്രത്യേകാൽ സംഘം വളരെ വൈകിയാണെത്തിയത്. നല്ല കാറ്റുണ്ടായിരുന്നു. മഴയും. വെള്ളം, അതിൽ മഞ്ഞുരുകിയ വെള്ളവുമുണ്ടായിരുന്നു, അതിവേഗം കുത്തിയൊലിക്കുന്നുണ്ടായിരുന്നു. ഞങ്ങൾ രണ്ടുപേരും ആ രാത്രി ഓർത്തെടുത്തു. നിലത്ത് കണ്ട വിചിത്ര അടയാളങ്ങളുടെ ഫോട്ടോഗ്രാഫുകൾ എടുത്തിട്ടുണ്ട്. മാൻ കുളമ്പടികളാണവ എന്ന് ഞാൻ വീണ്ടും മനസ്സിൽ പറഞ്ഞു. എന്നാൽ അങ്ങനെ അടയാളങ്ങൾ അവിടെയുണ്ടായിരുന്നോ എന്ന കാര്യത്തിൽ പൊലീസിന് സംശയമുണ്ട്. ഉണ്ടെങ്കിൽതന്നെ അവയ്ക്ക് ഈ മരണവുമായി എന്തെങ്കിലും ബന്ധമുണ്ടാകാൻ സാധ്യതയില്ല എന്നവർ കരുതുന്നു. അത്തരം സാഹചര്യങ്ങളിൽ അതൊക്കെ ഉറപ്പിക്കുക അസാധ്യമാണ്. മാത്രമല്ല അവിടെയൊന്നും മനുഷ്യരുടെ കാലടിപ്പാടുകളുമുണ്ടായിരുന്നില്ല.

എന്നാൽ ഒരു കണ്ടുപിടുത്തമുണ്ടായിട്ടുണ്ട്. കമാൻഡന്റിന്റെ കൈവശം ഇരുപതിനായിരം സ്ലോടിസു(പോളിഷ് കറൻസി)ണ്ടായിരുന്നു. ചാര നിറമുള്ള ഒരു എൻവലപ്പിലായിരുന്നു അത്. ട്രൗസറിന്റെ ബെൽറ്റിൽ സൂക്ഷിച്ചിരിക്കുകയായിരുന്നു അത്. രണ്ട് കെട്ടുകളായാണ് അത് വെച്ചിരുന്നത്. രണ്ട് കെട്ടുകളും റബ്ബർ ബാന്റ് ഇട്ട് ഉറപ്പിച്ചിരുന്നു. ഇത് അന്വേഷക സംഘത്തെ അമ്പരപ്പിച്ചു. കൊലപാതകി എന്തുകൊണ്ട് ആ തുകയെടുത്തില്ല? അയാൾക്ക് അതിനെക്കുറിച്ച് അറിയുമായിരുന്നില്ലേ? അതോ കൊലപാതകിയാണോ ഈ പണം അയാൾക്ക് നൽകിയത്? എങ്കിൽ എന്തിന്? കുറ്റകൃത്യം എന്തിനായിരുന്നു എന്ന് വ്യക്തമല്ല എങ്കിൽ അത് പണത്തിനുവേണ്ടിയാകും എന്നു പറയാറുണ്ട്. എന്നാൽ അത് എല്ലാതിനേയും ലളിതവൽക്കരിക്കുകയാകും എന്നെനിക്കു തോന്നുന്നു.

മറ്റൊരു ചിന്ത ഇത് ദൗർഭാഗ്യകരമായ ഒരു അപകടം മാത്രമാണെന്നാണ്. അതിനുള്ള സാധ്യത വിദൂരമാണ്. മദ്യപിച്ച് ലക്കുകെട്ട അയാൾ ആ പണം ഒളിച്ച് വെയ്ക്കുന്നതിനൊരു സ്ഥലമന്വേഷിക്കുകയായിരുന്നിരിക്കണം എന്നാണ് ഇതൊരു അപകടമാണെന്ന് വിശ്വസിക്കുന്നവരുടെ അഭിപ്രായം. അങ്ങനെ ഒളിപ്പിക്കാൻ സ്ഥലം അന്വേഷിക്കുന്നതിനിടയിൽ കിണറ്റിലേക്ക് വീണ് മരിച്ചു, എന്ന്.

അതൊരു കൊലപാതകമാണെന്ന് ഇപ്പോഴും ഡിസ്സി ഉറപ്പിച്ച് പറയുന്നു.

"എന്റെ സഹജാവബോധമാണെന്നെക്കൊണ്ട് അത് പറയിക്കുന്നത്. അവിടെ ആദ്യമെത്തിയത് നമ്മളാണ്. അപ്പോൾ അന്തരീക്ഷത്തിൽ പ്രകടമായിരുന്ന കുറ്റം നടന്നിരിക്കുന്ന എന്ന ഒരു ഭാവം ശ്രദ്ധിച്ചിരുന്നോ?"

ഞാനും അതേ അഭിപ്രായക്കാരിയായിരുന്നു.

7

ഒരു നായയോടുള്ള പ്രഭാഷണം

പാതയിൽ ദുരുപയോഗം ചെയ്യപ്പെട്ട കുതിര
മാനുഷരക്തത്തിനായി സ്വർഗ്ഗത്തോട് കേഴുന്നു

പൊലീസ് പിന്നേയും പല തവണ ഞങ്ങളെ പീഡിപ്പിച്ചു. നിയമം അനുസരിക്കുന്നവർ എന്ന നിലയിൽ ഞങ്ങൾ അവർക്കു മുന്നിൽ ഹാജരായി. ചോദ്യങ്ങൾക്കുത്തരം നൽകി. അതിനോടൊപ്പം പട്ടണത്തിലെ വിവിധ സ്ഥലങ്ങൾ സന്ദർശിക്കാനുള്ള അവസരവും അത് ഞങ്ങൾക്ക് നൽകി. ഞങ്ങൾ വിത്തുകൾ വാങ്ങി. ഒരു യൂറോപ്യൻ യൂണിയന്റെ ഗ്രാന്റിനായി അപേക്ഷ സമർപ്പിച്ചു. ഒരിക്കൽ ഒരു സിനിമ കണ്ടു. ഞങ്ങൾ എപ്പോഴും ഒരുമിച്ചാണ് പോയത്. ഒരാളെ മാത്രമേ ചോദ്യം ചെയ്യാൻ വിളിച്ചുള്ളൂ എങ്കിലും രണ്ടുപേരും ഒന്നിച്ചാണ് പോയത്.

അന്ന് ഉച്ചയ്ക്ക് ഞങ്ങൾ താമസിക്കുന്നതിനടുത്തുകൂടെ കമാൻഡന്റിന്റെ കാർ തുമ്മിയും ചീറ്റിയും പോകുന്ന സ്വരം താൻ കേട്ടിരുന്നു എന്ന് ഓഡ്ബോൾ പൊലീസിനോട് സമ്മതിച്ചു. മദ്യപിച്ചാൽ അയാൾ എപ്പോഴും ഇടവഴികളിലൂടേയേ യാത്ര ചെയ്യാറുള്ളൂ എന്നു പറഞ്ഞു. അതുകൊണ്ടുതന്നെ അന്നത്തെ ആ യാത്രയറിഞ്ഞപ്പോൾ വലിയ അത്ഭുതമൊന്നും തോന്നിയില്ല എന്ന് പറഞ്ഞു. അതുകേട്ട, അയാളുടെ മൊഴിയെടുത്ത പൊലീസുകാർ, അമ്പരന്നിരിക്കണം.

നിർഭാഗ്യകരമെന്ന് പറയട്ടെ, ഓഡ്ബോൾ പറഞ്ഞതിനെ ശരിവെയ്ക്കാൻ എനിക്കായില്ല. എനിക്കങ്ങനെ ചെയ്യണം എന്ന് ആഗ്രഹമുണ്ടായിരുന്നു എങ്കിലും അതിനായില്ല.

"ഞാൻ വീട്ടിലായിരുന്നു. എനിക്ക് കാറിന്റെ സ്വരമൊന്നും കേൾക്കാനായില്ല. കമാൻഡന്റിനേയും കാണാനായില്ല. ഞാൻ ബോയിലർ മുറിയിലായിരുന്നു. സ്റ്റൗ കത്തിക്കാനുള്ള പരാക്രമത്തിലായിരുന്നു. അവിടെ വഴിയിൽനിന്നുള്ള സ്വരങ്ങളൊന്നും എത്തില്ല."

അധികം താമസിയാതെ ഇതിൽ അമിത ശ്രദ്ധ കൊടുക്കുന്നത് ഞാൻ ഒഴിവാക്കി. കഴിഞ്ഞ ഏതാനും ആഴ്ചകളായി ഈ ജില്ല മുഴുക്കെ ഇതല്ലാതെ മറ്റ് ചർച്ചകളൊന്നുമുണ്ടായിട്ടില്ല. പലരും വിശദവും വിശാലവുമായ പല സിദ്ധാന്തങ്ങളുമായെത്തി. ആ ചിന്തകളെ മനസ്സിൽനിന്നകറ്റാൻ എന്നെക്കൊണ്ടാകുന്നതെല്ലാം ഞാൻ ചെയ്തുകൊണ്ടിരുന്നു. ഇവിടെയെന്താ മരണങ്ങൾക്ക് ഇത്ര പഞ്ഞമുണ്ടോ? അതുകൊണ്ടാണോ എല്ലാവരും ഈ ഒരൊറ്റ മരണത്തെക്കുറിച്ച് മാത്രം സംസാരിക്കുന്നത്?

ഞാൻ എന്റെ അന്വേഷണങ്ങളിലേക്ക് തിരിച്ചു പോയി. ഇത്തവണ പല ടെലിവിഷൻ ചാനലുകളുടേയും പ്രോഗ്രാമുകൾ വിശകലനം ചെയ്തു. പ്രക്ഷേപണം ചെയ്യപ്പെടുന്ന സിനിമകളുടെ ഉള്ളടക്കങ്ങൾ തമ്മിൽ തമ്മിലുള്ള സാമ്യം പഠിക്കാൻ എനിക്കായി. ഏതെങ്കിലും ഒരു ദിവസത്തെ ഗ്രഹനില പോലെ തന്നെയാണിതും. അവ തമ്മിലുള്ള പരസ്പര ബന്ധം വളരെ വ്യക്തവും സുതാര്യവുമായിരുന്നു. ടെലിവിഷനിൽ പ്രോഗ്രാം ചെയ്യുന്നവർ അവരുടെ ജ്യോതിഷജ്ഞാനം വെളിപ്പെടുത്തുകയാണോ എന്ന് എനിക്കു തോന്നി. അല്ലെങ്കിൽ ഒരുപക്ഷേ അവർ അബോധപൂർവ്വം പ്രോഗ്രാം അങ്ങനെ ചിട്ടപ്പെടുത്തിയതാകാം. അതവരുടെ വിശാലമായ ജ്ഞാനത്തെ ബാധിച്ചിട്ടുണ്ടാകില്ല. അല്ലെങ്കിൽ അതിൽനിന്ന് ഉരുത്തിരിഞ്ഞതാകില്ല. നമുക്കു പുറത്ത് ഇങ്ങനെ ഒരു സമന്വയം നിലവിലുണ്ടെന്നത് യാഥാർത്ഥ്യമാണ്. എന്നാൽ നമ്മൾ അബോധപൂർവ്വം തന്നെയാണത് തിരഞ്ഞെടുക്കുന്നത്. കുറേക്കാലമായി വളരെ ചുരുങ്ങിയ രീതിയിലുള്ള ഗവേഷണമേ ഞാൻ നടത്തിയിട്ടുള്ളൂ. ഏതാനും പ്രോഗ്രാമുകളെ മാത്രം ആസ്പദമാക്കി. ഉദാഹരണത്തിനായി, ദ മീഡിയം എന്ന പേരിലുള്ള ഒരു സിനിമ എന്റെ ശ്രദ്ധയിൽ പെട്ടു. വിചിത്രവും ആകാംക്ഷാഭരിതവുമായിരുന്നു അതിന്റെ പ്രമേയം. അത് ടെലിവിഷനിൽ കാണിച്ചുകൊണ്ടിരിക്കുമ്പോൾ സൂര്യൻ രാഹുവിന്റെ പ്രഭാവത്തിലായിരുന്നു. രാഹുവിനൊപ്പം വൃശ്ചികവുമുണ്ടായിരുന്നു. അമരത്വത്തെക്കുറിച്ചും മനുഷ്യന്റെ ഇച്ഛയെ എങ്ങനെ നിയന്ത്രണത്തിലെടുക്കണം എന്നതിനെക്കുറിച്ചുമായിരുന്നു ഈ സിനിമ. രാജ്യാതിർത്തികളിലെ മരണം, ലൈംഗിക ഉത്കർഷേച്ഛ, മറ്റ് അധോലോക പ്രഭാവമുള്ള, രാഹുവിന്റെ പ്രഭാവമുള്ള, കാര്യങ്ങൾ എന്നിവയെക്കുറിച്ച് അതിൽ ഒരു ചർച്ചയുണ്ട്.

'ഏലിയൻ' (ഏലിയൻ ഗോൺ സാലിസിന്റെ) സിനിമകളിലും അത്തരം സാദൃശ്യങ്ങൾ എനിക്ക് കാണാനായി. ആകാശനൗകയിലാണാ സിനിമയുടെ ഇതിവൃത്തം നടക്കുന്നത്. ഇവിടേയും രാഹു, വരുണൻ, ചൊവ്വ എന്നിവയ്ക്കു മേൽ ചെറിയൊരു ആശ്രയത്വം കാണാനാകും.

ഈ രണ്ട് മെല്ലെപ്പോക്കുകാരായ ഗ്രഹങ്ങളുടെ ദർശനത്തിൽ ചൊവ്വ വന്നാൽ, ടെലിവിഷൻ ഒരു 'ഏലിയൻ' സിനിമ ആവർത്തിച്ച് കാണിക്കും. ഇതൊരു അത്ഭുതമല്ലേ?

ഇത്തരം യാദൃച്ഛികതകൾ അത്ഭുതപ്പെടുത്താറുണ്ട്. ഇതിനെക്കുറിച്ച് ഒരു പുസ്തകമെഴുതാൻ വേണ്ട അനുഭവജ്ഞാനം ഇപ്പോൾ എനിക്കുണ്ട്. എന്നാൽ ഇപ്പോൾ ഞാൻ അതിനെക്കുറിച്ച് ഒരു ചെറിയ പ്രബന്ധം മാത്രം എഴുതുന്നു. അത് ഞാൻ പല ആഴ്ചപ്പതിപ്പുകളിലേക്കും അയയ്ക്കും. ആരെങ്കിലും അത് പ്രസിദ്ധീകരിക്കും എന്നൊരു പ്രതീക്ഷയൊന്നും എനിക്കില്ല. ഒരുപക്ഷേ ആരെങ്കിലും അത് വായിച്ച് കുറച്ചൊന്ന് ആലോചിച്ചേക്കാം.

മാർച്ച് മദ്ധ്യത്തോടെ, എനിക്ക് പൂർണ്ണ സുഖം തോന്നി തുടങ്ങി. ഞാൻ എന്റെ നടത്തത്തിന്റെ വൃത്തം വലുതാക്കി. ശ്രദ്ധിക്കാനായി എന്നെ ഏല്പിച്ചിട്ടുള്ള വീടുകൾ പരിശോധിക്കുന്നതിൽ ഞാൻ എന്നെ പരിമിതപ്പെടുത്തിയില്ല എന്നാണിതിനർത്ഥം. അതിനുമപ്പുറത്തേക്ക് കടന്ന്, കാട്ടിലേക്കും പിന്നെ മൈതാനം മുറിച്ച് കടന്ന് ഹൈവേയിലേക്കും പോയി തുടങ്ങി. ഇടയ്ക്കൊക്കെ ഗർത്തങ്ങൾക്കരികിലേക്കും പോയിത്തുടങ്ങി.

വർഷത്തിന്റെ ഈ ദിവസങ്ങൾ ലോകം വല്ലാതെ വെറുപ്പുളവാക്കുന്നതാകുന്നു. നിലത്ത് ഇപ്പോഴും മഞ്ഞിന്റെ വെളുത്ത വലിയ പാളികൾ കാണാം. കട്ടിയുള്ളവ. ക്രിസ്തുമസ് കാലത്ത് നമ്മെ സന്തോഷിപ്പിച്ച് പഞ്ഞിപോലെ പെയ്യുന്ന മഞ്ഞിനോട് ഒട്ടും സാമ്യമില്ലാത്തവ. ഇപ്പോൾ ഈ മഞ്ഞിന് കത്തിയുടെ മൂർച്ചയാണ്. ലോഹം പോലെ ബലമുള്ളതാണ്. അതിനു മുകളിലൂടെ നടക്കുക ബുദ്ധിമുട്ടാണ്. പലപ്പോഴും അതിനിടയിൽ കാല് കുടുങ്ങും. നീളൻ ബൂട്ടുകൾ ഇല്ലായിരുന്നെങ്കിൽ അത് നമ്മുടെ കാലുകൾക്ക് മുറിവേല്പിക്കുമായിരുന്നു. ആകാശം ഇപ്പോഴും വളരെ താഴെയാണ്. ചാരനിറത്തിലാണ്. ഒരു ചെറുകുന്നിന്റെ മുകളിൽ കയറി നിന്ന് കയ്യൊന്ന് ഉയർത്തിയാൽ അതിനെ തൊടാനാകും എന്ന് തോന്നിപ്പോകും.

അങ്ങനെ നടന്നുകൊണ്ടിരുന്നപ്പോൾ എക്കാലവും ഇവിടെ, ഇങ്ങനെ, മറ്റ് വീടുകളുടെ സംരക്ഷണച്ചുമതലയുമായി, ജീവിക്കാനാകില്ല എന്നൊരു തോന്നൽ എന്റെ മനസ്സിൽ ശക്തമായി. എന്റെ സമുറായ് ഒരു ദിവസം മുതൽ പ്രവർത്തിക്കാതാകും. അപ്പോൾ എനിക്ക് പട്ടണത്തിലേക്കു പോകാൻ മാർഗ്ഗമില്ലാതാകും. മരത്തിന്റെ പടികൾ അഴുകും. മഞ്ഞ് മേൽക്കൂരയിൽനിന്നും വെള്ളം വീഴ്ത്തുന്ന പാത്തികളെ പൊളിച്ച് മാറ്റും. സ്റ്റൗ അതിന്റെ പ്രവർത്തനം അവസാനിപ്പിക്കും. ഫെബ്രുവരിയിലെ കൊടുംതണുപ്പിൽ പൈപ്പുകൾ പൊട്ടിത്തെറിക്കും. എനിക്ക് പ്രായമാകും. ക്ഷീണിതയാകും. രോഗങ്ങൾ എന്റെ ശരീരം നശിപ്പിക്കാൻ

തുടങ്ങിയിരിക്കുന്നു. സാവധാനത്തിലെങ്കിലും അത് നിരന്തരം സംഭവിക്കുന്നുണ്ട്. ഓരോ വർഷം കഴിയുംതോറും കാൽമുട്ടുകളുടെ വേദന വർധിക്കുന്നുണ്ട്. കരൾ അതിന്റെ പ്രവർത്തനങ്ങൾക്ക് അനുയോജ്യമല്ലാതായി തുടങ്ങിയിരിക്കുന്നു. ദീർഘകാലമായില്ലേ ഞാൻ ജീവിച്ചു തുടങ്ങിയിട്ട്. അങ്ങനെയൊക്കെയായിരുന്നു മനസ്സിലെ ചിന്തകൾ. ദയനീയമായിരുന്നു ഈ ചിന്തകൾ. എന്തോ ആകട്ടെ, ഒരു ദിവസം തീർച്ചയായും ഇതിനെക്കുറിച്ചൊക്കെ എനിക്ക് ഗൗരവമായി ചിന്തിച്ച് തുടങ്ങേണ്ടി വരും.

അപ്പോൾ ഞാൻ ഒരു പറ്റം കിളികളെ കണ്ടു. ചാരത്തലയൻ കുരുവികളെ. അവയെ മാത്രമേ ഇങ്ങനെ സംഘമായി ഞാൻ കണ്ടിട്ടുള്ളൂ. വളരെ ചുറുചുറുക്കോടെയാണവ ചലിക്കുക. വായുവിൽ ഒരു ചിത്രവേല ചെയ്തതുപോലെ. അവരെത്തേടിയെത്തുന്ന ഇരപിടിയരെ ഈ പക്ഷികൾ കൂട്ടമായി ചെറുക്കും എന്ന് ഞാൻ എവിടേയോ വായിച്ചിട്ടുണ്ട്. ആകാശത്ത്, ഇവയ്ക്കു മീതെ വട്ടമിടുന്ന കഴുകന്മാർ ഇത്തരം ഇരപിടിയന്മാർക്കൊരു ഉദാഹരണമാണ്. അവ പരിശുദ്ധാത്മാവിനെ പോലെ ഈ പക്ഷിക്കൂട്ടത്തിനു മുകളിൽ വട്ടമിടും. എന്നാൽ സംഘം ചേർന്ന ഈ കൊച്ചുകിളികൾക്ക് അത്തരം ഇരപിടിയന്മാരെ നേരിടുക എളുപ്പമാണ്. അതിനവയ്ക്ക് അവരുടേതായ മാർഗ്ഗങ്ങളുണ്ട്. അവ ചിലപ്പോൾ പ്രതികാരവും ചെയ്യാറുണ്ട്. പെട്ടെന്ന് അവ ഒന്നിച്ച് ആകാശത്തേക്കുയരും. പിന്നെ സംഘം ചേർന്ന് അക്രമിയുടെ മുകളിലേക്ക് കാഷ്ഠിക്കും. ഇരപിടിയന്റെ സുന്ദരമായ ചിറകുകളിൽ ഒന്നിച്ച് അനേകം വെളുത്ത കാഷ്ഠത്തുള്ളികൾ പതിക്കും. തൂവ്വലുകൾ അതുമൂലം ഒട്ടിപ്പിടിക്കും. തൂവലുകളിൽ ആസിഡിന്റെ അംശം നിറയും. അപ്പോൾ കഴുകന് ബോധം തെളിയും. അവൻ ഈ കൊച്ചുകിളികളെ വേട്ടയാടുന്നതിൽ നിന്ന് പിന്മാറും. താഴെ പുൽത്തകിടിയിലേക്കിറങ്ങും. ചിലപ്പോൾ തൂവലുകൾ പ്രദൂഷണപ്പെട്ട് അവ വിരക്തിയും അറപ്പും മൂലം മരണം വരിക്കാറുണ്ട്. ദിവസം മുഴുക്കെ അത് വൃത്തിയാക്കാൻ ചെലവിടും. ചിലപ്പോൾ പിറ്റേ ദിവസവും അതിനായി ചെലവിടും. അതിനു പിന്നെ ഉറക്കമുണ്ടാകില്ല. ഇങ്ങനെ വൃത്തിഹീനമായ ചിറകുമായി അതിനുറങ്ങാനാകില്ല. തന്റെ ശരീരത്തിൽനിന്ന് വരുന്ന നാറ്റം അതിനെ രോഗാതുരമാക്കും. എലിയെപ്പോലെ, തവളയെപ്പോലെ, ചീഞ്ഞ മാംസത്തെപ്പോലെയാകും അത്. തൂവ്വലുകളിൽ ഒട്ടിപ്പിടിച്ച് കട്ടയായ പക്ഷികാഷ്ഠം അതിന് കൊക്കുകൊണ്ട് നീക്കം ചെയ്യാനാകില്ല. നല്ല തണുപ്പുണ്ടാകും. മഴ പെയ്താൽ ഒട്ടിപ്പിടിച്ച തൂവലുകൾക്കിടയിലൂടെ വെള്ളം ചർമ്മത്തിലേക്കെത്തും. അതിന്റെ സ്വന്തം വർഗ്ഗത്തിൽപെട്ടവർ, മറ്റ് കഴുകന്മാർ, ഉപദ്രവിക്കാനെത്തും. ഇതൊരു കുഷ്ഠരോഗിയാണെന്ന് അവർ കരുതും. ഏതോ മാരക അസുഖം ബാധിച്ചിരിക്കുകയാണെന്ന് കൂടെയുള്ളവർ കരുതും. മഹാരാജാവിന്റെ ആത്മാഭിമാനത്തെയാണ് ഈ ചെറുകിളികൾ വൃണപ്പെടുത്തിയിരിക്കുന്നത്. ഇത് കഴുകനെ സംബന്ധിച്ചിടത്തോളം അസഹനീയമാണ്. അങ്ങനെ ചില പക്ഷികൾ ചത്തുപോകും.

തങ്ങളുടെ അംഗസംഖ്യയെക്കുറിച്ചും കരുത്തിനെക്കുറിച്ചും ബോധമുള്ള ചാരത്തലയൻ കുരുവികൾ എനിക്ക് മുന്നിൽ തുള്ളിച്ചാടി നടക്കുന്നു. അഭ്യാസ പ്രകടനങ്ങൾ നടത്തുന്നു.

ഒരു ജോടി മണ്ണാത്തിപ്പുള്ളുകളേയും ഞാൻ കണ്ടു. അവ ഈ സമതലം വരെ എത്തിയത് എന്നെ അത്ഭുതപ്പെടുത്തി. ഇവ മറ്റ് പക്ഷികളേക്കാൾ വേഗത്തിൽ അധികദൂരം സഞ്ചരിക്കുന്നു എന്ന് എനിക്കറിയാം. വളരെ പെട്ടെന്ന് അവ എല്ലായിടത്തും പ്രത്യക്ഷമായി തുടങ്ങും. ഇന്ന് പ്രാവുകളെ കാണുന്നതുപോലെ അധികം താമസിയാതെ ഇവയെ എല്ലായിടത്തും കണ്ട് തുടങ്ങും. ഇവയെ ഒറ്റയായി കണ്ടാൽ ദുഃഖം ഇരട്ടയെ കണ്ടാൽ സന്തോഷം എന്നാണ് കുട്ടിക്കാലത്തെ ചൊല്ല്. എന്നാൽ അക്കാലത്ത് ഇത്രയധികം മണ്ണാത്തിപ്പുള്ളുകളെ കാണാറില്ലായിരുന്നു. കഴിഞ്ഞ ശരത്കാലത്ത്, കൂടുണ്ടാക്കുന്ന ഋതു അവസാനിച്ചപ്പോൾ, നൂറു കണക്കിന് പക്ഷികൾ ഒന്നിച്ചുചേക്കാറാൻ പോകുന്ന കാഴ്ച ഞാൻ കാണുകയുണ്ടായി. അതിനർത്ഥം സന്തോഷം പലമടങ്ങായി വരുമെന്നാണോ?

മണ്ണാത്തിപ്പുള്ളുകൾ ഒരു കുഴിയിൽ മഞ്ഞുരുകിയ വെള്ളത്തിൽ കുളിക്കുന്നത് ഞാൻ കണ്ടു. അവ എന്നെ ചരിഞ്ഞൊന്നു നോക്കി. എന്നെക്കണ്ട് അവ ഭയന്നിട്ടില്ല. കാരണം എന്നെക്കണ്ടിട്ടും അവ ചിറകുകൊണ്ട് വെള്ളം തെറിപ്പിക്കുന്നതും വെള്ളത്തിൽ തല മുക്കുന്നതും തുടർന്ന് കൊണ്ടേയിരിക്കുന്നുണ്ടായിരുന്നു. അവയുടെ സന്തോഷം കണ്ടാൽ ഇങ്ങനെയൊരു കുളി എത്ര ആനന്ദദായകമാണെന്നതിൽ ആർക്കും സംശയമുണ്ടാകില്ല.

മണ്ണാത്തിപ്പുള്ളുകൾക്ക് ഇങ്ങനെ ഇടയ്ക്കിടെ കുളിക്കാതെ ജീവിക്കാനാകില്ല എന്നു തോന്നുന്നു. നല്ല ബുദ്ധിയുള്ളവയും ധിക്കാരികളുമാണവ. മറ്റ് പക്ഷികളുടെ കൂട്ടിൽ നിന്ന്, സ്വന്തം കൂട് നിർമ്മിക്കാനാവശ്യമായ വസ്തുക്കൾ അവ മോഷ്ടിക്കാറുണ്ട് എന്നത് എല്ലാവർക്കും അറിയാവുന്ന വസ്തുതയാണ്. അതുപോലെ തന്നെ കൂട്ടിൽ തിളങ്ങുന്ന വസ്തുക്കൾ നിക്ഷേപിക്കും എന്നതും. ചിലപ്പോൾ അവയ്ക്ക് തെറ്റുപറ്റാറുണ്ടെന്നും സിഗരറ്റിന്റേയും മറ്റും അവശിഷ്ടങ്ങൾ ഇതുപോലെ കൂട്ടിക്കൊണ്ടുപോയി വെയ്ക്കാറുണ്ടെന്നും കേട്ടിട്ടുണ്ട്. അതിൽ ചിലതിൽ തീപ്പൊരിയുണ്ടാകും. അതുമൂലം അവ കൂടുവച്ച കെട്ടിടം തന്നെ കത്തി നശിച്ചെന്ന് വരാം. മണ്ണാത്തിപ്പുള്ളുകൾക്ക് ലാറ്റിൻ ഭാഷയിൽ അതിസുന്ദരമായ ഒരു പേരുണ്ട്. പികാ പികാ എന്നാണത്.

ഈ ലോകം എത്ര സുന്ദരവും ജീവൻ നിറഞ്ഞതുമാണ്.

ദൂരെ എനിക്കു പരിചയമുള്ള ഒരു കുറുക്കനെ കണ്ടു. കോൺസൽ എന്നാണ് ഞാനതിന് പേരിട്ടിരിക്കുന്നത്. പരിഷ്കാരിയാണവൻ. നല്ല രീതിയിൽ വളർത്തിയിരിക്കുന്നവൻ. ഒരേ വഴികളിലൂടെയാണെപ്പോഴും അവന്റെ

സഞ്ചാരം. മഞ്ഞുകാലം അവന്റെ പാത ഏതെന്ന് വ്യക്തമാക്കാറുണ്ട്. ഒരു അമ്പെയ്ത പോലെ നേരെയാകും അത്. ഒരേ ലക്ഷ്യത്തോടെയാകും ആ യാത്ര. ചെക്ക് റിപ്പബ്ലിക്കിൽ നിന്നാണവൻ വരുന്നതും അവിടേക്കാണവൻ തിരിച്ചു പോകുന്നതും. ഇവിടെ അവന് ചില വ്യാപാര ഇടപാടുകളുണ്ടെന്നു വ്യക്തം. കുന്നിറങ്ങി വരുന്ന അവനെ ഞാൻ എന്റെ ബൈനോക്കുലറിലൂടെ കണ്ടു. കഴിഞ്ഞ തവണ ഇതുവഴി വന്നപ്പോൾ മഞ്ഞിൽ അവനുപേക്ഷിച്ച കാലടിപ്പാടുകൾ പിന്തുടർന്നാണിപ്പോഴും പോകുന്നത്. അവനെ പിന്തുടരുന്നവരാരെങ്കിലുമുണ്ടെങ്കിൽ ഞാനാകെ ഒരു തവണ മാത്രമേ വന്നിട്ടുള്ളൂ എന്ന് തെറ്റിദ്ധരിപ്പിക്കാനാകണം ഇങ്ങനെ ചെയ്യുന്നത്. എനിക്കവനെ കണ്ടപ്പോൾ ഒരു പഴയകാല സുഹൃത്തിനെ കണ്ട സുഖം തോന്നി. ഇത്തവണ ഞാനൊന്ന് കണ്ണടച്ച് തുറക്കുന്നതിനു മുമ്പ് അവൻ അവന്റെ സ്ഥിരം പാതയെ ഉപേക്ഷിച്ച് വയലിന്റെ അരികിലുള്ള കുറ്റിക്കാട്ടിലേക്കു മറഞ്ഞു. അവിടെ നായാട്ടിനായുള്ള ഒരു മണ്ഡപമുണ്ട്. അതിനപ്പുറത്ത് ഏകദേശം നൂറ് മീറ്റർ മാറി അതുപോലെ മറ്റൊന്നു കൂടിയുണ്ട്. പണ്ട് അവരുമായി എനിക്ക് ഇടപാടുകളുണ്ടായിരുന്നു. കുറുക്കൻ എന്റെ കണ്ണിൽനിന്ന് മറഞ്ഞു. മറ്റൊന്നും ചെയ്യാനില്ലാത്തതിനാൽ ഞാൻ അവനു പുറകെ കാടിന്റെ ഓരത്തേക്കു നടന്നു.

അവിടെ മഞ്ഞ് പുതഞ്ഞ വിശാലമായ വയലുണ്ട്. ശരത്കാലത്തിൽ അത് ഉഴുതിരുന്നു. ഇപ്പോൾ പാതി മരവിച്ച മണ്ണിന്റെ കട്ടകൾ അതിന്റെ ഉപരിതലം പാകിയിരിക്കുന്നു. അതിലൂടെ നടക്കുക ബുദ്ധിമുട്ടായിരിക്കുന്നു. കോൺസലിനെ പിന്തുടരാനുള്ള എന്റെ തീരുമാനത്തിൽ ഞാൻ പശ്ചാത്തപിക്കാൻ തുടങ്ങി. എന്നാൽ കുറച്ച് ദൂരം കുന്ന് കയറിയപ്പോൾ അവനെ ആകർഷിച്ചതെന്ത് എന്ന് ഞാൻ കണ്ടെത്തി. മഞ്ഞിനുമുകളിൽ ഒരു കറുത്ത വസ്തു കിടക്കുന്നു. അതിന്മേൽ രക്തക്കറയുണ്ട്. കോൺസൽ എന്നെ നോക്കി മുകളിലൊരിടത്ത് നില്പാണ്. ശാന്തമായി. ഭയമില്ലാതെ. “കണ്ടോ, കണ്ടോ, നിന്നെ ഞാനാണിവിടെ എത്തിച്ചത്. ഇനിയെല്ലാം നീ കൈകാര്യം ചെയ്തുകൊള്ളണം” എന്ന് എന്നോട് പറയുന്നതുപോലെ. അവൻ പെട്ടെന്ന് അവിടെ നിന്ന് ഓടിപ്പോയി.

ഞാൻ അടുത്തേക്കു നീങ്ങി. അതൊരു കാട്ടുപന്നിയാണെന്ന് എനിക്ക് മനസ്സിലായി. പ്രായപൂർത്തിയാകാത്ത ഒരു കാട്ടുപന്നി. രക്തമൊലിപ്പിച്ച് ആ രക്തത്തിൽ മുങ്ങിച്ചത്തതുപോലെ കിടപ്പാണത്. ചുറ്റിലുമുള്ള മഞ്ഞ് ചുരണ്ടി മാറ്റിയിരിക്കുന്നു. അവിടെ നിലം കാണാനുണ്ട്. അപസ്മാരമിളകിയതുപോലെ ശരീരം കമ്പനം ചെയ്തപ്പോൾ മഞ്ഞ് നീങ്ങിയതാണെന്നു തോന്നി. അതിനു ചുറ്റിലും മറ്റ് പാടുകളും കാണാനുണ്ടായിരുന്നു. കുറുക്കന്മാരുടെ, പക്ഷികളുടെ. മാനുകളുടെ. ഇവിടെ ധാരാളം മൃഗങ്ങൾ വന്നുപോയിട്ടുണ്ട്. അവയെല്ലാം ഈ കൊലപാതകം നേരിൽ കാണാൻ വന്നവരാകണം. ഈ പാവം കാട്ടുപന്നിയുടെ മരണത്തിൽ അനുശോചനമറിയിക്കാൻ വന്നവരാകണം. ചത്തുകിടന്ന പന്നിയെ കാണുന്നതിലും ആ

മൃഗങ്ങളുടെ പാത പരിശോധിക്കുന്നതിലായിരുന്നു എനിക്ക് താത്പര്യം. അപ്പോൾ ഒരാൾക്ക് ശവത്തിനെ എത്ര തവണ നോക്കാനാകും? അതിനൊക്കെ ഒരു അവസാനമില്ലേ? എന്റെ ശ്വാസകോശത്തിൽ ഒരു ഉളുക്ക പോലെ തോന്നി. വല്ലാത്ത വേദന. ശ്വസിക്കാനാകാത്ത വേദന. ഞാൻ മഞ്ഞിൽ ഇരുന്നു. എന്റെ കണ്ണിൽനിന്ന് വീണ്ടും വെള്ളം വരാൻ തുടങ്ങി. എന്റെ ശരീരത്തിന്റെ ഭാരം എനിക്ക് താങ്ങാനാകാതായി. ഞാനെന്തുകൊണ്ട് മറ്റൊരു ദിശയിലേക്കു പോയില്ല? എന്തിനിങ്ങനെ കോൺസലിനെ പിന്തുടർന്നു? അവന്റെ വിഷാദം നിറഞ്ഞ പാത എന്തിന് ഞാൻ പിന്തുടർന്നു? എല്ലാ കുറ്റകൃത്യങ്ങൾക്കും ഞാൻ തന്നെ സാക്ഷിയാകേണ്ടതുണ്ടോ? ഈ ദിവസം തീർത്തും വ്യത്യസ്തമാകേണ്ടതായിരുന്നു. ഒരു പക്ഷേ മറ്റ് ദിവസങ്ങളും വ്യത്യസ്തമാകേണ്ടവയായിരുന്നു. വെടിയുണ്ടകൾ തറച്ചതെവിടെ എന്ന് എനിക്ക് കാണാനായി. നെഞ്ചിലും വയറിലും. കാട്ടുപന്നി എവിടേക്ക് പോകുകയായിരുന്നു എന്ന് എനിക്ക് കാണാനായി. അതിർത്തിയെ ലക്ഷ്യമാക്കി നീങ്ങുകയായിരുന്നു. ചെക്ക് റിപ്പബ്ലിക്കിലേക്ക്. കാടിന്റെ മറുവശത്തുള്ള പുതിയ മണ്ഡപങ്ങളിൽ നിന്നകന്ന്. അവിടെ നിന്നാകണം വെടിയുണ്ടകൾ വന്നത്. അതിനാൽ ഓടിയിരിക്കണം. മുറിവേറ്റയുടൻ ഓടിത്തുടങ്ങിയിരിക്കണം. അധികമൊന്നും ഓടാനായിട്ടുണ്ടാകില്ല. എങ്കിലും കുറച്ചുകൂടി ഓടിയിരുന്നെങ്കിൽ അതിന് ചെക്ക് റിപ്പബ്ലിക്കിൽ എത്താമായിരുന്നു. കുറച്ചുകൂടി പ്രയത്നിച്ചാൽ മതിയായിരുന്നു.

എനിക്ക് ദുഃഖം തോന്നി. വലിയ ദുഃഖം. ചത്തുവീണ ഓരോ മൃഗത്തേയും പ്രതി ഞാൻ സങ്കടപ്പെടുന്നു. അവയ്ക്കായി ദുഃഖമാചരിക്കുന്നു. ഒരു ദുഃഖകാലത്തെ പിന്തുടർന്ന് മറ്റൊന്ന് വരുന്നു. അങ്ങനെ തുടർച്ചയായ ദുഃഖകാലങ്ങളുണ്ടാകുന്നു. ഇതാണെന്റെ സ്വാഭാവിക അവസ്ഥ. രക്തം തളം കെട്ടിയിരിക്കുന്നിടത്ത് ഞാൻ മുട്ടുകുത്തി. കാട്ടുപന്നിയുടെ പരുപരുത്ത മുടിയിൽ തടവി. അത് തണുത്തിരിക്കുന്നു. മരവിച്ചിരിക്കുന്നു.

"**നി**ങ്ങൾക്ക് മനുഷ്യരോടുള്ളതിനേക്കാൾ സ്നേഹം മൃഗങ്ങളോടാണ്."

"അത് ശരിയല്ല. എനിക്ക് രണ്ടിനേയും പ്രതി ദുഃഖം തോന്നുന്നു. പക്ഷേ, പ്രതിരോധിക്കാനാകാത്ത മനുഷ്യരെ ആരും വെറുതെ വെടിവെച്ചിടുന്നില്ല." ഞാൻ അന്ന് സായാഹ്നത്തിൽ നഗരത്തിലെ ഗാർഡിനോട് പറഞ്ഞു. "ചുരുങ്ങിയ പക്ഷം ഇക്കാലത്തെങ്കിലും അങ്ങനെ സംഭവിക്കുന്നില്ല."

"സത്യം. നമ്മൾ നിയമം അനുസരിക്കുന്ന ഒരു രാജ്യമാണ്." അയാൾ തീർപ്പ് പറഞ്ഞു. മാന്യനാണയാൾ എന്നു തോന്നി. എന്നാൽ ബുദ്ധിമാനല്ലെന്നും.

“ഒരു രാജ്യത്തിന്റെ സത്യാവസ്ഥ വെളിപ്പെടുത്തുന്നത് അവിടത്തെ മൃഗങ്ങളാണ്. മൃഗങ്ങളോടുള്ള സമീപനമാണ്. മൃഗങ്ങളോട് മനുഷ്യർ ക്രൂരമായാണ് പെരുമാറുന്നതെങ്കിൽ, ഒരു ജനാധിപത്യത്തിനും അവരെ പിന്നെ സഹായിക്കാനാകില്ല എന്നതാണ് സത്യം.”

പൊലീസ് സ്റ്റേഷനിൽ ഞാൻ ഒരു റിപ്പോർട്ട് മാത്രം നൽകി. അവർ എന്നെ ഒഴിവാക്കി. അവർ എനിക്ക് ഒരു തുണ്ടുകടലാസ് നൽകി. അതിൽ യാഥാർത്ഥ്യങ്ങൾ ഞാനെഴുതി. സിറ്റി ഗാർഡ് എന്നതും പൊതു നീതി ന്യായവ്യവസ്ഥയ്ക്ക് ഉത്തരവാദിത്തപ്പെട്ട ഒരു സംസ്ഥാനമാണെന്നാണ് എന്റെ അഭിപ്രായം. അതിനാലാണ് ഞാനിവിടെ വന്നത്. ഇവിടെനിന്ന് സഹായമൊന്നും ലഭിച്ചില്ലെങ്കിൽ ഞാൻ പ്രോസിക്യൂഷൻ വിഭാഗത്തി ലേക്കു പോകും എന്ന് ഞാൻ ഉറപ്പിച്ചു. പിറ്റേന്ന് തന്നെ പോകും. ബ്ലാക്ക് കോട്ടിനെ കാണും. ഒരു കൊലപാതകം റിപ്പോർട്ട് ചെയ്യും.

സുന്ദരനായ ഒരു യുവാവ് മേശയിൽനിന്ന് ഒരു കെട്ട് കടലാസെടുത്ത് കൊണ്ടുവന്ന് എന്റെ മുന്നിൽ വെച്ചു. എന്നിട്ട് പേനയന്വേഷിക്കാൻ പോയി. യൂണിഫോം ധരിച്ച ഒരു പെണ്ണ് വന്നു. അവൾ ഒരു മഗ് അയാൾക്ക് മുന്നിൽ വെച്ചു.

“എന്താ വേണ്ടത്? കുറച്ച് കാപ്പിയായാലോ?” അവർ എന്നോട് ചോദിച്ചു.

ഞാൻ സന്തോഷപൂർവ്വം തലയാട്ടി. എനിക്കു വല്ലാതെ തണുക്കു ന്നുണ്ടായിരുന്നു. എന്റെ കാലുകൾ വീണ്ടും വേദനിച്ച് തുടങ്ങിയിരുന്നു.

“എന്തിനാണവർ ആ ശവമെടുത്ത് കൊണ്ടുപോയത്? നിങ്ങളെന്താ ണതിനെക്കുറിച്ച് കരുതുന്നത്?” ഞാൻ ചോദിച്ചു. ഉത്തരമൊന്നും പ്രതീ ക്ഷിച്ചായിരുന്നില്ല ആ ചോദ്യം. അവർ ഇരുവരും എന്റെ ഈ സന്ദർശന ത്തിൽ അത്ഭുതപ്പെട്ടിരിക്കുകയായിരുന്നു. അതിനാൽതന്നെ എങ്ങനെ പ്രതികരിക്കണം എന്നവർക്കു തീർച്ചയില്ലായിരുന്നു. ഞാൻ കാപ്പി വാങ്ങി. ആ പെൺകുട്ടി എന്റെ ചോദ്യത്തിനുത്തരം നൽകാൻ ശ്രമിച്ചു.

“ആരാണതിനെ കൊന്നതെന്ന് ഉറപ്പില്ലാത്തതിനാൽ.”

“അവർ എല്ലാതിനേയും നിയമവിരുദ്ധമായാണ് വെടിവച്ചിടുന്നത്. അതിനിടയിൽ ഒന്ന് ഇതിനും കൊണ്ടിരിക്കും. ഇങ്ങനെയൊന്നിനു വെടി കൊണ്ടു എന്ന കാര്യം അവർ മറന്നിരിക്കും. കുറ്റിക്കാട്ടിൽ തന്നെ അത് വീഴും എന്നായിരിക്കും അവർ ധരിച്ചിരിക്കുക. നിയമാനുസൃതമായ അതിർത്തിരേഖയ്ക്കപ്പുറത്ത് അവരൊരു കാട്ടുപന്നിയെ കൊന്നിടുമെന്ന് അവർ കരുതിയിട്ടുണ്ടാകില്ല.” ഞാൻ എന്റെ ബാഗിൽ നിന്ന് ഒരു പ്രിന്റ് ഔട്ട് എടുത്തു. അതയാളെ കാണിച്ചു. “ഞാൻ തിയതികൾ പരിശോ ധിച്ചു. ഇതിപ്പോൾ മാർച്ച് മാസമായി. ഇപ്പോൾ കാട്ടുപന്നിയെ വെടി വെയ്ക്കാൻ നിയമപരമായി അനുവാദമില്ല.” എനിക്ക് എന്റെ പ്രകടന ത്തിൽ സംതൃപ്തി തോന്നി. എന്റെ വിശദീകരണവും കാരണംകാണി ക്കലും പശ്ചാത്താപമർഹിക്കാത്തവയാണെന്ന് തോന്നി. എങ്കിലും

ഫെബ്രുവരി ഇരുപത്തിയെട്ടാം തിയതി നിങ്ങൾക്ക് ഒരു മൃഗത്തെ കൊല്ലാൻ അനുവാദമുണ്ടെന്നും അതിന്റെ പിറ്റേന്ന് ഇല്ലെന്നുമൊക്കെ പറഞ്ഞാൽ അതിലെ യുക്തി എനിക്ക് മനസ്സിലാകില്ല."

"എന്നോട് ക്ഷമിക്കണം മാഡം." പോൾ ന്യൂമാൻ പറഞ്ഞു. "ഇത് ഞങ്ങളുടെ അധികാരപരിധിയിൽ വരുന്ന കാര്യമല്ല. നിങ്ങൾ ഇത് മൃഗവകുപ്പിൽ റിപ്പോർട്ട് ചെയ്യൂ. ഇത്തരം കേസുകളിൽ എന്തു ചെയ്യണം എന്ന് അവർക്കറിയാം. ഒരുപക്ഷേ ആ കാട്ടുപന്നിക്ക് പേയിളകിയിട്ടുമുണ്ടാകാം."

ഞാൻ കാപ്പി കൊണ്ടുവന്ന മഗ്ഗ് മേശപ്പുറത്ത് ആഞ്ഞ് കുത്തുന്നതുപോലെ വെച്ചു.

"അല്ല. അതിനെ കൊന്നയാൾക്കാണ് പേയിളകിയിരിക്കുന്നത്." ഞാൻ ഒച്ചയിട്ടു. ഈ വാദം എനിക്ക് വ്യക്തമാണ്. പല മൃഗങ്ങളേയും അവയ്ക്ക് പേയുണ്ട് എന്ന വാദം നിരത്തി കൊന്നൊടുക്കാറുണ്ട്. "അതിന്റെ ശ്വാസകോശത്തിലേക്കാണ് നിറയൊഴിച്ചത്. കഠിനവേദന സഹിച്ചാകും അത് ചത്തുപോയിട്ടുണ്ടാകുക. അവരതിനുനേരെ നിറയൊഴിക്കുകയായിരുന്നു. എന്നിട്ട് അത് കൊണ്ടില്ലെന്നും ആ കാട്ടുപന്നി ജീവനോടെ രക്ഷപ്പെട്ടിട്ടുണ്ടാകുമെന്നും അവർ കരുതി. മാത്രമല്ല ആ മൃഗവകുപ്പ് ഉദ്യോഗസ്ഥനും അതിലൊരാളാണ്. അയാളും നായാട്ടുകാരനാണ്."

അയാൾ തന്റെ സതീർത്ഥ്യയ്ക്കു നേരെ നിസ്സഹായമായ ഒരു നോട്ടമയച്ചു.

"ഞങ്ങൾ എന്തു ചെയ്യണം എന്നാണ് പ്രതീക്ഷിക്കുന്നത്?"

"കാര്യങ്ങൾ മുന്നോട്ട് നീക്കണം. കുറ്റം ചെയ്തവരെ ശിക്ഷിക്കണം. നിയമം തന്നെ അതിനായി വേണമെങ്കിൽ മാറ്റണം."

"അതിത്തിരി അധികമാണ്. ഇതെല്ലാം ഒന്നിച്ച് വേണം എന്നാഗ്രഹിക്കരുത്."

"എനിക്കതിനാകും! എനിക്ക് എന്തു വേണം എന്ന് തീരുമാനിക്കേണ്ടത് ഞാൻ തന്നെയാണ്." ഞാൻ ഒച്ചയിട്ടു.

അയാൾ ആശയക്കുഴപ്പത്തിലായി. കാര്യങ്ങൾ അയാളുടെ നിയന്ത്രണത്തിൽ നിന്ന് വിട്ടുപോകുകയാണെന്ന് തോന്നി.

"ശരി. ശരി. ഞങ്ങൾ ഔപചാരികമായി ഇത് റിപ്പോർട്ട് ചെയ്യാം."

"ആർക്ക്?"

"ഞങ്ങളാദ്യം നായാട്ടുകാരുടെ അസോസിയേഷനോട് വിശദീകരണം ആവശ്യപ്പെടാം. അവർക്ക് എന്താണ് പറയാനുള്ളതെന്ന് കേൾക്കട്ടെ."

"ഇത് ആദ്യ സംഭവമൊന്നുമല്ല. മുമ്പൊരു ദിവസം എനിക്ക് ഒരു മാനിന്റെ തലയോട്ടി കിട്ടി. സമതലത്തിന്റെ മറുഭാഗത്തുനിന്ന്. അതിൽ

വെടിയുണ്ട തറച്ച ഒരു ദ്വാരമുണ്ടായിരുന്നു. എവിടെ നിന്നാണത് കിട്ടിയ തെന്നറിയുമോ? അതിർത്തിക്കടുത്തു നിന്ന്. ഇപ്പോൾ ഞാനാ സ്ഥലത്തിന് തലയോട്ടിയിടം എന്നാണ് പേരിട്ടിരിക്കുന്നത്."

"അവരിൽനിന്ന് രക്ഷപ്പെട്ടതാകാം. അവർക്കതിനെ നഷ്ടപ്പെട്ടതാകാം."

"നഷ്ടപ്പെടുകയോ!" എനിക്ക് സഹിച്ചില്ല. ഞാൻ ഉച്ചത്തിൽ തന്നെ യാണിത് ചോദിച്ചത്. "ചലിക്കുന്ന എന്തിനെ കണ്ടാലും അവർ നിറയൊ ഴിക്കും." ഞാൻ ഒരു നിമിഷം ശങ്കിച്ചു. നെഞ്ചിൽ ആരോ മുഷ്ടി ചുരുട്ടി യിടിച്ചതുപോലെ എനിക്കു തോന്നി. "നായ്ക്കളെപോലും" കുറച്ച് കഴിഞ്ഞ് ഞാൻ പറഞ്ഞു.

"ചിലപ്പോൾ ഗ്രാമത്തിൽ നിന്നെത്തുന്ന നായ്ക്കൾ മൃഗങ്ങളെ കൊല്ലാ റുണ്ട്. നിങ്ങൾക്കും നായ്ക്കളുണ്ടാകുമല്ലോ. നിങ്ങളെക്കുറിച്ചും കഴിഞ്ഞ വർഷം പരാതിയുണ്ടായിരുന്നതായി ഞാൻ ഓർക്കുന്നു..."

ഞാനാകെ മരവിച്ചു. അത് വളരെ വേദനാജനകമായ പ്രഹരമാ യിരുന്നു.

"എനിക്കിപ്പോൾ നായ്ക്കളൊന്നുമില്ല."

കാപ്പി അത്ര നല്ലതല്ലായിരുന്നു. ഇൻസ്റ്റന്റ് കാപ്പി പോലെയൊന്ന്. അതെനിക്ക് വയറുവേദന സമ്മാനിച്ചോ എന്നു തോന്നി.

ഞാനൊന്ന് വളഞ്ഞു.

"എന്തുപറ്റി? എന്തെങ്കിലും കുഴപ്പം?" ആ പെണ്ണ് ചോദിച്ചു.

"ഒന്നുമില്ല." ഞാൻ പറഞ്ഞു. "എന്റെ പ്രായത്തിലുള്ളവർക്ക് പലവിധ അസുഖങ്ങളും വരും. ഇൻസ്റ്റന്റ് കാപ്പി ഞാൻ കുടിക്കരുതായിരുന്നു. അത് കുടിക്കരുതെന്ന് എനിക്ക് വൈദ്യോപദേശമുള്ളതാണ്. അതെന്റെ വയറിന് പറ്റില്ല."

ഞാൻ മഗ്ഗ് താഴെ വെച്ചു.

"ശരി. നിങ്ങൾ റിപ്പോർട്ട് എഴുതുന്നുണ്ടോ?" ഞാൻ ചോദിച്ചു. തീർത്തും ഔദ്യോഗികമായ സ്വരത്തിലാണ് ഞാനത് ചോദിച്ചത്.

"ശരി." അയാളും പറഞ്ഞു. അയാൾ അപ്പോൾ ചിന്തിച്ചുകൊണ്ടിരു ന്നതെന്തെന്ന് എനിക്കന്ന് മനസ്സിലാകുന്നുണ്ടായിരുന്നു: ഇവളുടെ വായടപ്പി ക്കാനായി ഞാനിത് എഴുതും. ഇവളിനിയും ഇവിടേക്കു കയറി വരാതിരി ക്കാനായി. അതിനാ. ഞാൻ തുടർന്നു പറഞ്ഞു. "എനിക്ക് അതിന്റെ ഒരു പകർപ്പ് തരണം. തിയ്യതിയും നിങ്ങളുടെ ഒപ്പുമുള്ള ഒന്ന്."

അയാൾ എഴുതിക്കൊണ്ടിരുന്നപ്പോൾ ഞാൻ എന്റെ ചിന്തകളുടെ വേഗം കുറയ്ക്കാൻ ശ്രമിച്ചു. എന്നാൽ അപ്പോഴേക്കും അവ ഗതിയുടെ പരിധികളെല്ലാം ലംഘിച്ചിരുന്നു. എന്റെ തലയ്ക്കകത്ത് അത് അതിവേഗം മുന്നോട്ട് കുതിക്കുകയായിരുന്നു. എന്റെ ശരീരത്തിലും രക്തചംക്രമണ ത്തിലും അതാകെ വ്യാപിച്ചിരുന്നു. എന്നാൽ വൈപരീത്യമെന്ന് പറയട്ടെ,

കാല്പാദങ്ങളിൽനിന്ന്, ഭൂമിയിൽനിന്ന്, മുകളിലേക്ക് വിചിത്രമായ ഒരു തരം ശാന്തത പ്രവഹിക്കാനാരംഭിച്ചിരുന്നു. അതെന്നിലാകെ പരക്കുന്നുണ്ടായിരുന്നു. ഈ അവസ്ഥ എനിക്ക് തിരിച്ചറിയാവുന്ന ഒന്നാണ്. വ്യക്തതയുടെ അതേ അവസ്ഥ. ദിവ്യമായ ഉഗ്രകോപം. ഉഗ്രവും പിടിച്ച് നിർത്താനാകാത്തതുമായ ഒന്ന്. എന്റെ കാലുകൾ ചൊറിയുന്നത് ഞാനറിഞ്ഞു. രക്തത്തിലേക്ക് തീ കോരിയൊഴിക്കപ്പെട്ടിരിക്കുന്നതറിഞ്ഞു. എവിടെനിന്നാണാ അഗ്നി വന്നതെന്നറിയില്ല. എന്റെ രക്തചംക്രമണഗതി വർദ്ധിച്ചു. അത് ആ അഗ്നിയെ എന്റെ തലച്ചോറിലേക്കെത്തിച്ചു. എന്റെ തലച്ചോറിപ്പോൾ വെട്ടിത്തിളങ്ങുന്നു. എന്റെ വിരൽത്തുമ്പുകൾക്ക് തീ പിടിച്ചിരിക്കുന്നു. എന്റെ മുഖത്തിനും തീപിടിച്ചിരിക്കുന്നു. എന്റെ ശരീരത്തിൽ മുഴുക്കെ ദിവ്യമായ ഒരു പ്രകാശവലയം വ്യാപിക്കുന്നതായി തോന്നി. അതെന്നെ സാവധാനത്തിൽ മുകളിലേക്കുയർത്തുന്നു. എന്നെ ഈ മണ്ണിൽനിന്ന് സാവധാനത്തിൽ പറിച്ചെടുക്കുന്നു.

"ആ മണ്ഡപങ്ങൾ എങ്ങനെ പ്രവർത്തിക്കുന്നു എന്നൊന്ന് നോക്കൂ. അത് പൈശാചികമാണ്. അതിന് അതിന്റെ ശരിയായ പേരുതന്നെ നിങ്ങൾ നൽകണം. കൗശലമാണത്. വഞ്ചന, ചതി എന്നിവ പൊതിഞ്ഞുകെട്ടിയത്. അവർ അവിടെ വൈക്കോൽ കൂനകളുണ്ടാക്കുന്നു. അതിനടുത്ത് പുതിയ ആപ്പിൾ വിതറുന്നു. ഗോതമ്പ് വിതറുന്നു. എന്നിട്ട് മൃഗങ്ങളെ ആകർഷിക്കുന്നു. ജീവികൾക്ക് അതൊരു ശീലമായാൽ അവയെ വെടിവെച്ചിടുന്നു. അവയുടെ തലയിലേക്കു തന്നെ നിറയൊഴിക്കുന്നു. മണ്ഡപത്തിൽ ഒളിച്ചിരുന്ന് വെടിവെയ്ക്കുന്നു." വളരെ പതിഞ്ഞ സ്വരത്തിലാണ് ഞാൻ തുടങ്ങിയത്. കണ്ണുകൾ നിലത്തുറപ്പിച്ച്. അവരെല്ലാം അപ്പോൾ ആകാംക്ഷയോടെ എന്നെ നോക്കുകയായിരുന്നു എന്ന് എനിക്കറിയാം. അതിനിടയിൽ അവർ അവരുടെ ജോലി തുടരുന്നുണ്ടായിരുന്നു. "മൃഗങ്ങളുടെ ഭാഷ എനിക്ക് മനസ്സിലാകുമായിരുന്നെങ്കിൽ എന്ന് ഞാൻ ആഗ്രഹിക്കുന്നു. അങ്ങനെയെങ്കിൽ ആ ഭാഷയിൽ അവയ്ക്കുള്ള മുന്നറിയിപ്പുകളും അപായസൂചനകളും എഴുതിവെയ്ക്കാമായിരുന്നു. 'അവിടേക്ക് പോകരുത്' 'ആ ഭക്ഷണം മരണകാരണമാകും' 'മണ്ഡപങ്ങളിൽനിന്ന് അകന്ന് നിൽക്കുക. അവ നിങ്ങളോട് വേദമോതുന്നതിനുള്ളതല്ല. അവിടെനിന്ന് നിങ്ങൾക്ക് നല്ല വാർത്തയൊന്നും ലഭിക്കില്ല. മരണത്തിനു ശേഷം മോക്ഷം ലഭിക്കും എന്നൊന്നും അവ നിങ്ങളെ അറിയിക്കില്ല. നിങ്ങളുടെ പാവം ആത്മാക്കളെപ്രതി അവയ്ക്ക് കരുണയുണ്ടാകില്ല. നിങ്ങൾക്ക് ആത്മാവേ ഇല്ല എന്നാണവരുടെ വാദം. നിങ്ങളിൽ അവർ സാഹോദര്യം കാണുന്നില്ല. അവർ അവരുടെ അനുഗ്രഹം നിങ്ങൾക്കു തരില്ല. ഏറ്റവും വൃത്തികെട്ട കുറ്റവാളിക്കുപോലും ഒരു ആത്മാവുണ്ട്, എന്നാൽ പ്രിയപ്പെട്ട മാൻ കിടാവേ, കാട്ടുപന്നി, കാട്ടുതാറാവേ, പട്ടി, പന്നി, നിങ്ങൾക്കൊന്നും അതില്ല.' കൊല്ലുക എന്നത് ഇപ്പോൾ ശിക്ഷയില്ലാത്ത ഒന്നായി മാറിയിരിക്കുന്നു. അങ്ങനെ ശിക്ഷയില്ലാതായിക്കഴിഞ്ഞപ്പോൾ ആരും

ശ്രദ്ധിക്കാതായിരിക്കുന്നു. ആരും ശ്രദ്ധിക്കാതായപ്പോൾ അങ്ങനെയൊന്നില്ലെന്നായിരിക്കുന്നു. ചുവന്ന് വലിയ കൊന്നിട്ട ശരീരങ്ങൾ, പ്രദർശനത്തിനായി തൂക്കിയിട്ടിരിക്കുന്ന ഒരു കടയുടെ മുന്നിലൂടെ നടന്നു നീങ്ങുമ്പോൾ ഇതെന്താണെന്ന് എപ്പോഴെങ്കിലും നിങ്ങൾ അത്ഭുതപ്പെട്ടിട്ടുണ്ടോ? നിങ്ങൾ അതിനെക്കുറിച്ച് രണ്ടാമതൊന്ന് ആലോചിക്കാറേയില്ലല്ലോ? ഉവ്വോ? ഭക്ഷിക്കാനായി ഒരു കെബാബ് അല്ലെങ്കിൽ ചോപ്പ് ഓർഡർ ചെയ്യുമ്പോൾ എന്താണ് ലഭിക്കുന്നതെന്ന് ചിന്തിക്കാറുണ്ടോ? അതിൽ ഞെട്ടിപ്പിക്കുന്ന ഒന്നുമില്ല. കുറ്റകൃത്യം ഒരു സാധാരണ സംഭവമായിരിക്കുന്നു. ദൈനംദിന പ്രവർത്തികളിൽ ഒന്ന്. എല്ലാവരും അത് ചെയ്യുന്നു. കോൺസൻട്രേഷൻ ക്യാമ്പുകൾ ഒരു മാതൃകയോ മാനദണ്ഡമോ ആയാലും ഇത് തന്നെ സംഭവിക്കും. അതിലും ആരും തെറ്റൊന്നും കാണില്ല."

അയാൾ എഴുതിക്കൊണ്ടിരിക്കുമ്പോൾ ഞാനിങ്ങനെയൊക്കെ പറഞ്ഞുകൊണ്ടേയിരുന്നു. കൂടെയുണ്ടായിരുന്ന സ്ത്രീ പുറത്ത് പോയി. അവർ ഫോണിലൂടെ സംസാരിക്കുന്നത് എനിക്കു കേൾക്കാമായിരുന്നു. ഞാൻ പറഞ്ഞുകൊണ്ടിരുന്നത് ആരും ശ്രദ്ധിക്കുന്നുണ്ടായിരുന്നില്ല. എങ്കിലും ഞാൻ അവസാനിപ്പിച്ചില്ല. അവസാനിപ്പിക്കാൻ എനിക്കായില്ല. പറഞ്ഞുകൊണ്ടിരുന്ന വാക്കുകൾ എവിടെ നിന്നാണ് വരുന്നതെന്നോ വന്നതെന്നോ എനിക്കറിയില്ലായിരുന്നു. അവ ഉച്ചരിക്കുക എന്നൊരു ജോലി മാത്രമേ എനിക്കു ചെയ്യേണ്ടതായിട്ടുണ്ടായിരുന്നുള്ളൂ. ഓരോ വലിയ വാക്യം കഴിഞ്ഞപ്പോഴും എനിക്കെന്തോ ആശ്വാസം. ഒരു നായക്കുട്ടിയുമായി ഒരാൾ അപ്പോൾ വന്നുകയറി. അതെനിക്ക് കൂടുതൽ ആവേശം നൽകി. എന്റെ സ്വരത്തിന്റെ തീവ്രത അയാളെ അലോസരപ്പെടുത്തിയ പോലെ. അയാൾ വാതിലടച്ച് ന്യൂമാനോട് എന്തോ മന്ത്രിച്ച് തുടങ്ങി. അയാളുടെ കൊച്ചു നായ ശാന്തനായി ഇരുന്നു. തല ചെരിച്ച് എന്നെ നോക്കി. ഞാൻ തുടർന്നു.

"സത്യത്തിൽ മനുഷ്യർക്ക് വന്യമൃഗങ്ങളോട് വലിയ ഉത്തരവാദിത്വമുണ്ട്. അവയ്ക്ക് അവയുടെ ജീവിതം ജീവിക്കാനുള്ള അവസരമൊരുക്കുന്നതിന്റെ ഉത്തരവാദിത്വം. ഇണക്കിയെടുത്ത മൃഗങ്ങൾക്ക് സ്നേഹവും വാത്സല്യവും നൽകുക എന്നതും മനുഷ്യന്റെ ഉത്തരവാദിത്വമാണ്. അപ്പോൾ അവ നമ്മൾ നൽകുന്നതിലധികം തിരിച്ച് തരും. അവയ്ക്കും അവയുടെ ജീവിതം ആത്മാഭിമാനത്തോടെ ജീവിക്കാനാകണം. അവയുടെ കണക്കുകൾ തീർക്കാനാകണം. കർമ്മസൂചികയിൽ അവയുടെ റജിസ്റ്ററിൽ വേണ്ടത് രേഖപ്പെടുത്താനാകണം. ഞാൻ ഒരു മൃഗമായിരുന്നു. ഞാൻ ജീവിച്ചു. ഭക്ഷിച്ചു. നല്ല പച്ചപ്പുല്ലുള്ളിടത്ത് മേഞ്ഞ് നടന്നു. കുഞ്ഞുങ്ങളെയുണ്ടാക്കി. ശരീരം ചൂടാക്കി സൂക്ഷിച്ചു. കൂടുകളുണ്ടാക്കി. ഞാൻ എന്റെ കർത്തവ്യം ചെയ്തു. എന്ന് അവയ്ക്ക് എഴുതാനാകണം. നിങ്ങൾ അവയെ കൊന്നാൽ, അവ ഭയന്നും സംഭ്രമിച്ചുമാണ് മരിക്കുന്നത്. ഇന്നലെ ഞാൻ കണ്ട ആ കാട്ടുപന്നിയെപ്പോലെ. അതിന്റെ ശവം ഇപ്പോഴും അവിടെ കിടക്കുന്നുണ്ട്. അപകീർത്തിപ്പെട്ട്. മലിനമായി. രക്തത്തിൽ

കുളിച്ച്. ചീഞ്ഞ മാംസമായി തരം താണ്. ചീഞ്ഞതിനെ നിങ്ങൾ നരകമെന്ന് വിളിക്കുന്നു. ഈ ലോകം മുഴുക്കെ നരകമായി മാറുന്നു. ഇതൊന്നും ആർക്കും കാണാനാകില്ലേ? എങ്കിൽ ഇത്തരം നിസ്സാരങ്ങളായ ആത്മാനന്ദങ്ങൾക്ക് അപ്പുറത്തേക്ക് ചിന്തിക്കാൻ മനുഷ്യനാകുന്നില്ലേ? മനുഷ്യർക്ക് മൃഗങ്ങളോട് ഒരു കടമയുണ്ട്. അവയെ നയിക്കുക എന്ന കടമ. തുടർച്ചയായുള്ള ജീവിതങ്ങളിലൂടെ അവയെ നയിച്ച് മോക്ഷപ്രാപ്തിയിലെത്തിക്കുക എന്ന കടമ. നമ്മളെല്ലാം ഒരേ ദിശയിൽ സഞ്ചരിക്കുന്നവരാണ്. ആശ്രയത്വത്തിൽനിന്ന് സ്വാതന്ത്ര്യത്തിലേക്ക്. ആചാരങ്ങളിൽനിന്ന് സ്വതന്ത്രമായ തിരഞ്ഞെടുപ്പുകളിലേക്ക്."

ഞാൻ ജ്ഞാനിയെപ്പോലെ സംസാരിച്ചു!

പുറകിലെ മുറിയിൽനിന്ന് കയ്യിൽ ഒരു പ്ലാസ്റ്റിക് സഞ്ചിയുമായി ഒരു തൂപ്പുകാരൻ പ്രത്യക്ഷപ്പെട്ടു. അയാൾ ഒരു കൗതുക വസ്തുവിനെ എന്നപോലെ എന്നെ നോക്കി. മുഖത്ത് വികാരങ്ങളൊന്നുമില്ലാതെ ആ ഗാർഡ് അപ്പോഴും എഴുതിക്കൊണ്ടിരിക്കുകയായിരുന്നു. കയ്യിലുള്ള ഫോം പൂരിപ്പിക്കുകയായിരുന്നു.

"അതൊരു കാട്ടുപന്നിയല്ലേ എന്ന് നിങ്ങൾ പറയുമായിരിക്കും." ഞാൻ തുടർന്നു. "എന്നാൽ നിത്യവും നമ്മുടെ നഗരങ്ങളിൽ പ്രത്യക്ഷപ്പെടുന്ന ഇങ്ങനെയുള്ള മാംസക്കൂമ്പാരങ്ങളുടെ കാര്യമോ? മഹാദുരന്തകാലത്തെ മഴയെപ്പോലെ അവസാനിക്കാത്ത പെയ്ത്തല്ലേ അത്? ഈ മഴ സംഹാരത്തിന്റേതാണ്. കൂട്ടക്കൊലയുടെ. അതിനോടൊപ്പം രോഗങ്ങളുടേയും മൊത്തമായ ഭ്രാന്തിന്റേയും. മനസ്സിന്റെ അസ്പഷ്ടതയും മലിനീകരണവുമാണത്. ഒരു മനുഷ്യഹൃദയത്തിനും ഇത്രയും വേദന സഹിക്കാനാകില്ല. താൻ കാണുന്നതെന്തെന്ന് മനസ്സിലാക്കുന്നതിനെ തടയിടാൻ തക്ക വിധത്തിലാണ് മനുഷ്യന്റെ മനശ്ശാസ്ത്രം സങ്കീർണ്ണമായിരിക്കുന്നതും വികസിച്ചിരിക്കുന്നതും. അതിനായി, സത്യം തന്നിലേക്കെത്താതിരിക്കാനായി, അതിനെ ഒരു മിഥ്യാബോധം കൊണ്ട് മായാദർശനംകൊണ്ട് പൊതിഞ്ഞുകെട്ടുന്നു. നിസ്സാരങ്ങളായ സംസാരങ്ങളുടെ ജല്പനങ്ങളാൽ പൊതിയുന്നു. ക്ലേശങ്ങൾ നിറഞ്ഞ ഒരു തുറുങ്കാണ് ഈ ലോകം. അതിൽ അതിജീവനം വേണമെങ്കിൽ ഒരാൾ മറ്റൊരാളെ വേദനിപ്പിച്ചേ മതിയാകൂ. നിങ്ങൾ ഞാൻ പറയുന്നത് കേൾക്കുന്നുണ്ടോ?" ഇത്രയുമായപ്പോഴേക്കും തൂപ്പുകാരനുപോലും മടുത്തിരുന്നു. അയാൾ തന്റെ ജോലി പൂർത്തിയാക്കുന്നതിൽ വ്യാപൃതനായി. ശരിക്കും ഞാൻ ആ നായക്കുട്ടിയോട് മാത്രമാണ് സംസാരിച്ചുകൊണ്ടിരുന്നത്.

"ഇതെന്തൊരു തരം ലോകമാണ്? ചിലരുടെ ശരീരംകൊണ്ട് ഷൂസുണ്ടാക്കുന്നു, മാംസപ്പന്തുകളാക്കുന്നു, സോസേജ് നിർമ്മിക്കുന്നു. മെത്തയ്ക്കരികിലെ പരുക്കൻ കമ്പിളികളാക്കുന്നു. ചിലരുടെ അസ്ഥികൾ തിളപ്പിച്ച് ബ്രോത്ത് ഉണ്ടാക്കുന്നു...ഷൂസ്...സോഫ... ആരുടേയോ ഉദരം കൊണ്ട് നിർമ്മിച്ച ഒരു ചുമ സഞ്ചി കൊണ്ട്, മറ്റൊരാളുടെ രോമക്കുപ്പായം തീർത്ത് സ്വന്തം ശരീരം ചൂടാക്കി നിർത്തുക. ഒരാളുടെ ശരീരം

ഭക്ഷിക്കുക. അതിനെ തുണ്ടുതുണ്ടാക്കി എണ്ണയിലിട്ട് പൊരിച്ച് തിന്നുക... ഇതൊക്കെ സത്യമാകുമോ? ഈ പേക്കിനാവുകൾ യഥാർത്ഥത്തിൽ സംഭവിക്കുന്നവയാണോ? ഇത് കൂട്ടക്കൊലയാണ്. ക്രൂരമാണ്. യാന്ത്രികമാണ്. സുബോധമില്ലാത്ത, അന്തർബോധമില്ലാത്ത പീഡയാണ്. ചിന്താശൂന്യതയാണ്. അതേസമയം ഇടവേളകളില്ലാതെ, നിപുണതയോടുകൂടിയ തത്ത്വചിന്തകൾക്കും ദൈവശാസ്ത്രത്തിനുമായി ചിന്തകളെ പ്രയോഗിക്കുകയും ചെയ്യപ്പെടുന്നു. ഇതെന്തൊരു തരം ലോകമാണ്? കൊല എന്നത് ഒരു സാമാന്യതത്ത്വമായ ലോകമോ? ഈ ഭൂമിയിലെ നമുക്കെല്ലാം എന്താണ് പറ്റിയത്?

ചുറ്റിലും നിശ്ശബ്ദത പടർന്നു. എനിക്ക് തല കറങ്ങാൻ തുടങ്ങി. ഞാൻ ചുമയ്ക്കാൻ തുടങ്ങി. അപ്പോൾ നായക്കുട്ടിയുമായി വന്ന മനുഷ്യൻ തൊണ്ടയൊന്നു ശരിയാക്കി.

"നിങ്ങൾ പറഞ്ഞത് സത്യമാണ് മാഡം. തീർത്തും സത്യം."

ഇതെന്നെ കൂടുതൽ ആശയക്കുഴപ്പത്തിലാക്കി. ഞാനയാളെ ഒളികണ്ണിട്ട് നോക്കി. ആ നോട്ടത്തിലാദ്യമുണ്ടായിരുന്നത് കോപമായിരുന്നു. എന്നാൽ എന്റെ വാക്കുകൾ അയാളിൽ ചലനമുണ്ടാക്കിയിരിക്കുന്നു എന്ന് ഞാൻ കണ്ടു. നല്ല നീളമുള്ള, മെലിഞ്ഞ, പ്രായമുള്ള ഒരു മനുഷ്യനായിരുന്നു അയാൾ. വൃത്തിയിൽ വസ്ത്രം ധരിച്ചിരുന്നു. സ്യൂട്ടും വെയ്സ്റ്റ്കോട്ടും ധരിച്ചിരുന്നു. അതെന്തായാലും അയാൾ ഗുഡ് ന്യൂസിന്റെ കടയിൽ നിന്നാകും വാങ്ങിയത്. അയാളുടെ നായക്കുട്ടിയും വൃത്തിയുള്ളതായിരുന്നു. നല്ല ഭംഗിയുള്ളതായിരുന്നു. എന്റെ പ്രസ്താവം പക്ഷേ ആ ഗാർഡിൽ ഒരു ചലനവുമുണ്ടാക്കിയിട്ടില്ല. കരുണരസം ഇഷ്ടമില്ലാത്ത ഇരുമ്പുകൊണ്ടുള്ള മനസ്സുള്ളവരിൽ ഒരാളാണയാൾ. കരുണരസം എങ്ങാൻ വന്ന് ആക്രമിച്ച് കീഴ്പ്പെടുത്തിയാലോ എന്നു ഭയന്ന് അവർ ചുണ്ടുകൾ കൂട്ടിയൊട്ടിക്കുന്നു. അവർക്ക് കരുണ എന്നതിനെ നരകത്തിനേക്കാൾ ഭയമാണ്.

"നിങ്ങൾ വല്ലാതെ പൊലിപ്പിച്ച് പറയുന്നു" അയാൾ അവസാനം വാതുറന്നു. അതിനോടൊപ്പം എഴുതിക്കൊണ്ടിരുന്ന കടലാസുകൾ അടുക്കിവെയ്ക്കുകയും ചെയ്തു. "വല്ലാതെ കുഴയ്ക്കുന്നതും കടങ്കഥയെന്നതുപോലെയുമൊക്കെ എനിക്കത് തോന്നുന്നു. ഈ വൃദ്ധകൾക്കൊക്കെ, അതായത് നിങ്ങളുടെ പ്രായത്തിലുള്ള സ്ത്രീകൾക്കൊക്കെ മൃഗങ്ങളോട് ഇത്ര താത്പര്യമെന്തുകൊണ്ടാണ്? അവർക്ക് ശ്രദ്ധ പതിപ്പിക്കാനായി മനുഷ്യരൊന്നും ചുറ്റിലുമില്ലേ? അതോ കുട്ടികളൊക്കെ വലുതായതിനാൽ ഇനിയും ആരുടേയും കാര്യമൊന്നും നോക്കാനില്ലാത്തതിനാലോ? അങ്ങനെ ചിലപ്പോഴാകാൻ സാധ്യതയുണ്ട്. ആരെയെങ്കിലും ലാളിക്കാനില്ലാതാകുമ്പോൾ എന്തെങ്കിലും വേണം എന്നൊക്കെ ചിന്തയാകാമല്ലോ? ലാളിക്കാനുള്ള ഒരു സഹജവാസന എന്നും സ്ത്രീകളിലുള്ളതല്ലേ?" അയാൾ തന്റെ സതീർത്ഥ്യയെ നോക്കി. അവർ പക്ഷേ ഇതിനെ സാധൂകരിക്കുകയോ ന്യായീകരിക്കുകയോ ചെയ്യുന്ന വിധത്തിൽ ഒന്നും

ചെയ്തില്ല, പറഞ്ഞില്ല. "എന്റെ അമ്മൂമ്മയുടെ കാര്യം ഉദാഹരണമായെടുക്കാം. അവർ വീട്ടിൽ ഏഴ് പൂച്ചകളെ വളർത്തുന്നുണ്ട്. ആ പ്രദേശത്തുള്ള പൂച്ചകൾക്ക് മുഴുക്കെ ഭക്ഷണം കൊടുക്കുന്നതും അവരാണ്. ഇതൊന്ന് വായിക്കാമോ?" കടലാസ് എനിക്കു നീട്ടി അയാൾ പറഞ്ഞു. "നിങ്ങൾ ഇതിനെയൊക്കെ വല്ലാതെ വൈകാരികമായിട്ടെടുക്കുന്നു. മനുഷ്യരുടെ കാര്യങ്ങളേക്കാൾ മൃഗങ്ങളുടെ വിധിയിലാണ് നിങ്ങൾക്കൊക്കെ താത്പര്യം" അയാൾ പറഞ്ഞവസാനിപ്പിച്ചു.

എനിക്ക് ഉത്തരമൊന്നും പറയാൻ തോന്നിയില്ല. ഞാൻ കയ്യ് കീശയിലിട്ട് കാട്ടുപന്നിയുടെ കുറേ രോമം പുറത്തെടുത്തു. അത് ഒരു പന്ത് പോലെ ചുരുട്ടി വെച്ചിരിക്കുകയായിരുന്നു. അതിൽ നിറയെ രക്തമുണ്ടായിരുന്നു. ആ പന്ത് ഞാൻ അയാളുടെ മേശപ്പുറത്ത് വെച്ചു. അവർ ഉടൻ മുന്നിലേക്ക് മുഖമൊന്നു കുനിച്ചു. എന്താണിതെന്ന് നോക്കി. അത് കണ്ടയുടൻ അറപ്പും വെറുപ്പും കലർന്ന ഒരു ഭാവത്തോടെ മുഖം പിൻവലിച്ചു.

"ദൈവമേ.... എന്താണിത്?" ന്യുമാൻ എന്ന ഗാർഡ് അലറി. "നാശം... ഇതെടുത്ത് മാറ്റൂ!"

ഞാൻ കസേരയിൽ അമർന്നിരുന്നു. സംതൃപ്തിയോടെ പറഞ്ഞ് തുടങ്ങി. "ഇത് അവശിഷ്ടങ്ങളാണ്. ഞാനവ ശേഖരിക്കുന്നു. അതിനായി വീട്ടിൽ പെട്ടികളുണ്ട്. കൃത്യമായി അടയാളപ്പെടുത്തി വെച്ചിട്ടുണ്ട്. അതിലാണിതെല്ലാം സൂക്ഷിക്കുന്നത്. മുടിയും എല്ലുമെല്ലാമുണ്ടതിൽ. ഒരു ദിവസം ഈ മൃഗങ്ങളെയെല്ലാം ക്ലോൺ ചെയ്യുക സാധ്യമാകും. അന്ന് ഒരു പക്ഷേ ഒരു തിരുത്തലും സാധ്യമാകും."

"എന്തൊരു ഭ്രാന്താണിത്." പെൺ ഗാർഡ് തന്റെ ടെലിഫോണിലേക്ക് പറഞ്ഞു. അവരും അറപ്പോടെ വാ തുറന്ന് പിടിച്ചിരുന്നു. മുടിയുടെ ആ പന്തിലേക്ക് മുഖം തിരിച്ചിരുന്നു. "എന്തൊരു ഭ്രാന്താണിത്? നിങ്ങൾക്കെങ്ങനെ ഇതിനൊക്കെ ധൈര്യം വരുന്നു!"

കട്ടപിടിച്ച രക്തവും ചളിയും അവരുടെ കടലാസുകളിൽ അഴുക്കാക്കിയിരിക്കുന്നു. ഗാർഡ് ചാടിയെഴുന്നേറ്റു. മേശയിൽ നിന്ന് അകന്ന് നിന്നു.

"രക്തം കണ്ടപ്പോൾ ഭയന്നോ?" ഞാൻ കുസൃതിചോദ്യമുന്നയിച്ചു. "പക്ഷേ കറുത്ത പുഡ്ഡിങ്ങ് കിട്ടിയാൽ കഴിക്കാം അല്ലേ?"

"ശാന്തയാകൂ. ഈ തോന്നിവാസം മതിയാക്കൂ. ഒന്നുമില്ലെങ്കിലും ഞങ്ങൾ നിങ്ങളെ സഹായിക്കാൻ ശ്രമിക്കുകയല്ലേ."

ഞാൻ ആ റിപ്പോർട്ടിന്റെ എല്ലാ പകർപ്പുകളിലും ഒപ്പ് വെച്ചു. അപ്പോൾ ആ സ്ത്രീ ഗാർഡ് എന്റെ കൈ പിടിച്ച് എനിക്കു വാതിൽ കാണിച്ചു തന്നു. ഒരു ഭ്രാന്തിയെ പുറത്താക്കുന്നതുപോലെ. ഞാൻ എതിർത്തില്ല. അവർ അപ്പോഴും ഫോണിൽ സംഭാഷണം തുടരുന്നുണ്ടായിരുന്നു.

ഒരിക്കൽ കൂടി ഞാൻ അതേ സ്വപ്നം കണ്ടു. അമ്മ വീണ്ടും ബോയിലർ മുറിയിലെത്തി. ഒരിക്കൽകൂടി ഇവിടേക്കിങ്ങനെ വന്നതിന് ഞാൻ അമ്മയോട് കയർത്തു സംസാരിച്ചു.

ഞാനമ്മയുടെ കണ്ണിലേക്കു നോക്കി. പക്ഷേ അമ്മയുടെ കണ്ണുകൾ അപ്പോഴും നാലുവശവും പരതുകയായിരുന്നു. അമ്മയ്ക്ക് എന്റെ കണ്ണിലേക്കു നോക്കാനാകുന്നുണ്ടായിരുന്നില്ല. അമ്മ എന്നെ ഒഴിവാക്കുകയായിരുന്നു. ഏതോ വലിയ രഹസ്യം, ആശ്ചര്യപ്പെടുത്തുന്ന വലിയ രഹസ്യം തന്റെ പക്കലുണ്ടെന്ന മട്ടിലായിരുന്നു അമ്മയുടെ പെരുമാറ്റം. അമ്മ പുഞ്ചിരിച്ചുകൊണ്ടേയിരുന്നു. പിന്നെ പെട്ടെന്ന് ഗൗരവം പൂണ്ടു. ആ ഭാവം വളരെ വ്യക്തമായിരുന്നു. 'അമ്മ ഇനി ഇവിടേക്ക് വരരുത്' എന്ന് ഞാൻ ആവശ്യപ്പെട്ടു. ഇത് ജീവിച്ചിരിക്കുന്നവർക്കുള്ള സ്ഥലമാണ്. അല്ലാതെ മരിച്ചവർക്കുള്ളതല്ല. അമ്മയപ്പോൾ വാതിൽക്കലേക്ക് മുഖം തിരിച്ചു. അവിടെ എന്റെ അമ്മൂമ്മ നിൽക്കുന്നത് ഞാൻ അപ്പോഴാണ് കണ്ടത്. ചാരനിറമുള്ള വസ്ത്രം ധരിച്ച ഒരു സുന്ദരി യുവതി. അവരുടെ കയ്യിലും ഒരു സഞ്ചിയുണ്ടായിരുന്നു. അവർ ഇരുവരും പള്ളിയിൽ പോകാൻ ഇറങ്ങിയതാണെന്ന് തോന്നുമായിരുന്നു. ആ സഞ്ചി എനിക്ക് ഓർമ്മ വന്നു. യുദ്ധത്തിനു മുമ്പുള്ള കാലഘട്ടത്തിലേതാണത്. ഈ ലോകത്തിലേക്കൊരു സന്ദർശനത്തിനു വരുന്ന ആത്മാക്കൾ ഈ കൈസഞ്ചിയിൽ എന്തായിരിക്കും കൊണ്ടുനടക്കുന്നുണ്ടാകുക? ഒരു പിടി മണ്ണോ? ചാരമോ? ഒരു കല്ലോ? ഇല്ലാത്ത മൂക്ക് തുടയ്ക്കാനൊരു പൊടിയുന്ന തൂവാലയോ? അവരിരുവരും ഇപ്പോൾ എന്റെ മുന്നിൽ നിൽപ്പുണ്ട്. വളരെ അടുത്ത്. അവർ ധരിച്ചിരിക്കുന്ന സുഗന്ധം എനിക്ക് മണക്കാനാകും എന്ന വിധത്തിൽ, അടുത്ത്. പഴയ ഒരു സുഗന്ധം. മെത്ത വിരിപ്പുകൾ മരത്തിന്റെ അലമാരയിൽ അട്ടിയിടുമ്പോൾ ഈ സുഗന്ധം തളിക്കാറുണ്ട്.

"വീട്ടിൽ പോകൂ" ഞാൻ കൈകൾ വീശി പറഞ്ഞു. അന്ന് ആ മാനിനോട് പറഞ്ഞതുപോലെ കൈകൾ വീശിക്കൊണ്ട്.

പക്ഷേ അവർ അനങ്ങിയില്ല. അതിനാൽ ഞാൻ തന്നെ അവിടെ നിന്ന് പുറത്തിറങ്ങി. വാതിൽ പുറത്തുനിന്ന് പൂട്ടി.

മോശം സ്വപ്നങ്ങൾ കണ്ടാൽ അവയെ കൈകാര്യം ചെയ്യാനായി, അവയുടെ പ്രഭാവം ഇല്ലാതാക്കാനായി, ശൗചാലയത്തിൽ ഇരുന്ന് കണ്ട സ്വപ്നം ഉറക്കെ പറഞ്ഞാൽ മതി എന്നാണ് വിശ്വാസം. അതൊരു പഴയ വിശ്വാസമാണ്. എന്നിട്ട് ശൗചാലയത്തിലേക്ക് അവയെ ഫ്ളഷ് ചെയ്ത് കളഞ്ഞാൽ മതി എന്ന്.

8

ചിങ്ങത്തിൽ വരുണൻ

വിശ്വസിക്കാൻ സാദ്ധ്യതയുള്ളതെല്ലാം
സത്യത്തിന്റെ പ്രതിച്ഛായയാകുന്നു.

ഒരാൾ ഏറ്റവും ആദ്യം ഗണിക്കുന്നത് സ്വന്തം ജാതകമാകും എന്ന കാര്യത്തിൽ സംശയമില്ല. ഞാനും വ്യത്യസ്തയായിരുന്നില്ല. അപ്പോൾ ഒരു ഘടന രൂപപ്പെട്ടു. അതിനു പിന്തുണയായി ഒരു വൃത്തമുണ്ടായിരുന്നു. ഞാൻ അത്ഭുതത്തോടെ അതിലേക്ക് നോക്കി - ഇത് ഞാൻ തന്നെയാണോ? എനിക്ക് മുന്നിലിതാ ഞാനെന്ന വ്യക്തിയുടെ ബ്ലൂ പ്രിന്റ് കിടക്കുന്നു, എന്റെ യഥാർത്ഥ സ്വത്വം. എന്റെ അടിസ്ഥാന രേഖകൾ. ഒരേ സമയം ഏറ്റവും ലളിതവും സാധ്യമായതിൽ ഏറ്റവും സങ്കീർണ്ണവുമായത്. ഒരു മുഖത്തിന്റെ രൂപത്തെ ലളിതമായ ജ്യാമിതീയ രൂപമാക്കി മാറ്റുന്ന കണ്ണാടി പോലെ ഒന്ന്. എന്റെ മുഖത്തെക്കുറിച്ച് എനിക്ക് പരിചിതമായതെന്തൊക്കെയോ അതെല്ലാം ഇല്ലാതായിരിക്കുന്നു. അപ്രത്യക്ഷമായിരിക്കുന്നു. ആകെ നിലവിലുള്ളത് ചില ബിന്ദുക്കൾ മാത്രം. അവിടവിടെയായി പരന്നുകിടക്കുന്ന കുത്തുകൾ. അത് ഗ്രഹനിലയെ പ്രതിനിധീകരിക്കുന്നു. സ്വർഗ്ഗീയമായ നിധിശേഖരത്തെ വെളിവാക്കുന്നു. ഒന്നിനും പ്രായമാകുന്നില്ല. ഒന്നിനും ഒരു മാറ്റവും വരുന്നില്ല. അവയുടെയെല്ലാം സ്ഥാനം സ്ഥായിയാണ്. അനന്യമാണ്. സ്ഥിരതയുള്ളതാണ്. ജനനസമയം സ്ഥലത്തെ ഒരു ചക്രത്തിനുള്ളിൽ രണ്ട് ഗ്രഹങ്ങളാക്കി വിഭജിക്കുന്നു. അങ്ങനെ ആ ജാതകം മിക്കവാറും അനന്യമാകുന്നു. വിരലടയാളം പോലെ അനന്യം.

നമ്മുടെ സ്വം കാണാനായാൽ നമുക്കെല്ലാം വലിയ ചാഞ്ചല്യം തോന്നും എന്നാണെന്റെ അഭിപ്രായം. ഒരു വശത്ത് ആകാശം നമ്മുടെ

ജീവിതത്തെ രേഖപ്പെടുത്തിയിരിക്കുന്നു എന്നതിന്റെ ആത്മാഭിമാനമുണ്ടാകും. കത്തിനു മുകളിൽ തിയതിയോടുകൂടിയ തപാൽ സീൽ കാണുന്നതുപോലെ. അത് ആ കത്തിനെ വ്യതിരിക്തമാക്കുന്നു. സ്വന്തമായി ഒരു വ്യക്തിത്വം നൽകുന്നു. അതേ സമയം അതൊരു തുറുങ്ക് അനുഭവവും പ്രദാനം ചെയ്യുന്നുണ്ട്. ഒരു ജയിൽ പുള്ളിയുടെ ശരീരത്തിൽ അയാളുടെ ക്രമനമ്പർ ചാപ്പ കുത്തിയതു പോലെയാണത്. അതിൽനിന്ന് പിന്നെ രക്ഷപ്പെടാനാകില്ല. ഞാൻ എന്നതല്ലാതെ പിന്നെ എനിക്ക് മറ്റൊരാളാകാൻ കഴിയില്ല. അതെത്ര ഭയാനകമാണ്. നമ്മൾ സ്വതന്ത്രരാണെന്ന് ചിന്തിക്കാൻ ഇച്ഛിക്കുന്നവരാണ് നമ്മളെല്ലാം. ആവശ്യമുള്ളപ്പോഴൊക്കെ നമുക്ക് നമ്മെ വീണ്ടും കണ്ടെത്താനാകും എന്ന് ആശിക്കുന്നവർ. ആകാശം പോലെ മഹത്തും ശാശ്വതവുമായ ഒന്നിനോടുള്ള ബന്ധം നമ്മെ അസ്വസ്ഥമാക്കുന്നു. നമ്മൾ ചെറിയവരാകാം. അങ്ങനെയാണെങ്കിൽ നമ്മുടെ കൊച്ചു തെറ്റുകൾ മാപ്പ് അർഹിക്കുന്നവയാകാം.

അതിനാൽതന്നെ നമ്മുടെ തുറുങ്കിനെ നമ്മൾ നല്ലവണ്ണം അറിയണം എന്ന കാര്യത്തിൽ എനിക്കു തീർച്ചയുണ്ട്.

തൊഴിൽപരമായി നോക്കിയാൽ ഞാൻ പാലം പണിയിക്കുന്ന ഒരു എഞ്ചിനീയറാണ്. അത് ഞാൻ മുമ്പ് പറഞ്ഞിരുന്നോ? സിറിയ, ലിബിയ, പോളണ്ട് എന്നിവിടങ്ങളിൽ ഞാൻ പാലങ്ങൾ പണിതിട്ടുണ്ട്. പോളണ്ടിൽ എ ബ്ലാഗിനു സമീപവും രണ്ടെണ്ണം പോദ്‌ലാസീക്ക് സമീപവും.

സിറിയയിലേത് വിചിത്രമായ ഒന്നായിരുന്നു. ഇടയ്ക്കെല്ലാം പ്രത്യക്ഷപ്പെടുന്ന ഒരു നദിക്ക് കുറുകെയായിരുന്നു ആ പാലം. ആനുകാലികമാണാ നദി എന്നു പറയാം. വർഷത്തിൽ രണ്ടോ മൂന്നോ മാസം മാത്രം അതിൽ ഒഴുക്കുണ്ടാകും. അതിനു ശേഷം ഭൂമി വെയിൽ കൊണ്ട് വരണ്ട് കിടക്കും. അപ്പോൾ അത് മഞ്ഞുവണ്ടികൾക്കായുള്ള പാതപോലെയുണ്ടാകും. ബോബ്സ്ലീ എന്ന് വിളിക്കുന്ന മഞ്ഞുവണ്ടികൾ പോകുന്നതിനുള്ള പാത കണ്ടിട്ടില്ലേ അതുപോലെ. അതിൽ നിറയെ മരുഭൂമിയിലെ നായ്ക്കളുണ്ടാകും. അവ പരസ്പരം ഓടിക്കുന്നുണ്ടാകും.

ധാരണകളെ അക്കങ്ങളാക്കുന്നതിൽ എനിക്ക് എന്നും വലിയ ആനന്ദമായിരുന്നു. ആ അക്കങ്ങളിൽനിന്ന് ചിത്രങ്ങളുയരും. അവ ആലേഖ്യങ്ങളാകും. ആലേഖ്യങ്ങൾ രൂപകല്പനയാകും. അങ്ങനെ അക്കങ്ങൾ എന്റെ കടലാസിൽ ഒന്നു ചേർന്ന് അർത്ഥവത്തായ രൂപങ്ങളായി പരിണമിക്കും. ആൾജിബ്രയിൽ എനിക്കുള്ള കഴിവ് ജാതകം ഗണിക്കുന്നതിനും ഉപകാരപ്പെട്ടു. പ്രത്യേകിച്ചും കടലാസിൽതന്നെ എല്ലാം കണക്ക് കൂട്ടേണ്ടിയിരുന്ന കാലത്ത്. ഇന്ന് അതിന്റെ ആവശ്യമില്ല. എല്ലാതിനും കംപ്യൂട്ടറുണ്ട്. ഇപ്പോൾ ആരാണ് ഹരണവും ഗുണിതവുമെല്ലാം ഓർത്തിരിക്കുന്നത്. ജ്ഞാനദാഹം ഒരൊറ്റ മൗസ് ക്ലിക്കി തീർക്കാവുന്നതല്ലേയുള്ളൂ.

അന്ന്, അതായത് എന്റെ ജീവിതത്തിന്റെ ഏറ്റവും സുന്ദരമായ കാലഘട്ടത്തിൽ, എന്റെ രോഗങ്ങൾ അതിന്റെ ആരംഭം കുറിച്ചപ്പോൾ എനിക്ക് പോളണ്ടിലേക്കു മടങ്ങേണ്ടി വന്നു. ദീർഘകാലത്തെ ആശുപത്രി വാസമുണ്ടായി. എന്നിട്ടും എനിക്കെന്താണ് കുഴപ്പം എന്ന് പൂർണ്ണമായും വ്യക്തമായില്ല.

കുറച്ച് കാലം എന്റെ സഹവാസം ഒരു പ്രൊട്ടസ്റ്റന്റിനോടൊപ്പമായിരുന്നു. വഴികളുടെ രൂപകല്പനയായിരുന്നു അയാളുടെ ജോലി. അങ്ങനെയാണയാൾ എന്നോട് പറഞ്ഞിരുന്നത്. ലൂഥറിന്റെ വാക്കുകൾ കടമെടുത്ത് ദൈവം തിരിഞ്ഞ് നടക്കുന്നത് കാണാൻ തനിക്കാകില്ല എന്നയാൾ പറയുമായിരുന്നു. ഇതിനർത്ഥം ദൈവത്തിന്റെ പിൻഭാഗം കാണാനാകില്ല എന്നാണോ എന്ന് ഞാൻ സംശയിച്ചിരുന്നു. ചുമ അല്ലെങ്കിൽ നിതംബം. അതോ ആ ദൈവിക രൂപത്തിന്റെ പിൻഭാഗം എങ്ങനെയുണ്ടെന്ന് കാണാനോ. മുന്നിൽ നിന്ന് കാണുമ്പോൾ ചിന്തിക്കാനാകാത്ത രൂപം! ഒരുപക്ഷേ അതിനായി അഭ്യർത്ഥിക്കുന്നവർക്ക്, അതിന്റെ ആവശ്യമുള്ളവർക്ക് ദൈവത്തിങ്കലേക്ക് നേരിട്ട് പ്രവേശനമുണ്ടെന്നായിരിക്കാം വാച്യാർത്ഥം. അല്ലെങ്കിൽ അതല്ലാതെ വശങ്ങളിലൂടെയുള്ള വഴിയുണ്ടെന്നും അങ്ങനെ ചെല്ലുന്നവർ അനുഗൃഹീതരാണെന്നുമാകാം. എന്തെങ്കിലും വൈഷമ്യങ്ങളില്ലാതെ സത്യത്തെ ആലിംഗനം ചെയ്തു എന്ന് പറഞ്ഞാൽ അത് വിശ്വസിക്കുക ബുദ്ധിമുട്ടുണ്ട്. മറ്റ് വാക്കുകളിൽ പറഞ്ഞാൽ ആരോഗ്യമുള്ളവർ മാത്രമേ ക്ലേശമനുഭവിക്കുന്നുള്ളു. ഇത് വിചിത്രമായി തോന്നാം. എന്നാൽ ഇത് മറ്റുള്ളവയുമായി പൊരുത്തപ്പെടുന്നുണ്ട് എന്നാണെന്റെ അഭിപ്രായം.

ഒരു വർഷത്തോളം എനിക്ക് നടക്കാനായില്ല. അതിനുശേഷമാണ് രോഗം ശാന്തമാകാൻ തുടങ്ങിയത്. ഇനിയെനിക്ക് മരുഭൂമികളിലെ നദികൾക്ക് കുറുകെ പാലം പണിയാനാകില്ല എന്ന് അപ്പോഴേക്കും വ്യക്തമായി. മാത്രമല്ല ഗ്ലൂക്കോസ് സൂക്ഷിച്ചിരിക്കുന്ന ഫ്രിഡ്ജിൽനിന്ന് ദൂരെ മാറി നിൽക്കണം എന്നും മനസ്സിലായി. അതിനാൽ ഞാൻ മറ്റൊരു ജോലി സ്വീകരിച്ചു. അദ്ധ്യാപികയായി. ഒരു സ്കൂളിൽ അദ്ധ്യാപികയായി പ്രവർത്തിച്ച് തുടങ്ങി. ഉപകാരപ്രദമായ പലതും കുട്ടികളെ പഠിപ്പിച്ചു. ഇംഗ്ലീഷ്, കരകൗശലം, ഭൂമിശാസ്ത്രം അങ്ങനെ. അവരുടെ ശ്രദ്ധ പഠനത്തിലാക്കാൻ ഞാൻ എപ്പോഴും ശ്രമിച്ചുകൊണ്ടിരുന്നു. ഭയപ്പെടുത്തി പഠിപ്പിക്കാനല്ല. ഭയമില്ലാതെ പ്രധാന സംഭവങ്ങളും കാര്യങ്ങളും ഓർത്തിരിക്കാൻ, യഥാർത്ഥമായ ഉത്കർഷേച്ഛയാൽ പാഠഭാഗങ്ങൾ ഓർത്തിരിക്കാൻ.

അതെനിക്ക് ആനന്ദം നൽകി. ആഹ്ലാദം നൽകി. മുതിർന്നവരേക്കാൾ എന്നെ ആകർഷിച്ചത് എന്നും കുട്ടികളായിരുന്നു. ഞാനും ഒരു കൊച്ചു

കുട്ടിയാണല്ലോ. അതിൽ തെറ്റൊന്നും ഞാൻ കാണുന്നില്ല. അതെനിക്കറിയാം എന്നുള്ളതിനാണ് പ്രാധാന്യം. കുട്ടികൾ മൃദുത്വമുള്ളവരാണ്. ഇണക്കവും അനുസരണയുമുള്ളവരാണ്. തുറന്ന മനഃസ്ഥിതിയുള്ളവരാണ്. നാട്യങ്ങളില്ലാത്തവരാണ്. മുതിർന്നവർക്ക് അവരവരുടേതായ രീതികളിൽ ജല്പനങ്ങൾ നടത്താനാകും. കുട്ടികൾ അങ്ങനെ ചെയ്യാറില്ല. നിർഭാഗ്യമെന്ന് പറയട്ടെ പ്രായമാകും തോറും അവർക്കും അവരുടെ യുക്തിചിന്തകൾ നഷ്ടമാകുന്നു. ബ്ലെയ്ക്കിന്റെ ഭാഷയിൽ പറഞ്ഞാൽ അവരും അൾറോയിലെ പൗരന്മാരാകുന്നു. നേരായ വഴിയിലൂടെ സഞ്ചരിക്കാൻ, എളുപ്പത്തിലും സ്വാഭാവികമായും സഞ്ചരിക്കാൻ, അവർ വിസ്സമ്മതിച്ച് തുടങ്ങുന്നു. അതുകൊണ്ടാണ് ഞാൻ ചെറിയ കുട്ടികളെ മാത്രം ഇഷ്ടപ്പെട്ടത്. ഇത്തിരി പ്രയമായവർ, പത്ത് വയസ്സിനു മുകളിലുള്ളവർ, ചിലപ്പോൾ മുതിർന്നവരേക്കാൾ ജുഗുപ്സയുണ്ടാക്കാറുണ്ട്. ബീഭത്സമാകാറുണ്ട്. ആ പ്രായമാകുമ്പോൾ കുട്ടികൾക്ക് അവരുടെ വ്യക്തിത്വം നഷ്ടമാകുന്നു. കൗമാരത്തിലെത്തുമ്പോൾ അവർ ചാഞ്ചാട്ടം തുടങ്ങുന്നത് കണ്ടിട്ടുണ്ട്. അവസാനം അവർ മറ്റുള്ളവരെല്ലാം എങ്ങനെയാണോ അതുപോലെ ആയിതീരുന്നു. ഈ പുതിയ അവസ്ഥയിലെത്തുമ്പോൾ ചിലരിലെങ്കിലും ആന്തരികമായ ചില സമ്മർദ്ദങ്ങൾ രൂപപ്പെടുന്നതും കണ്ടിട്ടുണ്ട്. എന്നാൽ മിക്കവരും അതിനോട് അടിയറവ് പറയും. ആ പ്രായം കഴിഞ്ഞവരുമായി ബന്ധപ്പെട്ടുകൊണ്ടിരിക്കാൻ ഞാൻ ശ്രമിക്കാറില്ല. അത് ഒരുപക്ഷേ അവരുടെ വീഴ്ചയ്ക്കു സാക്ഷ്യം വഹിക്കേണ്ടിവരുമോ എന്ന ചിന്ത മൂലമാകാം. ഈ പ്രായം വരെയുള്ളവരെയാണ് സാധാരണയായി ഞാൻ പഠിപ്പിക്കാറുള്ളത്. അതായത് അഞ്ചാം ക്ലാസ് വരെയുള്ളവരെ.

അവസാനം ഞാൻ അടുത്തൂൺ പറ്റി. കുറച്ച് നേരത്തെ അടുത്തൂൺ പറ്റി എന്നാണെന്റെ അഭിപ്രായം. ഞാനെന്തുകൊണ്ട് ഒരു നല്ല അധ്യാപികയായി എന്ന് എനിക്കു തന്നെ മനസ്സിലായിട്ടില്ല. ധാരാളം അനുഭവങ്ങൾ, വൈഷമ്യങ്ങളിൽ നിന്ന് മുക്തി. എന്റെ രോഗങ്ങളല്ലാതെ മറ്റൊരു വിഷമവുമില്ല. അവയും വളരെ ഇടവിട്ട് മാത്രം സാന്നിദ്ധ്യം വെളിപ്പെടുത്തി. അതിനാൽ ഞാൻ വിദ്യാഭ്യാസ ബോർഡിനെ സമീപിച്ചു. സർട്ടിഫിക്കറ്റുകൾ സമർപ്പിച്ചു. അദ്ധ്യാപകവൃത്തിയിൽ തുടരാൻ അനുമതി നൽകണമെന്ന അഭ്യർത്ഥന സമർപ്പിച്ചു. നിർഭാഗ്യകരമെന്ന് പറയട്ടെ അത് വിജയിച്ചില്ല. കാലം മോശമായി. പരിവർത്തനങ്ങളുടേയും വ്യവസ്ഥകളിലെ സമൂല പരിവർത്തനത്തിന്റേയും കാലം വന്നു. പദ്ധതികൾ മാറി. തൊഴിലില്ലായ്മ വർദ്ധിച്ചു.

അപ്പോൾ ഞാൻ മറ്റൊരു സ്കൂൾ തേടി. പിന്നെ മറ്റൊന്ന്. ആദ്യം പാതി സമയം ജോലി. അതുപിന്നെ അതിന്റെ പാതിയായി. പിന്നെ മണിക്കൂറുകളായി. അവർ മിനിട്ടുകൾ എന്നു പറഞ്ഞാലും ഞാൻ ജോലി സ്വീകരിക്കുമായിരുന്നു. പക്ഷേ എവിടെ ചെന്നാലും ജോലിയന്വേഷിച്ച്

ഒരു വലിയ സംഘം അവിടെയുണ്ടാകും. യുവജനങ്ങൾ. അവർ എനിക്ക് പുറകിൽ നിൽക്കും. അവരുടെ ഉച്ഛ്വാസവായു എന്റെ ചുമലിൽ പതിക്കും. അതെത്ര നന്ദികെട്ട, വേതനക്കുറവുള്ള ജോലിയാണെങ്കിലും അവരവിടെ യുണ്ടാകും.

ഇവിടെ മാത്രം ഞാൻ വിജയിച്ചു. ഒരിക്കൽ ഞാൻ നഗരത്തിൽനിന്ന് പുറത്തു കടന്നു. ഈ വീട് വാങ്ങി. എന്റെ അയൽക്കാരുടെ വീടിന്റെ രക്ഷാകർതൃത്വം ഏറ്റെടുത്തു. അപ്പോൾ ഒരു യുവതി എന്നെ കാണാൻ വന്നു. അവരൊരു പ്രധാന അദ്ധ്യാപികയായിരുന്നു. കുന്നുകയറിയിറ ങ്ങിയാണവർ വന്നത്. അവർ കിതയ്ക്കുന്നുണ്ടായിരുന്നു. "താങ്കൾ അദ്ധ്യാപികയാണെന്ന് എനിക്കറിയാം" അവർ വർത്തമാന കാലത്തിലാണ് സംസാരിക്കുന്നതെന്ന് ഞാൻ ശ്രദ്ധിച്ചു. ജോലി എന്നത് ഒരു മാനസിക നിലയാണെന്നാണ് എന്റെ വിശ്വാസം. അല്ലാതെ ഒറ്റപ്പെട്ട ചില പ്രവർ ത്തനങ്ങളല്ല അത്. അവർ അവരുടെ സ്കൂളിൽ ഇംഗ്ലീഷ് പഠിപ്പിക്കാൻ എന്നെ ക്ഷണിച്ചു. ചെറിയ കുട്ടികളെ പഠിപ്പിക്കാൻ. എനിക്കിഷ്ടപ്പെട്ട പ്രായത്തിലുള്ള കുട്ടികൾ. ഞാൻ സമ്മതിച്ചു. ആഴ്ചയിലൊരിക്കൽ, ഏഴും എട്ടും വയസ്സുള്ളവരെ പഠിപ്പിക്കാൻ അവിടെയെത്തി. പഠനത്തിൽ വലിയ താത്പര്യം കാണിക്കുന്നവരാണവർ. ആവേശം കാണിക്കുന്നവരാണവർ. അതുപോലെ തന്നെ, അതേ വേഗത്തിൽ അവർക്ക് മുഷിയുകയും ചെയ്യും. എന്നോട് സംഗീതവും പഠിപ്പിക്കാമോ എന്ന് പ്രധാന അദ്ധ്യാ പിക ചോദിച്ചു. 'അമേസിങ്ങ് ഗ്രേസ്' എന്ന കവിത ഞാൻ ചൊല്ലുന്നത് അവർ കേട്ടിരിക്കണം. പക്ഷേ സംഗീതം എന്റെ കൈപ്പിടിയിലൊതുങ്ങു ന്നതായിരുന്നില്ല.

നല്ല വസ്ത്രം ധരിച്ച്, മുടിയൊക്കെ ചീകിയൊതുക്കി, കുറച്ച് മെയ്ക്ക പ്പൊക്കെയിട്ട് എല്ലാ ബുധനാഴ്ചയും ഗ്രാമത്തിൽ നിന്ന് വെളിയിൽ കട ക്കുന്നത് മതി എനിക്ക്. മെയ്ക്കപ്പ് എന്ന് പറഞ്ഞാൽ കൺതടത്തിൽ പച്ച തേക്കും, മുഖത്ത് പൗഡറിടും, അത്രമാത്രം. ഇതിനു തന്നെ എനിക്ക് കുറേ സമയം വേണം. ക്ഷമ വേണം. എനിക്കു വേണമെങ്കിൽ പി ഇ (ശാരീരികാഭ്യാസങ്ങൾക്കായുള്ള) ക്ലാസുകളും എടുക്കാമായിരുന്നു. എനിക്ക് നല്ല ഉയരവും ആരോഗ്യവുമുണ്ടല്ലോ. സ്പോർട്സിൽ താത്പ ര്യവുമുണ്ട്. നഗരത്തിലെവിടേയോ എനിക്കു ലഭിച്ച മെഡലുകൾ ഇപ്പോഴു മുണ്ടാകും. എന്നാൽ പ്രായാധിക്യം മൂലം ആ വിഷയം പഠിപ്പിക്കാൻ എനിക്കായില്ല.

ഇപ്പോൾ ഒരു കാര്യം ഞാൻ സമ്മതിക്കാം. ശിശിരത്തിൽ അവിടെ എത്തിച്ചേരുക വലിയ ബുദ്ധിമുട്ടുള്ള, അദ്ധ്വാനം വേണ്ട, ഒരു പ്രവർത്തി യായി മാറി. പഠിപ്പിക്കാൻ പോകേണ്ട ദിവസങ്ങളിൽ എനിക്ക് സാധാ രണ എഴുന്നേൽക്കുന്നതിനും വളരെ മുമ്പ് എഴുന്നേൽക്കേണ്ടി വരും. അപ്പോൾ എല്ലായിടത്തും ഇരുട്ടായിരിക്കും. എഴുന്നേറ്റ് തീ കത്തിക്കണം. എന്റെ സമുറായിക്ക് മീതെ അടിഞ്ഞുകൂടിയ മഞ്ഞ് തട്ടിക്കളയണം. വീടിനു

വെളിയിൽ വഴിയിലാണത് പാർക്ക് ചെയ്യുക. മഞ്ഞിലൂടെ നടന്ന് വേണം എനിക്കതിനരികിലെത്താൻ. അതത്ര സുഖകരമൊന്നുമല്ല. ശിശിരകാല പ്രഭാതങ്ങൾ ഉരുക്കുകൊണ്ട് നിർമ്മിച്ചവയാണ്. അവയ്ക്ക് ലോഹത്തിന്റെ രുചിയും നല്ല മൂർച്ചയുള്ള അരികുകളുമുണ്ടാകും. ജനുവരി മാസത്തിലെ ഒരു ബുധനാഴ്ച, കാലത്ത് ഏഴുമണിക്ക്, ഈ ലോകം മനുഷ്യർക്കായി നിർമ്മിക്കപ്പെട്ടതല്ല എന്ന് വ്യക്തമായി കാണാനാകും. ചുരുങ്ങിയ പക്ഷം മനുഷ്യർക്ക് ആനന്ദിക്കാനായി നിർമ്മിക്കപ്പെട്ടതല്ല എന്ന്.

നിർഭാഗ്യമെന്ന് പറയട്ടെ ഡിസ്സിക്കോ എന്റെ മറ്റേതെങ്കിലും സുഹൃത്തിനോ ജ്യോതിഷത്തിൽ താത്പര്യമില്ല. അതിനാൽ അതുപയോഗിച്ച് ഞാൻ ആഡംബരപ്രദർശനങ്ങൾക്ക് ഒരുങ്ങാറുമില്ല. അവരിപ്പോഴേ എനിക്ക് ഭ്രാന്താണെന്നാണ് കരുതുന്നത്. ഏതെങ്കിലും ജനനതിയതിയോ സ്ഥലമോ കണ്ടെത്താനായി മാത്രം ഞാനിപ്പോഴും അത് അവതരിപ്പിക്കും. പ്രത്യേകിച്ചും കമാൻഡന്റിന്റെ കാര്യത്തിൽ. ഇതിനായി ഞാൻ സമതലത്തിലെ മിക്കവാറും എല്ലാവരേയും ചോദ്യം ചെയ്തിട്ടുണ്ട്. പട്ടണത്തിലുള്ള പാതിയാളുകളേയും ചോദ്യം ചെയ്തിട്ടുണ്ട്. അവരുടെ ജനനതിയതി നൽകുക വഴി സത്യത്തിൽ അവർ എനിക്ക് അവരുടെ പേരാണ് പറഞ്ഞുതരുന്നത്. സ്വർഗ്ഗത്തിൽ രേഖപ്പെടുത്തിയിരിക്കുന്ന അവരുടെ സമയസൂചികയാണ് വെളിപ്പെടുത്തുന്നത്. അവരുടെ ഭാവിയും ഭൂതവും എനിക്ക് മുന്നിൽ തുറന്നുവെയ്ക്കുകയാണവർ. എന്നാൽ പലരോടും ഇതൊന്നും ചോദിക്കാനുള്ള അവസരം എനിക്കു ലഭിക്കാറില്ല.

ഒരു ജനന സർട്ടിഫിക്കറ്റ് ലഭിക്കുക താരതമ്യേന എളുപ്പമാണ്. അതിനൊരു തിരിച്ചറിയൽ കാർഡ് മാത്രം മതി. അതല്ലെങ്കിൽ സമാനമായ മറ്റെന്തെങ്കിലും രേഖ. ചിലപ്പോൾ അത് ഇന്റർനെറ്റിൽ തന്നെ ലഭിക്കും. ഡിസ്സിക്ക് മിക്കവാറും എല്ലാ പട്ടികകളിലേക്കും കടന്നുചെല്ലാനാകും. അതൊക്കെ ഇവിടെ എനിക്ക് വിശദമായി പറയാനാകില്ല. എന്റെ ആവശ്യം ജനനസമയമാണ്. അത് ഒരു രേഖയിലും കാണില്ല. പക്ഷേ ഒരു മനുഷ്യനെ സംബന്ധിച്ചിടത്തോളം ഏറ്റവും പ്രാധാന്യം അതിനാണ്. സമയത്തിന്. കൃത്യമായ സമയം അറിയാത്ത ഒരു ജാതകം ഉപയോഗശൂന്യമാണ്. അതിൽ എന്ത് എന്ന് നമുക്കറിയാനാകും. എന്നാൽ എങ്ങനെ എന്നും എവിടെ എന്നും അറിയാനാകില്ല.

ഇന്ന് സാമൂഹ്യ ജീവശാസ്ത്രം എന്താണോ അതായിരുന്നു ഒരു കാലത്ത് ജ്യോതിഷം എന്ന് ഒരിക്കൽ ഡിസ്സിയോട് വിശദീകരിക്കാൻ ഞാൻ ശ്രമിച്ചു. ഡിസ്സിക്ക് താത്പര്യമില്ലായിരുന്നു. ചുരുങ്ങിയ പക്ഷം അവൻ അങ്ങനെ പ്രകടമാക്കുകയെങ്കിലും ചെയ്തു. ഇത്തരം താരതമ്യങ്ങളേക്കാൾ

അന്യായമായി മറ്റൊന്നുമില്ല. നിഷ്ഠുരതയാണത്. വിണ്ണിലെ ഗ്രഹങ്ങൾക്ക് മനുഷ്യന്റെ വ്യക്തിത്വത്തിനു മേൽ പ്രഭാവമുണ്ടെന്ന് ജ്യോതിഷി കരുതുന്നു. സാമൂഹ്യ ജീവശാസ്ത്രജ്ഞൻ നമ്മെ ബാധിക്കുന്ന തന്മാത്രാരൂപികളായ വസ്തുക്കളുടെ നിഗൂഢതകളെക്കുറിച്ച് പറയുന്നു. വ്യത്യാസം അളവുകോലിൽ മാത്രമാണ്. അവർ പറയുന്നതിന്റെ പുറകിലെ പ്രഭാവമെന്തെന്നോ, അതെങ്ങനെ സംക്രമിക്കപ്പെടുന്നു എന്നോ, ഇരുകൂട്ടർക്കും അറിയില്ല. യഥാർത്ഥത്തിൽ അവർ ഇരുവരും ഒരേ കാര്യമാണ് സംസാരിക്കുന്നത്. വ്യത്യസ്തമായ അളവുകോലുപയോഗിച്ചാണെന്ന് മാത്രം. ചിലപ്പോൾ ഈ സാമ്യം എന്നെ അത്ഭുതപ്പെടുത്താറുണ്ട്. അതുപോലെ തന്നെ ജ്യോതിഷത്തെ ആരാധിക്കുന്ന എനിക്ക് സാമൂഹിക ജീവശാസ്ത്രത്തിനോട് ഒരു ബഹുമാനവുമില്ലല്ലോ എന്നോർത്തും അത്ഭുതപ്പെടാറുണ്ട്.

ജന്മത്തിൽ തുടങ്ങുന്ന ഒരു ജാതകത്തിൽ, ജനനത്തിയതി മരണതിയതിയുടേയും സൂചകമാണ്. ജനിച്ചവരെല്ലാം മരിക്കും എന്നത് വ്യക്തമാണ്. നമ്മുടെ മരണസമയം അതിന്റെ രീതി എന്നിവ സൂചിപ്പിക്കുന്ന പലയിടങ്ങളും ജാതകത്തിൽ കാണാനാകും. അവയെ കണ്ടെത്താനും ബന്ധപ്പെടുത്താനുമാകണം എന്നു മാത്രം. ഉദാഹരണത്തിന് ശനി ഹൈലെഗിലേക്കെത്തുന്നത് എപ്പോഴെന്ന് പരിശോധിക്കണം. എട്ടാം ഭാവത്തിൽ എന്തു സംഭവിക്കുന്നു എന്നറിയണം. അതിനോടൊപ്പം സൂര്യ ചന്ദ്രന്മാർക്ക് മേൽ ഒരു കണ്ണ് വേണം. അവരാണ് വെളിച്ചം തരുന്നവർ.

ഇത് വളരെ സങ്കീർണ്ണമാണ്. നിപുണതയില്ലാത്ത ഒരാളെ ഇത് മുഷിപ്പിക്കും. എന്നാൽ ശ്രദ്ധിച്ച് നോക്കി, ഈ യാഥാർത്ഥ്യങ്ങളെ കൂട്ടിയിണക്കിയാൽ, സംഭവങ്ങളും ഗ്രഹനിലയുമായുള്ള യോജിപ്പ് വ്യക്തമായി കാണാനാകും എന്ന് ഞാൻ ഡിസ്സിയോട് പറഞ്ഞു. അതെപ്പോഴും എന്നെ ഹർഷോന്മാദത്തിലാക്കുന്നു. എന്റെ ആവേശത്തിന്റെ സ്രോതസ്സ് എനിക്ക് മനസ്സിലാക്കാവുന്നതാണ്. ഡിസ്സിക്ക് പക്ഷേ അത് അനുഭവിച്ചറിയാനാകുന്നില്ല.

ജ്യോതിഷത്തെ പ്രതിരോധിക്കുന്നതിനായി ഞാൻ പലപ്പോഴും സ്റ്റാറ്റിസ്റ്റിക്സിനെ കൂട്ടുപിടിക്കാറുണ്ട്. അതെനിക്കത്ര ഇഷ്ടമൊന്നുമല്ല. എന്നാൽ അത് യുവമനസ്സുകളെ സ്വാധീനിക്കുന്നത് കണ്ടിട്ടുണ്ട്. അമിത ചിന്തകളൊന്നുമില്ലാതെ, യുവമനസ്സുകൾക്ക് സ്റ്റാറ്റിസ്റ്റിക്സിനോട് ഭ്രാന്തമായ ഒരു അഭിനിവേശമുണ്ട്. വിശ്വാസമുണ്ട്. ശതമാനത്തിലോ, സാധ്യതകളിലോ അവർക്ക് മുന്നിൽ എന്തെങ്കിലും അവതരിപ്പിച്ചാൽ അവരതിനെ മുഖവിലയ്ക്കെടുക്കുന്നു. അതിനാൽ ഞാൻ ഗൗക്വീലിനേയും അദ്ദേഹത്തിന്റെ 'ചൊവ്വാ പ്രഭാവത്തേയും' കുറിച്ച് പ്രതിപാദിക്കുന്നു. ഇത് വിചിത്രമെന്ന് തോന്നുന്ന ഒരു വാദമുഖമാണെങ്കിലും സ്റ്റാറ്റിസ്റ്റിക്സ് വിദ്യാർത്ഥികൾ, സ്റ്റാറ്റിസ്റ്റിക്സ്, അതിനെ അംഗീകരിക്കുന്നുണ്ട്. സ്പോർട്സ് താരങ്ങളുടെ

ജാതകത്തിൽ, മത്സരം, ആരോഗ്യത്തിലെ ദൃഢത എന്നിവയെ സൂചിപ്പിക്കുന്ന കുജൻ, ചൊവ്വ, മറ്റുള്ളവരുടേതിനെ അപേക്ഷിച്ച് ഒരേ സ്ഥാനത്തായിരിക്കും എന്ന് സ്റ്റാറ്റിസ്റ്റിക്സ് വഴി ഗൗക്വീലിൻ സ്ഥാപിച്ചു. അതാണദ്ദേഹത്തിന്റെ സിദ്ധാന്തം. ഈ തെളിവുകളെ ഡിസ്സി എന്തായാലും നിസ്സാരമാക്കി തള്ളിക്കളഞ്ഞു. അവന് അസൗകര്യമായി തോന്നിയ എല്ലാ തെളിവുകളും അവനങ്ങനെ തള്ളിക്കളയും. ഞാനൊരിക്കൽ സത്യമാകാൻ സാധ്യതയുള്ള ഒരു പറ്റം പ്രവചനങ്ങളുടെ തെളിവുകൾ നിരത്തി. അതിന്റെ ഉദാഹരണങ്ങൾ പറഞ്ഞു. അതിലൊന്ന് ഹിറ്റ്ലറുമായി ബന്ധപ്പെട്ടതായിരുന്നു. ഹിറ്റ്ലറുടെ കോടതി ജ്യോതിഷിയായ വി ഹെം വോൾഫ് 20.07.44 എന്ന ദിവസം ഹിറ്റ്ലർക്ക് വലിയ അപകടം സംഭവിക്കും എന്ന് പ്രവചിച്ചിരുന്നു. അന്നാണ് വോൾഫ് ലയറിലെ കൊലപാതക ശ്രമം നടന്നത് എന്ന് നമുക്കറിയാം. പിന്നീടൊരിക്കൽ ഇതേ ജ്യോതിഷി 1945 മെയ് ഏഴാം തിയതിക്ക് മുമ്പ് ദുരൂഹസാഹചര്യത്തിൽ ഹിറ്റ്ലർ മരിക്കും എന്ന് പ്രവചിച്ചു.

"ഗംഭീരം. അതെങ്ങനെ സാധ്യമായി?" ഡിസ്സി സ്വയം ചോദിച്ചു. പിന്നെ അതിനെക്കുറിച്ച് മറന്നു. അവനിലെ അവിശ്വാസം വീണ്ടും തലയുയർത്തി.

അവനെ ബോധ്യപ്പെടുത്താനായി ഞാൻ മറ്റ് മാർഗ്ഗങ്ങളിൽ ശ്രമിച്ചു. ഇവിടെ ഭൂമിയിൽ സംഭവിക്കുന്നതും വിണ്ണിൽ സംഭവിക്കുന്നതും തമ്മിലുള്ള കൃത്യമായ പൊരുത്തം കാണിക്കാൻ ശ്രമിച്ചു.

"ഉദാഹരണത്തിനായി ഇത് നോക്ക്. ശ്രദ്ധിക്ക്. 1980ലെ വേനലിൽ വ്യാഴം ശനിക്കരികിലായിരുന്നു. തുലാം രാശിയിൽ. ഇത് ശക്തിമത്തായ ഒരു സംയോജനമാണ്. വ്യാഴം അധികാരികളെ കാണിക്കുന്ന ഒന്നാണ്. ശനി തൊഴിലാളികളേയും. നോക്കൂ വാലേസയ്ക്ക് തുലാം രാശിയിൽ സൂര്യനുണ്ട്. നിനക്ക് സാമ്യം കാണാനുണ്ടോ?"

ഡിസ്സി സംശയത്തോടെ തലയാട്ടി.

"അപ്പോൾ പൊലീസിന്റെ കാര്യമോ? ഏത് ഗ്രഹമാണ് പൊലീസിനെ സൂചിപ്പിക്കുന്നത്?" അവൻ ചോദിച്ചു.

"രാഹു. അത് രഹസ്യാന്വേഷണങ്ങളേയും സൂചിപ്പിക്കുന്നു. മാഫിയ സംഘങ്ങളേയും."

"ശരി ശരി." അവനത്ര ഉറപ്പില്ലെന്നു തോന്നി. എങ്കിലും അതൊക്കെ മനസ്സിലാക്കാൻ അവൻ മനസ്സ് തുറന്നുപിടിച്ചിരിക്കുന്നു എന്നും അവനാകുന്നതുപോലെ ശ്രമിക്കുന്നുണ്ടെന്നും എനിക്കു തോന്നി.

"ഇനിയും ശ്രദ്ധിക്ക്." ഞാൻ വീണ്ടും ഗ്രഹനിലകൾ കാണിക്കാൻ തുടങ്ങി. "1953ൽ ശനി വൃശ്ചികത്തിലായിരുന്നു - സ്റ്റാലിന്റെ മരണവും രാഷ്ട്രീയമായ കുത്തൊഴുക്കും നടന്നു. 1952 മുതൽ 1956 വരെ. നിയന്ത്രണങ്ങൾ, കൊറിയൻ യുദ്ധം, ഹൈഡ്രജൻ ബോംബ് കണ്ടെത്തൽ എന്നിവയെല്ലാം ഇക്കാലത്താണ് സംഭവിച്ചത്. 1953 എന്ന വർഷം പോളണ്ടിലെ

സമ്പദ്‌വ്യവസ്ഥയിൽഏറ്റവും ക്ലേശകരമായിരുന്നു. അപ്പോഴാണ് ശനി വൃശ്ചികത്തിൽ ഉദിച്ചത്. അത് അവിശ്വസനീയവും അത്ഭുതകരവുമല്ലേ?"

ഡിസ്സി കസേരയിലിരുന്ന് അസ്വസ്ഥത പ്രകടിപ്പിച്ചു.

"ഇനി ഇത് കാണ്. കേതു, തുലാത്തിൽ. ആകെ ആശയക്കുഴപ്പം. വരുണൻ കർക്കിടകത്തിൽ – ജനങ്ങൾ ഇളകുന്നു, പ്രതിഷേധിക്കുന്നു. കോളനി വാഴ്ചകൾ അവസാനിക്കുന്നു. വരുണൻ ചിങ്ങത്തിൽ പ്രവേശിച്ചപ്പോഴാണ് ഫ്രഞ്ച് വിപ്ലവമുണ്ടായത്. ജനുവരിയിലെ വിപ്ലവമുണ്ടായത്. ലെനിൻ ജനിച്ചത്. വരുണൻ ചിങ്ങത്തിൽ എന്നാൽ അതിനർത്ഥം വിപ്ലവ ശക്തികൾക്ക് കരുത്ത് വർദ്ധിക്കും എന്നാണെന്ന് മറക്കരുത്."

ഇതെല്ലാം മുഷിപ്പനും വേദനാജനകവുമാണെന്ന് അവന്റെ മുഖം പറഞ്ഞത് ഞാനറിഞ്ഞു.

ഡിസ്സിയെ ജ്യോതിഷത്തിൽ വിശ്വസിപ്പിക്കുക, അതിനായി നിർബന്ധിക്കുക എന്നത് അസാധ്യമാണ്. സാരമില്ല.

ഒരിക്കൽ ഞാൻ ഒറ്റയ്ക്കായിരുന്നു. എന്റെ ഗവേഷണ സാമഗ്രികൾ അടുക്കളയിൽ നിരത്തിവെയ്ക്കുകയായിരുന്നു. ഇത്രയും ആശ്ചര്യകരമായ യോജിപ്പുകളുടെയെല്ലാം ഓർമ്മ എന്നിൽ കെടാതെ സൂക്ഷിക്കാനാകുന്നല്ലോ എന്നതിൽ ഞാൻ സന്തുഷ്ടയായിരുന്നു. ഞാനാദ്യം ബിഗ് ഫൂട്ടിന്റെ ജാതകത്തിന്റെ അർത്ഥം ഗണിച്ചു. അതിനു ശേഷം കമാൻഡന്റിന്റേയും.

സാധാരണയായി ഒരു വ്യക്തിക്ക് അപകടങ്ങളിൽ പെടാനുള്ള സാധ്യത ഗ്രഹാധിപന്റെ ആരോഹണവുമായി ബന്ധപ്പെട്ടിരിക്കുന്നു. അതിനോടൊപ്പം ആരോഹണത്തിലുള്ള മറ്റ് ഗ്രഹങ്ങളും അതിന്റെ സൂചന നൽകും. എട്ടാം ഭാവത്തിന്റെ അധിപൻ സ്വാഭാവിക മരണം സൂചിപ്പിക്കുന്നതാകും. അത് ഒന്നാം ഭാവത്തിലാണെങ്കിൽ മരണം ആ മനുഷ്യന്റെ സ്വന്തം തെറ്റുകളാലാകും. അത് ചിലപ്പോൾ അശ്രദ്ധയാലാകാം. ഈ ദ്യോതകം മൂന്നാം ഭാവത്തിലാണെങ്കിൽ തന്റെ മരണകാരണം ആ വ്യക്തിക്ക് അറിയാമെന്നാണ്. അതുമായി ബന്ധപ്പെടുത്താനായില്ലെങ്കിൽ ആ പാവത്തിന് തന്റെ മരണകാരണമായ തെറ്റ് എവിടെ എപ്പോൾ സംഭവിച്ചു എന്ന് അയാൾ അറിയാതെ പോകും. രണ്ടാം ഭാവത്തിൽ സമ്പത്തും ധനവുമാകും മരണകാരണം. ഇതിൽ ചിലപ്പോൾ ആ വ്യക്തി ധനത്തിനായി, പണത്തിനായി, ആക്രമിക്കപ്പെട്ട് കൊല്ലപ്പെടുകയാകാം. മൂന്നാം ഭാവം മിക്കപ്പോഴും വഴിയപകടങ്ങളോ മറ്റ് അപകടങ്ങളോ മൂലമാകും മരണം എന്നു സൂചിപ്പിക്കുന്നു. നാലാം ഭാവം ഭൂമിയുടെ ഉടമസ്ഥത അല്ലെങ്കിൽ കുടുംബസംബന്ധിയായ കാരണങ്ങൾ, പ്രത്യേകിച്ചും പിതാവുമായി ബന്ധപ്പെട്ട കാരണങ്ങളിലേക്ക് സൂചിപ്പിക്കുന്നു. അഞ്ചാമത്തേത് കുട്ടികൾ കാരണമോ വിനോദങ്ങൾ കാരണമോ എന്ന് സൂചിപ്പിക്കുമ്പോൾ ആറ് നമുക്ക് രോഗങ്ങൾ കൊണ്ടുവരുന്നു. ഇതുമൂലമുള്ള മരണം കൊണ്ടുവരുന്നു. പലപ്പോഴും ഇത് അമിതമായ അദ്ധ്വാനം

മൂലമാകും വരിക. എട്ടാം ഭാവാധിപൻ ഏഴാം ഭാവത്തിലേക്ക് വരികയാണെങ്കിൽ പങ്കാളിക്ക് മരണം പ്രവചിക്കപ്പെടുന്നു. അല്ലെങ്കിൽ ഒന്നിച്ചുള്ള മരണം. അത് ചിലപ്പോൾ വന്ധ്യത മൂലമുള്ള നിരാശയാലാകാം. അങ്ങനെയൊക്കെയാണ് കാര്യങ്ങൾ.

കമാൻഡന്റിന്റെ ജാതകത്തിന് ഇത് എട്ടാം ഭാവത്തിലാണ് കണ്ടത്. (ജീവഹാനി, മരണഗ്രഹം). അവിടെ സൂര്യനുണ്ടായിരുന്നു. അത് ജീവനെ കാണിക്കുന്നതാണ്. ജീവിതത്തെ കാണിക്കുന്ന സൂചകമാണ്. അധികാരത്തേയും സൂചിപ്പിക്കുന്നതാണ്. അത് ചതുഷ്കോണമായാണ് കാണപ്പെട്ടത്. കുജൻ (അക്രമവും കൈയേറ്റവും) പന്ത്രണ്ടാം ഭാവത്തിൽ വൃശ്ചികത്തിലായിരുന്നു. കൊലപാതകമാണത് സൂചിപ്പിക്കുന്നത്. (മരണം, കുറ്റകൃതം, കൊലപാതകം എന്നിവയാണവിടത്തെ ഫലങ്ങൾ). വൃശ്ചികത്തിന്റെ അധിപൻ രാഹു ആയിരുന്നു. അതിനർത്ഥം അധികാരം പൊലീസ് അല്ലെങ്കിൽ മാഫിയയുമായി ബന്ധപ്പെട്ടതായിരിക്കും എന്നാണ്. ചിങ്ങം രാശിയിൽ സൂര്യനും രാഹുവുമുണ്ട്. എന്റെ അഭിപ്രായത്തിൽ ഇതെല്ലാം സൂചിപ്പിക്കുന്നത് കമാൻഡന്റ് വളരെ വക്രബുദ്ധിയും അപഗ്രഥിക്കാൻ പറ്റാത്ത വ്യക്തിത്വവുമുള്ള വ്യക്തിയായിരുന്നു എന്നാണ്. പലവിധത്തിലുള്ള കുടില പ്രവർത്തനങ്ങളിലും ഏർപ്പെട്ടിരുന്നു എന്നാണ്. ക്രൂരനും നിഷ്ഠുരനുമാകാൻ അയാൾക്കാകുമായിരുന്നു. സ്ഥാനം ദുരുപയോഗപ്പെടുത്തുമായിരുന്നു. പൊലീസിൽ അധികാരമുള്ളതുപോലെ തന്നെ മറ്റെവിടേയോ തുല്യ അധികാരമുണ്ടായിരുന്നു എന്നും ഇതെല്ലാം സൂചിപ്പിക്കുന്നുണ്ട്. ഏതോ രഹസ്യകേന്ദ്രത്തിൽ.

എന്തിനധികം പറയുന്നു, ആരോഹണത്തിൽ മേടം രാശിയായിരുന്നു. അതായിരുന്നു അധിപൻ. അതിനാൽ അക്രമം (കുജൻ) ഇതുമായി നേരിട്ട് ബന്ധപ്പെടുന്നു. ശനി മൃഗങ്ങളുമായി ബന്ധപ്പെട്ട സൂചകം കൂടിയാണെന്നും ഞാൻ ഓർമ്മിച്ചു. മേടം, ഇടവം, ചിങ്ങം, ധനു, മകരം എന്നിവ പോലെ. ഇതെല്ലാം ആക്രമണകാരിയോ വന്യമോ ആയ മൃഗത്താൽ ജീവനു ഭീഷണിയെ സൂചിപ്പിക്കുന്നത്.

“ദാന്തെയുടെ ഇൻഫർണോയിൽ വർജിൽ പറയുന്നത് അവരുടെ ശിക്ഷയുടെ ഭാഗമായി ജ്യോതിഷികളുടെ കഴുത്ത് വളഞ്ഞു എന്നാണ്. വളഞ്ഞ കഴുത്തുള്ളവരായി അവരെല്ലാം എന്ന്.” എന്റെ തർക്കങ്ങൾ അവസാനിപ്പിക്കാനായി ഡിസ്സി പറഞ്ഞു.

“**എ**ന്നെ ഇങ്ങനെ നിരാശപ്പെടുത്താതെ സുഹൃത്തേ.” ഞാൻ എന്റെ സമുറായിയോട് പറഞ്ഞു. അത് എന്നെ നോക്കി മുരളുകയായിരുന്നു. ഞാനത് പറഞ്ഞതും അത് സ്റ്റാർട്ട് ആയി. ഇത് ഒരു തരത്തിൽ ഒരു കൂറ് കാണിക്കലാണ്. ഇത്രയും കാലം ഒന്നിച്ച് ജീവിച്ച് കഴിഞ്ഞാൽ പിന്നെ നിങ്ങൾ പരസ്പരം ആശ്രയിക്കുന്ന ശീലക്കാരാകും. നിങ്ങൾ തമ്മിൽ

ഒരു തരം സൗഹൃദം വളരും. ഇതിനിപ്പോൾ പ്രായമേറെയായിരിക്കുന്നു എന്ന് എനിക്കറിയാം. ഓരോ വർഷം കഴിയുംതോറും അതിന് ചലിക്കാൻ ബുദ്ധിമുട്ട് തോന്നിത്തുടങ്ങിയിട്ടുണ്ട്. അത് വർദ്ധിച്ച് വരുന്നുണ്ട്. എന്നെപ്പോലെ തന്നെയാണതും. ഞാൻ അതിനെ അവഗണിക്കാറുണ്ടെന്നും ഈ ശീതകാലം അതിന്റെ ജീവിതം ദുസ്സഹമാക്കിയിട്ടുണ്ടെന്നും എനിക്കും അറിയാം. എന്റെ കാര്യവും വ്യത്യസ്തമല്ല. ഈ കാറിനകത്ത്, ഒരപകടം പിണഞ്ഞാൽ എനിക്കെന്തൊക്കെ വേണമോ അതെല്ലാമുണ്ട്. കയർ, മൺവെട്ടി, വൈദ്യുതികൊണ്ട് പ്രവർത്തിക്കുന്ന ഒരു വാൾ, പെട്രോൾ നിറച്ച് വയ്ക്കുന്നതിനൊരു ടിൻ, കുറച്ച് മിനറൽ വാട്ടർ, ഒരു പെട്ടി പടക്കം (അതിപ്പോൾ നനഞ്ഞിട്ടുണ്ടാകും, കഴിഞ്ഞ ശരത്കാലം തൊട്ട് ഞാനത് കൊണ്ടു നടക്കുന്നതാണ്). ഒരു ടോർച്ചുണ്ട്. പ്രഥമശുശ്രൂഷയ്ക്ക് ആവശ്യമായ സാധനങ്ങളുണ്ട്. അതൊരു പെട്ടിയിൽ ഒതുക്കിവെച്ചിട്ടുണ്ട്. ഒരു സ്പെയർ വീലുണ്ട്. ഓറഞ്ച് ജ്യൂസ് തണുപ്പിക്കുന്നതിനുള്ള സൗകര്യമുണ്ട്. ഒരു കുരുമുളക് സ്പ്രെയുണ്ട്. ആരെങ്കിലും വഴിയിൽ വെച്ച് എന്നെ ആക്രമിച്ചാൽ പ്രതിരോധിക്കുന്നതിനാണത്. അങ്ങനെ ഒരാക്രമണം സംഭവിക്കാനുള്ള സാധ്യത വിരളമാണെങ്കിലും ഞാനത് കയ്യിൽ കരുതുന്നു.

ഞങ്ങൾ സമതലത്തിനപ്പുറത്തേക്ക് പോയി. ഗ്രാമത്തെ ലക്ഷ്യമിട്ട്. മൈതാനത്തിലൂടേയും സുന്ദരമായ വനഭൂവിലൂടേയും പോയി. മൃദുവായും ലജ്ജ പ്രകടിപ്പിച്ചും എല്ലാം വീണ്ടും ഭൂമി പച്ചപ്പണിയാൻ തുടങ്ങിയിരിക്കുന്നു. ബലഹീനവും വളരെ ചെറുതുമായ കൊച്ചു മുകുളങ്ങൾ മണ്ണിനു മുകളിലേക്ക് തലയുയർത്തുന്നു. കേവലം രണ്ട് മാസത്തിനുള്ളിൽ ഇവയെല്ലാം ആരോഗ്യവാന്മാരാകും, മുകളിലേക്ക് തെറിച്ച് നിൽക്കും, അഭിമാനത്തോടെ തലയുയർത്തി നിൽക്കും, നിറയെ പച്ചപ്പുള്ള ബീജപുടങ്ങളുണ്ടാകും എന്നതൊക്കെ ഇപ്പോഴേ ഭാവനയിൽ കാണാനാകുന്നില്ല. അത്രയ്ക്ക് ബലഹീനരും ലജ്ജാലുക്കളുമാണിന്ന് ഇവ. വഴിയരികിൽ, മണ്ണിനോട് പറ്റിച്ചേർന്ന് ഡെയ്സി ചെടികളുടെ കൊച്ചു മുഖങ്ങൾ കണ്ടു. ഈ വഴി വരുന്ന ഓരോരുത്തരേയും നിരീക്ഷിക്കുകയാണവ എന്ന് ചിന്തിക്കാതിരിക്കാൻ എനിക്കായില്ല. അങ്ങനെ നിരീക്ഷിച്ച് നമ്മെക്കുറിച്ച് വ്യക്തമായി വിധിക്കുകയാണെന്ന്. പൂക്കളുടെ പട്ടാളമാണവ.

ഞാൻ സ്കൂളിനു വെളിയിൽ വണ്ടി പാർക്ക് ചെയ്തു. കുട്ടികൾ എന്റെ കാറിനരികിലേക്ക് ഓടിയെത്തി. സമുറായിയുടെ മുൻവാതിലിൽ ഘടിപ്പിച്ചിരുന്ന ചെന്നായയുടെ തല എന്നും അവർക്കൊരു ആകർഷണമായിരുന്നു. അവർ എന്നെ ക്ലാസ് മുറിയിലേക്ക് ആനയിച്ചു. കലപില കൂട്ടി, എന്റെ സ്വെറ്ററിന്റെ കൈകളിൽ പിടിച്ചു വലിച്ച് എന്നെ അവർ ക്ലാസ് മുറിയിലേക്ക് കൊണ്ടുപോയി.

"ഗുഡ് മോണിങ്ങ്" ഞാൻ ഇംഗ്ലീഷിൽ പറഞ്ഞു

"ഗുഡ് മോണിങ്ങ്" കുട്ടികൾ പ്രതികരിച്ചു.

അതൊരു ബുധനാഴ്ചയായിരുന്നു. ഞങ്ങൾ ബുധനാഴ്ചകളിലെ ആചാരങ്ങൾ ആരംഭിച്ചു. നിർഭാഗ്യകരമെന്നു പറയട്ടെ പാതിയിലധികം കുട്ടികൾ അന്ന് അവധിയായിരുന്നു. ആദ്യ കുർബാനയ്ക്കുള്ള റിഹേഴ്സൽ നടക്കുന്നതിനാൽ ക്ലാസ്സിൽ വരുന്നതിൽ നിന്ന് ആൺകുട്ടികളെ ഒഴിവാക്കിയിരുന്നു. അതിനാൽ ഇന്ന് പഠിപ്പിച്ചതെല്ലാം അടുത്തയാഴ്ച വീണ്ടും പഠിപ്പിക്കേണ്ടി വരും. കഴിഞ്ഞ ക്ലാസിൽ ഞാൻ പ്രകൃതിയുമായി ബന്ധപ്പെട്ട ചില വാക്കുകളാണ് പഠിപ്പിച്ചത്. അതാകെ അലങ്കോലമായി. ക്ലാസ് മുറിയാകെ അലങ്കോലമാക്കുന്നതായി. സ്കൂൾ വൃത്തിയാക്കാൻ വരുന്ന സ്ത്രീ അതിനെന്നെ വഴക്കു പറയുകയുണ്ടായി.

"നിങ്ങൾ എന്നും ക്ലാസ് മുറിയെ പന്നിക്കൂട് പോലെയാക്കുന്നു. ഇതൊരു സ്കൂളാണ്. ബാലവാടിയല്ല. ഇത്രയും വൃത്തികെട്ട കല്ലുകളും പായലുമെല്ലാം എന്തിനാണിവിടേക്കു കൊണ്ടുവരുന്നത്?"

ഈ സ്കൂളിൽ ഞാനാകെ ഭയക്കുന്നത് അവരെ മാത്രമാണ്. അവരുടെ നിലവിളിയെ മാത്രമാണ്. അവരുടെ നീരസം കേട്ടാൽ ഞാൻ ഓടിയൊളിക്കും.

അദ്ധ്യാപനം പലപ്പോഴും എനിക്ക് ശാരീരിക ക്ഷീണം നൽകി. ചിലപ്പോൾ മാനസിക ക്ഷീണവും അത് സമ്മാനിച്ചു. ഞാൻ ഷോപ്പിങ്ങിനും തപാലാപ്പീസിലേക്കുമെല്ലാം ഇഴഞ്ഞുനീങ്ങി. റൊട്ടി വാങ്ങി. ഉരുളക്കിഴങ്ങും മറ്റ് പച്ചക്കറികളും വാങ്ങി. വലിയ അളവിൽ വാങ്ങി. ഇത്തിരി അധിക ചെലവാണെങ്കിലും കാംബോസോള എന്ന ചീസ് വാങ്ങി ആനന്ദിച്ചു. ഇടയ്ക്കെല്ലാം ഞാൻ വാങ്ങാറുള്ള വിവിധ വർത്തമാനപത്രങ്ങളും മാസികകളുമുണ്ട്. എന്നാൽ അതെല്ലാം വായിക്കുന്നത് എനിക്ക് ഒരു കുറ്റബോധമാണ് നൽകുക. ഞാൻ വിട്ടുപോയ, ചെയ്യാതിരുന്ന, എന്തൊക്കെയോ ഉണ്ടല്ലോ എന്ന കുറ്റബോധം. അതിൽ ചിലത് ഞാൻ മറന്നുപോയതാകാം എന്ന കുറ്റബോധം. എന്റെ കർത്തവ്യത്തിനൊപ്പം നിൽക്കാൻ എനിക്കാകുന്നില്ലല്ലോ എന്ന കുറ്റബോധം. പ്രാധാന്യമുള്ള പലതിലും ഞാൻ മറ്റുള്ളവരേക്കാൾ പുറകിലാണല്ലോ എന്ന കുറ്റബോധം. ഈ വർത്തമാനപത്രങ്ങൾ പറയുന്നതു ശരിയാകാം. എന്നാൽ തെരുവിൽ അലയുന്നവരെ ഒന്ന് ശ്രദ്ധിച്ചു നോക്കൂ, അപ്പോൾ മറ്റ് പലർക്കും എന്റേതിനു സമാനമായ പ്രശ്നങ്ങളുണ്ടെന്ന് മനസ്സിലാകും. അവർ അവരുടെ ജീവിതംകൊണ്ട് എന്ത് ചെയ്യണമോ അത് ചെയ്തിട്ടില്ല എന്ന് മനസ്സിലാകും.

വസന്തത്തിന്റെ ആദ്യസൂചനകൾ ഇപ്പോഴും പട്ടണത്തിലെത്തിയിട്ടില്ല. ഒരു പക്ഷേ അതിപ്പോഴും നഗരവാതിൽക്കൽ കാത്തു നിൽക്കുകയാകാം. അരുവികളുടെ കരകളിലും തോട്ടങ്ങളിലും കാത്ത് നിൽക്കുകയാകാം. ശത്രുപക്ഷത്തിലെ പടയാളികളെപ്പോലെ അവസരം കാത്തു നിൽക്കുകയാകാം. ഉരുളൻകല്ലുകളിൽ അപ്പോഴും ശൈത്യകാലം ഉപേക്ഷിച്ച മണൽത്തരികളുണ്ടായിരുന്നു. വഴുക്കലുള്ള നടപ്പാതകളിൽ

വാസമുറപ്പിച്ചപ്പോൾ ഉപേക്ഷിച്ച മണൽത്തരികൾ. എന്നാൽ ഇപ്പോൾ ഈ വെയിലിൽ അതു പൊടിപടലമായി ഉയരുന്നു. അലമാരയിൽനിന്ന് പുറത്തെടുത്ത വസന്തകാലത്തെ ഷൂസുകളിൽ അഴുക്കാക്കുന്നു. പട്ടണത്തിൽ വിരിഞ്ഞിരിക്കുന്ന പൂക്കൾ ചെറിയവയായിരുന്നു. ദൈന്യത നിറഞ്ഞവയായിരുന്നു. മൈതാനങ്ങളിലെല്ലാം നായക്കാഷ്ഠം നിറഞ്ഞിരുന്നു. തെരുവുകളിലൂടെ ചാരനിരം പൂണ്ട മനുഷ്യർ നടന്നു. അവർ ചുറ്റുപാടിലേക്കും കോങ്കണ്ണിട്ട് നോക്കിക്കൊണ്ടിരുന്നു. അവരെ കണ്ടാൽ വിഡ്ഢികളെപ്പോലെ തോന്നിച്ചു. ചിലർ പണം പിൻവലിക്കുന്ന യന്ത്രങ്ങൾക്ക് മുന്നിൽ വരി നിന്നു. അന്നത്തെ അന്നത്തിന്റെ ആവശ്യത്തിനായുള്ള ഇരുപത് സ്ലോട്ടി പിൻവലിക്കാൻ ശ്രമിച്ചു. മറ്റ് ചിലർ ക്ലിനിക്കിലേക്ക് തിരക്കിട്ട് പോകുകയായിരുന്നു. 13:35ന് അവർക്ക് ഒരു അപ്പോയിന്റ്മെന്റുണ്ട്. ഇനിയും ചിലർ പോകുന്നത് സെമിത്തേരിയിലേക്കാണ്. ശൈത്യകാലത്തെ ലക്ഷ്യമിട്ട് വച്ചിരുന്ന പ്ലാസ്റ്റിക് പൂക്കൾക്ക് പകരം യഥാർത്ഥ പൂക്കൾ വയ്ക്കാൻ.

മനുഷ്യരുടെ ഈ തിക്കും തിരക്കും കണ്ട് എന്റെ മനസ്സിടറി. ചിലപ്പോഴെല്ലാം എന്റെ മനസ് ഇങ്ങനെ അതിവൈകാരികതയാൽ നിറയാറുണ്ട്. അതെന്റെ രോഗവുമായി ബന്ധപ്പെട്ടതാകാം എന്ന് ഞാൻ കരുതുന്നു. അപ്പോൾ എന്റെ പ്രതിരോധശേഷി ക്ഷീണിക്കും. അങ്ങാടിയിലെ ചത്വരത്തിൽ ഞാൻ നിന്നു. പെട്ടെന്ന് എനിക്കരികിലൂടെ കടന്നുപോകുന്നവരുമായി ഒരു സംസർഗം, ഞങ്ങളൊന്നുപോലെയാണെന്ന ചിന്ത, എന്നിലുണ്ടായി. അതിശക്തമായിരുന്നു അത്. ഇവർ ഓരോരുത്തരും എന്റെ സഹോദരീ സഹോദരന്മാരാണ്. ഞങ്ങളെല്ലാം മിക്കവാറും ഒരുപോലെയാണ്. ക്ഷീണിതരും അസ്ഥിരചിന്തയുള്ളവരും എളുപ്പത്തിൽ നശിപ്പിക്കാനാകുന്നവരുമാണവർ. നല്ലതൊന്നും നൽകാനില്ലാത്ത ആകാശത്തിനു കീഴെ ഞങ്ങളെല്ലാം ഉലാത്തിക്കൊണ്ടിരിക്കുന്നു.

വസന്തം ഒരു ചെറിയ ഇടവേളയാണ്. അതിനു ശേഷം കരുത്തരായ പടയാളികളുമായി മരണത്തിന്റെ പട്ടാളമെത്തും. അവരിപ്പോഴേ നഗരവാതിലിൽ തമ്പടിച്ചിട്ടുണ്ടാകും. ഉപരോധത്തിൽ അകപ്പെട്ടതുപോലെയാണെന്നും ഞങ്ങളുടെ ജീവിതം. ഓരോ നിമിഷത്തിന്റേയും തുണ്ടുകളിലേക്ക്, അംശങ്ങളിലേക്ക്, നമ്മൾ സൂക്ഷിച്ചുനോക്കിയാൽ നമുക്ക് ശ്വാസംമുട്ടും. ശ്വാസം മുട്ടി മരിക്കും. ശരീരത്തിനകത്ത് ശിഥിലീകരണം മുന്നേറുന്നു. അതിവേഗം കുതിക്കുന്നു. അധികം താമസിയാതെ നമ്മൾ രോഗികളാകും. മരിക്കും. നമ്മുടെ പ്രിയർ നമ്മെ വിട്ടുപോകും. അവരെക്കുറിച്ചുള്ള ഓർമ്മകൾ ചില കൊടുങ്കാറ്റുകളിൽ പെട്ടില്ലാതാകും. ഒന്നും ശേഷിക്കില്ല. കുറച്ച് വസ്ത്രങ്ങളും അലമാരകളും ഫോട്ടോഗ്രാഫുകളും മാത്രം ബാക്കിയുണ്ടാകും. അവയെപ്പോലും തിരിച്ചറിയാതാകും. ഏറ്റവും സുന്ദരമായ ഓർമ്മകൾ പോലും ഇല്ലാതാകും. അലിഞ്ഞുപോകും. എല്ലാം ഇരുട്ടിൽ മറയും.

ഒരു ഗർഭിണി ഒരു ബെഞ്ചിലിരിക്കുന്നത് കണ്ടു. അവൾ ഒരു വർത്തമാനപത്രം വായിച്ചുകൊണ്ടിരിക്കുകയാണ്. അപ്പോൾ, എന്തു

കൊണ്ടെന്നറിയില്ല, അജ്ഞത ഒരു അനുഗ്രഹമാണല്ലോ എന്നെനിക്കു തോന്നി. ഇത്രയധികം കാര്യങ്ങൾ വായിച്ചറിഞ്ഞിട്ടും ഗർഭമലസിപ്പോ കാതിരിക്കുന്നതെങ്ങനെ?

എന്റെ കണ്ണ് നിറഞ്ഞൊഴുകാൻ തുടങ്ങി. ഇതിപ്പോൾ വല്ലാതെ ശല്യം ചെയ്യാൻ തുടങ്ങിയിരിക്കുന്നു. വല്ലാത്തൊരു പ്രശ്നമായിരിക്കുന്നു. എനിക്ക് കണ്ണുനീരിനെ തടഞ്ഞു നിർത്താനാകുന്നില്ല. എന്ത് ചെയ്യണ മെന്ന് അലിക്ക് അറിയാമായിരിക്കും എന്ന് ഞാൻ പ്രതീക്ഷിച്ചു.

അങ്ങാടിയുടെ ചത്വരത്തിനരികിലുള്ള ഒരു തെരുവിലാണ് ഗുഡ് ന്യൂസ് എന്ന കട. കാർ പാർക്ക് ചെയ്താൽ നേരെ കടയിൽ കയറാം. സെക്കന്റ് ഹാൻഡ് വസ്ത്രങ്ങൾ വാങ്ങുന്നവർക്ക് പക്ഷേ അതല്ല വലിയ ആകർ ഷണം.

കഴിഞ്ഞ ശരത്കാലത്താണ് ഞാൻ ആദ്യമായി ഇവിടെ വന്നത്. അന്ന് ഞാനാകെ തണുത്ത് മരവിച്ചിരുന്നു. സഹിക്കവയ്യാത്ത വിശപ്പുമുണ്ടാ യിരുന്നു. നവംബറിന്റെ നനഞ്ഞ ഇരുട്ട് പട്ടണത്തിനു മുകളിൽ ഞാന്ന് കിടപ്പുണ്ടായിരുന്നു. വെളിച്ചമുള്ളതും ചൂടുള്ളതും കണ്ടാൽ ജനങ്ങൾ അവിടേക്ക് പിൻവലിയുന്ന കാലമായിട്ടുണ്ടായിരുന്നു.

വർണ്ണപകിട്ടാർന്ന ചില തുണിത്തരങ്ങൾ വാതിൽക്കൽ കൂട്ടിയിട്ടിട്ടു ണ്ടായിരുന്നു. നിറങ്ങളാൽ വേർതിരിക്കപ്പെട്ടത്. നിറങ്ങളിൽ തന്നെ പല മാറ്റങ്ങളുള്ളത്. അതിനകത്ത് അപ്പോൾ ചന്ദനത്തിരിയുടെ ഗന്ധമുണ്ടാ യിരുന്നു. ചൂടുണ്ടായിരുന്നു. മിക്കവാറും നല്ല ചൂട്. അതിന് നന്ദി പറയേ ണ്ടത് ജാലകത്തിനരികിൽ ഘടിപ്പിച്ചിരുന്ന വ്യാവസായിക ആവശ്യങ്ങൾ ക്കായി ഉപയോഗിക്കുന്ന തരം റേഡിയേറ്ററുകളോടാണ്. ഇതൊരു കാലത്ത് അംഗവൈകല്യം വന്നവർക്കായുള്ള സഹകരണ സ്ഥാപനമാ യിരുന്നു. തുന്നൽ ശീലിക്കുന്ന അംഗവൈകല്യമുള്ളവരുടെ സഹകരണ സ്ഥാപനം. അത് സൂചിപ്പിക്കുന്ന ഫലകം ഇന്നും ചുമരിൽ കാണാം. ഇതിന്റെ ഒരു മൂലയിൽ ഒരു വലിയ ചെടിയുണ്ട്. അതിൽ ചെസ്റ്റനട്ടിന്റെ ഒരു വള്ളിച്ചെടി പടർന്നുപിടിച്ചിട്ടുണ്ട്. അതിന്റെ കറുത്തുള്ള വള്ളികൾ ഇപ്പോൾ ചുമരിൽ അള്ളിപ്പിടിച്ച് കയറാൻ തുടങ്ങിയിരിക്കുന്നു. അതി പ്പോൾ കടയുടെ ജാലകത്തെയാണ് ലക്ഷ്യമിടുന്നത്. ഒരു സോഷ്യലിസ്റ്റ് കഫെ, ഡ്രൈ ക്ലീനിങ്ങ് സ്ഥാപനം, ഫാൻസി ഡ്രസിനായുള്ള വസ്ത്ര ങ്ങൾ വാടകയ്ക്ക് കൊടുക്കുന്ന സ്ഥാപനം എന്നതെല്ലാം ഇപ്പോൾ ഈ കെട്ടിടത്തിന്റെ ഭാഗമാണ്. അതിന്റെ നടുക്കാണ് ഗുഡ് ന്യൂസ്.

അങ്ങനെയാണ് ഞാനതിന് പേരിട്ടത്. ആദ്യ നോട്ടത്തിൽതന്നെ എന്റെ മനസ്സിൽ വന്നത് ആ പേരാണ്. സുന്ദരിയാണവൾ. നല്ല കറുത്തുള്ള പേരാ ണിത്. ആ പേര് ഉപയോഗിച്ചാൽ പിന്നെ അതിന് വിശദീകരണത്തിന്റെ ആവശ്യമേയില്ല.

"ഇത്തിരി ചൂട് നൽകുന്ന ഒരു ജാക്കറ്റ് വേണം" ഒട്ടൊന്ന് ലജ്ജിച്ചു കൊണ്ടാണ് ഞാനത്രയും പറഞ്ഞത്. കടയിലുണ്ടായിരുന്ന പെൺകുട്ടി എന്നെ നോക്കി. അവളുടെ ഇരുണ്ട കണ്ണുകൾ തിളങ്ങി. അവൾ തല യാട്ടി പ്രോത്സാഹിപ്പിച്ചു.

ഒരിടവേളയെടുത്ത് ഞാൻ തുടർന്നു. "എനിക്ക് ചൂട് കിട്ടണം. മഴ യിൽനിന്ന് സംരക്ഷിക്കണം. മറ്റ് ജാക്കറ്റുകളിൽ നിന്നെല്ലാം വ്യത്യസ്ത മാകണം അത്. ചാരനിറമോ കറുപ്പോ വേണ്ട. ക്ലോക്ക് റൂമിൽ വച്ചാൽ പെട്ടെന്ന് മാറിപ്പോകുന്ന തരമാകരുത്. കീശകൾ വേണം. എത്രയധികം കീശകളാകാമോ അത്രയധികം കീശകൾ. ഒന്ന് ചാവി വയ്ക്കാൻ, ഒന്ന് നായ്ക്കൾക്കുള്ള ഭക്ഷണത്തിന്, പിന്നെയൊന്ന് മൊബൈൽ ഫോണിന്, വേറൊന്ന് രേഖകൾ സൂക്ഷിക്കാൻ - ഞാൻ ബാഗൊന്നും കയ്യിൽ വെയ്ക്കാ റില്ല. അങ്ങനെയാകുമ്പോൾ കൈകൾ സ്വതന്ത്രമായിരിക്കുമല്ലോ."

ഞാൻ എന്റെ അഭ്യർത്ഥന തുടർന്നുകൊണ്ടിരുന്നു. എന്നെത്തന്നെ അവർക്ക് മുന്നിൽ തുറന്നു കാണിക്കുകയാണെന്ന് പെട്ടെന്ന് ഞാൻ തിരി ച്ചറിഞ്ഞു.

"താങ്കൾക്ക് പറ്റിയ ഒന്ന് എന്റെ പക്കലുണ്ടെന്ന് തോന്നുന്നു." ഗുഡ് ന്യൂസ് എന്നോട് പറഞ്ഞു. അവൾ എന്നെ ഒരു ഇടനാഴിയിലൂടെ കൊണ്ടു പോയി.

അതിന്റെ അറ്റത്ത് വൃത്താകൃതിയിലുള്ള റെയിലുകൾ കണ്ടു. അതിൽ ജാക്കറ്റുകൾ ഞാത്തിയിട്ടിരുന്നു. ഒന്നും ആലോചിക്കാതെ അവൾ രക്ത വർണ്ണത്തിലുള്ള ഒന്ന് വലിച്ചെടുത്തു. സുന്ദരമായ ഒന്ന്.

"ഇതെങ്ങനെയുണ്ട്?" ജാലകത്തിന്റെ വീതിയേറിയ ഉപരിതലം അവ ളുടെ കണ്ണിൽ പ്രതിഫലിക്കുന്നുണ്ടായിരുന്നു. ആ കണ്ണുകൾ ശുദ്ധമായ വെളിച്ചത്താൽ തിളങ്ങുന്നുണ്ടായിരുന്നു.

ഇത് കൃത്യമാണ്. ആരോ മോഷ്ടിച്ച രോമക്കുപ്പായം തിരികെ ലഭിച്ച മൃഗമാണിപ്പോൾ ഞാൻ എന്നെനിക്കു തോന്നി. അതിന്റെ കീശയിൽ നിന്ന് എനിക്ക് ഒരു കൊച്ചു കവടി കിട്ടി. അത് ഈ ജാക്കറ്റിന്റെ ഇതിനു മുമ്പി ലത്തെ ഉടമയിൽനിന്ന് എനിക്കുള്ള സ്നേഹോപഹാരമാണെന്ന് തോന്നി. "ഇത് നിങ്ങൾക്ക് നല്ല സേവനം നൽകട്ടെ" എന്ന് ആ വ്യക്തി അനുഗ്ര ഹിക്കുകയോ ആശിക്കുകയോ ചെയ്യുന്നതുപോലെ.

ഞാൻ രണ്ട് ജോടി ഗ്ലൗസ് വാങ്ങി. ഒരു കുട്ട നിറയെ തൊപ്പി കണ്ട പ്പോൾ അതിലൊന്ന് പരതി. അപ്പോഴാണ് അതിൽ ഒരു കറുത്ത വലിയ പൂച്ച കിടക്കുന്നത് കണ്ടത്. അതിനരികിൽ സ്കാർഫുകൾ സൂക്ഷിച്ചിരു ന്നിടത്ത് മറ്റൊരു പൂച്ചയുമുണ്ടായിരുന്നു. ആദ്യത്തേതിന് സമാനമായത്, എന്നാൽ അതിലും വലുത്. ഈ പൂച്ചകൾക്ക് ഞാൻ ഹാറ്റ് എന്നും സ്കാർഫ് എന്നും പേരിട്ടു. പക്ഷേ പിന്നെ കണ്ടപ്പോഴൊന്നും ഇതിലേ താണ് ഹാറ്റ് എന്നും ഏതാണ് സ്കാർഫെന്നും എനിക്ക് തിരിച്ചറിയാനാ യില്ല. ഗുഡ് ന്യൂസിന്റെ കറുത്ത പൂച്ചകൾ!

ഇവളെ ഞാൻ മഞ്ചൂറിയൻ സുന്ദരി എന്ന് വിളിക്കട്ടെ. കടയിൽ വെച്ച് കണ്ട ഈ സുന്ദരിക്കുട്ടിയെ. (അവൾ ഒരു കൃത്രിമ രോമത്തൊപ്പി ധരിച്ചിരുന്നു.) അവളെനിക്ക് ചായയുണ്ടാക്കി തന്നു. ഹീറ്ററിനരികിലെക്ക് കസേര വലിച്ചിട്ട് അതിലിരുത്തി ശരീരം ചൂടാക്കാൻ സഹായിച്ചു.

അങ്ങനെയാണ് ഞങ്ങൾ തമ്മിലുള്ള സൗഹൃദം തുടങ്ങിയത്.

ചിലരെ ഒറ്റ നോട്ടം കണ്ടാൽ മതി, അപ്പോൾ തന്നെ മനസ്സും കണ്ണും നിറയും. ഇങ്ങനെയുള്ളവർ നമ്മെ കരുത്തരാക്കുന്നു. നമ്മുടെ പൂർവ്വകാലങ്ങളിലെ നിഷ്കളങ്കത ഇന്നും അവരിലൂടെ ജീവിക്കുന്നു എന്ന തോന്നലുണ്ടാക്കുന്നു. അവർ പ്രകൃതിയുടെ വരദാനമാണെന്ന ചിന്തയുണ്ടാക്കുന്നു. ഒരു വീഴ്ചയിലും അവർ അകപ്പെട്ടിട്ടില്ല എന്ന ചിന്തയുണ്ടാക്കുന്നു. ഒരു പക്ഷേ അവർ സന്ദേശവാഹകരാകാം. തന്റെ പൂർവ്വകഥയറിയാതെ അലഞ്ഞു നടന്നിരുന്ന രാജകുമാരിയെ കണ്ടെത്തുന്ന വേലക്കാരികളെപ്പോലെ അവർ രാജകുമാരിക്ക് അവരുടെ രാജ്യത്തെ വസ്ത്രം കാണിക്കുന്നു, വീട്ടിലേക്കുള്ള വഴി കാണിക്കുന്നു.

ഈ പെൺകുട്ടിക്കും ഒരു രോഗമുണ്ട്. ഒരു പ്രത്യേകാൽ രോഗം. വളരെ വിചിത്രമായ ഒരു രോഗം. അവൾക്ക് മുടിയില്ല. പുരികമില്ല. കൺപീലികളില്ല. അവൾ ജനിച്ചപ്പോൾ മുതൽ അങ്ങനെയാണ്. ഇത് ജനിതകമോ ജ്യോതിഷപരമോ! ജ്യോതിശാസ്ത്രവും ജ്യോതിഷവുമായി ബന്ധമുള്ളതെന്നേ ഞാൻ പറയൂ. ഞാൻ അവളുടെ ജാതകം പരിശോധിച്ചിരുന്നു. ചൊവ്വയ്ക്ക് ദോഷമുണ്ട്. അതിപ്പോൾ ആരോഹണത്തിലാണ്. പന്ത്രണ്ടിലാണ്. എതിരിൽ ആറിൽ ശനിയുണ്ട്. (ഇത്തരത്തിൽ നിൽക്കുന്ന ചൊവ്വ ഗുപ്തമായ പലതും ചെയ്യും, വ്യക്തമല്ലാത്ത ലക്ഷ്യത്തോടുകൂടിയ പലതും.)

അതിനാൽ അവൾ ഒരു പെൻസിൽ ഉപയോഗിച്ച് അവളുടെ സുന്ദരമായ പുരികമെഴുതി. കൺപീലികളും വരച്ചുവെച്ചു. അത് കൃത്യമായിരുന്നു. അവൾ എപ്പോഴും തലയിൽ ഒരു കെട്ടിട്ടു. ഒരു തൊപ്പി വെച്ചു. വല്ലപ്പോഴും വിഗ്ഗും ധരിച്ചു. അതല്ലെങ്കിൽ ഒരു സ്കാർഫെടുത്ത് തലയിൽ കെട്ടി. വേനലിൽ ഞാൻ ആശ്ചര്യപ്പെട്ട് അവളുടെ കൈത്തണ്ടയിലേക്ക് എത്തിനോക്കി. നമുക്കെല്ലാമുള്ള കൊച്ചുകൊച്ചുരോമങ്ങളില്ലാത്ത ആ കൈത്തണ്ടയിലേക്ക്.

നമുക്കെന്തുകൊണ്ടാണ് ചിലരെ സുന്ദരരൂപികളായും മറ്റുള്ളവരെ അങ്ങനെയല്ലാതേയും തോന്നുന്നത്? ഇത് സംബന്ധിയായും എന്റെ പക്കൽ ഒരു സിദ്ധാന്തമുണ്ട്. വളരെ മനപ്പൊരുത്തവും സ്വരച്ചേർച്ചയുമുള്ള ചില ആകൃതികളുണ്ട്. അതിനായി നമ്മുടെ സഹജബോധം എപ്പോഴും ഇച്ഛിച്ചുകൊണ്ടേയിരിക്കുന്നു എന്നതാണീ സിദ്ധാന്തം. ഈ ആശയവുമായി പൊരുത്തപ്പെടുന്ന സ്വഭാവവിശേഷങ്ങളാണ് നമ്മൾ

മറ്റുള്ളവരിൽ തിരയുന്നത്. പരിണാമത്തിന്റെ ലക്ഷ്യം തീർത്തും സൗന്ദര്യ ബോധത്തിൽ അധിഷ്ഠിതമാണ്. അതിന് അനുരൂപീകരണവുമായി യാതൊരു ബന്ധവുമില്ല. പരിണാമം എന്നത് സൗന്ദര്യവുമായി ബന്ധപ്പെട്ടതാണ്, ഓരോ ആകൃതിക്കും ഏറ്റവും അനുരൂപമായ കൃത്യത വരുത്തുക എന്നതാണ്.

ഈ പെൺകുട്ടിയെ കണ്ടപ്പോഴാണ് നമ്മുടെ ശരീരത്തിൽ വളരുന്ന മുടി എത്ര വിരൂപമാണെന്ന ചിന്ത എന്റെ മനസ്സിൽ വന്നത്. നെറ്റിയുടെ നടുക്കുള്ള ആ പുരികങ്ങളെ നോക്കൂ. കൺപീലികളെ നോക്കൂ. തലയിൽ വളരുന്ന കുറ്റിക്കാടിനെ നോക്കൂ. കക്ഷത്തേയും ഗുഹ്യഭാഗത്തേയും നോക്കൂ. നമുക്കെന്തുകൊണ്ടാണിങ്ങനെ ഒരു കളങ്കമുള്ളത്? നമ്മൾ സ്വർഗ്ഗത്തിലായിരുന്നപ്പോൾ മുടിയില്ലായിരുന്നു എന്നാണെന്റെ പക്ഷം. നമ്മൾ നഗ്നരും മിനുസമേറിയ ശരീരമുള്ളവരുമായിരുന്നു.

ക്ലോഡ്ജ്കോവിനു പുറത്തുള്ള ഒരു ഗ്രാമത്തിലാണ് താൻ ജനിച്ചതെന്ന് അവൾ എന്നോട് പറയുകയുണ്ടായി. ഒരു വലിയ കുടുംബത്തിൽ. അച്ഛൻ മദ്യപിച്ച് മരിച്ചു. അമ്മയ്ക്ക് ഗുരുതരമായ രോഗമായിരുന്നു. വിഷാദ രോഗിയായിരുന്നു. അവർ ആശുപത്രിയിലായി. ഇപ്പോൾ മരുന്നുകൾ കൊടുത്ത് മയക്കി കിടത്തിയിരിക്കുന്നു. ഗുഡ് ന്യൂസ് തന്റെ ബാല്യവുമായി എത്ര പൊരുത്തപ്പെടാനാകുമോ അത്രയും പൊരുത്തപ്പെട്ടു. സെക്കണ്ടറി സ്കൂൾ പരീക്ഷ ജയിച്ച് കയറി. നല്ല മാർക്കോടു കൂടി തന്നെ ജയിച്ചു കയറി. പിന്നെ പഠിക്കാനായില്ല. കോളേജിൽ പോകാനുള്ള പണമില്ലായിരുന്നു. അതിനോടൊപ്പം ഇളയ കുട്ടികളുടെ ചുമതലയും ഏറ്റെടുക്കേണ്ടി വന്നു. എങ്കിലും പഠനം തുടരാനായി ജോലിയന്വേഷിക്കാൻ തീരുമാനിച്ചു. ജോലിയൊന്നും കണ്ടെത്താനായില്ല. അവസാനം സെക്കന്റ് ഹാൻഡ് വസ്ത്രങ്ങൾ വിൽക്കുന്ന ഒരു വ്യാപാരി അവൾക്ക് ജോലി നൽകി. ശമ്പളം വളരെ കുറവായിരുന്നു. കാര്യങ്ങൾ മുന്നോട്ടു കൊണ്ടുപോകാനുള്ള വരുമാനമൊന്നുമില്ലായിരുന്നു. അതിനാൽ പഠനം എന്ന മോഹം നീട്ടിവെയ്ക്കപ്പെട്ടു. അതങ്ങനെ ഓരോവർഷവും അടുത്ത വർഷത്തേക്കായി മാറ്റിവെയ്ക്കപ്പെട്ടു. കടയിൽ ആരുമില്ലാത്തപ്പോൾ വായിക്കും. അവൾക്ക് ഏതേതു തരം പുസ്തകങ്ങളോടാണ് പ്രിയം എന്ന് എനിക്കറിയാം. അവൾ ആ പുസ്തകങ്ങൾ ഒരു അലമാരയിൽ അടുക്കിവെയ്ക്കും. തന്റെ ഉപഭോക്താക്കൾക്ക് വായിക്കാൻ കൊടുക്കും. വിഷാദം നിറഞ്ഞ ഭീകര കഥകൾ, ഗോഥിക് നോവലുകൾ, അതിന്റെയെല്ലാം പുറംചട്ട ചുളുങ്ങിയിരിക്കും. മിക്ക പുറംചട്ടയിലും ഒരു വവ്വാലിന്റെ പടമുണ്ടാകും. പിന്നെ ലൈംഗികാഭാസന്മാരായ സന്ന്യാസിമാരുടെ കഥകൾ. അനേകരെ കൊന്ന സന്ന്യാസിമാരുടെ കഥകൾ. ശ്മശാനത്തിൽനിന്ന് ഒഴുകിപ്പോയ ശവപ്പെട്ടികളുടെ കഥകൾ. ഇത്തരം കഥകൾ വായിച്ചു വായിച്ച് നമ്മൾ ജീവിക്കുന്ന ഈ ലോകം അത്ര മോശമല്ല എന്ന തീരുമാനത്തിൽ അവളെത്തിയിരിക്കുന്നു. അതവളെ ശുഭാപ്തിവിശ്വാസക്കാരിയാക്കിയിരിക്കുന്നു.

ഗുഡ് ന്യൂസ് അവളുടെ ജീവിത കഥ പറഞ്ഞപ്പോൾ ഞാൻ മന സ്സിൽ ചില ചോദ്യങ്ങൾ തയ്യാറാക്കി. "എന്തുകൊണ്ട് നീ" എന്നായി രുന്നു ആ ചോദ്യങ്ങളെല്ലാം തുടങ്ങിയത്. അതിനെ തുടർന്ന് നമ്മുടെ വീക്ഷണകോണിൽ ഇത്തരം സന്ദർഭങ്ങളിൽ ഒരാൾ എന്തു ചെയ്യണം എന്നതിന്റെ വിശദീകരണവുമുണ്ടായിരുന്നു. ഈ ചോദ്യങ്ങളിലൊന്ന് പുറത്തുവിടുന്നതിന്റെ തയ്യാറെടുപ്പിലായിരുന്നു ഞാൻ, അപ്പോഴാണ് "എന്തിനാണ് വെറുതെ" എന്ന് എന്റെ മനമെന്നോട് പറഞ്ഞത്. വാക്കു കൾ പുറത്തുവരാതിരിക്കാൻ ഞാൻ നാക്ക് കടിച്ച് പിടിച്ചു.

വർണ്ണപകിട്ടോടെ അച്ചടിച്ച് വരുന്ന മാസികകൾ നമ്മോട് ചെയ്യുന്ന ചില കാര്യങ്ങളുണ്ട്. ചിലപ്പോൾ എനിക്ക് അതിലൊന്നിനെപ്പോലെ യാകാൻ കൊതി തോന്നും. നമ്മൾ എന്തുകൊണ്ട് പരാജയപ്പെട്ടു എന്ന് അവ പറഞ്ഞ് തരും. നമ്മൾ എവിടെ എല്ലാം അലങ്കോലമാക്കി എന്ന്. നമ്മൾ എന്ത് അവഗണിച്ചു എന്ന്. അവസാനം അവ നമ്മെ ആക്രമിച്ച് കീഴടക്കും. നമ്മിൽ ആത്മനിന്ദ നിറയ്ക്കും.

അതിനാൽ ഞാൻ ഒരക്ഷരം പറഞ്ഞില്ല. മറ്റുള്ളവരുടെ ജീവിത കഥ ചർച്ചകൾക്കുള്ള വിഷയമാക്കേണ്ടതില്ല. അവരെ കേൾക്കണം. അതിന നുസരിച്ച് പ്രതികരിക്കണം. അതിനാൽ ഞാൻ എന്റെ ജീവിത കഥ ഗുഡ് ന്യൂസുമായി പങ്കുവെച്ചു. ഒരു ദിവസം എന്റെ കൊച്ചു പെൺകുട്ടികളും ഞാനും വസിക്കുന്ന വീട്ടിലേക്ക് വരൂ എന്ന് ക്ഷണിച്ചു. അത് സംഭവി ക്കുകയുമുണ്ടായി.

അവളെ സഹായിക്കാനുള്ള ശ്രമത്തിന്റെ ഭാഗമായി ഞാൻ പ്രാദേ ശിക അധികാരികളെ കണ്ടു. പക്ഷേ പിന്തുണയൊന്നും ലഭിച്ചില്ല. ഗുഡ് ന്യൂസിനെ പോലെയുള്ളവർക്ക് ഗ്രാന്റൊന്നും ലഭിക്കില്ല. ഒരു ബാങ്ക് ലോണിനപേക്ഷിക്കൂ എന്നാണെനിക്ക് ലഭിച്ച ഉപദേശം. പഠനം കഴിഞ്ഞ് ജോലിയെടുത്ത് തുടങ്ങിയാൽ തിരിച്ചടയ്ക്കേണ്ട വിദ്യഭ്യാസ ലോണു കൾ ലഭ്യമാണ്. അതല്ലെങ്കിൽ സൗജന്യമായി ലഭിക്കുന്ന പരിശീലന ങ്ങളുണ്ട്. കംപ്യൂട്ടർ, വസ്ത്രനിർമ്മാണം, പുഷ്പാലങ്കാരം എന്നിങ്ങനെ യുള്ളവ. പക്ഷേ അതെല്ലാം തൊഴിലില്ലാത്തവർക്കുള്ളതാണ്. അതിനായി അവൾ ഇപ്പോഴുള്ള തൊഴിൽ ഉപേക്ഷിക്കണം.

ഞാൻ ബാങ്കിനേയും സമീപിച്ചു. അവർ എനിക്ക് ഒരു കെട്ട് ഫോമു കൾ തന്ന് പൂരിപ്പിച്ച് വരാൻ ആവശ്യപ്പെട്ടു. അതിനോടൊപ്പം ഒരു വ്യവ സ്ഥയും വച്ചു. ഗുഡ് ന്യൂസിന് ആദ്യം കോളേജിൽ പ്രവേശനം ലഭി ക്കണം. അവൾ ഈ ലക്ഷ്യം നേടിയെടുക്കും എന്ന് എനിക്ക് ഉറപ്പുണ്ടാ യിരുന്നു.

ഗുഡ് ന്യൂസിന്റെ കടയിൽ ചെന്നിരിക്കുക എന്നത് ആനന്ദദായകമാണ്. പട്ടണത്തിൽ ഏറ്റവും ഊഷ്മളതയുള്ള സ്ഥലമാണത്. അമ്മമാരും കുട്ടി കളും ഇവിടെ ഒന്നു ചേരുന്നു. വൃദ്ധകളും പെൻഷൻകാരുടെ കാന്റീനിൽ

പോകുന്നവരും ഇവിടേക്ക് വരുന്നു. കാർ പാർക്ക് ചെയ്യുന്നിടത്തെ സെക്യൂരിറ്റി ഗാർഡും പച്ചക്കറി മാർക്കറ്റിലെ മരവിച്ച വില്പനക്കാരിയും ഇവിടെയെത്തുന്നു. അവിടെ ചെല്ലുന്നവർക്കെല്ലാം കുടിക്കാൻ എന്തെങ്കിലും ലഭിക്കും. ചൂടുള്ള എന്തെങ്കിലും. ഗുഡ്ന്യൂസ് ഇതിനകത്ത് ഒരു കാപ്പിക്കട തന്നെ നടത്തുന്നോ എന്ന് തോന്നിപ്പോകുമായിരുന്നു.

ഇന്ന് അവൾ കടയടയ്ക്കുന്നതുവരെ ഞാൻ കാത്തിരിക്കും. അതിനുശേഷം ഞാനും അവളും ഡിസ്സിയും ചേർന്ന് ചെക്ക് റിപ്പബ്ലിക്കിലേക്കു പോകും. അവിടെ ബ്ലെയ്ക്കിന്റെ പുസ്തകങ്ങൾ വിൽക്കുന്ന കടയന്വേഷിക്കും. ഗുഡ്ന്യൂസ് വർണ്ണത്തൂവാലകൾ കെട്ടിയൊതുക്കിവയ്ക്കുകയായിരുന്നു. അവൾ അധികമൊന്നും സംസാരിച്ചില്ല. സംസാരിച്ചാൽ തന്നെ അത് വളരെ പതിഞ്ഞ സ്വരത്തിലായിരുന്നു. ശ്രദ്ധിച്ചില്ലെങ്കിൽ ആ സ്വരം പിടിച്ചെടുക്കാനാകില്ല. കടയിൽ അപ്പോഴും ചില ഉപഭോക്താക്കളുണ്ട്. അവർ സാധനങ്ങൾ തിരയുകയാണ്. വിലപേശുകയാണ്. ഞാൻ ഒരു കസേരയിൽ കാലുകൾ നീട്ടിയിരുന്നു. കണ്ണടച്ചിരുന്നു.

“നിങ്ങൾ താമസിക്കുന്നതിനടുത്ത്, സമതലത്തിൽ ഇറങ്ങിയ കുറുക്കന്മാരെക്കുറിച്ച് കേട്ടുവോ? വെളുത്ത് തുടുത്ത കുറുക്കന്മാരെക്കുറിച്ച്?”

അതുകേട്ട് ഞാൻ ഞെട്ടി. എന്റെ ശരീരത്തിൽ ഒരു തണുപ്പ് ഇരച്ച് കയറി. ഞാൻ താമസിക്കുന്നതിനരികിലോ? ഞാൻ കണ്ണ് തുറന്നു. അന്ന് ആ നായക്കുട്ടിയുമായി കണ്ട മാന്യൻ എന്റെ മുന്നിൽ നിൽക്കുന്നു.

“വിചിത്രമായ പേരുള്ള ആ ധനികനില്ലേ, അയാൾ തന്റെ ഫാമിൽ നിന്ന് അഴിച്ചുവിട്ടതാണെന്ന് പറയപ്പെടുന്നു.” അയാൾ തുടർന്നു. അയാളുടെ കൈതണ്ടയിൽ ഒരു ട്രൗസർ ഞാത്തിയിട്ടിട്ടുണ്ടായിരുന്നു. അയാളുടെ നായക്കുട്ടി എന്നെ നോക്കി. ഒരു നായച്ചിരി ചിരിച്ചു. അതെന്നെ തിരിച്ചറിഞ്ഞു എന്ന് ഉറപ്പ്.

“ഇന്നേർഡോ?”

“അതെ അയാൾ തന്നെ.” അയാൾ ഉറപ്പിച്ച് പറഞ്ഞു. എന്നിട്ട് ഗുഡ്ന്യൂസിനെ നോക്കി. “എൺപത് സെന്റീമിറ്റർ അരയളവുള്ള ഒരു ട്രൗസർ കണ്ടെത്താമോ?” അയാൾ പിന്നേയും തന്റെ കഥയിലേക്ക് തിരിച്ചുപോയി. “അവർക്ക് അയാളെ കണ്ടെത്താനായിട്ടില്ല. അയാളെ കാണാനില്ല. ഒരു തുമ്പും കിട്ടുന്നില്ല. അപ്രത്യക്ഷനായിരിക്കുന്നു. വൈക്കോൽകൂനയിൽ വീണ സൂചിപോലെ അപ്രത്യക്ഷനായിരിക്കുന്നു.” അയാൾ തുടർന്നു. “അയാൾ തന്റെ കാമുകിയുമൊത്ത് ഓടിപ്പോയി എന്നാണ് തോന്നുന്നത്. ഇത്ര തണുപ്പില്ലാത്ത ഏതെങ്കിലും നാട്ടിലേക്കു പോയിട്ടുണ്ടാകും. അയാൾ ധനികനായിരുന്നല്ലോ. അതിനാൽ ഒളിച്ചിരിക്കുക എളുപ്പമാണ്. അയാൾക്ക് ഏതൊക്കെയോ റാക്കറ്റുമായി, തട്ടിപ്പുകാരുമായി ബന്ധമുണ്ടായിരുന്നത്രെ.”

നൈക്ക് അല്ലെങ്കിൽ പ്യൂമ ട്രാക്ക് സ്യൂട്ട് വേണമെന്നാവശ്യപ്പെട്ട് വസ്ത്രക്കെട്ടുകളെല്ലാം ഉഴുത് മറിച്ചുകൊണ്ടിരുന്ന ഒരു യുവാവ്

പ്രതികരിച്ചു. "അതൊരു റാക്കറ്റൊന്നുമില്ല. മാഫിയയാണ്." വാ തുറക്കാതെയാണയാൾ അത്രയും പറഞ്ഞത്. "അവർ റഷ്യയിൽനിന്ന് അനധികൃതമായി മൃഗരോമം ഇറക്കുമതി ചെയ്യുന്നു. അതിനായി ഈ ഫാം ഒരു മറയായി സൂക്ഷിക്കുന്നു. റഷ്യൻ മാഫിയയുമായുള്ള കണക്കുകൾ തീർക്കാൻ അയാൾക്കായില്ല. അതിനാൽ ഭയന്നോടിയതാണ്."

ഇത് ഭീതിജനകമായ ഒരു വിഷയമാണെന്ന് എനിക്കു തോന്നി. ഞാൻ ഭയന്നു.

"നിങ്ങളുടെ ഈ ചെറിയ നായ ഒരു നല്ലയിനം പട്ടിക്കുഞ്ഞാണോ അതോ കൊടിച്ചിയാണോ?" ഞാൻ അയാളോട് താഴ്മയോടെ ചോദിച്ചു. വിഷയം ഇതിലും ഗൗരവം കുറഞ്ഞ മാർഗ്ഗത്തിലേക്ക് തിരിച്ച് വിടുക എന്നതായിരുന്നു ലക്ഷ്യം.

"എന്റെ മാക്സിയോ? ഇത് ആണാണ്. ഇന്നും അവിവാഹിതനാണ്." അയാൾ ഉറക്കെ ചിരിച്ചു. അപ്പോഴും അയാളുടെ താത്പര്യം ആ കൊച്ചു വർത്തമാനത്തിലായിരുന്നു. അയാൾ ആ യുവാവിനരികിലേക്ക് തിരിഞ്ഞു. "അയാൾ ധനികനാണ്. ക്ലോഡ്ജ്കോയ്ക്ക് പുറത്തുള്ള പ്രധാന വീഥിയിൽ അയാൾക്ക് ഒരു ഹോട്ടലുണ്ട്. ഒരു ഭക്ഷണശാലയുണ്ട്. കുറുക്കന്മാരെ വളർത്തുന്ന ഒരു ഫാമുണ്ട്. അറവുശാലയുണ്ട്. മാംസം സംസ്കരിക്കുന്ന വ്യവസായമുണ്ട്. കൂറ്റന്മാരെ വളർത്തുന്ന ഫാമുണ്ട്. അയാളുടെ ഭാര്യയുടെ പേരിലും പലതുമുണ്ടായിരുന്നു."

"ഇതാ നിങ്ങൾ ചോദിച്ച എൺപതിന്റെ ടൗസർ" ചാരനിറമുള്ള ഒരു ട്രൗസർ നീട്ടി ഞാൻ അയാളോട് പറഞ്ഞു.

അയാൾ അത് പരിശോധിച്ചു. അതിന്മേൽ പതിച്ചിരുന്ന ലോണ്ട്രിയുടെ ലാബൽ വായിക്കാൻ കണ്ണട ധരിച്ചു.

"ഇത് നന്നായിരിക്കുന്നു. ഞാനിതെടുക്കാം. അത്ര അയവില്ലാത്തതാണെനിക്കിഷ്ടം. അത് നമ്മുടെ രൂപം എടുത്ത് കാണിക്കും."

"ആളുകൾ എത്ര വ്യത്യസ്തരാണ്. എനിക്ക് അയവുള്ളതാണിഷ്ടം. അതെനിക്കൊരു സ്വാതന്ത്ര്യം തരുന്നു." ഞാൻ പറഞ്ഞു.

ഡിസ്സിക്ക് പ്രോത്സാഹജനകമായ ചില വാർത്തകൾ ലഭിച്ചിരിക്കുന്നു. അവന്റെ ബ്ലെയ്ക്ക് വിവർത്തനങ്ങൾ പ്രസിദ്ധീകരിക്കാമെന്ന് പ്രാദേശിക ആഴ്ചപതിപ്പായ ക്ലോഡ്ജ്കോ ഗസറ്റ് സമ്മതിച്ചിരിക്കുന്നു. അതിന്റെ ആവേശത്തിലും ആഹ്ലാദത്തിലുമാണവൻ. അതിനാൽ അധീരനുമായിരിക്കുന്നു. അതിർത്തിയിലേക്കു നീങ്ങുകയായിരുന്നു ഞങ്ങൾ. വഴി മിക്കവാറും ശൂന്യമായിരുന്നു.

"ആദ്യം അദ്ദേഹത്തിന്റെ കത്തുകൾ വിവർത്തനം ചെയ്യണം. അതിനു ശേഷം മതി കവിത. എന്നാൽ അവർ കവിതയാണാദ്യം

ചോദിക്കുന്നതെങ്കിൽ....ദൈവമേ... ഞാൻ എന്തെടുത്ത് കൊടുക്കും? ഞാനേത് ആദ്യം കൊടുക്കും?"

സത്യം പറഞ്ഞാൽ എനിക്കപ്പോൾ ബ്ലെയ്ക്കിൽ ശ്രദ്ധ ചെലുത്താനാകുന്നുണ്ടായിരുന്നില്ല. പൊളിഞ്ഞ പ്രാകൃതമായ കെട്ടിടങ്ങൾക്കരികിലൂടെയാണ് ഞങ്ങളപ്പോൾ പോയിക്കൊണ്ടിരുന്നത്. അതിർത്തി എത്തിയിരിക്കുന്നു. ഞങ്ങൾ ചെക്ക് റിപ്പബ്ലിക്കിലെത്തിയിരിക്കുന്നു. വഴി മെച്ചപ്പെട്ടിരിക്കുന്നു. അതുകൊണ്ടായിരിക്കണം ഡിസ്സിയുടെ കാർ ചിലമ്പൽ അവസാനിപ്പിച്ചത്.

"ആ കുറുക്കന്മാരെ കുറിച്ച് കേട്ടത് ശരിയാണോ ഡിസ്സി?" ഗുഡ് ന്യൂസ് പുറകിൽനിന്ന് ചോദിച്ചു. "അവ ഇന്നേർഡിന്റെ ഫാമിൽ നിന്ന് രക്ഷപ്പെട്ടു എന്നും, കാട്ടിലേക്കു പോകുന്നു എന്നും കേട്ടത്?"

അത് ശരിയാണെന്ന് ഡിസ്സി പറഞ്ഞു.

"കുറച്ച് ദിവസം മുമ്പാണത് സംഭവിച്ചത്. അപ്രത്യക്ഷനാകുന്നതിനു മുമ്പ് അയാൾ ആ മൃഗങ്ങളെ മറ്റാർക്കോ വിറ്റിരിക്കും എന്നാണ് പൊലീസ് ആദ്യം കരുതിയത്. പക്ഷേ അങ്ങനെയല്ല എന്നു തോന്നുന്നു. അയാൾ തുറന്നുവിട്ടതാണെന്ന് തോന്നുന്നു. വിചിത്രമായിരിക്കുന്നു അല്ലേ?"

"അവർ അയാളെ തിരയുന്നില്ലേ?" ഞാൻ ചോദിച്ചു.

അയാളെ കാണാനില്ലെന്ന് ആരും ഇതുവരേക്കും റിപ്പോർട്ട് ചെയ്തിട്ടില്ല എന്ന് ഡിസ്സി പറഞ്ഞു. അതുകൊണ്ടുതന്നെ തിരയാൻ കാരണമില്ല. ഭാര്യ മുന്നോട്ടു വന്നിട്ടില്ല. കുട്ടികളുമില്ല. ഒരുപക്ഷേ അയാൾ എവിടെയെങ്കിലും പോയി അവധി ആഘോഷിക്കുകയാകാം. ഇതിപ്പോൾ ആദ്യമായൊന്നുമില്ല എന്നാണ് ഭാര്യ പറഞ്ഞത്. ഒരിക്കൽ ഇതുപോലെ ഒരാഴ്ചത്തേക്ക് കാണാതായി. അന്നയാൾ ഡൊമിനീഷ്യൻ റിപ്പബ്ലിക്കിൽ നിന്നാണ് വിളിച്ചത്. ബാങ്കുകൾ അയാളെ തിരഞ്ഞിറങ്ങാത്തിടത്തോളം കാലം ഭയക്കേണ്ടതില്ല.

"ഒരാൾക്ക് തന്റെ ജീവിതം തന്നിഷ്ടം പോലെ ജീവിക്കാനുള്ള അധികാരമുണ്ട്. ബാങ്കുകളുമായി പ്രശ്നമുണ്ടാക്കാത്തിടത്തോളം കാലം ഇത് ചെയ്യാം." ഡിസ്സി പ്രവാചകനായി. അവന് ഈ പറഞ്ഞതിൽ നല്ല ഉറപ്പുണ്ടായിരുന്നു. പൊലീസിനുവേണ്ടി മാധ്യമങ്ങളെ അഭിസംബോധന ചെയ്യുന്ന വക്താവായാൽ ഇവൻ തിളങ്ങും എന്ന് എന്റെ മനസ്സെന്നോട് പറഞ്ഞു.

കമാൻഡന്റിന്റെ ബെൽറ്റിൽനിന്ന് കണ്ടെത്തിയ പണത്തിന്റെ സ്രോതസ്സും പൊലീസ് അന്വേഷിച്ചുകൊണ്ടിരിക്കുകയാണെന്നും ഡിസ്സി പറഞ്ഞു. അത് കൈക്കൂലിയാണ്. ഇന്നേർഡിന്റെ കണ്ട് മടങ്ങുകയായിരുന്നു അയാൾ എന്ന് ഇതിനകം തന്നെ അവർക്ക് ഉറപ്പായിട്ടുണ്ട്. വളരെ വ്യക്തമായ കാര്യങ്ങൾപോലും അങ്ങനെ ഉറപ്പിക്കാൻ പൊലീസ് കുറേയേറെ സമയം ചെലവിടാറുണ്ട്.

"മറ്റൊരു കാര്യം കൂടിയുണ്ട്." അവൻ തുടർന്നു. "കമാൻഡന്റിനെ കൊല്ലാനുപയോഗിച്ച ആയുധത്തിൽ മൃഗത്തിന്റെ ചോരയുണ്ടായിരുന്നു."

പുസ്തകക്കട അടക്കാറായപ്പോഴാണ് ഞങ്ങൾ കയറിച്ചെന്നത്. അവൻ ആവശ്യപ്പെട്ട രണ്ട് പുസ്തകങ്ങൾ വെള്ളിത്തലമുടിയുള്ള ഹോൻസ അവന് കൈമാറി. അപ്പോൾ അവന്റെ മുഖം നാണംകൊണ്ട് ചുവക്കുന്നത് ഞാൻ കണ്ടു. അവന്റെ മുഖം സന്തോഷം കൊണ്ട് വികസിച്ചു. അവൻ ഞങ്ങളെ നോക്കി. ഹോൻസയെ ആലിംഗനം ചെയ്യാൻ എന്ന മട്ടിൽ കൈ ഉയർത്തി. 1970ലെ എഡിഷനായിരുന്നു അത് രണ്ടും. വിസ്തരിച്ച് കുറിപ്പുകൾ എഴുതപ്പെട്ടവ. സ്വർണ്ണത്തരിപോലെയാണവ. വലിയ സന്തോഷത്തോടെയാണ് ഞങ്ങൾ മടങ്ങിയത്. കുടിലമായ കാര്യങ്ങളെക്കുറിച്ച് മടക്കയാത്രയിൽ ആരും സംസാരിച്ചില്ല.

ഡിസ്സി എനിക്ക് 'തിരഞ്ഞെടുത്ത കത്തുകൾ' ഏതാനും ദിവസത്തേക്ക് കടം തന്നു. വീട്ടിലെത്തിയ ഉടൻ ഞാൻ സ്റ്റൗ കത്തിച്ചു. കടുപ്പത്തിൽ ഒരു ചായയിട്ടു. വായിക്കാൻ തുടങ്ങി.

അതിലെ ഒരു ഖണ്ഡിക എന്നെ ആകർഷിച്ചു. അതിനാൽ ഞാനത് ഉടൻ എനിക്കായി വിവർത്തനം ചെയ്തു. ഒരു കടലാസ് സഞ്ചിയിന്മേലാണത് കുറിച്ചിട്ടത്.

"എന്റെ ഭരണഘടന നല്ലതായിരിക്കും എന്ന് ഞാൻ വിശ്വസിക്കുന്നു. എന്നാൽ അതിൽ പല പ്രത്യേകതകളുമുണ്ട്. എനിക്കല്ലാതെ മറ്റാർക്കുമറിയാത്ത പ്രത്യേകതകൾ. ഞാൻ ചെറുപ്പമായിരുന്നപ്പോൾ പല സ്ഥലങ്ങളും എന്നെ രോഗിയാക്കിയിട്ടുണ്ട്. അത് ചിലപ്പോൾ പിറ്റേന്ന് വരെ നീണ്ട് നിൽക്കും. മറ്റ് ചിലപ്പോൾ രണ്ടും മൂന്നും ദിവസം നീണ്ട് നിൽക്കും. അപ്പോഴൊക്കെ ഒരേ പരാതിയായിരിക്കും എന്നെ അലട്ടുന്നത്. വയറിനു സുഖമില്ല എന്ന പരാതി. മലനിരകളിലെ അച്ചടക്കരാഹിത്യമാണതിനു കാരണം എന്ന് സർ ഫ്രാൻസിസ് ബേക്കൺ പറയും. സർ ഫ്രാൻസിസ് ബേക്കൺ ഒരു നുണയനാണ്. ഒരച്ചടക്കവും ഒരാളെ മറ്റൊരാളാക്കില്ല. ഏറ്റവും ചെറിയ നുറുങ്ങ് പോലുമാകില്ല. അത്തരം അച്ചടക്കത്തെ ഞാൻ തോന്നൽ അഥവാ അനുമാനം എന്നും മൂഢത എന്നും വിളിക്കും."

ഇതെന്നെ പിടിച്ചിരുത്തി. ഞാനത് പലയാവർത്തി വായിച്ചു. വായന അവസാനിപ്പിക്കാൻ എനിക്കായില്ല. ഒരു പക്ഷേ വായിച്ചതെല്ലാം സ്വപ്നങ്ങളിൽ വ്യാപിക്കപ്പെടണം എന്ന് അതിന്റെ കർത്താവ് ഇച്ഛിച്ചിട്ടുണ്ടാകണം. ആ രാത്രി മുഴുക്കെ ഞാനത് സ്വപ്നം കണ്ടു.

9

ഏറ്റവും ചെറുതിൽ ഏറ്റവും വലുത്

വാനമ്പാടിയുടെ ചിറകൊടിഞ്ഞിരിക്കുന്നു
മാലാഖമാർ സംഗീതമവസാനിപ്പിച്ചിരിക്കുന്നു

മെയ്മാസത്തിലാണ് വസന്തം തുടങ്ങുന്നത്. അതിനോടൊപ്പം ദന്തഡോക്ടർ തന്റെ ആയുധങ്ങൾ പുറത്തെടുക്കും. തുരക്കാനുള്ള ഒരു പുരാതന ഉപകരണം, ഒരു അതിപുരാതന കസേര എന്നിവയാണാ ഉപകരണങ്ങൾ. ഒരു തുണ്ട് തുണിയെടുത്ത് ഒന്ന്, രണ്ട്, മൂന്ന് തവണ തട്ടി അതിലെ പൊടിയെല്ലാം തൂത്തുകളയും. അതിനോടൊപ്പം അതിന്മേൽ പറ്റിപ്പിടിച്ചിരിക്കുന്ന ചിലന്തിവലയും തൂത്ത് കളയും. വൈക്കോലിന്റെ അവശിഷ്ടങ്ങൾ തൂത്തുകളയും. ഈ രണ്ട് ഉപകരണങ്ങളും ശൈത്യകാലത്ത് വൈക്കോൽ പുരയിലേക്ക് മാറ്റുന്നവയാണ്. അക്കാലങ്ങളിൽ അത്യാവശ്യങ്ങളിൽ മാത്രമേ അത് പുറത്ത് വരാറുള്ളൂ. ശൈത്യകാലത്ത് ദന്ത ഡോക്ടർ ജോലി ചെയ്യാറില്ല. ശൈത്യകാലത്ത് ഇവിടെ എന്തെങ്കിലും ചെയ്യുക അസാധ്യമാണ്. അപ്പോൾ ജനങ്ങൾക്ക് അവരുടെ ആരോഗ്യത്തിൽ ശ്രദ്ധയില്ലാതാകും. അതിലുപരി മിക്കവാറും എപ്പോഴും ഇരുട്ടായിരിക്കും. രോഗികളുടെ വായ്ക്കകത്ത് വെളിച്ചം കടക്കണമെങ്കിൽ അയാൾക്ക് മെയ് അല്ലെങ്കിൽ ജൂൺ വരെ കാത്തിരിക്കണം. കാട്ടിൽ ജോലി ചെയ്യുന്നവരും മീശക്കാരുമാകും മിക്കപ്പോഴും അയാളുടെ രോഗികൾ. ഈ മീശക്കാർ അവരുടെ ദിവസത്തിന്റെ അധികഭാഗവും ഗ്രാമാതിർത്തിയിലുള്ള പാലത്തിന്മേൽ നില്പുണ്ടാകും. ഇവിടെയുള്ളവർ അവരെ ബ്രിഗേഡ് ബ്രിഗേഡ് എന്നാണ് വിളിക്കുന്നത്.

ഏപ്രിൽ മാസത്തിൽ മണ്ണൊന്നുണങ്ങിക്കഴിഞ്ഞാൽ ഞാൻ അയൽ വക്കങ്ങളിലേക്ക് കൂടുതൽ ധീരതയോടെ നടക്കാനിറങ്ങും. അന്വേഷണ ങ്ങൾക്കെന്ന വ്യാജേന ഇറങ്ങും. ഈ വർഷം അച്തോസ്യയിലേക്ക് ഞാനെത്തി. ക്ലാറിക്ക് അരികിലുള്ള ഒരു കൊച്ചു ഗ്രാമമാണത്. അവിടെ യാണ് ആ ദന്തഡോക്ടർ താമസിക്കുന്നത്. എല്ലാ വർഷവുമെന്നപോലെ ഈ വർഷവും ഞാനവിടെ എത്തി എന്ന് പറയണം. എല്ലാ വർഷവു മെന്നപോലെ ഈ വർഷവും ഞാൻ ആ ആഹ്ലാദം തരുന്ന അത്ഭുത കാഴ്ച കണ്ടു. നീലാകാശത്തിനു കീഴെ, പച്ചപ്പുല്ലിൽ മിക്കവാറും നശിക്കാറായ ആ വെളുത്ത കസേര ദന്തരോഗികളെ കാത്തിരിക്കുന്നു. അതിന്മേൽ ആരോ പാതി ഇരിക്കുകയും പാതി കിടക്കുകയുമെന്ന മട്ടിൽ ചാരികിടക്കുന്നുണ്ട്. അയാളുടെ വായ് സൂര്യനിലേക്ക് തുറന്നുവെച്ചിട്ടുണ്ട്. ദന്തഡോക്ടർ തന്റെ ഡ്രിൽ കയ്യിൽ വെച്ച് അയാളിലേക്ക് മടങ്ങി നില്പുണ്ട്. അയാളുടെ കാലുകൾ ഏകസ്വരത്തിൽ ചലിക്കുന്നുണ്ട്. അപ്പോൾ അയാൾ ഡ്രില്ലിൽ വിരലുകൾ അമർത്തുന്നുണ്ട്. ഏതാനും മീറ്റർ മാറി രണ്ട് മൂന്നാളുകൾ ഈ കാഴ്ച കണ്ട് നില്പുണ്ട്. അവർ നിശ്ശബ്ദരാണ്. അവർ ബിയർ നുണയുന്നുണ്ട്.

ദന്തഡോക്ടറുടെ മുഖ്യതൊഴിൽ വേദനിക്കുന്ന പല്ല് പറിച്ച് കളയുക എന്നതായിരുന്നു. വല്ലപ്പോഴും അതിനെ ചികിത്സിക്കാറുമുണ്ട്. അയാൾ കൃത്രിമപ്പല്ലുകളും നിർമ്മിച്ചിരുന്നു. അയാളെക്കുറിച്ച് അധികമറിയുന്ന തിനു മുമ്പ് ഇവിടെ ഏതുതരം വർഗ്ഗക്കാരായിരിക്കും താമസിക്കുന്നതെന്ന് ഞാൻ അത്ഭുതപ്പെടാറുണ്ടായിരുന്നു. ഇവിടെയുള്ള പ്രാദേശികരിൽ മിക്ക വർക്കും വളരെ വ്യത്യസ്തമായ പല്ലുകളാണുണ്ടായിരുന്നത്. അവരെല്ലാം ഒരേ കുടുംബക്കാരാണെന്ന് തോന്നുമായിരുന്നു ആ പല്ലുകൾ കണ്ടാൽ. അല്ലെങ്കിൽ ജനിതകമായി ഒരേ പാരമ്പര്യത്തിൽ പെട്ടവർ. അതുമല്ലെ ങ്കിൽ ജാതകത്തിൽ ഒരേ രാശിചക്രമുള്ളവർ. പ്രായമായവരുടെയെല്ലാം പല്ലുകൾ നീണ്ടതും മെലിഞ്ഞതുമായിരുന്നു. അതിനൊരു നീലിമയു ണ്ടാകും. വിചിത്രമാണ് ആ പല്ലുകൾ. ഞാൻ മറ്റൊരു ന്യായവും പരിശോ ധിക്കുകയുണ്ടായി. സമതലത്തിൽ യൂറേനിയത്തിന്റെ ശേഖരമുണ്ടെന്ന് പറഞ്ഞ് കേട്ടിട്ടുണ്ട്. ഇവിടെ ഇതൊരു സംസാരവിഷയമാണ്. എല്ലാവർക്കു മറിയുന്നതുപോലെ യൂറേനിയം പലപ്പോഴും പല വിധത്തിലുള്ള ക്രമ ക്കേടുകൾക്കും കാരണമാക്കാറുണ്ട്.

ഇതെല്ലാം ഈ ദന്തഡോക്ടർ വെച്ചുപിടിപ്പിച്ച കൃത്രിമപ്പല്ലുകളാ ണെന്ന് ഇപ്പോൾ എനിക്കറിയാം. അയാളുടെ ബ്രാന്റ് പല്ലുകളാണെന്ന്. ഏതൊരു കലാകാരനേയുംപോലെ അയാളും അനന്യനായിരുന്നു.

അയാൾ ക്ലോഡ്ജ്കൊ താഴ്വാരത്തിൽ ഒരു വിനോദസഞ്ചാര ആകർഷണ ബിന്ദുവാകേണ്ടവനാണെന്നാണ് എന്റെ അഭിപ്രായം. പക്ഷേ അതിന് അയാൾ ചെയ്യുന്ന ഈ കർമ്മം നിയമാനുസൃതമാകണം. നിർ ഭാഗ്യകരമെന്ന് പറയട്ടെ, ഏതാനും വർഷം മുമ്പ് അയാളുടെ ലൈസൻസ്

റദ്ദാക്കി. അമിത മദ്യപാനമാണതിനു പറഞ്ഞ കാരണം. കാഴ്ചക്കുറവ് മൂലം ഒരു ദന്തഡോക്ടറുടെ ലൈസൻസ് റദ്ദാക്കാറില്ലഎന്നത്വിചിത്ര മായിതൊന്നുന്നു. ദന്ത ഡോക്ടർക്ക് അങ്ങനെ ഒരു രോഗം വന്നാൽ അത് രോഗിക്ക് കൂടുതൽ ആപൽക്കരമായേക്കാം. നമ്മുടെ ദന്തഡോക്ടർ കണ്ണട വെച്ചിട്ടുണ്ട്. കട്ടിയുള്ള ലെൻസുകളോട് കൂടിയ കണ്ണട. ആ ലെൻസു കൾ യഥാസ്ഥാനത്തിരിക്കാൻ ടെയ്പ്പ് വെച്ച് ഒട്ടിച്ചിട്ടുണ്ട്.

അന്ന് അയാൾ ഒരാളുടെ പല്ല് തുരക്കുകയായിരുന്നു. അപ്പോൾ ആ രോഗിയുടെ മുഖഭാവം തിരിച്ചറിയുക വളരെ ബുദ്ധിമുട്ടാണ്. വേദനയാൽ പുളയുന്നുണ്ടാകും. ഇത്തിരി മദ്യത്തിന്റെ പ്രഭാവം മാത്രമുണ്ടാകും. രോഗിക്ക് വേദന തോന്നാതിരിക്കാൻ ദന്തഡോക്ടർ നടത്തുന്നതാണീ മദ്യപ്രയോഗം. തുരക്കുന്നതിന്റെ ഭീകരസ്വരം എന്റെ തലച്ചോറിലേക്ക് ഇറങ്ങിച്ചെന്നു. അത് ബാല്യകാലത്തെ ചില ഭീകര ഓർമ്മകളെ പുറത്ത് കൊണ്ടുവന്നു.

“എന്തൊക്കെയുണ്ട് വിശേഷം?” ഞാൻ അയാളെ അഭിവാദ്യം ചെയ്തു.

“സഹിക്കാം, അങ്ങനെ പോകുന്നു,” ഒന്ന് പുഞ്ചിരിച്ച് അയാൾ മറു പടി പറഞ്ഞു. അതെന്നിൽ ആ പഴമൊഴിയുടെ ഓർമ്മയാണെത്തിച്ചത്. “വൈദ്യൻ സ്വയം മുറിവുണക്കുന്നു” എന്ന പഴമൊഴി. “കുറേക്കാലമാ യല്ലോ കണ്ടിട്ട്. കഴിഞ്ഞ തവണ കണ്ടത് നിങ്ങൾ... നിങ്ങളുടെ...”

“അതെയതെ.” ഞാൻ ഇടപെട്ടു. “ശൈത്യകാലത്ത് ഇത്രയും ദൂരം നടക്കാനാകില്ല. മഞ്ഞിൽ നിന്ന് പുറത്തെത്തുമ്പോഴേക്കും ഇരുട്ടാകും.”

അയാൾ തന്റെ തുരക്കൽ തുടർന്നു. ഞാൻ മറ്റ് കാഴ്ചക്കാർക്കൊപ്പം കൂടി. ആ രോഗിയുടെ വായ് തുരക്കുന്നത് വിഷാദത്തോടെ കണ്ട് നിന്നു.

“ആ വെളുത്ത കുറുക്കന്മാരെ കണ്ടിരുന്നോ?” അതിലൊരാൾ എന്നോട് ചോദിച്ചു. അയാൾക്ക് സുന്ദരമായ മുഖമുണ്ട്. അയാൾ ഒരു സിനിമാ നടനാകേണ്ടവനായിരുന്നു എന്ന് എനിക്ക് തോന്നി. എന്നാൽ ഇപ്പോൾ അയാളുടെ മുഖസൗന്ദര്യം കുഴികളിലും ചുളിവുകളിലും അപ്രത്യ ക്ഷമായിക്കൊണ്ടിരിക്കുന്നു.

“ഓടിപ്പോകുന്നതിനു മുമ്പ് ഇന്നേർഡ് തുറന്നുവിട്ടതാണെന്നാണ് എല്ലാവരും പറയുന്നത്.” രണ്ടാമതൊരാൾ പറഞ്ഞു.

“ഒരുപക്ഷേ അയാൾക്ക് സുബോധം വീണിരിക്കാം.” ഞാൻ സംഭാ ഷണത്തിൽ ചേർന്നു. “അല്ലെങ്കിൽ കുറുക്കന്മാർ അയാളെ തിന്നിട്ടു ണ്ടാകാം.”

അത് കേട്ട് ദന്തഡോക്ടർ ആകാംക്ഷയോടെ എന്നെ നോക്കി.

അയാൾ ഒന്ന് തലയാട്ടി. തുരക്കൽ കൂടുതൽ ആഴങ്ങളിലേക്ക് കൊണ്ടുപോയി. ആ പാവം രോഗി കസേരയിൽ കിടന്ന് പുളയാൻ തുടങ്ങി.

“ഇങ്ങനെ തുരക്കാതെ പല്ല് നിറയ്ക്കാനാകുമോ?” ഞാൻ ചോദിച്ചു.

ആർക്കും ആ രോഗിയുടെ കാര്യത്തിൽ അത്ര വേവലാതിയൊന്നുമില്ലെന്ന് തോന്നി.

“ആദ്യം ബിഗ് ഫൂട്ട്. പിന്നെ കമാൻഡന്റ്. ഇപ്പോഴിതാ ഇന്നേർഡും...” സുന്ദരൻ ഒന്ന് നിശ്വസിച്ചു. “വീട്ടിൽ നിന്ന് പുറത്തിറങ്ങാൻ തന്നെ പേടിയാകുന്നു. ഇരുട്ടായാൽ വീട്ടിലെ പെണ്ണിനോട് പുറത്തുള്ളതെല്ലാം ഭദ്രമാക്കാൻ പറയുമിപ്പോൾ.”

“നല്ല ബുദ്ധിയുള്ള ഒരു പോംവഴിയാണ് നിങ്ങൾ കണ്ടെത്തിയിരിക്കുന്നത്.” ഞാൻ പറഞ്ഞു. ഒന്ന് നിറുത്തിയതിനുശേഷം തുടർന്നു. “മൃഗങ്ങൾ പ്രതികാരം ചെയ്യുകയാണ്. അവയെ നായാടുന്നതിനോടുള്ള പ്രതികാരം.”

“നിങ്ങൾ തമാശ പറയുകയാകണം... ബിഗ്ഫൂട്ട് നായാടാറില്ല.” സുന്ദരന് അക്കാര്യത്തിൽ ഒരു സംശയവുമില്ല.

“പക്ഷേ അയാൾ കടന്നുകയറ്റക്കാരനായിരുന്നല്ലോ.” മറ്റാരോ പറഞ്ഞു. “ശ്രീമതി ദസ്ജെയ്കൊ പറഞ്ഞത് ശരിയാണെന്നാണ് എന്റെ അഭിപ്രായം. ഇവിടെയുണ്ടായിരുന്ന ഒളിവേട്ടക്കാരിൽ മുഖ്യനായിരുന്നു അയാൾ, അല്ലേ?”

ദന്ത ഡോക്ടർ തന്റെ കയ്യിലെ പരന്ന ലോഹത്തിൽ കുറച്ച് വെളുത്ത പേയ്സ്റ്റ് എടുത്തു. അത് തുരന്ന പല്ലിൽ ഒരു ചെറിയ ചട്ടുകത്തിന്റെ സഹായത്തോടെ കുത്തിക്കയറ്റി.

“അതും സാധ്യമാണ്.” അയാൾ തന്നോട് തന്നെ എന്ന മട്ടിൽ മന്ത്രിച്ചു. “സത്യമായും സാധ്യമാണ്. കുറച്ച് നീതിയൊക്കെ വേണ്ടേ? അതെ... അതെ... മൃഗങ്ങളാകാം.”

രോഗി വേദന സഹിക്ക വയ്യാതെ മോങ്ങി.

“ദൈവാധീനം, ദിവ്യപരിപാലനം എന്നതിലൊക്കെ വിശ്വസിക്കുന്നുണ്ടോ?” ദന്ത ഡോക്ടർ പെട്ടെന്ന് എന്നോട് ചോദിച്ചു. രോഗിയുമായുള്ള ഇടപെടലിനൊരു അർദ്ധവിരാമമിട്ടായിരുന്നു ആ ചോദ്യം. ആ സ്വരത്തിൽഎന്നെയൊന്ന് പ്രകോപിപ്പിച്ചാൽ കൊള്ളാമെന്ന ആഗ്രഹമുണ്ടായിരുന്നു.

മറ്റുള്ളവർ അരുതാത്തതെന്തോ കേട്ടതുപോലെ അടക്കി ചിരിച്ചു. മറുപടി പറയുന്നതിനു മുമ്പ് എനിക്കൊന്ന് ആലോചിക്കേണ്ടതുണ്ടായിരുന്നു.

“ഞാൻ വിശ്വസിക്കുന്നുണ്ട്.” മറുപടിക്ക് കാത്ത് നിൽക്കാതെ അയാൾ തുടർന്നു. രോഗിയുടെ തോളിൽ സൗഹാർദ്ദപൂർവ്വം ഒന്ന് തട്ടി. അയാൾ

ചാടിയെഴുന്നേറ്റു. "അടുത്തതാരാ?" ഡോക്ടർ വിളിച്ചു. കാഴ്ച കണ്ട് നിന്നവരിൽ നിന്ന് ഒരാൾ മുന്നോട്ട് വന്ന് കസേരയിൽ മനമില്ലാമനസ്സോടെ ഇരുന്നു.

"എന്ത് പറ്റി?" ദന്ത ഡോക്ടർ ചോദിച്ചു.

അതിനു മറുപടിയായി അയാൾ വാ പൊളിച്ചു. ദന്തഡോക്ടർ അതിലേക്ക് തുറിച്ച് നോക്കി. എന്നിട്ട് പെട്ടെന്ന് പിൻവാങ്ങി. "നാശം!" എന്ന് പറഞ്ഞു. ആ രോഗിയുടെ പല്ലുകളുടെ അവസ്ഥയെ വിശദീകരിക്കുവാൻ പറ്റിയ ഏറ്റവും ചെറിയ വാക്കായിരുന്നിരിക്കണം അത്. ഒരു നിമിഷം ദന്തഡോക്ടർ കൈവിരലുകൾ തിരുപ്പിടിപ്പിച്ച് നിന്നു. ഈ രോഗിയുടെ പല്ലുകൾ എത്ര സുരക്ഷിതമാണെന്നും എത്രയല്ലെന്നും കണക്ക് കൂട്ടുകയാണെന്ന് തോന്നി. അവസാനം അയാൾ ഒരു കുപ്പി വോഡ്കയെടുത്തു.

"ഇത് കുടിക്ക്. നമുക്കതിനെ വലിച്ചെടുക്കാം."

ആ രോഗി അവ്യക്തമായി എന്തോ പിറുപിറുത്തു. സ്വാഗതാർഹമല്ലാത്ത വിധിയാൽ ഹൃദയം തകർന്നിരിക്കുന്നു എന്ന് ആ സ്വരം വ്യക്തമാക്കി. അയാൾ ഒരു ഗ്ലാസ് വോഡ്ക സ്വീകരിച്ചു. അത് ഒറ്റയിറക്കിന് കുടിച്ച് തീർത്തു. ഇത്തരം അനസ്തീഷ്യ മരുന്നുകൾ നൽകിയാൽ പിന്നെ വേദന എന്നൊന്ന് തോന്നില്ല എന്നെനിക്കുറപ്പായി.

മദ്യം അതിന്റെ പ്രഭാവമാരംഭിക്കാൻ കാത്തിരിക്കുന്നതിനിടയിൽ കൂടി നിന്നവർ ക്വാറിയെക്കുറിച്ച് സംസാരിക്കാൻ തുടങ്ങി. അത് വീണ്ടും തുറക്കുന്നു എന്നൊരു വാർത്ത വരുന്നുണ്ട്. സാവധാനത്തിൽ അത് ഈ സമതലത്തെ വിഴുങ്ങും. ഓരോ വർഷവും കുറച്ച് കുറച്ചായി. ഞങ്ങൾക്കെല്ലാം ഇവിടെ നിന്ന് മാറി താമസിക്കേണ്ടിവരും. അവർ അത് വീണ്ടും പ്രവർത്തനക്ഷമമാക്കിയാൽ ഈ ദന്തഡോക്ടറുടെ ഗ്രാമമാകും ആദ്യം അപ്രത്യക്ഷമാകുക. അവിടെയുള്ളവർക്കാകും ആദ്യം മാറി താമസിക്കേണ്ടി വരിക.

"എനിക്ക് ദൈവാധീനത്തിലും ദിവ്യപരിപാലനത്തിലുമൊന്നും വിശ്വാസമില്ല." ഞാൻ പറഞ്ഞു. എന്നിട്ട് മറ്റുള്ളവർക്ക് നേരെ തിരിച്ചു. "ഒരു പ്രതിഷേധസമിതിയുണ്ടാക്കണം. ഒരു പ്രകടനം നടത്തണം." ഞാൻ അവരെ ഉപദേശിച്ചു.

"നമുക്ക് ശേഷം വെള്ളപ്പൊക്കം." ദന്തഡോക്ടർ മന്ത്രിച്ചു. തന്റെ വിരൽ രോഗിയുടെ വായിലേക്ക് തള്ളിക്കയറ്റി. അയാൾക്ക് ഇപ്പോൾ ബോധമൊന്നുമുണ്ടായിരുന്നില്ല. ദന്തഡോക്ടർ ഒട്ടും വിഷമമില്ലാതെ രോഗിയുടെ ഒരു പല്ല് പിഴുതെടുത്തു. കറുകറുത്ത ഒരു പല്ല്. ഞങ്ങൾ ആകെ കേട്ടത് ചെറിയൊരു പൊട്ടൽ സ്വരം മാത്രമായിരുന്നു. അത് കേട്ടപ്പോൾ എനിക്ക് തല കറങ്ങി.

“അവർ പ്രതികാരം ചെയ്തതാകും. മൃഗങ്ങൾ ഗുദഭോഗം ചെയ്തിരിക്കണം.” ദന്ത ഡോക്ടർ പറഞ്ഞു.

“തീർച്ചയായും. മറക്കാതിരിക്കാൻ തക്ക അനുഭവം നൽകിക്കാണും.” ഞാൻ അയാൾ പറഞ്ഞതിനെ ശരിവെച്ചു. മറ്റുള്ളവർ അത്ഭുതത്തോടേയും ബഹുമാനത്തോടേയും എന്നെ നോക്കി.

ഞാൻ ഒരു വളഞ്ഞ വഴിയിലൂടെയാണ് തിരിച്ചുപോന്നത്. അപ്പോഴേക്കും ഉച്ചയായിട്ടുണ്ടായിരുന്നു. അപ്പോഴാണ് കാടിന്റെ ഓരത്ത് ഞാൻ വെളുത്ത കുറുക്കന്മാരെ കണ്ടത്. രണ്ടെണ്ണത്തെ. അവ സാവധാനത്തിൽ നടക്കുകയായിരുന്നു. ഒന്നിനു പുറകിൽ ഒന്ന്. പച്ചപ്പിനെതിരെ അവയുടെ വെണ്മ എന്നെ മറ്റേതോ ലോകത്തിലേക്കെത്തിച്ചു. മൃഗലോകത്തിലെ നയതന്ത്ര പ്രതിനിധികളാണവർ എന്ന് തോന്നിപ്പിച്ചു. സമരരംഗത്തെ പരിശോധിക്കാൻ, ശത്രുസൈന്യ നീക്കങ്ങൾ പരിശോധിക്കാൻ എത്തിയതാണവർ.

മെയ്മാസമായാൽ ജമന്തിപ്പൂക്കൾ വിരിഞ്ഞ് തുടങ്ങും. വർഷം നല്ലതെങ്കിൽ അവധിയുള്ള ആഴ്ചയുടെ അവസാനത്തിലാകുമ്പോഴേക്കും അവ നിറയെ പൂത്തിട്ടുണ്ടാകും. അതായത് ശൈത്യകാലം കഴിഞ്ഞ് വീട്ടുടമകൾ വരുന്ന സമയത്ത്. അത്ര നല്ലതല്ലാത്ത വർഷങ്ങളിൽ അവ വിജയദിവസം വരെ പച്ചപ്പിൽ മഞ്ഞ കുത്തുകയില്ല. മെയ് എട്ടാം തിയതിയാണ് വിജയദിനം. ഇതാണ് ദിവ്യാത്ഭുതങ്ങളിലും വലിയ അത്ഭുതം. എല്ലാ വർഷവും ഡിസ്സിയും ഞാനും ഇതിനെ പ്രകീർത്തിച്ച് സംസാരിക്കാറുണ്ട്.

നിർഭാഗ്യകരമെന്ന് പറയട്ടെ ഡിസ്സിക്ക് അത് കഠിനമായ ഒരു കാലത്തിന്റെ മുന്നോടിയാണ്. രണ്ടാഴ്ച കഴിയുമ്പോഴേക്കും വിവിധ തരം അലർജികൾ അവനെ ശല്യപ്പെടുത്താൻ തുടങ്ങും. കണ്ണുനീർ ധാരയായി ഒലിച്ചിറങ്ങുക, ശ്വാസംമുട്ടുക അങ്ങനെ. പട്ടണത്തിൽ ഇത് സഹിക്കാവുന്ന പരിധികളിലാകും. എന്നാൽ വെള്ളിയാഴ്ചകളിൽ അവൻ എനിക്കരികിലെത്തിയാൽ വാതിലുകളും ജാലകങ്ങളുമെല്ലാം എനിക്ക് അടച്ചിടേണ്ടി വരും. അഗോചരമായ അലർജികൾ അകത്ത് കയറിവരാതിരിക്കാൻ ശ്രദ്ധിക്കേണ്ടി വരും. അത് അവന്റെ മൂക്കിൽ കയറുന്നതിനെ തടയേണ്ടി വരും. ജൂൺ മാസത്തിൽ പുല്ലുകൾ പോലും പുഷ്പിച്ച് തുടങ്ങിയാൽ ഞങ്ങൾ ഞങ്ങളുടെ വിവർത്തന പദ്ധതികൾ പട്ടണത്തിലെ അവന്റെ താമസസ്ഥലത്തേക്ക് മാറ്റും.

ദീർഘിച്ച, ക്ഷീണിച്ച, വരണ്ട ശൈത്യകാലത്തിനുശേഷം വന്ന സൂര്യൻ എന്നേയും വിമ്മിട്ടപ്പെടുത്തുന്നുണ്ടായിരുന്നു. മോശം പ്രഭാവം നൽകുന്നുണ്ടായിരുന്നു പ്രഭാതമായാൽ ഉറങ്ങാനാകുന്നില്ല. ഞാൻ എഴുന്നേറ്റിരിക്കും. എന്തോ ഒരു ആകാംക്ഷ എന്നെ പൊതിയും. ശൈത്യം

മുഴുക്കെ എനിക്ക് സമതലത്തിൽ നിരന്തരം വീശിക്കൊണ്ടിരുന്ന കാറ്റിനെ പ്രതിരോധിക്കേണ്ടിയിരുന്നു. എന്നാൽ ഇപ്പോൾ അത് അകത്തേക്ക് കയറി വരാനായി ഞാൻ ജാലകങ്ങളും വാതിലുകളും തുറന്നിട്ടു. അകത്തേക്ക് വീശിയടിച്ച് എന്നിലെ ചീഞ്ഞ ആകാംക്ഷകളേയും സാധ്യമെങ്കിൽ രോഗാവസ്ഥയേയും തൂത്തെടുക്കണം.

എല്ലാം പടപട ശബ്ദത്തിൽ പൊട്ടാൻ തുടങ്ങിയിരിക്കുന്നു. പുല്ലുകൾക്കടിയിൽ നിന്ന് ഒരു കമ്പനമുയരുന്നത് എനിക്കറിയാനുണ്ട്. ഭൂമിക്കടിയിൽ നിന്നാണത് വരുന്നത്. ഭൂമിയുടെ ഞരമ്പുകൾ കഠിനാദ്ധ്വാനത്താൽ വിഷമിച്ച്, വീർത്ത്, ഇപ്പോൾ പൊട്ടുമെന്ന അവസ്ഥയിലായിരിക്കുന്നതുപോലെ. അതിനകത്തും കരുത്തുള്ള മനസ്സുണ്ടെന്ന ചിന്തയെ അകറ്റാൻ എനിക്കായില്ല. ഓഡ്ബോളിന്റെ കുളത്തിലെ അറപ്പുളവാക്കുന്ന തവളകൾ ഒന്നിനു മുകളിൽ മറ്റൊന്നെന്ന വിധത്തിൽ കയറി ഇണചേരുന്നതുപോലെയാണിതും.

സൂര്യൻ ചക്രവാളത്തിൽ പ്രത്യക്ഷപ്പെട്ടാലുടൻ, ഒരു പറ്റം വവ്വാലുകൾ പുറത്തിറങ്ങും. എന്നും അവയെ കാണാം. അവ ശബ്ദമൊന്നുമുണ്ടാക്കാതെ പറക്കും. ഒഴുകുന്നതുപോലെയാണവ പറക്കുന്നത് എന്ന് ഞാൻ എപ്പോഴും കരുതാറുണ്ട്. ഒരിക്കൽ ഞാൻ അവയെ എണ്ണാൻ തുടങ്ങി. പന്ത്രണ്ടുവരെ എണ്ണി. അവ ഓരോ വീടിനേയും വട്ടംചുറ്റി. ഒരു വവ്വാൽ ഈ ലോകത്തെ എങ്ങനെയാണ് നോക്കിക്കാണുന്നതെന്നറിയാൻ ഞാൻ തത്പരയാണ്. അതുപോലെ തന്നെ ഈ ശരീരവും പേറി ഈ സമതലത്തിനു കുറുകെ ഒന്ന് പറക്കാനും എനിക്കാഗ്രഹമുണ്ട്. അതങ്ങനെ മുകളിൽ വട്ടമിടുമ്പോൾ അതിന്റെ ഇന്ദ്രിയങ്ങൾ നമ്മെക്കുറിച്ച് എന്തൊക്കെ വിവരങ്ങളാകും നൽകുന്നുണ്ടാകുക? നമ്മളപ്പോൾ നിഴലുകളാകുമോ? ശബ്ദ സ്രോതസ്സുകളാകുമോ? ഭയം മൂലം വിറയ്ക്കുന്നവരാകുമോ?

സായാഹ്നമാകുമ്പോൾ ഞാൻ പുറത്തിറങ്ങിയിരിക്കും. അവയെ കാത്തിരിക്കും. പ്രൊഫസറുടെ വീടിനു മുകളിലൂടെ അവ വട്ടമിടും. പിന്നെ ഞങ്ങൾ ഓരോരുത്തരേയും സന്ദർശിക്കും. ഞാൻ കൈവീശി അവയെ സ്വാഗതം ചെയ്യും. സത്യത്തിൽ അവയും ഞാനും തമ്മിൽ പൊതുവായ പലതുമുണ്ട്. ഞാനും ഈ ലോകത്തെ മറ്റൊരു കോണിൽ നിന്നാണ് കാണുന്നത്, തലതിരിച്ചാണ് കാണുന്നത്. എനിക്കും സന്ധ്യയാണിഷ്ടം. വെയിലിൽ ജീവിക്കാൻ എനിക്കിഷ്ടമല്ല.

ക്രൂരവും നിർദ്ദയവുമായ രശ്മികളോട് എന്റെ ചർമ്മം മോശം രീതിയിലാണ് പ്രതികരിച്ചത്. അതിനെ ഇലകൾകൊണ്ടോ തുടുതുടുത്ത മേഘങ്ങൾകൊണ്ടോ പരിപാകപ്പെടുത്തിയിട്ടില്ല. അത് ചുവക്കും. ചൊറിച്ചിൽ വരും. എല്ലാ വർഷവും വേനലിന്റെ ആദ്യ ദിനങ്ങളിൽ അതിൽ ചെറിയ കുരുക്കളുണ്ടാകും. ചൊറിച്ചിലുള്ളവ. ഞാനവയ്ക്ക് മുകളിൽ ഡിസ്സി തന്ന

ഒരു ഓയിന്റ്മെന്റ് പുരട്ടും. കേടുവരുത്തിയ പാലൊഴിച്ച വസ്തുക്കൾ കൊണ്ട് ചികിത്സിക്കും. എനിക്ക് അതിനു മുമ്പത്തെ വർഷം ഉപയോഗിച്ച വീതിയുള്ള അരികുകളോടു കൂടിയ തൊപ്പി തപ്പിയെടുക്കണം. അതിനെ ഞാൻ ഒരു റിബ്ബൺകൊണ്ട് കവിളിനു കീഴെ കെട്ടിവെയ്ക്കും. കാറ്റ് അതിനെ പറത്തിക്കൊണ്ടു പോകാതിരിക്കാനാണിത്.

ഒരു ബുധനാഴ്ച ഈ തൊപ്പിയും ധരിച്ച് വീട്ടിലേക്ക് മടങ്ങിയപ്പോൾ ഞാൻ ഒരു വളഞ്ഞ വഴിയിലൂടെയാണ് വന്നത്. അതെന്തിനായിരുന്നു എന്ന് എനിക്കറിയില്ല. ചില സ്ഥലങ്ങൾ സന്ദർശിക്കേണ്ടതില്ല എന്ന് ഞാൻ തീരുമാനിക്കാറുണ്ട്. എന്നിട്ടും അവിടേക്ക് ഞാൻ എത്തിപ്പെടും. ഒരുപക്ഷേ അത് ഭീതിമൂലമാകാം. ആ ഭീതിയാകാം എന്നെ അവിടേക്ക് നയിക്കുന്നത്. അതുകൊണ്ടാകണം ഗുഡ്ന്യുസിനെപ്പോലെ എനിക്കും ഭീകര കഥകളോട് താത്പര്യം തോന്നുന്നത്.

എങ്ങനെയോ ഞാൻ ആ ബുധനാഴ്ച കുറുക്കന്മാരെ വളർത്തുന്ന ആ ഫാമിനരികിലെത്തി. ഞാൻ എന്റെ സമുറായിയിലായിരുന്നു. എനിക്ക് തിരിയേണ്ട സ്ഥലത്തെത്തിയപ്പോൾ ഞാൻ എതിർദിശയിലേക്ക് തിരിഞ്ഞു. കുറച്ച് കഴിഞ്ഞപ്പോൾ ടാറിട്ട വഴി അവസാനിച്ചു. അപ്പോഴേക്കും എല്ലാവരേയും ഭയപ്പെടുത്തി ഓടിച്ചിരുന്ന വൃത്തികെട്ട മണം എന്നെത്തേടി വന്നു തുടങ്ങി. ഔദ്യോഗികമായി ആ ഫാം അടച്ചിട്ട് രണ്ടാഴ്ചയായെങ്കിലും ആ നാറ്റം ഇപ്പോഴും അവിടെയുണ്ട്.

സമുറായിയും തനിക്ക് ഈ നാറ്റം പിടിക്കുന്നില്ല എന്ന മട്ടിലാണ് പെരുമാറിയിരുന്നത്. അത് ഒരിടത്ത് അനങ്ങാതെ നിന്നു. ഞാൻ കാറിൽ തന്നെയിരുന്നു. നാറ്റം സഹിച്ച് ഇരുന്നു. നൂറ് മീറ്റർ ദൂരെ ഞാൻ ചില കെട്ടിടങ്ങൾ കണ്ടു. അതിനു ചുറ്റിലും ഉയരമുള്ള മുള്ളുവേലികളുണ്ടായിരുന്നു. ഒന്നിനു പുറകെ ഒന്നായി ഏതാനും താവളങ്ങളുണ്ടായിരുന്നു. സൈനികർ താമസിക്കുന്ന ബാരക്കുകൾ പോലെയുള്ള കെട്ടിടങ്ങൾ.

മുള്ളുവേലിക്ക് മുകളിലൂടെ മൂന്ന് വരിയിൽ മുള്ളുകമ്പികൾ ഓടിച്ചിട്ടുണ്ട്. അതിൽ വെയിൽ വെട്ടിത്തിളങ്ങുന്നുണ്ട്. ഓരോ പുൽത്തകിടിയും മൂർച്ചയുള്ള നിഴൽ നിലത്ത് വീഴ്ത്തി. ഓരോ കൊമ്പും ഒരു നാരായത്തെ ഓർമ്മിപ്പിച്ചു. ശ്മശാനംപോലെ നിശ്ശബ്ദമായിരുന്നു അവിടം. ഈ ബാരിക്കേഡുകൾക്ക് പുറകിൽ നിന്ന് ഭീകര സ്വരങ്ങൾ വരുമെന്ന പ്രതീക്ഷയിൽ ഞാൻ ചെവിയോർത്തു. ഭൂതകാലങ്ങളിൽ ഇവിടെ സംഭവിച്ചതിന്റെ പ്രതിധ്വനി കേൾക്കാനാകും എന്ന പ്രതീക്ഷയിൽ ചെവിയോർത്തു. എന്നാൽ അകത്ത് ജീവനുള്ള ഒന്നുമില്ലെന്ന് വ്യക്തമായിരുന്നു. മനുഷ്യനോ മൃഗമോ ഇല്ല. ഈ വേനൽ കഴിയുമ്പോഴേക്കും ഇവിടം കാട് പിടിക്കും. ഒന്ന് രണ്ട് വർഷത്തിനുള്ളിൽ ഇത് പച്ചപ്പിന്റെ ഭാഗമാകും. അല്ലെങ്കിൽ ഓർമ്മയിൽ ഭീകരതയെ വനിപ്പിക്കുന്ന ഗ്രഹമാകും. ഇവിടെ ഒരു മ്യൂസിയം സ്ഥാപിക്കാവുന്നതാണെന്ന ചിന്ത എന്നിലുണ്ടായി. ഒരു

മുന്നറിയിപ്പെന്ന നിലയിൽ ഒരു മ്യൂസിയം സ്ഥാപിക്കാമെന്ന്.

കുറച്ച് കഴിഞ്ഞപ്പോൾ ഞാൻ കാർ സ്റ്റാർട്ട് ചെയ്തു. തിരിച്ച് പ്രധാന നിരത്തിലെത്തി.

കാണാതായ ആ ഉടമ എങ്ങനെയുണ്ടാകും എന്ന് എനിക്കറിയാം. ഞാൻ ഇവിടേക്ക് താമസം മാറ്റി അധികം കഴിയുന്നതിനു മുമ്പ് അയാളെ ഒരിക്കൽ ആ പാലത്തിനു മുകളിൽ വെച്ച് കണ്ടിട്ടുണ്ട്. അസാധാരണ മായ ഒരു കൂടിക്കാഴ്ചയായിരുന്നു അത്. അയാൾ ആരാണെന്ന് അന്ന് എനിക്കറിയില്ലായിരുന്നു.

പട്ടണത്തിൽ ഷോപ്പിങ്ങ് കഴിഞ്ഞ് സമുറായിയിൽ ഞാൻ തിരികെ വീട്ടിലേക്ക് വരികയായിരുന്നു. പാലമെത്തുന്നതിനു മുമ്പ് ഞാൻ ഒരു ഫോർ-ബൈ-ഫോർ വണ്ടി കണ്ടു. അരുവിയുടെ ഒരു വക്കിലേക്ക് ഓടിച്ച് കയറ്റി നിർത്തിയിരിക്കുകയാണത്. കൈകാലുകൾ ഒന്ന് വലിച്ച് നിവർത്താൻ ആഗ്രഹിച്ചതുപോലെയായിരുന്നു അതിന്റെ നില്പ്. അതിന്റെ വാതിലുകളെല്ലാം തുറന്ന് കിടക്കുകയായിരുന്നു. ഞാൻ എന്റെ വണ്ടിയുടെ വേഗം കുറച്ചു. ഉയരമുള്ള കറുത്തുള്ള കാറുകൾ എനിക്കിഷ്ടമല്ല. യുദ്ധത്തെ മനസ്സിൽ കണ്ട് നിർമ്മിക്കപ്പെട്ടവയാണവ. അല്ലാതെ പ്രകൃതിയുടെ മടിത്തട്ടിൽ നടക്കാനിറങ്ങിയവയല്ല. അവയുടെ വലിയ ചക്രങ്ങൾ മൺവഴികളിൽ പൊടിപടലമുയർത്തും. നടപ്പാതകളെ തകർക്കും. അവയുടെ വലിയ എഞ്ചിനുകൾ അനാവശ്യമായി ശബ്ദമുണ്ടാക്കും. അനാവശ്യമായി പുകയൂതി വിടും. അവയുടെ ഉടമകൾക്ക് ചെറിയ നിതംബങ്ങളും ലിംഗങ്ങളുമാണെന്നും അതിനു പകരമായാണ് ഇങ്ങനെ വലിയ കാറുകൾ വാങ്ങുന്നതെന്നും ഞാൻ പറയാറുണ്ട്. ഇത്തരം ഭീകരവാഹനങ്ങൾ ഉപയോഗിച്ച് റാലികൾ നടത്തുന്നതിനെതിരെ എല്ലാ വർഷവും ഞാൻ ഗ്രാമത്തിന്റെ പ്രതിനിധിയോട് എന്റെ പ്രതിഷേധം അറിയിക്കാറുണ്ട്. ഒരു പെറ്റീഷൻ എഴുതി കൊടുക്കാറുണ്ട്. അതിനെല്ലാം എനിക്ക് അലസമായ ഒരു മറുപടി ലഭിക്കും. പ്രതിനിധി എന്റെ ടിപ്പണികൾ ശരിയായ സമയത്ത് പരിശോധിക്കുകയും പരിഗണിക്കുകയും ചെയ്യും എന്ന മറുപടി. അതവിടെ അവസാനിക്കും. എന്നാൽ ഇപ്പോഴിതാ അതിലൊന്ന് അരുവിക്കരയിൽ പാർക്ക് ചെയ്തിരിക്കുന്നു. താഴ്വാരത്തിലേക്കുള്ള വഴിയിൽ. മിക്കവാറും എന്റെ വാതിൽക്കൽ. എന്റെ വണ്ടി മന്ദഗതിയിലാക്കി ഞാൻ അതിലെ അതിഥി ആരെന്ന് പരിശോധിച്ചു. സ്വാഗതാർഹമല്ലാത്ത അതിഥി.

മുൻസീറ്റിൽ ഒരു സുന്ദരി ഇരിപ്പുണ്ട്. അവൾ സിഗരറ്റ് വലിച്ചുകൊണ്ടിരിക്കുന്നു. ചുമൽ വരെ നീളുന്ന മിന്നുന്ന മുടിയുണ്ടവൾക്ക്. വെള്ളിപോലെ മിന്നുന്ന മുടി. ശ്രദ്ധിച്ച് മേയ്ക്കപ്പ് ചെയ്തിട്ടുണ്ടവൾ. ചുണ്ടുകൾ ചുവപ്പിച്ചിട്ടുണ്ട്. ചർമ്മം കണ്ടാൽ അവളെ ഇപ്പോൾ ബാർബിക്യൂവിൽ നിന്ന് പുറത്തെടുത്തിട്ടേയുള്ളൂ എന്ന് തോന്നും. അത്രയ്ക്ക് ഇരുണ്ടിരിക്കുന്നു.

കാൽനഖങ്ങളിൽ ചുവന്ന ചായം തേച്ചിട്ടുണ്ട്. അവൾ കാലുകൾ കാറിനു വെളിയിലിട്ടാണിരിക്കുന്നത്. ഒരു കാലിലെ ചെരിപ്പ് ഊരി വീണിരിക്കുന്നു. അത് പുല്ലിൽ കിടക്കുന്നു. ഞാൻ വണ്ടി നിർത്തി. ജാലകത്തിലൂടെ തല പുറത്തേക്കിട്ടു.

"എന്തെങ്കിലും സഹായം വേണോ?" ഞാൻ ചോദിച്ചു.

അവൾ വേണ്ടെന്ന് തലയാട്ടി. എന്നിട്ട് അകാശത്തേക്ക് കണ്ണുയർത്തി, തള്ളവിരൽ പുറകിലേക്ക് ചൂണ്ടി. അതിനോടൊപ്പം ഒന്ന് പുഞ്ചിരിക്കുകയും ചെയ്തു. ആംഗ്യം എനിക്ക് മനസ്സിലായില്ലെങ്കിലും അവൾ നല്ലവളാണെന്ന് തോന്നി. ഞാൻ കാറിൽ നിന്നിറങ്ങി. അവൾ ശബ്ദമുണ്ടാക്കാതെ ആംഗ്യംകൊണ്ടാണ് സംസാരിച്ചതെന്നതുകൊണ്ട് ഞാനും ശബ്ദമുണ്ടാക്കാതെയാണ് നീങ്ങിയത്. പെരുവിരലിൽ നടന്നാണ് അവൾക്കരികിലെത്തിയത്. അവിടെയെത്തിയപ്പോൾ എന്ത് പറ്റി എന്ന് ഞാൻ പുരികമുയർത്തി ചോദിച്ചു. അന്തരീക്ഷത്തിലെ ആ നിഗൂഢത എനിക്കിഷ്ടമായിട്ടുണ്ടായിരുന്നു.

"ഒന്നുമില്ല." അവൾ മന്ത്രിച്ചു. "ഞാൻ എന്റെ ഭർത്താവിനെ കാത്തിരിക്കുകയാണ്."

ഭർത്താവിനേയോ? ഇവിടേയോ? എനിക്ക് ആ രംഗം മനസ്സിലായില്ല. ആ രംഗത്തിൽ ഞാനും ഒരു ഭാഗമായി കഴിഞ്ഞിരുന്നെങ്കിലും അതെനിക്ക് മനസ്സിലായില്ല. ഞാൻ ചുറ്റിലും സംശയത്തോടെ നോക്കി. അപ്പോൾ അയാളെ കണ്ടു. അവളുടെ ഭർത്താവിനെ. അയാൾ കുറ്റിക്കാട്ടിൽ നിന്ന് പുറത്ത് വരികയായിരുന്നു. അസ്വസ്ഥനും ഹാസ്യജനകരൂപമുള്ളവനും എന്നാണെനിക്ക് അയാളെ കണ്ടപ്പോൾ തോന്നിയത്. യൂണിഫോം പോലെയുള്ള ഒരു തുണിയാണയാൾ ധരിച്ചിരിക്കുന്നത്. പച്ചയും തവിട്ടും കലർന്ന വർണ്ണം. അയാളുടെ തല മുതൽ കാല്പാദം വരെ ചുള്ളിക്കമ്പുകൾ പറ്റിപ്പിടിച്ചിരിക്കുന്നുണ്ട്. യൂണിഫോമിന്റെ അതേ തുണികൊണ്ട് ഹെൽമറ്റ് പൊതിഞ്ഞിട്ടുണ്ട്. മുഖത്ത് കറുത്ത ചായം തേച്ചിട്ടുണ്ട്. വെളുത്ത് വെട്ടിയൊതുക്കിയ മീശയുണ്ട്. എനിക്കയാളുടെ കണ്ണുകൾ കാണാനായില്ല. അത്ര സാധാരണമല്ലാത്ത ഒരു ഉപകരണം കണ്ണിൽ വെച്ച് അവയെ മറച്ചിരുന്നു. നേത്ര ഡോക്ടർമാരൊക്കെ ഉപയോഗിക്കുന്ന വിധത്തിലുള്ള ഒന്ന്. ധാരാളം സ്ക്രൂകളും യോജിപ്പുകളുമെല്ലാമുള്ളത്. പരിശോധനകൾക്കായി ഉപയോഗിക്കുന്നത്. വിശാലമായ നെഞ്ചിലും വലിയ വയറിലും നിറയെടിന്നുകളും വടക്കുംനോക്കി യന്ത്രങ്ങളും വെടിയുണ്ടയുടെ ബെൽറ്റും ഭൂപടത്തിന്റെ ഒരു പെട്ടിയും കൊണ്ട് അലങ്കരിച്ചിട്ടുണ്ടായിരുന്നു. കയ്യിൽ ഒരു തോക്കുണ്ട്. ടെലിസ്കോപ്പ് ഘടിപ്പിച്ച തോക്ക്. സ്റ്റാർവാഴ്സ് സിനിമയിലൊക്കെ കണ്ടിട്ടുള്ള ആയുധങ്ങൾക്ക് സമാനമായ ഒന്ന്.

"മാതാവേ." ഞാൻ കിതച്ചു.

ഏതാനും സെക്കന്റുകൾ എന്നിൽ നിന്ന് സ്വരമൊന്നും പുറത്ത് വന്നില്ല. ഞാൻ ആ മനുഷ്യനെ കണ്ട് കിതച്ച് നില്പായിരുന്നു. ഭയന്നും അത്ഭുതപ്പെട്ടും നില്പായിരുന്നു. അതിനിടയിൽ ആ സ്ത്രീ വലിച്ചു കൊണ്ടിരുന്ന സിഗരറ്റ് വഴിയിലിട്ടു. "ഇതാ വന്നല്ലോ" എന്ന് പറഞ്ഞു.

അയാൾ ഞങ്ങൾക്കരികിലെത്തി. ഹെൽമറ്റ് അഴിച്ചു.

ഇത്രയും ശോകമൂകമായ, ശനിപിടിച്ച, മുഖം ഇതിനു മുമ്പ് ഞാൻ കണ്ടിട്ടുണ്ടെന്ന് തോന്നുന്നില്ല. അത്ര ഉയരമൊന്നുമില്ല അയാൾക്ക്. അത്ര ആരോഗ്യദൃഢഗാത്രനെന്നും പറയാനാകില്ല. വിശാലമായ നെറ്റിയും നിറഞ്ഞ പുരികവുമുണ്ട്. ഒന്ന് മുന്നോട്ട് വളഞ്ഞാണ് നടക്കുന്നത്. കാലുകൾ ഉള്ളിലേക്ക് വലിച്ചാണയാൾ നിൽക്കുന്നത്. അമിതകാമാസക്തിക്ക് ഇണങ്ങിയ ശരീരം എന്നായിരുന്നു ആദ്യം എന്നിൽ വന്ന ചിന്ത. അതായിരിക്കണം അയാളുടെ ശീലം എന്ന്. എന്ത് വില കൊടുത്തും തന്റെ ഇഷ്ടങ്ങൾ നടപ്പിൽ വരുത്തുന്നയാളാകണം ഇയാൾ. ഈ പ്രദേശത്തെ ഏറ്റവും ധനികനായ വ്യക്തിയാണിത്.

തന്റെ ഭാര്യയല്ലാതെ മറ്റൊരാളെകൂടി കണ്ടതിൽ അയാൾ സന്തുഷ്ടനായി എന്നെനിക്ക് തോന്നി. അയാൾക്ക് തന്നെക്കുറിച്ച് ആത്മാഭിമാനമുണ്ട്. അയാൾ കൈവീശി എന്നെ അഭിവാദ്യം ചെയ്തു. അടുത്ത നിമിഷത്തിൽ എന്റെ സാന്നിദ്ധ്യം അവഗണിക്കുകയും ചെയ്തു. അയാൾ വീണ്ടും ഹെൽമറ്റ് ധരിച്ചു. വിചിത്രമായ ആ കണ്ണട ധരിച്ചു. അതിർത്തിയിലേക്ക് നോട്ടം തിരിച്ചു. എനിക്ക് പെട്ടെന്ന് തന്നെ എല്ലാം മനസ്സിലായി. എന്നിൽ കോപം കുമിഞ്ഞു കൂടാൻ തുടങ്ങി.

"നമുക്ക് പോകാം" ഭാര്യയുടെ ക്ഷമ നശിച്ചു. കുട്ടികളോടെന്നപോലെ അയാളോട് പറഞ്ഞു. ഒരു പക്ഷേ എന്നിൽ നിന്ന്കോപം പ്രസരിക്കുന്നത് അവളറിഞ്ഞ് കാണും.

ഒരു നിമിഷത്തേക്ക് താനൊന്നും കേൾക്കുന്നില്ല എന്ന് അയാൾ അഭിനയിച്ചു. ഇന്നേർഡ് കാറിനരികിലേക്ക് നീങ്ങി. തലയിലെ ആടയാഭരണങ്ങളെല്ലാം അഴിച്ചുമാറ്റി. തോക്ക് മാറ്റിവെച്ചു.

"നിങ്ങളിവിടെ എന്ത് ചെയ്യുകയാണ്?" ഞാൻ ചോദിച്ചു.

"നിങ്ങളോ?" എന്നെ നോക്കാതെ അയാൾ തിരിച്ചു ചോദിച്ചു.

അയാളുടെ ഭാര്യ അപ്പോഴേക്കും ചെരുപ്പണിഞ്ഞിരുന്നു. ഡ്രൈവിങ്ങ് സീറ്റിൽ കയറിയിരുന്നു.

"ഞാനിവിടെയാണ് താമസിക്കുന്നത്." ഞാൻ പ്രതികരിച്ചു.

"അത് ശരി... രണ്ട് പട്ടികളുള്ള ആ സ്ത്രീ നിങ്ങളാണല്ലേ... അവയെ വീട്ടിൽ നിന്ന് അധികം ദൂരേക്ക് വിടരുതെന്ന് മുന്നേ പറഞ്ഞിട്ടുള്ളതല്ലേ."

"അവ സ്വകാര്യ ഭൂമിയിലാണ്..." ഞാൻ പറഞ്ഞു തുടങ്ങി. അയാൾ

ഇടയിൽ കയറി. അയാളുടെ കണ്ണിന്റെ വെള്ള തിളങ്ങി. കറുത്ത മുഖത്ത് അത് വ്യക്തമായി കണ്ടു.

"ഞങ്ങളെ സംബന്ധിച്ചിടത്തോളം സ്വകാര്യ ഭൂമി എന്നൊന്നില്ല മാഡം..."

അത് രണ്ട് വർഷം മുമ്പായിരുന്നു. അന്നെനിക്ക് കാര്യങ്ങൾ ഇതിലും എളുപ്പമായി തോന്നിയിരുന്നു. ഇന്നേർഡുമൊത്തുള്ള ഈ ചർച്ച ഞാൻ മറന്നു. എനിക്ക് അയാൾ ആരാണ്? എന്നാൽ പിന്നീട് അതിവേഗം ചലിക്കുന്ന ഗ്രഹം ഒരു അഗോചര ബിന്ദുവെ കടന്ന് നീങ്ങി. കാര്യങ്ങൾ മാറി മറിഞ്ഞു. ഞങ്ങൾക്ക് മനസ്സിലാകാത്ത വിധത്തിൽ മാറിമറിഞ്ഞു. ഒരു പക്ഷേ ഗ്രഹനിലയിലെ ചില ചെറിയ മാറ്റങ്ങൾ ഇത്തരം കാര്യങ്ങളുടെ സൂചന നൽകുന്നുണ്ടാകാം. നമ്മൾ അതിനെ ശ്രദ്ധിക്കാത്തതാകാം. നടക്കുന്നതിനിടയിൽ ഒരാൾ ഒരു ചുള്ളിക്കമ്പിൽ ചവിട്ടുന്നു. ഫ്രീസറിൽ വെച്ച ബിയർകുപ്പി സമയത്തിനെടുത്ത് മാറ്റാൻ മറന്നതിനാൽ പൊട്ടുന്നു. അല്ലെങ്കിൽ രണ്ട് ചുവന്ന പഴങ്ങൾ ഒരു റോസ് തോട്ടത്തിലേക്ക് വീഴുന്നു. ഇതെല്ലാം നമുക്കെങ്ങനെ മനസ്സിലാകാനാണ്?

ഏറ്റവും വലിയ കാര്യങ്ങൾ ഏറ്റവും ചെറിയവയിലാണ് ഉൾക്കൊണ്ടിരിക്കുന്നത് എന്ന് വ്യക്തമാണ്. അതിൽ സംശയമുണ്ടാകേണ്ട കാര്യമില്ല. ഈ നിമിഷത്തിൽ, ഞാനിത് എഴുതിക്കൊണ്ടിരിക്കുമ്പോൾ, ഈ മേശപ്പുറത്ത് ഒരു രാശിചക്രമുണ്ട്. ഈ വിശ്വം മുഴുക്കെയുണ്ട്. ഒരു തെർമോമീറ്റർ, ഒരു നാണയം, ഒരു അലൂമിനിയം സ്പൂൺ, ഒരു പോർസലീൻ കപ്പ്, ഒരു ചാവി, ഒരു മൊബൈൽ ഫോൺ, ഒരു തുണ്ട് കടലാസ്, ഒരു പേന. പിന്നെ എന്റെ നരച്ച മുടിയിൽ നിന്നൊരെണ്ണം. അതിലെ അണുക്കൾ ജീവോത്പത്തിയുടെ ഓർമ്മകളെ സൂക്ഷിക്കുന്നു, ഈ ലോകത്തിനൊരു തുടക്കം നൽകിയ പ്രാപഞ്ചിക മഹാവിപത്തിനെ ഓർമ്മിപ്പിക്കുന്നു.

10

കീകജസ് ഹീമറ്റോഡ്സ്

നിശാശലഭത്തേയോ ചിത്രശലഭത്തേയോ കൊല്ലരുത്
അവസാന വിധി അടുത്തിരിക്കയാണല്ലോ

ജൂൺ ആദ്യമാകുമ്പോഴേക്കും എല്ലാ വീടുകളിലേയും താമസക്കാർ തിരിച്ചെത്തും. ചുരുങ്ങിയപക്ഷം ആഴ്ചാവസാനങ്ങളിലെങ്കിലും ആളുണ്ടാകും. എങ്കിലും ഞാൻ എന്റെ കർത്തവ്യബോധത്തിൽ നിന്ന് വ്യതിചലിച്ചില്ല. അത് ഗൗരവമായിതന്നെ തുടർന്നു. ദിവസത്തിലൊരിക്കലെങ്കിലും ഞാൻ കുന്നിൻമുകളിലെത്തും. ബൈനോക്കുലറിലൂടെ ചുറ്റുപാടും നിരീക്ഷിക്കും. ആദ്യം വീടുകൾ തന്നെയാണ് വീക്ഷിക്കുക. ഒരർത്ഥത്തിൽവീടുകളും ജീവനുള്ള വസ്തുക്കളാണ്. മനുഷ്യരുമൊത്ത് ശ്ലാഘ്യമായ സഹജീവിതത്തിൽ കഴിയുന്നവ. അവയുടെ സഹജീവികൾ തിരിച്ചെത്തിയിരിക്കുന്നു എന്നത് എന്നിൽ സന്തോഷമുളവാക്കി. അവർ അതിന്റെ ഒഴിഞ്ഞ ഉള്ളകങ്ങൾ അവരുടെ വരവ് പോക്കുകളാൽ നിറയ്ക്കുന്നു. സ്വന്തം ശരീരത്തിലെ ഊഷ്മാവുകൊണ്ട് നിറയ്ക്കുന്നു. സ്വന്തം ചിന്തകളാൽ നിറയ്ക്കുന്നു. ശൈത്യം ഉപേക്ഷിച്ച, ശൈത്യം വരുത്തിയ എല്ലാ മുറിവുകളും ചതവുകളും അവർ അവരുടെ മെലിഞ്ഞ കൈകളാൽ സുഖപ്പെടുത്തുന്നു. നനഞ്ഞ ചുമരുകൾ ഉണക്കുന്നു. ജാലകങ്ങൾ കഴുകുന്നു. ഉറക്കത്തിൽ നിന്നെഴുന്നേറ്റ പോലെയാണിപ്പോൾ ഈ വീടുകൾ. ശല്യപ്പെടുത്താതെ ഉറങ്ങാൻ വിട്ടാൽ അതിലെ വസ്തുക്കൾ നാറാൻ തുടങ്ങുമായിരുന്നു. പ്ലാസ്റ്റിക് മേശകളും കസേരകളും മുറ്റത്തേക്കെടുത്തിട്ടിരിക്കുന്നു. മരംകൊണ്ട് നിർമ്മിച്ച ജാലകപ്പാളികൾ തുറന്നിട്ടിരിക്കുന്നു. വെയിൽ അകത്തേക്ക് പ്രവേശി

ക്കുന്നു. ആഴ്ചാവസാനങ്ങളിൽ പുകക്കുഴലുകളിൽ നിന്ന് പുക വന്ന് തുടങ്ങിയിരിക്കുന്നു. പ്രൊഫസറും ഭാര്യയും ഇപ്പോൾ കൂടെ കൂടെ വരുന്നുണ്ട്. അവർക്കൊപ്പം അവരുടെ സുഹൃത്തുക്കളുമുണ്ടാകും. അവർ വഴിയിലൂടെ നടക്കാനിറങ്ങും. വയലിനരികിലേക്ക് അവർ പോകാറില്ല. പള്ളിവരെ നടക്കും. തിരിച്ചും. ഇടയ്ക്ക് സംസാരിച്ചുകൊണ്ട് വഴിയിൽ തന്നെ നിൽക്കും. കാറ്റ് അവരുടെ ദിശയിൽ നിന്നാണ് വീശുന്നതെങ്കിൽ അവരുടെ സംസാരത്തിൽ നിന്ന് അടർത്തിയെടുത്ത ചില വാക്കുകൾ എനിക്കരികിലേക്ക് എത്തും.

എല്ലാ വെള്ളിയാഴ്ചകളിലും വെല്ലേഴ്സ് വരാൻ തുടങ്ങിയിരിക്കുന്നു. അവരൊന്നിച്ചാണെത്തുക. വീടിനു ചുറ്റിലും വളർന്നിരുന്ന ചെടികൾ അവർ പറിച്ച് കളയാൻ തുടങ്ങി. അവർ വാങ്ങിക്കൊണ്ടു വന്നവ നടാനായിട്ടായിരുന്നു അത്.

അതിന്റെ യുക്തിയെന്തെന്ന് എനിക്കറിയില്ല. എൽഡർബെറിക്ക് പകരം അവരെന്തുകൊണ്ട് വിസ്റ്റീരിയ നട്ടു എന്ന് ചോദിച്ചാൽ അതിന്റെ ഉത്തരം എനിക്കറിയില്ല. ഒരിക്കൽ പെരുവിരലിൽ എഴുന്ന് നിന്ന്, അവരുടെ വേലിക്കപ്പുറത്തേക്ക് നോക്കി, ഞാനവരോട് ഒരുപക്ഷേ ഈ വിസ്റ്റീരിയ ചെടികൾക്ക് ഫെബ്രുവരിയിലെ തണുപ്പ് താങ്ങാനായേക്കില്ല എന്ന് പറഞ്ഞു. അത് കേട്ട് അവർ പുഞ്ചിരിച്ചു. തലയാട്ടി. അവരുടെ ജോലി തുടർന്നു. അവർ സുന്ദരമായ കാട്ടുറോസാപ്പൂക്കൾ വെട്ടിക്കളഞ്ഞു. സുഗന്ധമുള്ള ചെടികളിൽ ചിലത് വെട്ടിയൊതുക്കി. വീടിനു മുന്നിൽ കല്ലുകൊണ്ടൊരു കൂമ്പാരമുണ്ടാക്കി. അതിൽ സ്തൂപികാവൃക്ഷങ്ങൾ നട്ടു. അലങ്കാര ചെടികൾ, വള്ളികൾ അധികം ഉയരം വെയ്ക്കാത്ത സൈപ്രസ് മരങ്ങൾ, ഫിർ ചെടികൾ എല്ലാം നട്ടു. എനിക്കിതൊക്കെ ഒരു ലക്ഷ്യവുമില്ലാത്ത പ്രവർത്തികളായിതോന്നി.

ചാരനിറമുള്ള സ്ത്രീ ഇപ്പോൾ ദീർഘവാസങ്ങൾക്കായി വരാറുണ്ട്. വയലിനരികിലൂടെ അവർ സാവധാനത്തിൽ നടക്കുന്നത് കാണാം. വടി പോലെ നിവർന്നാണവർ നടക്കുക. ഒരു സായാഹ്നത്തിൽ ഞാൻ വീടിന്റെ ചാവികളും കേടുപാടുകൾ തീർത്തതിന്റെ ബില്ലുകളുമായി അവരെ കാണാൻ പോയി. അവർ എനിക്ക് ഔഷധക്കൂട്ടുകളുള്ള ചായ തന്നു. വിനീതത്വം വിടാതിരിക്കാനായി ഞാനത് കുടിച്ചു. കണക്കുകളെല്ലാം തീർപ്പായപ്പോൾ ഞാൻ ഒരു ചോദ്യമുന്നയിക്കാൻ ധൈര്യപ്പെട്ടു.

"എനിക്ക് എന്റെ ഓർമ്മകൾ എഴുതണമെങ്കിൽ, എങ്ങനെയാണത് തുടങ്ങേണ്ടത്, എങ്ങനെയാണത് ചെയ്യേണ്ടത്?" ഇത്തിരി ആശയക്കുഴപ്പത്തിലെന്നപോലെയാണ് ഞാനത് ചോദിച്ചത്.

"ഒരു മേശയ്ക്കരികിലിരിക്കണം. നിങ്ങൾ നിങ്ങളെ എഴുതാൻ നിർബന്ധിക്കണം. അപ്പോൾ അത് അതിന്റേതായ മാർഗ്ഗം കാണും. നിങ്ങൾ നിങ്ങളെ സെൻസർ ചെയ്യരുത്. മനസ്സിൽ വന്നതെല്ലാം എഴുതണം."

വിചിത്രമായ ഉപദേശം. എല്ലാം എഴുതണമെന്ന് എനിക്കില്ല. നല്ലതും സകാരാത്മകമായതും മാത്രമെഴുതിയാൽമതി എനിക്ക്. അവർ ഇനിയും എന്തെങ്കിലും പറയും എന്ന് ഞാൻ കരുതി. അതുണ്ടായില്ല. എനിക്ക് നിരാശയായി.

"നിരാശയായോ?" അവർ ചോദിച്ചു. എന്റെ ചിന്തകളെ വായിച്ചെട്ടെന്നപോലെയായിരുന്നു ആ ചോദ്യം.

"ഉവ്വ്."

"സംസാരിക്കാനാകാതാകുമ്പോൾ എഴുതണം. അത് വളരെ സഹായകരമാകും." അവർ കൂട്ടിച്ചേർത്തു. കാറ്റിന്റെ ശക്തി വർദ്ധിച്ചു. മരങ്ങൾആടിയുലയുന്നത് ഞങ്ങൾ കണ്ടു. കേൾക്കാനാകാത്ത ഒരു സംഗീതത്തിന്റെ താളത്തിനൊത്താണവ ആടിയുലയുന്നതെന്ന് തോന്നി. ഒരു ആംഫി തിയറ്ററിലെ ശ്രോതാക്കളെപ്പോലെ തലയാട്ടുകയാണവർ. മുകളിലെ വാതിൽ ആഞ്ഞടഞ്ഞു. ആരോ നിറയൊഴിച്ചതുപോലെയായിരുന്നു അതിന്റെ സ്വരം. അത് കേട്ട് ചാര നിറമുള്ള വനിത ഭയന്നു.

"ഈ സ്വരങ്ങൾ എന്നെ അലോസരപ്പെടുത്തുന്നു. ഇവിടെയുള്ള എല്ലാതിനും ജീവനുള്ളതുപോലെ തോന്നുന്നു."

"കാറ്റ് എപ്പോഴും വലിയ സ്വരമുണ്ടാക്കും. എനിക്കത് കേട്ട് ശീലമായി."

അവരേത് തരം പുസ്തകങ്ങളാണെഴുതാറുള്ളത് എന്ന് ഞാൻ ചോദിച്ചു. ഭയം ജനിപ്പിക്കുന്ന കഥകൾ എന്നായിരുന്നു ഉത്തരം. ആ ഉത്തരം എനിക്കിഷ്ടമായി. ഇവരെ ഗുഡ്ന്യൂസിന് പരിചയപ്പെടുത്തണം. അവർക്കിടയിൽ സംസാരിക്കാൻ പല വിഷയങ്ങളും കാണും. അവർ ഒരേ ചങ്ങലയിലെ കണ്ണികളാണല്ലോ. അങ്ങനെയുള്ളതൊക്കെ എഴുതാൻ കഴിയുന്നവർ ധീരതയുള്ളവരാകണം.

"തിന്മയെ കഥാവസാനത്തിൽ എല്ലായ്പ്പോഴും ശിക്ഷിക്കേണ്ടതുണ്ടോ?" ഞാൻ ചോദിച്ചു.

"അതൊന്നും ഞാൻ കാര്യമാക്കാറില്ല. ശിക്ഷയൊന്നും എന്റെ വിഷയമല്ല. ഭയപ്പെടുത്തുന്ന കാര്യങ്ങൾ എഴുതാൻ എനിക്കിഷ്ടമാണ്. ഒരു പക്ഷേ അത് ഞാനൊരു ഭീരുവായതിനാലാകാം. അത്തരം കഥകൾ എഴുതുന്നത് എന്നെ സഹായിക്കുന്നുണ്ട്."

"നിങ്ങൾക്ക് എന്ത് പറ്റിയതാണ്?" സന്ധ്യ മയങ്ങുന്നതിന്റെ ധീരത എന്നിൽ പ്രതിഫലിച്ചു. അതാണീ ചോദ്യമായി വന്നത്. അവരുടെ കഴുത്തിലണിഞ്ഞിരുന്ന കോളർ ചൂണ്ടിയാണത് ചോദിച്ചത്.

"കഴുത്തിലെ അസ്ഥികളിൽ തേയ്മാനം." അവർ നിർവ്വികാരയായി പറഞ്ഞു. വീട്ടിലെ ഏതോ ഉപകരണം കേടു വന്നു എന്ന് പറയുന്നതുപോലെ ഒരു നിർവികാരത. "എന്റെ തലയ്ക്ക് കനം കൂടുതലാണെന്ന്

തോന്നുന്നു. അങ്ങനെയാണ് എനിക്ക് തോന്നുന്നത്. എന്റെ അസ്ഥികൾക്ക് അതിന്റെ ഭാരം താങ്ങാനാകുന്നില്ല. അതങ്ങനെ തേഞ്ഞ്തേഞ്ഞ് പോകുന്നു."

അവർ പുഞ്ചിരിച്ചു. എനിക്ക് കുറച്ചുകൂടി ആ ചായയൊഴിച്ചു.

"ഒറ്റപ്പെട്ടതുപോലെ തോന്നാറുണ്ടോ?" അവർ എന്നോട് ചോദിച്ചു.

"ചിലപ്പോൾ."

"ഞാൻ നിങ്ങളെ ആദരിക്കുന്നു. നിങ്ങളെപ്പോലെയാകാനായെങ്കിൽ എന്ന് ആഗ്രഹിക്കുന്നു. നിങ്ങൾ ധീരയാണ്."

"അയ്യോ... അങ്ങനെയൊന്നുമില്ല... ഞാൻ അത്ര ധീരയൊന്നുമല്ല. എനിക്കിവിടെ എന്തെങ്കിലുമൊക്കെ ചെയ്യാനുണ്ടെന്നത് ഭാഗ്യം."

"എനിക്ക് അഗാതയെക്കുറിച്ചും വിഷമം തോന്നാറുണ്ട്. ഈ ലോകം വളരെ വിശാലമാണ്. അതിനാൽ എല്ലാം ഉൾക്കൊള്ളാനാകുന്നില്ല." അവർ പറഞ്ഞു. അവരുടെ കണ്ണുകൾ അപ്പോൾ എന്നിൽ തറച്ച് നിൽക്കുകയായിരുന്നു. എന്നെ പരീക്ഷിക്കുകയായിരുന്നു. "അഗാത എന്റെ ഭാര്യയാണ്."

ഞാൻ കണ്ണൊന്ന് മിഴിച്ചു. ഒരു സ്ത്രീ മറ്റൊരു സ്ത്രീയെ 'എന്റെ ഭാര്യ' എന്ന് വിളിക്കുന്നത് ഇതിനു മുമ്പ് ഞാൻ കേട്ടിട്ടില്ല. എങ്കിലും അതെനിക്ക് ഇഷ്ടമായി.

"നിങ്ങൾ അത്ഭുതപ്പെട്ടു, ഇല്ലേ?"

ഞാൻ ഒരു നിമിഷം ചിന്തിച്ചു.

"എനിക്കും ഒരു ഭാര്യയാകാം." ഞാൻ ഉറപ്പിച്ച് പറഞ്ഞു. "ഒറ്റയ്ക്കാകുന്നതിലും നല്ലത് ആരെങ്കിലും കൂടെയുണ്ടാകുന്നതാണ്. ഒറ്റയ്ക്ക് ജീവിതത്തെ നേരിടുന്നതിലും നല്ലത് ആരെങ്കിലും അതിനായി ഒപ്പമുണ്ടാകുന്നതാണ്."

അവർ പ്രതികരിച്ചില്ല. അവരുമായി സംസാരിക്കുക വളരെ വിഷമമാണ്. അവസാനം ഞാൻ അവരുടെ പുസ്തകം കടം തരുമോ എന്ന് ചോദിച്ചു. ഏറ്റവും ഭീകരമായ കഥകളുള്ളത്. അഗതയോട് കൊണ്ടുവരാൻ ആവശ്യപ്പെടാം എന്നായിരുന്നു മറുപടി. സന്ധ്യ മയങ്ങിയിട്ടും അവർ വിളക്കുകൾ തെളിയിച്ചിരുന്നില്ല. ഞങ്ങൾ ഇരുവരും ഇരുട്ടിലായപ്പോൾ ഞാൻ യാത്ര പറഞ്ഞിറങ്ങി. വീട്ടിലേക്ക് തിരിച്ചു.

വീടുകളെല്ലാം അതിന്റെ ഉടമസ്ഥരുടെ ശ്രദ്ധയിലേക്ക് തിരിച്ച് പോയിരിക്കുന്നു എന്ന് ഉറപ്പായപ്പോൾ ഞാൻ എന്റെ നടത്തത്തിന്റെ ദൈർഘ്യം കൂട്ടി. ഞാനിപ്പോഴും ഇതിനെ എന്റെ പര്യവേക്ഷണങ്ങൾ എന്ന് വിളിക്കുന്നു. ഏകയായ ഒരു പെൺചെന്നായയെപ്പോലെ ഞാൻ എന്റെ വൃത്ത

പരിധി വർദ്ധിപ്പിക്കുകയായിരുന്നു. വീടുകളുടേയും വഴിയുടേയും കാഴ്ച കളെ പുറകിലേക്ക് തള്ളാൻ എനിക്ക് സന്തോഷമേ ഉണ്ടായിരുന്നുള്ളു. ഞാൻ കാട്ടിലേക്ക് പോകും. അനന്തമായി അലഞ്ഞ് നടക്കും. ഇവിടം മിക്കവാറും ശാന്തമാണ്. ഒരാൾക്ക് ഒളിച്ചിരിക്കാവുന്ന, വിശാലമായ, ആഴ മുള്ള അഭയസ്ഥാനം പോലെയാണ് കാട്. ഞാൻ എന്റെ മനസ്സിനെ സമാ ധാനപ്പെടുത്തി. ഇവിടെ എനിക്ക് എന്റെ രോഗങ്ങളുടെ വിഷമാവസ്ഥയെ മറച്ച് പിടിക്കേണ്ടതില്ല. ഞാൻ കരയുന്നതിന്റെ കാരണത്തെ മറച്ച് പിടി ക്കേണ്ടതില്ല. ഇവിടെ എന്റെ കണ്ണ് നിറഞ്ഞൊഴുകുന്നു. കണ്ണുകളെ കുളി പ്പിച്ചെടുക്കുന്നു. അങ്ങനെ കാഴ്ചശക്തി വർദ്ധിപ്പിക്കുന്നു. അതു കൊണ്ടാകും കണ്ണ് വരണ്ടാൽ എനിക്ക് മറ്റുള്ളവർ കാണുന്നതിലും കൂടു തൽ കാണാനാകുന്നത്.

ഞാനാദ്യം ശ്രദ്ധിച്ചത് മാനുകൾ അപ്രത്യക്ഷമായതാണ്. അവയെ കാണാതായിരിക്കുന്നു. ഒരുപക്ഷേ പുല്ലിന് ഉയരം വർദ്ധിച്ചതിനാൽ അവ അതിനകത്ത് ഒളിച്ചതായിരിക്കാം. മാനുകൾ പ്രസവിക്കാൻ തുടങ്ങിയി രുന്നു എന്നതാണ് സത്യം.

ഞാനൊരു ദിവസം ഒരു പുള്ളിമാൻ കുട്ടിയോടൊപ്പം ഒരു പെൺ മാനിനെ കണ്ടു. അന്ന് തന്നെ കാട്ടിൽ ഒരു പുരുഷനേയും കണ്ടു. വളരെ അടുത്ത് നിന്ന്. അയാൾ എന്നെ കണ്ടില്ല. അയാൾ പുറകിൽ ഒരു സഞ്ചി ഞാത്തിയിട്ടിരുന്നു. പച്ച നിറമുള്ള സഞ്ചി. 1970കളിലൊക്കെ ലഭിക്കാറുള്ള സഞ്ചികൾ പോലെ ഒന്ന്. ആ സഞ്ചി കണ്ടപ്പോൾ അയാൾക്ക് എന്റെയത്ര പ്രായമുണ്ടാകും എന്ന് ഞാൻ മനസ്സിൽ പറഞ്ഞു. അയാളെ കണ്ടാലും അങ്ങനെ തോന്നുമായിരുന്നു. ഒരു വൃദ്ധനെപ്പോലെ. മൊട്ടത്തലയനായി രുന്നു അയാൾ. മുഖത്ത് കുറ്റിരോമമുണ്ടായിരുന്നു. വഴിയരികിലൊക്കെ കാണുന്ന അധികം കാശു വാങ്ങാത്ത ചൈനീസ് മുടിവെട്ടുകാർ വെട്ടി യൊതുക്കിയതുപോലെയുണ്ട് ആ താടി കണ്ടാൽ. അയാൾക്ക് അനു യോജ്യമല്ലാത്ത വിധത്തിൽ വലിപ്പക്കൂടുതലുള്ള ജീൻസ് നിതംബത്തിനു ചുറ്റിലും അനാകർഷകമായി തെറിച്ച് നിന്നു.

ഈ മനുഷ്യൻ കാടിനരികിലൂടെയുള്ള വഴിയിലൂടെ നീങ്ങുകയായി രുന്നു. ശ്രദ്ധിച്ചാണയാളുടെ നീക്കം. കാല്പാദങ്ങളിലേക്ക്സൂക്ഷിച്ച് നോക്കിക്കൊണ്ട്. അതുകൊണ്ടാകണം എനിക്ക് അത്രയടുത്ത് ചെല്ലാൻ അവസരം ലഭിച്ചത്. മുറിച്ചിട്ട പൈൻമരങ്ങൾ കൂട്ടിയിട്ട കവലയിലെത്തി യപ്പോൾ അയാൾ സഞ്ചിയെടുത്തു. ഒരു മരത്തിൽ ചാരി നിന്നു. പിന്നെ കാട്ടിലേക്ക് നീങ്ങി. എന്റെ ബൈനോക്കുലർ അത്ര കൃത്യതയോടെയുള്ള ചിത്രം തന്നില്ല. അതിനാൽ അയാൾ അവിടെ എന്തോ ചെയ്യുകയാണെന്ന് ഊഹിക്കാൻ മാത്രമേ എനിക്കായുള്ളൂ. അയാൾ മണ്ണിൽ പൈൻ മരങ്ങ ളുടെ മുള്ളുകൾ തിരയുകയാണെന്ന് തോന്നി. പെട്ടെന്ന് കണ്ടാൽ അയാൾ കൂണുകൾ പെറുക്കുകയാണെന്ന് തോന്നുമായിരുന്നു. എന്നാൽ കൂണു ണ്ടാകേണ്ട കാലമായിട്ടില്ല. ഞാൻ ഒരു മണിക്കൂറോളം അയാളെതന്നെ

നോക്കി നിന്നു. അയാൾ പുല്ലിലിരുന്നു. സാൻഡ്‌വിച്ച് തിന്നു. ഒരു നോട്ടു പുസ്തകമെടുത്ത് അതിലെന്തൊക്കെയോ എഴുതി. മുപ്പത് മിനിട്ടോളം കൈകൾ തലയിണയാക്കി മലർന്ന് കിടന്നു. ആകാശത്തേക്ക് നോക്കി കിടന്നു. അതിനുശേഷം സഞ്ചിയെടുത്ത് പുറകിൽ വെച്ചുകെട്ടി പച്ചപ്പിനകത്ത് അപ്രത്യക്ഷനായി.

സ്കൂളിൽ നിന്ന് ഞാൻ ഡിസ്സിയെ വിളിച്ച് കണ്ടതെല്ലാം പറഞ്ഞു. കാട്ടിൽ ഒരു അപരിചിതൻ കറങ്ങി നടക്കുന്നത് കണ്ടു എന്ന് പറഞ്ഞു. ഗുഡ് ന്യൂസിന്റെ കടയിൽ വെച്ച് കമാൻഡന്റിനെക്കുറിച്ച് കേട്ട കഥകളും ഞാൻ പങ്കുവെച്ചു. അയാൾക്ക് അതിർത്തിക്കപ്പുറത്തേക്കും ഇപ്പുറത്തേക്കും തീവ്രവാദികളെ കടത്തുന്നവരുമായി പങ്കാളിത്തമുണ്ടെന്ന വാർത്തയായിരുന്നു അത്. അങ്ങനെ സംശയാസ്പദമായ നിലയിൽ ചിലരെയൊക്കെ ഇവിടെ അടുത്തു നിന്ന് അറസ്റ്റ് ചെയ്തിട്ടുണ്ട്. എന്നാൽ ഇതിനോട് ഡിസ്സി അത്ര താത്പര്യത്തോടെയല്ല പ്രതികരിച്ചത്. ഒരുപക്ഷേ ആ അപരിചിതൻ തെളിവുകൾ ഇല്ലാതാക്കാനായിട്ടായിരിക്കാം ഇങ്ങനെ കാട്ടിൽ അലയുന്നതെന്ന എന്റെ അഭിപ്രായത്തിനോട് യോജിക്കാൻ അവൻ വിസ്സമ്മതിച്ചു. അതല്ലെങ്കിൽ അവിടെ ആയുധമെന്തെങ്കിലും ഒളിപ്പിച്ചിട്ടുണ്ടാകും എന്നതിനോടും അവൻ യോജിച്ചില്ല.

“താങ്കളെ വിഷമിപ്പിക്കാനായി പറയുകയല്ല. അന്വേഷണം മിക്കവാറും അവസാനിപ്പിച്ചേക്കും. പുതിയ തെളിവുകളൊന്നും ലഭ്യമാകാത്തതാണ് കാരണം.”

“എന്താണീ പറയുന്നത്? അന്ന് അവിടെ കണ്ട മൃഗങ്ങളുടെ കാൽപാദങ്ങളോ? ഒരു മാനാണയാളെ കിണറ്റിലേക്ക് തള്ളിയിട്ടത്.”

മറുപുറം നിശ്ശബ്ദമായി. അതിനുശേഷം “എന്തിനാണിങ്ങനെ എല്ലാവരോടും ആ മൃഗങ്ങളെക്കുറിച്ച് പറഞ്ഞ് നടക്കുന്നത്? ആരും എന്തായാലും അതൊന്നും വിശ്വസിക്കുകയില്ല. അവർ കരുതുന്നത് നിങ്ങൾക്ക്... നിങ്ങൾക്ക്...” എന്ന് പറഞ്ഞ് വിക്കി വിക്കി നിർത്തി.

“വട്ടാണെന്ന് അല്ലേ?” ഞാൻ സഹായിച്ചു.

“അതെ. എന്തിനാണിങ്ങനെ പറഞ്ഞ് നടക്കുന്നത്? അത് അസാധ്യമാണെന്ന് നിങ്ങൾക്ക് തന്നെ അറിയാമല്ലോ?” ഡിസ്സി പറഞ്ഞു. അതൊക്കെ അവനോട് ഒന്നുകൂടി വ്യക്തമായി വിശദീകരിക്കേണ്ടിയിരിക്കുന്നു എന്ന് എനിക്ക് തോന്നി.

എനിക്ക് കോപം വന്നു. അപ്പോഴേക്കും ക്ലാസ് തുടങ്ങാനുള്ള മണിയടിച്ചു. “മനസ്സിൽ എന്ത് തോന്നുന്നോ, നമ്മൾ എന്ത് ചിന്തിക്കുന്നോ അതാണെല്ലാവരോടും പറയേണ്ടത്. അതല്ലാതെ മറ്റു മാർഗ്ഗമില്ല. അല്ലെങ്കിൽ അത് മറ്റൊരാൾ പറയും.” എന്ന് പെട്ടന്ന് പറഞ്ഞവസാനിപ്പിച്ചു.

അന്ന് രാത്രി ശരിക്ക് ഉറക്കം വന്നില്ല. ഒരു അപരിചിതൻ എന്റെ വീടിനടുത്ത് കറങ്ങി നടക്കുന്നുണ്ടല്ലോ എന്ന ചിന്തയായിരുന്നു മനസ്സ് മുഴുക്കെ. അതിനോടൊപ്പം ആ കേസ് മിക്കവാറും അവസാനിപ്പിച്ചേക്കും എന്ന വാർത്ത പിരിമുറുക്കം വർദ്ധിപ്പിച്ചു. എനിക്കതിനോട് യോജിക്കാനാകുന്നില്ലല്ലോ എന്നതൊരു ആകാംക്ഷയായി. അതെങ്ങനെ ഉപേക്ഷിക്കാനാകും? വെറുതെ ഉപേക്ഷിക്കുകയോ? എല്ലാ സാധ്യതകളും പരിശോധിക്കപ്പെടേണ്ടതല്ലേ? ആ കാല്പാദങ്ങൾ? അവയെ പരിഗണിച്ചുവോ? ഒന്നുമില്ലെങ്കിലും ഇതൊരു വ്യക്തിയുടെ മരണവുമായി ബന്ധപ്പെട്ടതല്ലേ. അവർക്ക് അതെങ്ങനെ വെറുതെ ഉപേക്ഷിക്കാനാകും?

ഇവിടേക്ക് താമസം മാറ്റിയതിനുശേഷം അന്നാദ്യമായി ഞാൻ വാതിലും ജനലുമെല്ലാം പൂട്ടി ഭദ്രമാക്കി. അപ്പോൾ വീടിനകം വായുസഞ്ചാരമില്ലാത്തതായി. വീർപ്പ് മുട്ടുന്നതായി. എനിക്ക് ഉറങ്ങാനായില്ല. അത് ജൂൺ ആദ്യത്തിലായിരുന്നു. അതുകൊണ്ടുതന്നെ രാവുകൾ ചൂടുള്ളതായിരുന്നു. പൂക്കളുടെ ഗന്ധമുള്ളവയുമായിരുന്നു. ഞാൻ എന്നെ ബോയിലർ മുറിയിൽ അടച്ചിട്ടിരിക്കുന്നു എന്ന ചിന്തയാണപ്പോഴുണ്ടായത്. വീടിനു ചുറ്റിലും എന്തെങ്കിലും കാൽപെരുമാറ്റം കേൾക്കുന്നുണ്ടോ എന്ന് ഞാൻ ശ്രദ്ധിച്ചു. ഓരോ ചലനവും വിശകലനം ചെയ്തു. ഒരു ചുള്ളിക്കമ്പൊടിയുന്ന സ്വരം കേട്ടാൽ ചാടിയെഴുന്നേറ്റു. രാത്രി ചെറിയ സ്വരങ്ങളെ വല്ലാതെ പൊലിപ്പിച്ചവതരിപ്പിക്കുന്നു. ചെറിയ ഞരക്കങ്ങളെ ഗർജ്ജനങ്ങളാക്കുന്നു. ഞാൻ ഭയന്നിരിക്കുകയാണെന്ന് തോന്നി. ഇവിടെ താമസിക്കാൻ തുടങ്ങിയതിനുശേഷം ആദ്യമായി എനിക്ക് ഭയം തോന്നി.

പിറ്റേന്ന് അതേ മനുഷ്യൻ, പുറകിൽ സഞ്ചിയും ഞാത്തി, എന്റെ വീടിനു മുന്നിൽ നിൽക്കുന്നത് ഞാൻ കണ്ടു. ഞാനാകെ തളർന്നു. ഭയം കൊണ്ട് തളർന്നു. ഞാൻ എന്റെ കുരുമുളക് സ്പ്രേ തപ്പി.

“ഗുഡ്മോണിങ്ങ്. താങ്കളെ ബുദ്ധിട്ടിക്കുന്നതിന് ക്ഷമ ചോദിക്കുന്നു.”

വളരെ താഴ്ന്ന സ്വരത്തിലാണയാൾ സംസാരിച്ചു തുടങ്ങിയത്. എങ്കിലും അത് അന്തരീക്ഷത്തെ പ്രകമ്പനം കൊള്ളിച്ചു. “എനിക്ക് പശുവിൽ നിന്ന് കുറച്ച് പാൽ കിട്ടിയാൽ കൊള്ളാമായിരുന്നു.”

“പശുവിൽനിന്ന് പാലോ?” ഞാൻ അത്ഭുതപ്പെട്ടു. “എന്റെ പക്കലില്ല. ഫ്രോഗ്ഗിയിൽ നിന്ന് വാങ്ങുന്ന പാലേയുള്ളൂ. അത് മതിയോ?” ഫ്രോഗ്ഗി ഞങ്ങളുടെ ഗ്രാമത്തിലെ പലചരക്ക് കടയുടെ പേരാണ്.

അയാൾ നിരാശനായി.

ഇപ്പോൾ ഈ പകൽ വെളിച്ചത്തിൽ കാണുമ്പോൾ അയാൾ തീർത്തും മാന്യനാണ്. എനിക്ക് എന്റെ കുരുമുളക് സ്പ്രേ ഉപയോഗിക്കേണ്ടി വരില്ല. ഒരു വെളുത്ത ലിനൻ ഷർട്ടാണയാളുടെവേഷം. പണ്ടത്തെയാളുകൾ ധരിച്ചിരുന്ന ഷർട്ടുകളുടെ കോളറാണതിനുള്ളത്. അടുത്ത് വന്നപ്പോഴാണ്

അയാൾ അങ്ങനെ മൊട്ടത്തലയനൊന്നുമല്ല എന്ന് മനസ്സിലായത്. തല യുടെ പുറകിൽ ഇപ്പോഴും കുറച്ച് മുടിയുണ്ട്. അത് പന്നിവാലുപോലെ നീട്ടിവളർത്തിയിട്ടുണ്ട്. മെടഞ്ഞ് കെട്ടിവെച്ചിട്ടുണ്ട്. ഒരു ഷൂ ലേയ്സിനു സമാനമാണത്.

"നിങ്ങൾ സ്വന്തമായി ബ്രഡ് ബേയ്ക്ക് ചെയ്യാറുണ്ടോ?"

"ഇല്ല." ഞാൻ അത്ഭുതപ്പെട്ടു. "കുന്നിൻ താഴ്‌വരയിലെ കടയിൽ നിന്ന് വാങ്ങാറാണ് പതിവ്."

"ആഹാ... നല്ലത്... ശരി."

ഞാൻ അടുക്കളയിലേക്ക് നടന്നു. പാതിയെത്തിയപ്പോൾ തിരിഞ്ഞ് നിന്നു. "ഇന്നലെ നിങ്ങളെ ഞാൻ കണ്ടിരുന്നു. കാട്ടിലാണോ ഉറങ്ങി യത്." എന്നയാളോട് ചോദിച്ചു.

"അതെ. ഞാനിവിടെയൊന്നിരുന്നോട്ടെ? എന്റെ അസ്ഥികൾ മരവി ച്ചിരിക്കുന്നു."

അയാൾക്ക് ഒന്നിലും ശ്രദ്ധയില്ലെന്ന് തോന്നി. അയാളുടെ ഷർട്ടിന്റെ പിൻഭാഗത്ത് പച്ചപ്പുല്ല് പറ്റിപ്പിടിച്ച് കിടപ്പുണ്ടായിരുന്നു. അയാൾ സ്ലീപ്പിങ്ങ് ബാഗിൽ നിന്ന് പുറത്തിറങ്ങി കിടന്നിട്ടുണ്ടാകും. ഞാൻ ഇക്കിളികൊണ്ടതു പോലെ ഒന്ന് ചിരിച്ചു.

"ഒരു കപ്പ് കാപ്പിയായാലോ?"

അയാൾ കൈ വീശി.

"കാപ്പി ഞാൻ കുടിക്കാറില്ല."

ഒറ്റ നോട്ടത്തിൽ അയാൾ അത്ര ബുദ്ധിമാനാണെന്നൊന്നും തോന്നി യില്ല. ആണെങ്കിൽ അയാളുടെ രുചിയിഷ്ടങ്ങളിൽ എനിക്ക് ഒരു താത്പര്യ വുമില്ല എന്നയാൾ മനസ്സിലാക്കുമായിരുന്നു.

"ഒരു തുണ്ട് കേക്കായാലോ?" ഞാൻ മേശപ്പുറത്തേക്ക് ചൂണ്ടി. ആയിടെ ഡിസ്സി വാങ്ങിക്കൊണ്ടുവന്നതാണാ കേക്കിന്റെ കൂട്ട്. അതി ന്മേൽ ചില പച്ചിലകളുടെ സത്തുണ്ട്. മിനിഞ്ഞാന്നാണ് ഞാനത് ബേയ്ക്ക് ചെയ്തത്. അതിലധികവും ഞാൻ തന്നെ തിന്നു തീർത്തി രുന്നു.

"എനിക്ക് ശൗചാലയം ഉപയോഗിക്കാൻ അനുവാദം തരാമോ?" ഒരു വില പേശൽ എന്ന പോലെയായിരുന്നു ആ ചോദ്യം.

"തീർച്ചയായും." ഞാനയാളെ വീടിനകത്തേക്ക് കൂട്ടിക്കൊണ്ടു പോയി. ഞാൻ പുറകിൽ നടന്നു.

അയാൾ ചായ കുടിച്ചു. ഒരു തുണ്ട് കേക്ക് തിന്നു. ബോറിസ് സ്നാ യ്ദർ എന്നാണയാളുടെ പേര്. ബോറിസ് എന്നതിനു പകരം അയാൾ

ബ്യൂറൂസ് എന്നാണ് ഉച്ചരിച്ചത്. ആ പേര്, ആ ഉച്ചാരണം എനിക്കിഷ്ടമായി. കിഴക്കൻ ശൈലിയിലാണയാളുടെ ഉച്ചാരണവും സംസാരവും. അതിനു ശേഷമുള്ള സംഭാഷണങ്ങൾ അയാളുടെ ഉത്പത്തി കഥകൾ പറഞ്ഞു. ബിയാല്യോസ്റ്റോക്കുകാരനാണയാൾ.

“ഞാൻ ഒരുഷഡ്പദ ശാസ്ത്രജ്ഞനാണ്.” വായിൽ കേക്ക് കുത്തി നിറച്ച് അയാൾ പറഞ്ഞു. “പരന്ന ഒരു തരം വണ്ടുണ്ട്. അതിനെക്കുറിച്ച് പഠിക്കുകയാണ് ഞാൻ. വംശനാശ ഭീഷണി നേരിട്ടുകൊണ്ടിരിക്കുന്ന ഒന്നാണത്. അപൂർവ്വമായി കാണുന്നതും സുന്ദരരൂപമുള്ളതുമാണത്. കീകജസ് ഹീമാറ്റോഡ്സ് എന്ന ഈ ഇനം വണ്ടുകളെ കാണുന്ന യൂറോപ്പിലെ ഏറ്റവും തെക്കൻ പ്രദേശങ്ങളിലൊന്നിലാണ് നിങ്ങളിപ്പോൾ താമസിക്കുന്നതെന്ന് നിങ്ങൾക്ക് അറിയാമോ?”

എനിക്കതിനെക്കുറിച്ചൊന്നുമറിയില്ലായിരുന്നു. അയാളുടെ സംഭാഷണം എന്നെ തൃപ്തയാക്കി. ഈ മനുഷ്യൻ ഒരു പുതിയകുടുംബാംഗമാണ്. ഞങ്ങളോടൊപ്പം താമസിക്കാനെത്തിയതാണ്.

“അതിനെ കാണാൻ എങ്ങനെയുണ്ടാകും?”

ബ്യൂറൂസ് തീർത്തും പരിതാപകരമായ അവസ്ഥയിലുള്ള ഒരു കാൻവാസ് ബാഗെടുത്തു. അതിൽ നിന്ന് ഒരു പ്ലാസ്റ്റിക് പെട്ടിയെടുത്തു. അതെനിക്ക് നേരെ നീട്ടി.

“ഇതാ, ഇതുപോലെ.”

അതിനകത്ത് ഒരു ചത്ത കീടം കിടക്കുന്നു. അതിനെ ഞാൻ കീടം എന്നേ വിളിക്കുള്ളൂ. ചെറിയ ഒന്ന്. തവിട്ട് നിറത്തിലുള്ള, അത്ര സുന്ദരമൊന്നുമല്ലാത്ത ഒന്ന്. ഇതിലും സുന്ദരമായ കീടങ്ങളെ ഞാൻ കണ്ടിട്ടുണ്ട്. അവയുമായി താരതമ്യപ്പെടുത്തിയാൽ ഇതത്ര ഗംഭീരസൗന്ദര്യമുള്ളവയൊന്നുമല്ല.

“ഇതെങ്ങനെയാണ് ചത്തത്?”

“ഷഡ്പദങ്ങളെ കൊന്ന് അവയെ ശേഖരിക്കുന്ന തൊഴിൽ വിനോദമായി കാണുന്ന ഒരുവനാണ് ഞാൻ എന്ന് കരുതരുത്. എനിക്ക് കിട്ടിയപ്പോഴേ ഇത് ചത്തിരുന്നു.”

ഞാൻ ബ്യൂറൂസിനെ നോക്കി. അയാളുടെ അസുഖമെന്തെന്ന് മനസ്സിലാക്കാൻ ഒരു ശ്രമം നടത്തി.

അയാൾ മരക്കുറ്റികൾക്കിടയിലും മുറിച്ചിട്ട മരങ്ങൾക്കിടയിലും പരതി. അവയെ വെട്ടിയിട്ടതാണോ അതോ സ്വാഭാവികമായി വീണതാണോ എന്ന് പരിശോധിച്ചു. അതിനകത്തെവിടെയെങ്കിലും കീകജസ് മുട്ടയോ ലാർവയോ ഉണ്ടോ എന്ന് പരിശോധിച്ചു. അത് കണ്ടെത്തിയപ്പോൾ എണ്ണിത്തിട്ടപ്പെടുത്തി. എഴുതിവെച്ചു. തന്റെ അന്വേഷണഫലമെല്ലാം നോട്ടുപുസ്തകത്തിൽ കുറിച്ചെടുത്തു. ആ നോട്ടുപുസ്തകത്തിന്റെ തലക്കെട്ട് ഇങ്ങനെയായിരുന്നു. “ക്ലോദ്ജ് കോകൗണ്ടിയിലെ കാടുകളിൽ കാണുന്ന

ചില തിരഞ്ഞെടുക്കപ്പെട്ട വണ്ടുകളുടെ വിതരണം. യൂറോപ്യൻ യൂണിയന്റെ വാസസ്ഥല നിർദ്ദേശങ്ങളുടെ അനുബന്ധം 2ലും 4ലും വിവരിച്ചിരിക്കുന്നതനുസരിച്ചുള്ളത്. അവയുടെ സംരക്ഷണത്തിനുള്ള നിർദ്ദേശങ്ങൾ. ഒരു പദ്ധതി."

ഞാൻ ആ തലക്കെട്ട് ശ്രദ്ധിച്ച് വായിച്ചു. പുസ്തകത്തിനുള്ളിൽ എന്താണെന്ന് പിന്നെ എനിക്ക് മറിച്ച് നോക്കേണ്ടി വന്നില്ല.

"ഒന്നാലോചിക്കണം." അയാൾ പറഞ്ഞ് തുടങ്ങി. "ഈ നിർദ്ദേശങ്ങളിലെ പന്ത്രണ്ടാം ഖണ്ഡിക സംസ്ഥാന വനം വകുപ്പുകളോട് ഇവയെ സംരക്ഷിക്കുന്നതിനും ഇവയുടെ പ്രത്യുത്പാദനത്തിനു വേണ്ട സൗകര്യമൊരുക്കുന്നതിനും ഇവയുടെ വിനാശം തടയുന്നതിനുവേണ്ട നടപടികൾ കൈക്കൊള്ളുന്നതിനും ആവശ്യമായ മാർഗ്ഗങ്ങൾ കൈകൊള്ളണം എന്ന് പറയുന്നുണ്ട്. എന്നാൽ അവർക്ക് അതൊന്നും അറിയില്ല. ഈ ചെറുപ്രാണികൾ മുട്ടയിടുന്നതിനുപയോഗിക്കുന്ന, വീണ് കിടന്ന് അഴുകുന്ന മരങ്ങൾ കാട്ടിൽ നിന്ന് നീക്കം ചെയ്യാൻ അവർ അനുവാദം നൽകുന്നു. ആ മരത്തടികളിലാണ് ഈ മുട്ട വിരിഞ്ഞ് പുഴുക്കൾ പുറത്തുവരുന്നത്. ആ ലാർവ മരമറുക്കുന്ന മില്ലുകളിലും മരം കൊണ്ട് ഉരുപ്പടികളുണ്ടാക്കുന്നിടത്തും എത്തിച്ചേരുന്നു. അവ നശിക്കുന്നു. അവ അങ്ങനെ കൂട്ടത്തോടെ ചത്തൊടുങ്ങുമ്പോഴും ആരും ശ്രദ്ധിക്കുന്നില്ല. അതായത് ഇവിടെ ആരേയും പ്രത്യേകമായി കുറ്റപ്പെടുത്താനാകില്ല എന്ന്.

"ഇവിടത്തെ കാട്ടിൽ കാണുന്ന, വീണ് കിടക്കുന്ന ഓരോ മരത്തടിയിലും കീകജസ് ലാർവെ കാണാം. കാട് വൃത്തിയാക്കാനായി ചില മരച്ചില്ലകൾക്ക് തീയിടുന്നു. അപ്പോൾ ആ മരച്ചില്ലകളിൽ നിറയെ ഇതിന്റെ ലാർവെയുണ്ടാകും. അവർ അതിനേയും തീയിടും."

അടിച്ചേല്പിക്കപ്പെടുന്ന ഓരോ മരണവും പൊതുജനങ്ങൾക്ക് മുന്നിൽ തുറന്ന് കാണിക്കണം എന്ന് എനിക്ക് തോന്നി. അതൊരു ഷഡ്പദത്തിന്റെ മരണമായാൽ പോലും തുറന്ന് കാണിക്കണം. ആരാലും ശ്രദ്ധിക്കപ്പെടാത്ത മരണം ഇരട്ടി ഞെട്ടൽ ഉളവാക്കുന്നതാണ്. ഇരട്ടി നിന്ദിക്കപ്പെടേണ്ടതാണ്. അതുകൊണ്ടുതന്നെ ബൂറൂസ് ചെയ്തുകൊണ്ടിരിക്കുന്ന പ്രവർത്തിയോട് എനിക്കും താത്പര്യം തോന്നി. അതെ, അയാൾ എന്നിൽ വിശ്വാസം ജനിപ്പിച്ചിരിക്കുന്നു. എന്നെ ബോദ്ധ്യപ്പെടുത്തിയിരിക്കുന്നു. ഞാനിപ്പോൾ പൂർണ്ണമായും അയാളുടെ പക്ഷത്താണ്.

എനിക്കെന്റെ ദൈനംദിനയാത്രകൾക്ക് പോകേണ്ടതുള്ളതുകൊണ്ട് ഉപകാരപ്രദമായ ഈ അറിവിനെ രസകരമായ മറ്റ് അറിവുകളുമായി കൂട്ടിച്ചേർക്കാൻ ഞാൻ തീരുമാനിച്ചു. ബൂറൂസിനൊപ്പം കാട്ടിലേക്ക് നടന്നു. അയാളുടെ സഹായത്തോടെ മരത്തടികൾ എനിക്ക് അവയുടെ രഹസ്യം കാണിച്ച് തന്നു. ഏറ്റവും സാധാരണമായ മരക്കുറ്റികൾ പോലും പല ജീവജാലങ്ങളുടേയും സാമ്രാജ്യങ്ങളായിരുന്നു. അതിനുള്ളിൽ ആ

ഷഡ്പദങ്ങൾ അവയുടെ ഇടനാഴികളും അറകളും നടവഴികളും തീർത്തിട്ടുണ്ട്. അവയുടെ അമൂല്യമായ അണ്ഡങ്ങൾ ശേഖരിച്ച് വെച്ചിട്ടുണ്ട്. അവയുടെലാർവെകൾ, പുഴുക്കൾ, അത്ര സുന്ദരങ്ങളാകണമെന്നില്ല. എന്നാൽ അവയുടെ വിശ്വാസം എന്നെ കീഴ്പ്പെടുത്തി. ഈ മരക്കുറ്റികളിലെ ജീവിതത്തിൽ അവയ്ക്ക് പൂർണ്ണവിശ്വാസമുണ്ട്. ചലനശേഷിയില്ലാത്ത അവ തീർത്തും ലോലമാണെന്ന് അവയ്ക്കറിയില്ല. മനുഷ്യരുടെ ഇച്ഛയാണവയുടെ ജീവന്റെ ആധാരം എന്നും അവയ്ക്കറിയില്ല. ഇത്രയും ലാർവെ ഒന്നിച്ച് അഗ്നിക്കിരയാകുക എന്നത് ചിന്തിക്കാനാകുന്നതല്ല. ബ്യൂറൂസ് കാട്ടിലെ ചപ്പിലകൾക്കിടയിൽ കിടക്കുന്ന മറ്റ് അപൂർവ്വങ്ങളോ അപൂർവ്വങ്ങളല്ലാത്തതോ ആയ ജീവിവർഗ്ഗങ്ങളേയും എനിക്ക് കാണിച്ച് തന്നു. വിവിധയിനം വണ്ടുകളെ കാണിച്ചു തന്നു. ഹെർമിറ്റ് എന്നു വിളിക്കുന്ന തരം വണ്ടുകൾ, ഡത്ത്‌വാച്ച് വണ്ടുകൾ - അങ്ങനെയൊന്ന് അവിടെയുണ്ടാകും എന്നാരു കരുതി? ഗോൾഡൻ ഗ്രൗണ്ട് ഇനങ്ങൾ. ഇതിനെ ഞാൻ മുമ്പും പല തവണ കണ്ടിട്ടുണ്ട്. എന്നാൽ ഇതിന്റെ പേരെനിക്കറിയില്ലായിരുന്നു. നല്ല തിളക്കമുള്ള ഇവയ്ക്ക് പേരൊന്നുമുണ്ടാകില്ല എന്നാണ് ഞാൻ കരുതിയിരുന്നത്. രസത്തിന്റെ ഒരു തുള്ളിപോലെ തോന്നിപ്പിക്കുന്ന ക്ലൗൺ. ലെസ്സർ സ്റ്റാഗ് എന്ന കൗതുകകരമായ പേരു നൽകിയിരിക്കുന്ന ഇനം. ഇത്തരം പേരുകളെല്ലാം കുട്ടികൾക്ക് നൽകേണ്ടവയാണ്. അതുപോലെതന്നെ പല പക്ഷികളുടെയും മൃഗങ്ങളുടേയും പേരുകളും കുട്ടികൾക്ക് നൽകണം. കോക്ഷാഫർകൊവാൽസ്കി. ഡ്രോസോഫീലിയ നൊവാക്. കോർവസ്ദസ്ജെയ്കൊ. ഇത്രയൊക്കെയാണെനിക്ക് ഓർത്തെടുക്കാനായ പേരുകൾ. ബ്യൂറൂസിന്റെ കൈകൾ ഐന്ദ്രജാലകനെപ്പോലെ പല വിദ്യകളും കാണിച്ചുകൊണ്ടിരുന്നു. വിചിത്രങ്ങളായ ചിഹ്നങ്ങൾ വരച്ചുകൊണ്ടിരുന്നു. അപ്പോൾ, ദൈവത്തിനു സ്തുതി, ഒരു ഷഡ്പദം പ്രത്യക്ഷപ്പെട്ടു. ഒരു ലാർവ. കൂട്ടംകൂടി കിടക്കുന്ന കുറച്ച് മുട്ടകൾ. ഇതിലേതാണ് ഉപകാരപ്രദം എന്ന എന്റെ ചോദ്യം കേട്ട് ബ്യൂറൂസ് കുപിതനായി.

“പ്രകൃതിയെ സംബന്ധിച്ചിടത്തോളം ഉപകാരപ്രദമായ ഷഡ്പദങ്ങൾ ഉപകാരമില്ലാത്തവ എന്ന വേർതിരിവില്ല. അത് വിഡ്ഢികളായ മനുഷ്യർ നിർമ്മിച്ചതാണ്.”

അന്ന് രാത്രി എന്നോടൊപ്പം താമസിക്കാൻ ഞാൻ അയാളെ ക്ഷണിച്ചിരുന്നു. ഇരുട്ടായപ്പോൾ അയാൾ എത്തി. അയാൾക്ക് ഉറങ്ങാനൊരു ഇടമില്ലായിരുന്നു. സ്വീകരണമുറിയിൽ ഞാനൊരു മെത്തയൊരുക്കി. ഞങ്ങൾ കുറേ നേരം സംസാരിച്ച് ഇരുന്നു. ഓഡ്ബോളിന്റെ സന്ദർശനത്തിന്റെ ബാക്കിപത്രമായി സൂക്ഷിച്ചിരുന്ന മധുരമദ്യം ഞാനെടുത്തു. സംസ്ഥാന വനം വകുപ്പ് നടത്തുന്ന അക്രമങ്ങളെക്കുറിച്ചും ദുരുപയോഗങ്ങളെക്കുറിച്ചുമെല്ലാം പറഞ്ഞവസാനിച്ചപ്പോൾ ബ്യൂറൂസിന്റെ പിരിമുറുക്കമൊന്ന് അയഞ്ഞു. അയാളെ എനിക്ക് മനസ്സിലാക്കാനാകുന്നില്ല.

സംസ്ഥാന വനം വകുപ്പ് എന്നൊക്കെ വിളിക്കപ്പെടുന്ന ഒരു വ്യവസ്ഥയോട് ഒരാൾക്ക് എങ്ങനെ ഇത്രയും വൈകാരികമായി പ്രതികരിക്കാനാകുന്നു? ഈ സംസ്ഥാനവുമായി ഞാൻ ആകെ ബന്ധപ്പെടുത്തുന്ന വ്യക്തി വുൾഫ് ഐ എന്ന വനപാലകനാണ്. ദീർഘചതുരത്തിലുള്ളതാണയാളുടെ കൃഷ്ണമണി എന്നതിനാൽ ഞാൻ അയാൾക്ക് അങ്ങനെ പേരിട്ടതാണ്. അയാൾ ഒരു നല്ല മനുഷ്യനാണ്.

ബൂറൂസ് അങ്ങനെ ഏതാനും ദിവസം എന്റെ വീട്ടിൽ തങ്ങി. എല്ലാ രാത്രിയിലും പിറ്റേന്ന് പ്രഭാതത്തിൽ തന്റെ വിദ്യാർത്ഥികളോ സംസ്ഥാന വനംവകുപ്പിനെതിരെ പ്രവർത്തിക്കുന്ന സന്നദ്ധ സേവകരോ തന്നെത്തേടിയെത്തും എന്ന് പ്രഖ്യാപിക്കും. എന്നാൽ എന്നും ഒരു പുതിയ പ്രശ്നമുണ്ടാകും. ഒന്നുകിൽ വണ്ടി കേടാകും. അല്ലെങ്കിൽ അവർക്ക് അത്യാവശ്യമായി മറ്റെവിടേക്കെങ്കിലും പോകേണ്ടിവരും. അതുമല്ലെങ്കിൽ വരുന്ന വഴിക്ക് അവർ വാർസൊയിൽ തങ്ങിയിട്ടുണ്ടാകും. അവിടെവെച്ച് അവർക്ക് അവരുടെ രേഖകളെല്ലാം നഷ്ടപ്പെട്ടിട്ടുണ്ടാകും. അങ്ങനെ കാരണങ്ങൾ പലതുണ്ടായി. ബൂറൂസ് എന്റെ വീടിനെ ബാധിച്ചേക്കുമോ, ശല്യമായിത്തീരുമോ എന്ന് ഞാൻ ശങ്കിച്ച് തുടങ്ങി. ഒരു മരക്കുറ്റിയിൽ കീകജസിന്റെ ലാർവെ തമ്പടിക്കുന്നതുപോലെ അയാൾ ഇവിടെ തമ്പടിച്ചേക്കുമോ എന്ന്. അപ്പോൾ പിന്നെ സംസ്ഥാന വനം വകുപ്പ് വന്ന് പുകച്ച് പുറത്ത് ചാടിക്കേണ്ടിവരും. ഒരു ശല്യമാകാതിരിക്കാൻ അയാൾ ആവത് ശ്രമിക്കുന്നുണ്ടെന്നത് സമ്മതിക്കാതിരിക്കാൻ വയ്യ. പകരം അയാൾ പലപ്പോഴും ഒരു സഹായമാകുന്നുമുണ്ടായിരുന്നു. ഉദാഹരണത്തിന്, ഒരിക്കൽ അയാൾ എന്റെ ശൗചാലയം അടിമുടി കഴുകി വൃത്തിയാക്കുകയുണ്ടായി.

അയാൾ പുറകിൽ കൊളുത്തിയിട്ടിരിക്കുന്ന സഞ്ചിയിൽ ഒരു പരീക്ഷണശാല തന്നെയുണ്ട്. ചെറിയ ഫ്ളാസ്കുകളും കുപ്പികളുമുണ്ട്. അതിൽ ചില ലായിനികളുണ്ട്. അവ രാസലായിനികളാണെങ്കിലും ഷഡ്പദങ്ങളുടെ ഉത്സർജ്ജ വസ്തുക്കൾക്ക് സമാനമാണ്. ഈ രാസവസ്തുക്കൾ വെച്ചാണ് അയാളുടെ വിദ്യാർത്ഥികൾ പരീക്ഷണങ്ങൾ നടത്തുന്നത്. അങ്ങനെയാണവർ ആവശ്യമെങ്കിൽ അവർക്ക് പരിചിതമല്ലാത്ത സ്ഥലങ്ങൾ ഷഡ്പദങ്ങളെ പ്രത്യുത്പാദനത്തിനു പ്രേരിപ്പിക്കുന്നത്.

“ഒരു രാസവസ്തു മരത്തടിയിൽ പുരട്ടിയാൽ, ആ പ്രദേശത്തുള്ള പെൺവണ്ടുകളെല്ലാം അവിടെ വന്ന് മുട്ടയിടും. കിലോമീറ്ററുകൾ ദൂരെ വരെ അവയ്ക്ക് ഇതിന്റെ ഗന്ധം ലഭിക്കും. അതിനായി ഏതാനും തുള്ളികൾ മാത്രം ഉപയോഗിച്ചാൽ മതി.

“എന്തുകൊണ്ടാണ് മനുഷ്യർക്ക് അങ്ങനെ ഗന്ധം പിടിക്കാനാകാത്തത്?”

"ആകുന്നില്ലെന്ന് ആര് പറഞ്ഞു?"

"എനിക്ക് ഒരു ഗന്ധവും ലഭിക്കുന്നില്ല."

"നിങ്ങൾക്കതിനാകുന്നുണ്ടെന്ന് അറിയാത്തതാകാം. മാത്രമല്ല നിങ്ങളിലുള്ള മാനുഷികമായ ആ ആത്മാഭിമാനമുണ്ടല്ലോ, അത് നിങ്ങൾക്ക് ഒരു സ്വതന്ത്ര ചിന്തയുണ്ടെന്നതിൽ വിശ്വസിപ്പിക്കുകയും ചെയ്യുന്നു."

ബ്രൂറൂസിന്റെ സാന്നിദ്ധ്യം മറ്റുള്ളവരുമൊത്ത് താമസിക്കുക, ജീവിക്കുക, എന്നാൽ എന്താണെന്ന് ഓർമ്മിപ്പിക്കുന്നതു കൂടിയായിരുന്നു. അത് എത്ര വിലക്ഷണമാണെന്ന്. ശല്യമാണെന്ന്. അത് നിങ്ങളെ നിങ്ങളുടെ സ്വന്തം ചിന്തകളിൽ നിന്ന് എത്ര ദൂരേക്ക് കൊണ്ടുപോകുന്നുവെന്ന്, വഴി തിരിച്ച് വിടുന്നുവെന്ന്. പ്രത്യേകിച്ച് ഒന്നും ചെയ്യാതെതന്നെ, ശല്യപ്പെടുത്താതെതന്നെ, മറ്റേ വ്യക്തി എങ്ങനെ നിങ്ങളെ അലോസരപ്പെടുത്താനാരംഭിക്കുന്നുവെന്ന്. അതിനയാളുടെ സാന്നിദ്ധ്യം മാത്രം മതിയാകും. എന്നും പ്രഭാതത്തിൽ അയാൾ കാട്ടിലേക്ക് പോകും. അപ്പോൾ എനിക്കെന്റെ അതിമഹത്തായ ഏകാന്തത തിരികെ ലഭിക്കും. ഒരു ചെറിയ ഇടത്തിൽ എങ്ങനെയാണ് ആളുകൾക്ക് വർഷങ്ങളോളം ഒന്നിച്ച് ജീവിക്കാനാകുന്നത്? ഞാൻ അത്ഭുതപ്പെട്ടു. എങ്ങനെയാണവർക്ക് ഒരേ മെത്തയിൽ കിടന്നുറങ്ങാനാകുന്നത്? അങ്ങനെ കിടന്ന് അറിയാതെയാണെങ്കിലും മറ്റേയാളുടെ ശ്വാസം ശ്വസിക്കാനാകുന്നത്? ഇതൊന്നും എനിക്കും സംഭവിച്ചിട്ടില്ല എന്നല്ല പറയുന്നത്. കുറച്ച് കാലം ഞാൻ ഒരു കത്തോലിക്കക്കാരനോടൊപ്പം മെത്ത പങ്കുവെച്ചിട്ടുണ്ട്. അതിൽ നിന്ന് പ്രത്യേകിച്ച് ഗുണമൊന്നുമുണ്ടായില്ലെന്ന് മാത്രം.

11

വവ്വാലുകളുടെ സംഗീതം

കൂട്ടിലെ റോബിൻ റെഡിന്റെ ഹൃദയം
സ്വർഗ്ഗത്തെ കോപാകുലമാക്കുന്നു

പൊലീസിന്,

ഈ വർഷം ജനുവരി മാസത്തിൽ നടന്ന എന്റെ അയൽക്കാരന്റെ മരണത്തെക്കുറിച്ചുള്ള അന്വേഷണത്തിൽ പുരോഗതി ഒന്നും കാണാത്തതിനാൽ ഈ കത്തെഴുതാൻ ഞാൻ ബാദ്ധ്യതപ്പെട്ടവളായിരിക്കുന്നു. ആ മരണത്തിന് ആറാഴ്ചകൾക്കുശേഷം നടന്ന കമാൻഡന്റിന്റെ മരണത്തെക്കുറിച്ചുള്ള അന്വേഷണത്തിലും പുരോഗതിയുണ്ടായിട്ടില്ല.

ഈ രണ്ട് ദുഃഖകരമായ സംഭവങ്ങളും എന്റെ അയൽവക്കത്താണ് നടന്നത്. അതുകൊണ്ടുതന്നെ അതിൽ എനിക്ക് വ്യക്തിപരമായ ദുഃഖമുള്ളതിലും അതിനാൽ വേവലാതിപ്പെട്ടിരിക്കുന്നതിലും നിങ്ങൾ അത്ഭുതപ്പെടില്ല എന്നെനിക്ക് ഉറപ്പുണ്ട്.

ഇവർ ഇരുവരും കൊല ചെയ്യപ്പെടുകയായിരുന്നു എന്ന് കരുതാവുന്ന ധാരാളം തെളിവുകൾ ലഭ്യമായിരുന്നു എന്ന് ഞാൻ വിശ്വസിക്കുന്നു.

മരണത്തിനു സാക്ഷിയായിരുന്നില്ലെങ്കിലും അതിനെ തുടർന്നുള്ള അവസ്ഥകൾക്ക്, പൊലീസ് സംഭവസ്ഥലത്തെത്തുന്നതിനു മുമ്പുള്ള അവസ്ഥകൾക്ക്, എന്റെ സുഹൃത്തുക്കളോടൊപ്പം സാക്ഷ്യം വഹിക്കേണ്ടി വന്നവൾ എന്ന നിലയിലാണ് ഞാൻ ഇത്രയും തീവ്രമായ അവകാശവാദമുന്നയിക്കുന്നത്. അല്ലെങ്കിൽ അത് ചെയ്യില്ലായിരുന്നു. പൊലീസ് നിരത്തുന്ന

വസ്തുതകളാണ് ഒരു വ്യവസ്ഥയെ കെട്ടിപ്പടുക്കുന്നതെന്നും അവ ഒരു വീടിന് ഇഷ്ടികകൾ പോലേയും ഒരു ജീവിക്ക് കോശങ്ങൾപോലെയുമാണെന്നും എനിക്കറിയാം. ആദ്യത്തെ മരണത്തിൽ എന്റെയൊപ്പമുണ്ടായിരുന്ന സാക്ഷി എന്റെ അയൽക്കാരനായിരുന്നു. സ്വീർസ്ജെജ്യെൻസ്കി. രണ്ടാമത്തേതിൽ എന്റെ വിദ്യാർത്ഥിയായ ദിയോനിസ്സിയായിരുന്നു.

താഴെപ്പറയുന്ന രണ്ട് നിരീക്ഷണങ്ങളെ അടിസ്ഥാനമാക്കിയാണ് ഇവർ രണ്ടുപേരും കൊല്ലപ്പെട്ടതാണെന്ന് ഞാൻ വിശ്വസിക്കുന്നത്.

ആദ്യത്തേത്: രണ്ട് സംഭവങ്ങൾ നടന്നിടത്തും മൃഗങ്ങളുടെ സാന്നിദ്ധ്യമുണ്ടായിരുന്നു. ആദ്യത്തേതിൽ സാക്ഷിയായ സ്വീർസ്ജെജ്യെൻസ്കിയും ഞാനും ഒരു പറ്റം മാനുകളെ ബിഗ്ഫൂട്ടിന്റെ വീടിനരികിൽ കാണുകയുണ്ടായി. (അക്കൂട്ടത്തിലൊന്ന് മരിച്ച വ്യക്തിയുടെ അടുക്കളയിൽ കൊല്ലപ്പെട്ട് കിടപ്പുണ്ടായിരുന്നു.) രണ്ടാമത്തെ കേസ് ആയ കമാൻഡന്റിന്റെ കാര്യത്തിൽ, ഞാനുൾപ്പെടെയുള്ള സാക്ഷികൾ, അയാളുടെ ശവം കിടന്നിരുന്ന കിണറിനു ചുറ്റിലും ധാരാളം കുളമ്പടിപ്പാടുകൾ കാണുകയുണ്ടായി. നിർഭാഗ്യകരമെന്ന് പറയട്ടെ അപ്പോൾ കാലാവസ്ഥ മോശമായിരുന്നു. പൊലീസ് എത്തുമ്പോഴേക്കും അത് കൂടുതൽ മോശമായി. ഈ പ്രധാന തെളിവുകൾ അപ്പോഴേക്കും തേഞ്ഞുമാഞ്ഞില്ലാതായി. ഈ രണ്ട് കൊലപാതകങ്ങളുടേയും അപരാധികളിലേക്ക് വിരൽ ചൂണ്ടുന്നവയായിരുന്നു ഈ തെളിവുകൾ.

രണ്ടാമത്തേത്: ഇരകളുടെ ജ്യോതിശാസ്ത്ര സംബന്ധിയായ നിലയിലെ വളരെ വ്യക്തമായചില വിവരങ്ങൾ പരിശോധിക്കാൻ ഞാൻ തീരുമാനിച്ചു. (ഇതിനെ സാധാരണയായി ജാതകം എന്നാണ് എല്ലാവരും വിളിക്കുന്നത്.) ഈ രണ്ട് കേസുകളിലും അവർ മൃഗങ്ങളാൽ ആക്രമിക്കപ്പെട്ടതാകാനാണ് സാധ്യത എന്ന് അത് വ്യക്തമാക്കി. ഗ്രഹങ്ങളുടെ വളരെ അപൂർവ്വമായ ചില വിന്യാസങ്ങളും അവസ്ഥകളുമുണ്ട്. അതുകൊണ്ടുതന്നെ ഇതെല്ലാം പൊലീസിന്റെ ശ്രദ്ധയിൽ കൊണ്ടുവരുന്നതിന് എനിക്ക് നല്ല ആത്മവിശ്വാസമുണ്ട്. രണ്ട് ജാതകങ്ങളും ഇതിനോടൊപ്പം വയ്ക്കാൻ ഞാൻ തയ്യാറാകുന്നു. പൊലീസിന്റെ ജ്യോതിഷി അവയെ പരിശോധിക്കും എന്ന പ്രതീക്ഷയോടെയാണിത് ചെയ്യുന്നത്. അങ്ങനെ എന്റെ അനുമാനങ്ങളെ പിന്തുണയ്ക്കും എന്ന പ്രതീക്ഷയിൽ.

ആത്മാർത്ഥതയോടെ

ദസ്ജെയ്കോ.

ബൂറൂസ് എന്നോടൊപ്പം മൂന്ന് നാല് ദിവസം താമസിച്ച് കഴിഞ്ഞതിനു ശേഷമാണ് ഞാൻ ഓഡ്ബോൾ എന്റെ വീട്ടിലേക്ക് വരുന്നത് കണ്ടത്. അയാൾ എന്നെ കാണാൻ ഒരിക്കലും വരാറില്ല എന്നത് കരുതുമ്പോൾ ഇതൊരു പ്രത്യേകാൽ സംഭവമായി കണക്കാക്കേണ്ടിയിരിക്കുന്നു. എന്റെ വീട്ടിൽ ഒരപരിചിതനെ കാണുന്നത് എന്തുകൊണ്ടെന്ന് അയാൾ ചിന്തിച്ച് കാണും. അതിനെക്കുറിച്ചന്വേഷിക്കാൻ വന്നതാകും. നടുവൊന്ന് മടക്കി അയാൾ അവിടെ പരതി നടന്നു. ചെറിയ കൈകൾ പുറത്ത് കെട്ടി, മുഖത്ത് ഒരു ദയനീയ ഭാവം, ദുഃഖഭാവം വരുത്തി. ഒന്ന് നിശ്വസിച്ച് ഇരുന്നു.

"മുതുക്‌വേദനയാണ്." അഭിവാദ്യത്തിനു പകരമായി അയാൾ പറഞ്ഞു.

മുറ്റത്തു നിന്ന് വീട്ടിലേക്ക് ഒരു നടപ്പാത പണിയുകയായിരുന്നു അയാൾ. അതിനായി ബക്കറ്റിൽ കോൺക്രീറ്റ് കൂട്ടി അത് പാതയിലേക്ക് ഒഴിക്കാൻ ശ്രമിക്കുകയായിരുന്നു. അപ്പോഴാണ് മുതുകെല്ലിന് വേദന തുടങ്ങിയത്. ഒരുപക്ഷേ നട്ടെല്ലിന് എന്തെങ്കിലും പറ്റിക്കാണും. അങ്ങനെ ഒരു കൈ ബക്കറ്റിന്മേലും മറുകൈ മുതുകിലുമായി. അത്ര സുഖകര മല്ലാത്ത അവസ്ഥയിലായി. വേദന മൂലം നിവർന്ന് നിൽക്കാൻ വയ്യാതായി. ഇപ്പോൾ കുറച്ച് കുറവുണ്ട്. എനിക്ക് നിർമ്മാണ ജോലികളൊക്കെ അറിയാം എന്നതിനാൽ എന്റെ സഹായം തേടി വന്നതാണ്. കഴിഞ്ഞ വർഷം ഞാൻ ഇതുപോലെ കോൺക്രീറ്റ് കൂട്ടുന്നതും ഒഴിക്കുന്നതുമെല്ലാം അയാൾ കണ്ടിട്ടുണ്ട്. അയാൾ ബൂറൂസിനെ ഒന്നൊളിഞ്ഞ് നോക്കി. പ്രത്യേകിച്ചും അയാളുടെ പന്നിവാലിനെ. അത് അഹങ്കാരത്തിന്റേയും കാപട്യത്തിന്റേയും ലക്ഷ്യമായി അയാൾ കണക്കാക്കിയിരിക്കും.

ഞാൻ അവരെ പരസ്പരം പരിചയപ്പെടുത്തി. കുറച്ച് വൈമനസ്യ ത്തോടെയാണ് ഓഡ്ബോൾ കൈ കൊടുത്തത്.

"ഇവിടെ ഇങ്ങനെ കറങ്ങി നടക്കുന്നതത്ര നല്ലതല്ല. വിചിത്രമായ കാര്യങ്ങളാണിവിടെ നടക്കുന്നതെല്ലാം." ഓഡ്ബോൾ ഭീഷണിയുടെ സ്വര ത്തിൽ അശുഭ സൂചന നൽകി. ബൂറൂസ് പക്ഷേ അത് അവഗണിച്ചു.

ബക്കറ്റിൽ കോൺക്രീറ്റ് കൂട്ടുന്ന ജോലിക്കിറങ്ങി. ഞാനും ബൂറൂസും ജോലി ചെയ്തു. ഓഡ്ബോൾ ഒരു കസേരയിലിരുന്നു. ഉപദേശങ്ങളുടെ സ്വരത്തിൽ പൊതിഞ്ഞ് നിർദ്ദേശങ്ങൾ നൽകി. ഓരോ വാക്യവും 'ഞാനു പദേശിക്കുന്നതെന്തെന്നാൽ....' എന്ന് തുടങ്ങി.

"ഞാനുപദേശിക്കുന്നതെന്തെന്നാൽ ഇങ്ങനെ ഒന്നിച്ചൊഴിക്കാതെ കുറച്ച് കുറച്ച് ഒഴിക്കുകയാകും നല്ലതെന്നാണ്. അവിടവിടെയായി ഒഴിക്കാം. അത് നിരപ്പായാൽ പിന്നെ അതിനു മീതെ പരത്തിയൊഴിക്കാം. ഞാനു പദേശിക്കുകയെന്തെന്നാൽ ആദ്യമൊഴിച്ചത് ഒന്നുണങ്ങിയിട്ട് രണ്ടാമതൊഴി ച്ചാൽ മതി എന്നാണ്. ഞാനുപദേശിക്കുന്നതെന്തെന്നാൽ ഒരാൾ മറ്റൊ രാളുടെ ഇടയിൽ കയറിയാൽ അത് ആശയക്കുഴപ്പത്തിനു കാരണമാക്കും എന്നാണ്."

ഇതൊരു ശല്യമായി. ജോലി പൂർത്തിയായപ്പോൾ ഞങ്ങൾ അയാളുടെ വീടിനു മുന്നിൽ വെയിൽ കായാനിരുന്നു. അവിടെ ചില ചെടികൾ പൂവിടാൻ തുടങ്ങിയിരുന്നു. ചുറ്റിലും സ്വർണ്ണവർണ്ണമുള്ള ഇലകൾ നിറഞ്ഞിരുന്നു.

“നിങ്ങൾ ജീവിതത്തിൽ എന്തൊക്കെ ചെയ്തിട്ടുണ്ട്?” ബ്രൂറൂസ് പെട്ടെന്ന് ചോദിച്ചു.

ആ ചോദ്യം അപ്രതീക്ഷിതമായിരുന്നു. അത് കേട്ടതും ഒരുപാട് ഓർമ്മകൾ എന്നെത്തേടിയെത്തി. അവ എന്റെ കണ്ണിനു മുന്നിൽ ഒഴുകി നടക്കാൻ തുടങ്ങി. ഓർമ്മകൾ എപ്പോഴും അങ്ങനെയാണ്. എല്ലാം നല്ലതെന്നേ തോന്നൂ. യാഥാർത്ഥ്യത്തേക്കാൾ സുന്ദരമെന്ന്. ആഹ്ലാദകരമെന്ന്. അത് വിചിത്രമാണ്. ഞങ്ങൾ പക്ഷേ ഒന്നും പറഞ്ഞില്ല.

എന്റെ പ്രായത്തിലുള്ളവർക്ക്, അവർ യഥാർത്ഥത്തിൽ സ്നേഹിക്കുകയും അവരുടേതാണെന്ന് കരുതുകയും ചെയ്തിരുന്ന സ്ഥലങ്ങൾ ഇപ്പോഴില്ലാതായിരിക്കുന്നു. ബാല്യം കഴിച്ച സ്ഥലങ്ങൾ, യൗവ്വനം കഴിച്ച സ്ഥലങ്ങൾ എല്ലാം ഇല്ലാതായിരിക്കുന്നു. അവധിയാഘോഷിക്കാൻ പോയ ഗ്രാമങ്ങൾ, ആദ്യപ്രണയം പുഷ്പിച്ച, സുഖകരമല്ലാത്ത ബഞ്ചുകളുള്ള പാർക്കുകൾ, നഗരങ്ങൾ, കഫേകൾ, അവർ പണ്ട് വസിച്ചിരുന്ന വീടുകൾ എല്ലാം. അവയുടെ ബാഹ്യരൂപം സംരക്ഷിച്ച് നിർത്തിയിട്ടുണ്ടെങ്കിലും അവ വേദനാജനകമാകും. അകം ശൂന്യമായ പുറംതോടുകൾ മാത്രമാകും. തിരിച്ച് പോകാൻ എനിക്കൊരു ഇടമില്ല. ഇതൊരു തുറുങ്ക് പോലെയാണ്. ഈ തുറുങ്കിന്റെ ചുമരുകളാണ് ഞാൻ എനിക്ക് ചുറ്റിലും കാണുന്ന ചക്രവാളം. അവയ്ക്കപ്പുറത്ത് എനിക്കപരിചിതമായ ലോകമാണ്. അതെന്റേതല്ല. അതുകൊണ്ടുതന്നെ എന്നെപ്പോലെയുള്ളവർക്ക് ഇവിടെ, ഇപ്പോൾ എന്നതേ സാധ്യമാകൂ. ഭാവി എന്നത് സംശയകരമാണ്. വരാനിരിക്കുന്നതെല്ലാം വരയ്ക്കപ്പെടാത്തതും അനിശ്ചിതവുമാണ്. വായുവൊന്ന് ചലിച്ചാൽ ഇല്ലാതാകുന്ന മരീചിക പോലെയാണത്. ഞങ്ങളങ്ങനെ നിശ്ശബ്ദരായിരിക്കുമ്പോൾ എന്റെ മനസ്സിലൂടെ കടന്ന് പോയ ചിന്തകളാണിതെല്ലാം. അതൊരു സംഭാഷണത്തേക്കാൾ നല്ലതാണെന്ന് എനിക്ക് തോന്നി. എനിക്കപ്പുറത്തിരിക്കുന്ന പുരുഷമാരുടെ മനസ്സിൽ അപ്പോൾ എന്തായിരുന്നു എന്ന് എനിക്കറിയില്ല. ഒരുപക്ഷേ അവരും ഇതൊക്കെ തന്നെയാകും ചിന്തിച്ചിരിക്കുക.

അന്ന് സായാഹ്നത്തിൽ വീണ്ടും കാണാം എന്ന് ഞങ്ങൾ പരസ്പരം സമ്മതിച്ചു. സായാഹ്നത്തിൽ കണ്ടപ്പോൾ കുറച്ച് വീഞ്ഞ് പങ്കുവെച്ചു. പാട്ടു പാടി. “Today I cannot come to see you...” എന്ന ഗാനത്തോടെയാണ് തുടങ്ങിയത്. മൃദുസ്വരത്തിൽ ഇത്തിരി ലജ്ജിച്ചാണത് തുടങ്ങിയത്. ഞങ്ങളുടെ ഓറഞ്ച് തോട്ടങ്ങളിലേക്ക് തുറക്കുന്ന ജാലകങ്ങൾക്കപ്പുറത്ത്

രാവിന്റെ വലിയ കാതുകൾ ഞങ്ങളെ കേൾക്കുന്നുണ്ടോ എന്ന് ഭയന്ന്. നിങ്ങളുടെ ഓരോ ചിന്തയേയും അത് ഒളിച്ചിരുന്ന് കേൾക്കുമോ എന്ന് ഭയന്ന്. ഞങ്ങളുടെ വാക്കുകളെയെല്ലാം ഒപ്പിയെടുക്കുമോ എന്ന് ഭയന്ന്. ഞങ്ങൾ പാടുന്ന പാട്ടിലെവരികൾ പോലും ഒപ്പിയെടുക്കുമെന്ന് ഭയന്ന്. അങ്ങിനെ ഒപ്പിയെടുത്ത് അതെല്ലാം ഉന്നത കോടതിയുടെ സൂക്ഷ്മപരിശോധനയ്ക്കായി സമർപ്പിച്ചേക്കുമോ എന്ന് ഭയന്ന്.

ബൂറൂസിന് ആശങ്കയൊന്നുമില്ലായിരുന്നു. അത് മനസ്സിലാക്കാവുന്നതാണല്ലോ. അയാൾ അപ്പോൾ സ്വന്തം വീട്ടിലല്ല. അതിഥിയാകുമ്പോഴുള്ള ഇത്തരം പ്രകടനങ്ങൾ ഏറ്റവും ഭ്രാന്തമായിരിക്കുകയും ചെയ്യും. അയാൾ കസേരയിൽ ചാരിയിരുന്ന് ഗിറ്റാർ വായിക്കുകയാണെന്ന് അഭിനയിച്ചു. കണ്ണടച്ച് പാടിത്തുടങ്ങി.

"Dereeeez a hooouse in Noo Orleeenz, deycaaal de Riiisin' Sun..."

(ദേർ ഈസ് അ ഹൗസ് ഇൻ ന്യൂ ഓർലിയൻസ്, ദെ കാൾ ദ റൈസിങ്ങ് സൺ....)

ഏതോ മന്ത്രസ്പർശത്താലെന്ന പോലെ ഞാനും ഓഡ്ബോളും ആ വാക്കുകൾക്കൊപ്പം ചേർന്നു. ആ ഈണത്തിനൊപ്പം ചേർന്നു. പരസ്പരം ഒളികണ്ണിട്ട് നോക്കി. ഞങ്ങൾ തമ്മിൽ എങ്ങനെ ഇങ്ങനെയൊരു സമവായത്തിലെത്തി എന്നത്ഭുതപ്പെട്ടു. പാട്ട് തുടർന്നു.

"ഓ മദർ, ടെൽ യുവർ ചിൽഡ്രൻ" എന്നെത്തുന്നിടംവരെ ഞങ്ങൾക്കെല്ലാം അതിലെ വരികൾ അറിയാമായിരുന്നു. അത് ഞങ്ങളുടെ ഓർമ്മശക്തിയെ കാണിക്കുന്നു. അവിടെയെത്തിയപ്പോൾ ഞങ്ങൾ മൂളാൻ തുടങ്ങി. പാടുകയാണെന്ന് അഭിനയിക്കാൻ തുടങ്ങി. പാടിയില്ല. ഞങ്ങൾ പൊട്ടിച്ചിരിച്ചു. അത് സുന്ദരവും രസകരവുമായിരുന്നു. മനസ്സിനെ മഥിക്കുന്നതായിരുന്നു. അതിനുശേഷം ഞങ്ങൾ വീണ്ടും നിശ്ശബ്ദരായി. മറ്റ് പാട്ടുകൾ ഓർത്തെടുക്കാൻ ശ്രമിച്ചു. മറ്റ് ഗായകർ എന്തു ചെയ്യുകയായിരുന്നു എന്ന് എനിക്കറിയില്ല. പക്ഷേ എന്റെ ഗാന പുസ്തകം ഒന്നിച്ച്, അപ്പാടെ, എന്റെ തലയിലേക്കെത്തി. ബൂറൂസ് അപ്പോൾ അകത്ത് കയറി ഒരു ചെറിയ പ്ലാസ്റ്റിക് ബാഗുമായെത്തി. അതിൽ നിന്ന് ഉണക്കിയ ചില പച്ചിലകളെടുത്തു. അതുപയോഗിച്ച് സിഗരറ്റുണ്ടാക്കാൻ തുടങ്ങി.

"ദൈവമേ! ഞാനൊരു സിഗരറ്റ് വലിച്ചിട്ട് ഇരുപത് വർഷമായി" ഓഡ്ബോൾ പെട്ടെന്ന് പറഞ്ഞു. അയാളുടെ കണ്ണുകൾ തിളങ്ങി. ഞാനയാളെ അത്ഭുതത്തോടെ, ആശ്ചര്യത്തോടെ നോക്കി.

സുന്ദരമായ ഒരു രാവായിരുന്നു അത്. നല്ല നിലാവുള്ളരാവ്. ജൂൺ മാസത്തിലെ പൗർണ്ണമിയെ ഞങ്ങൾ ബ്ലൂ മൂൺ എന്നാണ് വിളിക്കാറുള്ളത്. നല്ല നീലിമയിലാണത് വിടരുന്നത് എന്നതിനാലാണിങ്ങനെ ഒരു പേര്. എന്റെ ജ്യോതിശാസ്ത്ര ചിന്തകൾ അനുസരിച്ച് ഈ രാവിന് അഞ്ച് മണിക്കൂർ ദൈർഘ്യമുണ്ടാകും.

ഞങ്ങൾ ആപ്പിൾമരങ്ങൾക്ക് കീഴെയാണിരിക്കുന്നത്. ആപ്പിൾ പഴുക്കാൻ തുടങ്ങിയിരിക്കുന്നു. ആപ്പിളിന്റെ ഗന്ധം ചുറ്റിലും പരക്കാൻ തുടങ്ങിയിരിക്കുന്നു. എനിക്ക് സമയത്തെക്കുറിച്ചുള്ള ബോധം നഷ്ടമായി. ഓരോ സംഭാഷണങ്ങൾക്കും ഇടയിലുള്ള നിശ്ശബ്ദതകൾ അവസാനിക്കുകയില്ലെന്ന് തോന്നി. സമയത്തിന്റെ ഒരു വലിയ പാതാളക്കുഴി ഞങ്ങൾക്ക് മുന്നിൽ തുറന്ന് നിന്നു. ഞങ്ങൾ നൂറ്റാണ്ടുകളായി സംസാരിച്ചുകൊണ്ടേയിരിക്കുന്നു. ഒരേ കാര്യം നിർത്താതെ വീണ്ടും വീണ്ടും പറയുന്നു. ഒരൊറ്റ ജോടി ചുണ്ടുകൾകൊണ്ട് പറഞ്ഞു തുടങ്ങുന്നു. പിന്നെ അടുത്ത ജോടി ചുണ്ടുകൾ ഏറ്റ് പിടിക്കുന്നു. ഇപ്പോൾ ഞങ്ങൾ ഏതിനെക്കുറിച്ച് തർക്കിച്ചുകൊണ്ടിരിക്കുന്നുവോ, എന്തിനെ എതിർക്കുന്നുവോ അതേ വീക്ഷണകോണിനായി മുമ്പ് ഞങ്ങൾ തന്നെ വാദിച്ചിരുന്നു എന്ന്, അതിനെ പ്രതിരോധിച്ചിരുന്നു എന്ന്, മറക്കുന്നു. സത്യത്തിൽ ഞങ്ങൾ വാഗ്വാദത്തിലായിരുന്നില്ല. സംഭാഷണത്തിലായിരുന്നു. മൂന്ന് പേർ ചേർന്നുള്ള സംഭാഷണം. മൂന്ന് വനദേവതമാരുടെ സംഭാഷണംപോലെ. വനദേവതകളായിട്ടല്ല. മറ്റൊരു തരം ജീവജാലമായിട്ട്. പാതിമൃഗവും പാതി മനുഷ്യനുമായ ഒന്ന്. ഞങ്ങളെപ്പോലെയുള്ള അനേകർ കാട്ടിലും തോട്ടത്തിലുമുണ്ടെന്ന് അപ്പോൾ ഞാൻ തിരിച്ചറിഞ്ഞു. ഞങ്ങളുടെ മുഖം രോമം കൊണ്ട് മൂടിയിരിക്കുന്നു. വിചിത്രങ്ങളായ മാറിടങ്ങളുണ്ട് ഞങ്ങൾക്ക്. മരച്ചില്ലകളിൽ ചേക്കേറിയ ഞങ്ങളുടെ വവ്വാലുകളും പാടുന്നുണ്ട്. അവയുടെ കൂർത്ത, കർണ്ണകഠോരങ്ങളായ, കമ്പനങ്ങളുണ്ടാക്കുന്ന സ്വരം, മഞ്ഞിന്റെ കണങ്ങളെ ഉന്തിത്തള്ളുന്നുണ്ടായിരുന്നു. അങ്ങനെ ഞങ്ങൾക്ക് ചുറ്റിലുമുള്ള രാവും മൃദുവായി പാടാൻ തുടങ്ങിയിരിക്കുന്നു. ഒരു രാത്രി പ്രാർത്ഥനയ്ക്കായി എല്ലാ ജീവജാലങ്ങളേയും അത് വിളിച്ച് കൂട്ടാൻ തുടങ്ങിയിരിക്കുന്നു.

ബ്യൂറൂസ് വീടിനുള്ളിൽ അപ്രത്യക്ഷനായി. ഓഡ്ബോളും ഞാനും പരസ്പരം ഉരിയാടാതെ ഇരുന്നു. അയാൾ കണ്ണുകൾ തുറന്ന് വെച്ചിരുന്നു. നോട്ടം എന്നിലേക്ക് തന്നെയായിരുന്നു. ആ നോട്ടത്തിൽ നിന്ന് രക്ഷപ്പെടാനായി ഞാൻ ഒരു മരത്തിന്റെ നിഴലിലേക്ക് മാറിയിരുന്നു. അവിടെ ഒളിച്ചിരുന്നു.

"എന്നോട് ക്ഷമിക്കൂ." അയാൾ പറഞ്ഞു. അതിനപ്പുറമൊന്നും പറഞ്ഞില്ല. എന്റെ മനസ് ഒരു തീവണ്ടിയെഞ്ചിൻ പോലെ പായാൻ തുടങ്ങി. എന്തുകൊണ്ടാണയാൾ അങ്ങനെ പറഞ്ഞതെന്ന് മനസ്സിലാക്കാനുള്ള ശ്രമത്തിലായിരുന്നു അത്. എന്തിനാണ് ഞാൻ അയാൾക്ക് മാപ്പ് നൽകേണ്ടത്? എന്റെ അഭിവാദ്യങ്ങളോട് പ്രതികരിക്കാതെ അയാൾ ഒഴിഞ്ഞ് മാറി നിന്ന് ദിവസങ്ങൾ എന്റെ ഓർമ്മയിലെത്തി. ഒരു ദിവസം അയാളുടെ അടുക്കളയിലേക്ക്, അതിവൃത്തിയിൽ സൂക്ഷിച്ചിരിക്കുന്ന അടുക്കളയിലേക്ക്, എന്നെ കയറ്റാതിരുന്നത് ഓർമ്മവന്നു. ആ അടുക്കളവരെ ഞങ്ങൾ അന്ന് ഒന്നിച്ച് സംസാരിച്ചെത്തിയിരുന്നു. ഞാൻ രോഗിയായി കിടന്നപ്പോൾ

എന്റെ കാര്യങ്ങളൊന്ന് അന്വേഷിക്കുകകൂടി ചെയ്യാത്തതിനാകുമോ എന്നായിരുന്നു മറ്റൊരു ചിന്ത. അന്ന് ഞാൻ മരണം കണ്ട് കിടപ്പായിരുന്നല്ലോ.

എന്നാൽ ഇതിനൊക്കെ എന്നോടെന്തിനിപ്പോൾ ക്ഷമ ചോദിക്കണം? ഒരുപക്ഷേ അയാൾ അയാളുടെ തണുപ്പൻ പ്രകൃതമുള്ള മകനെക്കുറിച്ചാലോചിച്ചിട്ടുണ്ടാകണം. ബ്ലാക്ക്കോട്ടിനെക്കുറിച്ച്. നമ്മുടെ കുട്ടികൾ ചെയ്യുന്നതിന്റെ ഉത്തരവാദിത്വം നമുക്കേറ്റെടുക്കാനാകുമോ? ഇല്ലല്ലോ അല്ലേ?

അവസാനം ബൂറൂസ് വാതിൽക്കൽ പ്രത്യക്ഷപ്പെട്ടു. അയാളുടെ കയ്യിൽ എന്റെ ലാപ്ടോപ്പുണ്ടായിരുന്നു. ഈ ദിവസങ്ങളിലെല്ലാം അയാൾ തന്നെയാണത് ഉപയോഗിച്ചിരുന്നത്. ദീർഘനേരം എല്ലാം നിശ്ശബ്ദമായിരുന്നു. എന്തെങ്കിലുമൊരു സൂചകത്തിനായി കാത്തിരിക്കുകയാണ് ഞങ്ങൾ എന്ന് തോന്നി. അവസാനം ഒരു കൊടുങ്കാറ്റിന്റെ ഒച്ച കേട്ടു. ഞങ്ങൾ ഭയന്നില്ല. അത്ഭുതപ്പെട്ടില്ല. മഞ്ഞിൽ കേട്ട മണിയടികളെ കൊടുങ്കാറ്റിന്റെ സ്വരം മറികടന്നു. ഇപ്പോഴത്തെ മാനസികാവസ്ഥയ്ക്ക് യോജിച്ച മറ്റൊരു സംഗീതമുണ്ടാകില്ല. ഇത് ഈ ഒരു സായാഹ്നത്തിനായി ചിട്ടപ്പെടുത്തിയതാകണം.

'കൊടുങ്കാറ്റിലെ യാത്രികർ' എവിടെ നിന്നെന്നില്ലാതെ വാക്കുകൾ മുഴങ്ങി.

"കൊടുങ്കാറ്റിലെ യാത്രികരെ
നമ്മൾ ജനിച്ചത് ഈ വീട്ടിലാണ്
ഈ ലോകത്തിലേക്ക് എടുത്തെറിയപ്പെട്ടവർ
അസ്ഥികളില്ലാത്ത നായയെപ്പോലെ
കടമെടുത്ത അഭിനേതാവിനെപ്പോലെ
നമ്മൾ കൊടുങ്കാറ്റിലെ യാത്രികർ....

ബൂറൂസ് കസേരയിലിരുന്ന് ചാഞ്ചാടി. മൂളിപ്പാട്ട് പാടി. ആ ഗാനത്തിന്റെ വരികൾ വീണ്ടും വീണ്ടുമാവർത്തിച്ചു. ഒരേ വാക്കുകൾ. ഒരേ വരികൾ.

"ചിലർ എന്തുകൊണ്ട് പാപികളും ദുഷ്ടന്മാരുമാകുന്നു?" ബൂറൂസ് അലങ്കാരങ്ങൾ കലർത്തി ചോദിച്ചു.

"ശനി." ഞാൻ പറഞ്ഞു. "പ്ലോട്ടെമിയുടെ പുരാതന ജ്യോതിഷം പറയുന്നത് അതിനു കാരണം ശനിയാണെന്നാണ്. അതിന്റെ അപസ്വര നാളുകളിൽ മർത്ത്യനെ ഊർജ്ജമില്ലാത്തവരും അസൂയയുള്ളവരും ഏകാന്തരും ദുഃഖിതരുമാക്കാൻ ശനിക്കാകും. അവർ ദുഷ്ടചിന്തകളുള്ളവരാകും. ഭീരുക്കളാകും. ലജ്ജയെന്തെന്നറിയാത്തവരാകും. അവർ മറ്റുള്ളവരെ കബളിക്കുന്നതിനു പദ്ധതിയിടും. തിന്മകൾ മാത്രം സംസാരിക്കും.

സ്വന്തം ശരീരം ശ്രദ്ധിക്കുകയില്ല. കയ്യിലുള്ളതിനേക്കാൾ കൂടുതൽ വേണമെന്ന അടങ്ങാത്ത ആഗ്രഹമുണ്ടാകും. ഒന്നിലും സന്തുഷ്ടരാകില്ല. അങ്ങനെയുള്ളവരെയല്ലേ താങ്കളും ഉദ്ദേശിച്ചത്?"

"അവരെ വളർത്തിയതിന്റെ കുഴപ്പവുമാകാം." ഓഡ്ബോൾ കൂട്ടിച്ചേർത്തു. ഓരോ വാക്കും വളരെ ശ്രദ്ധിച്ചാണയാൾ പുറത്തുവിട്ടത്. തന്റെ നാക്ക് തന്നെ കബളിപ്പിച്ച് മറ്റെന്തെങ്കിലും പുറത്തു വിട്ടാലോ എന്ന് ഭയക്കുന്നതുപോലെയായിരുന്നു അയാളുടെ അപ്പോഴത്തെ സംസാരം. ഈ ഒരു വാക്യം മുഴുവൻ പറഞ്ഞ് കഴിഞ്ഞപ്പോൾ അയാൾ മറ്റൊന്നുകൂടി പറയാൻ ധൈര്യപ്പെട്ടു.

"അല്ലെങ്കിൽ വർഗസമരമാകാം."

"അതുമല്ലെങ്കിൽ മോശം പരിശീലനമാകാം." ബ്രൂറൂസ് കൂട്ടിച്ചേർത്തു.

"വിഷചിന്തകളുള്ള അമ്മയാകാം." ഞാൻ പറഞ്ഞു.

"അധികാരഭാവമുള്ള അച്ഛൻ."

"ബാല്യത്തിലെ ലൈംഗികപീഡകൾ."

"മുലപ്പാലൂട്ടാതിരിക്കൽ."

"ടെലിവിഷൻ."

"ഭക്ഷണത്തിൽ ലിഥിയം, മാഗ്നീഷ്യം എന്നിവയുടെ അഭാവം."

"സ്റ്റോക്ക് എക്സ്ചേഞ്ച്." ഓഡ്ബോൾ ഒച്ചയിട്ടു. അയാൾക്ക് അപ്പോഴേക്കും വലിയ ആവേശമായിട്ടുണ്ടായിരുന്നു. എന്നാൽ അയാൾ അതിശയോക്തിയാണീ പറഞ്ഞതെന്ന് എനിക്ക് തോന്നി.

"ഇല്ല. ഇത്ര നിസ്സാരവത്കരിക്കരുത്. എങ്ങനെയാണത്?" ഞാൻ ചോദിച്ചു.

അയാൾ തിരുത്തി. "അരോചകമായ ഒരു ഞെട്ടലിനുശേഷമുള്ള കാലം."

"ശാരീരിക ഉത്തേജനങ്ങൾ മനസ്സിലുണ്ടാക്കുന്ന ചലനങ്ങൾ."

ഞങ്ങൾ ആശയങ്ങളെ അമ്മാനമാടി. ശേഖരത്തിലുള്ള ആശയങ്ങൾ അവസാനിക്കുന്നതുവരെ അത് തുടർന്നു. ആ കളി രസകരമായി ഞങ്ങൾക്ക് തോന്നി.

"പക്ഷേ ശരിയായ കാരണം ശനിയാണ്." ചിരിയുടെ അവസാനം ഞാൻ പറഞ്ഞു.

ഞങ്ങൾ ഓഡ്ബോളിനു കൂട്ടായി അയാളുടെ വീട് വരെ നടന്നു. നടക്കുന്നതിനിടയിൽ സംസാരിക്കാതിരിക്കാൻ ശ്രദ്ധിച്ചു. സംസാരിച്ചാൽ എഴുത്തുകാരി എഴുന്നേൽക്കുമോ എന്ന ഭയത്താലായിരുന്നു അത്. എന്നാൽ സംസാരിക്കാതിരിക്കുക എന്ന കലയിൽ ഞങ്ങൾ അത്ര

നിപുണരായിരുന്നില്ല. സെക്കന്റുകൾ ഇടവിട്ട് ഞങ്ങളിൽ നിന്ന് ചിരികൾ ഉയരുന്നുണ്ടായിരുന്നു.

മെത്തയിലേക്ക് നീങ്ങുന്നതിനു മുമ്പ്, വീഞ്ഞിന്റെ ധൈര്യത്തിൽ, ഞാനും ബൂറൂസും ആലിംഗനം ചെയ്തു. ആ സായാഹ്നത്തിന് പരസ്പരം നന്ദി പറഞ്ഞു. കുറച്ച് കഴിഞ്ഞപ്പോൾ അയാളെ ഞാൻ അടുക്കളയിൽ കണ്ടു. ടാപ്പിൽ നിന്ന് വെള്ളമെടുത്ത് ഗുളിക കഴിക്കുന്നത് കണ്ടു.

അയാളും ഒരു നല്ല മനുഷ്യനാണല്ലോ എന്ന് ഞാൻ ചിന്തിച്ചു. അയാളും രോഗിയാണെന്നതും നല്ലത് തന്നെ. ആരോഗ്യമുള്ളയാളായിരിക്കുക എന്നത് സുരക്ഷിതമല്ലാത്ത ഒരവസ്ഥയാണ്. അതത്ര നല്ല കാര്യമല്ല. ശാന്തമായി രോഗിയാകുന്നതാണ് നല്ലത്. അങ്ങനെയെങ്കിൽ നമ്മുടെ മരണകാരണം എന്തായിരിക്കും എന്നെങ്കിലും നമുക്കറിയാനാകും.

രാത്രിയിൽ അയാൾ എനിക്കരികിൽ വന്നു. എന്റെ മെത്തയ്ക്കരികിൽ ചമ്രം പടഞ്ഞിരുന്നു. ഞാനുറങ്ങുകയായിരുന്നില്ല.

“ഉറങ്ങുകയാണോ?” അയാൾ ചോദിച്ചു.

“മതഭക്തിയുണ്ടോ?” ഞാനൊരു മറുചോദ്യമുന്നയിച്ചു.

“ഉവ്വ്.” അഭിമാനപൂർവ്വം അയാൾ പറഞ്ഞു. “ഞാനൊരു നിരീശ്വരവാദിയാണ്.”

എനിക്കത് ജിജ്ഞാസ നൽകി.

ഞാൻ പുതപ്പ് ഉയർത്തി. എന്നോടൊപ്പം ചേരാൻ ക്ഷണിച്ചു. ഞാൻ പക്ഷേ ലഹരിയിലോ വൈകാരികമായ കാല്പനികതയിലോ ആയിരുന്നില്ല. അതിനെക്കുറിച്ച് ഞാൻ ഇനി അധികം സംസാരിക്കുന്നില്ല.

പിറ്റേന്ന് ശനിയാഴ്ചയായിരുന്നു. പ്രഭാതത്തിൽതന്നെ ഡിസ്സി പ്രത്യക്ഷപ്പെട്ടു.

ഞാനപ്പോൾ തോട്ടത്തിൽ ജോലി ചെയ്യുകയായിരുന്നു. എന്റെ സിദ്ധാന്തങ്ങളിലൊന്ന് പരീക്ഷിക്കുകയായിരുന്നു. സ്ഥൂലരൂപങ്ങളെ നമുക്ക് പാരമ്പര്യവശാൽ ലഭ്യമാകും എന്നതിന് തെളിവ് എനിക്ക് ലഭിക്കും എന്ന് ഞാൻ ചിന്തിക്കുന്നു. ആധുനിക ജനിതകശാസ്ത്രത്തിൽ ഇപ്പോൾ വട്ടമിട്ട് പറക്കുന്നത് അതാണല്ലോ. നമ്മൾ ആർജ്ജിച്ചെടുത്ത ചില സ്വഭാവവിശേഷങ്ങൾ വരുംതലമുറകളിൽ അസ്ഥിരമായ, താത്കാലികമായ, ക്രമമില്ലാത്ത പ്രത്യക്ഷപ്പെടലുകൾ നടത്തുന്നുണ്ടെന്നത് ഞാൻ ശ്രദ്ധിച്ചിട്ടുണ്ട്.

അതിനാൽ മൂന്ന് വർഷം മുമ്പ് ഞാൻ മെൻഡലിന്റെ പരീക്ഷണം ആവർത്തിക്കാൻ തീരുമാനിച്ചു. ഒരു പയറുവർഗ്ഗത്തിലാണ് ഞാനാ പരീക്ഷണം തുടങ്ങിയിരിക്കുന്നത്. ഇപ്പോൾ ആ പരീക്ഷണത്തിന്റെ പാതിയിലെത്തിയിരിക്കുന്നു. ഞാൻ അഞ്ചു തലമുറകളായി ആ ചെടിയുടെ

പൂവിതളുകൾ വെട്ടിക്കളയുന്നു. രണ്ട് വർഷത്തിനുള്ളിലാണിങ്ങനെ അഞ്ച് തലമുറകളിലൂടെ കടന്നുപോയത്. എന്നിട്ട് ഇനിയൊരു തലമുറ കേടുവന്ന ഇതളുകളുള്ള പൂക്കൾ നൽകുമോ എന്ന് പരീക്ഷിക്കാനൊരുങ്ങുന്നു. ഇതുവരേക്കുമുള്ള ഫലം വളരെ പ്രോത്സാഹജനകമാണെന്ന് പറയേണ്ടിയിരിക്കുന്നു.

ഡിസ്സിയുടെ ആ പഴയ കാർ അതിവേഗമാണ് വളവ് തിരിഞ്ഞു വന്നത്. അമിതാവേശം എന്നൊക്കെ വേണമെങ്കിൽ അതിനെ വിളിക്കാം. വന്ന് നിന്നയുടനെ ഡിസ്സി അതിൽ നിന്ന് എടുത്ത് ചാടി. അവൻ കുപിതനായിരുന്നു.

“അവർ ഇന്നേർഡിന്റെ ശവം കണ്ടെത്തി. ചത്ത് ചീഞ്ഞിരിക്കുന്നു. ആഴ്ചകളായിട്ടുണ്ടാകും മരിച്ചിട്ട്.”

എന്റെ നാഡികളെല്ലാം തളർന്നു. ഞാൻ അവിടെതന്നെ ഇരുന്നു. ഇങ്ങനെ ഒരു വാർത്ത ഞാൻ പ്രതീക്ഷിച്ചിരുന്നില്ല.

“അതായത് അയാൾ കാമുകിയുമൊത്ത് ഒളിച്ചോടിയതൊന്നുമല്ല എന്ന്, അല്ലേ?” ബ്യൂറൂസ് പറഞ്ഞു. അയാൾ അടുക്കളയിൽ നിന്ന് ഒരു കപ്പ് ചായയുമായി പുറത്തിറങ്ങിയതായിരുന്നു. തന്റെ നിരാശ അയാൾ പ്രകടിപ്പിക്കാതിരുന്നില്ല.

ഡിസ്സി അയാളേയും എന്നേയും മാറി മാറി നോക്കി. എന്തെങ്കിലും പറയാനാകാതെ ആശ്ചര്യഭരിതനായി നിന്നു. എനിക്ക് അവരെ പരിചയപ്പെടുത്തേണ്ടതായിട്ടുണ്ടായിരുന്നു. ഞാനത് പൊടുന്നനെ ചെയ്തു തീർത്തു. അവർ കൈകുലുക്കി.

“അതവർക്ക് ആദ്യമേ വ്യക്തമായിരുന്നു. അയാൾ ക്രെഡിറ്റ് കാർഡുകൾ ഒന്നും കൊണ്ടുപോയിരുന്നില്ല. ബാങ്ക് അക്കൗണ്ടിൽ നിന്ന് ഇതുവരേക്കും പണമൊന്നും പിൻവലിച്ചിട്ടില്ല. അയാളുടെ പാസ്പോർട്ട് മാത്രം കണ്ടുകിട്ടിയില്ല.” ഡിസ്സിയുടെ ആവേശമൊന്ന് തണുത്തിരിക്കുന്നു.

ഞങ്ങൾ വീടിന് പുറത്ത് ഇരുന്നു. മരത്തടികൾ കക്കാനെത്തിയവരാണ് ശവം കണ്ടത് എന്ന് ഡിസ്സി പറഞ്ഞു. കുറുക്കന്മാരുടെ ഫാമിന്റെ ദിശയിൽ നിന്നും അവർ കാട്ടിലേക്ക് കയറിയതായിരുന്നു. സന്ധ്യയ്ക്ക് തൊട്ടുമുമ്പ് അവർ അവിടെ ആ അവശിഷ്ടങ്ങൾ കണ്ടെത്തി, എന്നാണവർ അവകാശപ്പെടുന്നത്. പുല്ലിൽ കിടക്കുകയായിരുന്നുവത്രേ. അവിടെ ഒരു കുഴിയുണ്ടായിരുന്നു. പണ്ടെന്നോ മണ്ണെടുത്ത ഒരുകുഴി. അതിലാണ് കിടന്നിരുന്നത്. സംഭ്രമിപ്പിക്കുന്ന, ഭീഷണമായ രൂപത്തിലാണത് കിടന്നിരുന്നത്. അതൊരു മനുഷ്യന്റെ ശവമാണെന്ന് തിരിച്ചറിയാൻ തന്നെ സമയമെടുത്തു. അത്രയ്ക്ക് വികൃതമായിട്ടുണ്ടായിരുന്നു. ആദ്യമവർ ഭയന്നോടി. പിന്നെ അവരുടെ അന്തരാത്മാവ് അവരെ അങ്ങോട്ട് തിരിച്ചുകൊണ്ടുപോയി.

സ്വാഭാവികമായും അവർക്ക് പൊലീസിൽ അറിയിക്കാൻ ഭയമുണ്ടായിരുന്നു. അവർ പൊലീസിൽ അറിയിക്കാൻ ചെന്നാൽ അവരെന്തിനവിടെ പോയി എന്ന അന്വേഷണം വരും. അവരുടെ ചെയ്തികൾ വെളിപ്പെടും. അവർക്ക് വേണമെങ്കിൽ ഞങ്ങൾ വെറുതെ അതിലേ വണ്ടിയും കൊണ്ടുപോയതാണെന്നൊക്കെ പറയാം. എങ്കിലും...

അന്ന് സായാഹ്നത്തിൽ ഏറെ വൈകി അവർ പൊലീസിനെ വിളിച്ചു. രാത്രിയിൽ ഫോറൻസിക് സംഘമെത്തി. വസ്ത്രത്തിന്റെ അവശിഷ്ടങ്ങളിൽ നിന്ന് അവർ ഇത് ഇന്നേർഡ് ആണെന്ന് തിരിച്ചറിഞ്ഞു. അയാൾ ഒരു തുകൽജാക്കറ്റാണ് ധരിച്ചിരുന്നത്. എന്നാൽ പരീക്ഷണങ്ങളൊക്കെ കഴിഞ്ഞ് തിങ്കളാഴ്ച എല്ലാം വ്യക്തമാകും.

ഞങ്ങളുടെ പെരുമാറ്റത്തെ ഓഡ്ബോളിന്റെ മകൻ 'ബാലിശം' എന്നാണ് വിലയിരുത്തിയത്. എനിക്കാകട്ടെ അത് യുക്തിയുക്തമെന്നാണ് തോന്നിയത്. ഞങ്ങളെല്ലാം ഒന്നിച്ച് എന്റെ സമുറായിയിൽ കുറുക്കന്മാർക്കായുള്ള ഫാമും കടന്ന് ശവം കണ്ടിടത്തേക്ക് പോയി. ഇങ്ങനെ ബാലിശമായി പെരുമാറിയത് ഞങ്ങൾ മാത്രമല്ലായിരുന്നു. ഏകദേശം ഇരുപതോളമാളുകൾ അവിടെ എത്തിച്ചേർന്നിരുന്നു. ട്രാൻസിൽ വാനിയയിൽ നിന്നുള്ളവർ. പിന്നെ കാട്ടിൽ ജോലി ചെയ്യുന്നവരുമുണ്ടായിരുന്നു. മീശക്കാരുണ്ടായിരുന്നു. ഓറഞ്ച് നിറമുള്ള പ്ലാസ്റ്റിക് ടേയ്പ്പുകൾ മരങ്ങളിൽ വലിച്ച് കെട്ടിയിരുന്നു. ദൂരെ നിന്ന് കാണികൾക്ക് അവിടെ എന്താണുള്ളതെന്ന് തിരിച്ചറിയുക ബുദ്ധിമുട്ടായിരുന്നു.

ഒരു മദ്ധ്യവയസ്ക എനിക്കരികിലെത്തി. എന്നോട് "മാസങ്ങളായി എന്ന് തോന്നുന്നു. കുറുക്കന്മാർ കടിച്ച് പൊളിച്ചിട്ടുണ്ട്." എന്ന് പറഞ്ഞു.

ഞാൻ തലയാട്ടി. ഞാനവരെ തിരിച്ചറിഞ്ഞു. ഗുഡ്ന്യൂസിന്റെ കടയിൽ വെച്ച് പല തവണ ഞങ്ങൾ കണ്ടുമുട്ടിയിട്ടുണ്ട്. ഇന്നൊസെന്റ എന്നാണവരുടെ പേര്. ആ പേര് എനിക്കിഷ്ടമായി. അതിനപ്പുറം അവരോട് എനിക്ക് അസൂയയൊന്നുമില്ല. അവർക്ക് ഒന്നിനും കൊള്ളാത്ത ആൺമക്കളുണ്ട്. ഒരിക്കലും ഒരുപകാരത്തിനും കൊള്ളാത്തവർ.

"ആകെ പൂപ്പൽ പിടിച്ച് വെളുത്തിരുന്നു എന്നാണീ കുട്ടികൾ പറഞ്ഞത്. ആകെ വെളുത്തിരുന്നു എന്ന്."

"അങ്ങനെ സംഭവിക്കുമോ?" ഞാൻ വിസ്മയിച്ചു.

"ഉവ്വ് മാഡം." അവർക്ക് നല്ല ആത്മവിശ്വാസമുണ്ട്. "കാലിൽ ഒരു വയർ കെട്ടിയിരുന്നു എന്നും അവർ പറഞ്ഞു. ആ വയർ മാംസത്തിലേക്ക് തുളച്ചു കയറിയിരുന്നുവത്രേ. അത്ര മുറുക്കത്തിലാണത് കെട്ടിയിരുന്നതെന്ന്."

"ഒരു കെണി." ഞാൻ പറഞ്ഞു. "അയാളെ കെണിയിൽപെടുത്തിയതാകാം. അവർ ഇവിടെയെല്ലാം കെണികൾ വയ്ക്കാറുണ്ടല്ലോ."

ഞങ്ങൾ ടേയ്പ്പ് കെട്ടിയതിന്റെ ഓരത്തുകൂടി നടന്നു. എന്തെങ്കിലും കാണാമോ എന്ന് ശ്രമിച്ചു. കുറ്റകൃത്യം നടന്ന സ്ഥലം എപ്പോഴും ഭീതി ജനകമാകും. അതിനാൽതന്നെ കാണികൾ തമ്മിൽ തമ്മിൽ ഇവിടെ സംസാരം കുറവായിരുന്നു. സംസാരിക്കുന്നെങ്കിൽതന്നെ സ്വരം താഴ്ത്തി മൃദുവായി മാത്രമേ ചെയ്തുള്ളൂ. ഒരു ശ്മശാനത്തിലെന്നപോലെയായിരുന്നു അവരുടെ പെരുമാറ്റം. ഞെട്ടൽ മൂലം നിശ്ശബ്ദരായ എല്ലാവർക്കും വേണ്ടി ഇന്നൊസെന്റ് സംസാരിച്ചുകൊണ്ടിരുന്നു.

"പക്ഷേ കെണിയിൽ പെട്ടതുകൊണ്ട് ആരും മരിക്കുകയൊന്നുമില്ല. ദന്ത ഡോക്ടർ പറയുന്നത് ഇത് മൃഗങ്ങളുടെ പ്രതികാരമാണെന്നാണ്. ഇവരെല്ലാം നായാട്ടുകാരായിരുന്നല്ലോ. അതറിയാമല്ലോ അല്ലേ? ഈയാളും ആ കമാൻഡന്റുമെല്ലാം."

"എനിക്കറിയാം." ഈ വാർത്ത ഇത്ര പെട്ടെന്ന് പരന്നുവല്ലോ എന്ന് ഞാൻ അത്ഭുതപ്പെട്ടു. "ഞാനയാളോട്യോജിക്കുന്നു."

"സത്യമായും? മൃഗങ്ങൾ ഇങ്ങനെ ചെയ്യാൻ സാധ്യതയുണ്ടെന്ന് കരുതുന്നോ?"

ഞാൻ തോളൊന്ന് കുലുക്കി.

"അങ്ങനെയാണെന്ന് എനിക്ക് ഉറപ്പുണ്ട്. അവർ പ്രതികാരം ചെയ്യുകയാണ്. നമുക്ക് മനസ്സിലാകാത്ത പലതുമുണ്ടാകും. എന്നാൽ അവയെ കൃത്യമായി വിവേചിച്ചറിയാനാകും."

അവർ ഒന്നാലോചിച്ചു. അതിനുശേഷം ഞാൻ പറഞ്ഞത് ശരിയാണെന്ന് സമ്മതിച്ചു. ഞങ്ങൾ ടേയ്പ്പിനപ്പുറത്തുകൂടി നടന്നു. പൊലീസ് കാറുകളുടേയും റബ്ബർ ഗ്ലൗസിട്ട ജീവനക്കാരുടേയും ദൃശ്യം ഏറ്റവും അടുത്ത് കിട്ടിയിടത്ത് നിന്നു. അവർ നിലത്ത് ചമ്രം പടിഞ്ഞ് ഇരിക്കുകയായിരുന്നു. പൊലീസ് സാധ്യതയുള്ള എല്ലാ തെളിവുകളും ശേഖരിക്കാൻ ശ്രമിക്കുകയായിരുന്നു. കമാൻഡന്റിന്റെ കാര്യത്തിൽ പറ്റിയ തെറ്റുകൾ ആവർത്തിക്കാതിരിക്കാൻ ശ്രമിക്കുകയായിരുന്നു. അവിടെ അവർക്ക് സത്യമായും തെറ്റുകൾ പറ്റി. ഞങ്ങൾക്ക് അതിലും അടുത്തേക്ക് പോകാൻ അനുവാദമില്ലായിരുന്നു. യൂണിഫോം ധരിച്ച രണ്ട് പൊലീസുകാർ ഞങ്ങളെ പുറകിലേക്ക് തള്ളിമാറ്റിക്കൊണ്ടിരുന്നു. കോഴികളെ ആട്ടിപ്പായിക്കുന്നതുപോലെ ആട്ടിപ്പായിച്ചുകൊണ്ടിരുന്നു. എങ്കിലും അവർ തെളിവുകൾ ശേഖരിക്കുകയാണെന്ന് ഞങ്ങൾക്ക് മനസ്സിലായി. ഒന്നും വിട്ടുപോകാതിരിക്കാനുള്ള ശ്രമത്തിലാണെന്ന്. കുറേ ഓഫീസർമാർ കാട്ടിൽ പരതുന്നുണ്ട്. എല്ലാ വിശദാംശങ്ങളിലും ശ്രദ്ധ ചെലുത്തുന്നുണ്ട്. ഡിസ്സിക്ക് അവരെ ഭയമായിരുന്നു. ഇത്തരം സാഹചര്യങ്ങളിൽ തന്നെ അവർ തിരിച്ചറിയരുതെന്ന് അവൻ ആഗ്രഹിച്ചു. എന്തൊക്കെയാണെങ്കിലും അവനും പൊലീസ് വകുപ്പിൽ ജോലി ചെയ്യുന്നവനാണല്ലോ.

അന്ന് സായാഹ്നത്തിൽ ഞങ്ങൾ വീടിനു പുറത്തിരുന്നാണ് ചായ കുടിച്ചത്. നല്ല കാലാവസ്ഥയായിരുന്നു. ഡിസ്സി അപ്പോൾ തന്റെ ചിന്തകളെ വിശദമാക്കി.

“ഇതിനർത്ഥം എന്റെ എല്ലാ ഊഹങ്ങളും തെറ്റിയിരിക്കുന്നു എന്നാണ്. കമാൻഡന്റ് കിണറ്റിൽ വീണതിന്റെ പുറകിലെ സഹായി ഇന്നേർഡ് ആയിരുന്നു എന്ന് എനിക്ക് നല്ല ഉറപ്പുണ്ടായിരുന്നു എന്ന് സമ്മതിക്കട്ടെ. അവർ പരസ്പരം സഹായികളായിരുന്നു. ഒരേ താത്പര്യക്കാരായിരുന്നു. പലപ്പോഴും വഴക്കുകളുമുണ്ടാകാറുണ്ട്. കമാൻഡന്റ് അയാളെ ഭീഷണിപ്പെടുത്തി പണം പിടുങ്ങാൻ ശ്രമിച്ചിരിക്കും. അവരിരുവരും ചർച്ചക്കായി കിണറ്റിൻ കരയിൽ ഒത്തുകൂടിയിട്ടുണ്ടാകുമെന്നും ചർച്ച വഴക്കിൽ അവസാനിച്ചിട്ടുണ്ടാകും എന്നുമാണ് ഞാൻ കരുതിയത്. അപ്പോൾ ഇന്നേർഡ് കമാൻഡന്റിനെ തള്ളിയിട്ടുണ്ടാകും. അപകടം പിണഞ്ഞിട്ടുണ്ടാകും, എന്നൊക്കെ.”

“എന്നാൽ കാര്യങ്ങളിപ്പോൾ അതിലും ഗുരുതരമായതാണെന്ന് കാണുന്നു. ആരെങ്കിലും ചിന്തിച്ചതിനും അപ്പുറത്താണെന്ന്. കൊലപാതകി ഇവിടെയെവിടേയോ അലയുന്നുണ്ട്.” ഓഡ്ബോൾ പറഞ്ഞു.

“അയാൾ ഇവിടെ റോന്ത് ചുറ്റുന്നുണ്ട്. നമുക്കരികിൽ തന്നെയുണ്ട്.” ഡിസ്സി സ്ട്രോബറിയുടെ മധുരം നുണഞ്ഞുകൊണ്ട് പറഞ്ഞു.

സ്ട്രോബറിക്ക് ഒരു രുചിയുമുള്ളതായി എനിക്ക് തോന്നിയിട്ടില്ല. അത് അവർ ആ ചെടിക്ക് നൽകുന്ന വളത്തിന്റെ പ്രത്യേകതകൊണ്ടാണോ അതോ എന്റെ രുചിമുകുളങ്ങൾക്ക് പ്രായമായതിനാലാണോ എന്നറിയില്ല. ശരീരത്തിനൊപ്പം രുചിമുകുളങ്ങൾക്കും പ്രായമാകുമല്ലോ. അപ്പോൾ ഭൂതകാലങ്ങളിലെ രുചികൾ തിരിച്ചുവരില്ല. തിരിച്ച് പിടിക്കാനാകാത്തവയുടെ കൂട്ടത്തിൽ പെടുന്ന മറ്റൊന്നു കൂടിയാണിത്.

ചായ കുടിച്ചുകൊണ്ടിരിക്കുന്നതിനിടയിൽ ബൂറൂസ് മാംസം അഴുകുന്നതിൽ ഷഡ്പദങ്ങളുടെ പങ്കെന്ത് എന്ന വിഷയത്തിൽ ഒരു പ്രഭാഷണം നൽകി. ഇരുട്ടായപ്പോൾ വീണ്ടും കാട്ടിലേക്ക് പോകണമെന്ന് എനിക്കു തോന്നി. പൊലീസ് പോയതിനുശേഷമായിരുന്നു ആ യാത്ര. അങ്ങനെ പോയാൽ ബൂറൂസിന് അയാളുടെ ഗവേഷണം നടത്തുകയുമാകാം. ഡിസ്സിയും ഓഡ്ബോളും ഇതിനെ ഭ്രാന്ത് എന്ന് വിളിച്ചു. ഞങ്ങളുടെ താത്പര്യത്തിൽ അവർക്ക് നിരാശയാണ് തോന്നിയത്. അവർ വന്നില്ല.

കാടിന്റെ മൃദുവായ ഇരുട്ടിൽ ഓറഞ്ച് നിറമുള്ള ടേയ്പ്പ് തിളങ്ങുന്നത് കണ്ടു. ആദ്യം അടുത്തേക്ക് പോകാൻ ഞാൻ വിസ്സമ്മതിച്ചു. എന്നാൽ ബൂറൂസിന് നല്ല ആത്മവിശ്വാസമുണ്ടായിരുന്നു. അയാൾ എന്നെ പിടിച്ച് വലിച്ചു. ഞാൻ അയാൾക്കരികിൽ നിന്നു. തലയിൽ ഘടിപ്പിച്ച ടോർച്ച് അയാൾ അടിക്കാട്ടിലേക്ക് തെളിയിച്ചു. ചിത്രപ്പുല്ലുകളിൽ തിരഞ്ഞു.

ചപ്പുചവറുകളിൽ വിരലിട്ടിളക്കി ഷഡ്പദങ്ങളെ തിരഞ്ഞു. രാത്രി എല്ലാ നിറങ്ങളേയും ഒന്നിച്ച് മായ്ച്ച് കളയുന്നു എന്നത് വിചിത്രമാണ്. ഈ ലോകത്തിലെ അത്തരം അതിവ്യയങ്ങളിലും ധാരാളിത്തങ്ങളിലും തനിക്ക് ഒരു താത്പര്യവുമില്ല എന്ന മട്ടിലാണ് രാത്രി അത് ചെയ്യുന്നത്. ബ്യൂറൂസ് സ്വയം എന്തൊക്കെയോ മന്ത്രിക്കുന്നുണ്ടായിരുന്നു. ഞാനാകട്ടെ ആകെ ഭയന്ന് നിൽക്കുകയും. ഭയന്നുകൊണ്ടുതന്നെ ഞാൻ ആ ഫാമിനരികിലേക്ക് നടന്നു. അവിടെ എന്തോ കണ്ടുവോ എന്ന തോന്നലാണെന്നെ അങ്ങോട്ട് നയിച്ചത്.

ഫാമിലെത്തി ജാലകത്തിലൂടെ നോക്കിയാൽ ഇന്നേർഡ് സാധാരണയായി കാണുന്നത് കാടാണ്. കാടിനതിരു പാകിയ ചിത്രപ്പുല്ലുകളാണ്. ചിത്രപ്പുല്ലുകൾകൊണ്ടുള്ള ചുമർ. എന്നാൽ അന്ന് അയാൾ കണ്ടത് സുന്ദരമായ, തടിച്ചു കൊഴുത്ത ചില ചുവന്ന കുറുക്കന്മാരെയാണ്. അവയ്ക്ക് ഒട്ടും ഭയമില്ലായിരുന്നു. നായ്ക്കളെപ്പോലെ കൂട്ടംകൂടി ഇരിപ്പായിരുന്നു അവ. അയാൾ തങ്ങളുടെ വഴിയിലൂടെ തങ്ങളെ വെല്ലുവിളിച്ച് നീങ്ങുന്നത് കണ്ട് ഇരിക്കുകയായിരുന്നു. ദുരാഗ്രഹം നിറഞ്ഞ, ധനാർത്തി മാത്രമുള്ള അയാളുടെ ഹൃദയത്തിൽ അപ്പോൾ ഒരു പ്രതീക്ഷയുണർന്നിരിക്കണം. എളുപ്പം ലാഭമുണ്ടാക്കാവുന്ന, കൂടുതൽ ലാഭമുണ്ടാക്കാവുന്ന ഒരു മാർഗ്ഗമിതാ. ഇത്രയും ഇണക്കമുള്ള, സുന്ദരകുറുക്കന്മാരെ എളുപ്പം പിടികൂടാനാകും. എന്നാൽ ഇവയെങ്ങനെ ഇത്രയും ഇണക്കമുള്ളവയായി? ഒരുപക്ഷേ കൂട്ടിൽ, ചെറിയ കൂട്ടിൽ, തലയൊന്ന് വളച്ചാൽ വാലിൽ മുട്ടുന്ന ചെറിയ കൂട്ടിൽ, ആയുസ്സ് മുഴുക്കെ വട്ടംകറങ്ങുന്നവയുമായുള്ള സങ്കരവർഗ്ഗമാകാം ഇത്. അത് സാധ്യമല്ലല്ലോ. ഈ കുറുക്കന്മാർ വലിയവയും സൗന്ദര്യമുള്ളവയുമാണ്. അന്ന് സായാഹ്നത്തിൽ അയാൾ അവയെ വീണ്ടും കണ്ടു. അവയ്ക്ക് പുറകെ പോകണം എന്ന തോന്നലുണ്ടായി. അവ തന്നെ വശീകരിക്കാൻ തന്നെ ലക്ഷ്യമിടുകയാണോ എന്നൊന്ന് അറിയണം. ഇതെന്ത് തരം ചെകുത്താന്മാരാണെന്ന് അറിയണം. അയാൾ തുകലിന്റെ ജാക്കറ്റണിഞ്ഞ് പുറത്തിറങ്ങി. അപ്പോഴാണ് അവ തന്നെ പ്രതീക്ഷിച്ച് നില്പായിരുന്നു എന്ന് അയാൾ തിരിച്ചറിഞ്ഞത്. കുലീനമായ മുഖമുള്ള, സുന്ദരമൃഗങ്ങൾ. "വാ... വാ" എന്ന് അയാൾ വിളിച്ചു. നായ്ക്കുട്ടിക്കളെ വിളിക്കുന്നതുപോലെ വിളിച്ചു. എന്നാൽ അയാൾ അടുത്തേക്കെത്തിയപ്പോൾ അവ അകന്ന് പോയി. കാട്ടിൽ കയറി. കാട്ടിലെ നനവ് അപ്പോഴും പൂർണ്ണമായും വിട്ടുപോയിരുന്നില്ല. അതിലൊന്നിനെ പിടികൂടുക അത്ര ബുദ്ധിമുട്ടാകില്ല എന്നാണയാൾ കരുതിയത്. അവ മിക്കവാറും അയാൾക്കരികിൽ തന്നെയായിരുന്നു. അതിനിടയിലാണ് അവയ്ക്ക് ഒരുപക്ഷേ പേയിളകിയിട്ടുണ്ടാകാം, പേയുടെ അസുഖമുണ്ടാകാം എന്ന ചിന്ത മനസ്സിൽ വന്നത്. എന്നാൽ അത് അയാളത്ര

ഗൗനിച്ചില്ല. പേയ്ക്കതിരെയുള്ള കുത്തിവെയ്പ് അയാൾ എടുത്തിട്ടുണ്ട്. ഒരു നായ കടിച്ചപ്പോഴാണത് എടുത്തത്. തോക്കിന്റെ പാത്തികൊണ്ട് ഒന്നിന്റെ കഥ തീർക്കണം. അതിന് പേയുണ്ടെങ്കിലും സാരമാക്കാനൊന്നുമില്ല. കുറുക്കന്മാരാകട്ടെ അയാളുമൊത്ത് വിചിത്രമായ ഒരു കളിയിലായിരുന്നു. അവ പെട്ടെന്ന് അയാളുടെ കൺവെട്ടത്തുനിന്ന് അപ്രത്യക്ഷമാകും. പിന്നെ രണ്ടോ മൂന്നോ എണ്ണമായി, സംഘമായി പ്രത്യക്ഷപ്പെടും. അവയ്ക്കൊപ്പം തടിച്ചുരുണ്ട കുറുക്കൻ കുട്ടികളുമുണ്ടാകും. അവസാനം അതിലൊരുവൻ, കൂട്ടത്തിലെ ഏറ്റവും സുന്ദരൻ, ഒരാൺകുറുക്കൻ ശാന്തനായി അയാൾക്ക് മുന്നിൽ വന്നിരുന്നു. ഇന്നേർഡിന്റെ ആവേശം വർദ്ധിച്ചു, അത്ഭുതം വർദ്ധിച്ചു. ആശ്ചര്യം വർദ്ധിച്ചു. അയാൾ സാവധാനത്തിൽ കാലുകൾ വളച്ച്, ശരീരം മുന്നോട്ട് വളച്ച് നീങ്ങി. കൈകൾ നീട്ടിപ്പിടിച്ചു. വിരലുകളിൽ രുചികരമായ ഒരു ഭക്ഷണമുണ്ടെന്നതുപോലെ കൈകൾ നീട്ടിപ്പിടിച്ചു. അത് ആ കുറുക്കനെ ആകർഷിച്ചേക്കും എന്നയാൾ കരുതി. അപ്പോൾ അതിനെ പിടിച്ച് നല്ലൊരു രോമക്കുപ്പായമുണ്ടാക്കാം. അതിന്റെ ചർമ്മം കൊണ്ട് ഒരു കോളർ നിർമ്മിക്കാം. അതിനിടയിലാണ് കാലിൽ എന്തോ കുടുങ്ങിയോ എന്ന് സംശയം തോന്നിയത്. കുറുക്കന് പുറകെ നീങ്ങാനാകുന്നില്ല. ട്രൗസറിന്റെ കാലുകൾ മുകളിലേക്ക് കയറി. കാൽക്കണ്ണിയിൽ ഒരു ലോഹമുരസുന്നതുപോലെ തോന്നി. താൻ ചവുട്ടിയത് ഒരു കെണിയിലായിരുന്നു എന്ന് അയാൾ തിരിച്ചറിഞ്ഞു. അയാൾ കാൽ പുറകിലേക്ക് കുടഞ്ഞു. പക്ഷേ വൈകിപ്പോയിരുന്നു. ഈ ചലനം അയാൾക്കുള്ള മരണ വാറന്റായിരുന്നു. വയർ കൊണ്ടുള്ള കെണി കൂടുതൽ മുറുകി. അതിൽ നിന്ന് പ്രാകൃതമായ ഒരു കൊളുത്ത് തെറിച്ച് വന്നു. ഒരു ചെറിയ പൂവരശുമരം അയാൾക്ക് മേൽ പതിച്ചു. അയാൾക്ക് അനങ്ങാനാകാതായി. പിന്നെ അത് പെട്ടെന്ന് മുകളിലേക്ക് ഉയർന്നു. ഇന്നേർഡിന്റെ ശരീരം അതൊപ്പമുയർത്തി. ഒരു നിമിഷം ആ ശരീരം വാനുവിൽ ഊഞ്ഞാലാടി. കാലുകൾ ശക്തമായി ആട്ടിക്കൊണ്ട് ഊഞ്ഞാലാടി. അതൊരു നിമിഷമേ നീണ്ട് നിന്നുള്ളൂ. അതിനുശേഷം ശരീരം നിശ്ചലമായി. ഏതാനും സെക്കന്റുകൾ കഴിഞ്ഞപ്പോൾ ഭാരം താങ്ങാനാകാതെ ആ പൂവരശ് ഒടിഞ്ഞ് വീണു. അങ്ങനെ ഇന്നേർഡ് വീണ്ടും ഭൂമിയിലെത്തി. പണ്ടെന്നോ മണ്ണെടുത്ത കുഴിയിൽവീണു. അവിടെ, ചപ്പുചവറുകളിൽ നിന്ന് ചിത്രപ്പുല്ലുകൾ മുളച്ച് വരുന്നുണ്ടായിരുന്നു.

ബൂറൂസ് ഇപ്പോൾ അവിടെയാണ് കുമ്പിട്ട് നിൽക്കുന്നത്.

"എനിക്ക് ഇവിടേക്ക് വെളിച്ചമൊന്നടിച്ച് തരൂ. ഇവിടെ ക്ലെരീദേയുടെ ലാർവയുണ്ടെന്ന് തോന്നുന്നു." അയാൾ പറഞ്ഞു.

"വന്യമൃഗങ്ങൾക്ക് ഒരാളെ കൊല്ലാനാകും എന്ന് നിങ്ങൾ വിശ്വസിക്കുന്നുണ്ടോ?" ഞാൻ ചോദിച്ചു. ഞാൻ കണ്ട കാഴ്ചയിൽ തന്നെയായിരുന്നു അപ്പോഴും എന്റെ മനസ്സ്.

"ഉവ്വ്. തീർച്ചയായും അവയ്ക്കാകും. സിംഹം, പുള്ളിപ്പുലി, കാട്ടു പോത്ത്, വിഷപ്പാമ്പുകൾ, ഷഡ്പദങ്ങൾ, ബാക്ടീരിയ, വൈറസ്..."

"മാനിനെപ്പോലെയുള്ളവയ്ക്കോ?"

"അവയ്ക്കും എന്തെങ്കിലുംമാർഗ്ഗം കണ്ടെത്താനാകും എന്ന് എനിക്ക് ഉറപ്പുണ്ട്."

അതിനർത്ഥം അയാൾ എനിക്കൊപ്പമാണെന്നാണ്.

എന്റെ കാഴ്ച ഫാമിലെ കുറുക്കന്മാർ എങ്ങനെ പുറത്തിറങ്ങി എന്നത് കാണിച്ചില്ല. കാലിൽ വീണ കെണി എങ്ങനെ മരണകാരണമായി എന്നും കാണിച്ചില്ല.

"**അ**കാർണിയ, ക്ലെരീദെ, വാസ്പ്, ദെർമപ്തെറാ ലാർവെകൾ കിട്ടി." അത്താഴം കഴിക്കാനിരിക്കുമ്പോൾ ബൂറൂസ് പറഞ്ഞു. എന്റെ അടുക്കളയിൽ ഓഡ്ബോളാണ് അന്ന് പാചകം ചെയ്തത്. "ഉറുമ്പുകളേയും കിട്ടി. ധാരാളം കൂടുകൾ ലഭിച്ചു. എന്നാൽ അവയെല്ലാം ആ ശവം അവിടെ നിന്ന് മാറ്റുന്നതിനിടയിൽ കേടു വന്നിരുന്നു. എനിക്ക് തോന്നുന്നത്, ആ ശരീരം മിക്കവാറും അഴുകിത്തീർന്ന അവസ്ഥയിലായിരിക്കും കണ്ടെത്തിയിരിക്കുക എന്നാണ്."

ഞങ്ങൾ പാസ്തയും ചീസിന്റെ സോസും കഴിക്കുകയായിരുന്നു.

"അത് കൂടുകളായിരുന്നോ അതോ കൊഴുപ്പുശേഖരമായിരുന്നോ എന്ന് പറയാനാകില്ല. ശവത്തിൽ നിന്ന് വീണ മെഴുകുപോലെയുള്ള വസ്തു." ബൂറൂസ് തുടർന്നു.

"എന്താ പറഞ്ഞത്. ശവത്തിൽ നിന്ന് മെഴുകോ? ഇതൊക്കെ എങ്ങനെ അറിയാം?" ഓഡ്ബോൾ വായിൽ ഭക്ഷണം കുത്തി നിറച്ച് ചോദിച്ചു.

താൻ ഒരുകാലത്ത് പൊലീസിന്റെ ഉപദേശകനായി ജോലി ചെയ്തിരുന്നു എന്ന് ബൂറൂസ് വിശദീകരിച്ചു. അക്കാലത്ത് ടാഫോണോമി എന്ന ശാഖയിൽ - ഫോസിലുകൾ രൂപപ്പെടുന്നതെങ്ങനെ എന്ന ശാസ്ത്രത്തിൽ, പരിശീലനം ലഭിച്ചിട്ടുണ്ട് എന്നറിയിച്ചു.

"ടാഫോണോമിയോ? അതെന്താണ്?"

"ശവങ്ങൾ വിഘടിക്കുന്നതെങ്ങനെ എന്ന് പഠിക്കുന്ന ശാസ്ത്രമാണത്. ടാഫൂസ് എന്നത് ശ്മശാനം എന്നതിന്റെ ഗ്രീക്ക് പദമാണ്."

"ദൈവമേ!" ഡിസ്സി ഒന്ന് നിശ്വസിച്ചു. ദൈവമേ ഒന്നിടപെടൂ എന്നപേക്ഷിക്കുകയാണയാൾ എന്ന് തോന്നി. എന്നാൽ അങ്ങനെ ഇടപെടലൊന്നുമുണ്ടായില്ല.

"അതിനർത്ഥം ആ ശവം അവിടെ നാല്പത് നാല്പത്തിയഞ്ച് ദിവസം കിടന്നിട്ടുണ്ടാകും എന്നാണ്."

ഞങ്ങൾ ചില മനക്കണക്കുകൾ കൂട്ടി. അതിൽ മിടുക്കൻ ഡിസ്സിയായിരുന്നു.

"അതായത് മാർച്ച് ആദ്യത്തിൽ." ഒന്ന്ചിന്തിച്ച് അവൻ പറഞ്ഞു. "കമാൻഡന്റ് മരിച്ചിട്ട് അപ്പോൾ ഒരു മാസമായി കാണും."

മൂന്നാഴ്ചയോളം നാട്ടിൽ മറ്റ് സംസാരങ്ങളൊന്നുമുണ്ടായില്ല. അടുത്ത സംഭവമുണ്ടാകുന്നതുവരെ! എന്നാൽ ഇപ്പോൾ ഇന്നേർഡിന്റെ മരണകാരണമായി പറയപ്പെടുന്ന കഥകൾ അനവധിയാണ്. മാർച്ചിൽ അയാളെ കാണാതായതിനുശേഷം പൊലീസ് തിരഞ്ഞിട്ടേയില്ല എന്നാണ് ഡിസ്സി പറഞ്ഞത്. കാരണം അയാൾക്കൊപ്പം അയാളുടെ കാമുകിയും അപ്രത്യക്ഷയായിരുന്നു. അവളെക്കുറിച്ച് എല്ലാവർക്കുമറിയാം. ഭാര്യയ്ക്ക് പോലുമറിയാം. അവരിങ്ങനെ ഒന്നിച്ച് അപ്രത്യക്ഷമാകും എന്നത് പലർക്കും ചിന്തിക്കാനാകുന്നതിനപ്പുറത്തായിരുന്നു എങ്കിലും, ഇന്നേർഡിന് പിന്നേയും ഗോപ്യമായ വ്യാപാരങ്ങൾ അനവധിയുണ്ടായിരുന്നു എന്ന് എല്ലാവർക്കും ഉറപ്പായിരുന്നു. മറ്റുള്ളവരുടെ കുടുംബകാര്യങ്ങളിൽ തലയിടാൻ ആർക്കും താത്പര്യമില്ലായിരുന്നു. അയാൾ അപ്രത്യക്ഷനായതിൽ ഭാര്യയ്ക്കും പരാതിയില്ലായിരുന്നു. അതുമായി അവരും പൊരുത്തപ്പെട്ടിരുന്നു. അവർക്ക് അതാണിഷ്ടം എന്നും തോന്നി. അവർ വിവാഹമോചനത്തിനുള്ള അപേക്ഷ നൽകിയിട്ടുണ്ടായിരുന്നു. അതിനി മുന്നോട്ട് കൊണ്ടുപോകേണ്ട ആവശ്യമില്ലല്ലോ. ഇപ്പോൾ അവർ ഒരു വിധവയാണ്. അങ്ങനെയാകുകയാണ് നല്ലതും. ഇതിനിടയിൽ കാമുകിയെ കണ്ടെത്തി. അവർ തമ്മിലുള്ള പ്രണയം ഡിസംബറിൽ അവസാനിച്ചിരുന്നു. അവൾസഹോദരിക്കൊപ്പം ഐക്യഅമേരിക്കൻ നാടുകളിലായിരുന്നു താമസം. കഴിഞ്ഞ ക്രിസ്തുമസ് കാലത്ത് തന്നെ അവൾ അങ്ങോട്ട് പോയി. പൊലീസ് ഇന്നേർഡിനായി ഒരു തിരച്ചിൽ നോട്ടീസ് ഇറക്കിയിട്ടുണ്ടാകും എന്നാണ് ബൂറൂസ് കരുതിയത്. സംശയങ്ങൾ ദൂരീകരിക്കാനെങ്കിലും അങ്ങനെ ചെയ്തിട്ടുണ്ടാകും എന്ന്. പക്ഷേ നമുക്കറിയാത്ത പലതും പൊലീസിനറിയാമായിരിക്കും.

അതിനടുത്ത ബുധനാഴ്ച ഗുഡ്ന്യുസിന്റെ കടയിലെത്തിയ എനിക്കു ഒരു പുതിയ വാർത്ത ലഭിച്ചു. മനുഷ്യരെ കൊല്ലുന്നതിൽ ആനന്ദം കണ്ടെത്തിയിരിക്കുന്ന ഒരു വന്യമൃഗം അവിടെയൊക്കെ ചുറ്റിക്കറങ്ങി നടക്കുന്നുണ്ട്. കഴിഞ്ഞ വർഷം ഇതേ മൃഗം ഓപൽ പ്രവിശ്യയിലുണ്ടായിരുന്നു. അവിടെ അത് വളർത്തുമൃഗങ്ങളെയാണ് ആക്രമിച്ചതെന്ന വ്യത്യാസം മാത്രമേയുള്ളൂ. ഗ്രാമത്തിലുള്ളവർ ഇത് കേട്ട് വല്ലാതെ ഭയന്നിരിക്കുന്നു. രാത്രിയാകുമ്പോഴേക്കും എല്ലാവരും വീടും തൊഴുത്തുമെല്ലാം അടച്ച് പൂട്ടി ഭദ്രമാക്കുന്നു.

"വേലിയിലെ പൊത്തുകൾ വരെ ഞാൻ അടച്ച് ഭദ്രമാക്കി." നായക്കുട്ടിയുമായി വരുന്ന മറന്യൻ പറഞ്ഞു. അയാൾ ഇത്തവണ ഒരു വെയിസ്റ്റ് കോട്ടിനായി വന്നതായിരുന്നു.

അയാളെ കണ്ടതിൽ എനിക്കും സന്തോഷം തോന്നി. അയാളുടെ നായക്കുട്ടിയേയും. വിനീതമായി അത് എന്നെ നോക്കി ഇരുന്നു. അതിന്റെ കണ്ണുകളിൽ ഒരു തിളക്കമുണ്ടായിരുന്നു.

നായക്കുട്ടികൾക്ക് മനുഷ്യർ കരുതുന്നതിലും അധികം ബുദ്ധിയുണ്ട്. അങ്ങനെ അവയെ കണ്ടാൽ തോന്നില്ലെങ്കിലും അതുണ്ട്. മറ്റ് പല ധീര ജീവികൾക്കും ഈ പ്രസ്താവം ബാധകമാണ്. അവയുടെ ബുദ്ധി ശക്തിയെ നമ്മൾ പ്രകീർത്തിക്കാറില്ല എന്നേയുള്ളൂ.

ഞങ്ങൾ ഒരുമിച്ചാണ് ഗുഡ്ന്യൂസിന്റെ കടയിൽ നിന്ന് ഇറങ്ങിയത്. കുറച്ച് നേരം സമുറായ്ക്കരികിൽ ഒന്നിച്ച് നിൽക്കുകയും ചെയ്തു.

"കഴിഞ്ഞ തവണ താങ്കൾ പറഞ്ഞത് എനിക്ക് ഓർമ്മയുണ്ട്. അന്ന് ആ ഗാർഡിനരികിൽ വെച്ച് പറഞ്ഞത്. അതെല്ലാം വിശ്വസനീയമാണെന്ന് ഞാനിപ്പോൾ കാണുന്നു. ഇത് ഒരൊറ്റ മൃഗം വരുത്തിവെച്ചതല്ല എന്നാണെന്റെ അഭിപ്രായം. ഒരൊറ്റ കൊലയാളി മൃഗമാകില്ല ഇതിനു പുറകിൽ എന്ന്. മൊത്തത്തിൽ മൃഗങ്ങൾ ഒന്നുചേർന്നതാകണം. കാലാവസ്ഥയിൽ വരുന്ന മാറ്റങ്ങളാൽ അവ അക്രമോത്സുകരായിട്ടുണ്ടാകാം. മാനുകളും മുയലുകളും വരെ അങ്ങനെ ചിന്തിക്കുന്നുണ്ടാകാം. അവരിപ്പോൾ എല്ലാതിനും പ്രതികാരം ചെയ്യുകയാകാം."

അയാൾ പറഞ്ഞു.

ബൂറൂസ് പോയി. പട്ടണത്തിലെ സ്റ്റേഷനിലേക്ക് ഞാനാണയാളെ കൊണ്ടുവിട്ടത്. അയാളുടെ വിദ്യാർത്ഥികൾ വന്നേയില്ല. അവരുടെ വാഹനം കേടുപാടുകൾ തീർക്കാനാകാത്ത വിധത്തിൽ കേടുവന്നിട്ടുണ്ടാകണം! അതല്ലെങ്കിൽ അങ്ങനെ വിദ്യാർത്ഥികളേ ഉണ്ടാകില്ല. ബൂറൂസിന് ഇവിടെ കികജസ് ഹീമറ്റോഡ്സുമായുള്ള ഇടപാടല്ലാതെ മറ്റ് കാര്യങ്ങളും ഉണ്ടായിരുന്നിരിക്കാം.

അയാൾ പോയപ്പോൾ ദിവസങ്ങളോളം എനിക്കൊരു നഷ്ടബോധം തോന്നി. കുളിമുറിയിൽ അയാൾ അയാളുടെ സോപ്പു ചീപ്പ് കണ്ണാടികൾ ഉപേക്ഷിച്ചിരുന്നു. ഒഴിഞ്ഞ ചായക്കപ്പുകൾ വീട്ടിൽ എല്ലായിടത്തും പരന്ന് കിടന്നിരുന്നു. അയാൾ എന്നും വിളിക്കാറുണ്ട്. ആദ്യമൊക്കെ എന്നും പിന്നെ ഇടവേളകൾ വർദ്ധിച്ചു. ഇപ്പോൾ ജീവിതംതന്നെ മാറിയിരിക്കുന്നു എന്ന് ആ സ്വരം വ്യക്തമാക്കുന്നുണ്ടെന്ന് തോന്നി. രാജ്യത്തിന്റെ വടക്കെ വിടേയോ ആണിപ്പോൾ. ആയിരക്കണക്കിന് വർഷം പ്രായമുള്ള മരങ്ങളുള്ളിടത്ത്. മൃഗങ്ങൾ അതിവേഗത്തിൽ സഞ്ചരിക്കാത്തിടത്ത്. ബൂറൂസ് സ്ജ്നായെദർ എന്ന ഷഡ്പദ ശാസ്ത്രജ്ഞന്റെ, ടാഫോണോമിസ്റ്റിന്റെ രൂപം സാവധാനത്തിൽ ആവിയായി പോകുന്നത് ഞാൻ കണ്ട് നിന്നു. അവസാനം അയാളുടെ പന്നിവാൽ തലമുടി മാത്രം വായുവിൽ തങ്ങി നിന്നു. അതും കടന്ന് പോകും.

ജ്ഞാനികൾക്ക് അത് ആദ്യം മുതലേ അറിയാം. അതിനാൽ അതിനെയോർത്ത് പശ്ചാത്തപിക്കാറില്ല. ദുഃഖിക്കാറില്ല.

12

പ്രതികാരദാഹിയായ വന്യമൃഗം

തെണ്ടിയുടെ പട്ടി, വിധവയുടെ പൂച്ച
അവയെ ഊട്ടൂ, നിങ്ങൾ വണ്ണിക്കും

ജൂൺ അവസാനമായപ്പോഴേക്കും മഴ അതിശക്തമാകാൻ തുടങ്ങി. ഇവിടെ വേനലിൽ ഇത് സാധാരണമാണ്. അപ്പോഴുണ്ടാകുന്ന സർവവ്യാപിയായ നനവിൽ പുല്ലുകൾ മുളച്ച് വളരുന്നത് നമുക്ക് കേൾക്കാനാകും. വള്ളിച്ചെടികൾ ചുമരിൽ പറ്റിപ്പിടിച്ച് കയറുന്നത് കേൾക്കാനാകും. മണ്ണിനടിയിൽനിന്ന് കൂണ് തലയുയർത്താൻ വെമ്പുന്നത് കേൾക്കാനാകും. മഴ തോർന്ന് സൂര്യൻ മേഘങ്ങൾക്കിടയിലൂടെ തല നീട്ടുമ്പോൾ എല്ലാവരുടേയും കണ്ണ് നിറയും മട്ടിൽ എല്ലാതിനും ആഴം വർദ്ധിച്ചിട്ടുണ്ടാകും.

അരുവിക്ക് കുറുകെയുള്ള പാലത്തിന്റെ അവസ്ഥയെന്തെന്ന് നോക്കാൻ ദിവസത്തിൽ പല തവണ ഞാൻ പോകും. ഒഴുക്കിനു കോപം വന്ന് അതിനേയും കൊണ്ടുപോയിട്ടില്ലല്ലോ എന്നറിയാൻ.

ഇത്തിരി ചൂടുണ്ടായിരുന്ന, നല്ല കാറ്റുള്ള ഒരു ദിവസം വാതിൽക്കൽ ഓഡ്ബോൾ പ്രത്യക്ഷപ്പെട്ടു. ലജ്ജിച്ച് ഒരു അഭ്യർത്ഥന നടത്തി. കൂണ് പെറുക്കുന്നവരുടെ ഒരു ഉത്സവം വരുന്നുണ്ട്. അതിനനുയോജ്യമായ വസ്ത്രം ധരിക്കണം. അങ്ങനെയൊന്ന് രൂപകല്പന ചെയ്യുന്നതിനായി എന്റെ സഹായം വേണം. വേനൽ പാതിയിലാണീ ഉത്സവം. പെന്നി ബൺസ്മഷ്റൂം പിക്കേഴ്സ് സൊസൈറ്റി എന്ന സംസ്ഥയാണത് നടത്തുന്നത്. ഓഡ്ബോൾ അതിന്റെ ഖജാൻജിയാണെന്ന് അപ്പോഴാണ് ഞാനറിയുന്നത്. അതെന്നെ ആശ്ചര്യപ്പെടുത്തി.

"കൂണിന്റെ ഋതുവായിട്ടില്ലല്ലോ" ഞാൻ ഒന്ന് മടിച്ച് ചോദിച്ചു.

“തെറ്റി. ആദ്യത്തെ കൂൺ പ്രത്യക്ഷപ്പെട്ടാൽ ഋതുവായി. അത് സാധാരണയായി ജൂൺ മദ്ധ്യത്തിലാണ് സംഭവിക്കുക. അതിനുശേഷം ഇങ്ങനെ ഒരു ഉത്സവത്തിനും നൃത്തപരിപാടികൾക്കും അവസരം ലഭിക്കില്ല. ഞങ്ങളെല്ലാം കൂണ് പെറുക്കുന്ന തിരക്കിലാകും. “അതിന്റെ തെളിവെന്ന നിലയിൽ അയാൾ കൈ നീട്ടി. അതിൽ രണ്ട് ബോലെറ്റ് കൂണുകളുണ്ടായിരുന്നു. പൂവരശിൽ വളരുന്നവ.

ഞാനപ്പോൾ ടെറസിനു കീഴെ ഇരിക്കുകയായിരുന്നു. എന്റെ ജ്യോതിഷ ഗവേഷണത്തിലായിരുന്നു. മെയ് മദ്ധ്യം മുതൽ വരുണൻ ആരോഹണത്തിലാണ് എന്ന് ഞാൻ ശ്രദ്ധിച്ചു. അത് എന്നിൽ പ്രോത്സാഹജനകവും പ്രചോദനദായകവുമായി ഭവിക്കുന്നുണ്ട്.

അദ്ദേഹത്തിനൊപ്പം സൊസൈറ്റിയുടെ യോഗത്തിനു ചെല്ലാനും ഓഡ്ബോൾ എന്നെ നിർബന്ധിച്ചു. ഞാനതിൽ ഉടൻ തന്നെ ഒരു അംഗമാകണമെന്നും പ്രോത്സാഹിപ്പിച്ചു. അതിനുള്ള ഫീസ് അടയ്ക്കാൻ ഉപദേശിച്ചു. എന്നാൽ ഒരു സൊസൈറ്റിയുടേയും ഭാഗമായിരിക്കാൻ എനിക്കിഷ്ടമല്ല. ഞാൻ അയാളുടെ ജാതകത്തിലേക്ക് ഒന്ന് എത്തിനോക്കി. അയാൾക്കും വരുണനും ശുക്രനും ആരോഹണത്തിലാണെന്ന് കണ്ടു. അങ്ങനെയെങ്കിൽ കൂണ് പെറുക്കുന്നവരുടെ ഉത്സവ നൃത്താഘോഷങ്ങളിൽ ഞാൻ പങ്കെടുക്കുന്നത് നല്ലൊരു ആശയമാകുമോ? ഞാൻ അയാളെ നോക്കി. അയാൾ മങ്ങിയ ചാര നിറമുള്ള ഒരു ഷർട്ടാണ് ധരിച്ചിരുന്നത്. കാൽമുട്ടിൽ ഒരു ചെറിയ കുട്ടയിൽ സ്ട്രോബറി വെച്ചിരിക്കുന്നു. ഞാൻ അടുക്കളയിൽ നിന്ന് ഒരു പാത്രം കൊണ്ടുവന്നു. ഞങ്ങൾ ഒന്നിച്ച് സ്ട്രോബറിയുടെ തണ്ട് നീക്കി. അവ ആവശ്യത്തിലധികം പഴുത്തിരിക്കുന്നു. അതിനാൽ ഞങ്ങൾ തിടുക്കപ്പെടേണ്ടിയിരിക്കുന്നു. അയാളുടെ പക്കൽ തണ്ടുകൾ നീക്കം ചെയ്യുന്നതിന് കത്രികയ്ക്ക് സമാനമായ ഒരു ഉപകരണമുണ്ട്. ഞാനും അതുപയോഗിക്കാൻ ശ്രമിച്ചു. പക്ഷേ എനിക്ക് കൈകൊണ്ട് ചെയ്യുന്നതായിരുന്നു കൂടുതൽ എളുപ്പം.

“താങ്കളുടെ ആദ്യനാമം എന്താണ്. S എന്നത് എന്തിന്റെ ചുരുക്കാക്ഷരമാണ്?”

“സ്വീടോപെൽക്.” ഒരിടവേളയെടുത്തതിനു ശേഷമാണയാൾ അത് പറഞ്ഞത്. പറയുമ്പോൾ എന്നെ നോക്കിയതുമില്ല.

“അല്ല!” എന്നായിരുന്നു എന്റെ ആദ്യ പ്രതികരണം. പിന്നെ, ഈ മനുഷ്യന് ഇങ്ങനെ വിചിത്രവും പാരമ്പര്യത്തിൽ അധിഷ്ഠിതവുമായ പേരു നൽകിയയാൾ കൃത്യം കൊള്ളേണ്ടിടത്ത് തന്നെയാണ് കൊള്ളിച്ചിരിക്കുന്നത് എന്ന് ചിന്തിച്ചു. സ്വീടോപെൽക്. ഈ കുമ്പസാരം അയാളിൽ ആശ്വാസം കൊണ്ടുവന്നു എന്ന് എനിക്ക് തോന്നി. അയാൾ ഒരു സ്ട്രോബറി വായിലിട്ടു. “അമ്മയെ ചൊടിപ്പിക്കാനായി അച്ഛൻ എന്നെ അങ്ങനെയാണ് വിളിച്ചിരുന്നത്.”

അയാളുടെ അച്ഛൻ ഖനികളിൽ ജോലി ചെയ്തിരുന്ന ഒരു എഞ്ചിനീയറായിരുന്നു. യുദ്ധാനന്തരം വാൾഡൻബർഗിലെ ഒരു കൽക്കരി ഖനി

പുനരുജ്ജീവിപ്പിക്കുന്ന ജോലി അയാളിൽ നിക്ഷിപ്തമായി. ആ ഖനി ആദ്യം ജർമ്മനിയുടെ ഉടമസ്ഥതയിലായിരുന്നു. ആ സ്ഥലമെല്ലാം ഇപ്പോൾ പോളണ്ടിന്റെ ഭാഗമായതിനാൽ പേരുകൾ മാറിയിരിക്കുന്നു. ഖനി നിൽക്കുന്ന പ്രദേശത്തെ ഇപ്പോൾ വാൽബ്രിജെക്ക് എന്നാണ് വിളിക്കുന്നത്. അയാൾക്കൊപ്പം ഒരു വൃദ്ധൻ ജർമ്മനിക്കാരനുമുണ്ടായിരുന്നു. ഖനിയുടെ സാങ്കേതികവകുപ്പ് മാനേജരായിരുന്നു ആ ജർമ്മനിക്കാരൻ. അവിടെയുള്ള യന്ത്രസാമഗ്രികളെല്ലാം പ്രവർത്തനക്ഷമമാക്കാതെ അയാൾക്ക് തിരിച്ചു പോകാൻ അനുമതി ലഭിക്കില്ലായിരുന്നു. അക്കാലത്ത് ആ നഗരം വിജനമായിരുന്നു. ജർമ്മനിക്കാർ അവിടം വിട്ട് പോയിരുന്നു. എല്ലാ ദിവസവും വന്ന തീവണ്ടികളിൽ പുതിയ തൊഴിലാളികൾ എത്തുമായിരുന്നു. ഒരു കാലത്ത് കിഴക്കൻ പോളണ്ട് എന്ന് വിളിച്ചിരുന്ന പ്രദേശത്തുനിന്ന് സ്ഥലം മാറ്റി അയയ്ക്കപ്പെടുന്നവരായിരുന്നു ഈ തൊഴിലാളികൾ. അവരെല്ലാം ഒരേ സ്ഥലത്ത് താമസമാക്കി. ഒരേ ജില്ലയിൽ. ശൂന്യമായി കിടക്കുന്ന ആ വലിയ നഗരം അവരെ ഭയപ്പെടുത്തുന്നു എന്ന മട്ടിലായിരുന്നു അവരുടെ ഈ കൂട്ടത്താമസം. ജർമ്മനിക്കാരൻ മാനേജർ തന്റെ കർത്തവ്യങ്ങൾ എളുപ്പത്തിൽ പൂർത്തിയാക്കാൻ യത്നിച്ചു. അങ്ങനെയെങ്കിൽ അയാൾക്ക് സ്വാബിയയിലേക്കോ ഹെസ്സെയിലേക്കോ പോകാം. അതിനാൽ അയാൾ ഇടയ്ക്കിടെ ഓഡ്ബോളിന്റെ അച്ഛനെ അത്താഴത്തിനു ക്ഷണിക്കും. അധികം താമസിയാതെ എഞ്ചിനീയർക്ക് മാനേജരുടെ മകളിൽ ഒരു താത്പര്യം ജനിച്ചു തുടങ്ങി. മകൾ സുന്ദരിയായിരുന്നു.

ആ യുവജനങ്ങൾക്ക് പറ്റിയ ഏറ്റവും നല്ല പോംവഴി വിവാഹിതരാകുക എന്നതായിരുന്നു. ഖനിക്കും മാനേജർക്കും ജനങ്ങളുടെ അധികാരം എന്ന് വിളിക്കുന്നതിനും അതായിരുന്നു നല്ലത്. ആ അധികാരത്തിന്റെ ബന്ദിയാണിപ്പോൾ മാനേജരുടെ മകൾ. എന്നാൽ അവരുടെ വിവാഹം ആദ്യമുതലേ കല്ലു കടിച്ച് തുടങ്ങി. ഓഡ്ബോളിന്റെ പിതാവ് അധികസമയവും ജോലിസ്ഥലത്തായിരുന്നു. പലപ്പോഴും ഖനിക്കകത്തേക്ക്, ആഴങ്ങളിലേക്ക്, പോകേണ്ടിവരും. വളരെ ദുർഘടം പിടിച്ച, വിഷമം പിടിച്ച ഒരു ഖനിയായിരുന്നു അത്. പിന്നെ പിന്നെ അയാൾക്ക് ഭൂമിക്കടിയിലാകുകയാണ് മുകളിൽ വരുന്നതിനേക്കാൾ നല്ലത് എന്ന് തോന്നിത്തുടങ്ങി. അങ്ങനെയൊന്ന് നമുക്ക് ചിന്തിക്കാൻ പോലുമാകില്ല. എല്ലാം പദ്ധതിയിട്ടതിനനുസരിച്ച് പൂർത്തിയായി. ഖനി പ്രവർത്തനക്ഷമമായി. അപ്പോൾ അവർക്ക് ആദ്യകുഞ്ഞ് പിറന്നു. അതൊരു പെൺകുട്ടിയായിരുന്നു. സൈവിയ എന്നാണവൾക്ക് പേരിട്ടത്. അത് പാരമ്പര്യമായി ഒരു സ്ലോവേക്യൻ പേരാണ്. പടിഞ്ഞാറൻ പ്രദേശങ്ങളെ മാതൃരാജ്യത്തേക്ക് മടക്കികൊടുക്കുന്നതിന്റെ ആഘോഷം എന്ന നിലയിലാണീ പേരിട്ടത്. കുറച്ച് കഴിഞ്ഞപ്പോഴേക്കും ഭാര്യാഭർത്താക്കന്മാർ തമ്മിൽ തീരെ പൊരുത്തമില്ല എന്നത് വ്യക്തമായി തുടങ്ങി. പൊരുത്തമില്ല എന്ന് മാത്രമല്ല ഇഷ്ടവുമില്ല. സ്വീർസ് ജെജെൻസ്കി വീട്ടിലേക്ക് തനിക്കായി ഒരു ഗതിയുണ്ടാക്കി. വീടിന്റെ ഭൂഗർഭ അറയെ തന്റെ പഠനമുറിയും കിടപ്പുമുറിയുമാക്കി. ഇക്കാലത്താണ് രണ്ടാമതൊരു കുഞ്ഞ് പിറക്കുന്നത്. ഒരു

മകൻ. അതായത് ഓഡ്ബോൾ. ഇതായിരുന്നു അവരുടെ അവസാന ഫലം എന്ന് പറയാം. അവസാന ലൈംഗികബന്ധത്തിന്റെ ഫലം. തന്റെ ജർമ്മൻ ഭാര്യയ്ക്ക് അവളുടെ പുതിയ സർ നെയിം ഉച്ചരിക്കാൻ തന്നെ ബുദ്ധിമുട്ടാണെന്ന് കണ്ടപ്പോൾ അച്ഛന് അത് പ്രതികാരത്തിനുള്ള ഒരു വഴിയായി. വൈകാരികമായ പ്രതികാരം. ഇക്കാലത്ത് അങ്ങനെയൊക്കെ കാണുക ബുദ്ധിമുട്ടാണ്. എഞ്ചിനിയർ തന്റെ മകന് പഴയ ശൈലിയിലുള്ള ഒരു സ്ലോവേക്യൻ പേരിട്ടു. സ്വീടോപെൽക്. അമ്മയ്ക്ക് അങ്ങനെ മക്കളുടെ പേരുച്ചരിക്കുക ബുദ്ധിമുട്ടായി. മകൻ സെക്കണ്ടറി സ്കൂളാകുമ്പോഴേക്കും അമ്മ മരിച്ചു. അതിനിടയിൽ അച്ഛന്റെ മാനസിക നില ആകെ തകരാറിലായി. അയാൾ ജീവിതം മുഴുക്കെ ഭൂഗർഭ അറയിൽ കഴിയാൻ തുടങ്ങി. അതിനായി അവിടെ പുതിയ മുറികളും ഇടനാഴികളും പണിതു. വീടിനടിയിൽ ഒരു വീടുണ്ടാക്കി.

“അച്ഛനിൽ നിന്നാകണം ഞാൻ എന്റെ ഭ്രാന്തുകൾ കടമെടുത്തത്,” ഓഡ്ബോൾ കഥ പറഞ്ഞവസാനിപ്പിച്ചു.

ഈ കഥ എന്നെ സ്പർശിച്ചു. ഇതിനു മുമ്പോ (ശേഷമോ) അയാളിങ്ങനെ ഒരു ദീർഘഭാഷണത്തിനു മുതിർന്നിട്ടില്ല എന്നതുകൊണ്ട് പ്രത്യേകിച്ചും അതെന്നെ സ്പർശിച്ചു. അയാളുടെ ജീവിതത്തിലെ ബാക്കി കഥകളും അറിയാൻ എനിക്ക് താത്പര്യമുണ്ടായിരുന്നു. ബ്ലാക്ക് കോട്ടിന്റെ അമ്മ ആരാണെന്നത് അതിനൊരു ഉദാഹരണമായെടുക്കാം. അയാളെന്തുകൊണ്ട് ഇങ്ങനെ ദുഃഖിതനും ക്ഷീണിതനുമായി കാണപ്പെടുന്നു എന്നത് മറ്റൊരു ഉദാഹരണമാക്കാം. അതിനിടയിൽ, കഥപറച്ചിലിനിടയിൽ, മടിയിലുണ്ടായിരുന്ന സ്ട്രോബറി മൊത്തം ഞങ്ങൾ തിന്നുതീർത്തു.

അയാൾ സ്വന്തം പേര് വെളിപ്പെടുത്തിയതിനാൽ ഇനി അയാളോടൊപ്പം പോകുകയല്ലാതെ തരമില്ലെന്നായി എന്റെ മനസ്സിന്. അതിനാൽ സായാഹ്നത്തിൽ ഞാനിറങ്ങി. അതോടിക്കൊണ്ടിരുന്നപ്പോൾ സമുറായിയുടെ പുറകിൽ ഞാൻ വെച്ചിരുന്ന ഉപകരണങ്ങൾ ചിലമ്പിച്ചുകൊണ്ടിരുന്നു.

“എന്തൊക്കെയാണീ കാറിൽ കൊണ്ടുനടക്കുന്നത്? സ്വീടോപെൽക് ചോദിച്ചു. “ഇതെല്ലാം എന്തിനാണ്? ക്യാമ്പുകൾ തണുപ്പിക്കുന്ന യന്ത്രം! പെട്രോൾ ടിൻ. മൺവെട്ടികൾ?”

മലനിരകളിൽ ഒറ്റയ്ക്ക് താമസിക്കുമ്പോൾ സ്വയം പര്യാപ്തത ഒരു അവശ്യഘടകമാണെന്ന് അയാൾ മനസ്സിലാക്കണം.

ഞങ്ങളെത്തിയപ്പോഴേക്കും എല്ലാവരും മേശയ്ക്ക് ചുറ്റിലും അണിനിരന്നിരുന്നു. കടുപ്പമുള്ള കാപ്പി ഊതിക്കുടിക്കാൻ തുടങ്ങിയിരുന്നു. പെന്നി ബൺസ്മഷ്റൂം പിക്കേഴ്സ് സൊസൈറ്റിക്ക് വലിയ അംഗസംഖ്യയുണ്ടെന്നത് എന്നെ അത്ഭുതപ്പെടുത്തി. പല കടകളിലും തെരുവുകളിലും വെച്ച് ഞാൻ പരിചയപ്പെട്ട പലരും അതിൽ അംഗങ്ങളായിരുന്നു. അവരിൽ പലരേയും ഞാൻ തിരിച്ചറിഞ്ഞതേയില്ല. ജനങ്ങളെ ഒന്നിച്ചു കൂട്ടാൻ, സൗഹൃദമുണ്ടാക്കാൻ പറ്റിയ ഒന്നാണ് കൂൺ പെറുക്കൽ എന്നെനിക്ക്

മനസ്സിലായി. ചർച്ചകളിൽ ഭൂരിഭാഗവും കയ്യേറിയത് കാട്ടുകോഴികളെപ്പോലെയുള്ള രണ്ടുപേരായിരുന്നു. എപ്പോഴും ഒച്ചയുണ്ടാക്കുന്ന ആ പക്ഷികളെപ്പോലെ ഇവരും വലിയ ശബ്ദത്തിൽ സംസാരിച്ചുകൊണ്ടേയിരുന്നു. അത്രയ്ക്കൊന്നും ആവേശകരമല്ലാത്ത അവരുടെ അനുഭവങ്ങൾ ആവേശകരമാക്കാൻ ശ്രമിച്ചുകൊണ്ടിരുന്നു. അവരതിനെയെല്ലാം ഉപകഥകൾ എന്നാണ് വിളിച്ചത്. മറ്റ് ചിലർ അവരെ നിശ്ശബ്ദരാക്കാൻ ശ്രമിക്കുന്നുണ്ടായിരുന്നു. അതുകൊണ്ട് ഗുണമൊന്നുമുണ്ടായില്ല. നൃത്തം അടുത്തുള്ള അഗ്നിശാലയിലാണെന്ന് എന്റെ അടുത്തിരിക്കുന്ന സ്ത്രീ പറഞ്ഞു. കുറുക്കന്മാരുടെ ഫാമിനരികിലാണ് അഗ്നിശാല. എന്നാൽ ചില അംഗങ്ങൾക്ക് അതിനോട് എതിർപ്പുണ്ട്.

"നമ്മുടെ ഒരു സുഹൃത്ത് മരിച്ച സ്ഥലത്തിനടുത്ത് പാർട്ടി നടത്തുന്നത് അത്ര ഗംഭീരമൊന്നുമല്ല." യോഗാദ്ധ്യക്ഷൻ പറഞ്ഞു. അത് ഞങ്ങളുടെ സ്കൂളിലെ ചരിത്രാദ്ധ്യാപകനായിരുന്നു എന്ന് ഞാൻ തിരിച്ചറിഞ്ഞു. അയാൾക്ക് കൂണിലും താത്പര്യമുണ്ടാകും എന്ന് ഞാൻ കരുതിയിരുന്നില്ല.

"അതൊരു കാര്യം." എനിക്കെതിരെയിരുന്ന സ്ത്രീ പറഞ്ഞു തുടങ്ങി. അവർക്ക് വർത്തമാനപത്രങ്ങൾ വിൽക്കുന്ന കടയുണ്ട്. ഇടയ്ക്ക് എനിക്കുവേണ്ടി മാസികകൾ സൂക്ഷിച്ച് വെയ്ക്കാറുണ്ട്. "അതൊരു അപകടം പിടിച്ച സ്ഥലം കൂടിയാണ്. നമുക്കിടയിൽ പുകവലിക്കുന്നവരുണ്ട്. അവർ പുകവലിക്കാനായി പുറത്തിറങ്ങും..."

"അഗ്നിശാലകളിൽ പുകവലി നിരോധിക്കപ്പെട്ടിരിക്കുന്നു എന്ന് ഓർമ്മയിരിക്കട്ടെ. മദ്യപാനവും ഹാളിനകത്തേ പാടുള്ളൂ. അങ്ങനെയാണ് നമുക്ക് തന്നിരിക്കുന്ന അനുമതി നിഷ്കർഷിക്കുന്നത്. അല്ലെങ്കിൽ അത് പൊതുസ്ഥലത്തിരുന്ന് മദ്യപിക്കുന്നതിനു തുല്യമാകും. നിയമവിരുദ്ധമാകും."

യോഗത്തിൽ നിന്ന് ഒരു മർമ്മരമുയർന്നു.

"എന്താണത്?" ഖാക്കി വെയ്സ്റ്റ് കോട്ടിട്ട ഒരാൾ വിളിച്ച് ചോദിച്ചു. "മദ്യപിക്കുമ്പോൾ എനിക്ക് പുകവലിക്കണം. തിരിച്ചും. അപ്പോൾ ഞാനെന്ത് ചെയ്യും?"

അത് കേട്ട് യോഗാദ്ധ്യക്ഷനായ ചരിത്രാദ്ധ്യാപകൻ അമ്പരന്നു. യോഗം ആശയക്കുഴപ്പത്തിലായി. ഈ പ്രശ്നത്തിനെന്ത് പോംവഴിയെന്ന് പല നിർദ്ദേശങ്ങളും വന്നു.

"വാതിൽക്കൽ നിൽക്കാം. ഒരു കയ്യിൽ ഗ്ലാസ് പിടിക്കാം. അത് അകത്തേക്ക് നീട്ടിപ്പിടിക്കണം. മറുകയ്യിൽ സിഗരറ്റ്. ആ കയ്യ് പുറത്തേക്കിടണം." മുറിയുടെ പുറകിൽ നിന്ന് ആരോ വിളിച്ച് പറഞ്ഞു.

"പുക അകത്തേക്ക് വരും."

"മേൽക്കൂരയുള്ള ഒരു ടെറസ്സുണ്ടവിടെ. പൂമുഖത്തിരുന്നാൽ അത് അകത്തിരിക്കുന്നതായി കണക്കാക്കുമോ അതോ പുറത്തോ?" മറ്റൊരാൾ വിളിച്ച് ചോദിച്ചു.

യോഗാദ്ധ്യക്ഷൻ മേശപ്പുറത്തടിച്ചു. അപ്പോൾ ഒരാൾ യോഗത്തിലേക്ക് കയറിവന്നു. പ്രസിഡന്റ്. സൊസൈറ്റിയുടെ ഒരു ഹോണററി അംഗമാണദ്ദേഹം എന്ന് തോന്നി. എല്ലാവരും നിശ്ശബ്ദരായി. എപ്പോഴും ശ്രദ്ധാകേന്ദ്രമായിരിക്കാൻ താത്പര്യപ്പെടുന്ന വ്യക്തിയാണദ്ദേഹം. യൗവ്വനം മുതൽ ഒരു സമിതിയുടെ അല്ലെങ്കിൽ മറ്റൊന്നിന്റെ ബോർഡ് അംഗമാകാൻ ശ്രദ്ധിച്ചിട്ടുണ്ടദ്ദേഹം. സ്കൂളിലെ സ്റ്റുഡന്റ് യൂണിയൻ, പീപിൾസ് പോണ്ടിന്റെ ബോയ് സ്കൗട്ട്സ് സർവീസിലെ അംഗം. പ്രാദേശിക കൗൺസിൽ അംഗം. ക്വാറി കമ്പനിയിലെ അംഗം. പലവിധ മേൽനോട്ടക്കമ്പനികളിലെ അംഗം. ഒരിക്കൽ പാർലമെന്റ് അംഗമായും സേവനമനുഷ്ഠിച്ചിട്ടുണ്ട്. എല്ലാവരും അദ്ദേഹത്തെ പ്രസിഡന്റ് എന്ന് വിളിച്ചു. ഇത്തരം യോഗങ്ങൾ നടത്തുക എന്നത് അയാൾക്കൊരു ശീലമാണ്. അയാൾ പ്രശ്നത്തിനുടൻ പരിഹാരം കണ്ടെത്തി.

“നമുക്ക് പൂമുഖത്ത് ബുഫെ വെയ്ക്കാം. ടെറസിനെ ബുഫെ മേഖലയായി പ്രഖ്യാപിക്കാം.” അയാൾ ചിരിച്ചു. ആ ചിരിയിൽ അധികമാരും ഒപ്പം ചേർന്നില്ല.

അയാൾ സുന്ദരനാണെന്നത് സമ്മതിക്കാതിരിക്കാനാകില്ല. എങ്കിലും ആ സൗന്ദര്യത്തെ ഒരു കുടവയർ ഇല്ലാതാക്കുന്നുണ്ട്. ആത്മവിശ്വാസമുള്ളവനാണയാൾ. ജുപീറ്റർ ദേവന്റെ ശരീരപ്രകൃതമുണ്ട്. അതയാളുടെ ആത്മവിശ്വാസം വർദ്ധിപ്പിക്കുന്നുണ്ട്. ഇയാൾ ഭരിക്കാനായി ജനിച്ചവൻ തന്നെ. അതല്ലാതെ മറ്റൊന്നും ചെയ്യാൻ അയാൾക്കറിയില്ല.

പ്രസിഡന്റ് ഒരു ചെറിയ പ്രസംഗം നടത്തി. ജീവിതം എങ്ങനെ ജീവിക്കണം എന്നായിരുന്നു വിഷയം. അടുത്ത് നടന്ന ദുഃഖകരമായ സംഭവങ്ങൾക്കുശേഷം നമ്മളെല്ലാം എങ്ങനെ മുന്നോട്ട് പോകണം എന്ന് അയാൾ ഉപദേശിച്ചു. പ്രഭാഷണത്തിനിടയിൽ അവിടവിടെ തമാശകൾ വിളക്കിച്ചേർത്തു. ഇടയ്ക്കിടെ, ‘നമ്മുടെ സുന്ദരികളോട്’ എന്ന പദം ഉപയോഗിച്ചു. ചില ഇഷ്ടവാക്യങ്ങൾ ആവർത്തിച്ചുപയോഗിക്കുന്ന ഒരു ശീലം അയാൾക്കുണ്ട്. അയാളുടെ ഇഷ്ടവാക്യം ‘സത്യത്തിൽ’ എന്നതായിരുന്നു.

ഇത്തരം വ്യാക്ഷേപകങ്ങളെക്കുറിച്ച് എനിക്കൊരു സിദ്ധാന്തമുണ്ട്. ഓരോ വ്യക്തിക്കും ഇതുപോലെ ഒരു വാക്യമുണ്ട്. അത് അവൻ അല്ലെങ്കിൽ അവൾ അമിതമായി ഉപയോഗിക്കും, അഥവാ തെറ്റായ സ്ഥലത്തോ തെറ്റായ രീതിയിലോ ഉപയോഗിക്കും. അവരുടെ ബുദ്ധിയെ സംബന്ധിച്ചിടത്തോളം ആ വാക്ക്, വാക്യം, പ്രാധാന്യമർഹിക്കുന്ന ഒന്നാകും. ‘പ്രത്യക്ഷത്തിൽ’, ‘പൊതുവെ പറഞ്ഞാൽ’, ‘മിക്കവാറും’, ‘പ്രായേണ’, ‘ഫക്കിങ്ങ്’, ‘അങ്ങനെ കരുതുന്നില്ലേ’, ‘എന്നതുപോലെ’; അങ്ങനെയങ്ങനെ. നമ്മുടെ പ്രസിഡന്റ് ‘സത്യത്തിൽ’ ആണ്. ചില വാക്കുകൾക്ക് ചില ഫാഷനുകളുണ്ട്. ചിലപ്പോൾ എല്ലാവരും ഒരുപോലെയുള്ള ഷൂസും വസ്ത്രവും ധരിക്കുന്നത് കണ്ടിട്ടില്ലേ, അതുപോലെതന്നെ ജനങ്ങൾ ഒരു പ്രത്യേക വാക്ക്, വാക്യം ഉപയോഗിക്കാൻ തുടങ്ങുന്നു. അടുത്തയിടെ, ‘പൊതുവെ’ എന്ന വാക്കായിരിക്കുന്നു ഫാഷൻ. എന്നാൽ ഇപ്പോഴിതാ ‘സത്യത്തിൽ’ അതിനു മുന്നിൽ കയറി നിൽക്കുന്നു.

“സത്യത്തിൽ, നമ്മെ വിട്ടുപോയ പ്രിയപ്പെട്ടവൻ” എന്ന് പറഞ്ഞ് അയാൾ ഒരു ആംഗ്യം കാണിച്ചു. കുരിശ് വരച്ചതാണെന്ന് തോന്നുന്നു. “എന്റെ നല്ല സുഹൃത്തായിരുന്നു. ഞങ്ങൾക്ക് ഒരേ താത്പര്യങ്ങളാണു ണ്ടായിരുന്നത്. അയാളും കൂണ് പെറുക്കുന്നതിൽ തത്പരനായിരുന്നു. ഈ വർഷം നമ്മോടൊപ്പം അയാളുമുണ്ടാകേണ്ടതായിരുന്നു. സത്യത്തിൽ, അയാൾ ഒരു നല്ല മനുഷ്യനായിരുന്നു. വിശാലമനസ്കനായിരുന്നു. അയാൾ പലർക്കും ജോലി നൽകി. സത്യത്തിൽ അക്കാരണം ഒന്നുകൊ ണ്ടെങ്കിലും നമ്മൾ അയാളെക്കുറിച്ചുള്ള ഓർമ്മയെ ബഹുമാനിക്കണം. ജോലി എന്നത് മരത്തിൽ വിളയുന്ന ഒന്നല്ലല്ലോ. നിഗൂഢമായസാഹച ര്യത്തിലാണ് അയാൾ മരിച്ചത്. പൊലീസ് ഉടൻ അതെല്ലാം കണ്ടെത്തും. സത്യത്തിൽ, നമ്മളെല്ലാം ഭയക്കേണ്ട കാര്യമില്ല. ജീവിതത്തിന് അതി ന്റേതായ നിയമങ്ങളുണ്ട്. അവയെ അവഗണിക്കാൻ നമുക്കാകില്ല. ധീര രായിരിക്കുക പ്രിയ സുഹൃത്തുക്കളേ, നമ്മുടെ സുന്ദരികളോടും എനിക്ക് അതാണ് പറയാനുള്ളത്. സത്യത്തിൽ നിങ്ങൾ അത് തന്നെയാണ് ചെയ്യേ ണ്ടത്. ചുറ്റിലും ഭ്രാന്തായി നടന്നുകൊണ്ടിരിക്കുന്ന കിംവദന്തികൾക്ക് ഞാൻ അവസാനം കാണിക്കും. സത്യത്തിൽ, നമ്മൾ അധികാരികളിൽ വിശ്വാസമർപ്പിക്കണം. നമ്മുടെ പൊതുമൂല്യബോധമനുസരിച്ച് നമ്മൾ ചെയ്യേണ്ടത് അതാണ്.” അടുത്ത തിരഞ്ഞെടുപ്പിനു മത്സരിക്കുന്ന സ്ഥാനാർത്ഥിയാണോ അയാൾ എന്ന മട്ടിലായിരുന്നു ഈ പ്രസംഗം.

‘സത്യത്തിൽ’ എന്ന വാക്ക് ‘സത്യം’ എന്ന വാക്ക് അമിതമായി ഉപ യോഗിക്കുന്ന ഒരു വ്യക്തി നുണയനായിരിക്കും എന്ന് എനിക്ക് ചിന്തി ക്കാതിരിക്കാനായില്ല.

യോഗാംഗങ്ങൾ വീണ്ടും അവരവരുടെ സംഭാഷണങ്ങളിലേക്ക് തിരിഞ്ഞു. കലപില കൂട്ടി. വീണ്ടുമൊരാൾ ക്രാകോവിൽ കഴിഞ്ഞ വർഷ മുണ്ടായ നെഞ്ചുപൊളിക്കുന്ന പതുങ്ങിയിരിപ്പുകാരന്റെ വിഷയമെടുത്തിട്ടു. അഗ്നിശാലയിൽ ഇങ്ങനെ ഒരു നൃത്തവും ആഘോഷവും സംഘടിപ്പി ക്കുന്നത് ഉത്തമമാകുമോ? കാടിന്റെ ഓരത്ത് തന്നെയല്ലേ അത്?

“ക്രാകോവ് എന്ന ഗ്രാമത്തിനരികിൽ പ്രത്യക്ഷപ്പെട്ട നിഗൂഢമായ മൃഗത്തിനു പുറകെ പൊലീസ് ഓടിയ ഓട്ടം ഓർമ്മയുണ്ടോ? കഴിഞ്ഞ സെപ്തംബറിലായിരുന്നു അത്. അവിടെയുള്ള ആരോ ഇര പിടിക്കുന്ന ഒരു മൃഗത്തിന്റെ ചിത്രങ്ങളെടുത്തു. അതൊരു കൊച്ചുസിംഹമായിരുന്നു എന്ന് തോന്നുന്നു.” ഒരു യുവാവ് ആവേശം കൊണ്ടു. ഞാനയാളെ ബിഗ് ഫൂട്ടിന്റെ വീട്ടിൽ കണ്ടിട്ടുണ്ടല്ലോ എന്നോർത്തു.

“അല്ലല്ലോ. നിങ്ങൾ മറ്റെന്തിനോടോ ഒപ്പം കൂട്ടിക്കുഴയ്ക്കുകയാണി തിനെ. സിംഹമോ? ഇവിടേയോ?” ഖാക്കി വസ്ത്രമണിഞ്ഞയാൾ പറഞ്ഞു.

“അതൊരു സിംഹമൊന്നുമായിരുന്നില്ല. ഒരു ചെറിയ കടുവയായി രുന്നു.” ശ്രീമതി മെറിലെഗ്സ് പറഞ്ഞു. അവർക്ക് ഞാനാണ് ആ പേരിട്ടത്. നല്ല ഉയരമുള്ളവളും മാനസിക പിരിമുറുക്കം ഇത്തിരി കൂടുതലുള്ളവളും

അന്നാട്ടുകാരികൾക്കായി പലവിധ വസ്ത്രങ്ങൾ തുന്നിക്കൊടുക്കുന്നവളുമായിരുന്നു അവർ. അതുകൊണ്ടുതന്നെ ഈ പേര് അവർക്കിണങ്ങുന്നുണ്ട്. "ടി.വിയിൽ ഞാൻ ചിത്രങ്ങൾ കണ്ടിരുന്നു."

"അയാൾ പറഞ്ഞത് ശരിയാണ്. അങ്ങനെയൊക്കെ തന്നെയാണ് സംഭവിച്ചത്. അയാൾ പൂർത്തിയാക്കട്ടെ." ആ സ്ത്രീ മര്യാദയില്ലാതെ പറഞ്ഞു.

"സിംഹമോ കടുവയോ എന്താണെങ്കിൽ അതിനെ തിരഞ്ഞ് പൊലീസ് രണ്ട് ദിവസം ചെലവിട്ടു. അവർ ഹെലികോപ്ടറുകൾ ഉപയോഗിച്ചു. തീവ്രവാദികളെ പിടികൂടുന്ന പട്ടാളത്തെ ഉപയോഗിച്ചു. ഓർമ്മയില്ലേ? അര ദശലക്ഷം അതിനായി ചെലവായി. എന്നിട്ടും അവർക്ക് ഒന്നും കണ്ടെത്താനായില്ല."

"ഒരുപക്ഷേ അത് ഇവിടേക്ക് ഓടിപ്പോന്നിട്ടുണ്ടാകാം."

"അതിന്റെ കൈ നീട്ടി ഒരടി കിട്ടിയാൽ നമ്മൾ അപ്പോൾതന്നെ ചത്തുപോകുമെന്നാണ് പറയുന്നത്."

"അത് തല കടിച്ചെടുക്കാറുണ്ടത്രേ."

"ചൂപാകാബ്ര." ഞാൻ പറഞ്ഞു.

സദസ്സ് നിശ്ശബ്ദമായി. കാട്ടുകോഴികൾ പോലും എന്നെ നോക്കി നിശ്ശബ്ദമിരുന്നു.

"ഒരിക്കലും പിടികൂടാനാകാത്തെ ഒരു നിഗൂഢമൃഗമാണത്. പ്രതികാരദാഹിയായ വന്യമൃഗം."

പെട്ടെന്ന് എല്ലാവരും ഒന്നിച്ച് സംസാരിക്കാനാരംഭിച്ചു. ഓഡ്ബോൾ അമ്പരക്കുന്നതും അയാളിൽ വിഭ്രാന്തി വരുന്നതും ഞാൻ കണ്ടു. അയാൾ കൈകൾ കൂട്ടിത്തിരുമ്മുന്നുണ്ടായിരുന്നു. ആദ്യം കണ്ടയാൾക്ക് മേൽ ചാടിവീഴാൻ തയ്യാറെടുക്കുകയാണയാൾ എന്ന് തോന്നി. യോഗം അതിന്റെ അവസാനത്തിലേക്ക് നീങ്ങുകയായിരുന്നു. രംഗം ശാന്തമാക്കാൻ ആർക്കുമാകുന്നുണ്ടായിരുന്നില്ല. ചുപാകാബ്ര എന്ന വിഷയം ഉന്നയിച്ചതിൽ എനിക്ക് കുറ്റബോധം തോന്നി. അതുകൊണ്ടെന്ത്? ഞാനും എന്റേതായ പ്രചാരണപ്രവർത്തനത്തിലായിരുന്നല്ലോ.

ഇല്ല. നമ്മുടെ നാട്ടിലുള്ളവർക്ക് ഒറ്റനാണയത്തിനു ലഭിക്കുന്ന ബണ്ണിന്റെ പേരിൽ പോലും ഒരു സമൂഹം കെട്ടിപ്പെടുക്കാനുള്ള നിപുണതയൊന്നുമില്ല. ഞെരമ്പ് രോഗം ബാധിച്ച അസൂയക്കാരുടെ ലോകമാണിത്. മറ്റൊരാൾക്കരികിലെത്തിയാൽ ഉടൻ നിർദ്ദേശങ്ങൾ നൽകാൻ തുടങ്ങുന്നവരുടെ ലോകത്ത്, നിർദ്ദേശങ്ങൾക്കൊപ്പം വിമർശനവും പ്രതിരോധവും താനാണ് മേലാളൻ എന്നതിന്റെ പ്രകടനവുമുണ്ടാകും.

ചെക്ക് റിപ്പബ്ലിക്ക് തീർത്തും വ്യത്യസ്തമാണെന്ന് ഞാൻ കരുതുന്നു. അവിടെയുള്ളവർക്ക് ശാന്തമായി കാര്യങ്ങൾ ചർച്ച ചെയ്യാനറിയാം. ആരും

വഴക്കടിക്കാനിറങ്ങില്ല. അങ്ങനെ ചെയ്യണം എന്നാഗ്രഹിച്ചാലും അവർക്കതിനാകില്ല, കാരണം അവരുടെ ഭാഷ വഴക്കടിക്കാൻ അനുയോജ്യമായ ഒന്നല്ല.

വൈകിയാണ് ഞങ്ങൾ വീട്ടിലെത്തിയത്. ഇത്തിരി മനസ്താപത്തോടെയാണ് തിരിച്ചെത്തിയത്. വേവിച്ചെടുത്തതുപോലെ. മടക്കയാത്രയിലുടനീളം ഓഡ്ബോൾ സംസാരിച്ചില്ല. കുറുക്കുവഴികളിലൂടെയാണ് ഞാൻ എന്റെ സമുറായ് ഓടിച്ചത്. ആ വഴികളിൽ നിറയെ കല്ലും കുഴികളികളുമായിരുന്നു. ആ കുഴികളിൽ പെട്ട് ഞങ്ങൾ അതിനകത്ത് ആടിയുലഞ്ഞത് ഞാൻ ആസ്വദിച്ചു. ഒരു വാതിലിൽ നിന്ന് മറുവാതിൽവരെ ഞങ്ങൾ ചിലപ്പോൾ തെറിച്ചുപോയി. ഹ്രസ്വമായ വാക്കുകളിൽ ഞങ്ങൾ യാത്ര പറഞ്ഞു. 'കാണാം' എന്ന് മാത്രം പറഞ്ഞു.

ഞാൻ ഇരുട്ടിൽ നിന്നു. ഒഴിഞ്ഞ അടുക്കളയുടെ ഇരുട്ടിൽ. എന്നെ സാധാരണ പിടികൂടാറുള്ള ഒന്ന് ഇപ്പോഴെത്തും എന്നെനിക്കുറപ്പായി. കരച്ചിൽ. തേങ്ങൽ. അതിനാൽ ചിന്തിക്കുന്നതവസാനിപ്പിച്ച് എന്തെങ്കിലും ചെയ്തുകൊണ്ടിരിക്കാൻ തീരുമാനിച്ചു. അതിനായി ഞാൻ മേശയ്ക്കരികിലേക്ക് നീങ്ങി. താഴെ കൊടുത്തിരിക്കുന്ന കത്തെഴുതി.

പോലീസിന്,

എന്റെ കഴിഞ്ഞ കത്തിന് മറുപടിയൊന്നും ലഭിച്ചിട്ടില്ല. നമ്മുടെ രാജ്യത്തെ എല്ലാ പൊതുഓഫീസുകളും അധികാരസ്ഥാപനങ്ങളും പതിന്നാല് ദിവസങ്ങൾക്കകം കത്തുകൾക്ക് മറുപടി നൽകണം എന്നാണ് നിയമം എങ്കിലും എന്റെ കത്തിനു മറുപടി ലഭിച്ചിട്ടില്ല. അതിനാൽ ആ കത്തിൽ നൽകിയ വിശദീകരണങ്ങൾ ആവർത്തിക്കാൻ ഞാൻ നിർബന്ധിതയായിരിക്കുന്നു. നമ്മുടെ ജില്ലയിൽ നടന്ന വളരെ ദുഃഖകരമായ സംഭവങ്ങളെക്കുറിച്ചുള്ള വിശദീകരണങ്ങൾ. അങ്ങനെ ചെയ്യുന്നതിനിടയിൽ നമ്മുടെ കമാൻഡന്റിന്റേയും കുറുക്കന്മാരെ വളർത്തിയിരുന്ന ഫാമിന്റെ ഉടമ ഇന്നേർഡിന്റേയും നിഗൂഢമരണങ്ങളിലേക്ക് വെളിച്ചം വീശുന്ന ചില നിരീക്ഷണങ്ങളും അവതരിപ്പിക്കാം.

ഒരു പൊലീസുകാരന്റെ കർത്തവ്യം നിർവഹിക്കുന്നതിനിടയിൽ നടന്ന അപകടം എന്ന നിലയിൽ തോന്നിപ്പിക്കുന്നു എങ്കിലും അതല്ലെങ്കിൽ യാദൃച്ഛികം എന്ന് തോന്നിപ്പിക്കുന്നു എങ്കിലും അപകടത്തിൽപെട്ട വ്യക്തി ആ സമയത്ത് അവിടെ എന്ത് ചെയ്യുകയായിരുന്നു എന്ന് പൊലീസിന് സ്ഥാപിക്കാനായോ എന്ന ചോദ്യം ഉന്നയിക്കേണ്ടതുണ്ട്. അറിയാവുന്ന എന്തെങ്കിലും ലക്ഷ്യങ്ങളുണ്ടായിരുന്നോ? ഞാനടക്കം പലർക്കും അത് ഒരു മരീചികയായി തോന്നുന്നു.

അതിലുപരിയായി ഈ കത്തെഴുതുന്ന വ്യക്തി ആ സ്ഥലം സന്ദർശിച്ചിരുന്നു. അവിടെ വളരെയധികം മൃഗക്കുളമ്പടിപ്പാടുകൾ കാണുകയുണ്ടായി. (ഇത് പൊലീസിന് പ്രാധാന്യമുള്ളതാകും എന്ന് തോന്നുന്നു.) അതിൽ മാനുകളുടെ കുളമ്പടികളുമുണ്ടായിരുന്നു. അന്തരിച്ച വ്യക്തിയെ കാറിൽ നിന്ന് പ്രലോഭിപ്പിച്ച് ഇറക്കി, അടിക്കാടിനരികിലേക്ക് കൊണ്ടുപോകുകയായിരുന്നു എന്ന് തോന്നുന്നു. ആ അടിക്കാട്ടിൽ മറഞ്ഞ് കിടക്കുകയായിരുന്നല്ലോ മരണകാരണമായ കിണർ. അയാൾ ഉപദ്രവിക്കാൻ ഉദ്ദേശിച്ചിരുന്ന മാൻ അയാൾക്ക് വധശിക്ഷ വിധിച്ചു എന്നതിനാണ് സാധ്യത കാണുന്നത്.

അടുത്ത ഇരയുടെ കാര്യവും സമാനമാണ്. ഇത്രയും ദീർഘകാലമായതിനാൽ കാലടിപ്പാടുകളുണ്ടായിരുന്നോ എന്ന് തീർച്ചപ്പെടുത്തുക അസാധ്യമാണ്. എന്നിരുന്നാലും മരണത്തിലേക്ക് നയിച്ച നാടകീയമായ സംഭവവികാസങ്ങൾ വിശദീകരിക്കാനാകും. ഭാവനയിൽ എളുപ്പത്തിൽ കാണാവുന്ന ഒന്നാണിത്. ഇവിടെ ഇരയെ കുറ്റിക്കാട്ടിലേക്ക് പ്രലോഭിപ്പിച്ച് നീക്കുകയായിരുന്നു. കെണികൾ സാധാരണായി വെയ്ക്കാറുള്ള സ്ഥലത്തേക്ക്. അവിടെ വെച്ച് അയാൾ കെണിയിൽ പെടുന്നു, ജീവൻ നഷ്ടപ്പെടുന്നു. (അതെങ്ങനെ നഷ്ടമായി എന്നത് അന്വേഷിക്കേണ്ട കാര്യമാണ്.)

അതേസമയം, പൊലീസ് വകുപ്പിൽ ജോലി ചെയ്യുന്ന മാന്യദ്ദേഹങ്ങളോട് ഈ ദുഃഖകരമായ സംഭവങ്ങൾക്ക് പുറകിൽ പ്രവർത്തിച്ചത് മൃഗങ്ങളായിരിക്കാം എന്ന സാധ്യതയിൽ നിന്നും ഒഴിഞ്ഞു മാറരുത് എന്ന് അഭ്യർത്ഥിക്കുന്നു. ഈ സംഭവങ്ങളിലേക്ക് വെളിച്ചം വീശുന്ന ചില വിവരങ്ങൾ ഞാൻ തയ്യാറാക്കിയിട്ടുണ്ട്. ഇത്തരം ജീവജാലങ്ങൾ ഇങ്ങനെയുള്ള കുറ്റകൃത്യങ്ങളിൽ ഭാഗമായിട്ട് ദീർഘകാലമായിരിക്കുന്നു എന്നതിനാലാണ് ഞാനത് ചെയ്തിരിക്കുന്നത്.

ഞാൻ ബൈബിളിൽ നിന്ന് തുടങ്ങണം. ഒരു കാള ഒരു സ്ത്രീയേയോ പുരുഷനേയോ കൊല്ലുന്നു എങ്കിൽ അതിനെ കല്ലെറിഞ്ഞ് കൊല്ലണം എന്ന് ബൈബിളിൽ പറയുന്നുണ്ട്. സെയിന്റ് ബർണാഡ് ഒരിക്കൽ ഒരു പറ്റംതേനീച്ചകളെ നാടുകടത്തുകയുണ്ടായി. അവയുടെ മൂളൽ തന്റെ ജോലിക്ക് വിഘാതമാകുന്നു എന്നാരോപിച്ചാണദ്ദേഹം ഇത് ചെയ്തത്. 846ൽ സിറ്റി ഓഫ് വേംസിലെ ഒരു മനുഷ്യന്റെ മരണത്തിന് തേനീച്ചകൾക്ക് സമാധാനം പറയേണ്ടിവന്നു. പ്രാദേശിക പാർലമെന്റ് അന്ന് അവയെ പുകയിൽ ശ്വാസംമുട്ടിച്ച് കൊല്ലാൻ ഉത്തരവിട്ടു. 1394 ൽ ഫ്രാൻസിൽ ചില പന്നികൾ ഒരു കുട്ടിയെ കൊന്ന് തിന്നു. അതിലെ തള്ളയെ തൂക്കിക്കൊല്ലാൻ വിധിച്ചു.

എന്നാൽ ആറ് കുഞ്ഞുങ്ങളെ വെറുതെ വിട്ടു. അവരുടെ പ്രായം കണക്കിലെടുത്താണത് ചെയ്തത്. 1639-ൽ ദീജോണിലെ ഒരു കോടതി ഒരു മനുഷ്യനെ കൊന്നു എന്ന കുറ്റത്തിന് ഒരു കുതിരയ്ക്ക് ശിക്ഷ വിധിക്കുകയുണ്ടായി. കൊലക്കുറ്റങ്ങൾ മാത്രമല്ല, പ്രകൃതിക്കെതിരായ കുറ്റകൃത്യങ്ങളും രേഖപ്പെടുത്തപ്പെട്ടിട്ടുണ്ട്. 1471-ൽ ഒരു കോഴിക്കെതിരെ പരാതി ഉയർന്നു. വിവിധ വർണ്ണങ്ങളിലുള്ള മുട്ടയാണ് അതിടുന്നത് എന്നായിരുന്നു പരാതി. അതിനെ കത്തിച്ച് കൊല്ലാൻ വിധിയായി. അതിൽ ചെകുത്താൻ ആവേശിച്ചിരിക്കുന്നു എന്ന് കണ്ടെത്തിയതിനാലാണിങ്ങനെ വിധി വന്നത്. ഇവിടെ ഞാൻ എന്റെയൊരു ടിപ്പണി കൂട്ടിച്ചേർക്കട്ടെ. ബൗദ്ധിക പരിമിതികൾക്കും മാനുഷന്റെ ക്രൂരതയ്ക്കും അതിരുകളില്ല എന്നതാണ് ആ ടിപ്പണി.

ഏറ്റവും പ്രസിദ്ധമായ വിചാരണ 1521-ൽ ഫ്രാൻസിൽ നടന്നതായിരുന്നു. എലികളെയാണന്ന് വിചാരണ ചെയ്തത്. വലിയ വിനാശം വരുത്തിക്കൊണ്ടിരിക്കുകയായിരുന്നു ആ എലികൾ. പട്ടണവാസികൾ അവയെകോടതിയിലേക്ക് വിളിപ്പിച്ചു. അവയ്ക്കായി ഒരു വക്കീലിനെ ഏർപ്പാടാക്കി. ബർതൊലോമിയോചാസെനീ എന്നായിരുന്നു ആ രസികന്റെ പേര്. പ്രതികൾ ആദ്യവിചാരണയ്ക്ക് ഹാജരാകാതിരുന്നപ്പോൾ കേസ് മാറ്റിവെയ്ക്കാൻ ചാസെനീ അപേക്ഷ നൽകി. അവ വളരെ ദൂരപ്രദേശങ്ങളിലാണ് താമസിക്കുന്നതെന്നും കോടതിയിലേക്കുള്ള വഴിയിൽ അവയെ കാത്ത് അപകടങ്ങൾ അനവധി നില്പുണ്ടെന്നുമായിരുന്നു അയാളുടെ വാദം. വാദികളുടെ പൂച്ചകൾ കുറ്റാരോപിതരെ ആക്രമിക്കുകയില്ല എന്ന് ഉറപ്പ് നൽകണം എന്നും അയാൾ ആവശ്യപ്പെട്ടു. അതായത് കുറ്റാരോപിതർ കോടയിലേക്ക് വരുന്ന വഴി പൂച്ചകൾ ആക്രമിക്കുകയില്ല എന്ന്കോടതി ഉറപ്പ് നൽകണം എന്ന്. നിർഭാഗ്യകരമെന്ന് പറയട്ടെ കോടതിക്ക് അങ്ങനെ ഉറപ്പൊന്നും പറയാനായില്ല, നൽകാനായില്ല. അതിനാൽ ആ കേസ് പിന്നേയും പല തവണ നീട്ടിവെയ്ക്കപ്പെട്ടു. അവസാനം പ്രതിഭാഗം വക്കീൽ അതി തീക്ഷ്ണമായ ഒരു പ്രസംഗം നടത്തി. അതിന്റെ ഫലമായി കുറ്റാരോപിതരായ എലികളെ വെറുതെ വിട്ടു.

1659-ൽ ഇറ്റലിയിലെ മുന്തിരിത്തോപ്പുടമകൾ തങ്ങളുടെ മുന്തിരിവള്ളികളെല്ലാം ചിത്രശലഭപ്പുഴുക്കൾ ആക്രമിച്ച്, വെട്ടിക്കളയുന്നു എന്ന് കോടതിയിൽ പരാതിപ്പെട്ടു. ചിത്രശലഭപ്പുഴുക്കൾക്കെതിരെ കേസ് ഫയൽ ചെയ്തു. അവയ്ക്കുള്ള സമൻസ് ചെറിയ കടലാസുകളിലെഴുതി ആ പ്രദേശങ്ങളിലെ മരങ്ങളിൽ ഞാത്തിയിട്ടു. കുറ്റാരോപണവുമായി ഈ പുഴുക്കൾ പരിചയത്തിലാകാനാണ് ഇത് ചെയ്തത്.

ഈ ചരിത്രരേഖകളെ അടിസ്ഥാനമാക്കി, എന്റെ വിഭാവനങ്ങളും സംഭവങ്ങളുടെ കൂട്ടിച്ചേർക്കലുകളും ഗൗരവമായി പരിഗണിക്കണം എന്ന് അഭ്യർത്ഥിക്കുന്നു. യൂറോപ്പിന്റെ കോടതി പരിധിക്കുള്ളിൽ ഇത്തരം സംഭവങ്ങൾ ഇതിനു മുമ്പും നടന്നിട്ടുണ്ട് എന്നാണിതെല്ലാം കാണിക്കുന്നത്. അവയെ മുൻ നടപ്പായി, കീഴ്‌വഴക്കായി, എടുക്കാവുന്നതാണെന്നുംഇതെല്ലാം കാണിക്കുന്നു.

അതേസമയം മാനുകൾ, കുറ്റാരോപിതരായിരിക്കുന്ന മറ്റ് മൃഗങ്ങൾ എന്നിവയെ ശിക്ഷിക്കാതെ വിടണം എന്നും ഞാൻ അഭ്യർത്ഥിക്കുന്നു. ഇരകളുടെ ക്രൂരപ്രവർത്തികളോടുള്ള പ്രതികരണമാണ് ഈ മൃഗങ്ങളുടേത് എന്നതാണ് ഈ അഭ്യർത്ഥനയ്ക്ക് കാരണം. എന്റെ അന്വേഷണംകാണിക്കുന്നത് ഇരകൾ, നിരന്തരം നയാട്ട് നടത്തുന്നതിൽ തത്പരരായിരുന്നു എന്നാണ്.

വിശ്വസ്തതയോടെ,

ദസ്ജെയ്കൊ

കാലത്ത് എഴുന്നേറ്റയുടൻ ഞാൻ പോസ്റ്റ് ഓഫീസിലേക്ക് പോയി. ആ കത്ത് റജിസ്റ്റേഡ് പോസ്റ്റ് ആയി അയയ്ക്കണം എന്ന് ഞാൻ ഉറപ്പിച്ചിരുന്നു. അങ്ങനെയെങ്കിൽ അയച്ചതിന്റെ തെളിവുണ്ടാകും. ഇതെല്ലാം അർത്ഥശുന്യമാണെന്ന ചിന്തയും അതിനോടൊപ്പം എന്നിലുണ്ടായി. പൊലീസ് സ്റ്റേഷൻ പോസ്റ്റ് ഓഫീസിന്റെ നേരെ എതിർവശത്താണ്. തെരുവിന്റെ മറുഭാഗത്ത്.

ഞാൻ പോസ്റ്റ് ഓഫീസിൽ നിന്നിറങ്ങിയപ്പോൾ എനിക്ക് മുന്നിൽ ഒരു ടാക്സി വന്ന് നിന്നു. അതിന്റെ ജാലകത്തിലൂടെ ദന്തഡോക്ടർ തല വെളിയിലേക്കിട്ടു. മദ്യപിച്ചാൽ പിന്നെ അയാളുടെ യാത്ര ടാക്സിയിലാകും. അങ്ങനെയാണ് പല്ല് പറിച്ച് കിട്ടുന്ന പണമെല്ലാം അയാൾ ചിലവിടുന്നത്.

"ശ്രീമതി ദസ്ജെൻകോ." അയാൾ വിളിച്ചു. അയാളുടെ മുഖം ചുവന്നിരുന്നു. കണ്ണുകളിൽ പാട കെട്ടിയിട്ടുണ്ടെന്ന് തോന്നുമായിരുന്നു.

"ദസ്ജെയ്കൊ." ഞാൻ തിരുത്തി.

"പ്രതികാരത്തിന്റെ ദിനം അടുത്തിരിക്കുന്നു. നരകത്തിൽ നിന്നുള്ള പടയാളികൾ നിലയുറപ്പിച്ചിരിക്കുന്നു." അയാൾ ഉച്ചത്തിൽ പറഞ്ഞു. എന്നിട്ട് കൈവീശി. ടാക്സിയുടെ ടയർ നിലവിളിച്ചു. അത് കുദോവയെ ലക്ഷ്യമിട്ട് നീങ്ങി.

13

രാത്രിയിലെ വില്ലാളി

ചിവീടിന്റെ ദേവതയെ പീഢിപ്പിക്കുന്നവർ
അവസാനിക്കാത്ത രാവിൽ
വള്ളിക്കുടിലുകൾ നെയ്തെടുക്കുകയാണ്

കൂണ് പെറുക്കുന്നവരുടെ ആഘോഷം തീരുമാനിച്ചിരുന്നതിന് രണ്ടാഴ്ച മുമ്പ് ഞാൻ ഗുഡ് ന്യുസിനെ കാണാൻ പോയി. ചില വസ്ത്രങ്ങൾ തിരയാനായി ഞങ്ങൾ പുറകിലെ മുറിയിൽ പലതും ഇളക്കിമറിച്ചു. നിർഭാഗ്യകരമെന്ന് പറയട്ടെ മുതിർന്നവർക്കുള്ള വസ്ത്രങ്ങളുടെ ശേഖരം അവിടെ കുറവായിരുന്നു. മിക്കതും കുട്ടികൾക്ക് ഫാൻസി ഡ്രസിൽ ഉപയോഗിക്കാൻ പറ്റിയതായിരുന്നു. അതിൽ ചിലതെല്ലാം കണ്ടാൽ ചിരിവരുമായിരുന്നു. കുട്ടികൾക്ക് അതൊക്കെയണിഞ്ഞ് ആരുവേണമെങ്കിലും ആകാം. എന്ത് വേണമെങ്കിലുമാകാം. തവളയാകാം, ബാറ്റ്മാനാകാം. സോറോയാകം. കടുവയാകാം. അതിനിടയിൽ സാമാന്യം നല്ല മുഖം കിട്ടി. മുഖാവരണം. ചെന്നായയുടെ മുഖാവരണം. അതിനാൽ ഞാൻ ചെന്നായയാകാൻ തീരുമാനിച്ചു. അതിനുവേണ്ട ശേഷിച്ച വസ്ത്രങ്ങളെല്ലാം ഞങ്ങൾ തന്നെ തയ്യാറാക്കി. അവിടെ കൂടിക്കിടന്നവയിൽ നിന്ന് കൈകാലുകൾക്ക് പറ്റിയ ഗ്ലൗസുകൾ തപ്പിയെടുത്തു. ആ വസ്ത്രങ്ങൾ എനിക്ക് നന്നായി ഇണങ്ങി. മുഖാവരണമണിഞ്ഞ് എനിക്ക് ഒരു ചെന്നായയുടെ ഉള്ളിലിരുന്ന് ലോകത്തെ സ്വതന്ത്രമായി നോക്കിക്കാണാമെന്നായി.

ഓഡ്ബോളിന്റെ കാര്യമായിരുന്നു വിഷമം. ഇത്രയും വലിയ ശരീരത്തിനു പറ്റിയതൊന്നും കണ്ടെത്താൻ ഞങ്ങൾക്കായില്ല. അയാൾക്ക്

അനുയോജ്യമായ വലിപ്പം ഒന്നിനുമില്ല. അവസാനം ഗുഡ്ന്യൂസ് തന്നെ ഒരു ആശയം കണ്ടെത്തി. ലളിതമാണെങ്കിലും അതിഗംഭീരമായിരുന്നു ആ ആശയം. ഞങ്ങളുടെ പക്കൽ ചെന്നായയുള്ളതിനാൽ ഈ ആശയം ഓഡ്ബോളിനു സ്വീകാര്യമാക്കുക മാത്രമേ ചെയ്യേണ്ടതുണ്ടായിരുന്നുള്ളൂ.

വിരുന്നിന്റെയന്ന് പ്രഭാതത്തിൽ, രാത്രി വീശിയ കൊടുങ്കാറ്റ് അവസാനിച്ചപ്പോൾ ഞാൻ എന്റെ പരീക്ഷണ പയർ ചെടികൾക്ക് കേടുപാടെന്തെങ്കിലും പറ്റിയിട്ടുണ്ടോ എന്ന് പരിശോധിക്കുന്നതിനിടയിൽ വനപാലകന്റെ കാർ വരുന്നത് കണ്ടു. ഞാൻ കൈവീശി കാർ നിർത്തിച്ചു. ആ യുവാവ് നല്ലവനായിരുന്നു. അയാൾക്ക് ഞാൻ സ്വകാര്യമായി ഇട്ടിരിക്കുന്ന പേര് വുൾഫ് ഐ എന്നാണ്. അയാളുടെ കൃഷ്ണമണികൾ പ്രത്യേകങ്ങളാണെന്ന് എനിക്ക് കണ്ണടച്ച് ഉറപ്പ് പറയാനാകും. ഒരു പ്രത്യേക ആകൃതിയാണവയ്ക്കെന്ന്. കാറ്റിൽ ആ പ്രദേശത്ത് എത്ര പൈൻ മരങ്ങൾക്ക് കേടുവന്നിട്ടുണ്ട് എന്നതിന്റെ കണക്കെടുക്കുകയായിരുന്നു അയാൾ.

"കീകജസ് ഹീമറ്റോഡ്സ് എന്ന വർഗ്ഗത്തെ പരിചയമുണ്ടോ?" ഞാൻ അയാളോട് ചോദിച്ചു. അതിനു മുമ്പ് പതിവ് കുശലാന്വേഷണങ്ങളുമുണ്ടായി.

"ഉവ്വ്. മിക്കവാറും."

"മരക്കുറ്റികളിലാണവ മുട്ടയിടുക എന്ന് അറിയാമോ?"

"അറിയാം." ഈ ചോദ്യം ചെയ്യൽ എവിടേക്കാണ് നീങ്ങുക എന്ന് തനിക്കറിയാം എന്നാ സ്വരത്തിലുണ്ടായിരുന്നു. "അതിനിടയിൽ അവ കാട്ടിലെ നല്ല ആരോഗ്യമുള്ള മരങ്ങൾ നശിപ്പിക്കാറുമുണ്ട്. എന്താണിതൊക്കെ ചോദിക്കാൻ കാരണം?"

ഞാൻ കാര്യങ്ങൾ ചുരുക്കി അവതരിപ്പിച്ചു. ബൂറൂസ് എന്നോട് പറഞ്ഞതൊക്കെ ഞാൻ ആവർത്തിച്ചു. എന്നാൽ എനിക്ക് ഭ്രാന്താണെന്ന് താൻ കരുതുന്നു എന്ന് വുൾഫ് ഐയുടെ മുഖഭാവം വ്യക്തമാക്കി. അയാളുടെ കണ്ണുകൾ ചെറുതായി. അതിൽ ഒരു ചിരി വിടർന്നു. ഒരു കൊച്ചുകുഞ്ഞിനോടെന്ന പോലെ എന്നോട് സംസാരിക്കാൻ തുടങ്ങി.

"ശ്രീമതി ദസ്ജെൻകോ..."

"ദസ്ജെയ്കോ." ഞാൻ തിരുത്തി.

"നിങ്ങൾ ഒരു നല്ല സ്ത്രീയാണ്. എല്ലാതിനോടും വ്യക്തിപരമായ ഒരു സ്നേഹവും ശ്രദ്ധയും നിങ്ങൾക്കുണ്ട്. എന്നാൽ മരത്തടികളിൽ ചില ചെറുപ്രാണികളുണ്ടാകും എന്നതിനാൽ മരങ്ങൾ വെട്ടിയെടുക്കുന്നത് ഞങ്ങൾക്ക് അവസാനിപ്പിക്കാനാകില്ല. ഉവ്വോ? കുടിക്കാൻ തണുത്തതെന്തെങ്കിലുമുണ്ടോ?"

പെട്ടെന്ന് എന്നിലുള്ള ഊർജ്ജം മുഴുക്കെ ഒഴുകിപ്പോയി. അയാൾ ഞാൻ പറഞ്ഞതൊന്നും ഗൗരവത്തിലെടുക്കുന്നില്ല. ഞാൻ ബൂറൂസോ ബ്ലാക്ക് കോട്ടോ ആയിരുന്നെങ്കിൽ ഒരുപക്ഷേ ഈ മനുഷ്യൻ കേൾക്കാൻ

മനസ്സ് കാണിക്കുമായിരുന്നു. ആ വാഗ്വാദങ്ങൾ കണക്കിലെടുക്കുമായിരുന്നു. ചർച്ച ചെയ്യുമായിരുന്നു. ഞാനോ, ഞാൻ വെറുമൊരു വൃദ്ധ. വട്ട് പിടിച്ച് ഈ വനത്തിൽ അലയുന്നവൾ. പ്രാധാന്യമൊന്നുമില്ലാത്തവൾ. ഒരു ഉപകാരവുമില്ലാത്തവൾ. അയാൾക്ക് എന്നെ ഇഷ്ടമില്ല എന്നൊന്നും ഞാൻ പറയില്ല. അയാൾക്ക് എന്നെ ഇഷ്ടമുണ്ട് എന്ന് എനിക്കറിയാം.

ഞാൻ വീട്ടിലേക്ക് കയറി. അയാൾ ഒപ്പം വന്നു. അയാൾ ടെറസ്സിലിരുന്നു. അരലിറ്ററോളം കോംപോട്ട് അകത്താക്കി. അയാൾ അത് കുടിക്കുന്നതും നോക്കി ഞാനിരുന്നു. അപ്പോൾ ഇതിൽ കുറച്ച് ഈ പ്രദേശത്ത് കാണുന്ന ലില്ലിയുടെ നീരുകൂടി ചേർക്കാമായിരുന്നു എന്നൊരു ചിന്ത എന്നിലുണ്ടായി. അതിനോടൊപ്പം അലി എനിക്ക് എഴുതി തന്നിരിക്കുന്ന ഉറക്ക ഗുളികയും പൊടിച്ചിടാമായിരുന്നു. അപ്പോൾ അയാൾ ഇവിടെ കിടന്ന് ഉറങ്ങും. എനിക്കയാളെ ബോയിലർ മുറിയിൽ പൂട്ടിയിടാം. വെറും റൊട്ടിയും വെള്ളവും കൊടുത്ത് ഏതാനും ദിവസം എന്റെ ബന്ദിയാക്കി സൂക്ഷിക്കാം. അതല്ലെങ്കിൽ വേണമെങ്കിൽ മറിച്ചും ചെയ്യാമായിരുന്നു. റൊട്ടിയും വെള്ളവും മാത്രം കൊടുക്കുന്നതിനു പകരം വണ്ണിക്കാൻ ആവശ്യമായതെല്ലാം നിരന്തരം കൊടുക്കാം. എന്നിട്ട് എന്നും അയാളുടെ ഒരു വിരലിന്റെ വ്യാസം അളന്ന് നോക്കാം. അയാളെ പൊരിച്ചെടുക്കാൻ തക്ക കനമുണ്ടോ എന്ന് നോക്കാം. അപ്പോൾ അയാൾക്ക് ഞാൻ പറഞ്ഞതിന്റെയെല്ലാം പൊരുൾ മനസ്സിലാകും.

“പ്രകൃതിയിൽ ഇപ്പോൾ സ്വാഭാവികമായി ഒന്നുമില്ല.” അയാൾ പറഞ്ഞു തുടങ്ങി. അയാൾ സത്യത്തിൽ ആരാണെന്ന് അപ്പോൾ ഞാൻ കണ്ട് തുടങ്ങി. മറ്റൊരു ഉദ്യോഗസ്ഥൻ മാത്രം. “വല്ലാതെ വൈകിയിരിക്കുന്നു. സ്വാഭാവിക പ്രക്രിയകളെല്ലാം തെറ്റിയിരിക്കുന്നു. ഇനി നമുക്ക് ചെയ്യാനാകുന്നത് ചില നിയന്ത്രണങ്ങൾ നിലനിർത്തുക എന്നതാണ്. അങ്ങനെ ഒരു മഹാവിപത്തിനെ ഒഴിവാക്കുക.”

“കീകജസ് വണ്ടുകൾ മൂലമാണോ നമ്മൾ ഒരു മഹാവിപത്തിന്റെ വക്കിലെത്തി നിൽക്കുന്നത്?”

“തീർച്ചയായും അല്ല. നമുക്ക് വീടിന്റെ പടികളും നിലങ്ങളും നിർമ്മിക്കാൻ മരം വേണം. വീട്ടുപകരണങ്ങൾക്കും കടലാസിനും മരം വേണം. ചിന്തിക്കാനാകുന്നില്ലേ അതിനെക്കുറിച്ച്? കീകജസ് ഹീമാറ്റോഡ്സ് അവിടെ പ്രത്യുത്പാദനം നടത്തുന്നു എന്ന കാരണത്താൽ നമ്മൾ കാട്ടിൽ പെരുവിരലിൽ നടക്കുമോ? നമുക്ക് ചെന്നായ്ക്കളെ വെടിവെച്ച് കൊല്ലേണ്ടി വരും. അല്ലെങ്കിൽ അവരുടെ സംഖ്യ പെരുക്കും. അത് മറ്റ് ജീവജാലങ്ങൾക്ക് ആപത്താകും. ഏതാനും വർഷം മുമ്പ് വിള നശിപ്പിച്ചിരുന്ന മുയലുകൾ അനേകമുണ്ടായിരുന്നു...”

“കൊല്ലുന്നതിനു പകരം ഗർഭനിരോധന മരുന്നുകൾ വിതറിക്കൂടേ?”

“അതിനെന്ത് ചിലവ് വരുംഎന്ന് ആലോചിച്ചിട്ടുണ്ടോ? അത് ഫലപ്രദമായില്ലെങ്കിലോ? ചിലതിന് വളരെ കുറച്ച് ലഭിക്കുമ്പോൾ മറ്റ് ചിലതിന്

അധികം ലഭിക്കും. നമുക്ക് ചില വ്യവസ്ഥകൾ പരിപാലിക്കേണ്ടി വരും. പ്രത്യേകിച്ചും സ്വാഭാവിക വ്യവസ്ഥകൾ ഇന്നില്ലാത്തതിനാൽ."

"ചെന്നായ്ക്കൾ..." ഞാൻ പറഞ്ഞു തുടങ്ങി. കോൺസൂളായിരുന്നു അപ്പോൾ എന്റെ മനസിൽ. ചെക്ക് റിപ്പബ്ലിക്കിലേക്ക് പോകുകയും വരികയും ചെയ്തുകൊണ്ടിരിക്കുന്ന കോൺസൂൾ.

"ശരി." അയാൾ ഇടയ്ക്ക് കയറി. "മറ്റൊരു ഉദാഹരണം പറയാം. ആ ഫാമിൽ നിന്ന് ഇറക്കി വിട്ട കുറുക്കന്മാർ എന്തൊക്കെ ആപത്താണ് വരുത്തുന്നതെന്ന് ചിന്തിക്കാനാകുന്നുണ്ടോ? ഭാഗ്യമെന്ന് പറയട്ടെ അവ യിൽ ചിലതിനെ പിടികൂടി മറ്റൊരു ഫാമിലേക്ക് മാറ്റിയിട്ടുണ്ട്."

"അയ്യോ..." ഞാനൊന്ന് ഞരങ്ങി. എനിക്കത് സഹിക്കാനാകുന്നതാ യിരുന്നില്ല. എന്നാൽ അവയ്ക്ക് കുറച്ച് കാലമെങ്കിലും സ്വാതന്ത്ര്യം ലഭ്യ മായല്ലോ എന്ന് പിന്നീട് ആശ്വസിക്കുകയും ചെയ്തു.

"സ്വതന്ത്ര ജീവിതത്തിന് അനുയോജ്യരല്ല അവ ശ്രീമതി ദസ്ജെയ്കോ. സ്വതന്ത്രമായി വിട്ടാൽ അവ ഇല്ലാതാകും. നായാടാൻ അവയ്ക്കറിയില്ല. അവയുടെ ദഹന വ്യവസ്ഥയിൽതന്നെ മാറ്റം വന്നിരിക്കുന്നു. മാംസപേശി കൾ ബലഹീനമായിരിക്കുന്നു. സ്വാതന്ത്ര്യത്തിൽ അവയുടെ ആ സുന്ദര രോമക്കുപ്പായം മാത്രം കൊണ്ട് അവയ്ക്ക് എന്ത് ഗുണമുണ്ടാകാനാണ്?"

അയാൾ എന്നെ നോക്കി. അയാളുടെ മിഴിപടലങ്ങളിലെ നിറം ഒരു പോലെയല്ല എന്ന് ഞാൻ ശ്രദ്ധിച്ചു. അയാളുടെ കൃഷ്ണമണി തീർത്തും സാധാരണമാണ്. വൃത്താകൃതിയിൽ. എന്റേയും നിങ്ങളുടേയും പോലെ.

"ഇതൊക്കെ ആലോചിച്ച് ഇങ്ങനെ വിഷമിക്കാതെ. ലോകത്തെ മുഴുക്കെ സ്വന്തം ചുമലിലേറ്റേണ്ട കാര്യമൊന്നുമില്ല. എല്ലാം ശരിയാകും." അയാൾ കസേരയിൽ നിന്നെഴുന്നേറ്റു. "ശരി. ഞാൻ ജോലി തുടരട്ടെ. ആ പൈൻ മരങ്ങൾ വെട്ടിയിടണം. ശൈത്യകാലത്തിനായി കുറച്ച് വിറക് വാങ്ങുന്നോ? നല്ല വിലയ്ക്ക് തരാം."

ഞാൻ വിസമ്മതിച്ചു. അയാൾ പോയിക്കഴിഞ്ഞപ്പോൾ എന്റെ ശരീരം വല്ലാതെ നോവുന്നതായി തോന്നി. ആഘോഷത്തിനു പോകാൻ എനിക്ക് ഇച്ഛ തോന്നിയില്ല. പ്രത്യേകിച്ചും ആ കൂണു പെറുക്കുന്നവരുടെ നൃത്ത പരിപാടിക്ക്. ദിവസം മുഴുക്കെ കാട്ടിൽ കൂണ് പെറുക്കി നടക്കുന്നവർ എന്തായാലും മുഷിപ്പരാകും എന്ന കാര്യത്തിൽ സംശയമില്ല.

ആ വസ്ത്രം ധരിച്ചപ്പോൾ വല്ലാതെ ചൂടെടുക്കുന്നു എന്ന് തോന്നി. എന്റെ വാല് നിലത്ത് കിടന്നിഴഞ്ഞു. അതിൽ ചവിട്ടാതിരിക്കാൻ എനിക്ക് പ്രത്യേകം ശ്രദ്ധിക്കേണ്ടി വന്നു. ഞാൻ സമുറായ് ഓഡ്ബോളിന്റെ വീട്ടിലേക്കോടിച്ചു. അയാളെ കാത്ത് നിൽക്കുമ്പോൾ മുറ്റത്തെ വിവിധ വർണ്ണങ്ങളിലുള്ള പൂക്കളെ പ്രകീർത്തിച്ചു. അധികം താമസിയാതെ

അയാളെത്തി. അയാളെ കണ്ടപ്പോൾ എന്റെ സ്വരമില്ലാതായി. അത്ഭുതപ്പെട്ടു. അയാൾ ഒരു കറുത്ത ബൂട്ടണിഞ്ഞിരിക്കുന്നു. ലെയ്സ് കെട്ടി മുറുക്കുന്ന ബൂട്ട്. വെളുത്ത സ്റ്റോക്കിങ്ങ്സ്. പൂക്കളുടെ ചിത്രമുള്ള വസ്ത്രം. ഒരുചെറിയ ആപ്രൺ. തലയിൽ ഒരു ചുവന്ന്, കൂർത്ത തൊപ്പിയുണ്ട്. അത്താടിയെല്ലിനു കീഴെ കെട്ടിവെച്ചിട്ടുണ്ട്.

നല്ല മാനസികാവസ്ഥയിലായിരുന്നു അയാൾ. അയാൾ പുറകിൽ കയറി. യാത്രയിലുടനീളം അയാൾ ഒരക്ഷരം സംസാരിച്ചില്ല. ചുവന്ന തൊപ്പിയൂരി അയാൾ മടിയിൽ വെച്ചിരുന്നു. അഗ്നിശാലയ്ക്കരികിൽ വണ്ടി നിന്നപ്പോൾ അയാൾ അത് വീണ്ടുമണിഞ്ഞു.

“എനിക്ക് തമാശ പറയാനോ ആസ്വദിക്കാനോ അറിയില്ല എന്ന് ഇതിനകം മനസ്സിലായിക്കാണുമല്ലോ” അയാൾ പറഞ്ഞു.

പ്രത്യേകാൽ കുർബാന കഴിഞ്ഞാണെല്ലാവരും എത്തിച്ചേർന്നിരിക്കുന്നത്. കൂണ് പെറുക്കുന്നവർക്കായുള്ള പ്രത്യേകാൽ കുർബാന. പാർട്ടിക്ക് മുന്നെയുള്ള ടോസ്റ്റ് തുടങ്ങാൻ സമയമായിരിക്കുന്നു. ടോസ്റ്റിന് പ്രസിഡന്റുമുണ്ട്. സ്യൂട്ട് അണിഞ്ഞാണദ്ദേഹമെത്തിയിരിക്കുന്നത്. അതിനാൽ തന്നെ ഏറ്റവും നന്നായി വസ്ത്രം ധരിച്ചിരിക്കുന്നത് താനാണെന്ന് അയാൾക്ക് നല്ല ഉറപ്പുണ്ടായിരുന്നു. ആഘോഷങ്ങളിൽ പങ്കെടുക്കാനെത്തിയവരിൽ പലരും ശൗചാലയത്തിൽ കയറി അനുയോജ്യമായ വസ്ത്രം ധരിക്കുന്ന തിരക്കിലായിരുന്നു. ഇത്തരംവസ്ത്രങ്ങളണിഞ്ഞ് പള്ളിയിൽ പോകാൻ അവർക്കാകില്ല. പുരോഹിതനായ ഫാദർ റസലും വന്നുചേർന്നിട്ടുണ്ട്. കറുത്ത ളോഹയാണയാളുടെവേഷം. അതും അയാളുടെ നിറവുമായപ്പോൾ ആരോ വേഷം മാറി വന്നതാണെന്നേ തോന്നുമായിരുന്നുള്ളൂ. ഗ്രാമത്തിലെ വീട്ടമ്മമാരുടെ ഒരു സമിതിയുണ്ട്. അവരെ അതിഥികളായി ക്ഷണിച്ചിട്ടുണ്ട്. അവർ ചില നാടോടി ഗാനങ്ങൾ ആലപിച്ചു. അതിനു ശേഷം ബാൻഡ് തുടങ്ങാൻ സമയമായി. ഒരൊറ്റയാൾ സംഘമാണത്. കീബോർഡും അതിനോടൊന്നിച്ച് ഘടിപ്പിച്ച ഒരു ഉപകരണവും അയാൾ വായിക്കുന്നു. അതിൽ നിന്ന് അറിയപ്പെടുന്ന ഹിറ്റ് ഗാനങ്ങളെല്ലാം പുറത്ത് കൊണ്ടുവരാൻ അയാൾക്കായി.

സംഗീതം ഉച്ചസ്ഥായിയിലായിരുന്നു. അതിനേക്കാൾ ഉച്ചത്തിൽ സംസാരിക്കുക ബുദ്ധിമുട്ടായി. അതിനാൽ മിക്കവരും സലാഡുകളും സ്റ്റൂവും തണുപ്പിച്ച മാംസവും തേടി നടന്നു. ചെറിയ കുട്ടകളിൽ വോഡ്കയുടെ കുപ്പികൾ നിറച്ച്വച്ചിരുന്നു. ആ കുട്ടകൾക്കെല്ലാം പലവിധ കൂണുകളുടെ ആകൃതി നൽകിയിരുന്നു. കുറച്ച് ഭക്ഷണവും കുറച്ചധികം വോഡ്കയും കഴിച്ചതിനു ശേഷം ഫാദർ റസൽ എഴുന്നേറ്റു. കുരിശ് വരച്ചു. അപ്പോൾ മാത്രമേ അവിടെയുള്ളവർ നൃത്തമാരംഭിച്ചുള്ളൂ. പുരോഹിതന്റെ സാന്നിദ്ധ്യത്തിൽ നൃത്തം ചെയ്യുന്നത് അപമര്യാദയായി അവർ കണക്കാക്കിയിരുന്നതുപോലെ തോന്നി. അഗ്നിശാലയുടെ ഉയർന്ന

മച്ചിൽ തട്ടി സ്വരം നാലുപാടും ചിന്നിച്ചിതറി. അത് നർത്തകർക്ക് മേൽ ആഞ്ഞടിച്ചു തുടങ്ങി.

എനിക്കരികിൽ വെളുത്ത ബ്ലൗസണിഞ്ഞ ഒതുങ്ങിയ ശരീരമുള്ള ഒരു സ്ത്രീയാണ് ഇരുന്നിരുന്നത്. നിവർന്നിരിക്കുകയായിരുന്നു അവർ. മാനസിക പിരിമുറുക്കത്തിലാണവർ എന്ന് തോന്നി. എനിക്കവരെ കണ്ടപ്പോൾ ഓഡ്ബോളിന്റെ പട്ടിയെയാണ് ഓർമ്മ വന്നത്. മരീഷ്യ എന്ന പട്ടിയെ. അവൾക്കും എപ്പോഴും ഇതുപോലെ പിരിമുറുക്കം കാണാം. വിറയൽ കാണാം. ഒരിക്കൽ അവർ പ്രസിഡന്റിനരികിൽ പോയി സംസാരിക്കുന്നത് കണ്ടു. അയാൾ കാതുകൾ അവരിലേക്ക് അടുപ്പിച്ചു. അതിനുശേഷം ശുണ്ഠി പിടിച്ചു. അവളെ ശകാരിച്ചു. അയാൾ അവരുടെ കൈ കടന്ന് പിടിച്ചു. അത് മുറുകെ പിടിച്ചിട്ടുണ്ടാകണം. അവൾ ചൂളുന്നതും ഒഴിഞ്ഞുമാറാൻ ശ്രമിക്കുന്നതും ഞാൻ കണ്ടു. അതിനുശേഷം അയാൾ കൈ വീശി. ശല്യപ്പെടുത്തിക്കൊണ്ടിരിക്കുന്ന ഒരു ഈച്ചയെ ആട്ടിയകറ്റുന്നതുപോലെ ഒരാംഗ്യം. എന്നിട്ട് നൃത്തം ചെയ്തുകൊണ്ടിരിക്കുന്ന മിഥുനങ്ങൾക്കിടയിൽ അപ്രത്യക്ഷമായി. ആ രംഗം അത്രയും കണ്ടപ്പോൾ അവൾ അയാളുടെ ഭാര്യയാകും എന്ന് ഞാൻ ഊഹിച്ചു. അവൾ തന്റെ ഇരിപ്പിടത്തിലേക്ക് മടങ്ങി. സ്റ്റൂവിൽ ഫോർക്കിട്ട് ഇളക്കി. തന്റെ ചുവന്ന റൈഡിങ്ങ് ഹുഡ് വേഷത്തിൽ ഓഡ്ബോൾ ഒരു വൻ വിജയമായി. ഞാൻ ആ സ്ത്രീക്കരികിലേക്ക് നീങ്ങി. എന്നെ പരിചയപ്പെടുത്തി. "ഓ! താങ്കളായിരുന്നോ" അവർ ചോദിച്ചു. ദുഃഖിച്ച് നിന്ന അവരുടെ മുഖത്ത് പുഞ്ചിരി വിടർന്നു. ഞങ്ങൾ സംസാരിക്കാൻ ശ്രമിച്ചു. പക്ഷേ സംഗീതത്തിന്റെ കോലാഹലവും നൃത്തച്ചുവടുകളുടെ ബഹളവും ഞങ്ങളെ അതിനനുവദിച്ചില്ല. മരം കൊണ്ടുള്ള നിലത്ത് നൃത്തം ചെയ്തിരുന്നവരുടെ കാലുകൾ ആഞ്ഞടിക്കുന്നുണ്ടായിരുന്നു. അവരെന്താണ് സാംസാരിക്കുന്നതെന്ന് മനസ്സിലാക്കാൻ അവരുടെ ചുണ്ടുകൾ എനിക്ക് ശ്രദ്ധിക്കേണ്ടി വന്നു. അവരുടെ ഭർത്താവിനെ എത്രയും പെട്ടെന്ന് വീട്ടിലെത്തിക്കാനുള്ള ജിജ്ഞാസയിലാണവർ. മത്സരിച്ച് മദ്യപിക്കുന്നതിൽ പ്രസിഡന്റിന് പ്രത്യേകാൽ പാടവമുണ്ടെന്ന് എല്ലാവർക്കുമറിയാം. ചിലപ്പോൾ അത് എല്ലാ പരിധികളും വിട്ടുപോകും. വന്യമാകും. സ്ലാവേക്യൻ പ്രവണതകളിലേക്ക് നീങ്ങും. അത് അയാൾക്കും മറ്റുള്ളവർക്കും അപകടമാകും. അതിനുശേഷം അയാളുടെ കൈക്രിയകൾ ഒതുക്കിതീർക്കേണ്ടിവരും. അവരുടെ മകൾ എന്റെ ഇംഗ്ലീഷ് വിദ്യാർത്ഥിനിയാണെന്നും ഞാൻ മനസ്സിലാക്കി. അത് സംസാരം എളുപ്പമാക്കി. പ്രത്യേകിച്ചും അവരുടെ മകൾ എന്നെ 'നല്ലവൾ' ആയി കരുതിയിട്ടുള്ളതിനാൽ. അതൊരു നല്ല അഭിനന്ദനമായിരുന്നു.

"കമാൻഡന്റിന്റെ ശരീരം നിങ്ങളാണ് കണ്ടെത്തിയതെന്ന് പറയുന്നത് ശരിയാണോ?" അവർ എന്നോട് ചോദിച്ചു. അതിനിടയിലും അവരുടെ കണ്ണുകൾ ഭർത്താവിനെ തേടുന്നുണ്ടായിരുന്നു.

അതെ എന്ന് ഞാൻ പറഞ്ഞു.

"ഭയമൊന്നും തോന്നിയില്ലേ?"

"തീർച്ചയായും തോന്നി."

"ഇതെല്ലാം എന്റെ ഭർത്താവിന്റെ സുഹൃത്തുക്കൾക്കാണ് സംഭവിച്ചത് എന്ന് അറിയുമോ? അവരുമായി അദ്ദേഹത്തിന് നല്ല സൗഹൃദമുണ്ടായിരുന്നു. അതുകൊണ്ട് അദ്ദേഹവും ഭയന്നിരിക്കുകയാണെന്ന് എനിക്ക് തോന്നുന്നു. അവർ തമ്മിൽ ഏത് വിധത്തിലുള്ള വ്യാപാരബന്ധങ്ങളാണ് നിലവിലുണ്ടായിരുന്നത് എന്നൊന്നും എനിക്കത്ര അറിവില്ല. എന്നാലും ഒരു കാര്യം എന്നെ വിഷമിപ്പിക്കുന്നുണ്ട്..." അവർ ശങ്കിച്ചു. നിശ്ശബ്ദയായി. ഞാൻ അവരെ നോക്കി നിന്നു. അവർ വാക്യം പൂർണ്ണമാക്കുന്നതിനായി കാത്ത് നിന്നു. എന്നാൽ അവർ തലയാട്ടുകയല്ലാതെ മറ്റൊന്നും ചെയ്തില്ല. അവരുടെ കണ്ണുകൾ നിറഞ്ഞൊഴുകി.

സംഗീതത്തിന്റെ വേഗവും സ്വരവും വർദ്ധിച്ചു. അവരിപ്പോൾ ഹെയ് ഫാൽകൺസ് എന്ന ഗാനമാണ് ആലപിച്ചുകൊണ്ടിരിക്കുന്നത്. അതുവരേക്കും അനങ്ങാതിരുന്നവർ കൂടി അത് കേട്ട് ചാടിയെഴുന്നേറ്റു. തലയാട്ടാൻ തുടങ്ങി. ഒറ്റയാൾ ഗാനസംഘത്തിനു മീതെ എന്റെ സ്വരം കേൾപ്പിക്കുക എന്നത് എനിക്കൊരു വലിയ ശ്രമം തന്നെയായിരുന്നു.

അവളുടെ ഭർത്താവ് ഇടയ്ക്കൊന്ന് പ്രത്യക്ഷപ്പെട്ടു. കൂടെ ഒരു പെണ്ണുമുണ്ടായിരുന്നു. അപ്പോൾ അവർ എന്റെ കൈകൾ പിടിച്ച് വലിച്ചു. "നമുക്ക് പുറത്തിറങ്ങി ഒരു സിഗരറ്റ് വലിച്ചാലോ" എന്ന് ചോദിച്ചു.

ഞാൻ പുകവലിക്കാറുണ്ടോ എന്നതവർക്കൊരു പ്രശ്നമല്ല എന്ന് ആ ചോദ്യത്തിലുണ്ടായിരുന്നു എന്ന് എനിക്ക് അനുമാനിക്കാം. ഞാൻ പ്രതിഷേധിച്ചില്ല. ഞാൻ സിഗരറ്റ് വലി ഉപേക്ഷിച്ചിട്ട് വർഷം പത്ത് കഴിഞ്ഞിരുന്നല്ലോ.

ഞങ്ങൾ ജനക്കൂട്ടത്തിലൂടെ പുറത്തിറങ്ങാൻ ശ്രമിച്ചു. അത് കണ്ട് പലരും ഞങ്ങളെ നൃത്തത്തിനായി പിടിച്ച് വലിച്ചു. കൂണ് പെറുക്കുന്നവരുടെ പാർട്ടി അപ്പോഴേക്കും കുടിച്ച് മറിയുന്നവരുടെ പാർട്ടിയായി മാറിയിട്ടുണ്ടായിരുന്നു. പുറത്തിറങ്ങിയപ്പോൾ ഒരാശ്വാസം തോന്നി. അഗ്നിശാലയുടെ ജാലകങ്ങളിൽ നിന്ന് വെളിച്ചം കുത്തിയൊലിച്ചെത്തുന്നുണ്ട്. ഇത്തിരി നനവുള്ള, മുല്ലപ്പൂവിന്റെ ഗന്ധമുള്ള ഒരു ജൂൺ മാസസായാഹ്നമായിരുന്നു അത്. അധികം തണുപ്പില്ലാത്ത ഒരു മഴ അപ്പോൾ പെയ്തവസാനിച്ചിട്ടേ ഉണ്ടായിരുന്നുള്ളൂ. മേഘം മുഴുക്കെ ഒഴിഞ്ഞുപോയിട്ടുണ്ടായിരുന്നില്ല. ആകാശം തെളിഞ്ഞിട്ടില്ല. മഴ വീണ്ടും പെയ്തേക്കും എന്ന് തോന്നി. അതെന്നിലേക്ക് വീണ്ടും ബാല്യകാല ഓർമ്മകൾ കൊണ്ടുവന്നു. എനിക്കെന്തോ ഞാനറിയാതെ ദുഃഖം വന്നു. ജിജ്ഞാസുവായ, മനസ്സിനുറപ്പില്ലാത്ത ഇവരുമായി സംസാരിക്കണോ വേണ്ടയോ എന്ന് എനിക്ക് തീർച്ചയില്ലാതായി.

അവർ ഒരു സിഗരറ്റ് കത്തിച്ചു. ഒന്ന് നീട്ടിവലിച്ചു. "എനിക്കിപ്പോഴും അതിന്റെ ഓർമ്മകൾ വരുന്നു. ശവശരീരങ്ങളുണ്ട്. നായാട്ട് കഴിഞ്ഞെത്തിയാൽ അദ്ദേഹം ഒരു മാനിന്റെ കാൽഭാഗമെടുത്ത് അടുക്കളയിലെ മേശപ്പുറത്തിടും. സാധാരണ അവർ ഒരു മാനിനെ നാലായാണ് പകുക്കാറുള്ളത്. അപ്പോൾ മേശപ്പുറത്ത് കറുത്ത് ചുവന്ന രക്തത്തുള്ളികൾ പരക്കും. അദ്ദേഹം അതിനെ വെട്ടിമുറിച്ച് ഫ്രീസറിൽ കയറ്റും. ഫ്രിഡ്ജിനരികിലൂടെ നടക്കുമ്പോൾ അതിനുള്ളിൽ വെട്ടിക്കൊന്ന ഒരു ശവം കിടപ്പുണ്ട് എന്നെന്റെ മനസ്സെന്നോട് പറയും." അവർ വീണ്ടും സിഗരറ്റ് ആഞ്ഞ് വലിച്ചു. " ശൈത്യകാലമാണെങ്കിൽ അദ്ദേഹം ചത്ത മുയലുകളെ ബാൽക്കണിയിൽ ഞാത്തിയിടും. അവ കണ്ണുതുറുപ്പിച്ച് അവിടെ കിടന്നാടും. അവയുടെ മൂക്കിൽ രക്തം കട്ട പിടിച്ചിട്ടുണ്ടാകും. ഞാൻ അതിവൈകാരികമായി ചിന്തിക്കുന്നവളും പെരുമാറുന്നവളുമായ ഞെരമ്പുരോഗിയാണെന്ന് എനിക്ക് മനസ്സിലാകുന്നുണ്ട്. എനിക്ക് ചികിത്സ തേടേണ്ട സമയമായിരിക്കുന്നു എന്നെനിക്ക് മനസ്സിലാകുന്നുണ്ട്."

അവർ പ്രതീക്ഷയോടെ എന്നെ നോക്കി. അവർ പറഞ്ഞതിനെ ഞാൻ എതിർക്കും എന്ന് പ്രതീക്ഷിച്ചു. ഞാനാകട്ടെ അപ്പോൾ മനസ്സിൽ ഇപ്പോഴും ഈ ലോകത്തിൽ സാധാരണ മനുഷ്യരുണ്ടല്ലോ എന്ന് കുറിച്ചിടുകയായിരുന്നു.

പ്രതികരിക്കാൻ സമയം ലഭിക്കുന്നതിനു മുമ്പ് അവർ വീണ്ടും സംസാരം തുടങ്ങി.

"രാത്രിയിലെ വില്ലാളിയുടെ കഥ കുഞ്ഞുനാളിൽ കേട്ടത് ഓർമ്മയുണ്ട്. നിങ്ങൾക്കാ കഥ ഓർമ്മയുണ്ടോ?"

ഞാൻ ഇല്ലെന്ന് തലയാട്ടി.

"ഈ പ്രദേശത്തുനിന്നുള്ള ഒരു കഥയാണത്. ഇവിടത്തെ ഒരു പുരാണം. ജർമ്മനിക്കാരുടെ കാലത്ത് സംഭവിച്ചതാണെന്നാണ് പറയപ്പെടുന്നത്. രാത്രിയിൽ അമ്പുമായി ഇറങ്ങിയിരുന്ന ഒരാളുടെ കഥയാണത്. രാത്രിയിൽ അമ്പുമായിറങ്ങി അയാൾ ജനങ്ങളെ ആക്രമിക്കും. കൊല്ലും. ഒരു കറുത്ത കൊറ്റിയുടെ പുറത്താണയാളുടെ സഞ്ചാരം. കൂട്ടിന് നായ്ക്കളുണ്ടാകും. എല്ലാവർക്കും അയാളെ ഭയമായിരുന്നു. രാത്രിയായാൽ എല്ലാവരും വീടെല്ലാം അടച്ച് ഭദ്രമാക്കും. ഒരിക്കൽ ഇവിടത്തുകാരനായ ഒരു ബാലൻ, പുകക്കുഴലിനു മുകളിലിരുന്ന് ഈ രാത്രിയിലെ വില്ലാളി തനിക്ക് വേണ്ടി നായാടി എന്തെങ്കിലും കൊണ്ടുവരുമോ എന്ന് വിളിച്ച് ചോദിച്ചു. ആ ബാലൻ ഇവിടത്തുകാരനായിരുന്നോ അതോ നോവറൂദക്കാരനായിരുന്നോ അതൊ ക്ലോദ്ജ്കോവിൽ നിന്നുള്ളവനായിരുന്നോ എന്നറിയില്ല. ഏതാനും ദിവസം കഴിഞ്ഞപ്പോൾ ഒരു മനുഷ്യന്റെ നാലിലൊന്ന് ആ പുകക്കുഴലിലൂടെ താഴേക്ക് വീണു. ആ പയ്യൻ താമസിച്ചിരുന്ന വീട്ടിലേക്ക്. അത് പിന്നേയും മൂന്ന് തവണ ആവർത്തിച്ചു.

അപ്പോഴാണ് ആ ശരീരത്തിന്റെ എല്ലാ ഭാഗങ്ങളുമെത്തിയത്. എല്ലാ ഭാഗങ്ങളുമെത്തിയപ്പോൾ വീട്ടുകാർ അതെല്ലാം ഒന്നിച്ചാക്കി അത് മറവ് ചെയ്തു. അതിനുശേഷം ആ വില്ലാളി വന്നിട്ടില്ല. അയാളുടെ നായ്ക്കൾ പൂപ്പലായി രൂപാന്തരപ്പെട്ടു."

കാട്ടിൽ നിന്ന് ഒരു തണുത്ത കാറ്റ് വീശി. ഞാൻ വിറച്ചു. നായ്ക്കൾ പൂപ്പലായി രൂപാന്തരപ്പെടുന്ന ചിത്രം എന്റെ മനസ്സിൽ നിന്ന് മായാൻ വിസ്സമ്മതിച്ചു. ഞാൻ കണ്ണടച്ചു.

"വിചിത്രമായ കഥ. ഒരു ദുഃസ്വപ്നം പോലെ, അല്ലേ?" അവർ മറ്റൊരു സിഗരറ്റിനു തീ കൊടുത്തു. അവരുടെ വിരലുകൾ വിറയ്ക്കുന്നത് എനിക്ക് കാണാനുണ്ടായിരുന്നു.

അവരെ എങ്ങനെ ശാന്തയാക്കാം എന്ന് ഞാൻ ചിന്തിച്ചു. മാർഗ്ഗമൊന്നും കണ്ടില്ല. നാഡീസ്തംഭനത്തിന്റെ അരികിലെത്തി നിൽക്കുന്ന ഒരു മനുഷ്യനെ ഇതിനു മുമ്പ് ഞാൻ കണ്ടിട്ടില്ല. ഞാൻ അവരുടെ നെറ്റിയിൽ കൈവച്ചു. തടവി.

"നിങ്ങൾ നല്ലവളാണ്." ഞാൻ പറഞ്ഞു. അവർ എന്നിൽനിന്ന് കണ്ണെടുത്തില്ല. മരീഷ്യയുടെ അതേ കണ്ണുകൾ. അതേ നോട്ടം. അവർ പെട്ടെന്ന് കരയാൻ തുടങ്ങി. വളരെ മൃദുവായി കരയാൻ തുടങ്ങി. ഒരു കൊച്ചു പെൺകുട്ടിയെപ്പോലെ. അവരുടെ ചുമലുകൾ മാത്രം കമ്പനം കൊണ്ടു. അത് കുറച്ചു നേരം നീണ്ട് നിന്നു. കരയാനവർക്ക് ഒരുപാടുണ്ടായിരുന്നിരിക്കണം. എനിക്ക് സാക്ഷ്യം വഹിക്കുകയല്ലാതെ മറ്റൊന്നും ചെയ്യാനില്ലായിരുന്നു. അത്രയേ അവരും പ്രതീക്ഷിക്കുന്നുള്ളൂ എന്ന് തോന്നി. ഞാൻ അവരെ വട്ടം പിടിച്ചു. ഞങ്ങൾ ഒന്നിച്ച് നിന്നു. ഒരു വ്യാജ ചെന്നായയും ഒരു കൊച്ചു പെൺകുട്ടിയും. അഗ്നിശാലയിലെ ജാലകത്തിൽ നിന്ന് വരുന്ന വെളിച്ചത്തിൽ. നർത്തകരുടെ നിഴലുകൾ ഞങ്ങൾക്കു മീതെ പറന്ന് നടന്നു.

"ഞാൻ വീട്ടിൽ പോകുന്നു. എനിക്കിനിയും പിടിച്ച് നിൽക്കാനാകില്ല." അവർ ദയനീയമായി പറഞ്ഞു.

അകത്തുനിന്ന് കാലുകൾ ആഞ്ഞു ചവിട്ടുന്ന സ്വരം വന്നു. അവരിപ്പോൾ ഹെയ് ഫാൽകൺസിന്റെ ഡിസ്കോ രൂപത്തിനു താളം ചവിട്ടുകയാണ്. മറ്റേത് ഗാനത്തേക്കാളും കൂടുതൽ ജനകീയമായിരുന്നിരിക്കണം ഇത്. ഇടയ്ക്കിടെ എല്ലാവരും ഒന്നിച്ച് 'ഹെയ്... ഹെയ്' എന്നാർക്കുന്നത് ഞങ്ങൾ കേട്ടു. തോടുകൾ പൊട്ടിത്തെറിക്കുന്നതു പോലെയായിരുന്നു അത്.

"നിങ്ങൾ പൊയ്ക്കോളൂ." ഒരു നിമിഷം ചിന്തിച്ച് ഞാൻ പറഞ്ഞു. ഇത്രയും വ്യക്തിപരമായി അവരുമായി സംസാരിക്കാനായല്ലോ എന്ന ആശ്വാസം എനിക്കുണ്ടായിരുന്നു. "ഞാൻ നിങ്ങളുടെ ഭർത്താവിനെ കാത്തുനിൽക്കാം. അദ്ദേഹത്തിനെ വീട്ടിലെത്തിക്കാം. എന്റെ വണ്ടിയിൽ

കൊണ്ടുവരാം. അതിനെനിക്കാകും. എന്തായാലും എന്റെ അയൽക്കാരൻ ഇവിടെയുണ്ട്. അയാൾ വന്നിട്ടേ എനിക്ക് പോകാനാകൂ. എവിടെയാണ് താമസിക്കുന്നത്?"

ഓക്സ്ഹാർട്ട് കോർണറിനപ്പുറത്തുള്ള ഒരു വളവിന്റെ പേരവർ പറഞ്ഞു. അതെനിക്കറിയാവുന്ന സ്ഥലമാണ്.

"ഒന്നും വിഷമിക്കണ്ട." ഞാൻ പറഞ്ഞു. "പോയി കുളിച്ച് വിശ്രമിക്കൂ."

അവർ കയ്യിലുള്ള ബാഗിൽ നിന്ന് കാറിന്റെ ചാവിയെടുത്തു. ഒരു നിമിഷം ശങ്കിച്ചു.

"ചിലപ്പോഴെങ്കിലും വർഷങ്ങളോളം ഒരുമിച്ച് ജീവിച്ചവരെ നമുക്ക് മനസ്സിലാക്കാനായില്ലല്ലോ, അതിൽ പരാജയപ്പെട്ടല്ലോ എന്ന ചിന്തയുണ്ടാകാറുണ്ട്." എന്റെ കണ്ണിൽ നോക്കിയാണവർ അത് പറഞ്ഞത്. അവരുടെ കണ്ണിലെ ഭീതി എനിക്ക് വായിച്ചെടുക്കാമായിരുന്നു. അത് കണ്ട് ഞാൻ മരവിച്ചുപോയി. അവരുടെ മനസ്സിൽ എന്താണെന്ന് എനിക്ക് തിരിച്ചറിയാനാകുന്നുണ്ടായിരുന്നു.

"അല്ല. അതദ്ദേഹമല്ല. തീർച്ചയായും അദ്ദേഹമല്ല. അതെനിക്കുറപ്പുണ്ട്." ഞാൻ പറഞ്ഞു.

അവരെന്നെ ചോദ്യരൂപേണ നോക്കി. ഇനിയെന്തെങ്കിലും പറയാമോ എന്ന് അപ്പോൾ എനിക്കുറപ്പില്ലായിരുന്നു.

"എനിക്ക് രണ്ട് പട്ടികളുണ്ടായിരുന്നു. എല്ലാം നീതിയുക്തമായി പകുത്ത് നൽകുന്നുണ്ടോ എന്ന് അവ എല്ലായ്പ്പോഴും ശ്രദ്ധിക്കും. ഭക്ഷണം. സ്നേഹം. ആനുകൂല്യങ്ങൾ എല്ലാം. മൃഗങ്ങൾക്ക് നല്ല നീതിബോധമുണ്ട്. എനിക്കെന്തെങ്കിലും തെറ്റ് പറ്റിയാൽ അവയുടെ നോട്ടമൊന്ന് കാണേണ്ടതാണ്. അതുപോലെ തന്നെ, അതേ നോട്ടം എനിക്ക് ഞാൻ അവയെ അനാവശ്യമായി വഴക്ക് പറഞ്ഞാലോ വാക്ക് പാലിക്കാതിരുന്നാലോ ലഭിക്കാറുണ്ടായിരുന്നു. വലിയ ദുഃഖമാണപ്പോൾ അവയുടെ കണ്ണിലുണ്ടാകുക. ഇത്രയും പവിത്രമായ ഒരു നിയമം എനിക്കെങ്ങനെ ലംഘിക്കാനായി എന്നാകും അപ്പോൾ അവയുടെ ചിന്ത. നീതിബോധത്തിന്റെ അടിസ്ഥാനം, ലളിതമായ അടിസ്ഥാനം, അവരാണെനിക്ക് പഠിപ്പിച്ച് തന്നത്." ഞാൻ ഒന്ന് നിർത്തി. "നമുക്ക് ഒരു ലോകവീക്ഷണമുണ്ട്. എന്നാൽ മൃഗങ്ങൾക്കുള്ള ഈ ലോകത്തെക്കുറിച്ചുള്ള ബോധമാണ്. മനസ്സിലായോ?"

അവർ മറ്റൊരു സിഗരറ്റിനു തീ കൊടുത്തു.

"ആ പട്ടികൾക്ക് പിന്നെ എന്ത് പറ്റി?"

"അവ ചത്തുപോയി."

ഞാൻ ചെന്നായയുടെ മുഖാവരണം ഒന്ന് താഴ്ത്തി വെച്ചു.

"അവയ്ക്ക് അവയുടേതായ കളികളുണ്ടായിരുന്നു. ചിലപ്പോൾ പരസ്പരം പറ്റിക്കും. അവരിലൊരാൾ അവരൊന്നിച്ച് എവിടേയോ എന്നോ

ഉപേക്ഷിച്ച് മറന്ന ഒരു അസ്ഥിത്തുണ്ട് കണ്ടെത്തിയാൽ, അതെങ്ങനെ വാങ്ങിച്ചെടുക്കണം എന്ന് മറ്റേയാൾക്കറിയില്ലെങ്കിൽ, വഴിയിലൂടെ ഇതാ ഒരു കാർ വരുന്നു എന്നും അതിനെ നോക്കി ഉച്ചത്തിൽ കുരയ്ക്കേണ്ട താണെന്നും അഭിനയിക്കും. അപ്പോൾ എല്ല് കടിച്ച് പിടിച്ചവൾ അത് താഴെ യിട്ട് വഴിയിലേക്കോടും. അതൊരു കൗശലമായിരുന്നു എന്ന് തിരിച്ചറി യില്ല."

"സത്യമായും? മനുഷ്യരെപ്പോലെതന്നെ."

"അവർക്ക് മനുഷ്യരേക്കാൾ മനുഷ്യത്വമുണ്ടായിരുന്നു. കൂടുതൽ സ്നേഹമുണ്ടായിരുന്നു, ബുദ്ധിയുണ്ടായിരുന്നു, സന്തോഷമുണ്ടാ യിരുന്നു... എന്നിട്ടും മൃഗങ്ങളോട് എന്തുമാകാം എന്ന് ജനങ്ങൾ കരു തുന്നു. അവ വെറും വസ്തുക്കളാണെന്ന് കരുതുന്നു. എന്റെ പട്ടികളെ നായാട്ടുകാർ വെടിവെച്ച് കൊന്നതാണെന്നാണെനിക്ക് തോന്നുന്നത്."

"അയ്യോ... ആകില്ല... അവരെന്തിനങ്ങനെ ചെയ്യണം?"

"വന്യമൃഗങ്ങൾക്ക് ശല്യവും ഉപദ്രവവുമാകുന്ന കാട്ടുനായ്ക്കളെ മാത്രമേ വെടിവച്ച് കൊല്ലാറുള്ളൂ എന്നവർ പറയുന്നു. അത് പക്ഷേ സത്യ മല്ല. അവർ വീടുകൾവരെ വരാറുണ്ട്."

മൃഗങ്ങളുടെ പ്രതികാരത്തെക്കുറിച്ചും അവരോട് സംസാരിക്കണം എന്ന് എനിക്കാഗ്രഹമുണ്ടായിരുന്നു. പക്ഷേ, എന്റെ സിദ്ധാന്തങ്ങളെ ക്കുറിച്ച് ഇനിയും ആരുമായും ചർച്ച വേണ്ട എന്ന ഡിസ്സിയുടെ മുന്നറി യിപ്പ് ഓർമ്മ വന്നു. ഞങ്ങളപ്പോൾ നിൽക്കുന്നിടത്ത് ഇരുട്ടായി. പരസ്പരം മുഖം കാണാനാകാതായി.

"അത് അസംബന്ധമാണ്. അദ്ദേഹം ഒരു പട്ടിയെ വെടിവച്ചിട്ടുണ്ടാകും എന്ന് ഞാനൊരിക്കലും വിശ്വസിക്കില്ല."

"മുയൽ, നായ, പന്നി എന്നിങ്ങനെയൊക്കെ വ്യത്യാസങ്ങൾ അവർ ക്കുണ്ടോ?" എന്റെ ഈ ചോദ്യത്തിന് അവർ ഉത്തരമൊന്നും തന്നില്ല.

അവർ കാറിൽ കയറി. ഓടിച്ചുപോയി. അതൊരു വലിയ ഷെറോ കെയായിരുന്നു. അതെനിക്ക് തിരിച്ചറിയാനായി. ഇത്രയും വലിയ ഒരു വാഹനവുമായി എങ്ങനെയാണ് ഇങ്ങനെ മെലിഞ്ഞ ഒരു സ്ത്രീ പൊരുത്തപ്പെടുന്നത് എന്ന് ഞാൻ അത്ഭുതപ്പെട്ടു. ഞാൻ തിരികെ അക ത്തേക്ക് പോയി. പുറത്ത് മഴ വീണ്ടും തുടങ്ങിയിരുന്നു.

ഓഡ്ബോളിന്റെ കവിളുകൾ തുടുത്തിരുന്നു. ഒരു ജോക്കറുടേതു പോലെ തോന്നിപ്പിക്കും വിധത്തിൽ തുടുത്ത് ചുവന്നിരിക്കുന്നു. അയാൾ ഒരു തടിച്ചിയോടൊപ്പം നൃത്തം ചെയ്യുകയാണ്, ക്രാകോവിലെ നാടോടി കൾ ധരിക്കുന്ന തരം വസ്ത്രമാണവർ ധരിച്ചിരിക്കുന്നത്. അവരിരുവരും തീർത്തും സന്തുഷ്ടരാണെന്ന് തോന്നി. ഞാനയാളെ ശ്രദ്ധിച്ചു. വളരെ ഇമ്പമുള്ള ചലനങ്ങളായിരുന്നു അയാളുടേത്. ചലനങ്ങൾ ഒട്ടും അധിക മാകുന്നില്ല. വല്ലാതെ പൊലിപ്പിക്കലുകളില്ല. ശാന്തമായി തന്റെ പങ്കാളിയെ

നയിക്കുന്നുണ്ടായിരുന്നു. ഞാൻ അയാളെ നോക്കുന്നത് അയാൾ ശ്രദ്ധിച്ചു എന്ന് തോന്നുന്നു. അതുകൊണ്ടാകണം അയാൾ പെട്ടെന്ന് അവളെ ഉജ്ജ്വലമായൊന്ന് വട്ടം കറക്കിയത്. എന്നാൽ അയാൾ എങ്ങനെയാണ് വസ്ത്രം ധരിച്ചിരിക്കുന്നത് എന്നത് അയാൾ മറന്നു പോയിരിക്കുന്നു എന്നുറപ്പ്. അത് ഒരു രസകരമായ കാഴ്ചയായിരുന്നു. രണ്ട് പെണ്ണുങ്ങൾ ഒന്നിച്ച് നൃത്തം ചെയ്യുന്നു. അതിലൊന്ന് ആജാനബാഹു, രണ്ടാമത്തേത് ഒരു കുള്ളത്തിയും.

നൃത്തത്തിനുശേഷം ഏറ്റവും മികച്ച രീതിയിൽ വസ്ത്രം ധരിച്ചെത്തിയതിനുള്ള സമ്മാനങ്ങൾ പ്രഖ്യാപിക്കപ്പെട്ടു. ട്രാൻസിൽവാനിയയിൽ നിന്നുള്ള ഒരു ദമ്പതികൾക്കാണാ സമ്മാനം ലഭിച്ചത്. കൂണുകളെപ്പോലെയാണവർ വസ്ത്രം ധരിച്ചിരുന്നത്. കൂണുകളെക്കുറിച്ചുള്ള ഒരു കൈപുസ്തകമായിരുന്നു സമ്മാനം. രണ്ടാംസ്ഥാനം ഞങ്ങൾക്കായിരുന്നു. കൂണിന്റെ ആകൃതിയിലുള്ള ഒരു കേക്കാണ് ഞങ്ങൾക്ക് സമ്മാനമായി ലഭിച്ചത്. ഞങ്ങൾക്ക് റെഡ് റൈഡിങ്ങ് ഹൂഡും ചെന്നായയുമായി എല്ലാവർക്കും മുന്നിൽ വെച്ച് നൃത്തം ചെയ്യേണ്ടിവന്നു. അതിനുശേഷം എല്ലാവരും ഞങ്ങളെ മറന്നു. അപ്പോൾ മാത്രമാണ് ഞാൻ എന്റെ വോഡ്കയുടെ ഗ്ലാസ് നിറച്ചത്. അത് കഴിച്ചപ്പോൾ കുറച്ച് തമാശയാകാം എന്നൊരു ഇച്ഛ എന്നെ കീഴ്പ്പെടുത്താനാരംഭിച്ചു. അവർക്കൊപ്പം 'ഹെയ് ഫാൽകൺസ്' പാടിയാടാനും ഞാൻ തയ്യാറാകുമായിരുന്നു. എന്നാൽ ഓഡ്ബോളിനപ്പോഴേക്കും വീട്ടിൽ പോകാൻ തിടുക്കമായി. അയാളുടെ ചിന്ത മുഴുക്കെ മരീഷ്യയെക്കുറിച്ചായിരുന്നു. അവളെ ഇത്രയും സമയം ഒറ്റയ്ക്കാക്കി അയാൾ എങ്ങും പോയിട്ടില്ല. ബിഗ്ഫൂട്ടിന്റെ വീട്ടിൽ വെച്ച് കണ്ട രംഗങ്ങൾ അവളെ വല്ലാതെ ഭയപ്പെടുത്തിയിരുന്നു. പ്രസിഡന്റിനെ വീട്ടിലെത്തിക്കാം എന്ന് ഞാൻ വാക്ക് കൊടുത്തിട്ടുണ്ട് എന്ന് ഞാൻ അയാളെ അറിയിച്ചു. ഇത്രയും വിഷമകരമായ ഒരു ദൗത്യം പൂർത്തിയാക്കാൻ മറ്റേത് പുരുഷനാണെങ്കിലും എനിക്കൊപ്പം നിൽക്കുമായിരുന്നു. ഓഡ്ബോൾ അത് ചെയ്തില്ല. നേരത്തെ പോകാൻ തയ്യാറായി നിൽക്കുന്ന മറ്റൊരാളെ അയാൾ കണ്ടെത്തി. സുന്ദരിയായ ആ നാടോടിയെ. കുള്ളത്തിയെ. അത്ര മാന്യതയല്ല അയാൾ ചെയ്തത്. അയാൾ പെട്ടെന്ന് അവിടെ നിന്ന് അപ്രത്യക്ഷനായി. വിഷമകരമായ കാര്യങ്ങൾ ഞാനിത് ആദ്യമായി ചെയ്യുകയൊന്നുമല്ലല്ലോ.

പ്രഭാതത്തിൽ ഞാൻ ആ സ്വപ്നം വീണ്ടും കണ്ടു. ഞാൻ ബോയിലർ മുറിയിലെത്തി. അവിടെ അമ്മയും അമ്മൂമ്മയുമുണ്ടായിരുന്നു. അവരിരുവരും വേനലിൽ ഉപയോഗിക്കുന്ന വസ്ത്രങ്ങളിലായിരുന്നു. പൂക്കളുള്ളത്. ഇരുവരുടേയും കൈയിൽ കൊച്ചുസഞ്ചിയുണ്ടായിരുന്നു. അവർ

പള്ളിയിലേക്കിറങ്ങിയതാണ്. വഴി തെറ്റി. ഞാൻ ശകാരിക്കാൻ തുടങ്ങിയപ്പോൾഅവർ എന്റെ കണ്ണുകളെ ഒഴിവാക്കി.

"അമ്മയെന്താണിവിടെ ചെയ്യുന്നത്?" ഞാൻ ദേഷ്യത്തോടെ ചോദിച്ചു. "ഇതെങ്ങനെ ചെയ്യാനാകും?"

അവർ വിറക് കൂട്ടിയിട്ടതിനും ബോയിലറിനും ഇടയിലാണ് നിന്നിരുന്നത്. അസംബന്ധമായ അലങ്കാരങ്ങളോടെ. അവരുടെ വസ്ത്രങ്ങൾ നിറം മങ്ങിയിരുന്നു.

"ഇവിടെ നിന്ന് പുറത്തിറങ്ങൂ!" ഞാൻ ഒച്ചയിട്ടു. എന്റെ ശബ്ദം പക്ഷേ പുറത്തു വന്നില്ല. അത് തൊണ്ടയിൽ കുടുങ്ങി. ഗരാഷിൽ നിന്ന് അടക്കിപ്പിടിച്ച സംസാരം വരുന്നത് ഞാൻ കേട്ടു.

ഞാൻ അങ്ങോട്ട് തിരിഞ്ഞു. അവിടെ ഒരാൾക്കൂട്ടമുണ്ടായിരുന്നു. സ്ത്രീകളും പുരുഷന്മാരും കുട്ടികളുമെല്ലാമുണ്ടായിരുന്നു. അവരെല്ലാം ആഘോഷത്തിമർപ്പിലായിരുന്നു. എന്നാൽ അവർ ധരിച്ചിരുന്ന വസ്ത്രം നിറം മങ്ങിയിരുന്നു. പലരുടേതും ചാര നിറമായിട്ടുണ്ടായിരുന്നു. അവരുടെ കണ്ണിൽ ഭീതിയുണ്ടായിരുന്നു. അവരെന്താണവിടെ ചെയ്യുന്നതെന്നറിയാത്തതിന്റെ ഭീതി. അവർ കൂട്ടം കൂട്ടമായി ഒഴുകിയെത്തിക്കൊണ്ടിരുന്നു. വാതിൽക്കൽ തടിച്ചുകൂടി. എന്തിനാണിവിടെ വന്നത് എന്ന് അപ്പോഴും അവർക്കറിയില്ലായിരുന്നു. അവർ ഒട്ടും പൊരുത്തമില്ലാതെ പരസ്പരം മന്ത്രിച്ചുകൊണ്ടിരുന്നു. ബൂട്ടിന്റെ അടിഭാഗം നിലത്തിട്ടുരച്ചുകൊണ്ടിരുന്നു. ജനക്കൂട്ടത്തിന്റെ പുറകിലുള്ളവർ മുന്നിലേക്ക് ഉന്തിത്തള്ളാൻ തുടങ്ങിയിരുന്നു.

ഞാനാകെ ഭയന്ന് വിറച്ചു.

ഞാൻ എനിക്ക് പുറകിലെ വാതിലിന്റെ പിടിക്കായി പരതി. ജനക്കൂട്ടത്തിന്റെ നോട്ടം എന്റെ പരതലിലേക്ക് വരാതിരിക്കാൻ ഞാൻ ശ്രദ്ധിച്ചു. സാവധാനത്തിൽ വാതിലിന്റെ പിടിയിൽ കയ്യെത്തി, വാതിൽ തുറന്ന് ഞാനവിടെ നിന്ന് രക്ഷപ്പെട്ടു. എന്റെ കൈകൾ ഭയംകൊണ്ട് വിറയ്ക്കുന്നുണ്ടായിരുന്നു. ബോയിലർ മുറിയുടെ വാതിൽ കുറ്റിയിട്ട് ഭദ്രമാക്കാൻ ഞാൻ വളരെയധികം സമയമെടുത്തു.

ഈ സ്വപ്നം കൊണ്ടുവന്ന ആകാംക്ഷയും ജിജ്ഞാസയും ഉണർന്നിട്ടും വിട്ടുപോയിരുന്നില്ല. എന്ത് ചെയ്യണം എന്ന് എനിക്ക് അറിയില്ലായിരുന്നു. ഓഡ്ബോളിനെ ഒന്ന് സന്ദർശിക്കുകയാകും അപ്പോൾ ഏറ്റവും നല്ലത് എന്ന് ഞാൻ തീരുമാനിച്ചു. സൂര്യൻ ഉദിച്ചിരുന്നില്ല. ഞാനധികം ഉറങ്ങിയിട്ടില്ല. എല്ലാതിനും മീതെ മഞ്ഞുകണങ്ങൾ പറ്റിപ്പിടിച്ചിരിപ്പുണ്ട്.

ഓഡ്ബോൾ വാതിൽ തുറന്നു. ഉറക്കച്ചടവുള്ള കണ്ണുകൾ കൊണ്ട് എന്നെ നോക്കി. മുഖമൊന്ന് ശരിക്ക് കഴുകാനുള്ള സമയം പോലും അയാൾക്ക് ലഭിച്ചിട്ടില്ല. ലിപ്സ്റ്റിക് കൊണ്ട് അയാളുടെ കവിളത്ത് ഞാനിട്ട മൂന്ന് കുത്തുകൾ അപ്പോഴും അവിടെയുണ്ട്.

"എന്തുപറ്റി?" അയാൾ ചോദിച്ചു.

എന്ത് പറയണം എന്ന് എനിക്ക് അറിയില്ലായിരുന്നു.

"അകത്ത് വരൂ." അയാൾ മന്ത്രിച്ചു. "എങ്ങനെയുണ്ടായിരുന്നു എല്ലാം."

"നല്ലത്. തീർച്ചയായും നല്ലതായിരുന്നു." ഞാൻ ബോധപൂർവ്വം മറുപടി പറഞ്ഞു. ബോധപൂർവ്വമുള്ള ചോദ്യങ്ങളും ബോധപൂർവ്വമുള്ള ഉത്തരങ്ങളുമാണ് ഓഡ്ബോളിനിഷ്ടം എന്ന് എനിക്കറിയാം.

ഞാൻ ഇരുന്നു. അയാൾ കാപ്പിയുണ്ടാക്കി. അതിനു മുമ്പ് കാപ്പി യുണ്ടാക്കുന്ന യന്ത്രം വൃത്തിയാക്കാനായി കുറേയേറെ സമയം ചെലവിട്ടു. എന്നിട്ട് വെള്ളം അളന്നൊഴിച്ചു. അതിനിടയിലെല്ലാം അയാൾ സംസാ രിച്ചുകൊണ്ടേയിരുന്നു. ഇങ്ങനെ നിർത്താതെ സംസാരിക്കുന്ന അയാളെ കാണുക ഒരത്ഭുതമായിരുന്നു. സ്വീടോപെൽക്, സംസാരിച്ചുകൊണ്ടേ യിരിക്കാൻ താത്പര്യപ്പെടുന്നവൻ.

"ആ വലിപ്പിൽ താങ്കൾ എന്താണ് സൂക്ഷിക്കുന്നത് എന്നറിയാൻ എനിക്ക് താത്പര്യമുണ്ട്." ഞാൻ പറഞ്ഞു.

അയാൾ അത് തുറന്നു. "ഇതാ നോക്കിക്കോളൂ. അത്യാവശ്യ സാധന ങ്ങളല്ലാതെ മറ്റൊന്നുമില്ല."

"ഞാൻ എന്റെ സമുറായിയിൽ സൂക്ഷിക്കുന്നതുപോലെ തന്നെ."

അയാൾ വിരലൊന്നിളക്കിയപ്പോൾ വലിപ്പ് തുറന്ന് വന്നു. അതിന്റെ പ്രസരിപ്പുള്ള ചാരവർണ്ണമുള്ള അറകളിൽ അടുക്കള ഉപകരണങ്ങൾ വൃത്തിയായി അടുക്കിവെച്ചിരിക്കുന്നു. മാവു പരത്തുന്ന വടി, മുട്ടയടിക്കുന്ന തിനൊരു ഉപകരണം, ബാറ്ററികൊണ്ട് പ്രവർത്തിക്കുന്ന പാല് ചൂടാ ക്കുന്നതിനുള്ള ഉപകരണം, ഐസ്ക്രീം കഴിക്കുന്നതിനുള്ള സ്പൂണു കൾ. മറ്റ് ചില ഉപകരണങ്ങൾ എന്തെന്ന് എനിക്ക് മനസ്സിലായില്ല - ചില നീളൻ കരണ്ടികൾ, ചട്ടുകങ്ങൾ, വലിയ കൊളുത്തുകൾ എന്നിവ. ഏതോ ശസ്ത്രക്രിയയ്ക്കുള്ള ഉപകരണങ്ങളാണെന്ന് തോന്നിച്ചു അവ കണ്ട പ്പോൾ. സങ്കീർണ്ണമായ ശസ്ത്രക്രിയയ്ക്ക് ഉപയോഗിക്കുന്നവ. അവയെ യെല്ലാം അവയുടെ ഉടമ നല്ല രീതിയിൽ ശ്രദ്ധിക്കുന്നുണ്ട് എന്നത് വ്യക്ത മായിരുന്നു. കഴുകി തുടച്ച് വൃത്തിയാക്കി അതാതിന്റെ സ്ഥാനങ്ങളിൽ സൂക്ഷിച്ചിരുന്നു.

"അതെന്താണ്?" വീതിയുള്ള ലോഹചവണകൾ നോക്കി ഞാൻ ചോദിച്ചു.

“കൊടിലുകളാണ്. ചമാവ് ഒട്ടിപ്പിടിക്കുമ്പോൾ ആവശ്യം വരാറുണ്ട്.” അയാൾ കാപ്പിയൊഴിച്ചു.

എന്നിട്ട് പാൽ പതപ്പിക്കാനായി ഒരു ചെറിയ ചുഴറ്റൽ ഉപകരണം പുറത്തെടുത്തു. അതുപയോഗിച്ച് പാല് പതപ്പിച്ചു. അത് കാപ്പിയിലൊഴിച്ചു. വലിപ്പിൽ നിന്ന് കുറച്ച് സ്റ്റെൻസിലും കൊക്കോ പൊടിയുമെടുത്തു. ഒരു നിമിഷം ഇനി എന്ത് ചെയ്യണം എന്ന് ആലോചിച്ചു. അവസാനം അവ കൊണ്ട് ഒരു ഹൃദയത്തിന്റെ ചിത്രം വരച്ചു. അതിൽ കൊക്കൊ പൊടി വിതറി. അപ്പോൾ എന്റെ കാപ്പിയിലെ മഞ്ഞുപതയിൽ ഒരു കൊക്കൊ ഹൃദയം തെളിഞ്ഞു. അയാൾ വിശാലമായി പുഞ്ചിരിച്ചു.

അന്ന് സായാഹ്നത്തിൽ എനിക്ക് വീണ്ടും ആ വലിപ്പ് ഓർമ്മ വന്നു. അതിലേക്കൊന്ന് എത്തി നോക്കിയത് എനിക്ക് വലിയ ആശ്വാസം നൽകി യിരിക്കുന്നു. അതിലൊരു ഉപകരണമാകാനായെങ്കിൽ എന്നു ഞാൻ ആഗ്രഹിച്ചു.

പ്രസിഡന്റ് മരിച്ചു എന്ന വാർത്ത തിങ്കളാഴ്ചയായപ്പോഴേക്കും എല്ലാ വരും അറിഞ്ഞു. ഞായറാഴ്ച സായാഹ്നത്തിൽ അഗ്നിശാല വൃത്തിയ ക്കാൻ വന്ന സ്ത്രീകളാണ് അയാൾ മരിച്ചു കിടക്കുന്നത് കണ്ടത്. അവ രിൽ ഒരാൾ അത് കണ്ട് ഭയന്ന് ആശുപത്രിയിലായി.

പൊലീസിന്,

ചില പ്രധാന കാരണങ്ങളാൽ പൊതുജനങ്ങളിൽ നിന്നുള്ള കത്തുകൾക്ക് പൊലീസിന് മറുപടി നൽകാനാ കാത്ത അവസ്ഥയാണുള്ളതെന്ന് ഞാൻ മനസ്സിലാക്കുന്നു. (ഈ കത്തുകൾ അജ്ഞാതകേന്ദ്രങ്ങളിൽ നിന്നുള്ളവയല്ല.) അതിന്റെ കാരണങ്ങളിലേക്ക് കടക്കാതെ, ഞാൻ എന്റെ ഇതിനു മുമ്പിലത്തെ കത്തിൽ പറഞ്ഞിരിക്കുന്ന വിഷയത്തി ലേക്ക് ഒരിക്കൽ കൂടി ശ്രദ്ധയാകർഷിക്കാനുള്ള സ്വാതന്ത്ര്യമെടു ക്കുന്നു. പൊലീസോ, മറ്റാരെങ്കിലുമോ ഈ വിഷയം അവഗണി ക്കരുതെന്ന് ഞാൻ ആഗ്രഹിക്കുന്നു. പൊതുജന സേവകർ അവഗണിക്കുന്ന വ്യക്തി ഒരു വിധത്തിൽ നിർജ്ജീവാവസ്ഥ യിലേക്ക് തള്ളിയിടപ്പെട്ട വ്യക്തിയാകും. എങ്കിലും അവകാശ ങ്ങളൊന്നുമില്ലാത്ത വ്യക്തിക്കും കർത്തവ്യങ്ങളൊന്നുമില്ല എന്ന് കരുതുന്നതും തെറ്റാകും.

മരിച്ചുപോയ ഇന്നേർഡിന്റെ ജനനതിയതി എനിക്ക് ലഭി ച്ചിരിക്കുന്നുഎന്ന് നിങ്ങളെ അറിയിക്കുന്നതിൽ സന്തോഷമുണ്ട്. അതുവഴി എനിക്ക് അയാളുടെ ജാതകം ഗണിക്കാനായി.

(സമയം ലഭിച്ചില്ല. അതുകൊണ്ടുതന്നെ എന്റെ ഗണന അത്രയ്ക്ക് കൃത്യമായില്ല എന്ന് വന്നേക്കാം.) അതിൽ താത്പര്യമുണർത്തുന്ന ചില കാര്യങ്ങൾ കാണുകയുണ്ടായി. ഇതിനു മുമ്പ് ഞാൻ നിങ്ങൾക്ക് മുന്നിൽ അവതരിപ്പിച്ച അനുമാനങ്ങളെ ശരിവെയ്ക്കുന്നവയാണവ.

മരണം നടക്കുന്ന സമയത്ത് മരണപ്പെട്ടയാളുടെ കന്നിയിലായിരുന്നു കുജൻ എന്ന് തോന്നുന്നു. കുജൻ കടന്നുപോകുകയായിരുന്നു. പാരമ്പര്യ ജ്യോതിഷ സിദ്ധാന്തങ്ങളനുസരിച്ച് ഇതിന് രോമക്കുപ്പായമുള്ള മൃഗങ്ങളുമായി പല സമാനതകളും പറയാനുണ്ട്. അതേസമയം സൂര്യൻ മീനത്തിലായിരുന്നു. അത് ശരീരത്തിന് ബലഹീനതയാണ് കാണിക്കുന്നത്. പ്രത്യേകിച്ചും കാൽക്കണ്ണികൾക്ക്. അതുകൊണ്ടുതന്നെ ഇന്നേർഡിന്റെ മരണം കൃത്യമായി അയാളുടെ ജാതകത്തിൽ പ്രവചിക്കപ്പെട്ടിരുന്നു എന്ന് വേണം കരുതാൻ. ജ്യോതിഷികളുടെ ഈ നിരീക്ഷണത്തെ പൊലീസ് കണക്കിലെടുക്കുന്നു എങ്കിൽ പലരേയും നിർഭാഗ്യങ്ങളിൽ നിന്ന് സംരക്ഷിക്കാനായേക്കും. ഗ്രഹനിലകൾ പറയുന്നത് ഈ ക്രൂരകൊലപാതകങ്ങൾക്ക് ഉത്തരവാദികൾ രോമക്കുപ്പായമുള്ള മൃഗങ്ങളാണെന്നാണ്. അതൊരുപക്ഷേ കുറുക്കന്മാരാകാം. ഒന്നുകിൽ കാട്ടുകുറുക്കന്മാർ അല്ലെങ്കിൽ ഫാമിൽ നിന്ന് ഓടിപ്പോകുന്നവ. (അതുമല്ലെങ്കിൽ ഇവ രണ്ടും ഒന്നിച്ച്.) അവ ഈ ഇരയെ ആളുകൾ അവിടെ വർഷങ്ങളായി വെച്ചിരുന്ന കെണിയിലേക്ക് തള്ളിനീക്കിയിരിക്കാം. 'കഴുമരം' എന്ന് വിളിക്കപ്പെടുന്ന തരം കെണിയിലാണയാൾ അകപ്പെട്ടത്. ആ കെണിയിൽ അകപ്പെട്ട് കുറച്ച് സമയം അയാൾ വായുവിൽ തൂങ്ങിക്കിടന്നിട്ടുണ്ടാകും.

ഈ കണ്ടുപിടുത്തം നമ്മെ ചില തീർപ്പുകളിലേക്ക് എത്തിക്കുന്നുണ്ട്. ഓരോ ഇരയുടേയും ശനി എവിടെയായിരുന്നു എന്ന് പൊലീസ് കൃത്യമായി കണ്ടെത്തണം. അപ്പോൾ അത് മൃഗരാശികളിൽ ഏതെങ്കിലും ഒന്നിലായിരിക്കും എന്ന് കാണാനാകും. പ്രസിഡന്റിന് അത് മേടമായിരുന്നു. ഒരു മൃഗത്താൽ ആക്രമിക്കപ്പെട്ട് ശ്വാസംമുട്ടിയുള്ള മരണമാണത് സൂചിപ്പിക്കുന്നത്...

ഞാൻ ഇതിനോടൊപ്പം ചില വർത്തമാനപത്രങ്ങളുടെ തുണ്ടുകൾ വെയ്ക്കുന്നു. ഇപ്പോഴും തിരിച്ചറിയപ്പെടാത്ത ഒരു മൃഗത്തെക്കുറിച്ചാണിത്. ഓപോൾ പ്രവിശ്യയിൽ കാണപ്പെട്ടു എന്ന് പറയപ്പെടുന്നത്. അതിന്റെ ഒരൊറ്റയടി കിട്ടിയാൽ മൃഗങ്ങൾ ചത്തുപോകുമായിരുന്നുവത്രേ. നെഞ്ചിലാണത്രേ അത്

അടിക്കുക. അടുത്തയിടെ ഒരു മൊബൈലിൽ പകർത്തിയ വീഡിയോയിൽ ഒരു കടുവക്കുട്ടിയെ വ്യക്തമായി കാണാമായിരുന്നു. ഇതെല്ലാം നമ്മളിൽ നിന്ന് അകലെയല്ലാത്ത ഓപോൾ പ്രവിശ്യയിലാണ് നടന്നുകൊണ്ടിരുന്നത്. ഒരുപക്ഷേ അവ കാഴ്ചബംഗ്ലാവിൽ നിന്ന് രക്ഷപ്പെട്ട മൃഗങ്ങളാകാം. വെള്ളപ്പൊക്കത്തെ അതിജീവിച്ച് ഇപ്പോൾ സ്വതന്ത്ര വിഹാരം നടത്തുന്നവയാകാം. അതെന്തായാലും കാര്യങ്ങൾ അന്വേഷണ വിധേയമാക്കേണ്ടതാണ്. പ്രത്യേകിച്ചും ഇവിടെയുള്ളവരിൽ ഭയം കുമിഞ്ഞു കൂടുന്നു എന്നതിനാൽ. അവരുടെ ഭയം ഒരു കൊടുംഭയമോ പരിഭ്രാന്തിയോ ആയി മാറിയിട്ടില്ലെങ്കിലും അതുണ്ടെന്നത് വ്യക്തമാണ്.

ഞാൻ ഈ കത്ത് എഴുതിക്കൊണ്ടിരിക്കുന്നതിനിടയിൽ ആരോ വാതിൽക്കൽ മുട്ടി. അത് എഴുത്തുകാരിയായിരുന്നു. ചാരനിറമുള്ള വനിത.

“ശ്രീമതി ദസ്ജെയ്കൊ” അവർ വിളിച്ചു. “എന്തൊക്കെയാണീ നടക്കുന്നത്? നിങ്ങളറിഞ്ഞുവോ?”

“വാതിൽക്കൽ തന്നെ നിൽക്കാതെ അകത്തേക്ക് കയറി വരൂ. അവിടെ നല്ല കാറ്റുണ്ട്.”

മുൻവശം തുറന്നു കിടക്കുന്ന ഒരു സ്വെറ്ററാണവർ ധരിച്ചിരുന്നത്. കാലറ്റം വരെ നീണ്ടുകിടന്നു ഒന്ന്. അവർ കൊച്ചുകാലടികൾ വെച്ച് അകത്തേക്ക് വന്നു. ഒരു കസേരയിലിരുന്നു.

“നമുക്കൊക്കെ ഇനി എന്ത് സംഭവിക്കും?” അവർ നാടകീയമായി ചോദിച്ചു.

“മൃഗങ്ങൾ വന്ന് നമ്മേയും കൊല്ലും എന്നാണോ ഭയക്കുന്നത്?”

അവർക്ക് കോപം വന്നു എന്ന് തോന്നുന്നു. അവർ തലയൊന്ന് കുടഞ്ഞു. എഴുന്നേറ്റ് നിന്നു.

“നിങ്ങളുടെ സിദ്ധാന്തത്തിൽ എനിക്ക് വിശ്വാസമില്ല. അത് അപഹാസ്യമാണ്.”

“ഒരു എഴുത്തുകാരി എന്ന നിലയിൽ താങ്കൾക്ക് നല്ല ഭാവനയുണ്ടാകും എന്നും ഊഹിക്കാനാകും എന്നാണ് ഞാൻ കരുതിയത്. ആദ്യനോട്ടത്തിൽ അസാധ്യമെന്ന് കരുതുന്ന ചിന്തകളോട് മനസ്സ് തുറന്ന് പിടിച്ച് അവലോകനം ചെയ്യും എന്നും കരുതി. വിശ്വസിക്കാൻ സാധ്യമായതിലെല്ലാം സത്യത്തിന്റെ ഒരു ചിത്രമുണ്ടാകും എന്ന് ഓർത്തിരിക്കണം.” ബ്ലെയ്ക്കിന്റെ കവിതയിൽ നിന്നാണത് ഞാനെടുത്തത്. അതവരിൽ എന്നെക്കുറിച്ചൊരു മതിപ്പുളവാക്കാൻ കാരണമാക്കും എന്ന് ഞാൻ കരുതി.

"അതിനു തയ്യാറായിരുന്നില്ലെങ്കിൽ ഞാൻ ഒരൊറ്റ വഴി എഴുതുമായിരുന്നില്ലല്ലോ." അവർ തീർത്തും ഔദ്യോഗിക ഭാഷയിൽ മൊഴിഞ്ഞു. എന്നിട്ട് സ്വരത്തിന്റെ കനമൊന്ന് കുറച്ചു. "എന്നാലും എനിക്കങ്ങനെ വിഭാവനം ചെയ്യാനാകുന്നില്ല. അയാളെ സത്യമായും വണ്ടുകൾ ശ്വാസം മുട്ടിച്ച് കൊന്നതാണോ?"

ഞാൻ ചായയിടുന്നു എന്ന തിരക്കഭിനയിച്ചു. കട്ടൻ ചായ എന്നാൽ എന്താണെന്ന് അവരൊന്ന് അറിയട്ടെ.

"അത് ശരിയാണ്. അയാളുടെ ശരീരം മുഴുക്കെ വണ്ടുകളായിരുന്നു. അയാളുടെ വായിലും അവയുണ്ടായിരുന്നു. വായിൽ മാത്രമല്ല ശ്വാസകോശത്തിലും വയറിലും കാതിലുമെല്ലാം. ശരീരത്തിൽ മുഴുക്കെ വണ്ടുകൾ അരിച്ച് നടക്കുകയായിരുന്നു എന്നാണ് അയാളെ കണ്ട പെണ്ണുങ്ങൾ പറഞ്ഞതത്രേ. ഞാൻ കണ്ടില്ല. എന്നാലും എനിക്കത് ഊഹിച്ചെടുക്കാനാകും. കീകജസ് ഹീമറ്റൊഡ്സ് എല്ലായിടത്തും വ്യാപിച്ചിട്ടുണ്ടാകും."

അവരെന്നെ തുറിച്ച് നോക്കി. ആ നോട്ടം എന്റെ ഉള്ളിലേക്ക് തുളച്ച് കയറുമെന്ന് തോന്നി. അതെനിക്ക് മനസ്സിലാകും.

ഞാൻ ചായയൊഴിച്ചു.

14

വീഴ്ച

കാപട്യഭാവമുള്ള ചോദ്യകർത്താവിന്
ഒരിക്കലും ഉത്തരം പറയാനറിയില്ല

പിറ്റേന്ന് പ്രഭാതത്തിൽതന്നെ അവർ എന്നെ തിരഞ്ഞെത്തി. ഞാനൊരു പ്രസ്താവന നൽകണം എന്നാവശ്യപ്പെട്ടു. ഈ ആഴ്ചയിൽ എപ്പോഴെങ്കിലും വരാൻ ശ്രമിക്കാം എന്ന് ഞാൻ സമ്മതിച്ചു.

“നിങ്ങൾക്ക് കാര്യങ്ങൾ മനസ്സിലാകുന്നില്ലേ?” യുവാവായ ആ പൊലീസുകാരൻ പറഞ്ഞു. അയാൾ മുമ്പ് കമാൻഡന്റിനൊപ്പം ജോലി ചെയ്തിട്ടുണ്ട്. കമാൻഡന്റ് മരിച്ചതിനുശേഷം അയാൾക്ക് ഉദ്യോഗക്കയറ്റം കിട്ടി. ഇപ്പോൾ പട്ടണത്തിലെ പൊലീസ് സ്റ്റേഷനിലെ മുഖ്യ അധികാരിയാണ്. “നിങ്ങൾ ഇപ്പോൾ ഞങ്ങളോടൊപ്പം വരണം. ക്ലോദ്സ്കോയിലേക്ക് വരണം.”

അയാളുടെ സ്വരം കേട്ടപ്പോൾ എനിക്ക് പ്രതിഷേധിക്കാനായില്ല. ഞാൻ വീട് പൂട്ടി. ടൂത്ത് ബ്രഷും എന്റെ ഗുളികളും കയ്യിൽ സൂക്ഷിച്ചു. എന്തെങ്കിലും ആവശ്യം വന്നാലോ എന്ന് കരുതിയാണത് ചെയ്തത്. അവിടെയെത്തിയതിനുശേഷം രോഗത്തിന്റെ ആക്രമണമുണ്ടായാൽ ബുദ്ധിമുട്ടാകും.

രണ്ടാഴ്ചയായി തുടർച്ചയായ മഴയായിരുന്നു. വെള്ളം പൊങ്ങിയിട്ടുണ്ടായിരുന്നു. ഞങ്ങൾ അതിനാൽ വളഞ്ഞ വഴിയിലൂടെയാണ് നീങ്ങിയത്. ടാറിട്ട വഴികളിലൂടെ മാത്രം. അത് സുരക്ഷിതമായിരുന്നു. ഞങ്ങൾ

സമതലത്തിൽ നിന്ന് താഴ്വാരത്തിലേക്കിറങ്ങുകയായിരുന്നു. ഞാനവിടെ ഒരു മാൻകൂട്ടത്തെ കണ്ടു. അവർ അനങ്ങാതെ നിൽക്കുകയായിരുന്നു. പൊലീസ് ജീപ്പ് കണ്ടിട്ടും അവ ഭയന്നില്ല. അതിനെ ശ്രദ്ധിക്കുകപോലും ചെയ്യാതെ അവ പുല്ലുമേയുന്നത് തുടർന്നു. അവയെ തിരിച്ചറിയാനായില്ല എന്നതിൽ എനിക്ക് സന്തോഷം തോന്നി. ചെക്ക് റിപ്പബ്ലിക്കിൽ നിന്ന് ആയിടെ കടന്ന് വന്ന ഒരു കൂട്ടമാകണം അത്. ഇവിടത്തെ പച്ചപ്പുല്ല് തേടി വന്നവ. പൊലീസുകാർക്ക് മാനുകളിലൊന്നും താത്പര്യമില്ലായിരുന്നു. അവർ ഒന്നും സംസാരിക്കുന്നുണ്ടായിരുന്നില്ല. എന്നോടെന്നല്ല പരസ്പരം പോലും സംസാരിച്ചില്ല.

അഭിമുഖം തുടങ്ങുന്നതിനു മുമ്പ് അവർ എനിക്ക് ഒരു കപ്പ് ഇൻസ്റ്റന്റ് കാപ്പി തന്നു. അതിൽ ക്രീം ചേർത്തിരുന്നു.

"പ്രസിഡന്റിനെ താങ്കൾ വീട്ടിലാക്കാം എന്ന് പറഞ്ഞിരുന്നു, അല്ലേ? എല്ലാം വിശദമായി പറയണേ. ഓരോ നിമിഷത്തിലും എന്തൊക്കെ സംഭവിച്ചു എന്നറിയിക്കണം. നിങ്ങൾ എന്താണ് കണ്ടത് എന്ന് പറയണം."

ഇതുപോലെയുള്ള അനേകം ചോദ്യങ്ങൾ തുടർച്ചയായി വന്നുകൊണ്ടിരുന്നു.

പറയാൻ അധികമൊന്നുമുണ്ടായിരുന്നില്ല. വിശദാംശങ്ങളിൽ കൃത്യത പാലിക്കാൻ ഞാൻ എന്നാലാവത് ശ്രമിച്ചുകൊണ്ടിരുന്നു. അകത്ത് ശബ്ദശല്യം അധികമായതിനാൽ പുറത്ത് പ്രസിഡന്റിനെ കാത്ത് നിൽക്കാമെന്ന് ഞാൻ പറഞ്ഞിരുന്നു. പുകവലിക്കാവുന്ന സ്ഥലം, മദ്യപിക്കാവുന്ന സ്ഥലം എന്നൊന്നുമുള്ള വ്യത്യാസം ആരും പാലിക്കുന്നുണ്ടായിരുന്നില്ല. അതെന്നെ ശല്യപ്പെടുത്തുന്നുണ്ടായിരുന്നു. അതിനാൽ ഞാൻ പടികളിലിരുന്ന് ആകാശം കണ്ടു.

മഴ ശമിച്ചപ്പോൾ ചോതി ഉദിച്ചു. സപ്തർഷി മണ്ഡലത്തിന്റെ കലപ്പക്കോല് പ്രത്യക്ഷമായി. നക്ഷത്രങ്ങൾക്ക് ഞങ്ങളെ കാണാനാകുമോ എന്ന് ഞാൻ അത്ഭുതപ്പെട്ടുകൊണ്ടിരുന്നു. അവയ്ക്ക് കാണാനാകുന്നുണ്ടെങ്കിൽ അവ നമ്മെക്കുറിച്ച് എന്താകും ചിന്തിക്കുന്നുണ്ടാകുക? അവർക്ക് നമ്മുടെ ഭാവി എന്തെന്ന് അറിയാനാകുന്നുണ്ടോ? വർത്തമാനകാലത്തിൽ ഇന്നും നമുക്ക് ചലിക്കാനാകാത്തതിൽ നമ്മെപ്രതി അവയ്ക്ക് ദുഃഖം തോന്നുന്നുണ്ടോ? ഇങ്ങനെയൊക്കെയെങ്കിലും, നമ്മൾ അജ്ഞരും ലോലരുമാണെങ്കിലും നമുക്ക് അവരേക്കാൾ ചില സൗകര്യങ്ങളുണ്ടെന്ന് എന്റെ മനമെന്നോട് പറഞ്ഞു. നമുക്ക് സമയം എന്നൊന്നുണ്ട്. അതാണ് പ്രവർത്തിക്കുന്നത്. അത് നമുക്ക് വൈഷമ്യങ്ങളെ, വേദനകളെ ആനന്ദകരവും ശാന്തിദായകവുമാക്കി പരിവർത്തിപ്പിക്കാനുള്ള അവസരങ്ങൾ

നൽകുന്നു. നക്ഷത്രങ്ങളാകട്ടെ അവരുടെ സ്വന്തം തുറുങ്കിലാണ്. അവയ്ക്ക് നമ്മെ സഹായിക്കാനാകില്ല. അവ ജ്യോതിഷ നെയ്ത്തുതറികളിൽ നമ്മുടെ നൂലുണ്ടകൾ ഉപയോഗിച്ച്, പല രൂപകല്പനകൾ നെയ്തുണ്ടാക്കുന്നു. അപ്പോൾ എന്നിൽ ഗൗരവതരമായ ഒരു പരികല്പനയുണ്ടായി. നമ്മൾ നായ്ക്കളെ എങ്ങനെയാണോ നോക്കിക്കാണുന്നത്അതുപോലെയാകും നക്ഷത്രങ്ങൾ നമ്മെ കാണുന്നത്. നായ്ക്കളേക്കാൾ ജ്ഞാനവും വിവേകവും നമുക്ക് കൂടുതലുള്ളതിനാൽ അവയ്ക്ക് ചിലസമയങ്ങളിൽ കൂടുതൽ ഗുണം നൽകുന്നതെന്താകും എന്നതിനെക്കുറിച്ച് നമുക്ക് അവബോധം കൂടുതലുണ്ടാകും. നമ്മൾ അവയെ കൊണ്ടുനടക്കുന്നു. വഴി കാണിക്കുന്നു. അവ വഴിതെറ്റിപ്പോകാതിരിക്കാനാണിത്. അവ വിവേകശൂന്യമായി പെറ്റുപെരുകാതിരിക്കാൻ അവയെ വന്ധ്യമാക്കുന്നു. വൈദ്യചികിത്സകൾക്കായി നമ്മൾ അവയെ മൃഗഡോക്ടറെ കാണിക്കുന്നു. ഇതെല്ലാം എവിടെ നിന്ന് വരുന്നു എന്ന് അവയ്ക്കറിയില്ല. എന്തുകൊണ്ടിതെല്ലാം സംഭവിക്കുന്നു എന്നും അവയ്ക്കറിയില്ല. എന്താണ് ലക്ഷ്യമെന്നും അവയ്ക്കറിയില്ല. എന്നിട്ടും അവ നമ്മെ അനുസരിക്കുന്നു. അതുപോലെ നമ്മളും ഒരുപക്ഷേ നക്ഷത്രങ്ങളുടെ പ്രഭാവത്തിൽവരുന്നു. ആ പ്രക്രിയക്കിടയിൽ നമ്മൾ നമ്മുടെ മാനുഷ അവബോധത്തെ ഉണർത്തുന്നു. അതാണ് ഞാൻ ആ ഇരുട്ടിൽ പടികളിലിരുന്ന് ചിന്തിച്ചുകൊണ്ടിരുന്നത്. ആഘോഷം കഴിഞ്ഞ് എല്ലാവരും പുറത്തുവരുന്നത് കണ്ടപ്പോൾ, അവരെല്ലാം നടന്നോ അവരവരുടെ വണ്ടികളിലോ യാത്രയാകുന്നത് കണ്ടപ്പോൾ, താങ്കളെ വീട്ടിലെത്തിക്കാനുള്ള ചുമതല ഞാൻ ഏറ്റെടുത്തിരിക്കുന്നു എന്ന് ഓർമ്മിപ്പിക്കാൻ ഞാൻ പ്രസിഡന്റിനു സമീപത്തേക്ക് നീങ്ങി. പക്ഷേ അവിടെ അദ്ദേഹമില്ലായിരുന്നു. അവിടെമുഴുക്കെ തിരഞ്ഞിട്ടും എനിക്ക് അദ്ദേഹത്തെ കണ്ടെത്താനായില്ല. ഞാൻ ശൗചാലയങ്ങളിലും പരിശോധിച്ചു. അഗ്നിശാലയിലെല്ലായിടത്തും നടന്ന് നോക്കി. അവിടെ അപ്പോഴും ബാക്കിയുണ്ടായിരുന്ന കൂണ് പെറുക്കുന്ന സമിതിയംഗങ്ങളോട് അദ്ദേഹത്തെ കണ്ടോ എന്ന് ചോദിച്ചു. ആരുടെ പക്കലും ശരിയായ ഉത്തരമുണ്ടായിരുന്നില്ല. അവരിൽ ചിലർ അപ്പോഴും 'ഹെ ഫാൽകൺസ്' മൂളിക്കൊണ്ടിരിക്കുകയായിരുന്നു. മറ്റ് ചിലർ ബിയർ അവസാനിപ്പിക്കുകയായിരുന്നു. പുറത്തിരുന്ന് മദ്യപിക്കാൻ പാടില്ല എന്ന നിയമംലംഘിക്കുകയായിരുന്നു. ആരെങ്കിലും അദ്ദേഹത്തെ വീട്ടിൽ കൊണ്ടുവിട്ടിട്ടുണ്ടാകും എന്ന് ഞാൻ അനുമാനിച്ചു. ഞാൻ കണ്ടിട്ടുണ്ടാകില്ല. അത് ഒരു ശരിയായ അനുമാനമായിരുന്നു എന്ന് ഇപ്പോഴും ഞാൻ കരുതുന്നു. അയാൾക്കെന്ത് ഹാനി വരാനാണ്? അയാൾ അവിടെ മദ്യപിച്ച് ലക്കുകെട്ട് ഉറങ്ങിയാലും അയാൾ അത്ര അപകടകരമായ അവസ്ഥയിലൊന്നുമല്ലായിരുന്നു. അത്ര തണുപ്പുള്ള രാത്രിയൊന്നുമല്ലായിരുന്നു അത്. എനിക്ക് ഒരു സംശയവും തോന്നിയില്ല. ഞാനും എന്റെ സമുറായിയും വീട്ടിലേക്ക് തിരിച്ചു.

"ആരാണീ സമുറായി?" പൊലീസുകാരൻ ചോദിച്ചു.

"ഒരു സുഹൃത്ത്." ഞാൻ സത്യം പറഞ്ഞു.

"അദ്ദേഹത്തിന്റെ സർനെയിം എന്താണ്?"

"സമുറായ് സുസൂക്കി."

അതയാൾക്ക് ഇഷ്ടപ്പെട്ടില്ല. എന്നാൽ കൂടെയുണ്ടായിരുന്നയാൾ ഒന്ന് പുഞ്ചിരിച്ചു.

"തുടരൂ... ശ്രീമതി ദസ്ജെൻകൊ.."

"ദസ്ജെയ്കൊ." ഞാൻ തിരുത്തി.

"....ദസ്ജെയ്കൊ. പ്രസിഡന്റിന് ഹാനി വരുത്താൻ ആർക്കെങ്കിലും ലക്ഷ്യമുണ്ടായിരുന്നു എന്ന സംശയമുണ്ടോ?"

ആ ചോദ്യം എന്നെ അത്ഭുതപ്പെടുത്തി.

"താങ്കൾ ഞാനയച്ച കത്തുകൾ വായിക്കാറില്ലേ. ഞാൻ എല്ലാം അതിൽ വിശദീകരിക്കാറുണ്ട്."

അവർ പരസ്പരം നോക്കി.

"ഇല്ല. ഞങ്ങൾ വളരെ ഗൗരവമുള്ള ചോദ്യങ്ങളാണ് ചോദിച്ചുകൊണ്ടിരിക്കുന്നത്."

"ഞാനും വളരെ ഗൗരവത്തിലാണ് ഉത്തരം നൽകുന്നത്. ഞാനെഴുതിയിരുന്നു. എനിക്കൊരു ഉത്തരം ലഭിച്ചില്ല. കത്തുകൾക്ക് ഉത്തരം നൽകാത്തത് ഒരു നല്ല രീതിയല്ല. പീനൽ കോഡിലെ ആർട്ടിക്കിൾ 171 അനുസരിച്ച്, ചോദ്യം ചെയ്യപ്പെട്ടുകൊണ്ടിരിക്കുന്നവരെ അവരുടെ കാര്യപരിധി ലക്ഷ്യമിട്ട് സ്വതന്ത്രമായി അഭിപ്രായങ്ങൾ പ്രകടിപ്പിക്കാൻ അനുവദിക്കണം എന്നാണ്. അതിനുശേഷമേ അതിനനുബന്ധ ചോദ്യം ചോദിക്കാവൂ എന്നാണ്. പ്രസ്താവങ്ങൾ പരിശോധിക്കുകയോ വിശദീകരിക്കുകയോ ചെയ്യാവൂ എന്നാണ്."

"അതെ. നിങ്ങൾ പറഞ്ഞത് ശരിയാണ്." ഒരു ഓഫീസർ പറഞ്ഞു.

"അയാളുടെ ശരീരത്തിലാകെ വണ്ടുകളായിരുന്നു എന്ന് പറയുന്നത് ശരിയാണോ?" ഞാൻ ചോദിച്ചു.

"ആ ചോദ്യത്തിന് ഞങ്ങൾക്ക് ഉത്തരം നൽകാനാകില്ല. അത് അന്വേഷണത്തെ ബാധിക്കും."

"അയാൾ മരിച്ചതെങ്ങനെയാണ്?"

"ഞങ്ങളാണ് ചോദ്യം ചോദിക്കുന്നത്. നിങ്ങളല്ല." ആദ്യത്തെ ഓഫീസർ പറഞ്ഞു. "പ്രസിഡന്റിനോട് നിങ്ങൾ സംസാരിക്കുന്നത് കണ്ടു എന്ന് പറഞ്ഞ സാക്ഷി അറിയിച്ചത് നിങ്ങൾ പടികളിൽ നിൽക്കുന്നത് കണ്ടു എന്നാണ്."

"അത് ശരിയാണ്. അദ്ദേഹത്തെ വീട്ടിൽ കൊണ്ടുപോയി വിടുക ഞാനാകും എന്ന് ഓർമ്മിപ്പിക്കുകയായിരുന്നു. അദ്ദേഹത്തിന്റെ ഭാര്യയുടെ

ആവശ്യപ്രകാരമായിരുന്നു അത്. എന്നാൽ ഞാൻ പറയുന്നതിലായിരുന്നില്ല അദ്ദേഹത്തിന്റെ ശ്രദ്ധ. അതിനാൽ നൃത്തപരിപാടികൾ കഴിയുന്നതുവരെ കാത്തിരിക്കുകയാകും നല്ലതെന്ന് എനിക്ക് തോന്നി. പോകാനുള്ള സമയമാകുന്നതുവരെ."

"നിങ്ങൾക്ക് കമാൻഡന്റിനെ പരിചയമുണ്ടായിരുന്നോ?"

"ഉവ്വ്. തീർച്ചായും ഉവ്വ്. അത് നിങ്ങൾക്കുമറിയാം." ഞാൻ യുവാവായ പൊലീസുകാരനോട് പറഞ്ഞു. "ഈ ചോദ്യം എന്തിനായിരുന്നു. സമയം പാഴാക്കാനല്ലേ?"

"ആൻസെലം ഇന്നേർഡുമായോ?"

"ആൻസെലം എന്നായിരുന്നോ അയാളുടെ പേര്? അതെനിക്ക് ഊഹിക്കാനായിരുന്നില്ല. അയാളെ ഒരിക്കൽ ഞാൻ കണ്ടിട്ടുണ്ട്. ആ അരുവിക്ക് കുറുകെയുള്ള പാലത്തിൽ വെച്ച്. അയാളോടൊപ്പം ഒരു പെൺസുഹൃത്തുമുണ്ടായിരുന്നു. അത് കുറച്ചു കാലം മുമ്പാണ്. ഏകദേശം മൂന്ന് വർഷം മുമ്പ്. വളരെ ഹ്രസ്വമായ ഒരു സംഭാഷണം മാത്രമേ അപ്പോഴുണ്ടായുള്ളൂ."

"എന്തിനെക്കുറിച്ചായിരുന്നു അത്?"

"എന്തോ പൊതുകാര്യങ്ങൾ. അത്ര വ്യക്തമായി ഓർക്കുന്നില്ല. ആ പെണ്ണുമുണ്ടായിരുന്നു. അവർക്കെല്ലാം അറിയാം."

എല്ലാ കാര്യങ്ങളിലും ഒരു തീർപ്പ് പൊലീസിനാവശ്യമാണെന്ന് എനിക്കറിയാം.

"ഇവിടെ, ഈ പ്രദേശത്ത്, നായാട്ട് നടക്കുന്നതിനെതിരെ നിങ്ങൾ ശക്തമായി പ്രതികരിക്കാറുണ്ട് എന്നത് നേരാണോ?"

"ഞാൻ കുപിതയായിരുന്നുഎന്ന് പറയാം. അല്ലാതെ ആക്രമണ സ്വഭാവത്തോടെ പെരുമാറിയിട്ടില്ല. ഇത് രണ്ടും തമ്മിൽ വ്യത്യാസമുണ്ടല്ലോ. അവർ മൃഗങ്ങളെ കൊല്ലുകയായിരുന്നു എന്നതിനാലുള്ള ദേഷ്യം ഞാൻ പ്രകടിപ്പിച്ചിട്ടുണ്ട്."

"ആരെയെങ്കിലും കൊല്ലുമെന്ന് ഭീഷണിപ്പെടുത്തിയിട്ടുണ്ടോ?"

"കോപം വന്നാൽ നമ്മൾ പലതും പറഞ്ഞെന്നിരിക്കും. അതൊക്കെ പിന്നീട് നമ്മൾ ഓർത്തെന്ന് വരില്ല."

"നിങ്ങൾ ബഹളം വെയ്ക്കാറുണ്ടെന്ന് അവകാശപ്പെട്ട സാക്ഷികളുണ്ട്. അവർ പറഞ്ഞത് ഞാൻ പറഞ്ഞു തരാം" എന്ന് പറഞ്ഞ് അയാൾ മേശപ്പുറത്ത് പരന്ന് കിടന്നിരുന്ന കടലാസുകളിലൊന്നിലേക്ക് നോക്കി വായിച്ചു. "ഞാൻ നിങ്ങളെ കൊല്ലും, ഈ കുറ്റങ്ങൾക്ക് നിങ്ങൾക്ക് തക്കതായ ശിക്ഷ ലഭിക്കും. (അസഭ്യം). നിങ്ങൾക്ക് ഒരു ലജ്ജയുമില്ല. ഒന്നിനേയും ഭയമില്ല. ഞാൻ നിങ്ങളുടെ തല തല്ലിപ്പൊട്ടിക്കും."

അയാൾ ഒരു വികാരവുമില്ലാതെ വായിച്ചുകൊണ്ടിരുന്നു. അത് ഒരു തമാശയായി എനിക്ക് തോന്നി.

"എന്തിനാണ് പുഞ്ചിരിക്കുന്നത്?" രണ്ടാമത്തെ ഓഫീസർ വേദനിക്കുന്ന സ്വരത്തിൽ ചോദിച്ചു.

"ഞാനിങ്ങനെയൊക്കെ പറഞ്ഞു എന്ന് പറയുന്നതേ തമാശയായി എനിക്ക് തോന്നുന്നു. ഞാൻ ശാന്തസ്വഭാവക്കാരിയാണ്. ഒരുപക്ഷേ നിങ്ങളുടെ സാക്ഷി അനാവശ്യമായി പൊലിപ്പിച്ച് പറഞ്ഞതാകും."

"നായാട്ടിനുപയോഗിക്കുന്ന മണ്ഡപങ്ങൾ നശിപ്പിച്ചതിനും കേടുപാടുകൾ വരുത്തിയതിനും നിങ്ങൾ മജിസ്ട്രേറ്റിനു മുന്നിൽ ഹാജരാകുകയുണ്ടായോ?"

"അത് ഞാൻ സ്വപ്നത്തിൽ പോലും നിഷേധിക്കില്ല. ഞാൻ പിഴയടച്ചിരുന്നു. അത് തെളിയിക്കുന്ന രേഖകളുണ്ട്."

"എന്തിനാണ് രേഖകളില്ലാത്തത്?" അതിലൊരാൾ ചോദിച്ചു. അയാൾ കൗശലപൂർവ്വം ചോദ്യം ഉന്നയിക്കുകയാണെന്ന് ധരിച്ചിട്ടുണ്ടാകും. എന്നാൽ ആ ചോദ്യത്തിൽ നിന്ന് അതേ കൗശലത്തോടെ ഞാൻ ഒഴിഞ്ഞുമാറി.

"പലതിനും സർ. എന്റേയും നിങ്ങളുടേയും ജീവിതത്തിലെ പലതിനും. എല്ലാം വാക്കുകളിൽ രേഖപ്പെടുത്തുക വിഷമമാണ്, അത് ഔദ്യോഗികരേഖകളാണെങ്കിൽ പോലും."

"എന്തിനാണത് ചെയ്തത്?"

അയാൾ ചന്ദ്രനിൽ നിന്ന് അപ്പോൾ കീഴോട്ട് വീണതാണോ എന്ന മട്ടിൽ ഞാനയാളെ ഒന്ന് നോക്കി.

"നിങ്ങൾക്ക് വ്യക്തമായി അറിയാവുന്ന ഒരു കാര്യത്തെക്കുറിച്ച് എന്തിനാണെന്നോട് പിന്നേയും ചോദിക്കുന്നത്?"

"ചോദ്യങ്ങൾക്ക് ദയവായി ഉത്തരം നൽകണം. അത് എഴുതിവെക്കാനുള്ളതാണ്."

ഇത്രയുമായപ്പോഴേക്കും എനിക്ക് മാനസിക പിരിമുറുക്കം എന്നൊന്ന് ഇല്ലാതായിട്ടുണ്ടായിരുന്നു.

"അത് ശരി. ഒരിക്കൽ കൂടി പറയാം. അതിൽ കയറി നിന്ന് ആരും മൃഗങ്ങൾക്ക് നേരെ നിറയൊഴിക്കാതിരിക്കാനാണ് ഞാൻ അത് ചെയ്തത്."

"കൊലപാതകികളുടെ ചില വിവരങ്ങൾ എങ്ങനെയാണ് നിങ്ങൾക്ക് ഇത്രയും കൃത്യമായി അറിയാനായത്?"

"എങ്ങിനെയുള്ളവ?"

"പ്രസിഡന്റിന്റെ കാര്യമെടുക്കാം. ആ വണ്ട്..." അയാൾ തന്റെ കുറിപ്പുകളിലേക്ക് നോക്കിയതിനു ശേഷം തുടർന്നു. "കീകജസ് ഹീമറ്റോഡ്സ് വർഗ്ഗത്തിൽപെട്ടതാണെന്ന് എങ്ങനെ മനസ്സിലായി? അങ്ങനെയാണല്ലോ നിങ്ങൾ എഴുത്തുകാരിയോട് പറഞ്ഞത്."

“ഞാൻ അങ്ങനെ പറഞ്ഞോ? അത് ഈ പ്രദേശത്ത് സാധാരണ യായി കാണുന്ന വണ്ടാണ്.”

“കഴിഞ്ഞ വസന്തത്തിൽ നിങ്ങൾക്കൊപ്പം ഷഡ്പദങ്ങളെക്കുറിച്ച് പഠി ക്കുന്ന ഒരാൾ താമസിച്ചിരുന്നില്ലേ? അയാളിൽ നിന്ന് എന്തൊക്കെ കാര്യ ങ്ങൾ നിങ്ങൾ മനസ്സിലാക്കി?”

“ചിലതെല്ലാം. ഒരുപക്ഷേ. എന്നാൽ അതിലും അധികം ജാതക ങ്ങളിൽ നിന്നാണ്, ഗ്രഹനിലകളിൽ നിന്നാണ് മനസ്സിലാക്കിയത്. ഞാനത് വിശദീകരിച്ച് കഴിഞ്ഞു. ജാതകങ്ങളിൽ എല്ലാമുണ്ട്. ഏറ്റവും ചെറിയ വിശദാംശങ്ങൾവരെ. നിങ്ങളുടെ ഇന്നത്തെ മാനസിക നിലയെന്ത്, നിങ്ങൾക്ക് ഏറ്റവും ഇഷ്ട അടിവസ്ത്ര നിറമെന്ത് എന്നൊക്കെ അതിലൂടെ അറിയാനാകും. അതെങ്ങനെ വായിച്ചെടുക്കണം എന്നറിഞ്ഞാൻ മാത്രം മതി. പ്രസിഡന്റിന്റെ ഗ്രഹനില വളരെ മോശമായിരുന്നു. മൂന്നിൽ മൃഗ ങ്ങളായിരുന്നു. ഷഡ്പദങ്ങളുമുണ്ടായിരുന്നു.”

പൊലീസുകാർക്ക് പരസ്പരം അർത്ഥവത്തായി നോക്കാതിരിക്കാനാ യില്ല. അതത്ര മര്യാദയായി എനിക്ക് തോന്നിയില്ല. അവരുടെ ജോലി യിൽ അവർ എന്തു കേട്ടാലും അത്ഭുതപ്പെടരുത്. ഒന്നും അവർക്കൊരു ആശ്ചര്യമാകരുത്. ഞാൻ ആത്മവിശ്വാസത്തോടെ തുടർന്നു. ഇത്രയായ പ്പോഴേക്കും അവർ പടുപണിചെയ്യുന്നവരുടെ ഒരു ജോടിയാണെന്ന് എനിക്ക് തീർച്ചയായിരുന്നു.

“ഞാൻ വർഷങ്ങളായി ജ്യോതിഷം പരിശീലിക്കുന്നു. അതിൽ വിശാല മായ അനുഭവമുണ്ട്. എല്ലാതിനും മറ്റൊന്നുമായി ബന്ധമുണ്ട്. നമ്മളെല്ലാം ഒരു വിധത്തിൽ അല്ലെങ്കിൽ മറ്റൊരു വിധത്തിലുള്ള സംവാദങ്ങളും വിനി മയങ്ങളുടെ ഭാഗമാണ്. ഇതെല്ലാം നിങ്ങളെ പൊലീസ് ട്രെയിനിങ്ങ് കോളേജിലേ പഠിപ്പിക്കേണ്ടതാണ്. ഇത് പഴയ പാരമ്പര്യത്തിന്റെ ഭാഗ മാണ്. സ്വീഡെൻബർഗിലെ പാരമ്പര്യത്തിന്റെ.”

“ആരിൽ നിന്നുള്ള പാരമ്പര്യം?” അവർ ഒന്നിച്ചാണത് ചോദിച്ചത്.

“സ്വീഡെൻബർഗ്. ഒരു സ്വീഡിഷുകാരനായിരുന്നു.”

അവരിലൊരാൾ ആ പേരെഴുതിയെടുക്കുന്നത് ഞാൻ കണ്ടു.

അവരിങ്ങനെ എന്നോട് രണ്ട് മണിക്കൂറോളം സംസാരിച്ചു. അന്ന് സായാ ഹ്നത്തിൽ നാല്പത്തിയെട്ട് മണിക്കൂർ തടഞ്ഞുവെച്ചുകൊണ്ടുള്ള ഒരു ഉത്തരവ് അവരെനിക്ക് തന്നു. എന്റെ വീട് തിരയുന്നതിനുള്ള ഒരു വാറന്റും ഹാജരാക്കി. അഴുക്കായ അടിവസ്ത്രമൊന്നും ഞാൻ എല്ലാവരും കാണു ന്നിടത്തിട്ട് വന്നിട്ടില്ലല്ലോ എന്നായിരുന്നു എന്റെ മനസ്സിലപ്പോൾ.

സായാഹ്നത്തിൽതന്നെ എനിക്ക് ഒരു ബാഗ് സമ്മാനിക്കപ്പെട്ടു. അത് ഡിസ്സിയിൽ നിന്നും ഗുഡ്ന്യൂസിൽ നിന്നുമാകും എന്ന് ഞാൻ ഊഹിച്ചു.

അതിൽ രണ്ട് ടൂത്ത് ബ്രഷുകളുണ്ടായിരുന്നു. (രണ്ടെണ്ണം എന്തിനാണാവോ, ഒന്ന് കാലത്തും ഒന്ന് വൈകീട്ടും എന്നാണോ?) അതുകൂടാതെ ആഡംബരപൂർണ്ണവും സെക്സിയുമായ ഒരു നിശാവസ്ത്രമുണ്ടായിരുന്നു. (അത് ഗുഡ്ന്യൂസ് പുതിയതായി വന്ന ശേഖരത്തിൽ നിന്ന് തപ്പിയെടുത്തതാകും.) പിന്നെ കുറച്ച് മധുരവും ഫോസ്റ്റോവിച് എന്നൊരാളുടെ ബ്ലെയ്ക്കിന്റെ വിവർത്തനവുമുണ്ടായിരുന്നു. അതെന്തായാലും എന്റെ പ്രിയ ഡിസ്സിയിൽ നിന്നു തന്നെ.

ജീവിതത്തിൽ ആദ്യമായി ഞാൻ തുറുങ്കിനകത്തായി. ശാരീരികമായി ബന്ദിയായി. അത് വളരെ വിഷമം പിടിച്ച ഒരു അനുഭവമായിരുന്നു. വൃത്തിയുള്ള സെല്ലായിരുന്നു എങ്കിലും പരിതാപകരമായിരുന്നു അകത്തെ അവസ്ഥ. എനിക്ക് പുറകിൽ വാതിലടഞ്ഞപ്പോൾ ഭയം എന്നെ ആശ്ലേഷിച്ചു. എന്റെ ഹൃദയം ശക്തമായി മിടിക്കാൻ തുടങ്ങി. ഞാൻ ഒരുപക്ഷേ ഉച്ചത്തിൽ നിലവിളിച്ചേക്കുമോ എന്ന് തോന്നി. ഞാൻ ഒരു മെത്തയിൽ ഇരുന്നു. മെത്തയെന്ന് വിളിക്കാവുന്ന ഒന്നിൽ. എനിക്ക് അനങ്ങാൻ പേടി തോന്നി. ഇങ്ങനെയൊരു സ്ഥലത്ത് ജീവിതത്തിന്റെ ബാക്കി ഭാഗം ചിലവിടുന്നതിനേക്കാൾ ഉത്തമം മരണമാണെന്ന് എനിക്ക് തോന്നി. അതിൽ ഒരു സംശയവുമില്ല. രാത്രിയിൽ എനിക്ക് കണ്ണടക്കാനായില്ല. ഒന്ന് കിടക്കാൻ പോലുമായില്ല. പ്രഭാതംവരെ ഞാൻ അനങ്ങാതെ ഇരുന്നു. ഞാനാകെ വിയർത്തിരുന്നു. ശരീരം മുഴുക്കെ അഴുക്ക് പിടിച്ചിരുന്നു. സംസാരിച്ച വാക്കുകൾ എന്റെ വായും നാക്കും അഴുക്കാക്കിയിരിക്കുമോ എന്ന് എന്ന് ഞാൻ ശങ്കിച്ചു.

ഏറ്റവും ശുദ്ധമായ ശോഭ തരുന്ന അതേ സ്രോതസ്സിൽ നിന്നാണ്‌വെളിച്ചത്തിന്റെ ചെറുപൊട്ടുകളും വരുന്നത് എന്നൊരു പഴഞ്ചൊല്ലുണ്ട്. ഒരു മനുഷ്യൻ ജനിക്കാറാകുമ്പോൾ വെളിച്ചത്തിന്റെ ഒരു പൊട്ട്, ഒരു തീപ്പൊരി, വീഴുന്നു. അതാദ്യം ശൂന്യാകാശത്തിന്റെ ഇരുട്ടിലൂടെ സഞ്ചരിക്കുന്നു. ക്ഷീരപഥങ്ങളിലൂടെ. അവസാനം, ഇവിടെ, ഈ ഭൂമിയിൽ പതിക്കുന്നതിനു തൊട്ട് മുമ്പ് അത് ഗ്രഹങ്ങളുടെ ഭ്രമണപഥത്തിൽ ചെന്നിടിക്കുന്നു. ആ ഭ്രമണപഥങ്ങളുമായുള്ള സംഘർഷങ്ങൾ ഓരോന്നും അതിൽ ചില മാലിന്യങ്ങൾ നിക്ഷേപിക്കുന്നു. അതിന്റെ ശോഭ മങ്ങുന്നു. അതിൽ ഇരുട്ട് കുടിയേറാൻ തുടങ്ങുന്നു.

ഈ ജ്യോതിശാസ്ത്ര അനുഭവത്തിന്റെ ചട്ടക്കൂടിൽ ആദ്യം പ്രത്യക്ഷപ്പെടുക രാഹുവാണ്. അടിസ്ഥാനതത്ത്വങ്ങൾ പ്രകടിപ്പിക്കുന്നത് അതാണ്. ജീവിതം നശ്വരമാണ്. അത് ഒരു ദിവസം അതിന്റെ കെണിയിൽ പെട്ട ആ ജ്യോതിസ്സിനെ രക്ഷപ്പെടാൻ അനുവദിക്കും. അതല്ലാതെ മറ്റ് മാർഗ്ഗമില്ല. വലിയ നിഷ്കർഷ ആവശ്യപ്പെടുന്ന ഒരു പരീക്ഷണശാലയാണ് ജീവിതം. ഇപ്പോൾ മുതൽ നിങ്ങൾ എന്ത് ചെയ്യുന്നോ അതെല്ലാം

എണ്ണപ്പെടും. എല്ലാ ചെയ്തികളും എല്ലാ ചിന്തകളും എണ്ണപ്പെടും. നിങ്ങളെ ശിക്ഷിക്കാനോ സമ്മാനിക്കാനോ അല്ല, അവയാണ് നിങ്ങളുടെ ലോകം പടുത്തെടുക്കുന്നത് എന്നതുകൊണ്ട് മാത്രം. അങ്ങനെയാണൊരു യന്ത്രം പ്രവർത്തിക്കുന്നത്. വീണുകൊണ്ടേയിരിക്കുന്നതിനിടയിൽ അത് വരുണന്റെ വലയത്തിൽ വീഴുന്നു. അതിലുള്ള മഞ്ഞുപോലെയുള്ള പടലങ്ങൾ നഷ്ടമാകുന്നു. പകരം വരുണൻ അതിന് എല്ലാ വിധത്തിലുമുള്ള മിഥ്യാബോധങ്ങൾ തരുന്നു. അതിന്റെ പ്രയാണത്തിൽ നിന്നുള്ള ഉറക്കച്ചടവുള്ള ഓർമ്മകൾ നൽകുന്നു. പറക്കുന്നതിനെക്കുറിച്ചുള്ള സ്വപ്നങ്ങൾ നൽകുന്നു. മനോരാജ്യങ്ങൾ, മയക്കുമരുന്ന്, പുസ്തകങ്ങൾ എന്നിവ നൽകുന്നു. വരുണൻ അതിന് എതിർക്കാനുള്ള നിപുണതകൾ സമ്മാനിക്കുന്നു. അപ്പോൾ മുതൽ ആ തീപ്പൊരിയുടെ രൂപം ഓർമ്മയിൽ എന്നെന്നും അങ്ങനെയാകും. ശനിയുടെ വലയങ്ങളിലൂടെ ഈ വെളിച്ചപ്പൊട്ട് സഞ്ചരിക്കുമ്പോൾ ഒരു കാത്തിരിപ്പുണ്ടാകും എന്നത് വ്യക്തമാകുന്നു. ഒരു തൊഴിൽ ക്യാമ്പ്, ഒരു ആശുപത്രി, നിയമങ്ങളും സംഹിതകളും രോഗാതുരമായ ശരീരം, മരണകാരണമാകുന്ന രോഗം, പ്രിയപ്പെട്ട ഒരാളുടെ മരണം അങ്ങനെയുള്ള എന്തിന്റെയെങ്കിലും തുറുങ്കിൽ. എന്നാൽ വ്യാഴം അതിനു സമ്മാനിക്കുക ആശ്വാസമാണ്. അന്തസ്സും ശുഭാപ്തി വിശ്വാസവുമാണ്. അതൊരു നല്ല സമ്മാനമാണ്. കാര്യങ്ങളെല്ലാം ശരിയായി പ്രവർത്തിക്കും. ചൊവ്വ കരുത്തും ആക്രമണോത്സുകതയും കൂട്ടിച്ചേർക്കുന്നു. അതും ഉപകാരപ്പെടും. സൂര്യനരികിൽ സഞ്ചരിക്കുമ്പോൾ അത് അന്ധമാകുന്നു. അതിനുണ്ടായിരുന്ന ദീർഘവ്യാപിയായ ആത്മാവിൽ അപ്പോൾ ബാക്കിയുള്ളത് ഒരു ചെറിയ, വക്രിച്ച സ്വം മാത്രം. മറ്റുള്ള എല്ലാതിൽ നിന്നും വേർപെടുവിച്ചത്. അതങ്ങനെതന്നെ പിന്നെ നിലനിൽക്കും. അതൊരു ചിറകില്ലാത്ത കബന്ധമാണെന്ന് ഞാൻ ഭാവനയിൽ കാണുന്നു, ക്രൂരരായ കുട്ടികൾ പീഡിപ്പിച്ച ഈച്ചയെപ്പോലെ ഒന്ന്. വിഷാദകാലത്തെ അതെങ്ങനെ അതിജീവിക്കും എന്നാരു കണ്ടു? ദേവതകളെ ആരാധിക്കുക. ഇനി വീഴ്ചയുടെ മാർഗ്ഗത്തിൽ അവശേഷിക്കുന്നത് ശുക്രനാണ്. ശുക്രനിൽ നിന്ന് ഈ വെളിച്ചത്തുണ്ട് സ്നേഹം ആർജ്ജിക്കുന്നു. ശുദ്ധമായ അനുകമ്പ അതിൽ നിന്ന് ലഭിക്കുന്നു. അതിനേയും മറ്റ് തീപ്പൊരികളേയും രക്ഷിക്കാൻ ഇതിനു മാത്രമേ ആകുകയുള്ളൂ. ശുക്രനു നന്ദി. അവയ്ക്ക് അതിനാൽ ഒന്നിച്ച് നിൽക്കാനും പരസ്പരം സഹായിക്കാനുമാകുന്നു. ഹിപ്നോടൈസ് ചെയ്ത മുയലിന്റെ ആകൃതിയിലുള്ള, സൂര്യനെ തുറിച്ച് നോക്കി നിൽക്കുന്ന, ഒരു കൊച്ചു ഗ്രഹത്തിനരികിൽ ഈ വീഴ്ചയെത്തുന്നു. അത് സ്വന്തം അച്ചുതണ്ടിലല്ല കറങ്ങുന്നത്. സൂര്യനെ മിഴിച്ച് നോക്കി അതിവേഗം നീങ്ങുകയാണ്. ഇതാണ് ബുധൻ. അത് ഈ തീപ്പൊരിക്ക് ഭാഷയും പരസ്പരം സംസാരിക്കാനും സംവദിക്കാനുമുള്ള നിപുണതയും സമ്മാനിക്കുന്നു. പിന്നെയത് ചന്ദ്രനരികിലൂടെ സഞ്ചരിക്കുന്നു. അപ്പോൾ അതിന് സ്പർശിച്ചറിയാനാകാത്ത, കാണാനാകാത്ത, ആത്മാവിനെ സമ്മാനിക്കുന്നു.

ഇതിനെല്ലാം ശേഷമാണത് ഭൂമിയെ സ്പർശിക്കുന്നത്. ഇവിടെ എത്തിയാലുടൻ അതിനെ ഒരു ശരീരംകൊണ്ട് പൊതിയുന്നു. അത് മനുഷ്യന്റേതാകാം, മൃഗത്തിന്റേതാകം, സസ്യങ്ങളുടേതാകാം.

അങ്ങനെയാണിതെല്ലാം സംഭവിക്കുന്നത്.

പിറ്റേന്ന് എന്നെ വിട്ടു. നിർഭാഗ്യകരമായ നാല്പത്തിയെട്ട് മണിക്കൂർ കഴിയുന്നതിനു മുന്നേ വിട്ടു. അവർ മൂന്നാളും എന്നെ കൊണ്ടുപോകാനെത്തി. വർഷങ്ങളായി മറ്റേതോ ലോകത്തിലായിരുന്നു എന്ന മട്ടിൽ ഞാൻ അവരുടെ കൈകളിലേക്ക് ചാഞ്ഞു. ഡിസ്സി കരഞ്ഞു. ഗുഡ്ന്യൂസും ഓഡ്ബോളും വണ്ടിയുടെ പുറകിലെ സീറ്റിൽ ഒന്നും മിണ്ടാതിരുന്നു. അവർ ആകെ ഭയന്നിരിക്കുന്നു എന്ന് തോന്നി. എന്നേക്കാൾ അധികം ഭയന്നിരിക്കുന്നു. അവസാനം ഞാനാണവരെ സമാധാനിപ്പിച്ചത്. ഒരു കട കണ്ടപ്പോൾ ഒന്ന് നിർത്താൻ ഞാൻ ഡിസ്സിയോട് ആവശ്യപ്പെട്ടു. ഞങ്ങൾ ഐസ്ക്രീം വാങ്ങിക്കഴിച്ചു.

എന്നാൽ, ഒരു ദിവസത്തെ തുറുങ്ക് അനുഭവിച്ചതിനുശേഷം ഞാൻ ഒന്നിലും ശ്രദ്ധയില്ലാത്തവളായി. പൊലീസുകാർ എന്റെ വീട് തിരഞ്ഞു എന്നതുമായി എനിക്ക് പൊരുത്തപ്പെടാനായില്ല. അപ്പോൾ മുതൽ എവിടെ നോക്കിയാലും പൊലീസുണ്ടോ എന്ന ശങ്ക എന്നിലുണ്ടായി. അവർ മേശവലിപ്പുകളെല്ലാം വലിച്ചിട്ടിരിക്കുന്നു. അലങ്കോലമാക്കിയിരിക്കുന്നു. അലമാരകളും വലിച്ചിട്ടിരിക്കുന്നു. അവർക്ക് ഒന്നും കണ്ടെത്താനായില്ല. അല്ലെങ്കിലും അവർ എന്ത് കണ്ടെത്താനാണ്? എന്നാൽ ശാന്തി നഷ്ടമായിരിക്കുന്നു. ഞാൻ വീട്ടിൽ ഒഴുകി നടന്നു. ഒന്നും ചെയ്യാനാകാതെ നടന്നു. എന്നോട് തന്നെ സംസാരിച്ചുകൊണ്ട് നടന്നു. എനിക്കെന്തോ കുഴപ്പമുണ്ട് എന്ന് ഞാൻ തിരിച്ചറിഞ്ഞു. വീടിന്റെ വലിയ ജാലകങ്ങൾ എന്നെ ആകർഷിച്ചു. ഞാനവയ്ക്കരികിൽ പോയി നിന്നു. പുറത്ത് കണ്ടതിൽ നിന്ന് കണ്ണെടുക്കാതെ നിന്നു. പുല്ലിൽ വീശിയടിക്കുന്ന കാറ്റ് കണ്ട് നിന്നു. അവയുടെ നൃത്തം കണ്ട് നിന്നു. എല്ലാതരം പച്ചവർണ്ണങ്ങളും ആ പുല്ലുകളിലുണ്ട്. ഞാൻ വ്യാകുലയായിരുന്നു. ചിന്താഗ്രസ്തയായിരുന്നു. ഞാൻ മണിക്കൂറുകളോളം അങ്ങനെ നിന്നിട്ടുണ്ടാകണം. ഒരിക്കൽ ഞാൻ ചാവി ഗരാഷിൽ വെച്ച് മറന്നു. അത് കണ്ട് കിട്ടാൻ ഒരാഴ്ച തിരയേണ്ടി വന്നു. പിന്നെയൊരിക്കൽ കെറ്റിൽ സ്റ്റൗവിൽ വെച്ച് തീയണയ്ക്കാൻ മറന്നു. ഫ്രിഡ്ജിൽ നിന്നെടുക്കുന്ന പച്ചക്കറികൾ എന്നേ കേടുവന്നതാണെന്ന് കണ്ടു. കണ്ണിന്റെ കോണിലൂടെ എന്റെ വീടിനുള്ളിൽ എന്തൊക്കെയോ ചലനങ്ങളുണ്ടാകുന്നത് കണ്ടു. പലരും വന്നും പോയുമിരിക്കുന്നു. അവർ ബോയിലർ മുറിയിൽ കയറുന്നു. പുറകിലെ തോട്ടത്തിലേക്ക് പോകുന്നു. തിരിച്ച് ബോയിലർ മുറിയിൽ വരുന്നു. എന്റെ കൊച്ചു പെൺകുട്ടികൾ ഹാളിൽ പാറി നടക്കുന്നു. അമ്മ ടെറസിലിരുന്ന് ചായ

കുടിക്കുന്നു. അമ്മ ചായക്കപ്പിൽ സ്പൂൺ ഇട്ടിളക്കുന്ന സ്വരം എനിക്ക് കേൾക്കാം. അതിനോടൊപ്പം അമ്മ നിശ്വസിക്കുന്നുമുണ്ട്. ഡിസ്സി വന്ന പ്പോഴാണ് മനസ്സൊന്ന് ശാന്തമായത്. ഒപ്പം ഗുഡ്ന്യൂസുമുണ്ടായിരുന്നു. അവരിരുവരും മിക്കപ്പോഴും ഒന്നിച്ചാണ് വന്നത്. പ്രത്യേകിച്ചും പിറ്റേന്ന് അവൾക്ക് ജോലി ഒഴിവാണെങ്കിൽ.

എന്റെ ശരീരവേദന വർദ്ധിച്ചു. ഒരു ദിവസം ഡിസ്സി ആംബുലൻസ് വിളിച്ചു. ആശുപത്രിയിൽ പോകാതെ തരമില്ലായിരുന്നു. ആംബുലൻസിനു വരാൻ പറ്റിയ സമയമായിരുന്നു. ആഗസ്ത് മാസം. വഴികളെല്ലാം ഉണങ്ങി ക്കിടക്കുന്ന സമയം. നല്ല കാലാവസ്ഥ. ഗ്രഹനിലയും നല്ലത്. ഞാൻ കാലത്ത് എഴുന്നേറ്റ് കുളിച്ചു. എന്റെ കാൽപാദങ്ങൾ വൃത്തിയുള്ളതെന്ന് ഉറപ്പിച്ചു.

ഞാനിപ്പോൾ ഒരു ആശുപത്രി വാർഡിലാണ്. വാർഡിൽ മറ്റാരുമില്ല. തുറന്നിട്ട ജാലകത്തിലൂടെ പലവിധ ഗന്ധങ്ങളും വരുന്നുണ്ട്. പഴുത്ത തക്കാളിയുടെ. ഉണങ്ങിയ പുല്ലിന്റെ. കത്തുന്ന കുറ്റിച്ചെടികളുടെ. സൂര്യൻ കന്നിരാശിയിലാണ്. ശരത്കാലത്തിനു മുമ്പുള്ള വൃത്തിയാക്കലുകൾ അവൾ ആരംഭിക്കുകയാണ്. ശൈത്യത്തിനു വേണ്ട തയ്യാറെടുപ്പിലുമാണ്.

അവർ എന്നെ കാണാൻ വന്നു. ആശുപത്രിയിൽ ആരെങ്കിലും കാണാൻ വരുന്നതിലും അസൗകര്യമുണ്ടാക്കുന്ന മറ്റൊന്നുമില്ല. ഞാൻ എന്ത് ചെയ്യണം എന്ന് എനിക്കറിയില്ല. അസന്തുഷ്ടി മാത്രമുള്ള ഈ സ്ഥലത്തു വെച്ചു നടത്തുന്ന സംഭാഷണങ്ങളെല്ലാം അസ്വാഭാവികവും നിർബന്ധപൂർവ്വവുമാകുന്നു. എന്നെക്കുറിച്ച് അവർ അത്ര മോശമാ യൊന്നും കരുതിയിട്ടുണ്ടാകില്ല എന്ന് ഞാൻ പ്രതീക്ഷിച്ചു. അവരോട് എളുപ്പം തിരിച്ചു പോകാൻ ഞാൻ പറഞ്ഞത് അവർ തെറ്റിദ്ധരിച്ചിട്ടുണ്ടാ കില്ല എന്ന് പ്രതീക്ഷിച്ചു.

ചർമ്മരോഗവിദഗ്ദനായ അലിയും ഇടയ്ക്കിടെ എന്നെ കാണാൻ വരും. അടുത്ത വാർഡിൽ നിന്ന് ചിലപ്പോൾ ഒരു കെട്ട് മാസികകൾ കൊണ്ടു വരും. ഞാൻ അയാളോട് സിറിയയിൽ ഞാൻ പണിത പാലത്തിനെ ക്കുറിച്ച് സംസാരിച്ചു. (അതിപ്പോഴും അവിടെയുണ്ടോ എന്നൊന്നും എനി ക്കറിയില്ല.) മരുഭൂമിയിലെ ചില ഗോത്രങ്ങളോടൊപ്പം ജോലി ചെയ്ത കഥ അയാളും പറഞ്ഞു. കുറച്ച് കാലം അയാൾ നാടോടികളുടെ ഡോക്ടറായിരുന്നു. അവരോടൊപ്പം യാത്ര ചെയ്തിട്ടുണ്ട്. അവരെ ചികിത്സിക്കാനായി അവർ താമസം മാറുന്നതിനൊപ്പം താമസം മാറിയി ട്ടുണ്ട്. സ്വയം ഒരു നാടോടിയായിട്ടുണ്ട്.

ഒരാശുപത്രിയിലും അയാൾ രണ്ട് വർഷത്തിൽ കൂടുതൽ കാലം ജോലി ചെയ്തിട്ടില്ല. അപ്പോഴേക്കും എന്തെങ്കിലും അസ്കിതകൾ തോന്നി ത്തുടങ്ങും, മറ്റൊരു ആശുപത്രി അന്വേഷിക്കും. എല്ലാവിധ വിപ്രതിപത്തി കളും മുൻവിധികളും കടന്ന് അയാളിൽ വിശ്വാസം തോന്നിത്തുടങ്ങിയ രോഗികളെ ഉപേക്ഷിക്കും. ഒരു ദിവസം അയാളുടെ കൺസൾട്ടിങ്

മുറിയുടെ വാതിൽക്കൽ 'ഇന്ന് മുതൽ ഡോക്ടർ അലിയുടെ സേവനം ഇവിടെ നിന്ന് ലഭ്യമായിരിക്കില്ല' എന്നൊരു കടലാസിൽ എഴുതി വെച്ചിട്ടുണ്ടാകും. സ്വാഭാവികമായും ഇങ്ങനെ അലഞ്ഞ് നടക്കുന്ന സ്വഭാവവും വംശീയമായ കാരണങ്ങളും അയാളെ വിവിധ പ്രത്യേകാൽ സേവനങ്ങളിൽ തത്പരനാക്കി. അതുമൂലം അയാളുടെ ഫോൺ എന്നും ചോർത്തപ്പെട്ടു, അഥവാ അത് ചെയ്യപ്പെടുന്നുണ്ടെന്ന് അയാൾ അവകാശപ്പെട്ടു.

"നിങ്ങൾക്ക് എന്തെങ്കിലും രോഗമുണ്ടോ?" ഒരിക്കൽ ഞാൻ അയാളോട് ചോദിച്ചു.

ഉണ്ട്. ശൈത്യകാലമായാൽ അയാൾ വിഷാദരോഗത്തിനടിമപ്പെടും. പ്രാദേശിക അധികാരികൾ അയാൾക്ക് താമസിക്കാനായി നൽകിയിരിക്കുന്നത് തൊഴിലാളികളുടെ ക്വാർട്ടേഴ്സിലെ ഒരു മുറിയാണ്. അത് വിഷാദരോഗത്തെ ഇരട്ടിപ്പിക്കും. വർഷങ്ങളായുള്ള അദ്ധ്വാനത്തിന്റെ ഫലമായി അയാൾ അമൂല്യമായ ഒരു വസ്തു കരസ്ഥമാക്കിയിട്ടുണ്ട്. സൂര്യന്റെ വെളിച്ചം പോലെ വെളിച്ചം നൽകുന്ന ഒരു വലിയ വിളക്കാണത്. പ്രചോദനം നൽകാനായി, ആത്മാവിനുത്തേജനം നൽകാനായിരൂപകല്പന ചെയ്തിട്ടുള്ളതാണ് അത്. മിക്കവാറും സായാഹ്നങ്ങൾ ഈ കൃത്രിമസൂര്യനെ നോക്കിയിരുന്ന് അയാൾ ചെലവിടും. അപ്പോൾ അയാളുടെ മനസ്സ് ലിബിയയിലും സിറിയയിലുമാകും. അതല്ലെങ്കിൽ ഇറാക്കിൽ.

അയാളുടെ ജാതകം എങ്ങനെയുണ്ടാകും എന്നായി എന്റെ അത്ഭുതം. എന്നാൽ അതൊക്കെ ഗണിച്ചുണ്ടാക്കാനാകുന്ന മാനസികാവസ്ഥയിലായിരുന്നില്ല ഞാൻ. തീർത്തും അവശയായിരുന്നു ഞാൻ. ഞാൻ കിടന്നിരുന്നത് ഇരുട്ട് കട്ടപിടിച്ച ഒരു മുറിയിലാണ്. വെളിച്ചത്തിനോട് എനിക്ക് അലർജിയായിരിക്കുന്നു. വെളിച്ചം കണ്ടാൽ എന്റെ ചർമ്മം ചുവന്ന് തടിക്കുന്നു. ചൊറിഞ്ഞ് പൊട്ടുന്നു. മൂർച്ചയേറിയ കത്തികൊണ്ട് വരഞ്ഞതുപോലെ പൊട്ടുന്നു.

"നിങ്ങൾ വെയിൽ ഒഴിവാക്കണം." അയാൾ എനിക്ക് മുന്നറിയിപ്പ് നൽകി. "നിങ്ങളുടേതുപോലെ ഒരു ചർമ്മം ഇതിനു മുമ്പ് ഞാൻ കണ്ടിട്ടില്ല. നിങ്ങൾ ഭൂമിക്കടിയിലെ ജീവിതത്തിനായി നിർമ്മിക്കപ്പെട്ടതാണ്."

അയാൾ ചിരിച്ചു. അയാൾക്ക് അത് ആലോചിക്കാനാകാത്തതായിരുന്നു. അയാൾക്ക് സൂര്യനെയായിരുന്നു ഇഷ്ടം. ഒരു സൂര്യകാന്തിയെപ്പോലെയായിരുന്നു അയാൾ. ഞാനാകട്ടെ ഒരു വെളുത്ത ചിക്കറിയായിരുന്നു, ഉരുളക്കിഴങ്ങിന്റെ മുകുളമായിരുന്നു. ഞാൻ എന്റെ ശിഷ്ടജീവിതം ബോയിലർ മുറിയിൽ ചെലവിടണം.

ഒരു മണിക്കൂറിനുള്ളിൽ രണ്ട് ബാഗുകളിൽ ഒതുക്കാവുന്ന വസ്തുക്കളേ സ്വന്തമായുള്ളൂ എന്നാണ് അയാൾ പറയാറുള്ളത്. അതിന് ഞാൻ

അയാളെ ആദരിക്കുന്നു. ഈ കഴിവ് അയാളിൽ നിന്ന് പഠിച്ചെടുക്കണം എന്ന് ഞാൻ തീരുമാനിച്ചു. ഇവിടെ നിന്ന് പുറത്തിറങ്ങിയാലുടൻ ഞാനത് ശീലിക്കും എന്ന് തീരുമാനിച്ചു. പുറകിൽ ഞാത്തിയിടുന്ന ഒരു ബാഗ്, ഒരു ലാപ്ടോപ്പ്, അത്രയും മതി ഒരാൾക്ക്. പിന്നെ എവിടെ ചെന്ന് പെട്ടാലും അതാകും വീട്. അലിയെപ്പോലെ.

ഏതെങ്കിലും ഒരു സ്ഥലത്ത് നമ്മൾ നമുക്കായി അമിതസൗകര്യങ്ങളുണ്ടാക്കരുത്, ഏതെങ്കിലും ഒരു സ്ഥലം സൗകര്യപ്രദമെന്ന നിലയിൽ വളർത്തിയെടുക്കരുത് എന്ന് ഈ ഡോക്ടർ എന്നെ ഓർമ്മിപ്പിച്ചു. അതായത് എന്റെ വീടിന്റെ കാര്യത്തിൽ ഞാൻ അനാവശ്യമായി വളരെ മുന്നോട്ട് പോയി എന്ന്. ഡോക്ടർ അലി എനിക്ക് ഒരു ജലാബിയ തന്നു. കാൽക്കണ്ണി വരെ നീളുന്ന വെളുത്ത കുപ്പായമാണത്. നീളൻ കയ്യുണ്ടതിന്. കഴുത്ത് വരെ കുടുക്കുകളും. വെളുത്ത നിറം കണ്ണാടിപോലെയാണെന്നാണയാൾ പറഞ്ഞത്. അത് വെളിച്ചത്തിനെ പ്രതിഫലിപ്പിക്കും എന്ന്.

ആഗസ്ത് രണ്ടാം പാതിയായപ്പോഴേക്കും എന്റെ അവസ്ഥ പിന്നേയും മോശമായി. എന്നെ പരിശോധനകൾക്കായി വ്രോക്ലോവിലേക്ക് കൊണ്ടുപോയി. അങ്ങനെ പോകേണ്ടി വന്നതിൽ എനിക്ക് വിഷമമൊന്നും തോന്നിയില്ല. ഞാൻ അർദ്ധബോധാവസ്ഥയിലായി. ദിവസങ്ങളോളം അങ്ങനെ കഴിഞ്ഞു. അപ്പോൾ ഞാൻ എന്റെ പയർചെടികളെക്കുറിച്ച് മനോരാജ്യം കണ്ടു. അതിന്റെ ആറാംതലമുറയെയാണല്ലോ ഞാൻ ലാളിക്കുന്നത് എന്നോർത്തു. അതിനായില്ലെങ്കിൽ എന്റെ ഗവേഷണഫലങ്ങൾ ഒന്നുമല്ലാതാകുമല്ലോ എന്നോർത്തു. അപ്പോൾ നമ്മൾ നമ്മുടെ ജീവിതാനുഭവങ്ങൾ വരും തലമുറയ്ക്ക് പകർന്നു കൊടുക്കുന്നില്ല എന്നാകും. ജനിതകമായി കൈമാറുന്നില്ല എന്ന്. ഈ ലോകത്തിലെ എല്ലാ ശാസ്ത്രങ്ങളും സമയനഷ്ടം മാത്രം നൽകുന്നു എന്ന് അപ്പോൾ എനിക്ക് ഊഹിക്കേണ്ടിവരും. ചരിത്രത്തിൽ നിന്ന് നമ്മളൊന്നും പഠിക്കുന്നില്ല എന്ന തീർപ്പിലെത്തേണ്ടി വരും. ഡിസ്സി എന്നെ വിളിച്ചു എന്ന് സ്വപ്നം കണ്ടു. എന്നാൽ എന്റെ കൊച്ചു പെൺകുട്ടികൾക്ക് അപ്പോൾ കൊച്ചുകുട്ടികൾ ജനിച്ചതിനാൽ എനിക്ക് ഫോൺ എടുക്കാനായില്ല. എന്റെ വീടിന്റെ ഹാളിലും അടുക്കളയിലുമെല്ലാം എന്റെ കൊച്ചു പെൺകുട്ടികളുടെ കൊച്ചുകുട്ടികളായിരുന്നു. വളരെയധികമുണ്ടായിരുന്നു അവ. അവ മനുഷ്യരായിരുന്നു. ഒരു പുതിയ വംശം. ഒരു പുതിയ വർഗ്ഗം. മൃഗങ്ങളിൽ നിന്ന് ജനിച്ച മനുഷ്യർ. അവർ അപ്പോഴും അന്ധരായിരുന്നു. കണ്ണ് മിഴിച്ചിരുന്നില്ല. അതിനെ തുടർന്ന് ഒരു വലിയ നഗരത്തിൽ ഞാൻ എന്റെ കൊച്ചു പെൺകുട്ടികളെ തിരയുന്നതായി സ്വപ്നം കണ്ടു. ആ സ്വപ്നത്തിൽ എനിക്ക് പ്രതീക്ഷയുണ്ടായിരുന്നു. എന്നാൽ അത് വിഡ്ഢിത്തം നിറഞ്ഞ പ്രതീക്ഷയായിരുന്നു. വേദന നിറഞ്ഞതായിരുന്നു.

ഒരു ദിവസം എഴുത്തുകാരി എന്നെക്കാണാൻ ആശുപത്രിയിലെത്തി.. വ്രോക്ലോവിലെ ആശുപത്രിയിൽ. എന്നെ വിനയപൂർവ്വം, മര്യാദയോടെ, സമാധാനിപ്പിക്കാൻ തുടങ്ങി. എന്നിട്ട് അവർ വീട് വിൽക്കുകയാണെന്ന് എന്നെ അറിയിച്ചു.

“അവിടമാകെ മാറിയിരിക്കുന്നു” എനിക്ക് കൂൺ കൊണ്ടുണ്ടാക്കിയ പാൻകേക്ക് തന്ന് അവർ പറഞ്ഞു. അഗാതയുണ്ടാക്കിയതാണെന്നറിയിച്ചു.

അവിടെ എന്തൊക്കെയോ ചീത്ത മനോഭാവങ്ങളുള്ളതുപോലെ എന്നാണവർ പറഞ്ഞത്. രാത്രിയാകുമ്പോൾ പേടിയാകുന്നു. വിശപ്പ് പോലുമില്ലാതായിരിക്കുന്നു.

“അങ്ങനെയൊക്കെയുള്ള ഒരു സ്ഥലത്ത് താമസിക്കുക വിഷമമാണ്. ആ ഭീകരകൊലയാളികൾ ചില, അത്ര ഗൗരവമില്ലാത്ത കളവുകളും അപ മര്യാദകളും വെളിച്ചത്ത് കൊണ്ടുവന്നിരിക്കുന്നു. ഞാൻ ഇതുവരേക്കും രാക്ഷസന്മാർക്കിടയിലാണ് ജീവിച്ചിരുന്നത് എന്ന തോന്നൽ അതുണ്ടാക്കുന്നു.” അവർ അസ്വസ്ഥയായി. “അവിടെ സത്യസന്ധതയും ആത്മാർത്ഥതയുമുള്ള ഏക വ്യക്തി നിങ്ങളാണ്.”

“നിങ്ങൾക്കത് മനസ്സിലായല്ലോ. എന്തായാലും വീടുകളുടെ സംരക്ഷണ ചുമതലയിൽ നിന്ന് ഒഴിവാകാൻ ഞാനും തീരുമാനിച്ചിരുന്നു. അടുത്ത ശൈത്യം മുതൽ ഞാനൊഴിവാകാനിരിക്കുകയായിരുന്നു.” അവരുടെ അഭിനന്ദനത്തെ എങ്ങനെ നേരിടണം എന്നറിയാതെയാണ് ഞാനത് പറഞ്ഞത്.

“ആ തീരുമാനം ബുദ്ധിപൂർവ്വകമാണ്. ഇതിലും ചൂടുള്ള എവിടേക്കെങ്കിലും പോകൂ. അത് നിങ്ങളുടെ ആരോഗ്യത്തിനും നല്ലതാകും.”

“....സൂര്യനില്ലാതെ ചൂടുണ്ടാകുന്ന ഒരിടത്തേക്ക്.” ഞാൻ കൂട്ടിച്ചേർത്തു. “അങ്ങനെയുള്ള ഏതെങ്കിലും സ്ഥലം അറിയാമോ? കുളിമുറി ഒഴികെ!”

അവർ എന്റെ ചോദ്യം അവഗണിച്ചു.

“എന്റെ ‘വീട് വില്പനയ്ക്ക്’ എന്ന പരസ്യം ഞാൻ നൽകിക്കഴിഞ്ഞു.” അവർ പറഞ്ഞു. പിന്നെ എന്തോ ചിന്തിക്കാൻ ഒരു ഇടവേളയെടുത്തു. “എന്തായാലും ഇവിടെ കാറ്റും അധികമായിരുന്നു. കാറ്റ് ഇങ്ങനെ എല്ലായ്പ്പോഴും നിങ്ങളുടെ കാതിൽ കലപില കൂട്ടുമ്പോൾ ശ്രദ്ധ കേന്ദ്രീകരിക്കുക വല്ലാത്ത ബുദ്ധിമുട്ട് തന്നെ. ഈ മരങ്ങളിലെ ഇലകളെല്ലാം എത്ര ശബ്ദമാണുണ്ടാക്കുന്നതെന്ന് ശ്രദ്ധിക്കാറുണ്ടോ? പ്രത്യേകിച്ചും ആ പോപ്ലാർ മരങ്ങൾ. അസഹനീയമാണത്. ജൂണായാൽ അവ ആടാൻ തുടങ്ങും. നവംബർ വരെ അത് തുടരും. ശരിക്കും ഒരു പേക്കിനാവ് തന്നെയാണത്.”

ഞാൻ അതിനെക്കുറിച്ച് ഒരിക്കലും ചിന്തിച്ചിട്ടില്ല.

"അവർ എന്നെ ചോദ്യം ചെയ്തു. അറിഞ്ഞിരുന്നോ?" അവർ ഒട്ടും പ്രകോപനമില്ലാതെ പറഞ്ഞു. പെട്ടെന്ന് വിഷയം മാറ്റിക്കൊണ്ട് പറഞ്ഞു.

ഞാൻ ആശ്ചര്യപ്പെട്ടില്ല. കാരണം അവർ എല്ലാവരേയും ചോദ്യം ചെയ്തിരുന്നു. ഇപ്പോൾ അവരുടെ മുഖ്യ അജണ്ടയിലുള്ളത് ഈ കേസാണ്. എന്തൊരു ഭീകരമായ വാക്കാണത്.

"എന്നിട്ട്? നിങ്ങൾക്കവരെ സഹായിക്കാനായോ?"

"അതൊക്കെ നിങ്ങൾക്കറിയാമല്ലോ. ചിലപ്പോഴൊക്കെ നമ്മൾ നമുക്കായി നിർമ്മിച്ചെടുത്ത ഒരു ലോകത്താണ് ജീവിക്കുന്നതെന്ന് എനിക്ക് തോന്നാറുണ്ട്. എന്താണ് നല്ലതെന്നും എന്താണ് ചീത്തയെന്നും നമ്മൾ തന്നെ തീരുമാനിക്കുന്നു. നമ്മൾ അർത്ഥങ്ങളുടെ ഭൂപടങ്ങൾ വരയ്ക്കുന്നു. ...എന്നിട്ട് നമുക്കായി നാം കണ്ടെത്തിയതുമായി ഒരു ആയുസ്സ് മുഴുക്കെ അങ്കം വെട്ടുന്നു. അതിനാൽ വിഷമിക്കുന്നു. പ്രശ്നമെന്തെന്നാൽ നമുക്കെല്ലാം അതിന്റെ നമ്മുടേതായ ഭാഷ്യങ്ങളുണ്ട് എന്നതാണ്. അതിനാൽ ജനങ്ങൾ പരസ്പരം മനസ്സിലാക്കുന്നതിനു ബുദ്ധിമുട്ടുന്നു."

അവർ പറഞ്ഞതിൽ സത്യമുണ്ട്.

അവർ യാത്ര പറയാനൊരുങ്ങിയപ്പോൾ ഞാൻ എന്റെ സാധനങ്ങളിൽ തിരഞ്ഞ് എന്റെ പക്കലുണ്ടായിരുന്ന മാനിന്റെ അവശിഷ്ടം സമ്മാനിച്ചു. അവർ അതിന്റെ കടലാസ് പൊതിയഴിച്ചു. അതിനകത്തെന്തെന്ന് കണ്ടപ്പോൾ അവരുടെ മുഖം ചുളിഞ്ഞു. ഞെട്ടി. ഒച്ചയിട്ടു.

"എന്താണിത്? ദൈവമേ! ദസ്ജെയ്കോ നിങ്ങളെന്താണെനിക്ക് സമ്മാനിക്കുന്നത്?"

"ഇത് കയ്യിൽ വച്ചോളൂ. ദൈവത്തിന്റെ വിരലാണെന്ന് കരുതിയാൽ മതി. അത് പൂർണ്ണമായും ഉണങ്ങിയതാണ്. അതിനാൽ ദുർഗന്ധമൊന്നുമുണ്ടാകില്ല."

"എനിക്കിത് എന്തിനാണ്?"

"എന്തെങ്കിലും നല്ല കാര്യത്തിനുപയോഗിക്കൂ."

അവർ അത് വീണ്ടും കടലാസിൽ പൊതിഞ്ഞു. വാതിൽക്കലെത്തിയപ്പോൾ ഒരു നിമിഷം ശങ്കിച്ച് നിന്നു. അതിനുശേഷം ഇറങ്ങിപ്പോയി.

ചാരനിറമുള്ള ആ സ്ത്രീ എന്താണ് പറഞ്ഞതെന്നാലോചിച്ച് ഞാൻ വളരെയധികം സമയം ചെലവിട്ടു. എന്റെ ഒരു സിദ്ധാന്തവുമായി അത് പൊരുത്തപ്പെടുന്നുണ്ട്. സത്യം കാണുന്നതിനെ പ്രതിരോധിക്കുന്നതിനാണ് മനുഷ്യന്റെ മനഃശാസ്ത്രം വളർന്നിരിക്കുന്നത് എന്നായിരുന്നു ആ സിദ്ധാന്തം. യാന്ത്രികമായ കാഴ്ച നമ്മിൽ നിന്ന് അകറ്റി നിർത്താൻ. നമ്മുടെ മനസ്സ് ഒരു പ്രതിരോധ വ്യവസ്ഥയാണ്. നമുക്ക് ചുറ്റിലും എന്താണ് നടക്കുന്നതെന്ന് നമ്മൾ മനസ്സിലാക്കുന്നില്ലെന്ന് അത് ഉറപ്പ് വരുത്തും. അതിന്റെ പ്രധാന ജോലി വിവരങ്ങളെ അരിച്ചെടുക്കുക എന്നതാണ്. നമ്മുടെ ബുദ്ധിയുടെ കഴിവുകൾ അപാരമാണെങ്കിലും പ്രധാന

ജോലി ഇതായി മാറുന്നു. കാരണം അതല്ലെങ്കിൽ ഈ ജ്ഞാനഭാരം നമുക്ക് താങ്ങാനാകില്ല. ഈ ലോകത്തിലെ ഓരോ ചെറിയ അണുവും ക്ലേശങ്ങളാൽ നിർമ്മിതമായതിനാലാണിത്.

അങ്ങനെ ഞാൻ ആദ്യം ജയിലിൽ നിന്നും പിന്നെ ആശുപത്രിയിൽ നിന്നും പുറത്ത് വന്നു. ശനിയുടെ കൈക്രിയകളായിരുന്നു ഇതൊക്കെ എന്ന കാര്യത്തിൽ എനിക്ക് സംശയമില്ല. ആഗസ്റ്റായപ്പോഴേക്കും ശനി വളരെ ദൂരേക്ക് മാറി. നിഷേധ പ്രഭാവങ്ങളുണ്ടാക്കാനാകുന്നതിലും ദൂരേക്ക്. അതിനാൽ വർഷത്തിന്റെ ശേഷിച്ച ഭാഗം ഞങ്ങളെല്ലാം ഒരു നല്ല കുടുംബമായി കഴിഞ്ഞു. ഞാൻ ഇരുട്ടറയിൽ കിടന്നു. ഓഡ്ബോൾ വീട് വൃത്തിയാക്കി. വീട്ടിലെ കാര്യങ്ങൾ നോക്കി നടത്തി. ഡിസ്സിയും ഗുഡ്ന്യൂസും പാചകവും ഷോപ്പിങ്ങും ഏറ്റെടുത്തു. എനിക്ക് കുറച്ച് സുഖം തോന്നിയപ്പോൾ ഞങ്ങൾ ചെക്ക് റിപ്പബ്ലിക് സന്ദർശിച്ചു. ഹോൻസ യേയും അയാളുടെ പുസ്തകങ്ങളേയും പരിചയപ്പെട്ടിടത്തേക്ക് വീണ്ടു മെത്തി. അയാളോടൊപ്പം രണ്ട് ദിവസം അത്താഴം കഴിച്ചു. ബ്ലെയ്ക്കിനെ പറ്റി ഞങ്ങളുടേതായ ഒരു കൊച്ചു കോൺഫറൻസ് തന്നെ നടത്തി. അതി നായി ഞങ്ങൾ യൂറോപ്യൻ യൂണിയന്റെ ഗ്രാന്റിനോ പിന്തുണയ്ക്കോ കാത്ത് നിന്നില്ല.

ഡിസ്സി ഇന്റർനെറ്റിൽ ഒരു ചെറിയ വീഡിയോ കണ്ടെത്തി. ഒരു മിനിട്ട് ദൈർഘ്യമുള്ള ഒന്ന്. അതിൽ നല്ല സുന്ദരനായ ഒരു മാൻ ഒരു നായാട്ടു കാരനെ ആക്രമിക്കുന്നു. അത് അതിന്റെ പിൻകാലിൽ നിൽക്കുന്ന കാഴ്ച ഞങ്ങൾ കണ്ടു. പിൻകാലിൽ നിവർന്ന് നിന്ന് മുൻകാലുകൾ കൊണ്ട് നായാട്ടുകാരനെ തൊഴിക്കുന്ന കാഴ്ച. ആ പ്രഹരമേറ്റ് നായാട്ടുകാരൻ മറിഞ്ഞ് വീണു. എന്നിട്ടും മാൻ ആക്രമണം അവസാനിപ്പിച്ചില്ല. അത യാളെ ചവുട്ടി. അയാൾക്ക് മുട്ടുകാലിൽ നിൽക്കാനുള്ള ഒരു അവസരം പോലും അത് നൽകിയില്ല. അയാൾ തന്റെ തല സംരക്ഷിക്കാനും കുപി തനായ ആ മൃഗത്തിൽ നിന്ന് രക്ഷപ്പെടാനും ശ്രമിക്കുന്നുണ്ട്. മാനാകട്ടെ അയാളെ വീണ്ടും വീണ്ടും ചവുട്ടിവീഴ്ത്തിക്കൊണ്ടിരുന്നു.

ആ രംഗം അവസാനിക്കുന്നില്ല. അതിനുശേഷം നായാട്ടുകാരനോ മാനിനോ എന്ത് സംഭവിച്ചു എന്ന് ഞങ്ങൾക്കറിയില്ല.

വേനലിന്റെ മദ്ധ്യത്തിൽ എന്റെ ഇരുട്ടറയിൽ കിടന്ന് ഞാൻ ഈ വീഡിയോ പല തവണ കണ്ടു.

15

സെയിന്റ് ഹൂബേർട്ട്

ആട്ടിൻകരച്ചിൽ കുരയായും മുക്കുറയായും
ഗർജ്ജനമായും തിരമാലകളായി
സ്വർഗ്ഗതീരത്ത് ആഞ്ഞടിക്കുന്നു.

എന്റെ ശുക്രനെന്തോ കേടു സംഭവിച്ചിരിക്കുന്നു. അല്ലെങ്കിൽ അയാൾ നാടുവിട്ട് പോയിരിക്കുന്നു. ഒരു ഗ്രഹത്തെ കാണേണ്ടിടത്ത് കാണാതായാൽ അങ്ങനെയാണ് പറയേണ്ടത്. എന്തിനധികം, രാഹു ഇപ്പോൾ വെള്ളിക്കെതിരെ നിഷേധരൂപത്തിൽ നിൽക്കുന്നു. ഇപ്പോൾ രാഹുവാണ് ആരോഹണത്തിൽ. ഞാനിപ്പോൾ അനുഭവിച്ചുകൊണ്ടിരിക്കുന്നത് ഈ അവസ്ഥയുടെ ഫലമാണ്. അതെനിക്കറിയാം. മടിയനായ ശുക്രൻ കാണിക്കുന്ന രോഗലക്ഷണങ്ങൾ. അതുകൊണ്ടാണിതിനെ ഞാൻ അനുവർത്തനം എന്ന് വിളിക്കുന്നത്. അനുഗുണം എന്ന് വിളിക്കുന്നത്. ഈ അവസ്ഥയിൽ ഭാഗ്യം കൈമെയ് മറന്ന് അനുഗ്രഹിച്ച ഒരു വ്യക്തിയുമായാണ് നമ്മൾ ഇടപെടുന്നത്. ആ അനുഗ്രഹമുണ്ടെങ്കിലും അത് ഉപയോഗിക്കാൻ പരാജയപ്പെട്ട വ്യക്തിയുമായി. അത്തരമാളുകൾ ബുദ്ധിയും വിവേകവുമുള്ളവരാണ്. എന്നാൽ അതൊന്നും അവരുടെ പഠനത്തിൽ അവർ ഉപയോഗിക്കില്ല. പകരം ചീട്ടുകളിക്കാനോ ക്ഷമിച്ചിരിക്കാനോ ഉപയോഗിക്കും. നല്ല ശരീരമുള്ളവരാകും അവർ. പക്ഷേ ശരീരം ശ്രദ്ധിക്കില്ല. അതങ്ങനെ നശിക്കാൻ അനുവദിക്കും. ശരീരത്തെ ദുഷിച്ച വസ്തുക്കൾ ഉപയോഗിച്ച് കേടു വരുത്തും. ഡോക്ടർമാരേയും ദന്തഡോക്ടർമാരേയും അവഗണിക്കും.

ഈ ശുക്രൻ വിചിത്രമായ ഒരു തരം മടി കൊണ്ടുവരും. ജീവിതത്തിൽ നമ്മെ തേടി വരുന്ന അവസരങ്ങൾ നഷ്ടപ്പെട്ടുപോകും. അത്

നിങ്ങൾ അമിതമായി ഉറങ്ങിയതിനാലാകാം. അല്ലെങ്കിൽ എവിടേക്കെങ്കിലും പോകാൻ താത്പര്യം കാണിക്കാത്തതിനാലാകാം. അവഗണിക്കുക നിങ്ങളുടെ ശീലമായതിനാലാണത്. ആഡംബരപ്രിയരാകാനാണ് നിങ്ങൾക്കിഷ്ടം. ഒരു അർദ്ധബോധാവസ്ഥയിൽ ജീവിക്കാൻ. നിസ്സാരങ്ങളായ അഹ്ലാദങ്ങൾക്കായി മാത്രം ജീവിതം ചിലവിടാൻ. പ്രയത്നങ്ങളെ ഇഷ്ടപ്പെടാതിരിക്കാൻ, മത്സരങ്ങളിൽ നിന്ന് മാറി നിൽക്കാൻ. വൈകിയുണരൽ, തുറക്കാത്ത കത്തുകൾ, പിന്നീടേക്ക് മാറ്റിവെച്ച കാര്യങ്ങൾ, ഉപേക്ഷിച്ച പദ്ധതികൾ! ഏതൊരു അധികാരിയോടും അനിഷ്ടം, അവർ പറഞ്ഞത് അനുസരിക്കാനുള്ള വൈമനസ്യം, മൗനത്തോടെ, മടിയോടെ, നിങ്ങളുടെ സ്വന്തം ചര്യകളിൽ മുന്നോട്ട് നീങ്ങൽ. ഇത്തരമാളുകൾ ഒന്നിനും കൊള്ളാത്തവരാണെന്ന് നിങ്ങൾക്ക് വേണമെങ്കിൽ പറയാം.

ഒന്ന് പ്രയത്നിച്ചിരുന്നുവെങ്കിൽ സെപ്തംബറിൽ എനിക്ക് വീണ്ടും സ്കൂളിൽ പോയിത്തുടങ്ങാമായിരുന്നു. എന്നാൽ അതിനുള്ള കരുത്ത് ശേഖരിക്കാൻ എനിക്കായില്ല. കുട്ടികൾക്ക് ഒരു മാസത്തെ പഠനം നഷ്ടമായതിൽ എനിക്ക് ദുഃഖമുണ്ടായിരുന്നു. പക്ഷേ എന്ത് ചെയ്യാനാകും? എന്റെ ശരീരം മുഴുക്കെ വേദനയായിരുന്നു.

ഒക്ടോബർ വരെ എനിക്ക് ജോലിക്ക് പോകാനായില്ല. ഒക്ടോബറായപ്പോഴേക്കും എനിക്ക് സുഖം തോന്നിത്തുടങ്ങി. ഞാൻ ആഴ്ചയിൽ രണ്ട് ദിവസം എന്റെ ഇംഗ്ലീഷ് ക്ലബ്ബ് നടത്തിത്തുടങ്ങി. എന്റെ വിദ്യാർത്ഥികൾക്ക് നഷ്ടമായ സമയം അങ്ങനെ നികത്തിത്തുടങ്ങി. എന്നാൽ സാധാരണ പോലെ ജോലി ചെയ്യുക എനിക്ക് ബുദ്ധിമുട്ടായിരുന്നു. ഒക്ടോബറിൽ കുട്ടികളിൽ പലരും ക്ലാസിൽ വരാതിരിക്കാൻ അനുമതിക്കായി വന്നു തുടങ്ങിയിരുന്നു. പ്രത്യേകിച്ചും എന്റെ ക്ലാസിൽ നിന്ന്. പുതുതായി പണിത പള്ളിയുടെ കൂദാശ ചടങ്ങുകൾ അടുത്ത് വരുന്നുണ്ടെന്നും അത് നടത്തുന്നതിനായി സമയം ചെലവിടേണ്ടി വരുന്നു എന്നുമായിരുന്നു അവരതിനു കണ്ട കാരണം. സെയിന്റ് ഹൂബേർട്ടിന്റെ പുണ്യദിവസത്തിലാണ് കൂദാശ. സെയിന്റ് ഹൂബേർട്ടിനാണ് പള്ളി സമർപ്പിക്കുന്നത്. നവംബർ 3 ആണ് ആ ദിവസം. കുട്ടികൾക്ക് അവധി നൽകാൻ ഞാൻ വിസ്സമ്മതിച്ചു. അവർ ഏതെങ്കിലും സന്ന്യാസിമാരുടെ ജീവിതകഥ മനഃപാഠം പഠിക്കുന്നതിനേക്കാൾ നല്ലത് കുറച്ച് ഇംഗ്ലീഷ് വാക്കുകൾ പഠിക്കുന്നതാണെന്ന് ഞാൻ അഭിപ്രായപ്പെട്ടു. അപ്പോൾ പ്രധാന അദ്ധ്യാപിക ഇടപെട്ടു.

"കാര്യങ്ങൾ വല്ലാതെ പൊലിപ്പിച്ചു പറയുന്നു നിങ്ങൾ. ചില മുൻഗണനകളുണ്ട്." അവർ പറയുന്നതിൽ അവർക്കേ വിശ്വാസമില്ല എന്ന മട്ടിലായിരുന്നു സാംസാരം.

എന്നെ സംബന്ധിച്ചിടത്തോളം 'മുൻഗണന' എന്നത് വൃത്തികെട്ട 'ശവമാണ്' അല്ലെങ്കിൽ 'സഹവാസി'യാണ്. പക്ഷേ അവരുമായി ഞാൻ വഴക്കടിച്ചില്ല. കുട്ടികളെ പ്രതിയോ വാക്കുകളെ പ്രതിയോ വഴക്കടിച്ചില്ല.

"താങ്കളും കൂദാശയ്ക്ക് വരുമല്ലോ അല്ലേ?" അവർ ചോദിച്ചു.

"ഞാനൊരു കത്തോലിക്കയല്ല."

"അത് സാരമില്ല. സാംസ്കാരികമായി നമ്മളെല്ലാം കത്തോലിക്കക്കാരാണ്. അത് നമുക്ക് ഇഷ്ടമായാലും ഇല്ലെങ്കിലും അങ്ങനെയാണ്. അതുകൊണ്ട് ദയവായി വരിക."

ഇങ്ങനെയൊരു വാഗ്വാദത്തെ നേരിടാൻ ഞാൻ തയ്യാറായിട്ടില്ലായിരുന്നു. അതിനാൽ മറുപടിയൊന്നും പറഞ്ഞില്ല. കുട്ടികൾ സായാഹ്ന ക്ലാസ്സിൽ വന്ന് പാഠങ്ങൾ പൂർത്തിയാക്കാൻ തുടങ്ങി.

ഡിസ്സിയെ വീണ്ടും രണ്ട് തവണ ചോദ്യം ചെയ്തു. അവസാനം പരസ്പര സമ്മതപ്രകാരം ജോലി വിടുന്നു എന്ന് കാണിച്ച് കത്ത് നൽകാൻ ആവശ്യപ്പെട്ടു. അവനും ആ വർഷം അവസാനം വരെ ജോലി ചെയ്യാനേ താത്പര്യമുണ്ടായിരുന്നുള്ളൂ. അതിനെന്തൊക്കെയോ ന്യായവാദങ്ങളും അവൻ പറയുന്നുണ്ടായിരുന്നു. ജീവനക്കാരുടെ എണ്ണം കുറയ്ക്കുന്നു, ശമ്പളം കുറയ്ക്കുന്നു തുടങ്ങിയ പതിവ് ഒഴികഴിവുകൾ പറയുന്നുണ്ടായിരുന്നു. ഡിസ്സിയെപ്പോലെയുള്ളവരെയാണല്ലോ എന്നും ആദ്യം ഒഴിവാക്കുക. എന്നാൽ ഇപ്പോൾ സംഭവിച്ചത് അവന്റെ മൊഴികളുമായി ബന്ധപ്പെട്ടതാകും എന്ന് ഞാൻ കരുതുന്നു. സംശയിക്കപ്പെടുന്നവരിൽ ഒരാൾ അവനാകുമോ? ഡിസ്സിക്ക് അതിനെക്കുറിച്ച് ഒരു ആശങ്കയുമില്ല. അവൻ ഒരു വിവർത്തകനാകാൻ തീരുമാനിച്ചുറച്ചിരിക്കുന്നു. ബ്ലെയ്ക്കിന്റെ കവിതകൾ വിവർത്തനം ചെയ്ത് ജീവിക്കാൻ അവൻ തീരുമാനിച്ചിരിക്കുന്നു. എത്ര ഗംഭീരമാണത്! ഒരു ഭാഷയിൽ നിന്ന് മറ്റൊന്നിലേക്ക് വിവർത്തനം ചെയ്യുക. അതുവഴി ജനങ്ങളെ പരസ്പരം അടുപ്പിക്കുക. എന്തൊരു സുന്ദരമായ ആശയമാണത്.

അവൻ അതിനിടയിൽ സ്വന്തമായും അന്വേഷണം നടത്തുന്നുണ്ട്. അതിലും എനിക്ക് അത്ഭുതമൊന്നുമില്ല. പൊലീസ് പുതിയ കണ്ടുപിടുത്തങ്ങൾ നടത്തുന്നതിനായി ആകാംക്ഷയോടെ കാത്തിരിക്കുകയാണ് പലരും. മരണങ്ങളുടെ ഈ പരമ്പരയ്ക്ക് അവസാനമാകുന്ന കണ്ടെത്തലുകൾ, വെളിപ്പെടുത്തലുകൾ. ഇതിനായി അവൻ ശ്രീമതി ഇന്നേർഡിനേയും പ്രസിഡന്റിന്റെ ഭാര്യയേയും സന്ദർശിക്കുകയുണ്ടായി. കൊലയാളിയുടെ ഇരകളുടെ ചലനങ്ങൾ അവനാകും വിധത്തിൽ പിന്തുടരുകയുണ്ടായി.

മൂന്നാളും മരിച്ചത് തലയ്ക്ക് ശക്തമായ അടികൊണ്ടിട്ടാണെന്ന് അവന് മനസ്സിലായി. എന്നാൽ അതിന് ഏത് തരം ഉപകരണമാണ് ഉപയോഗിച്ചത് എന്ന് വ്യക്തമല്ലായിരുന്നു. അതൊരു വിറക് തുണ്ട് മാത്രമാകാം എന്ന് ഞങ്ങൾ അനുമാനിച്ചു. അല്ലെങ്കിൽ കനമുള്ള ഒരു മരച്ചില്ല. പക്ഷേ അത് അവരുടെ ചർമ്മത്തിൽ അതിന്റെ തെളിവ് ഉപേക്ഷിക്കുമായിരുന്നു. നല്ല കട്ടിയുള്ളതും മിനുസമുള്ളതുമായ എന്തോ ആണുപയോഗിച്ചിരിക്കുന്നതെന്ന് അതിനാൽ തന്നെ തോന്നി. അതിലുപരി, അടികൊണ്ടു എന്ന് വിശ്വസിക്കുന്നിടത്ത് മൃഗരക്തം പൊലീസ് കണ്ടെത്തുകയുണ്ടായി. അത് ഒരു മാനിൽ നിന്നാകാനാണ് സാധ്യത എന്ന് അവർ കരുതുന്നുമുണ്ട്.

"ഞാൻ പറഞ്ഞതാണ് ശരി." ഞാനാവർത്തിച്ചു. "അതൊരു മാനാണ്."

കൊലയാളികൾ കണക്ക് തീർക്കുകയായിരുന്നു എന്ന അനുമാനത്തിലേക്ക് ഡിസ്സി നീങ്ങുകയായിരുന്നു. അന്നത്തെ സായാഹ്നത്തിൽ ഇന്നേർഡിനെ കണ്ട് മടങ്ങുകയായിരുന്നു കമാൻഡന്റ് എന്ന് വ്യക്തമായിട്ടുണ്ടായിരുന്നു. ഇന്നേർഡ് അയാൾക്ക് കൈക്കൂലി നൽകിയിട്ടുണ്ടെന്നും വ്യക്തമായിട്ടുണ്ടായിരുന്നു.

"ഒരുപക്ഷേ ഇന്നേർഡ് പുറകെ വന്ന് ആ പണം തിരികെ വാങ്ങാൻ ശ്രമിച്ചിരിക്കാം. ഒരു മൽപിടുത്തം നടന്നിരിക്കാം. കമാൻഡിന്റെ കിണറ്റിൽ വീണിരിക്കാം. അപ്പോൾ ഭയന്ന് ഇന്നേർഡ് പിന്നെ പണത്തിനായി അന്വേഷിച്ചിട്ടുണ്ടാകില്ല." ഡിസ്സി ചിന്താഗ്രസ്തനായി.

"അപ്പോൾ പിന്നെ ഇന്നേർഡിനെ ആര് കൊന്നു?" ഓഡ്ബോൾ തത്ത്വചിന്തകനെപ്പോലെ ചോദിച്ചു.

പരസ്പരം ഉന്മൂലനം ചെയ്യുന്ന ദുഷ്ടമനുഷ്യർ എന്ന ആശയം എനിക്കിഷ്ടമായി.

"ഒരുപക്ഷേ പ്രസിഡന്റാകാം?" ഓഡ്ബോൾ മനോരാജ്യം കണ്ടു.

കമാൻഡന്റ് ഇന്നേർഡിന്റെ കുറ്റകൃത്യങ്ങൾക്ക് മറപിടിക്കുകയായിരുന്നു എന്ന് തോന്നുന്നു. എന്നാൽ പ്രസിഡന്റിന് അതിൽ എന്തെങ്കിലും പങ്കുണ്ടായിരുന്നോ എന്നറിയില്ല. പ്രസിഡന്റാണ് ഇന്നേർഡിനെ കൊന്നതെങ്കിൽ, പ്രസിഡന്റിനെ ആരു കൊന്നു? ഈ മൂന്ന് പേരുടേയും എതിരെ ഒരു പ്രതികാരം, ഒരാളുടെ പ്രതികാരം, എന്നതും സാധ്യതയാണ്. അങ്ങനെയെങ്കിലും അതിലും അവരുമൊത്തുള്ള വ്യാപാരത്തിനെന്തെങ്കിലും ബന്ധമുണ്ടാകും. മാഫിയയെക്കുറിച്ചുള്ള കിംവദന്തികൾ സത്യമാണോ? പൊലീസിന്റെ പക്കൽ അതിനെക്കുറിച്ചുള്ള തെളിവുകൾ എന്തെങ്കിലുമുണ്ടോ? ഇത്തരം നീചകൃത്യങ്ങളിൽ മറ്റ് പൊലീസുകാരുടേയും കയ്യുണ്ടാകുക സാധ്യമാണ്. അതുകൊണ്ടാകാം ഈ അന്വേഷണം ഇങ്ങനെ ഇഴഞ്ഞുനീങ്ങുന്നത്.

ഞാൻ എന്റെ സിദ്ധാന്തത്തെക്കുറിച്ച് ഇപ്പോൾ പറയാറില്ല. അങ്ങനെ പറഞ്ഞാൽ ഞാൻ എന്നെ കളിയാക്കാൻ വിട്ടുകൊടുക്കുകയാകും. ചാരനിറമുള്ള ആ സ്ത്രീ പറഞ്ഞത് ശരിയാണ്. ജനങ്ങൾക്ക് അവർ എന്ത് കണ്ടെത്തുന്നോ അതേ മനസ്സിലാക്കാനാകൂ. അതിലാണവർ ജീവിതം മുന്നോട്ട് കൊണ്ടുപോകുന്നത്. ദുഷിച്ചവരും ആത്മവീര്യം നശിച്ചവരുമായുള്ള പ്രാദേശിക അധികാരികൾ തമ്മിലുള്ള ഗൂഢാലോചന, ഉപജാപം, എന്ന ആശയം, ടെലിവിഷനിലേയും വർത്തമാനപത്രങ്ങളിലേയും കഥകൾക്ക് കൊള്ളാം. ടെലിവിഷനോ വർത്തമാന പത്രങ്ങൾക്കോ മൃഗങ്ങളിൽ താത്പര്യമില്ല. താത്പര്യമുണ്ടാകണമെങ്കിൽ ഏതെങ്കിലും കടുവ കാഴ്ചബംഗ്ലാവിൽ നിന്ന് രക്ഷപ്പെടണം.

ആൾ സെയിന്റ്സ് ഡെ എന്ന വിശേഷ ദിവസമാണ് ശൈത്യകാലം ആരംഭിക്കുക. അങ്ങനെയാണിവിടെ. ശരത്കാലം അന്ന് തന്റെ എല്ലാ ഉപകരണങ്ങളും കളിക്കോപ്പുകളുമെടുത്ത് ഇലകളെ പിടിച്ച് കുലുക്കും. അവയ്ക്ക് പിന്നെ അതിന്റെ ആവശ്യമില്ല. എന്നിട്ട് ആ ഇലകളെ വയലിന്റെ അതിരിൽ കുന്നുകൂട്ടും. ഇലകൾ പുല്ലിൽ നിന്ന് നിറങ്ങളെല്ലാം ഊറ്റിയെടുത്ത് അതിനെ പൂർണ്ണമായും ചാരനിറത്തിലാക്കും. അതിനു ശേഷം എല്ലാതിലും വെളുത്ത ചായം തേക്കും. ഉഴുതിട്ട വയലുകളിൽ അപ്പോൾ മഞ്ഞ് പെയ്ത് തുടങ്ങും.

"മരിച്ചുവീണവരുടെ അസ്ഥികൾക്കുമേൽ ഉഴുതുമറിക്കട്ടെ നിന്റെ കലപ്പകൾ" ബ്ലേയ്ക്കിന്റെ വാക്കുകൾ കടമെടുത്തു കൊണ്ട് ഞാൻ എന്നോട് തന്നെ പറഞ്ഞു.

ഞാൻ ജാലകത്തിനരികിൽ നിന്ന് അസ്തമയം വരെ പ്രകൃതിയുടെ കരവിരുതുകൾ കണ്ടു. അതിനുശേഷം ഇരുട്ടിനു മുന്നോടിയായി എത്തിയ ശൈത്യകാലത്തിന്റെ പടപ്പുറപ്പാട് കണ്ടു. പിറ്റേന്ന് ഞാൻ എന്റെ ജാക്കറ്റ് തിരഞ്ഞ് കണ്ടെത്തി. ഗുഡ്ന്യൂസിന്റെ കടയിൽ നിന്ന് വാങ്ങിയ ചുവപ്പ് ജാക്കറ്റ്. അതിനോടൊപ്പം എന്റെ കമ്പിളി തൊപ്പിയും കണ്ടെത്തി.

സമുറായിയുടെ ജാലകങ്ങൾ പൊടിമഞ്ഞുകൊണ്ട് മൂടപ്പെട്ടിരുന്നു. ആ മഞ്ഞപ്പോഴും അതിന്റെ കൗമാരത്തിലായിരുന്നു. ലോലമായിരുന്നു. ആൾ സെയിന്റ്സിന്റെ വിശേഷ ദിവസത്തിനുശേഷം ഞാൻ പട്ടണത്തിലേക്ക് പോയി. ഗുഡ്ന്യൂസിന്റെ കടയിൽ കയറണം എന്നായിരുന്നു ലക്ഷ്യം. ശൈത്യകാലത്തിനനുകൂലമായ ബൂട്ട് വാങ്ങണം. ഇപ്പോൾ മുതൽ ഏറ്റവും മോശമായ അവസ്ഥകളെ നേരിടാൻ തയ്യാറായിരിക്കണം. അകാശം തഴേക്ക് വന്നിരിക്കുന്നു. അത് ഈ ഋതുവിൽ സാധാരണമാണ്. സെമിത്തേരിയിലെ വഴിപാട് മെഴുകുതിരികൾ എല്ലാം കത്തിത്തീർന്നിട്ടില്ല. കമ്പിവേലിക്കപ്പുറത്ത് പല വർണ്ണങ്ങളിൽ അവ മിന്നിക്കത്തുന്നത് എനിക്ക് കാണാം. വൃശ്ചികത്തിൽ ക്ഷീണിച്ചുപോയ സൂര്യനെ ഈ മെഴുകുതിരികൾ ഉപയോഗിച്ച് ജനങ്ങൾ സഹായിക്കാൻ ശ്രമിക്കുകയാണെന്ന് തോന്നിപ്പോയി. രാഹു ലോകത്തിന്റെ നിയന്ത്രണം ഏറ്റെടുത്തിരിക്കുന്നു. അതെന്നെ വിഷണ്ണയാക്കി. ഈ വർഷം ഈ ശൈത്യത്തിൽ അവരുടെ വീടുകളുടെ സംരക്ഷണം ഏറ്റെടുക്കാൻ എനിക്കാകില്ല എന്ന് ഞാൻ എന്റെ തൊഴിൽദാതാക്കൾക്ക് ഇന്നലെ എഴുതിയിരുന്നു.

യാത്ര തുടങ്ങിയപ്പോഴാണ് ഇന്ന് നവംബർ 3 ആണല്ലോ എന്ന് ഓർത്തത്. സെയിന്റ് ഹുബർട്സ് ദിനത്തിന്റെ ആഘോഷങ്ങളുണ്ടാകുമല്ലോ എന്നോർത്തത്.

എന്തെങ്കിലും പരിപാടികൾ സംഘടിപ്പിച്ചാൽ സംഘാടകർ ആദ്യം ചെയ്യുക അതിലേക്ക് കുട്ടികളെ വലിച്ചടുപ്പിക്കുക എന്നതാകും. പരിപാടിയുടെ ആദ്യം മുതൽ അവർക്ക് കുട്ടികൾ അതിന്റെ ഭാഗമാകണം. കമ്മ്യൂണിസ്റ്റ് കാലഘട്ടത്തിൽ നടക്കാറുള്ള മെയ് ഒന്നാം തിയതിയിലെ പരേഡിൽ അവർ ഞങ്ങളോടും ഇങ്ങനെ ചെയ്യാറുണ്ട്. അത് പണ്ടുപണ്ടായിരുന്നു.

ഇന്നാകട്ടെ കുട്ടികളെ ക്ലോദ്സ്കോയിലെ കൗണ്ടി ചിൽഡ്രൻ ആൻഡ് യങ്ങ് അഡൾട്സ് ക്രിയേറ്റീവ് ആർട്സ് കണ്ടസ്റ്റിൽ നിർബന്ധിച്ച് പങ്കെടുപ്പിക്കുന്നു.

"സെയിന്റ് ഹൂബർട്ട് എന്ന ആധുനിക പരിസ്ഥിതിവാദി" എന്നതാണവർക്ക് കൊടുത്തിരിക്കുന്ന വിഷയം. അതിനുശേഷം കുട്ടികൾ അഭിനയിക്കുന്ന അദ്ദേഹത്തിന്റെ ജീവചരിത്രവും അവതരിപ്പിക്കുന്നുണ്ട്. ഈ വിഷയത്തെക്കുറിച്ച് ഞാൻ വിദ്യാഭ്യാസ ബോർഡിന് ഒക്ടോബറിൽതന്നെ ഒരു കത്തയച്ചിരുന്നു. അതിന് മറുപടി ഒന്നും വന്നില്ല. മറ്റ് പല കാര്യങ്ങളുമെന്നപോലെ ഇതും അപമാനം വരുത്തുന്നതും നിന്ദിക്കപ്പെടുത്തുന്നതുമാണെന്ന് ഞാൻ കരുതുന്നു.

വഴിയിൽ ധാരാളം കാറുകൾ പാർക്ക് ചെയ്തിട്ടുണ്ട്. അതെന്നിൽ കുർബാന സമയം ഓർമ്മപ്പെടുത്തി. ഞാൻ പള്ളിയിലേക്ക് പോകാൻ തീരുമാനിച്ചു. എന്റെ ഇംഗ്ലീഷ് അദ്ധ്യാപനത്തെ ബാധിച്ചതും ശരത്കാലത്ത് നടന്നതുമായ തയ്യാറെടുപ്പുകൾ കാണാൻ തീരുമാനിച്ചു. ഞാൻ വാച്ചിൽ നോക്കി. കുർബാന തുടങ്ങിയിട്ടുണ്ടാകും എന്നെനിക്ക് ഉറപ്പായി.

വല്ലപ്പോഴും ഞാൻ പള്ളിയിൽ കയറാറുണ്ട്. അവിടെയുള്ള മറ്റ് ആൾക്കാരോടൊപ്പം ശാന്തമായി അതിനകത്ത് ഇരിക്കാറുണ്ട്. അതിനകത്ത് ഇങ്ങനെ ജനങ്ങൾക്ക് ഒന്നിച്ചിരിക്കാനാകുന്നുണ്ടെന്നത് എന്നിൽ സന്തോഷം കൊണ്ടുവരാറുണ്ട്. പരസ്പരം സംസാരിക്കാതെ അവരിരിക്കുന്നത് കാണുമ്പോൾ ഞാൻ സന്തോഷിക്കാറുണ്ട്. സംസാരിക്കാൻ അനുവാദം ലഭിച്ചാൽ അവർ പരസ്പരം എന്തെങ്കിലും അസംബന്ധം പറയും. അല്ലെങ്കിൽ അപവാദങ്ങൾ പറയും. പലതും കെട്ടിച്ചമയ്ക്കും. പൊങ്ങച്ചം കാണിക്കും. എന്നാൽ ഇവിടെ ഇപ്പോൾ അവർ അനങ്ങാതെ നിശ്ശബ്ദരായി ഇരിക്കുന്നു. ഓരോരുത്തരും ഗാഢചിന്തയിലാണ്. ഈയിടെ എന്തൊക്കെ സംഭവിച്ചു എന്ന് വിശകലനം ചെയ്യുകയാണ്. ഇനി എന്തൊക്കെ സംഭവിക്കും എന്ന് ഭാവനയിൽ കാണുകയാണ്. ഇതുപോലെ അവർ സ്വന്തം ജീവിതവും ക്രമമായി നിരീക്ഷിക്കുന്നുണ്ടാകും. മറ്റെല്ലാവരേയുംപോലെ ഞാനും അർദ്ധബോധാവസ്ഥയിൽ അവിടെ അനങ്ങാതിരുന്നു. ചിന്തിച്ചു. എന്റെ ചിന്തകൾ അലസം ഗമിക്കും. എന്നിൽ നിന്ന്, എന്റെയുള്ളിൽ നിന്നല്ല, പുറത്ത് നിന്നു വന്നവയെപ്പോലെ അലഞ്ഞ് നടക്കും. ചുറ്റിലുമുള്ളവരുടെ തലയിൽ നിന്നാണ് ആ ചിന്തകൾ വന്നതെന്ന പോലെ. ഒരുപക്ഷേ അത് എനിക്കടുത്തിരിക്കുന്ന മരമാലാഖമാരിൽ നിന്ന് പറന്നെത്തിയതാകാം. എല്ലായ്പ്പോഴും എന്നിൽ എന്തെങ്കിലും പുതുതായി സംഭവിച്ചുകൊണ്ടിരിക്കും. വീട്ടിൽവെച്ച് ഞാൻ എന്ത് ചിന്തിച്ചിരുന്നോ അതിൽ നിന്ന് വ്യത്യസ്തമായ എന്തെങ്കിലും. അങ്ങനെ നോക്കുമ്പോൾ പള്ളി ഒരു നല്ല സ്ഥലമാണ്.

എനിക്ക് വേണമെങ്കിൽ മറ്റുള്ളവരുടെ മനസ്സ് വായിച്ചെടുക്കാനാകും എന്ന് ചിലപ്പോഴെങ്കിലും എനിക്ക് തോന്നാറുണ്ട്. പല സന്ദർഭങ്ങളിലും

എനിക്ക് ഞാൻ മറ്റുള്ളവരുടെ ചിന്തകൾ കേൾക്കുന്നുണ്ടെന്ന് തോന്നാറുണ്ട്.

"കിടപ്പ് മുറിയിൽ ഏത് തരത്തിലുള്ള വാൾപേപ്പറാണ് ഉപയോഗിക്കേണ്ടത്? നല്ല മിനുസമുള്ളത് വേണോ അതോ ഇത്തിരി കനപ്പെട്ട ഡിസൈൻ വല്ലതുമായാലോ? എന്റെ അക്കൗണ്ടിലുള്ള പണം വലിയ പലിശയൊന്നും കൊണ്ടുവരുന്നില്ല. മറ്റ് ബാങ്കുകൾ ഇതിലും കൂടുതൽ പലിശ തരുന്നുണ്ട്. തിങ്കളാഴ്ച കാലത്ത് തന്നെ ഈ പണം ഏത് ബാങ്കിലേക്ക് മാറ്റണം എന്ന് അന്വേഷിക്കണം. അവൾക്ക് ഇത്രയും പണം എവിടെ നിന്നാണ് ലഭിക്കുന്നത്? അവളണിഞ്ഞിരിക്കുന്നത് കണ്ടില്ലേ? അതിനൊക്കെ അവൾക്ക് പണമെവിടെ നിന്ന് കിട്ടുന്നു. ഒരുപക്ഷേ അവർ ഭക്ഷണം തന്നെ ഉപേക്ഷിക്കുന്നുണ്ടാകും. കാശെല്ലാം വസ്ത്രത്തിനു മാത്രമായി ഉപയോഗിക്കുകയാകാം... അയാൾക്ക് ഇപ്പോൾ പ്രായമെത്രയുണ്ടാകും. നോക്കൂ എത്ര നരച്ചിരിക്കുന്നു! ഒരുകാലത്ത് ഗ്രാമത്തിലെ ഏറ്റവും സുന്ദരനായിരുന്നു അയാൾ! എന്നാ ഇപ്പോഴോ? ആകെ തകർന്നിരിക്കുന്നു... എനിക്ക് അവധിക്കായി മെഡിക്കൽ സർട്ടിഫിക്കറ്റ് വേണമെന്ന് ഞാൻ ഡോക്ടറോട് പറയും. വളച്ചുകെട്ടില്ലാതെ പറയും... മറ്റൊന്നിനും ഞാൻ സമ്മതിക്കില്ല. എന്നെ ഒരു കുട്ടിയായി അയാൾ കണക്കാക്കരുത്..."

അങ്ങനെയൊക്കെ ചിന്തിക്കുന്നതിൽ തെറ്റെന്തുണ്ട്? എന്റെ ചിന്തകൾ ഇതിൽ നിന്നെല്ലാം വ്യത്യസ്തമാണോ? ദൈവം എന്നൊന്നുണ്ടെങ്കിലും, ഇല്ലെങ്കിലും, സമാധാനമായി നമുക്കിരുന്ന് ചിന്തിക്കാൻ ഒരിടം നൽകുന്നുണ്ടെങ്കിൽ അത് നല്ലതല്ലേ? ഒരുപക്ഷേ പ്രാർത്ഥനകൊണ്ട് ഉദ്ദേശിക്കുന്നതും അതാകും. ശാന്തിയോടെയിരുന്ന് സ്വയം നിങ്ങളെക്കുറിച്ച് ചിന്തിക്കാനാകുന്നു എന്നത്. ഒന്നും ആവശ്യമില്ലാതെ, ഒന്നും ചോദിക്കാതെ, സ്വന്തം മനസ്സിലുള്ളതിനെ വേർതിരിച്ചെടുക്കുക. അത്ര മതി.

എന്നാൽ ശാന്തിയുടെ ആദ്യ ചില നിമിഷങ്ങൾക്ക് ശേഷം ബാല്യകാലത്തെ അതേ ചോദ്യങ്ങൾ എന്റെ മനസ്സിലേക്കെത്താൻ തുടങ്ങും. പഴയ ചോദ്യങ്ങൾ. ഒരുപക്ഷേ അത് ഞാൻ പ്രകൃത്യാൽ ഇപ്പോഴും കൊച്ചുകുട്ടിയായതിനാലാകാം. ഈ ലോകത്തിന്റെ എല്ലാഭാഗങ്ങളിൽ നിന്നുമുള്ള പ്രാർത്ഥനകൾ ഒരേ സമയം ദൈവം എങ്ങിനെയാകും കേൾക്കുന്നുണ്ടാകുക? അവ പരസ്പരവിരുദ്ധങ്ങളാണെങ്കിലോ? ഈ തെമ്മാടികളുടേയും ചെകുത്താന്മാരുടേയും ചീത്തയാളുകളുടെയുമെല്ലാം പ്രാർത്ഥനകൾ കേൾക്കേണ്ടത് ഒരാവശ്യമാണോ? അവരൊക്കെ പ്രാർത്ഥിക്കാറുണ്ടോ? ദൈവം സാന്നിധ്യമല്ലാത്ത സ്ഥലങ്ങളുണ്ടോ? ഉദാഹരണത്തിനായി അദ്ദേഹം കുറുക്കന്മാരുടെ ഫാമിലുണ്ടോ? അതിനെക്കുറിച്ച്, ആ ഫാമിനെക്കുറിച്ച് അദ്ദേഹം എന്താണ് കരുതുന്നത്? ഇന്നേർഡിന്റെ അറവുശാലയിൽ അദ്ദേഹമുണ്ടോ? അവിടേക്ക് പോകാറുണ്ടോ? ഇതെല്ലാം വിഡ്ഢിത്തം നിറഞ്ഞ നിഷ്കളങ്കമായ ചോദ്യങ്ങളാണെന്ന് എനിക്കറിയാം. ദൈവചിന്തകർ ഇതെല്ലാം കേട്ട് എന്നെ നോക്കി കളിയാക്കി

ചിരിക്കും. കൃത്രിമ ആകാശത്തുനിന്ന് ഞാത്തിയിട്ടിരിക്കുന്ന മാലാഖമാർക്കുള്ളതുപോലെ എനിക്കും മരംകൊണ്ടുള്ള തലയാണുള്ളത്.

പക്ഷേ ഫാദർ റസലിന്റെ ഇടതടവില്ലാത്ത അരോചകമായ സ്വരം എന്റെ ചിന്തകളെ തടസ്സപ്പെടുത്തി. അയാൾ ചലിക്കുമ്പോൾ അയാളുടെ അസ്ഥികൾ മാത്രമുള്ള ശരീരത്തെ പൊതിയുന്ന വരണ്ട ചർമ്മം സാവധാനത്തിൽ എവിടേയോ ഉരസുന്ന സ്വരമുണ്ടാകുന്നുണ്ടോ എന്ന് ഞാൻ സംശയിച്ചു. അയാളുടെ ളോഹ ട്രൗസറിൽ ഉരഞ്ഞുകൊണ്ടേയിരുന്നു, കവിളുകൾ കഴുത്തിൽ പിടിപ്പിച്ചിരുന്ന കോളറിൽ ഉരഞ്ഞു. സന്ധികൾ ഉരസി കിറുകിറ സ്വരമുണ്ടാക്കി. ദൈവത്തിന്റെ എന്ത് തരം സൃഷ്ടിയായിരിക്കും ഇത്? വരണ്ട് ചുളുങ്ങിയ ചർമ്മമാണയാൾക്കുള്ളത്. അതാകട്ടെ ആവശ്യത്തിലും അധികമുണ്ട് താനും. ഒരു കാലത്ത് അയാൾ പൊണ്ണത്തടിയനായിരുന്നിരിക്കണം. അത് ശസ്ത്രക്രിയ വഴി ശരിയാക്കിയതാകണം. ഉദരത്തിന്റെ പാതി ഒഴിവാക്കിയിരിക്കണം. ഇപ്പോൾ അയാൾ വല്ലാതെ മെലിഞ്ഞിരിക്കുന്നു. അതുകൊണ്ടാകണം ഇങ്ങനെ ആവശ്യത്തിൽ കൂടുതൽ ചർമ്മമുണ്ടല്ലോ എന്ന് തോന്നുന്നത്. ഒരിനം ബിസ്കറ്റ് കടലാസുകൊണ്ടാണയാളെ നിർമ്മിച്ചിരിക്കുന്നത് എന്ന് ഞാൻ ചിന്തിക്കാറുണ്ട്. ലാമ്പ് ഷേഡുകൾ കണ്ടിട്ടില്ലേ, അത് നിർമ്മിക്കാൻ ഉപയോഗിക്കുന്ന ബിസ്കറ്റ് കടലാസ്. എന്നെ സംബന്ധിച്ചിടത്തോളം അയാൾ അകം പൊള്ളയായ, എളുപ്പത്തിൽ തീ പിടിക്കുന്ന ഒരു കൃത്രിമ ജീവിയാണ്.

ജനുവരി ആദ്യത്തിൽ, എന്റെ കൊച്ചുപെൺകുട്ടികൾ മൂലം ഞാൻ നിരാശയിലായിരുന്ന കാലത്ത്, അയാൾ എന്നെ സന്ദർശിക്കാനെത്തി. നവവർഷാശംസകൾ കൈമാറുന്നതിനായി അയാൾ എല്ലാവർഷവും നടത്തുന്ന പതിവ് ഗൃഹസന്ദർശനങ്ങളുടെ ഭാഗമായിരുന്നു അത്. ആദ്യം അയാളുടെ സഹായികൾ വന്നു. വെളുത്ത വസ്ത്രം ധരിച്ചവർ. വെളുത്ത ജാക്കറ്റിനുമുകളിൽ ളോഹ ധരിച്ചവർ. ചുവന്ന കവിളുള്ള ആൺകുട്ടികൾ. അവർ പുരോഹിതന്റെ ദൗത്യം എളുപ്പമാക്കി. എന്റെ പക്കൽ കുറച്ച് ഹൽവയുണ്ടായിരുന്നു. അതങ്ങനെ ഇടയ്ക്കിടെ എടുത്ത് നുണയാൻ എനിക്കിഷ്ടമാണ്. അതിൽ നിന്ന് ഒരു തുണ്ട് മുറിച്ച് ഞാനവർക്ക് പങ്കുവച്ചു. അവരത് തിന്നു. കുറച്ച് പാട്ടുകൾ പാടി. പുറത്തിറങ്ങി.

ഫാദർ റസൽ അതിനു ശേഷമാണെത്തിയത്. വളരെ വേഗത്തിൽ നടന്ന്, കിതച്ചാണെത്തിയത്. ബൂട്ടിൽ പറ്റിപ്പിടിച്ചിരുന്ന മഞ്ഞൊന്ന് തട്ടിക്കളയാതെ അയാൾ നേരെ വീടിനകത്തേക്ക് കയറി. ചവുട്ടിയിൽ നിന്നു. പനിനീർ തളിച്ചു. കണ്ണ് കീഴോട്ടിട്ട് പ്രാർത്ഥിച്ചു. അതിനുശേഷം കണ്ണ് മിഴിച്ച്, മേശപ്പുറത്ത് ഒരു ചിത്രം വെച്ചു. ദൈവത്തിന്റെ ചിത്രം. പിന്നെ ഒരു മൂലയിൽ കിടന്നിരുന്ന സോഫയിൽ പോയി ഇരുന്നു. ഇതെല്ലാം

മിന്നൽ വേഗത്തിൽ കഴിഞ്ഞു. അത്രയും വേഗത്തിൽ എന്റെ കണ്ണിന് സഞ്ചരിക്കാനായില്ല. എന്റെ വീട്ടിൽ കയറിയപ്പോൾ എന്തോ അസ്കിത നേരിടുന്നുണ്ടെന്ന പ്രതീതിയായിരുന്നു അയാളിൽ ഞാൻ കണ്ടത്. എത്രയും പെട്ടെന്ന് ഇവിടെ നിന്ന് ഇറങ്ങിപ്പോകണം എന്നാഗ്രഹിക്കു ന്നതുപോലെ.

"ഒരു കപ്പ് ചായയായാലോ?" മടിച്ചുമടിച്ച് ഞാൻ ചോദിച്ചു.

അയാൾ നിഷേധിച്ചു. കുറച്ച് സമയം നിശ്ശബ്ദനായി ഇരുന്നു. പുറത്ത്, അൾത്താര ബാലകന്മാർ മഞ്ഞുരുട്ടി പന്താക്കി കളിക്കുന്നത് ഞാൻ കണ്ടു.

പെട്ടെന്ന് അയാളുടെ വീതിയേറിയ കുപ്പായക്കയ്യിൽ എന്റെ കണ്ണു കളെ പറ്റി കിടത്തണം എന്നൊരു പരിഹാസ്യമായ ചിന്ത എന്നിലുണ്ടായി.

"എന്തിനാണിങ്ങനെ കരയുന്നത്?" വിചിത്രമായ, അമൂർത്തമായ സ്വര ത്തിൽ അയാൾ ചോദിച്ചു. പുരോഹിതന്റെ ഭാഷ ആ ചോദ്യത്തിനുണ്ടാ യിരുന്നു. അവർ 'ഭയം' എന്നതിനു പകരം 'അങ്കലാപ്പ്' എന്ന് പറയുന്നു. 'ശ്രദ്ധിക്കുക' എന്നതിനു പകരം 'സമീപിക്കുക' എന്ന് പറയുന്നു. 'പഠി ക്കുക' എന്നതിനു പകരം 'സമ്പുഷ്ടമാക്കുക' എന്ന് പറയുന്നു. അതിനും പക്ഷേ എന്റെ കരച്ചിലടക്കാനായില്ല. ഞാൻ കരഞ്ഞുകൊണ്ടേയിരുന്നു.

"എന്റെ പട്ടികളെ കാണാനില്ല." അവസാനം ഞാൻ പറഞ്ഞു.

അത് ശൈത്യകാലത്തെ ഒരു മദ്ധ്യാഹ്നമായിരുന്നു. കുറിയ ജാലക ങ്ങളിലൂടെ സ്വീകരണ മുറിയിലേക്ക് ഇരുട്ട് കുത്തിയിറങ്ങാൻ തുടങ്ങി യിരുന്നു. അയാളുടെ മുഖഭാവം എനിക്ക് കാണാനായില്ല.

"എനിക്ക് നിങ്ങളുടെ വേദന മനസ്സിലാകുന്നില്ല. അവ വെറും മൃഗ ങ്ങളായിരുന്നില്ലേ?"

"അവ എന്റെ പ്രിയപ്പെട്ടവയായിരുന്നു. എന്റെ കുടുംബാംഗങ്ങളായി രുന്നു. എന്റെ പെൺമക്കളായിരുന്നു."

"ദൈവദൂഷണം പറയാതെ" അയാൾ പറഞ്ഞു. "പട്ടികളെ പെൺ മക്കൾ എന്ന് പറയരുത്. കരയരുത്. പ്രാർത്ഥിക്കുകയാണ് നല്ലത്. അത് എല്ലാ ക്ലേശങ്ങൾക്കും ആശ്വാസം നൽകും."

ഞാനയാളുടെ കുപ്പായക്കയ്യിൽ കയറിപ്പിടിച്ചു. പിടിച്ച് വലിച്ചു. ജാലക ത്തിനരികിലേക്ക് കൊണ്ടുപോയി. എന്റെ സെമിത്തേരി കാണിച്ച് കൊടുത്തു. അവിടെ സ്മാരകശിലകൾ വിഷാദത്തോടെ നിൽക്കുന്നുണ്ട്. അവയെ മഞ്ഞ് പുതച്ചിരുന്നു. അവയിലൊന്നിന്മേൽ ഒരു ചെറിയ വിളക്ക് കത്തുന്നുണ്ടായിരുന്നു.

"അവ ചത്തുപോയി എന്ന യാഥാർത്ഥ്യവുമായി ഞാൻ പൊരുത്ത പ്പെട്ട് കഴിഞ്ഞു. ഒരുപക്ഷേ അവയെ നായാട്ടുകാർ വെടിവച്ചതാകാം. അങ്ങനെയാണോ?"

അയാൾ മറുപടിയൊന്നും പറഞ്ഞില്ല.

"അവയെ മറവു ചെയ്യാൻ ലഭിച്ചെങ്കിൽ എന്ന് ഞാൻ ആശിക്കുന്നു.

അവ ചത്തുപോയോ, അവയുടെ ശരീരമെവിടെ എന്നൊക്കെയറിയാതെ ഞാൻ അവയ്ക്ക് വേണ്ടി എങ്ങനെ കരയും."

പുരോഹിതൻ ഞെരിപിരി കൊണ്ടു.

"മൃഗങ്ങളെ മനുഷ്യരെപ്പോലെ കാണുന്നത് തെറ്റാണ്. പാപമാണ്. മനുഷ്യന്റെ അഭിമാനമാണ് ഇങ്ങനെ ഒരു സെമിത്തേരി. ദൈവം മൃഗങ്ങൾക്ക് ഇത്തിരി താഴ്ന്ന സ്ഥാനമാണ് നൽകിയിരിക്കുന്നത്. മനുഷ്യർക്ക് സേവ ചെയ്യാനുള്ള സ്ഥാനം."

"ഞാൻ എന്ത് ചെയ്യണം എന്ന് പറയൂ. ഒരു പക്ഷേ താങ്കൾക്കത് അറിയാമായിരിക്കും ഫാദർ."

"പ്രാർത്ഥിക്കണം."

"അവർക്ക് വേണ്ടിയോ?"

"നിങ്ങൾക്ക് വേണ്ടി. മൃഗങ്ങൾക്ക് ആത്മാവില്ല. അവ അനശ്വരങ്ങളല്ല. മോക്ഷം എന്നാൽ എന്താണെന്ന് അവയ്ക്കറിയില്ല. അവയ്ക്കത് ലഭിക്കുകയുമില്ല. നിങ്ങൾക്ക് വേണ്ടി പ്രാർത്ഥിക്കൂ."

ഇതാണപ്പോൾ എന്റെ മനസ്സിലെത്തിയത്. ഒരു വർഷം മുമ്പുണ്ടായ ഈ രംഗം. അന്ന് എനിക്ക് ഇപ്പോഴറിയാവുന്നത്ര കാര്യങ്ങൾ അറിയില്ലായിരുന്നു.

കുർബാന നടന്നുകൊണ്ടിരിക്കുകയായിരുന്നു. വാതിലിനരികിലുള്ള ഒരു ഇരിപ്പിടത്തിലായിരുന്നു ഞാൻ. മൂന്നാം ക്ലാസിൽ പഠിക്കുന്ന ഒരു കുട്ടിക്കരികിൽ. നല്ല ഭംഗിയുള്ള ഒരു കുട്ടി. കുട്ടികൾ അധികവും പ്രാവുകളും മാനുകളും മുയലുകളുമായാണ് വേഷം കെട്ടിയിരിക്കുന്നത്. കാർഡ്ബോർഡ് കൊണ്ടുള്ള മുഖാവരണങ്ങളുണ്ടവയ്ക്ക്. അതണിഞ്ഞുള്ള പ്രകടനത്തിനായി അവർ വെമ്പൽ കൊള്ളുന്നുണ്ടായിരുന്നു. കുർബാനയ്ക്ക് ശേഷം കലാപരിപാടികൾ തുടങ്ങും എന്നാണ് ഞാൻ അറിഞ്ഞത്. ആ കുട്ടികൾ എനിക്കായി സ്ഥലമുണ്ടാക്കി തന്നു. അങ്ങനെ ഞാൻ കുട്ടികൾക്കൊപ്പമിരുന്നു.

"എന്താണ് കളിക്കാൻ പോകുന്നത്?" മൂന്ന് എയിലെ ജഗോദ എന്ന സുന്ദരി പെൺകുട്ടിയോട് ഞാൻ മന്ത്രിച്ചു.

"സെയിന്റ് ഹൂബർട്ട് കാട്ടിൽ വെച്ച് ഒരു മാനിനെ കണ്ടത്. ഞാനതിൽ മുയലാണ്." അവൾ പറഞ്ഞു.

ഞാനവളെ നോക്കി പുഞ്ചിരിച്ചു. എന്നാൽ ഈ കഥയുടെ യുക്തി എനിക്ക് മനസ്സിലായില്ല. ഹൂബർട്ട് അപ്പോൾ വിശുദ്ധനായ ഹൂബർട്ട് ആയിട്ടില്ല. അയാളപ്പോൾ ഒന്നിനും കൊള്ളാത്തവനായിരുന്നു. കേട് വന്ന വസ്തുവായിരുന്നു. നായാട്ടായിരുന്നു ഇഷ്ടവിഷയം. കൊല്ലുന്നവനായിരുന്നു. ഒരിക്കൽ നായാട്ടിനിടയിൽ കുരിശിൽ കിടക്കുന്ന ക്രിസ്തുവിനെ

കണ്ടു. കൊല്ലാനോങ്ങിയ മാനിന്റെ തലയിലാണ് ആ രൂപം കണ്ടത്! അത് കണ്ട് അയാൾ മുട്ടുകാലിൽ വീണു. മനസ്താപമുണ്ടായി. ജീവിതത്തിൽ പരിവർത്തനമുണ്ടായി. അത്രയും കാലം ചെയ്ത പാപങ്ങളെക്കുറിച്ച് ബോധവാനായി. അന്നുമുതൽ കൊല്ലുന്നത് അവസാനിപ്പിച്ചു. വിശുദ്ധനായി.

അങ്ങനെയുള്ള ഒരാൾ എങ്ങനെ നായാട്ടുകാരുടെ രക്ഷാധികാരിയായ വിശുദ്ധനാകും? ഇതിലെ അടിസ്ഥാനപരമായ യുക്തിയില്ലായ്മയിൽ തട്ടിത്തടഞ്ഞ് നില്പാണ് ഞാൻ. ഹൂബർട്ടിനെ പിന്തുടരുന്നവർക്ക് അദ്ദേഹത്തിനെ അനുകരിക്കണം എന്നുണ്ടെങ്കിൽ അവർ കൊല്ലുന്നത് അവസാനിപ്പിക്കണം. നായാട്ടുകാർ അദ്ദേഹത്തെ രക്ഷാധികാരിയാക്കുന്നു എങ്കിൽ അതിനർത്ഥം ചെയ്തുകൊണ്ടിരുന്ന പാപത്തിന്റെ രക്ഷാധികാരിയാക്കുന്നു എന്നാണ്. ആ പാപത്തിൽ നിന്ന് അദ്ദേഹം വിടുതൽ നേടി. എന്നിട്ടും ഇവർ അദ്ദേഹത്തെ ആ പാപത്തിന്റെ വിശുദ്ധനും രക്ഷാധികാരിയുമാക്കുന്നു. ജഗോദയുമൊത്ത് എന്റെ സംശയങ്ങൾ പങ്കുവയ്ക്കുന്നതിനായി ഞാൻ വാ തുറന്നു. കുറച്ച് വായു അകത്തേക്ക് വലിച്ച് കയറ്റി. എന്നാൽ ഇത് ഒരു ചർച്ചയ്ക്കുള്ള സ്ഥലമല്ല എന്ന് പെട്ടെന്ന് തന്നെ എനിക്ക് മനസ്സിലായി. പ്രത്യേകിച്ചും ആ പുരോഹിതൻ ഇങ്ങനെ ഉച്ചത്തിൽ പാടിക്കൊണ്ടിരിക്കുമ്പോൾ. ഞങ്ങൾക്ക് പരസ്പരം കേൾക്കാൻ തന്നെയാകുന്നുണ്ടായിരുന്നില്ല. അതിനാൽ ഞാൻ എന്റെ മനസ്സിൽ ഒരു അനുമാനം കൊണ്ടുവന്നു. ഇവിടെ പ്രശ്നം സ്വന്തമാക്കലും അഥവാ അപഹരണവും വൈപരീത്യവും തമ്മിലാണ് എന്നായിരുന്നു ആ അനുമാനം.

പള്ളിയിൽ നിറയെ ആളുണ്ടായിരുന്നു. സ്കൂൾ കുട്ടികളെ ഇതിനകത്തേക്ക് ആട്ടിത്തെളിച്ച് കൊണ്ടുവന്നതുകൊണ്ടല്ല ഈ ജനക്കൂട്ടം. മുൻനിരയിൽ നിരന്നിരുന്നിരുന്ന പരിചിതരല്ലാത്ത ആണുങ്ങളായിരുന്നു. അവരുടെ യൂണിഫോം മൂലമാകണം എനിക്ക് ചുറ്റിലുമുള്ളതെല്ലാം പച്ചയായി തോന്നിയത്. അൾത്താരയുടെ വശങ്ങളിലും അതേ വേഷധാരികൾ നിരന്ന് നില്പുണ്ടായിരുന്നു. അവരുടെ കൈകളിൽ വിവിധ വർണ്ണങ്ങളിലുള്ള കൊടികളുണ്ടായിരുന്നു. ഫാദർ റസലും ഇന്ന് ആഘോഷത്തിന്റെ മാനസികാവസ്ഥയിലാണ്. എങ്കിലും സഞ്ചിപോലെ ഞാന്ന് കിടക്കുന്ന ചാരനിറമുള്ള മുഖം സ്ഥൂലമായി, ചൈതന്യമില്ലാത്തതായി തോന്നി. എനിക്കും എന്റേതായ മാനസികാവസ്ഥയിലെത്താനും പതിവുപോലെ ചിന്തിച്ചുകൊണ്ടിരിക്കാനുമായില്ല. എനിക്ക് ആകാംക്ഷയുണ്ടായിരുന്നു. എന്റെയുള്ളിൽ ചില കമ്പനങ്ങളുണ്ടാകുന്നുണ്ടോ എന്ന് എനിക്കു തന്നെ തോന്നിത്തുടങ്ങിയിരുന്നു.

ആരോ മൃദുവായി എന്റെ കയ്യിന്മേൽ സ്പർശിച്ചു. ഞാൻ തിരിഞ്ഞ് നോക്കി. ഗ്രെജസ് എന്ന ആൺകുട്ടിയായിരുന്നു അത്. മുതിർന്ന ക്ലാസുകളിലൊന്നിൽ പഠിക്കുന്നവൻ. സുന്ദരൻ. വിവേകമുള്ള കണ്ണുകളോട് കൂടിയവൻ. കഴിഞ്ഞ വർഷം ഞാൻ അവനെ പഠിപ്പിച്ചിട്ടുണ്ട്.

“പട്ടികളെ കണ്ടെത്താനായോ?” അവൻ എന്റെ കാതിൽ മന്ത്രിച്ചു.

കഴിഞ്ഞ വർഷം ശരത്കാലത്ത് അവൻ പഠിച്ചിരുന്ന ക്ലാസിലെ കുട്ടികൾ ബസ് സ്റ്റോപ്പുകളിലും വേലിക്കെട്ടുകളിലും ഇതുമായി ബന്ധപ്പെട്ട നോട്ടീസുകൾ പതിക്കാൻ എന്നെ സഹായിച്ചത് എനിക്കോർമ്മ വന്നു.

"ഇല്ല ഗ്രെജസ്, ആയില്ല."

അവൻ കണ്ണ് മിഴിച്ചു. വട്ടം പിടിച്ചു.

"ചോദിച്ചതിനെന്നോട് ക്ഷമിക്കൂ ശ്രീമതി ദസ്ജെയ്കോ."

"നന്ദി."

ഞങ്ങൾ ഇത് സംസാരിക്കുമ്പോൾ ചുറ്റിലും നിശ്ശബ്ദതയായിരുന്നു. പെട്ടെന്ന് ഫാദർ റസലിന്റെ സ്വരം. ആ നിശ്ശബ്ദതയെ ഇല്ലാതാക്കി. അതുവരേക്കുമുണ്ടായിരുന്ന കാലൊച്ചകൾക്കും തൊണ്ട ശരിയാക്കലുകൾക്കും പകരം ഫാദറിന്റെ സ്വരമെത്തി. എല്ലാവരും അത് കേട്ട് ഒന്ന് വിറച്ചു. നിമിഷങ്ങൾക്കകം അവർ മുട്ടുകാലിൽ വീണു. മുറി മുഴുക്കെ ഒരു ഞരക്കം വ്യാപിച്ചു.

"കർത്താവിന്റെ കുഞ്ഞാടുകളേ...." മുകളിൽ എവിടേയോ നിന്ന് വാക്കുകൾ ഗർജ്ജിച്ചു. ഞാൻ ഒരു വിചിത്ര സ്വരം കേട്ടു. നാലുഭാഗത്തു നിന്നും ആഞ്ഞ് ചവിട്ടുന്നതിനു സമാനമായ സ്വരം കേട്ടു. അത് ജനങ്ങൾ നെഞ്ചത്തടിക്കുന്ന സ്വരമായിരുന്നു. അവർ കുഞ്ഞാടിനോട് പ്രാർത്ഥിക്കുകയായിരുന്നു.

അതിനു ശേഷം അവർ അൾത്താരയെ ലക്ഷ്യമിട്ട് നീങ്ങി. അവരുടെ ഇരിപ്പിടങ്ങളിൽ നിന്നെഴുന്നേറ്റ്, കൈകൾ കൂപ്പി, കണ്ണുകൾ താഴോട്ടിട്ട്, പശ്ചാത്തപിക്കുന്ന പാപികളെപ്പോലെ.

അധികം താമസിയാതെ ഒരു കശപിശ ശബ്ദം. എന്നാൽ അവരിലെല്ലാം മുമ്പുണ്ടായിരുന്നതിനേക്കാൾ സൗമനസ്യമുണ്ടായിരുന്നു. അതിനാൽ പരസ്പരം നോക്കാതെ അവർ മുന്നോട്ട് നീങ്ങി. അവർ തികഞ്ഞ ഗൗരവത്തിലായിരുന്നു.

അവരുടെ വയറിൽ എന്തായിരിക്കും എന്ന ചിന്ത എന്നെത്തേടിയെത്തി. അതോർത്ത് ഞാൻ അത്ഭുതപ്പെടാൻ തുടങ്ങി. ഇന്നലെ അവരെന്തായിരിക്കും ഭക്ഷിച്ചിരിക്കുക. ഇന്നലെ കഴിച്ച പന്നിത്തുട ദഹിച്ചിരിക്കുമോ? അതോ അവർ കോഴി, മുയൽ, കാളക്കുട്ടി എന്നിവയിലൊന്നിനെയാകുമോ ഭക്ഷിച്ചിരിക്കുക. അതെല്ലാം ഇപ്പോഴും ആ വയറുകളിൽ തന്നെയാകുമോ?

മുൻ നിരയിലെ പച്ചപ്പട്ടാളവും എഴുന്നേറ്റ് നിന്നു. ഇരിപ്പിടം വിട്ട് അൾത്താരയെ ലക്ഷ്യമിട്ട് നീങ്ങി. ഫാദർ റസൽ ഒരു അൾത്താര ബാലന്റെ അകമ്പടിയോടെ മുന്നോട്ട് വന്നു. അയാൾ അവർക്ക് മാംസം ഭക്ഷിക്കാൻ നൽകി. ഇത്തവണ പക്ഷേ അതൊരു സൂചകം മാത്രമായിരുന്നു. മാംസമുണ്ടായിരുന്നില്ല. എന്നിരുന്നാലും അത് മാംസമായിരുന്നു, ജീവനുള്ള ഒന്നിന്റെ ശരീരം.

സത്യമായും നല്ല ദൈവം എന്നൊന്നുണ്ടോ എന്ന് ഞാൻ അത്ഭുതപ്പെട്ടു. അങ്ങനെയൊന്നുണ്ടെങ്കിൽ ഇപ്പോൾ അദ്ദേഹം അദ്ദേഹത്തിന്റെ യഥാർത്ഥ രൂപത്തിൽ പ്രത്യക്ഷപ്പെടണം. ഒരു ആടായി, പശുവായി അല്ലെങ്കിൽ മാനായി. എന്നിട്ട് ഉച്ചത്തിൽ, ഇടിവെട്ടുന്നതുപോലെ, ഗർജ്ജിക്കണം. നേരിട്ട് പ്രത്യക്ഷപ്പെടാനാകില്ലെങ്കിൽ തന്റെ സഹചാരികളെ അയയ്ക്കണം. പ്രധാന ദൂതരെ. അക്രമികളായ ദൈവദൂതരെ. എന്നിട്ട് ഈ ദ്വൈമുഖം എന്നന്നേക്കുമായി അവസാനിപ്പിക്കണം. പക്ഷേ ഇവിടെ ആരും ഇടപെട്ടില്ല. അദ്ദേഹം ഒരിക്കലും ഇടപെടാറില്ലല്ലോ.

ഓരോ നിമിഷം കഴിയും തോറും ഹാളിലെ കാൽപെരുമാറ്റ സ്വരം നേർത്ത് വന്നു. കുറച്ച് കഴിഞ്ഞപ്പോൾ കൂടി നിന്നവർ തിരിച്ച് അവരവരുടെ ഇരിപ്പിടങ്ങളിലേക്ക് മടങ്ങി. ഫാദർ റസൽ നിശ്ശബ്ദം പാത്രങ്ങൾ കഴുകാനാരംഭിച്ചു. ഒരു ചെറിയ ഡിഷ് വാഷറുണ്ടെങ്കിൽ അയാൾക്കിത് എളുപ്പം ചെയ്യാമല്ലോ എന്ന് ഞാൻ ചിന്തിച്ചു. മേശപ്പുറത്തൊക്കെ വെയ്ക്കാവുന്ന തരം ചെറുതൊന്ന് മതി. അങ്ങിനെയെങ്കിൽ അതിന്റെ ബട്ടൻസൊന്ന് അമർത്തുകയേ വേണ്ടൂ. ഇവർക്കെല്ലാം കുർബാനയ്ക്ക് കൂടുതൽ സമയം ലഭിക്കുകയും ചെയ്യും. അദ്ദേഹം മണ്ഡപത്തിൽ കയറി. തന്റെ കൈത്തണ്ട വലിച്ചിട്ടു. ഒരു വർഷം മുമ്പ് അയാൾ എന്റെ വീട്ടിൽ കയറി വന്ന ചിത്രം എനിക്കോർമ്മ വന്നു. അയാൾ പറഞ്ഞ് തുടങ്ങി.

"ഇന്നത്തെ ഈ ആഘോഷദിനത്തിൽ തന്നെ ഈ പള്ളി വെഞ്ചിരിക്കാനായതിൽ എനിക്ക് അതിയായ സന്തോഷമുണ്ട്. അതിലുപരി ഇത്രയും അമൂല്യമായ ഒരു സമാരംഭത്തിൽ നായാട്ടുകാരുടെ പുരോഹിതനായി പങ്കെടുക്കാനായതിലുള്ള സന്തോഷവും ഞാനറിയിക്കട്ടെ." എല്ലാവരും നിശ്ശബ്ദരായി. വിരുന്നിനുശേഷം ഒന്ന് വിശ്രമിക്കണം എന്നാഗ്രഹിക്കുന്നവരെപ്പോലെ, എല്ലാവരും നിശ്ശബ്ദത പാലിച്ചു. പുരോഹിതൻ ചുറ്റിലും നോക്കി. അവിടെ കൂടിനിന്നവരിലൂടെയൊക്കെ അയാളുടെ കണ്ണുകൾ ഓടി നടന്നു. പിന്നെ തുടർന്നു.

"പ്രിയ സഹോദരീ സഹോദരന്മാരെ, ഏതാനും വർഷങ്ങളായി ഞാൻ ധീരരായ നായാട്ടുകാരുടെ രക്ഷിതാവാണ്. അവരുടെ പുരോഹിതൻ എന്ന നിലയിൽ നായാട്ടുകാരുടെ ആസ്ഥാനത്തെ ഞാൻ ആശീർവദിക്കുന്നു. യോഗങ്ങൾ സംഘടിപ്പിക്കുന്നു. വിശുദ്ധ കുർബാനകൾക്ക് നേതൃത്വം നൽകുന്നു. മരിച്ചവരെ അവരുടെ 'അനശ്വരമായ നായാട്ടുഭൂമിയിലേക്ക്' പറഞ്ഞയയ്ക്കുന്നു. നായാട്ടിന്റെ നൈതികത സംബന്ധിയായ വിഷയങ്ങളും ഞാൻ കൈകാര്യം ചെയ്യുന്നു. കൂടാതെ, നായാട്ടുകാർക്ക് ആത്മീയ ഗുണാനുഭവങ്ങൾ നൽകുന്നതിന് എന്നാൽ എന്തൊക്കെ ചെയ്യാനാകുമോ അതൊക്കെ ചെയ്യുന്നു."

ഞാൻ അസ്വസ്ഥയാകാൻ തുടങ്ങി. പുരോഹിതൻ തന്റെ ഭാഷണം തുടർന്നു.

"ഇവിടെ നമ്മുടെ പള്ളിയുടെ മദ്ധ്യത്തിലാണ് സെയിന്റ് ഹൂബർട്ടിന്റെ കപ്പേളയും. വിശുദ്ധന്റെ രൂപം നമ്മൾ അൾത്താരയിൽ പ്രതിഷ്ഠിച്ചിട്ടുണ്ട്.

അധികം താമസിയാതെ ആ കപ്പേളയെ രണ്ട് ചില്ല് ജാലകങ്ങൾ കൊണ്ട് അലങ്കരിക്കപ്പെടും. അതിലൊന്നിൽ വിശുദ്ധനായ ഹൂബർട്ടിനു മനംമാറ്റം വരുത്തിയ മാനിന്റെ ചിത്രമുണ്ടാകും. കുരിശടയാളമുള്ള മാനിന്റെ. മറ്റേ ജാലകത്തിൽ വിശുദ്ധന്റെ ചിത്രവുമുണ്ടാകും."

പുരോഹിതൻ ഒരു സ്ഥലത്തേക്ക് ചൂണ്ടിക്കൊണ്ടാണ് ഇത് പറഞ്ഞത്. എല്ലാവരുടേയും തല അങ്ങോട്ട് തിരിഞ്ഞു.

"ഈ പള്ളിയുടെ പണി തുടങ്ങിവച്ചവർ നമ്മുടെ ധീരരായ നായാട്ടുകാരാണ്." പുരോഹിതൻ തുടർന്നു.

എല്ലാവരുടേയും കണ്ണുകൾ അപ്പോൾ മുൻനിരയിലേക്ക് മാറി. മനമില്ലാമനസ്സോടെ എന്റേയും. ഫാദർ റസൽ തൊണ്ട ശരിയാക്കി. ഒരു ദീർഘ ഭാഷണത്തിനു തയ്യാറെടുത്തു.

"എന്റെ പ്രിയ സഹോദരീ സഹോദരന്മാരെ, സൃഷ്ടികർമ്മത്തിൽ കർത്താവിന്റെ പങ്കാളികളും പ്രതിനിധികളുമാണ് നായാട്ടുകാർ. അവർ സഹകരിച്ച് മൃഗങ്ങളെ നായാടുന്നു. മനുഷ്യൻ ജീവിക്കുന്ന പ്രകൃതിക്ക് പുഷ്ടിപ്പെടാനും തഴച്ച് വളർന്ന് മുന്നോട്ടു പോകാനും ചില ക്രമങ്ങൾ ആവശ്യമാണ്. മൃഗങ്ങളെ വേട്ടയാടുക വഴി നായാട്ടുകാർ ഇതിനുള്ള ശരിയായ നയം നടപ്പിൽ വരുത്തുകയാണ് ചെയ്യുന്നത്. അവർ..." അയാൾ ഇവിടെ ഒന്ന് നിർത്തി. തന്റെ കയ്യിലുള്ള കുറിപ്പിലേക്ക് നോക്കി. "മാൻപേടകളെ ഊട്ടുന്നതിനായി നാല്പത്തിയൊന്നിടങ്ങൾ തയ്യാറാക്കിയിട്ടുണ്ട്. ചുവന്ന മാനിനായി ഇത്തരത്തിലുള്ള നാലെണ്ണമുണ്ട്. അവിടവിടെയായി ഇതുകൂടാതെ ഇരുപത്തിയഞ്ച് ഭക്ഷണ ശാലകൾ കൊറ്റികൾക്കായി നിർമ്മിച്ചിട്ടുണ്ട്. മാനുകൾക്കായി നൂറ്റിയമ്പത് ഉപ്പ് ശേഖരങ്ങളും സ്ഥാപിച്ചിട്ടുണ്ട്..."

"മൃഗങ്ങൾ ഇതിനടുത്തേക്ക് വരുമ്പോൾ നമ്മുടെ നായാട്ടുകാർ അവയ്ക്ക് നേരെ നിറയൊഴിക്കുന്നു." ഞാൻ ഉച്ചത്തിൽ പറഞ്ഞു. എനിക്കടുത്തിരുന്നവരുടെ തലകൾ ആക്ഷേപത്തോടെ എന്നിലേക്ക് തിരിഞ്ഞു. "ഒരാളെ അത്താഴത്തിനു ക്ഷണിച്ച് വരുത്തി അയാളെ വെടിവച്ച് കൊല്ലുന്നതിനു തുല്യമാണിത്." ഞാൻ കൂട്ടിച്ചേർത്തു.

കുട്ടികൾ കണ്ണുകൾ വട്ടം പിടിച്ച് എന്നെ നോക്കി. അവർ ഭയന്നിരുന്നു. മൂന്ന് ബിയിൽ ഞാൻ പഠിപ്പിച്ചിരുന്ന കുട്ടികൾ തന്നെയാണത്.

ഫാദർ റസൽ പ്രസംഗത്തിൽ മുഴുകിയിരുന്നു. അയാൾ എന്നിൽ നിന്ന് വളരെ ദൂരെയായിരുന്നു. അതിനാൽ ഞാൻ പറഞ്ഞത് കേട്ടിട്ടുണ്ടാകില്ല. അയാൾ മണ്ഡപത്തിൽ തന്റെ കൈകൾ മിനുസമേറിയ ളോഹയുടെ കൈകളിലേക്ക് വലിച്ച് വെച്ചു. പള്ളിയുടെ മച്ചിലേക്ക് തലയുയർത്തി. അവിടെ നക്ഷത്രങ്ങളുടെ ചിത്രങ്ങൾ പെയിന്റ് ചെയ്ത് വച്ചിരുന്നു. വളരെ മുമ്പ് വരച്ച് വെച്ച ആ ചിത്രങ്ങളുടെ പെയിന്റ് കീറിപ്പോരാൻ തുടങ്ങിയിരുന്നു.

"ഈ നായാട്ടുകാലത്ത് മാത്രം അവർ ശൈത്യകാലത്തിനായി പതിനഞ്ച് ടൺ ഭക്ഷണം തയ്യാറാക്കി..." അയാൾ തുടർന്നു. "വർഷങ്ങളായി

നമ്മുടെ നായാട്ട് സംഘം കൊറ്റികളെ വാങ്ങി അവയെ പ്രകൃതിയിലേക്ക് തുറന്ന് വിടാറുണ്ടായിരുന്നു. വിനോദ സഞ്ചാരികൾക്ക് ആനന്ദിക്കാനായി പണം നൽകി നിറയൊഴിക്കാനുള്ള സൗകര്യത്തിനാണവർ ഇത് ചെയ്യുന്നത്. ഇതുവഴി ലഭിക്കുന്ന പണം ഈ സംഘത്തിന്റെ വരുമാനത്തിന്റെ ഭാഗമാകുന്നു. നമ്മൾ നായാട്ടിന്റെ പാരമ്പര്യങ്ങളും സംസ്കാരങ്ങളും പരിപോഷിപ്പിക്കുന്നു. അതിനായി പുതിയ അംഗങ്ങളെക്കൊണ്ട് പ്രതിജ്ഞ ചെയ്യിക്കുന്നു." അത് പറയുമ്പോൾ അയാളുടെ സ്വരത്തിലൊരു അഭിമാനമൊക്കെയുണ്ടായിരുന്നു. "വർഷത്തിൽ രണ്ട് പ്രധാന നായാട്ടുകളുണ്ട്. വിശുദ്ധനായ ഹൂബർട്ടിന്റെ ഓർമ്മദിവസമായ ഇന്നും ക്രിസ്തുമസ് തലേന്നും. ഇത് പാരമ്പര്യമാണ്. നായാട്ടിന്റെ നിയമങ്ങളോടുള്ള ബഹുമാനമാണ്. എന്നാൽ നമ്മുടെ മുഖ്യആഗ്രഹം പ്രകൃതി സൗന്ദര്യം ആസ്വദിക്കുക, ആചാരങ്ങളും പാരമ്പര്യങ്ങളും പരിപാലിക്കുക എന്നിവയാണ്. കടന്ന് കയറി നായാടുന്നവർ അനവധിയുണ്ട്. അവർ പ്രകൃതിയുടെ നിയമങ്ങളെ അവഗണിക്കുന്നു. ക്രൂരമായ വിധത്തിൽ മൃഗങ്ങളെ കൊല്ലുന്നു. നായാട്ട് നിയമങ്ങളെ അവർ ബഹുമാനിക്കുന്നില്ല. നിങ്ങളാകട്ടെ ആ നിയമങ്ങളെല്ലാം അനുസരിക്കുന്നു. ഇക്കാലത്ത്, ഭാഗ്യമെന്ന് പറയട്ടെ, നായാട്ടിന്റെ സാമാന്യസങ്കല്പം തന്നെ മാറിയിരിക്കുന്നു. ചലിക്കുന്ന എല്ലാതിനും നേരെ നിറയൊഴിക്കുന്നവരല്ല ഇന്ന് നമ്മൾ. പ്രകൃതിയുടെ സൗന്ദര്യവും ക്രമവും പൊരുത്തവും കാത്ത് സൂക്ഷിക്കുന്നവർ കൂടിയാണ്. കഴിഞ്ഞ വർഷങ്ങളിൽ നമ്മുടെ പ്രിയപ്പെട്ട നായാട്ടുകാർ അവരുടേതായ നായാട്ട് ലോഡ്ജ് സ്ഥാപിച്ചിരിക്കുന്നു. അവിടെ ഒത്തുകൂടി അവർ നായാട്ടുസമയത്തെ സംസ്കാരം, നൈതികത, അച്ചടക്കം, സുരക്ഷ എന്നിവയെക്കുറിച്ച് ചർച്ച ചെയ്യുന്നു. അതിനോടൊപ്പം അവർക്ക് താത്പര്യമുള്ള മറ്റ് വിഷയങ്ങളും ചർച്ചയാകുന്നു."

ചിരി സഹിക്കവയ്യാതെ ഞാൻ ചീറ്റി. ഉച്ചത്തിൽ ശ്വാസം വിട്ടു. അത് കേട്ട് പള്ളിയിലുണ്ടായിരുന്നവരിൽ പാതിയാളുകളും എനിക്ക് നേരെ തിരിഞ്ഞു. എനിക്ക് ശ്വാസം മുട്ടുന്നോ എന്ന് തോന്നി. കുട്ടികളിലൊരാൾ എനിക്ക് ഒരു ടിഷ്യൂ പേപ്പർ നീട്ടി. എന്റെ കാലുകളിലെ മാംസപേശികൾ വലിഞ്ഞ് മുറുകാൻ തുടങ്ങി. കാല് മരവിച്ച് തുടങ്ങി. ഞാൻ കാലൊന്നനക്കി. അങ്ങിനെ അപ്പോൾ ചെയ്തില്ലെങ്കിൽ എന്റെ മാംസപേശികളിൽ ഒരു പൊട്ടിത്തെറി സംഭവിക്കുമായിരുന്നു. ഹൃദയാഘാതത്തിന്റെ മുന്നോടിയാണിതെന്ന് എനിക്ക് തോന്നി. അങ്ങിനെയെങ്കിൽ നന്നായി എന്ന് ഞാൻ കരുതി. അതെ, നിങ്ങൾക്കതാണിഷ്ടമെങ്കിൽ എനിക്കിതാ ഹൃദയാഘാതം സംഭവിച്ചുകൊണ്ടിരിക്കുന്നു!

കോൺസൻട്രേഷൻ ക്യാമ്പുകളിലെ നിരീക്ഷണ ഗോപുരങ്ങൾക്ക് സമാനമായ നായാട്ടുഗോപുരങ്ങളെ എന്തുകൊണ്ടാണ് മണ്ഡപങ്ങൾ എന്ന് വിളിക്കുന്നതെന്ന് ഇപ്പോൾ എനിക്ക് വ്യക്തമായി. മണ്ഡപത്തിൽ നിൽക്കുന്നവൻ മറ്റുള്ളവരേക്കാൾ ഉയർന്നവനാണ്. ഈ മണ്ഡപത്തിൽ നിൽക്കുന്നവൻ മറ്റ് ജീവജാലങ്ങളേക്കാൾ ഉയരത്തിലാണ്. അവനാണ് ആ ജീവജാലങ്ങൾ ജീവിക്കണോ മരിക്കണോ എന്ന വിധിയെഴുതുന്നത്. അയാൾ

ഉഗ്രശാസകനാകുന്നു, സ്വേച്ഛാധിപതിയാകുന്നു, ആക്രമിച്ചെടുക്കുന്നവനു മാകുന്നു. തികഞ്ഞ ഹർഷോല്ലാസത്തിലും എല്ലാവിധ പ്രചോദനങ്ങളും ഉൾക്കൊണ്ടുമാണ് പുരോഹിതൻ സംസാരിച്ചത്.

"ഈ ഭൂവിലുള്ളതെല്ലാം നിങ്ങളുടെ പ്രജകളാകട്ടെ. ഈ വാക്കുകൾ നായാട്ടുകാരോട് കർത്താവ് പറഞ്ഞതാണ്. കാരണം കർത്താവാണ് മനുഷ്യനെ അവന്റെ പങ്കാളിയാക്കിയത്. സഹായിയാക്കിയത്. സൃഷ്ടികർമ്മത്തിലെ സഹായി. തന്റെ ജോലി തുടക്കം മുതൽ അവസാനം വരെ വിഘ്നങ്ങളില്ലാതെ നീങ്ങുന്നു എന്ന് ഉറപ്പ് വരുത്താനാണവൻ ഇങ്ങിനെ സഹായിയെ നിശ്ചയിച്ചത്. നായാട്ടുകാർ അവരുടെ കർത്തവ്യം ചെയ്യുന്നു. അവരുടെ ജോലി ചെയ്യുന്നു. കർത്താവ് അവർക്ക് തന്ന വിശിഷ്ടസമ്മാനമായ ഈ പ്രകൃതിയെ ബോധപൂർവ്വം, നീതിപൂർവ്വം, വിവേകത്തോടെ നായാട്ടുകാർ സംരക്ഷിക്കുന്നു. നിങ്ങളുടെ ഈ സംഘം ഇനിയും വളർച്ച പ്രാപിക്കട്ടെ. അത് മറ്റ് മാനുഷജീവികളേയും പ്രകൃതിയേയും സേവിച്ചുകൊണ്ടേയിരിക്കട്ടെ..."

ഞാൻ ഒരുവിധത്തിൽ എഴുന്നേറ്റു. വരിയിൽ നിന്ന് പുറത്ത് കടന്നു. എന്റെ കാലുകൾ മരവിച്ചിരുന്നു. ആ കാലുകൾ വലിച്ചുവലിച്ച് ഞാൻ പ്രസംഗമണ്ഡപത്തിലെത്തി.

"മതി... ഇറങ്ങ് അവിടെനിന്ന്..." ഞാൻ വിളിച്ചു പറഞ്ഞു.

പള്ളിക്കകം നിശ്ശബ്ദമായി. എന്റെ സ്വരം പള്ളിയിൽ നാലുപാടും പ്രതിധ്വനിക്കുന്നത് കേട്ടു. അതെനിക്ക് സന്തോഷം നൽകി. അതിന്റെ കരുത്ത് വർദ്ധിക്കുന്നത് ഞാനറിഞ്ഞു. ഇവിടെ പ്രസംഗിച്ചുകൊണ്ടിരിക്കുന്നവർ അതിൽ മുഴുകിപ്പോകുന്നതിന് അത്ഭുതപ്പെടണ്ട.

"നിങ്ങളോടാണ് പറയുന്നത്. കേൾക്കാനില്ലേ? ഇറങ്ങവിടെ നിന്ന്!"

റസൽ എന്നെ തുറിച്ച് നോക്കി. അയാളുടെ കണ്ണുകൾക്ക് മുന്നിൽ കാണുന്ന കാഴ്ച വിശ്വസിക്കാനാകുന്നില്ല. അയാൾ ഭയന്നിരുന്നു. ചുണ്ടുകൾ വിറയ്ക്കുന്നുണ്ടായിരുന്നു. ഭയവും അതിനോടൊപ്പം അത്ഭുതവും അതിൽ കാണാമായിരുന്നു. ആ അവസരത്തിനൊത്ത വാക്കുകൾ പരതുകയായിരുന്നു അയാൾ. എന്നാൽ അതിനായില്ല എന്ന് വ്യക്തം.

"ശരി... ശരി." അയാൾ മന്ത്രിച്ചുകൊണ്ടിരുന്നു. ആ സ്വരത്തിലുണ്ടായിരുന്നത് പൂർണ്ണനിസ്സഹായതയല്ല, ആക്രമണോത്സുകതയുമല്ല.

"ആ മണ്ഡപത്തിൽ നിന്ന് ഇപ്പോൾ തന്നെ ഇറങ്ങണം! ഇവിടെ നിങ്ങളെ ഇനി ഒരു നിമിഷം കണ്ടുപോകരുത്." ഞാൻ ഉച്ചത്തിൽ തന്നെ പറഞ്ഞു.

ആരോ എന്റെ കൈ പിടിച്ചു. ഞാൻ തിരിഞ്ഞ് നോക്കി. യൂണിഫോം ധരിച്ച ഒരാൾ എനിക്ക് പുറകിൽ നിൽക്കുന്നത് കണ്ടു. ഞാനയാളിൽ നിന്ന് കുതറി. അപ്പോഴേക്കും രണ്ടാമതൊരാൾ ഓടിയെത്തി. അവർ ഇരുവരും ചേർന്ന് എന്നെ മുറുകെ പിടിച്ചു.

"കൊലയാളികൾ!" ഞാൻ ശബ്ദമിട്ടു.

കുട്ടികൾ ഭയന്ന് എന്നെ നോക്കി നില്പുണ്ടായിരുന്നു. അവരുടെ വസ്ത്രങ്ങൾ അവസരത്തിനു യോജിച്ചതല്ല എന്ന് തോന്നി. പാതി മനുഷ്യ രാണവർ. പാതി മൃഗവും. ഒരു പുതിയ ജനുസ്സ്. ഇനിയും ജനിക്കാനിരി ക്കുന്ന ഒരു പുതിയ ജനുസ്സ്. ജനങ്ങൾ അവരുടെ ഇരിപ്പിടങ്ങളിൽ വിമ്മിട്ട പ്പെട്ടു. പരസ്പരം മന്ത്രിച്ചു. എന്നാൽ അവരുടെ കണ്ണുകളിലെ കരുണ, അനുകമ്പ എനിക്ക് കാണാനായി. അതെന്നെ കൂടുതൽ കുപിതയാക്കി.

"എന്താണ് നിങ്ങൾ ഇങ്ങനെ പരുഷമായി നോക്കുന്നത്? നിങ്ങ ളൊക്കെ എന്താ ഉറക്കമാണോ? കണ്ണടക്കാതെ എങ്ങനെയാണ് നിങ്ങൾക്ക് ഇത്തരം അസംബന്ധങ്ങൾ കേൾക്കാനാകുന്നത്? നിങ്ങൾക്ക് മനസ്സിന്റെ സമനില നഷ്ടമായോ? അതോ നിങ്ങൾക്കൊന്നും ഹൃദയമേയില്ലേ?"

ഞാൻ പിന്നെ കുതറാൻ ശ്രമിച്ചില്ല. എന്നെയവർ പള്ളിക്ക് പുറത്തേക്ക് കൊണ്ടുപോയി. ഞാൻ എതിർത്തില്ല. എന്നാലും വാതിൽക്കലെത്തിയ പ്പോൾ ഞാൻ തിരിഞ്ഞു. അകത്തുള്ളവരെ നോക്കി ഉച്ചത്തിൽ "പുറത്ത് കടക്ക്. ഉടൻ... ഉടൻ..." എന്ന് പറഞ്ഞ് കൈ വീശി. "കടന്ന് പോ... ശൂൂൂ! നിങ്ങൾ എപ്പോഴെങ്കിലും ഹിപ്നോടൈസ് ചെയ്യപ്പെട്ടിട്ടുണ്ടോ? നിങ്ങൾക്ക് നിങ്ങളിലെ അനുകമ്പയുടെ അവസാന തുള്ളിയും ചോർന്ന് പോയോ?"

"ശാന്തമാകൂ. ഇവിടെ കുറച്ച് തണുപ്പുണ്ട്." എന്നെ വലിച്ചുകൊണ്ടു പോയിരുന്നവരിൽ ഒരാൾ പറഞ്ഞു. അതിനുശേഷം വന്ന വാക്കുകളിൽ ഭീഷണിയുണ്ടായിരുന്നു. അത് അയാളിൽ നിന്നല്ല വന്നത്. "അതല്ലെ ങ്കിൽ ഞങ്ങൾക്ക് പൊലീസിനെ വിളിക്കേണ്ടി വരും."

"അതെ. അതാണ് ശരി. പൊലീസിനെ വിളിക്കൂ. കുറ്റം ചെയ്യാൻ ഒരാൾ മറ്റുള്ളവരെ അവിടെ പ്രേരിപ്പിച്ചുകൊണ്ടിരിക്കുന്നു."

അവർ എന്നെ പുറത്താക്കി. കനമേറിയ വാതിലുകൾ അടച്ചിട്ടു. ഞാൻ വീണ്ടും പള്ളിയിൽ പ്രവേശിക്കാതിരിക്കാനാണത് ചെയ്തത്. ഫാദർ റസൽ തന്റെ പ്രഭാഷണം തുടർന്നിട്ടുണ്ടാകും എന്ന് ഞാൻ കരു തുന്നു. ഞാൻ പുറത്തുള്ള തിണ്ണയിലിരുന്നു. സാവധാനത്തിൽ ശാന്ത യായി. എന്റെ കോപം കടന്നു പോയി. തണുത്ത കാറ്റ് എന്റെ എരിയുന്ന മുഖത്തെ തണുപ്പിച്ചു.

കോപം എപ്പോഴും അതിനു പുറകിൽ ഒരു വലിയ ശൂന്യതയു ണ്ടാക്കും. കോപം കടന്ന് പോയാലും ആ ശൂന്യത അവിടെ തന്നെയു ണ്ടാകും. ആ ശൂന്യതയിലേക്ക് ദുഃഖം കുത്തിയൊഴുകും. ഒരു നദിയൊ ഴുകി വരുന്നതുപോലെ അതിവേഗം ഒഴുകിയെത്തും. ആ ഒഴുക്കങ്ങനെ വളരെ നേരം നിലനിൽക്കും. എന്റെ കണ്ണ് നിറഞ്ഞു. ഒരിക്കൽ കൂടി കണ്ണുനീരിന്റെ സ്രോതസ്സുകൾ വീണ്ടും നിറഞ്ഞ് കവിഞ്ഞു.

പുരോഹിതർ താമസിക്കുന്ന കെട്ടിടത്തിനു പുറത്തുള്ള പുൽത്തകിടി യിൽ രണ്ട് മണ്ണാത്തിപ്പുള്ളുകൾ തത്തിക്കളിക്കുന്നുണ്ടായിരുന്നു. അവ എന്നെ രസിപ്പിക്കാൻ ശ്രമിക്കുകയാണെന്ന് തോന്നി. വിഷമിക്കണ്ട,

നിങ്ങളുടെ സമയവും വരും. ചെയ്യേണ്ടതെല്ലാം ചെയ്തല്ലേ മതിയാകൂ. അതിനു പകരം വെയ്ക്കാൻ മറ്റൊന്നിനാകില്ലല്ലോ... അവർ എന്നോട് പറഞ്ഞുകൊണ്ടേയിരുന്നു. ജിജ്ഞാസയോടെ അവർ ഒരു ച്യൂയിംഗ് ഗമ്മിന്റെ തിളങ്ങുന്ന കടലാസിൽ കൊത്തി. അവരിലൊരാൾ അതൊന്ന് ഉയർത്തി നോക്കി. അതെടുത്ത് പറന്ന് പോയി. എന്റെ നോട്ടം അവളെ പിന്തുടർന്നു. അവർക്ക് ആ കെട്ടിടത്തിനു മുകളിൽ ഒരു കൂടുണ്ടാകണം. മണ്ണാത്തിപ്പുള്ളുകൾ. അഗ്നിക്ക് കാരണമാക്കുന്നവർ.

പിറ്റേന്ന് എനിക്ക് ക്ലാസില്ലായിരുന്നു. ചെറുപ്പക്കാരിയായ പ്രധാന അദ്ധ്യാപിക എന്നെ വിളിപ്പിച്ചു. ഉച്ചയ്ക്കാണ് വിളിപ്പിച്ചത്. ആ കെട്ടിടത്തിൽ അപ്പോൾ ആരുമില്ലായിരുന്നു. ഞാൻ ചോദിക്കാതെ തന്നെ അവർ ഒരു കപ്പ് ചായ കൊണ്ടുവന്നു. എനിക്ക് ഒരു തുണ്ട് കേക്ക് തന്നു. എന്തിന്റെ തയ്യാറെടുപ്പാണിതെന്ന് എനിക്ക് മനസ്സിലാകുന്നുണ്ടായിരുന്നു.

"ജനീന, നിങ്ങൾക്ക് മനസ്സിലാകും എന്നെനിക്കറിയാം... ഇതെല്ലാം സംഭവിച്ചതിനുശേഷം..." അവരുടെ സ്വരത്തിൽ ആശങ്കയുണ്ടായിരുന്നു.

"ഞാൻ 'ജനീന'യല്ല. അങ്ങനെ വിളിക്കരുതെന്ന് ഇതിനു മുമ്പും പറഞ്ഞിട്ടുണ്ട്." ഞാനവരെ തിരുത്തി. അത് ഉപയോഗശൂന്യമായ തിരുത്താണെന്ന് എനിക്കറിയാം. അവർ ഇനി പറയാൻ പോകുന്നതെന്തൊക്കെ എന്നും എനിക്കറിയാം. ഇത്തരം ആമുഖങ്ങളുടെ സഹായത്തോടെ, സ്വന്തം ആത്മവിശ്വാസത്തെ വർദ്ധിപ്പിക്കാനുള്ള ശ്രമത്തിലായിരുന്നു അവർ.

"...ശരി... ശരി... ശ്രീമതി ദസ്ജെയ്കൊ."

"അതെ. എനിക്കറിയാം. നിങ്ങളും കുട്ടികളും ഞാൻ പറഞ്ഞത് കേട്ടിരുന്നെങ്കിൽ എന്ന് ആഗ്രഹിക്കുന്നു. അല്ലാതെ ആ നായാട്ടുകാർ പറഞ്ഞതല്ല. അവർ പറഞ്ഞത് കുട്ടികളുടെ ആത്മവീര്യം കെടുത്തുന്നവയാണ്."

പ്രധാന അദ്ധ്യാപിക തൊണ്ടയൊന്ന് ശരിയാക്കി.

"താങ്കൾ ഒരു വിവാദത്തിനാണ് തിരി കൊളുത്തിയിരിക്കുന്നത്. അതും പള്ളിയിൽ വെച്ച്. ഏറ്റവും മോശമായത്, അത് കുട്ടികൾക്ക് മുന്നിൽ വെച്ചാണ് സംഭവിച്ചത് എന്നതാണ്. അവർക്ക് പുരോഹിതൻ, അത് സംഭവിച്ചയിടം എന്നതെല്ലാം എന്നും പ്രത്യേകതയുള്ളതായി നിലനിൽക്കേണ്ടതുണ്ട്."

"പ്രത്യേകതയുള്ളതോ? അങ്ങനെയെങ്കിൽ അതേ കാരണം അവരെ അത്തരം വാക്കുകൾ കേൾക്കുന്നതിനു തടയിടുന്നതിന്റെ കാരണവുമാകില്ലേ. ആ വാക്കുകൾ നിങ്ങളും കേട്ടതല്ലേ?"

പ്രധാനാദ്ധ്യാപിക ഒരു ദീർഘശ്വാസമെടുത്തു. എന്നെ നോക്കാതെ തുടർന്നു. "ശ്രീമതി ദസ്ജെയ്കൊ, നിങ്ങൾക്ക് തെറ്റുപറ്റിയിരിക്കുന്നു.

നമ്മുടെ ജീവിതത്തിൽ അന്തർലീനമായിട്ടുള്ള ചില നിയമങ്ങളും പാരമ്പര്യങ്ങളുമുണ്ട്. അവയെ അങ്ങനെ നിരാകരിക്കാനാകില്ല..." അവരുടെ അടിവയറിനെ വിറകൊള്ളിക്കുന്നതെന്തെന്ന് വ്യക്തമായിരുന്നു. അവർ പറയാൻ പോകുന്നതെന്തെന്ന് വ്യക്തമായിരുന്നു.

"നിങ്ങൾ പറഞ്ഞതുപോലെ അവയെ അപ്പാടെ നിരാകരിക്കണം എന്ന് ഞാൻ ആഗ്രഹിക്കുന്നില്ല. ഒന്നേയുള്ളൂ. കുട്ടികളെ ദ്വിമുഖരാകാൻ പഠിപ്പിക്കുന്ന, ചീത്ത കാര്യങ്ങൾ പഠിപ്പിക്കുന്ന യാതൊന്നിനേയും പ്രോത്സാഹിപ്പിക്കാൻ എനിക്കാകില്ല. ഞാനതിനെ എതിർക്കും. കൊല്ലുന്നതിന്റെ മഹത്വവത്കരിക്കുക എന്നത് തിന്മയാണ്."

പ്രധാന അദ്ധ്യാപിക തന്റെ ഇരുകരങ്ങൾകൊണ്ടും തലയൊന്ന് താങ്ങിപ്പിടിച്ചു. മൃദുസ്വരത്തിൽ എനിക്ക് മറുപടി തന്നു. "നിങ്ങളുടെ കരാർ റദ്ദാക്കാൻ ഞാൻ നിർബന്ധിതയായിരിക്കുന്നു. അതെന്തായാലും ഇതിനകം താങ്കൾ ഊഹിച്ചിരിക്കുമല്ലോ. കുറച്ച് കാലത്തേക്ക് ആരോഗ്യകാരണങ്ങളാൽ അവധി വേണം എന്ന് താങ്കൾ അപേക്ഷിക്കുകയാണെങ്കിൽ അതായിരിക്കും നല്ലത്. അത് നിങ്ങൾക്ക് അനുകൂലമായി വരും. നിങ്ങൾ എന്തായാലും കുറച്ച് കാലം അസുഖമായി കിടക്കുകയായിരുന്നല്ലോ. ആ അവധിയൊന്ന് നീട്ടിത്തരാൻ അപേക്ഷിച്ചാൽ മതി. ഞാൻ പറഞ്ഞത് മനസ്സിലാക്കണം. അതല്ലാതെ എന്റെ പക്കൽ മറ്റ് മാർഗ്ഗമൊന്നുമില്ല."

"അപ്പോൾ ഇംഗ്ലീഷ്...? ക്ലാസ്സുകൾ ആരെടുക്കും?"

അവരാകെ ചുവന്നു.

"മതകാര്യങ്ങൾ പഠിപ്പിക്കുന്ന നമ്മുടെ അദ്ധ്യാപിക ഒരു ഭാഷാസ്കൂളിൽ പഠിച്ചിട്ടുണ്ട്." അവരെന്നെ വിചിത്രമായ രീതിയിൽ ഒന്ന് നോക്കി. "അതെന്തോ ആകട്ടെ... നിങ്ങളുടെ അദ്ധ്യാപനരീതികൾ തന്നെ യാഥാസ്ഥിതികമായിരുന്നില്ല എന്നൊരു ആക്ഷേപം എന്നോട് ഇതിനു മുമ്പും പലരും പറഞ്ഞിട്ടുള്ളതാണ്. നിങ്ങൾ ക്ലാസ് മുറികളിൽ മെഴുകുതിരി കത്തിച്ച് വെയ്ക്കുന്നു, പടക്കം പൊട്ടിക്കുന്നു. അതിനാൽ ക്ലാസ്മുറികളിൽ ആകെ പുക നിറയുന്നു എന്നൊക്കെ മറ്റ് അദ്ധ്യാപകർ ആക്ഷേപമുന്നയിച്ചിട്ടുണ്ട്. നിങ്ങളിൽ ഏതോ ചെകുത്താൻ ബാധിച്ചിട്ടുണ്ടെന്ന് മാതാപിതാക്കളും സംശയിക്കുന്നു. അവരങ്ങനെ ഭയക്കുന്നു. ഒരുപക്ഷേ അവർ ലളിതമനസ്കരായതുകൊണ്ടാകാം അങ്ങനെയൊക്കെ ചിന്തിക്കുന്നത്... നിങ്ങൾ കുട്ടികൾക്ക് വിചിത്രമായ പലതും തിന്നാൻ കൊടുക്കുന്നു എന്നും കേട്ടിട്ടുണ്ട്. എന്തൊക്കെയാണത്? അതിലേതിലെങ്കിലും വിഷം കലർന്നിട്ടുണ്ടെങ്കിൽ ആര് ഉത്തരവാദിത്വമേറ്റെടുക്കും? നിങ്ങളെന്താ ഇങ്ങനെയൊക്കെ ചിന്തിക്കുന്നതേ അവസാനിപ്പിച്ചോ?"

അവരുടെ ഈ വാക്കുകൾ എന്നെ ആകെ തളർത്തി. കുട്ടികളെ ആവേശഭരിതരാക്കാനും അവരിൽ പഠനത്തിൽ താത്പര്യമുണർത്താനും ഫലവത്താകും എന്ന് ഞാൻ കരുതിയ ചിലതിനെക്കുറിച്ചാണിവർ പരാമർശിക്കുന്നത്. അതിനെ ഇങ്ങനെ വ്യാഖ്യാനിക്കുന്നത് കേട്ടപ്പോൾ എന്റെ കരുത്തെല്ലാം ചോർന്നു പോകുന്നതുപോലെ തോന്നിത്തുടങ്ങി. എന്തെങ്കിലും തിരിച്ചു പറയാൻ എനിക്ക് തോന്നിയില്ല. ഞാൻ ഒരു വിധത്തിൽ

എഴുന്നേറ്റ് നിന്നു. മുറിയിൽ നിന്ന് പുറത്തിറങ്ങി. കണ്ണിന്റെ കോണിലൂടെ നോക്കിയപ്പോൾ അവർ കടലാസുകളിൽ കൈവിരലോടിക്കുന്നതും അവയെ അങ്ങോട്ടുമിങ്ങോട്ടും വെയ്ക്കുന്നതും കണ്ടു. അവരുടെ കൈകൾ വിറയ്ക്കുന്നുണ്ടായിരുന്നു. പാവം സ്ത്രീ.

എനിക്കവാശ്യമുള്ളതെല്ലാമെന്റെ സമുറായിയിലുണ്ടായിരുന്നു. പുറത്ത് വെയിൽ മങ്ങിത്തുടങ്ങിയിരുന്നു. അതെനിക്ക് സഹായകരമായി. സന്ധ്യ എന്നും എന്നെപ്പോലെയുള്ളവരെ സഹായിച്ചിട്ടുണ്ട്.

അധികം അദ്ധ്വാനമൊന്നുമില്ലാതെ ഞാൻ കടുകുകൊണ്ട് ഒരു സൂപ്പുണ്ടാക്കി. അങ്ങനെ ഭക്ഷണം തയ്യാറായി. ആദ്യം വെണ്ണ ഒന്ന് ചൂടാക്കിയെടുക്കണം. അതിൽ കുറച്ച് ആട്ട ചേർക്കണം. ആട്ട ഉരുകിയ വെണ്ണയെ വലിച്ച് കുടിക്കും. അത് ഒന്ന് വീർക്കും. അപ്പോൾ അതിൽ ധാരാളം പാലും വെള്ളവും ചേർക്കണം. എത്ര പാല് ചേർത്തുവോ അത്രയും വെള്ളം. അപ്പോൾ ആട്ടയും വെണ്ണയും തമ്മിലുള്ള ചങ്ങാത്തം അവസാനിക്കും. സാവധാനത്തിൽ എന്റെ സൂപ്പ് തയ്യാറാകും. അതിൽ കുറച്ച് ഉപ്പും കുരുമുളകും പെരുംജീരകവും ചേർക്കണം. നല്ലവണ്ണം തിളച്ചാൽ ഇറക്കി വെയ്ക്കണം. ഇതിലേക്കാണ് നമ്മൾ കടുക് ചേർക്കേണ്ടത്. കടുകിന്റെ മൂന്ന് തരങ്ങളുണ്ട്. പൂർണ്ണരൂപത്തിലുള്ള കടുക്, അതിനെ ഫ്രഞ്ച് ഡീ ജോൺ എന്ന് വിളിക്കുന്നു. പിന്നെ ഇളം തവിട്ട് നിറമുള്ള ഒരു തരം കടുക്. അതിന്റെ ക്രീം ആണ് ചേർക്കുന്നത്. അതല്ലെങ്കിൽ സൂപ്പിന് അതിന്റെ രുചി ലഭിക്കില്ല. അതിനോടൊപ്പം കടുകിന്റെ പൊടിയും ചേർക്കും. കടുക് തിളപ്പിക്കരുതെന്നത് പ്രത്യേകം ശ്രദ്ധിക്കണം. തിളച്ചാലും സൂപ്പിന്റെ രുചി മാറും. അതിനിത്തിരി കയ്പ് രസം വരും. ഈ സൂപ്പ് ഡിസ്സിക്ക് വലിയ ഇഷ്ടമാണെന്ന് എനിക്കറിയാം.

അവർ മൂന്ന് പേരും ഒന്നിച്ചാണെത്തിയത്. അവരെന്നെ ഇനി എങ്ങനെയാണ് അത്ഭുതപ്പെടുത്താൻ പോകുന്നത് എന്ന ചിന്തയായിരുന്നു അപ്പോൾ എന്റെ മനസ്സിൽ. അവരാകട്ടെ തീർത്തും ഗൗരവത്തിലായിരുന്നു. ഡിസ്സിയും ഗുഡ്ന്യൂസും പുതിയ ജാക്കറ്റുകളാണിഞ്ഞിരുന്നത്. ഒരുപോലെയുള്ളത്. ശൈത്യകാലത്തിനനുയോജ്യമായത്. അവരൊന്നിച്ചാൽ നല്ല ഇണകളാകും എന്നൊരു ചിന്ത മനസ്സിലുണ്ടായി. അവർ ഇരുവരും നല്ല സൗന്ദര്യമുള്ളവരാണ്. മഞ്ഞുകണങ്ങൾ തൊട്ടുതൊട്ടൊഴുകി നീങ്ങുന്നതിനോട് ഉപമിക്കാം അവരങ്ങനെ നടന്ന് വരുന്നതിനെ.

ഓഡ്ബോൾ വിഷാദവാനായിരുന്നു. ഒരു കാലിൽ നിന്ന് മറുകാലിലേക്ക് മാറിയും കൈകൾ കൂട്ടിത്തിരുമ്മിയും സമയം കൊല്ലുകയാണയാൾ. അയാൾ സ്വയം വാറ്റിയ ഒരു കുപ്പി ബ്രാണ്ടി കൊണ്ടുവന്നിട്ടുണ്ട്.

അയാൾ സ്വയമുണ്ടാക്കുന്ന മദ്യം എനിക്കൊരിക്കലും ഇഷ്ടമാകാറില്ല. പഞ്ചസാര ചേർക്കുന്നതിൽ ലുബ്ധ് കാണിക്കാറുണ്ടയാൾ എന്ന് തോന്നുന്നു. അതുകൊണ്ടാകണം അയാൾ വാറ്റിയെടുത്ത മദ്യം കഴിച്ചാൽ ഒരു കയ്പ് രസം വിടാതെ നിൽക്കുന്നത്.

അവർ മേശയ്ക്കരികിൽ ഇരുന്നു. ഞാനപ്പോൾ സൂപ്പിന്റെ കൂടെ വിളമ്പാനുള്ള റൊട്ടിക്കഷണം പൊരിച്ചെടുക്കുകയായിരുന്നു. ഞാനവരെ ഒരിക്കൽ കൂടി നോക്കി. ഒരുപക്ഷേ ഇതവസാനമായിട്ടാകും ഇവരെല്ലാവരേയും ഞാൻ ഒന്നിച്ചു കാണുന്നത് എന്നൊരു ചിന്ത അപ്പോൾ എന്നിലുണ്ടായി. പിരിയാൻ സമയമായിരിക്കുന്നു എന്നൊരു ചിന്ത. പെട്ടെന്ന് ഞങ്ങൾ നാലു പേരേയും വ്യത്യസ്തമായ കോണിൽ നിന്ന് ഞാൻ കണ്ടുതുടങ്ങി. ഞങ്ങളിൽ പൊതുവായ പലതുമുണ്ടായിരുന്നു. ഞങ്ങൾ ഒരു കുടുംബമായിരുന്നു. ലോകം ഉപയോഗശൂന്യരെന്ന് മുദ്രയടിക്കുന്ന തരത്തിലുള്ള ജനങ്ങളിൽപെട്ടവരായിരുന്നു ഞങ്ങൾ എന്ന് ഞാൻ തിരിച്ചറിഞ്ഞു. ലോകത്തിന് ഉപകാരപ്രദമായ ഒന്നും ഞങ്ങൾ ചെയ്യുന്നില്ല. മഹത്തരമായ ആശയങ്ങൾ കൊണ്ടുവരുന്നില്ല. പ്രാധാന്യമുള്ള വസ്തുക്കളോ ഭക്ഷണപദാർത്ഥങ്ങളോ നിർമ്മിക്കുന്നില്ല. കൃഷി ചെയ്യുന്നില്ല. സാമ്പത്തിക രംഗത്തെ ഉത്തേജിപ്പിക്കുന്ന ഒന്നും ചെയ്യുന്നില്ല. ഞങ്ങൾ പ്രത്യുത്പാദനം നടത്തിയിട്ടില്ല. ഒരുപക്ഷേ ആ കാര്യത്തിൽ മാത്രം ഓഡ്ബോൾ വ്യത്യസ്തനാകാം. അയാൾക്ക് ഒരു മകനുണ്ടല്ലോ. ആ മകൻ ബ്ലാക്ക് കോട്ട് ആണെങ്കിലും അത് അയാളുടെ മകനാണല്ലോ. ഈ ലോകത്തിന് ഉപകാരപ്രദമായ ഒന്നും ഞങ്ങൾ നൽകിയിട്ടില്ല. ഒരു പുതിയ കണ്ടുപിടുത്തത്തിനുള്ള ആശയവുമായി മുന്നോട്ട് വന്നിട്ടില്ല. ഞങ്ങളുടെ പക്കൽ അധികാരമില്ല. ചെറിയ ഒരു തുണ്ട് ഭൂമിയല്ലാതെ മറ്റ് സ്രോതസ്സുകൾ ഒന്നുമില്ല. ഞങ്ങൾ ഞങ്ങളുടെ ജോലി ചെയ്യുന്നു. ആ ജോലിയും മറ്റുള്ളവരെ സംബന്ധിച്ചിടത്തോളം അത്ര പ്രാധാന്യമുള്ളതൊന്നുമല്ല. ഞങ്ങളെ കാണാതായാലും കാര്യമായ മാറ്റങ്ങൾ ഒന്നും സംഭവിക്കില്ല. ആരും ശ്രദ്ധിക്കുക പോലുമില്ല.

നിശ്ശബ്ദമായ രാവിൽ, അടുക്കളയിലെ സ്റ്റൗവിന്റെ ഗർജ്ജനത്തിനിടയിൽ ദൂരെയെവിടെ നിന്നോ ചില സൈറണുകൾ കേട്ടു. ഗ്രാമത്തിൽ നിന്ന് കാറ്റ് കൊണ്ടുവന്നതാകണം അത്. അവർക്ക് ഇവിടെ നിന്നുള്ള ഈ അശുഭസൂചകസ്വരങ്ങളും കേൾക്കാനാകുന്നുണ്ടോ എന്ന് ഞാൻ ആശ്ചര്യപ്പെട്ടു. അടക്കിപ്പിടിച്ചാണവർ സംസാരിക്കുന്നത്. പരസ്പരം ചാരി നിന്ന്, ശാന്തമായി.

ഞാൻ സൂപ്പ് പാത്രങ്ങളിലൊഴിച്ചു. എന്റെ ദുഃഖം പെട്ടെന്ന് സഹിക്കവയ്യാതായി. എന്റെ കണ്ണുകൾ നിറഞ്ഞൊഴുകി. അവർ അത് ശ്രദ്ധിച്ചില്ല. അവർ അപ്പോഴും അവരുടെ സംഭാഷണങ്ങളിൽ മുഴുകിയിരിക്കുന്നു ഞാൻ സൂപ്പുണ്ടാക്കിയ പാത്രം ജാലകത്തിനരികിൽ വെച്ചു. അവിടെ നിന്ന് അവരെ ഒളിഞ്ഞു നോക്കി. ഓഡ്ബോളിന്റെ വിളറിയ മുഖം ഞാൻ

കണ്ടു. നരച്ച തല വൃത്തിയായി ചീകി വെച്ചിരിക്കുന്നു. കവിളുകൾ അന്ന് ഷേയ്വ് ചെയ്തിട്ടുണ്ട്. ഗുഡ്ന്യൂസിന്റെ സുന്ദരമായ മൂക്കും കഴുത്തും ഞാൻ കണ്ടു. വർണ്ണാഭമായ ഒരു സ്കാർഫ് അവൾ തലയിലൂടെയിട്ടിരിക്കുന്നു. ഡിസ്സിയുടെ ചുമലുകളാണെനിക്ക് കാണാനായത്. ഇത്തിരിയൊന്ന് വളഞ്ഞിരിക്കുന്ന ചുമൽ. അത് കൈകൊണ്ട് തുന്നിയെടുത്ത ഒരു സ്വെറ്ററിൽ പൊതിഞ്ഞ് വെച്ചിരിക്കുന്നു. ഇവർക്കെല്ലാം ഇനി എന്ത് സംഭവിക്കും? ഈ കുട്ടികൾ ഇതിനെയൊക്കെ എങ്ങനെ അഭിമുഖീകരിക്കും?

ഞാൻ ഇനി എന്ത് ചെയ്യും? ഞാനും അവരെപ്പോലെയൊക്കെ തന്നെയല്ലേ! എന്റെ ആയുസ്സിന്റെ മൊത്തത്തിലുള്ള വിളവെടുത്താൽ അത് മറ്റൊരു ജീവിതം കെട്ടിപ്പെടുക്കാനുള്ളതാകില്ല. അതിനുള്ള സമയവും എനിക്കില്ല.

നമ്മൾ ഉപകാരമുള്ളവരായിരിക്കേണ്ടതെന്തുകൊണ്ട്? എങ്ങനെയാകണം? എന്തിനാകണം? ഈ ലോകത്തെ ഉപകാരമുള്ളവരെന്നും ഉപകാരമില്ലാത്തവരെന്നും തരം തിരിച്ചത് ആരാണ്? അവർക്കതിന് എന്ത് അവകാശമാണുള്ളത്? ഒരു കാരമുള്ളിന് ജീവിക്കാൻ അവകാശമുണ്ടോ? ധാന്യപ്പുരയിലെ ധാന്യം കവർന്ന് തിന്നുന്ന എലിക്കുണ്ടോ? തേനീച്ചകൾ, വണ്ടുകൾ, കളകൾ, റോസുകൾ എന്നിവയ്ക്കോ? ഇതിൽ നല്ലതാര് എന്നൊക്കെ തരം തിരിക്കാനുള്ള നാണമില്ലായ്മ, ധാർഷ്ട്യം, ആരുടെ ബുദ്ധിക്കാണുണ്ടായത്? നിറയെ പൊത്തുകളുള്ള ഒരു വലിയ മരം ചിലപ്പോൾ, വെട്ടിമാറ്റിയില്ലെങ്കിൽ, നൂറുകണക്കിന് വർഷങ്ങൾ ജീവിച്ചു എന്ന് വരാം. അത് വെട്ടിമാറ്റാതിരിക്കാൻ ഒരു കാരണം അതിന്റെ തടി ഒരു ഉപകാരത്തിനും പറ്റില്ല എന്നതുകൊണ്ടാണ്. ഈ ഉദാഹരണം നമ്മെപ്പോലെയുള്ളവരെ പ്രചോദിപ്പിക്കണം. ഉപകാരമുള്ളവയിൽ നിന്ന് എങ്ങനെ വിളവെടുക്കണം എന്ന് എല്ലാവർക്കും അറിയാം. എന്നാൽ ഉപകാരമില്ലാത്തവയിൽ നിന്ന് എന്ത് ഗുണാനുഭവങ്ങൾ കരസ്ഥമാക്കണം എന്ന് ആർക്കുമറിയില്ല.

“ആ ഗ്രാമത്തിൽ നിന്ന് ഒരു വെളിച്ചം കാണുന്നു.” ഓഡ്ബോൾ പറഞ്ഞു. അയാളപ്പോൾ ജാലകത്തിനരികിലായിരുന്നു. “എന്തിനോ തീ പിടിച്ചിരിക്കുന്നു.”

“ഇരിക്കൂ. ഞാൻ സൂപ്പും റൊട്ടിയും വിളമ്പാം.” ഞാൻ പറഞ്ഞു. എന്റെ കണ്ണുകൾ ഉണങ്ങി എന്ന് ഉറപ്പ് വരുത്തിയതിനു ശേഷമാണങ്ങനെ പറഞ്ഞത്. അവരെന്നിട്ടും മേശയ്ക്കരികിലേക്ക് വന്നില്ല. അവർ ജാലകത്തിനരികിൽ തന്നെയായിരുന്നു. നിശ്ശബ്ദരായിരുന്നു. കുറച്ച് കഴിഞ്ഞപ്പോൾ അവർ എന്നെ തിരിഞ്ഞ് നോക്കി. ഡിസ്സിയുടെ മുഖത്തെ തീവ്രവേദന വ്യക്തമായിരുന്നു. ഓഡ്ബോളാകാട്ടെ തനിക്കിത് വിശ്വസിക്കാനാകുന്നില്ല എന്ന് മട്ടിലാണ് നോക്കിയത്. ഗുഡ്ന്യൂസ് രഹസ്യമായി, ഒളിഞ്ഞാണെന്നെ നോക്കിയത്. ആ നോട്ടത്തിൽ ഒരു ദുഃഖമുണ്ടായിരുന്നു. ആ നോട്ടം എന്റെ ഹൃദയം തകർത്തു.

അതിനിടയിൽ ഡിസ്സിയുടെ ഫോൺ ശബ്ദിച്ചു.

"അതെടുക്കരുത്." ഞാൻ ഒച്ചയിട്ടു. "ചെക്ക് റിപ്പബ്ലിക് വഴിയാണത് വരുന്നത്. കാശ് കുറേ ചെലവാകും."

"എനിക്ക് ഉത്തരം നൽകാനുമാകില്ല. ഞാനിപ്പോഴും പോലീസിൽ ജോലി ചെയ്യുന്നുണ്ട്." ഡിസ്സി എന്നോട് പറഞ്ഞു. എന്നിട്ട് ഫോണെടുത്തു. "പറയൂ" എന്ന് പറഞ്ഞു.

ഞങ്ങളെല്ലാം എന്തോ പ്രതീക്ഷയോടെ അയാളിൽ ദൃഷ്ടിയുറപ്പിച്ചു. സൂപ്പ് തണുത്ത് തുടങ്ങിയിരുന്നു.

"ഞാനെത്താം. ഉടൻ." ഡിസ്സി പറഞ്ഞു. അവനെ നഷ്ടപ്പെടുമോ എന്നൊരു ഭയം എന്നിലപ്പോൾ നിറഞ്ഞു. അവർ എന്നന്നേക്കുമായി പോകാനൊരുങ്ങുകയാണ്.

"പുരോഹിതന്റെ മാളികയ്ക്ക് തീ പിടിച്ചിരിക്കുന്നു. ഫാദർ റസൽ മരിച്ചു." ഡിസ്സി പറഞ്ഞു. അവൻ മേശയ്ക്കരികിൽ വന്നിരുന്നു. യാന്ത്രികമായി സൂപ്പ് കുടിക്കാൻ തുടങ്ങി.

ബുധൻ വക്രഗതിയിലാണെന്ന് എനിക്ക് മനസ്സിലായി. എനിക്ക് സംസാരിച്ച് കാര്യങ്ങൾ പ്രകടമാക്കുന്നതിലും നന്നായി എഴുതി ചെയ്യാനാകും. ഞാനൊരു നല്ല എഴുത്തുകാരിയാകേണ്ടവളായിരുന്നു. ചിലപ്പോൾ എന്റെ പെരുമാറ്റത്തിനു പുറകിലുള്ള പ്രേരണകൾ എന്തൊക്കെയെന്ന് വിവരിക്കാൻ എനിക്കാകാതാകുന്നു. അപ്പോൾ അത് പറയേണ്ടി വരുന്നു. എന്നാൽ പറഞ്ഞു തുടങ്ങുമ്പോൾ പറയാനാകാതാകുന്നു. അവയെ ഞാൻ എങ്ങനെ വാക്കുകളിൽ എഴുതി വെയ്ക്കും? ഞാൻ എന്ത് ചെയ്തു എന്ന് മറ്റുള്ളവരിൽ നിന്ന് മനസ്സിലാക്കുന്നത് എനിക്കിഷ്ടമല്ല. അവരത് എന്നിൽ നിന്ന് തന്നെ അറിയണം. അതിനാൽ അതെല്ലാം വിശദീകരിക്കാൻ ഞാൻ തയ്യാറെടുക്കുന്നു. അതിനുമുമ്പേ പക്ഷേ, ഡിസ്സി സംസാരിച്ചു തുടങ്ങി.

"ഇത് നിങ്ങൾ ചെയ്തതാണെന്ന് ഞങ്ങൾക്കറിയാം." അവൻ പറഞ്ഞു. "അതുകൊണ്ടാണിപ്പോൾ ഞങ്ങൾ വന്നത്. ഒരു തീരുമാനമെടുക്കാൻ."

"നിങ്ങളെ ഇവിടെ നിന്ന് കൊണ്ടുപോകാൻ ഞങ്ങൾ ആഗ്രഹിക്കുന്നു." ഓഡ്ബോൾ ശോകമൂകമായ സ്വരത്തിൽ പറഞ്ഞു.

"നിങ്ങൾ വീണ്ടും അങ്ങനെ ചെയ്യും എന്ന് ഞങ്ങൾ കരുതിയില്ല. നിങ്ങൾ തന്നെയാണോ അത് ചെയ്തത്?" പാതി കുടിച്ച സൂപ്പ് മാറ്റി വെച്ച് ഡിസ്സി ചോദിച്ചു.

"അതെ."

ഞാൻ ചട്ടി വീണ്ടും സ്റ്റൗവിനു മുകളിൽ വച്ചു. എന്റെ ആപ്രൺ അഴിച്ച് മാറ്റി. അവർക്ക് മുന്നിൽ വിധിന്യായത്തിനായി കാത്ത് നിന്നു.

"പ്രസിഡന്റ് എങ്ങനെയാണ് മരിച്ചതെന്നറിഞ്ഞപ്പോഴേ ഞങ്ങളിത് തിരിച്ചറിഞ്ഞിരുന്നു. വണ്ടുകൾ. അങ്ങനെ ചെയ്യാൻ നിങ്ങൾക്കല്ലാതെ

മറ്റാർക്കുമാകില്ല. നിങ്ങളല്ലെങ്കിൽ ബൂറൂസ്. അയാൾ പോയിട്ട് കാലം കുറച്ചായല്ലോ. ഞാനയാളെ വിളിച്ചു. പരിശോധിച്ചു. അയാൾക്കത് വിശ്വസിക്കാനായില്ല. എന്നാൽ അയാളുടെ വിലപിടിപ്പുള്ള ചില രാസവസ്തുക്കൾ നഷ്ടപ്പെട്ടിരുന്നു എന്നയാൾ പറഞ്ഞു. മറ്റ് ജീവികളെ ആകർഷിക്കാൻ സഹായിക്കുന്ന രാസവസ്തുക്കൾ. അതെങ്ങനെ നഷ്ടമായി എന്നതിന് ഒരു വിശദീകരണം അയാൾക്ക് കണ്ടെത്താനായില്ല. കൃത്യം നടക്കുമ്പോൾ അയാൾ കാട്ടിലായിരുന്നു. അതായിരുന്നു ഒഴികഴിവ്. പ്രസിഡന്റിനോട് നിങ്ങൾക്കെന്ത് വിരോധം എന്ന ചിന്ത വളരെ സമയം എന്നെ കുഴക്കി. പിന്നെ അത് നിങ്ങളുടെ കൊച്ചു പെൺകുട്ടികളുമൊത്തുള്ള എന്തെങ്കിലുമാകും എന്ന തീരുമാനത്തിലെത്തി. അവർ എന്തൊക്കെയാണ് നായാടിയിരുന്നതെന്ന സത്യം നിങ്ങളെ ഒരിക്കലും ഒളിപ്പിച്ചിട്ടില്ലല്ലോ, അവരെല്ലാം! ഫാദർ റസലും നായാട്ടുകാരനായിരുന്നു എന്ന് ഇപ്പോൾ എനിക്ക് മനസ്സിലാകുന്നു."

"അയാളായിരുന്നു അവരുടെ മുഖ്യ പുരോഹിതൻ." ഞാൻ മന്ത്രിച്ചു.

"എനിക്കാദ്യമേ ചില സംശയങ്ങളുണ്ടായിരുന്നു. പ്രത്യേകിച്ചും നിങ്ങൾ കാറിൽ കൊണ്ടുനടക്കുന്ന വസ്തുക്കളെന്തൊക്കെ എന്നറിഞ്ഞപ്പോൾ. എന്നാൽ അതിനെക്കുറിച്ചൊന്നും ഞാനൊരിക്കലും സംസാരിച്ചില്ല. നിങ്ങളുടെ സമുറായ് ഒരു കമാൻഡോ വാഹനം പോലെ തോന്നിപ്പിക്കാറുണ്ടെന്ന് പറഞ്ഞാൽ വിശ്വസിക്കുമോ?"

പെട്ടെന്ന്, എന്റെ കാലുകൾ ബലഹീനമാകുന്നോ എന്ന തോന്നലുണ്ടായി. ഞാൻ നിലത്തിരുന്നു. എന്നെ താങ്ങി നിർത്താനുള്ള കരുത്ത് എനിക്കില്ലാതായിരിക്കുന്നു. അത് വായുവിലേക്ക് ആവിയായി പോയിരിക്കുന്നു.

"അവരെന്നെ അറസ്റ്റ് ചെയ്യും എന്ന് കരുതുന്നുണ്ടോ? അവരെന്നെ തേടിയെത്തുമോ? വീണ്ടും ജയിലിലിലടക്കുമോ?"

"നിങ്ങൾ മനുഷ്യരെയാണ് കൊന്നത്. അതോർമ്മയുണ്ടല്ലോ? അതറിയാമല്ലോ?"

"വിശ്രമിക്കൂ... വിഷമിക്കാതിരിക്കൂ." ഓഡ്ബോൾ പറഞ്ഞു.

ഡിസ്സി ഒന്ന് മുന്നോട്ടാഞ്ഞു. എന്റെ തോളിൽ പിടിച്ചു. ശക്തമായി കുലുക്കി.

"എങ്ങനെയാണിതൊക്കെ സംഭവിച്ചത്? എന്തിനാണിതൊക്കെ നിങ്ങൾ ചെയ്തത്?"

ഞാൻ മുട്ടുകാലിൽ നിന്നു. ഒരു വശം ചാരി നിന്നു. ആ വശത്തുണ്ടായിരുന്ന അലമാരയിൽ നിന്ന് തുണിയിൽ പൊതിഞ്ഞ ഒരു ഫോട്ടോഗ്രാഫെടുത്തു. അതെനിക്ക് ബിഗ്ഫൂട്ടിന്റെ വീട്ടിൽ നിന്ന് കിട്ടിയതായിരുന്നു. അതിലേക്ക് നോക്കാതെ ഞാനത് ഡിസ്സിക്ക് നേരെ നീട്ടി. അതെന്റെ തലച്ചോറിനെ അപ്പോഴും കാർന്ന് തിന്നുന്നുണ്ടായിരുന്നു. അതിലെ ഒരു സൂക്ഷ്മാംശവും എനിക്ക് മറക്കാനാകുന്നുണ്ടായിരുന്നില്ല.

16

ഫോട്ടോഗ്രാഫ്

കല്പനകൾ പഠിപ്പിക്കുന്ന കുതിരയേക്കാൾ
പ്രതികാരവാഞ്ഛയുള്ള കടുവകളാണ് ബുദ്ധിമാന്മാർ

ഫോട്ടോഗ്രാഫി എല്ലാം വ്യക്തമായിരുന്നു. ഒരു കുറ്റകൃത്യത്തെക്കുറിച്ച് ഒരാൾക്ക് ഊഹിച്ചെടുക്കാവുന്നതിൽ വെച്ച് ഏറ്റവും നല്ല തെളിവ് അതിലുണ്ടായിരുന്നു.

യുണിഫോം ധാരികളായ ഒരു വരി മനുഷ്യർ നിരന്ന് നില്പുണ്ടായിരുന്നു. പുല്ലിൽ. അവർക്ക് മുമ്പിൽ ഒരുകൂട്ടം മൃഗങ്ങളുടെ ശവങ്ങൾ കിടപ്പുണ്ടായിരുന്നു. ഒന്നിനരികിൽ മറ്റൊന്നായി മുയലുകൾ, രണ്ട് കാട്ടുപന്നികൾ - അതിലൊന്ന് ചെറുതും മറ്റൊന്ന് വലുതുമായിരുന്നു, കുറച്ച് മാനുകൾ, ധാരാളം കൊറ്റികൾ, താറാവുകൾ, ഹംസങ്ങൾ, എരണ്ടകൾ. ചെറുകുത്തുകൾ പോലെ ഫോട്ടോയിലെമ്പാടും അവ പരന്ന് കിടന്നു. ആ ജന്തുശരീരങ്ങൾ എന്നോട് എന്തോപറയുന്നതുപോലെയുണ്ടായിരുന്നു. പക്ഷികൾ എന്നോട് 'ഇതിങ്ങനെ അവസാനമില്ലാതെ തുടർന്നുകൊണ്ടേയിരിക്കും' എന്ന് ഘോഷിക്കുന്നുണ്ടായിരുന്നു.

ആ ചിത്രത്തിന്റെ ഒരു മൂലയിൽ കണ്ട ദൃശ്യം എനിക്ക് തലകറക്കമുണ്ടാക്കി. എന്റെ കണ്ണിൽ ഇരുട്ട് കയറി. നിങ്ങൾ അത് കണ്ടിട്ടുണ്ടാകില്ല ഓഡ്ബോൾ. നിങ്ങളപ്പോൾ ബിഗ്ഫൂട്ടിന്റെ ശവവുമായി മൽപ്പിടുത്തത്തിലായിരുന്നു. ഞാൻ എന്റെ ഓക്കാനം നിയന്ത്രിക്കാൻ ശ്രമിച്ചുകൊണ്ടിരുന്നപ്പോൾ നിങ്ങൾ മറ്റെന്തോ തിരക്കിലായിരുന്നു. ആ ചിത്രത്തിലെ കറുത്ത പാടുകൾക്കിടയിലുള്ള വെളുത്ത രോമക്കുപ്പായങ്ങൾ നിങ്ങൾ

ശ്രദ്ധിച്ചിട്ടുണ്ടാകില്ല. ആ ചിത്രത്തിന്റെ ഒരു മൂലയിൽ ചത്ത മൂന്ന് നായ്ക്കളുടെ പടമുണ്ടായിരുന്നു. ട്രോഫികൾ പോലെ അലങ്കരിച്ച് വച്ചിരുന്നു അവയെ. അതിലൊന്നിനെ എനിക്കറിയില്ലായിരുന്നു. മറ്റ് രണ്ടും എന്റെ കൊച്ചു പെൺകുട്ടികളായിരുന്നു.

യൂണിഫോം ധാരികളായ അവരുടെ മുഖത്ത് അഭിമാനമുണ്ടായിരുന്നു. അവരെ തിരിച്ചറിയാൻ എനിക്ക് ബുദ്ധിമുട്ടൊന്നുമുണ്ടായില്ല. നടുക്ക് കമാൻഡന്റുണ്ടായിരുന്നു. അയാൾക്കരികിൽ പ്രസിഡന്റ്. മറുവശത്ത് ഇന്നേർഡ്. അയാൾ ഒരു കമാൻഡോയുടെ വസ്ത്രമണിഞ്ഞിരുന്നത്. അയാൾക്കരികിൽ ഫാദർ റസൽ. പുരോഹിത വസ്ത്രത്തിൽ തന്നെയായിരുന്നു അയാൾ. ചിത്രത്തിൽ പിന്നെ ആശുപത്രിയുടെ മുഖ്യൻ, അഗ്നിശമനസേനാ മുഖ്യൻ, പെട്രോൾ പമ്പിന്റെ ഉടമ എന്നിവരുണ്ടായിരുന്നു. വിശിഷ്ടമായ കുടുംബങ്ങളുടെ നാഥരാണിവർ. ഈ വി.ഐ.പി വരിക്ക് പുറകിൽ സഹായികൾ അണിനിരന്നിരുന്നു. അവർ ചിത്രത്തിന് പോസ് ചെയ്തിരുന്നില്ല. അതിൽ ബിഗ്ഫൂട്ടുണ്ടായിരുന്നു. അയാളുടെ മുഖത്തിന്റെ മുക്കാൽ ഭാഗമേ കാണാനായുള്ളൂ. മറഞ്ഞ് നിൽക്കാൻ ആഗ്രഹിച്ചതുപോലെയായിരുന്നു അയാളുടെ നില്പ്. അവസാന നിമിഷം ചിത്രത്തിലേക്ക് ഓടിയെത്തിയതുപോലെ. അയാളെക്കൂടാതെ മീശക്കാരുടെ സംഘമുണ്ടായിരുന്നു. അവരിൽ ചിലരുടെ കൈകളിൽ വിറകുകൊള്ളികളുണ്ട്. അവർ തീ കത്തിക്കാനുള്ള തയ്യാറെടുപ്പിലായിരുന്നു എന്ന് തോന്നുന്നു. കാൽക്കൽ ആ ശവങ്ങൾ കിടപ്പില്ലായിരുന്നു എങ്കിൽ ഇവരെല്ലാം ഏതോ ആഘോഷത്തിമർപ്പിലാണെന്ന തോന്നലുണ്ടാക്കുമായിരുന്നു. അത്ര സംതൃപ്തരായിരുന്നു അവർ. ചുറ്റിലും സ്റ്റൂ, സോസേജ്, കെബാബ്, വോഡ്കയുടെ കുപ്പികൾ എന്നിവ നിരത്തിയിട്ടിരുന്നു. ചിത്രത്തിൽ നിന്ന് ഊറയ്ക്കിട്ട തോലിന്റെ ഗന്ധം വരുന്നുണ്ടെന്ന് തോന്നി, തോക്ക് തുടച്ച എണ്ണയുടേയും ചാരായത്തിന്റേയും വിയർപ്പിന്റേയും ഗന്ധം വരുന്നുണ്ടെന്ന് തോന്നി. ചിത്രത്തിൽ ആധിപത്യത്തിന്റെ, അധികാരത്തിന്റെ പദവി മുദ്രകളുടെ സൂചകങ്ങൾ വരുന്നുണ്ടായിരുന്നു.

ആദ്യ നോട്ടത്തിൽതന്നെ ആ ചിത്രത്തിലുള്ള എല്ലാ വിശദാംശങ്ങളും ഞാൻ പഠിച്ചെടുത്തു.

എനിക്കപ്പോൾ കുറച്ച് ആശ്വാസം തോന്നി. എന്റെ കൊച്ചു പെൺകുട്ടികൾക്ക് എന്ത് പറ്റി എന്ന് ഞാൻ കണ്ടെത്തിയിരിക്കുന്നു. ക്രിസ്തുമസ് കാലം മുഴുക്കെ ഞാനവയെ തിരയുകയായിരുന്നു. ക്രിസ്തുമസ് കഴിഞ്ഞപ്പോൾ എന്റെ പ്രതീക്ഷകളും അസ്തമിച്ചു. ചുറ്റുവട്ടത്ത് വിനോദസഞ്ചാരികൾ താമസിക്കുന്ന ഹോസ്റ്റലുകളിലെല്ലാം ഞാൻ അന്വേഷിച്ചു. നോട്ടീസുകൾ പതിച്ചു. "ശ്രീമതി ദസ്ജെയ്കോവിന്റെ പട്ടികളെ കാണാനില്ല - നിങ്ങൾ അവയെ കണ്ടോ?" സ്കൂളിലെ കുട്ടികൾ തിരഞ്ഞു. രണ്ട് പട്ടികൾ ഒന്നിച്ച് അന്തരീക്ഷത്തിൽ അലിഞ്ഞു പോയി. ഒരു സൂചന പോലുമില്ലാതെ അലിഞ്ഞു പോയി. അവയെ കണ്ടവർ ആരുമില്ല. അവ

ചത്തുപോയല്ലോ, പിന്നെ ആര് കണ്ടെത്താനാണ്? അവയുടെ ശരീരത്തിനെന്തുപറ്റി എന്ന് ഇപ്പോൾ എനിക്ക് ഊഹിക്കാനാകും. നായാട്ടിന്റെ അവശിഷ്ടങ്ങൾ ഇന്നേർഡ് കൊണ്ടുപോകാറുണ്ടെന്നും അതെല്ലാം ചെന്നായ്ക്കളുടെ ഫാമി ഉപയോഗിക്കാറുണ്ടെന്നും ആരോ പറയുകയുണ്ടായി.

ബിഗ്ഫൂട്ടിന് എല്ലാമറിയാമായിരുന്നു. എന്റെ പാരവശ്യം കണ്ട് അയാൾ അത്ഭുതപ്പെട്ടിരിക്കണം. അവയെ തിരഞ്ഞ് നടക്കുന്ന എന്നെ അയാൾ കണ്ടിട്ടുണ്ട്. അതിർത്തി വരെ ഞാൻ അവയെ തിരഞ്ഞ് നടക്കുന്നത് കണ്ടിട്ടുണ്ട്. പക്ഷേ, അയാൾ എന്നോട് ഒരക്ഷരം അതിനെക്കുറിച്ച് പറഞ്ഞിട്ടില്ല.

അന്ന്, അയാളുടെ വിധി നിശ്ചയിച്ച ആ രാത്രിയിൽ, കെണിവെച്ച് പിടിച്ച മാനിന്റെ മാംസം അയാൾ ഭക്ഷിച്ചു. കെണി വെച്ച് പിടിക്കുക, നായാടുക, അതിക്രമിച്ച് കയറി പിടികൂടുക എന്നിവയൊക്കെ തമ്മിൽ എന്ത് വ്യത്യാസമുണ്ടെന്ന് ഇതുവരേക്കും എനിക്ക് മനസ്സിലായിട്ടില്ല. ഇതിനൊക്കെ കൊല്ലുക എന്ന ഒരൊറ്റ അർത്ഥമല്ലേയുള്ളൂ. ഇതിലാദ്യത്തേത്, അതായത് അതിക്രമിച്ച് കയറി പിടികൂടുക, കെണിയിൽ കുരുക്കുക എന്നത് ഭീരുത്വമാണ്. നിയമം അനുവദിക്കാത്തതാണ്. രണ്ടാമത്തേത് നിയമാനുസൃതവും. അതിന്റെ ഒരു എല്ല് അയാളുടെ തൊണ്ടയിൽ കുടുങ്ങി. അയാൾക്ക് അർഹിക്കുന്ന ശിക്ഷ ലഭിച്ചു. ശിക്ഷ - അതെ ആ വാക്കല്ലാതെ മറ്റൊന്നും എന്റെ മനസ്സിൽ വന്നില്ല. അങ്ങനെയല്ലാതെ എനിക്ക് ചിന്തിക്കാനായില്ല. തന്നെ ക്രൂരമായി കൊന്നതിന് ആ മാൻ അയാളെ ശിക്ഷിച്ചു. അതിന്റെ മാംസം അയാളുടെ തൊണ്ടയിൽ കുടുങ്ങി. എല്ല് തൊണ്ടയിൽ കുടുങ്ങി. ബിഗ്ഫൂട്ടിന്റെ ഇത്തരത്തിലുള്ള, അതിക്രമിച്ച് കടന്ന് കയറിയുള്ള, കൊലകളോട് എന്തുകൊണ്ടാണ് മറ്റ് നായാട്ടുകാർ പ്രതികരിക്കാതിരുന്നത്? എനിക്കറിയില്ല. ഒരുപക്ഷേ അവരുടെ നായാട്ട് രീതികളെക്കുറിച്ച് അയാൾക്ക് വളരെയധികം കാര്യങ്ങൾ അറിയാവുന്നതിനാലായിരിക്കാം. അവരപ്പോൾ നൈതികമായ ചർച്ചയിലായിരുന്നു എന്ന് ഫാദർ റസൽ നമ്മെ വിശ്വസിപ്പിക്കും.

താങ്കൾ ഫോണിന്റെ സിഗ്നൽ എവിടെ ലഭിക്കും എന്ന് തിരഞ്ഞുകൊണ്ടിരുന്നപ്പോഴാണ് എനിക്ക് ഈ ഫോട്ടോഗ്രാഫ് കിട്ടിയത് സ്വീടോപെല്ക്. ഇതിനോടൊപ്പം ഒരു മാനിന്റെ തലയും കിട്ടി. അതും ഞാനെടുത്തു. അതെനിക്ക് എന്റെ ശ്മശാനത്തിൽ മറവ് ചെയ്യാനായിരുന്നു.

ആ ഭീകര രാവിൽ, ബിഗ്ഫൂട്ടിന്റെ ശവത്തിൽ കുപ്പായമൊക്കെയിടുവിച്ച് പ്രഭാതത്തിൽ വീട്ടിലെത്തിയപ്പോൾ തന്നെ ഇനിയെന്ത് വേണം എന്ന് എനിക്ക് മനസ്സിലായിട്ടുണ്ടായിരുന്നു. അന്ന് അയാളുടെ വീടിനു പുറത്ത് കണ്ട മാനുകൾ അതെന്നോട് പറഞ്ഞിരുന്നു. എന്നെയാണവർ അതിനായി തിരഞ്ഞെടുത്തത്. ഒരുപക്ഷേ ഞാൻ മാംസഭുക്കല്ലാത്തതിനാലാകാം അത്. അവർക്കത് മനസ്സിലാകും. അവർക്ക് വേണ്ടി പ്രവർത്തിക്കാൻ

ഞാനേയുള്ളൂ എന്നവർക്ക് തോന്നിക്കാണും. അവർ എനിക്ക് മുന്നിൽ പ്രത്യക്ഷപ്പെട്ടു. വിശുദ്ധനായ ഹൂബർട്ടിനു മുന്നിൽ ഒരു മാൻ അവതരിച്ചില്ലേ, അതുപോലെ. നീതിയുടെ കൈകൾ എന്റേതാകണം എന്നവർ തീരുമാനിച്ചു. ശിക്ഷ ഞാൻ നൽകണം എന്നവർ തീരുമാനിച്ചു. അതും രഹസ്യമായി ചെയ്യണമെന്ന്. ആ മാനിനു വേണ്ടി മാത്രമല്ല, മറ്റ് മൃഗങ്ങൾക്ക് വേണ്ടിയും ഞാനത് ചെയ്യണമെന്ന്. അവയ്ക്ക് പാർലമെന്റിൽ വാദിക്കാനാകുന്ന ഒരു സ്വരമില്ലല്ലോ. അവ തന്നെ എനിക്ക് ആയുധവും തന്നു. വളരെ കൗശലകാരിയായ ഒരു ആയുധം. ആർക്കും ഒരു സംശയവും തോന്നിയില്ല.

ദിവസങ്ങളോളം ഞാൻ കമാൻഡന്റിനു പുറകെ നടന്നു. അതെനിക്ക് സംതൃപ്തമായ ഫലം തന്നു. ഞാൻ അയാളുടെ ജീവിതശൈലി നിരീക്ഷിച്ചു. അതിൽ അത്ര രസകരമായി ഒന്നുമില്ലായിരുന്നു. അയാൾ ഇടയ്ക്കിടെ ഇന്നേർഡ് നടത്തുന്ന വേശ്യാലയത്തിലേക്ക് പോകാറുണ്ടായിരുന്നു എന്ന് ഞാൻ മനസ്സിലാക്കി. വോഡ്കയല്ലാതെ മറ്റൊന്നും കുടിക്കാറില്ലെന്ന് മനസ്സിലാക്കി.

അന്ന് രാത്രി ഞാൻ അയാളെ കാത്ത് നിന്നു. അയാൾ ജോലി കഴിഞ്ഞ് വരുന്നതിനായി കാത്ത് നിന്നു. ഞാൻ അയാൾക്ക് പുറകെ വണ്ടിയോടിച്ചു. അയാൾ എന്നെ ശ്രദ്ധിച്ചില്ല. ഞാൻ പുറകെയുള്ളത് കണ്ടില്ല. ഒരു സഞ്ചിയുമായി കറങ്ങി നടക്കുന്ന ഒരു വൃദ്ധയെ ആര് ശ്രദ്ധിക്കാനാണ്?

ഇന്നേർഡിന്റെ വീടിനു വെളിയിൽ അയാൾ പുറത്തിറങ്ങുന്നതും കാത്ത് ഞാൻ നിന്നു. മഴയും കാറ്റുമുണ്ടായിരുന്നു. തണുപ്പ് അധികമായതിനാൽ ഞാൻ വീട്ടിലേക്ക് മടങ്ങി. അയാൾ ചുരം വഴി വരും എന്ന് എനിക്കറിയാമായിരുന്നു. അവർ മദ്യപിക്കുകയായിരുന്നതിനാൽ പ്രധാന വീഥികൾ ഒഴിവാക്കുമെന്ന് എനിക്കറിയാമായിരുന്നു. എനിക്കയാളോട് സംസാരിക്കണമായിരുന്നു. മുഖാമുഖം നിൽക്കണമായിരുന്നു. പൊലീസ് സ്റ്റേഷനിൽ ചെന്നപ്പോൾ അയാൾക്കായിരുന്നു പ്രാമുഖ്യമെങ്കിൽ ഇവിടെ അങ്ങനെയാകാൻ പറ്റില്ല എന്ന് ഞാൻ തീരുമാനിച്ചിരുന്നു. അവിടെ ഞാൻ ഒരു പരാതിക്കാരിയായിരുന്നു. വട്ടുള്ള ഒരു വൃദ്ധ. അപഹാസ്യയായ ഒരു വൃദ്ധ.

അയാളെ ഒന്ന് ഭയപ്പെടുത്താൻ ഞാൻ തീരുമാനിച്ചിരുന്നു. മഞ്ഞ നിറത്തിലുള്ള കയ്യുറയില്ലാത്ത ഒരു ഉടുപ്പാണ് ഞാൻ ധരിച്ചിരുന്നത്. വെള്ളം അകത്ത് കടക്കാത്ത ഒന്ന്. എന്നെക്കണ്ടാൽ വലിയ ആകാരമുള്ള ഒരു ഭൂതത്തെപ്പോലെ തോന്നുമായിരുന്നു. ആ മാനിന്റെ തല വീട്ടിൽ

കൊണ്ടുവന്ന പ്ലാസ്റ്റിക് സഞ്ചി വീടിനു പുറത്ത് കിടക്കുന്നത് ഞാൻ കണ്ടു. അത് ഞാൻ പുറത്തുള്ള മരച്ചില്ലയിൽ ഞാത്തിയിട്ടിരുന്നു. അതിലാകെ വെള്ളം നിറഞ്ഞിരുന്നു. ആ വെള്ളം തണുത്ത് കട്ടയായിട്ടുണ്ടായിരുന്നു. ഞാനതെടുത്തു. അതെടുക്കുമ്പോൾ മനസ്സിൽ അങ്ങനെ പ്രത്യേക ഉദ്ദേശ മൊന്നുമില്ലായിരുന്നു. അതങ്ങനെ സംഭവിക്കുന്നതുവരെ ഒരാളും അതിനെ ക്കുറിച്ചൊരു പദ്ധതിയൊന്നും മെനയാറില്ലല്ലോ. അന്ന് ഡിസ്സി വരും എന്ന് എനിക്കറിയാമായിരുന്നു. അതുകൊണ്ടുതന്നെ കമാൻഡന്റിനെ അധികം കാത്ത് നിൽക്കാൻ എനിക്കാകില്ലായിരുന്നു. ചുരത്തിലെത്തിയപ്പോൾ അയാളുടെ കാർ വരുന്നത് കണ്ടു. അതൊരു സൂചനയായി ഞാനെടുത്തു. ഞാൻ വഴിയിലേക്ക് നീങ്ങി നിന്നു. കൈ വീശി. എന്നെ കണ്ട്, എന്റെ രൂപം കണ്ട് അയാൾ ഭയന്നു. ഞാൻ മുഖം മൂടി മാറ്റി. എന്റെ ശരിയായ മുഖം കാണിച്ചു. അയാൾ കോപിച്ചു.

"നിങ്ങൾക്കിപ്പോൾ എന്താ വേണ്ടത്?" അയാൾ ഒച്ചയിട്ടു. കാറിന്റെ ജാലകം തുറന്നാണയാൾ അത് ചോദിച്ചത്.

"എനിക്ക് ഒരു കാര്യം കാണിച്ച് തരാനുണ്ട്."

ഞാനപ്പോൾ എന്ത് ചെയ്യാൻ പോകുന്നു എന്ന് എനിക്കേ അറിയില്ലാ യിരുന്നു. ഒരു നിമിഷം ഞാൻ ശങ്കിച്ചു. അയാളാകട്ടെ നല്ലപോലെ മദ്യ പിച്ചിരുന്നു. ഇത്തിരി സാഹസമൊക്കെ കാണിക്കാനുള്ള മാനസികാവസ്ഥ യിലായിരുന്നു. അയാൾ കാറിൽ നിന്നിറങ്ങി. കാലുകൾ നിലത്തുറയ്ക്കു ന്നുണ്ടായിരുന്നില്ലെങ്കിലും എനിക്കരികിലേക്ക് വന്നു.

"എന്താണ് കാണിക്കാനുള്ളത് തള്ളേ?"

"ബിഗ്ഫൂട്ടിന്റെ മരണവുമായി ബന്ധപ്പെട്ട ഒന്നാണ്" അങ്ങനെയാണ പ്പോൾ എന്റെ മനസ്സിൽ വന്നത്.

"ബിഗ്ഫൂട്ടോ?" അയാൾക്ക് മനസിലായില്ല. എന്നാൽ അത് ചോദിച്ച് തീരുന്നതിനു മുമ്പേ ഞാൻ ആരെയാണുദ്ദേശിക്കുന്നതെന്ന് അയാൾ തിരി ച്ചറിഞ്ഞു. അയാൾ പൊട്ടിച്ചിരിച്ചു. "അതെ, സത്യമാണ്, വലിയ കാലുകൾ തന്നെയായിരുന്നു അയാളുടേത്."

ജിജ്ഞാസയോടെ അയാൾ എനിക്ക് പുറകെ വന്നു. ഇടത്തോട്ട് നടന്നു. അടിക്കാട്ടിലേക്കും കിണറിനരികിലേക്കും നടന്നു.

"നിങ്ങളാണെന്റെ പട്ടിക്കുഞ്ഞുങ്ങളെ കൊന്നത്. അതെന്തുകൊണ്ട് എന്നോട് പറഞ്ഞില്ല?" ഞാൻ പെട്ടെന്ന് തിരിഞ്ഞ് നിന്ന് ചോദിച്ചു.

"നിങ്ങൾക്കെന്താണ് കാണിച്ചു തരാനുള്ളത്?" അയാൾ കോപിച്ചു. കോപം നിയന്ത്രിച്ച് നിർത്താൻ ശ്രമിച്ചു. ചോദ്യം ചോദിക്കുക അയാളുടെ മാത്രം അവകാശമാണ്.

ഞാൻ എന്റെ ചൂണ്ടുവിരൽ തോക്കുപോലെ പിടിച്ചു. അയാളുടെ ഉദര ത്തിൽ കുത്തി.

"നിങ്ങൾ എന്റെ പട്ടിക്കുഞ്ഞുങ്ങളെ കൊന്നോ?"

അയാൾ ചിരിച്ചു.

"നിങ്ങൾക്കെന്താണ് വേണ്ടത്? എനിക്കറിയാത്തെ എന്തെങ്കിലും നിങ്ങൾക്കറിയാമോ?"

"അറിയാം. ആദ്യം എന്റെ ചോദ്യത്തിനുത്തരം പറയൂ."

"ഞാനല്ല അവയ്ക്ക് നേരെ നിറയൊഴിച്ചത്. ഒരുപക്ഷേ ഇന്നേർഡ്രോ ആ പുരോഹിതനോ ആകാം."

"പുരോഹിതനോ? അയാളും നായാട്ടിനിറങ്ങാറുണ്ടോ?"

"എന്തുകൊണ്ടായിക്കൂടാ? അയാൾ പാതിരിയാണ്. നായാട്ടുകാരുടെ പാതിരി. മറ്റുള്ളവരെപ്പോലെ അയാളും നായാടുന്നു."

അയാളുടെ കവിളുകൾ തുടുത്തിരുന്നു. അയാൾ ട്രൗസറിന്റെ ബെൽറ്റ് ഇടയ്ക്കിടെ ശരിയാക്കിക്കൊണ്ടിരുന്നു. അതിനകത്ത് പണമുണ്ടെന്ന് എനിക്കറിയില്ലായിരുന്നു.

"തിരിഞ്ഞ് നിക്ക് പെണ്ണേ. എനിക്കൊന്ന് മൂത്രമൊഴിക്കണം." അയാൾ പെട്ടെന്ന് പറഞ്ഞു.

ഞങ്ങളപ്പോൾ കിണറിനരികിലായിരുന്നു. അയാൾ ട്രൗസറിൽ തിരുപ്പിടിക്കുകയായിരുന്നു. മറ്റൊന്നും എന്റെ മനസ്സിൽ അപ്പോഴുണ്ടായിരുന്നില്ല. കയ്യിലുള്ള ഐസ് സഞ്ചിയുമായി ഞാൻ നിന്നു. എറിയാൻ പാകത്തിൽ നിന്നു. എന്റെ മനസ്സിൽ അപ്പോൾ നിറഞ്ഞ് നിന്നത് 'ഈ നായ ചാകണം' എന്ന ചിന്തയായിരുന്നു. അതെവിടെ നിന്ന് വന്നു? എനിക്ക് ഹാമർ ത്രോയിൽ മെഡലുകൾ ലഭിച്ചിരുന്ന ഒരു കാലമുണ്ടായിരുന്നു എന്ന് ഞാൻ പറഞ്ഞതോർമ്മയില്ലേ? 1971-ൽ എനിക്ക് ദേശീയ തലത്തിൽ രണ്ടാം സ്ഥാനം ലഭിച്ചിട്ടുണ്ട്. ഞാൻ എറിയാൻ പറ്റുന്ന നിലയിലേക്ക് സ്ഥാനമുറപ്പിച്ചു. കരുത്താവാഹിച്ചു. എന്റെ ശരീരത്തിനെന്ത് ബുദ്ധിയാണെന്നറിയാമോ? എന്റെ ശരീരമാണപ്പോൾ അങ്ങനെയൊരു തീരുമാനത്തിലെത്തിയതെന്ന് ഉറപ്പാണ്. അതൊന്ന് പുറകിലേക്ക് വളഞ്ഞു. പ്രഹരം അയാൾക്ക് കൃത്യമായി ലഭിച്ചു.

എന്തോ പൊട്ടുന്ന ഒരു സ്വരം മാത്രമേ ഞാൻ കേട്ടുള്ളൂ. കമാൻഡന്റ് ഏതാനും സെക്കന്റുകൾ നിവർന്ന് നിന്നു. പിന്നെ ഒന്നാടി. മുഖത്തേക്ക് രക്തം കുത്തിയൊലിച്ച് വരാൻ തുടങ്ങി. തണുത്ത മുഷ്ടി അയാളുടെ തലയിലാണ് പതിച്ചത്. എന്റെ ഹൃദയം വല്ലാതെ മിടിക്കുന്നുണ്ടായിരുന്നു. ഗർജ്ജിക്കുന്നതുപോലെ മിടിക്കുന്നുണ്ടായിരുന്നു. എന്റെ കാതടപ്പിക്കുമത് എന്ന് ഞാൻ കരുതി. എന്റെ മനസ്സ് അപ്പോൾ ശൂന്യമായിരുന്നു. അയാൾ കിണറ്റിൻകരയിൽ വീഴുന്നത് ഞാൻ കണ്ടു. സാവധാനത്തിലായിരുന്നു ആ വീഴ്ച. അയാളുടെ വയർ ആ കിണറിന്റെ വായ്‌വട്ടം മൂടിയെന്ന് തോന്നി. അയാളെ അതിനകത്തേക്ക് തള്ളിയിടാൻ പിന്നെ എനിക്കൊട്ടും ബുദ്ധിമുട്ടേണ്ടി വന്നില്ല. സത്യം.

അത്ര മാത്രം. പിന്നെ ഞാൻ അതിനെക്കുറിച്ച് ചിന്തിച്ചതേയില്ല. ഞാൻ അയാളെ കൊന്നു എന്ന് എനിക്കുറപ്പായിരുന്നു. അതാണ് ശരിയെന്നും എനിക്കുറപ്പായിരുന്നു. എനിക്ക് മനസ്സാക്ഷിക്കുത്തൊന്നും തോന്നിയില്ല. ഒരാശ്വാസമാണ് തോന്നിയത്.

മറ്റൊരു കാര്യം കൂടിയുണ്ട്. എന്റെ കീശയിൽ ദൈവത്തിന്റെ കൈ വിരലുണ്ടായിരുന്നു. മാനിന്റെ ഒരു തുണ്ട്. ബിഗ്ഫൂട്ടിന്റെ വീട്ടിൽ നിന്ന് അത്തരത്തിലുള്ള നാലെണ്ണം എനിക്ക് ലഭിച്ചിരുന്നു. അതിലൊന്നായിരുന്നു അത്. തലയും മറ്റ് മൂന്ന് കാലുകളും ഞാൻ കുഴിച്ചിട്ടിരുന്നു. ഒന്ന് മാത്രം ഞാൻ സൂക്ഷിച്ചു. അതെന്തിനാണെന്ന് എനിക്കറിയില്ല. ഞാൻ അതുപയോഗിച്ച് മഞ്ഞിൽ പാടുകളുണ്ടാക്കി. അനേകം പാടുകൾ. അവിടവിടെയായി അനേകം. അധികാരികൾ പ്രഭാതത്തിലെത്തിയാൽ ഈ കുളമ്പടിപ്പാടുകൾ കണ്ടെത്തും എന്ന് ഞാൻ കരുതി. എന്നാൽ ഡിസ്സി, നീയല്ലാതെ മറ്റാരും അത് കണ്ടില്ല. അന്ന് ആകാശത്തുനിന്ന് മഴ പെയ്യുകയായിരുന്നു. വെള്ളം കുത്തിയൊലിക്കുകയായിരുന്നു. അത് ആ കുളമ്പടികളെല്ലാം മായ്ച്ചു കളഞ്ഞു.

ഞാൻ വീട്ടിൽ തിരിച്ചെത്തി. അത്താഴമുണ്ടാക്കി.

ഭാഗ്യം എന്നെ കടാക്ഷിച്ചു എന്ന് എനിക്കറിയാം. അതെന്നെ ധീരയാക്കി. അതിനർത്ഥം ഗ്രഹങ്ങൾ എനിക്കനുകൂലമായിരുന്നു എന്നാണ്. അവയുടെ അനുഗ്രഹം എനിക്കുണ്ടായിരുന്നു എന്നാണ്. അവയുടെ അനുവാദമുണ്ടായിരുന്നു എന്നാണ്. ചുറ്റിലും കാണുന്ന തിന്മകളെ തടയാൻ എന്തുകൊണ്ടാണാരും ഇടപെടാത്തത്? ഞാൻ അധികാരികൾക്കെഴുതുന്ന കത്തുകൾ പോലെയാണോ ഇതും? അവയ്ക്ക് മറുപടി ലഭിക്കേണ്ടതാണ്, എന്നാൽ ലഭിക്കുന്നില്ല. ഇത്തരം ഇടപെടലുകൾ നമ്മൾ തൃപ്തമായ വിധത്തിൽ ആവശ്യപ്പെടുന്നില്ലേ? അസൗകര്യങ്ങളുണ്ടാക്കുന്ന ചെറിയ കാര്യങ്ങളെ നമുക്ക് സഹിക്കാം. അതുമായി പൊരുത്തപ്പെടാം. എന്നാൽ ഇത്തരം ക്രൂരതകളെ അങ്ങനെ ചെയ്യാനാകില്ല. അത് വളരെ ലളിതമാണ്. മറ്റുള്ളവർ സന്തുഷ്ടരാണെങ്കിൽ, നമ്മളും സന്തുഷ്ടരാണ്. അതാണ് ഈ ലോകത്തിലെ ഏറ്റവും ലളിതമായ സൂത്രവാക്യം. തണുത്ത മുഷ്ടിയുമായി കുറുക്കന്മാരെ വളർത്തുന്ന ഫാമിലേക്ക് വണ്ടിയോടിച്ചപ്പോൾ തിന്മകളെയെല്ലാം ഇല്ലാതാക്കുന്ന ഒരു പ്രക്രിയയ്ക്ക് തുടക്കം കുറിക്കുകയാണ് ഞാൻ എന്നേ കരുതിയുള്ളൂ. അന്ന് സൂര്യൻ മേടം രാശിയിലായിരുന്നു. ഒരു പുതുയുഗാരംഭത്തിനുള്ള സമയമായിട്ടുണ്ടായിരുന്നു. തിന്മയാണ് ഈ ലോകം നിർമ്മിക്കുന്നതെങ്കിൽ നന്മ അതിനെ നശിപ്പിക്കേണ്ടതുണ്ട്.

അതിനാൽ ഞാൻ ഇന്നേർഡിനു പുറകെ കൂടി. ആദ്യം അയാളെ വിളിച്ചു. ഒന്ന് കാണണം എന്ന് പറഞ്ഞു. കമാൻഡന്റ് മരിക്കുന്നതിനു തൊട്ടു മുമ്പ് ഞാൻ കണ്ടിരുന്നു എന്നും ഒരു സാധനം ഇന്നേർഡിനു നൽകാൻ ഏല്പിച്ചിട്ടുണ്ടെന്നും അറിയിച്ചു. ഇന്നേർഡ് ഉടൻ സമ്മതിച്ചു.

അപ്പോഴും കമാൻഡന്റിന്റെ കൈവശം പണമുണ്ടായിരുന്നു എന്ന് എനിക്കറിയില്ലായിരുന്നു. അത് തിരികെ ലഭിക്കും എന്നാണ് ഇന്നേർഡ് പ്രതീക്ഷിച്ചിരുന്നതെന്ന് പിന്നീടാണ് എനിക്ക് മനസ്സിലായത്. അയാൾ ഒറ്റയ്ക്കാകുമ്പോൾ ഞാൻ ഫാമിൽ എത്തിച്ചേരാമെന്ന് പറഞ്ഞു. അയാൾ സമ്മതിച്ചു. കമാൻഡന്റിന്റെ മരണം അയാളെ ഞെട്ടിച്ചിരുന്നു.

അന്ന് ഉച്ചയ്ക്ക്, ഞാൻ ഒരു കെണിയൊരുക്കിയിരുന്നു. ബിഗ്ഫൂട്ടിന്റെ വീട്ടിൽ നിന്നാണ് അതിനുള്ള കമ്പികളും വയറുകളും എനിക്ക് ലഭിച്ചത്. അയാൾ മരിച്ച അന്ന്. അന്നു മുതൽ കെണിയെങ്ങനെ നിർമ്മിക്കണം എന്ന് പഠിക്കുകയായിരുന്നു ഞാൻ. പല തവണ അത് പരിശോധിച്ചു. ഒരു ചെറിയ മരം തിരഞ്ഞെടുക്കണം. എളുപ്പം ഒടിയാത്ത, അധികം പ്രായമില്ലാത്ത ഒന്ന്. അതിനെ നിലത്തേക്ക് വളച്ച് വെയ്ക്കണം. അതിന്റെ ശിഖരങ്ങൾക്കൊന്നിനു കീഴെ കെണി ഉറപ്പിച്ച് നിർത്തണം. ഒരു ഊരാക്കുടുക്ക് അതുമായി ബന്ധിപ്പിക്കണം. മൃഗങ്ങൾ ആ ഊരാക്കുടുക്കിൽ പെട്ടാൽ അവ പിടയാൻ തുടങ്ങും. മരം നിവരും. അത് ആ മൃഗത്തിന്റെ കഴുത്തൊടിക്കും. അധികം വലിപ്പമില്ലാത്ത ഒരു പൂവരശാണ് ഞാൻ തിരഞ്ഞെടുത്തത്. അതിനരികിലുള്ള ചിത്രപ്പുല്ലുകളിൽ ഞാൻ കെണി ഒളിപ്പിച്ചു.

രാത്രികാലങ്ങളിൽ അയാളുടെ തൊഴിലാളികളൊന്നും ഫാമിൽ തങ്ങാറില്ല. വിളക്കുകൾ അണഞ്ഞ് കിടക്കും. പടിവാതിൽ പൂട്ടിയിടും. ആ സായാഹ്നത്തിൽ പടിവാതിൽ തുറന്ന് കിടക്കുകയായിരുന്നു. അതെനിക്ക് വേണ്ടിയായിരുന്നു. ഞങ്ങൾ അയാളുടെ ഓഫീസിൽ വെച്ചാണ് പരസ്പരം കണ്ടത്. എന്നെ കണ്ടപ്പോൾ അയാൾ പുഞ്ചിരിച്ചു.

"നിങ്ങളെ ഇതിനു മുമ്പ് ഞാൻ കണ്ടിട്ടുണ്ടോ?" അയാൾ ചോദിച്ചു.

അന്ന് പാലത്തിനു മുന്നിൽ വെച്ചുണ്ടായ സംഭാഷണങ്ങൾ അയാൾ ഓർത്തിരിക്കാൻ സാധ്യതയില്ല. എന്നെപ്പോലെയുള്ള വൃദ്ധകളെ ആരും ഓർത്തിരിക്കാറില്ല.

നമുക്ക് പുറത്തിറങ്ങാം എന്ന് ഞാൻ പറഞ്ഞു. കമാൻഡന്റ് എന്നെ ഒരു ദൗത്യമേല്പിച്ചിട്ടുണ്ട് എന്ന് പറഞ്ഞു. അത് ഈ കാട്ടിലാണ് ഞാൻ ഒളിപ്പിച്ചിരിക്കുന്നതെന്ന് പറഞ്ഞു. അയാൾ ചാവിയെടുത്തു. ജാക്കറ്റെടുത്തു. എനിക്ക് പുറകെ വന്നു. ഞാനയാളെ നനഞ്ഞ ചിത്രപ്പുല്ലുകളിലൂടെ നടത്തി. അയാൾക്ക് ക്ഷമ നശിക്കാൻ തുടങ്ങി. പക്ഷേ ഞാൻ നന്നായി അഭിനയിച്ചു. അയാളുടെ നിരന്തര ചോദ്യങ്ങൾക്ക് ഒറ്റവാക്കിൽ ഉത്തരം നൽകിക്കൊണ്ടിരുന്നു.

"അതിവിടെയുണ്ടല്ലോ." ഞാൻ അവസാനം പറഞ്ഞു.

അയാൾ ചുറ്റിലും നോക്കി. എന്റെ മുഖത്തേക്ക് നോക്കി. എന്റെ സൂത്രം മനസ്സിലായതുപോലെയാണ് അയാൾ നോക്കിയത്.

"എവിടെ? ഒന്നും കാണാനില്ലല്ലോ?"

"ഇതാ ഇവിടെ." ഞാൻ വിരൽ ചൂണ്ടി. അയാൾ ഒരടി മുന്നിലേക്ക് വെച്ചു. ഊരാക്കുടുക്കിൽ കാൽ വെച്ചു. ഞാൻ പറഞ്ഞത് കുട്ടികളെപ്പോലെ അനുസരിക്കുകയായിരുന്നു അയാൾ. നല്ല തമാശയായിരുന്നു അത്. എന്റെ കെണി അയാളുടെ കഴുത്തൊടിക്കും എന്നാണ് ഞാൻ കരുതിയത്. മാനിന്റെയൊക്കെ കഴുത്തൊടിക്കുന്നതുപോലെ. അതായിരുന്നു എന്റെ ആവശ്യവും. കാരണം എന്റെ കൊച്ചു പെൺകുട്ടികളുടെ ശരീരത്തെ ചെന്നായ്ക്കൾക്ക് ഭക്ഷണമാക്കിയത് ഈ വ്യക്തിയാണ്. അയാൾ നായാട്ടുകാരനാണ്. മൃഗങ്ങളുടെ ചർമ്മമുരിഞ്ഞെടുക്കുന്നവനാണ്. ഇത് നീതിയുക്തമായ ഒരു ശിക്ഷയാകും എന്ന് എനിക്ക് ഉറപ്പായിരുന്നു.

നിർഭാഗ്യകരമെന്ന് പറയട്ടെ കൊലപാതകത്തിൽ എനിക്ക് നിപുണതയില്ലായിരുന്നു. കെണി കാലിലാണ് കുരുങ്ങിയത്. മരം അപ്പോൾ തന്നെ നിവർന്നു. അതയാളെ തട്ടി വീഴ്ത്തുക മാത്രം ചെയ്തു. വേദനകൊണ്ട് ഒന്ന് മുരണ്ട്, ഓരിയിട്ടാണയാൾ വീണത്. കെണിയുടെ കമ്പി അയാളുടെ കാല് മുറിച്ചിട്ടുണ്ടാകണം. ചർമ്മം മാത്രമല്ല, മാംസപേശികളും മുറിച്ചിട്ടുണ്ടാകണം. എനിക്ക് രണ്ടാമതൊരു പദ്ധതി കൂടിയുണ്ടായിരുന്നു. ആദ്യത്തേത് നടന്നില്ലെങ്കിൽ ചെയ്യാനായി. ഞാൻ ആ സഞ്ചി ഇത്തവണയും കരുതിയിരുന്നു. ചില ലക്ഷ്യങ്ങൾ വെച്ച് തന്നെയാണത് കരുതിയിരുന്നത്. ഫ്രീസറിൽ വെച്ചാണത് തയ്യാറാക്കിയത്. കൊല നടത്താൻ ഒരു വൃദ്ധയ്ക്ക് ഉപയോഗിക്കാവുന്ന ഏറ്റവും നല്ല ഉപകരണമാണത്. എന്നെപ്പോലെയുള്ള വൃദ്ധകൾ പുറത്തിറങ്ങുമ്പോൾ ഇതുപോലെയുള്ള പ്ലാസ്റ്റിക് സഞ്ചികൾ കൊണ്ടുപോകും. അത് സാധാരണമാണ്. എന്റെ പദ്ധതി ലളിതമായിരുന്നു. അയാൾ എഴുന്നേൽക്കാൻ ശ്രമിച്ചപ്പോൾ സർവ്വ കരുത്തുമെടുത്ത് ഞാൻ ആഞ്ഞടിച്ചു. എത്ര തവണ അടിക്കാമോ അത്രയും തവണ അടിച്ചു. ഓരോ അടി കഴിയുമ്പോഴും അയാൾ ശ്വസിക്കുന്നുണ്ടോ എന്ന് ശ്രദ്ധിച്ചു. അവസാനം ആ സ്വരം കേൾക്കാതായി. ഞാൻ രാവിന്റെ നിശ്ശബ്ദതയിൽ ആ ശവമെടുത്തു. എന്റെ മനസ്സപ്പോൾ ശൂന്യമായിരുന്നു. എനിക്കപ്പോഴും ആശ്വാസമല്ലാതെ മറ്റൊന്നും തോന്നിയില്ല. ഞാൻ അയാളുടെ ചാവിയെടുത്തു. ജാക്കറ്റിന്റെ കീശയിൽ നിന്ന് പാസ്പോർട്ട് എടുത്തു. ശരീരം ആ മൺകുഴിയിലേക്ക് തള്ളി. അതിനു മുകളിൽ മരശിഖരങ്ങൾ നിരത്തി. ഞാൻ തിരിച്ച് നടന്നു.

അവിടെ കണ്ട കാഴ്ച മറക്കാനാകും എന്ന് ഞാൻ ആഗ്രഹിക്കുന്നു. കരഞ്ഞുകൊണ്ട് ഞാൻ കൂടുകൾ തുറന്നു. കുറുക്കന്മാരെ ഓടിച്ചു. അപ്പോഴാണ് ഇന്നേർഡിന്റെ ചാവികൾ ആദ്യത്തെ ഹാളിൽ മാത്രമേ ഉപയോഗിക്കാനാകൂ എന്ന് ഞാൻ കണ്ടെത്തിയത്. മറ്റ് ചാവികൾക്കായി ഞാൻ തിരഞ്ഞു. കുറേ തിരഞ്ഞു. വലിപ്പുകളെല്ലാം തിരഞ്ഞു. അവസാനം കണ്ടെത്തി. അവിടെയുള്ള മൃഗങ്ങളെയെല്ലാം സ്വതന്ത്രമാക്കാതെ അവിടെ നിന്ന് ഞാൻ പോകില്ല എന്ന് തീരുമാനിച്ചിരുന്നു. എല്ലാ കൂടുകളും തുറക്കാൻ എനിക്ക് കുറച്ചധികം സമയമെടുത്തു. കുറുക്കന്മാർ ആദ്യമൊന്ന്

അമ്പരന്നു. പിന്നെ ആക്രമണോത്സുകരായി. വൃത്തികെട്ട രൂപങ്ങളായിരുന്നു അവ. മിക്കവയുടേയും കാലുകളിൽ മുറിവുണ്ടായിരുന്നു. പലതിനും രോഗങ്ങളുണ്ടായിരുന്നു. സ്വാതന്ത്ര്യം എന്നാൽ എന്താണെന്നറിയാത്തതിനാലാകണം കൂട് വിട്ട് പുറത്തിറങ്ങാൻ അവ വിസമ്മതിച്ചു. ഞാൻ കൈവീശിയപ്പോൾ അവ മുരണ്ടു. അവസാനം എനിക്ക് ഒരാശയം തോന്നി. ഞാൻ കൂടുകൾ പുറത്ത് കൊണ്ടുവന്നിട്ട് എന്റെ കാറിൽ കയറിയിരുന്നു. അവയെല്ലാം കൂട്ടിൽ നിന്നിറങ്ങുന്നു എന്ന് ഉറപ്പ് വരുത്തി.

വീട്ടിലേക്ക് തിരിച്ച് വരുന്നതിനിടയിൽ ചാവികൾ ഞാൻ വലിച്ചെറിഞ്ഞു. അതിനിടയിൽ അയാളുടെ ജനനതിയതിയും സ്ഥലവും ഓർത്തെടുത്തു. ഇന്നേർഡിന്റെ പാസ്പോർട്ട് ഞാൻ ബോയിലർ മുറിയിൽ കൊണ്ടുപോയി കത്തിച്ചു. എന്റെ കൈയിലുള്ള സഞ്ചിയും കത്തിച്ചു. പ്ലാസ്റ്റിക് കത്തിക്കാതിരിക്കാൻ ശ്രമിച്ചു.

ആരാലും ശ്രദ്ധിക്കപ്പെടാതെ ഞാൻ തിരിച്ചെത്തി. ഞാനാകെ ക്ഷീണിതയായിരുന്നു. എന്റെ അസ്ഥികളും സന്ധികളും വേദനിക്കുന്നുണ്ടായിരുന്നു. അന്ന് സായാഹ്നം മുഴുക്കെ ഞാൻ ഛർദ്ദിച്ചുകൊണ്ടിരുന്നു.

ചിലപ്പോഴൊക്കെ ആ ഓർമ്മകൾ എന്നെത്തേടിയെത്താറുണ്ടായിരുന്നു. ഇന്നേർഡിന്റെ ശവം എന്തുകൊണ്ട് കണ്ടെത്തിയില്ല എന്ന് ആശ്ചര്യപ്പെട്ടു. ഒരുപക്ഷേ കുറുക്കന്മാർ തിന്നിട്ടുണ്ടാകാം എന്ന് അനുമാനിച്ചു. അയാളുടെ അസ്ഥികൾ അവ നക്കിത്തുടച്ചിട്ടുണ്ടാകാം എന്ന് അനുമാനിച്ചു. പക്ഷേ അവ അയാളുടെ ശവത്തിൽ സ്പർശിച്ചിട്ടുണ്ടായിരുന്നില്ല. അയാൾ അഴുകി. ആ ശരീരത്തിൽ പൂപ്പൽ ബാധിച്ചു. അയാളൊരു മനുഷ്യനായിരുന്നില്ല എന്നതിന്റെ തെളിവായി ഞാനതിനെ കണക്കാക്കുന്നു.

അന്നുമുതൽ സമുറായിയിൽ ഞാൻ എന്റെ ഉപകരണങ്ങളെല്ലാം കൊണ്ടുനടക്കാൻ തുടങ്ങി. ഒരു സഞ്ചിയിൽ കുറച്ച് ഐസ്, ഒരു പിക്കാക്സ്, ഒരു ചുറ്റിക, ആണികൾ, കുറച്ച് സിറിഞ്ചുകളും ഇത്തിരി ഗ്ലൂക്കോസും. ഏത് നിമിഷത്തിലും പ്രവർത്തന നിരതയാകാൻ ഞാൻ തയ്യാറായിരുന്നു. മൃഗങ്ങൾ പ്രതികാരം ചെയ്യുകയാണെന്ന് നിരന്തരം പറഞ്ഞുകൊണ്ടിരുന്നപ്പോഴും ഞാൻ വെറുതെയിരിക്കുകയല്ലായിരുന്നു. അതാണ് സത്യം. ഞാൻ അവരുടെ ഉപകരണമായിരുന്നു എന്നതാണ് സത്യം.

ഞാനിതൊക്കെ ബോധപൂർവ്വമല്ല ചെയ്തത് എന്ന് പറഞ്ഞാൽ നിങ്ങൾ വിശ്വസിക്കുമോ? ചെയ്തതെല്ലാം ഞാനുടൻ മറന്നു. ശക്തമായ പ്രതിരോധ വ്യവസ്ഥകൾ എന്നെ സംരക്ഷിക്കുന്നുണ്ടെന്ന് ഞാൻ കരുതി. എന്റെ രോഗാവസ്ഥയാകണം ഒരു കാരണം. ലളിതമായി പറഞ്ഞാൽ ഇടയ്ക്കിടെ ഞാൻ ജനീനയല്ലാതാകുമായിരുന്നു. ബെല്ലോനയോ മേദിയയോ ആകുമായിരുന്നു.

ബ്രൂസിന്റെ പക്കൽ നിന്ന് ആ രാസവസ്തു എപ്പോൾ കരസ്ഥമാക്കി എന്ന് എനിക്കോർമ്മയില്ല. അയാൾ അതിനെക്കുറിച്ചന്വേഷിക്കാൻ എന്നെ വിളിച്ചിരുന്നു. ഞാൻ കുമ്പസാരിച്ചില്ല. അയാളുടെ കയ്യിൽ നിന്ന് നഷ്ടപ്പെട്ടതാകും എന്ന് ഞാൻ പറഞ്ഞു. അയാളുടെ ശ്രദ്ധയില്ലായ്മയെക്കുറിച്ച് പറഞ്ഞു.

പ്രസിഡന്റിന്റെ വീട്ടിൽ ഞാൻ കൊണ്ടുവിട്ടോളാം എന്ന് പറഞ്ഞപ്പോൾ തന്നെ എന്താണ് സംഭവിക്കാൻ പോകുന്നതെന്ന് എനിക്ക് മനസ്സിലായിരുന്നു. ഗ്രഹങ്ങൾ സമയം നിശ്ചയിച്ച് കഴിഞ്ഞിരുന്നു. എനിക്കവയെ പിന്തുടരുക മാത്രമേ ചെയ്യേണ്ടിയിരുന്നുള്ളൂ.

ഞാൻ ചുമർ ചാരിയിരുന്നു. ആകാശത്തേക്ക് നോക്കിയിരുന്നു. അയാളുടെ നോട്ടം എന്നിലെത്തിയെങ്കിലും അയാൾ എന്നെ ശ്രദ്ധിച്ചു എന്ന് തോന്നിയില്ല. അയാൾ ഒന്ന് ചുമച്ചു. എന്നിട്ട് "എനിക്കെന്തോ സുഖമില്ലാത്തതുപോലെ തോന്നുന്നു ദസ്ജെയ്കോ" എന്ന് പറഞ്ഞു.

"സുഖമില്ല" എന്നയാൾ പറഞ്ഞത് അയാളുടെ അപ്പോഴത്തെ ശാരീരികാവസ്ഥയെക്കുറിച്ചാകില്ല. അയാൾ അമിതമായി മദ്യപിച്ചിരുന്നു. അതിനാൽ തന്നെ പൊതുവേ രോഗാവസ്ഥയിലായിരുന്നു. ആ രോഗാവസ്ഥ അയാളെ എന്നിലേക്ക് കൂടുതൽ അടുപ്പിച്ചു.

"മദ്യം ഇങ്ങനെ അമിതമായി ഉപയോഗിക്കരുത്." ഞാൻ ഉപദേശിച്ചു.

വിധി നടപ്പാക്കാൻ ഞാൻ തയ്യാറെടുത്തിരുന്നു. എന്നാൽ എങ്ങനെ എന്ന അവസാന തീരുമാനത്തിൽ എത്തിയിരുന്നില്ല. എന്റെ തീരുമാനം ശരിയാണെങ്കിൽ എല്ലാതും അതിന്റേതായ സമയത്ത് നടപ്പിലാകും എന്ന് എനിക്ക് ഉറപ്പായിരുന്നു.

"എന്നെയൊന്ന് സഹായിക്കൂ." അയാൾ ദീർഘശ്വാസമെടുത്തു. അയാൾക്ക് ശ്വാസം കിട്ടുന്നുണ്ടായിരുന്നില്ല. "എന്നെ വീട്ടിലെത്തിക്കൂ."

അയാളെ പ്രതി എനിക്ക് ദുഃഖം തോന്നി. അയാളെ വീട്ടിലെത്തിക്കണോ? അയാൾ പറയുന്നത് ശരിയാണ്.

നല്ലത്, അയാളെ അയാളിൽ നിന്നും മുക്തമാക്കുകയാണ്. അയാൾ ജീവിക്കുന്ന അഴുകിയ, ക്രൂരമായ ഈ ജീവിതത്തിൽ നിന്ന്. ഇതാണ് സൂചകം. അതെനിക്ക് ഉടൻ മനസ്സിലായി.

"ഒരു നിമിഷം ഇവിടെ കാത്തിരിക്കൂ. ഞാനിപ്പോഴെത്താം." ഞാൻ പറഞ്ഞു.

ഞാൻ കാറിനടുത്തേക്ക് നീങ്ങി. അതിൽ നിന്ന് ഐസ് സഞ്ചിയെടുത്തു. അതുപയോഗിച്ച് തല തടവിക്കൊടുക്കുകയാണെന്നേ ആരെങ്കിലും കണ്ടാലും കരുതുമായിരുന്നുള്ളൂ. എന്നാൽ ഞാനത് ചെയ്തതിനു സാക്ഷികളാകാൻ ആരുമില്ലായിരുന്നു. കാറുകൾ മിക്കതും പോയിക്കഴിഞ്ഞിരുന്നു. ആരോ മുൻവാതിലിനരികിൽ നിന്ന് ബഹളം

വെയ്ക്കുന്നുണ്ടായിരുന്നു. അയാളുടെ ഉച്ചത്തിലുള്ള സ്വരം എനിക്ക് കേൾക്കാമായിരുന്നു.

കീശയിൽ ബ്രൂറൂസിൽ നിന്നെടുത്ത രാസവസ്തുവിന്റെ ചെറുകുപ്പി യുണ്ടായിരുന്നു.

ഞാൻ തിരിച്ചെത്തിയപ്പോൾ അയാൾ തല പുറകോട്ടിട്ടിരുന്ന് കരയുക യായിരുന്നു.

"ഇത്രയൊക്കെ കുടിച്ചാൽ നിങ്ങൾക്ക് ഒരു ദിവസം ഹൃദയാഘാതം വരും. വരൂ, നമുക്ക് പോകാം." ഞാൻ പറഞ്ഞു.

ഞാൻ അയാളുടെ കൈ പിടിച്ചു. എഴുന്നേറ്റ് നിൽക്കാൻ സഹായിച്ചു.

"എന്തിനാ കരയുന്നത്?" ഞാൻ ചോദിച്ചു.

"നിങ്ങൾ എത്ര കരുണയുള്ളവളാണ്..."

"എനിക്കറിയാം."

"നിങ്ങളെന്തിനാ കരയുന്നത്?"

"അതെനിക്കറിയില്ലായിരുന്നു."

ഞങ്ങൾ കാട്ടിലേക്ക് നടന്നു. ഞാൻ അയാളെ ഉന്തിത്തള്ളിക്കൊണ്ടു പോകുകയായിരുന്നു. അഗ്നിശാലയുടെ വിളക്കുകൾ കാണാനാകാത്ത ദൂരത്തിലായപ്പോഴാണ് ഞാൻ അയാളുടെ കൈകൾ വിട്ടത്.

"ഒന്ന് ഛർദ്ദിക്കാൻ ശ്രമിച്ച് നോക്കൂ. അപ്പോൾ ചിലപ്പോൾ ഇത്തിരി സുഖം തോന്നിയേക്കും." ഞാൻ പറഞ്ഞു. "അതിനു ശേഷം വീട്ടിലേക്ക് പറഞ്ഞയയ്ക്കാം."

അയാൾ എന്നെ നോക്കി. അലക്ഷ്യമായ നോട്ടം.

"എന്താണുദ്ദേശിച്ചത്. നിങ്ങൾ എന്നെ വീട്ടിലേക്ക് 'പറഞ്ഞയയ്ക്കുക' എന്നാൽ?"

ഞാനയാളുടെ പുറത്ത് തട്ടി.

"വരൂ... ഛർദ്ദിക്കാൻ ശ്രമിക്കൂ."

അയാൾ ഒരു മരത്തിൽ ചാരി നിന്നു. ഒന്ന് മുന്നോട്ടാഞ്ഞു. വായിൽ നിന്ന് ഉമിനീർ ഒലിച്ചിറങ്ങി.

"നിങ്ങൾക്ക് എന്നെ കൊല്ലണം, അല്ലേ?" അയാൾ കിതയ്ക്കുന്നു ണ്ടായിരുന്നു.

അയാൾ ചുമയ്ക്കാൻ തുടങ്ങി. പിന്നെ ഒരു ഇരമ്പൽ കേട്ടു. അയാൾ ഛർദ്ദിച്ചു.

"അയ്യോ..." അയാൾ ലജ്ജിച്ചു.

അപ്പോൾ ഞാൻ ബ്രൂറൂസിന്റെ രാസവസ്തു കുപ്പിയുടെ അടപ്പിലാക്കി അയാൾക്ക് കുടിക്കാൻ കൊടുത്തു.

“ഇത് കഴിച്ചോളൂ. കുറച്ച് സുഖം തോന്നൂ.”

അയാൾ അത് വാങ്ങി കുടിച്ചു. അതിനുശേഷം കരയാൻ തുടങ്ങി.

“എനിക്ക് വിഷം തന്നു അല്ലേ?”

“അതെ.”

അയാളുടെ സമയമെത്തി എന്നെനിക്ക് ഉറപ്പായി. ഞാൻ എന്റെ കയ്യിലെ സഞ്ചി ചുറ്റിപ്പിടിച്ചു. ആകാവുന്നത്ര കരുത്തോടെ ആഞ്ഞടിക്കാൻ തയ്യാറെടുത്തു. അടിച്ചു. കഴുത്തിന്റെ പിൻഭാഗത്താണടിച്ചത്. അയാൾക്ക് എന്നേക്കാൾ ഉയരമുണ്ടായിരുന്നു. എങ്കിലും എന്റെ ഇടിക്ക് നല്ല കരുത്തുണ്ടായിരുന്നു. അയാൾ മുന്നോട്ട് വീഴും എന്ന് തോന്നി. മുട്ടുകാലിൽ ഇരുന്നു. കാര്യങ്ങളെല്ലാം എങ്ങനെ വേണോ അങ്ങിനെയാകുന്നു എന്ന ചിന്ത എനിക്കുണ്ടായി. ഞാൻ ഒരിക്കൽ കൂടി അയാളെ തൊഴിച്ചു. ഇത്തവണ ഞാൻ നല്ല വിജയം കണ്ടു. എന്തോ ഒടിയുന്ന സ്വരം കേട്ടു. അയാൾ ഒന്ന് ഞരങ്ങി. നിലത്ത് വീണു. ഇങ്ങനെ ചെയ്തതിന് അയാൾക്ക് എന്നോട് നന്ദിയുണ്ടാകും എന്നെനിക്കറിയാം. ഇരുട്ടിൽ ഞാൻ അയാളുടെ വാ തുറപ്പിച്ച് വെച്ചു. തല തിരിച്ച് വെച്ചു. രാസവസ്തുവിൽ അവശേഷിച്ചത് അയാളുടെ കഴുത്തിലേക്കും വസ്ത്രത്തിലേക്കുമൊഴിച്ചു. തിരിച്ച് വരുമ്പോൾ ഐസ് ഞാൻ അഗ്നിശാലയിലേക്കെറിഞ്ഞു. സഞ്ചി കീശയിലിട്ടു.

അങ്ങനെയാണത് സംഭവിച്ചത്.

അവരെല്ലാം അനങ്ങാതെ ഇരുന്നു. സൂപ്പ് എപ്പോഴേ തണുത്തുപോയിരിക്കുന്നു. ആരും ഒന്നും പറഞ്ഞില്ല. ഞാൻ എഴുന്നേറ്റ് നടന്നു. ചുരത്തിനരികിലേക്ക് നടന്നു.

ഗ്രാമത്തിന്റെ ദിശയിൽ നിന്ന് സൈറണുകളുടെ ഒച്ച വരുന്നുണ്ടായിരുന്നു. അതിന്റെ ദുഃഖാർത്തമായ നിലവിളികൾ കാറ്റിലൂടെ സമതലം മുഴുക്കെ നിറഞ്ഞു. പിന്നെ അവ നിശ്ശബ്ദമായി. ഡിസ്സിയുടെ കാർ ദൂരേക്ക് പോകുന്ന വെളിച്ചം ഞാൻ കണ്ടു.

17

കന്യക

ഓരോ കണ്ണുകളിലേക്കും ഓരോ നീർത്തുള്ളികൾ
നിത്യതയിൽ ഒരു കൊച്ചുകുഞ്ഞാകുന്നു.
സ്ത്രീകളുടെ വിവേകം ഇവയെ പിടിച്ചെടുക്കുന്നു.
സ്വന്തം പരമാനന്ദത്തിലേക്ക്
തിരികെ കൊണ്ടുപോകുന്നു

പ്രഭാതത്തിൽ ഡിസ്സി വിളിച്ചിരുന്നിരിക്കണം. ഞാനപ്പോഴും ഗുളികകളുടെ പ്രഭാവത്തിൽ ഉറക്കത്തിലായിരുന്നു. ഇത്രയൊക്കെ സംഭവിച്ചതിനുശേഷം അതില്ലാതെ എനിക്കെങ്ങനെ ഉറങ്ങാനാകും? അവൻ വാതിലിൽ മുട്ടുന്നത് ഞാൻ കേട്ടില്ല. ഒന്നും കേൾക്കാൻ എനിക്ക് താത്പര്യമില്ലായിരുന്നു. അവനെന്തുകൊണ്ടാണ് കുറച്ചുകൂടി കാത്ത് നിൽക്കാതിരുന്നത്? അവനെന്തുകൊണ്ടാണ് ജാലകത്തിൽ വന്ന് മുട്ടാതിരുന്നത്? പ്രാധാന്യമുള്ള എന്തെങ്കിലും പറയാൻ അവൻ ആഗ്രഹിച്ചിരുന്നിരിക്കും. അവൻ തിരക്കിലായിരുന്നല്ലോ.

ഞാൻ വീടിനു വെളിയിൽ വന്ന് നിന്നു. ആശയക്കുഴപ്പത്തിലായിരുന്നു ഞാൻ. എനിക്കാകെ കാണാനായത് പുറത്ത് ചവുട്ടിയിൽ ബ്ലെയ്ക്കിന്റെ കത്തുകളുടെ ഒരു പുസ്തകം കിടക്കുന്നതായിരുന്നു. ചെക്ക് റിപ്പബ്ലിക്കിൽ നിന്ന് ഞാൻ വാങ്ങിയത്. അവനെന്തിനാണത് എനിക്കായി ഇവിടെ ഉപേക്ഷിച്ചത്? എന്താണവൻ ഇതുവഴി എന്നോട് പറയാനുദ്ദേശിക്കുന്നത്? ഞാൻ പുസ്തകം തുറന്നു. മറിച്ചു നോക്കി. അതിൽ നിന്ന് കടലാസു തുണ്ടുകളൊന്നും താഴേക്ക് വീണില്ല. അതിൽ സന്ദേശങ്ങളൊന്നും എഴുതി വെച്ചിട്ടുമുണ്ടായിരുന്നില്ല.

ഇരുട്ടുള്ള നനഞ്ഞ ഒരു ദിവസമായിരുന്നു അത്. എനിക്കെന്റെ കാലുകൾ വലിച്ച് നീങ്ങാനാകുന്നുണ്ടായിരുന്നില്ല. ഞാൻ കടുപ്പത്തിൽ ഒരു ചായയിട്ടു. അത് കുടിച്ചുകൊണ്ടിരിക്കുമ്പോഴാണ് ആ പുസ്തകത്തിന്റെ ഒരു താള് അടയാളപ്പെടുത്തി വെച്ചിരിക്കുന്നത് കണ്ടത്. ഒരു പുൽനാമ്പു കൊണ്ടാണത് അടയാളപ്പെടുത്തിയിരുന്നത്. ഞാനത് തുറന്നു. വായിച്ചു. റിച്ചാർഡ് ഫിലിപ്സിൽ നിന്നുള്ള ഒരു കത്താണത്. അവൻ അത് വിവർത്തനം ചെയ്തിട്ടില്ല. അതിലെ പല വാക്യങ്ങളും പെൻസിൽ കൊണ്ട് അടിവരയിട്ടിട്ടുണ്ട്. (പുസ്തകങ്ങളിൽ കുത്തിക്കുറിക്കുന്നത് ഡിസ്സിക്ക് ഇഷ്ടമല്ലായിരുന്നു.)

"ഒക്ടോബർ 13ലെ, ഒറാക്കിൾ ആൻഡ് ട്രു ബ്രിടണിൽ ഞാൻ ഇങ്ങനെ വായിക്കുകയുണ്ടായി. ഇവിടെ ഡിസ്സി പെൻസിൽ കൊണ്ട് ഒരു ബ്ലാക്ക് കോട്ട്' എന്നെഴുതിയിട്ടുണ്ടായിരുന്നു. 'റൊബസ്പിയറിന്റെ കോൾഡ് ഫൂറി' എന്ന പുസ്തകവുമായി ഒരു സർജനെ പൊലീസ് പിടികൂടിയിരിക്കുന്നു. അയാളേയും അയാളുടെ പക്കലുള്ള വസ്തുക്കളും പൊലീസ് പിടിച്ചെടുത്തിട്ടുണ്ട്. അയാളുടെ പക്കലുള്ള വസ്തുക്കൾ ഒരു ജ്യോതിഷി കൈവശം വെയ്ക്കുന്നവയാണ്. അയാളെ ജയിലിലിട്ടിരിക്കുന്നു. അയാൾക്ക് ഗ്രഹനിലകൾ വായിക്കാനാകും. പലപ്പോഴും അവയുടെ പ്രഭാവത്തിൽ വരാറുമുണ്ടയാൾ. വായിച്ചെടുക്കാനാകാത്ത ന്യൂട്ടോണിയൻ ദ്രാവകം പോലെയാണത്. സ്വന്തം കാര്യകാരണങ്ങളിലും പരീക്ഷണങ്ങളിലും അടിമപ്പെട്ട് മറ്റൊന്നും വായിക്കാനാകാത്തതുപോലെ. നമ്മളെല്ലാം തെറ്റുകൾ ചെയ്യുന്നവരാണ്. നമ്മൾ കുറ്റകൃത്യങ്ങൾ ചെയ്തിട്ടേയില്ലെന്ന് ആർക്ക് പറയാനാകും?"

ഇതിന്റെയൊക്കെ അർത്ഥമെന്തെന്ന് മനസ്സിലാക്കാൻ എനിക്ക് ഏകദേശം പത്ത് സെക്കന്റെടുത്തു. അത് മനസ്സിലായപ്പോൾ ഞാൻ ക്ഷീണിതയായി. എന്റെ കരളിൽ വലിയൊരു വേദന പ്രത്യക്ഷപ്പെട്ടു.

ഞാൻ എന്റെ സാമാനങ്ങൾ സഞ്ചിയിലാക്കി. ലാപ്ടോപ്പ് എടുത്തു. അപ്പോഴാണ് പുറത്ത് ഒരു കാർ വന്ന് നിന്നുവോ എന്ന് തോന്നിയത്. ഒന്നല്ല, രണ്ടെണ്ണം. മറ്റൊന്നും ആലോചിക്കാതെ ഞാൻ എന്റെ കയ്യിലുള്ളതെല്ലാം വലിച്ചുവാരിയെടുത്ത് താഴെ ബോയിലർ മുറിയിലേക്കോടി. അവിടെ അമ്മയും അമ്മൂമ്മയുമുണ്ടാകും എന്ന് എന്റെ മനസ്സെന്നോട് പറഞ്ഞു. അവരെന്നെ കാത്ത് നില്പുണ്ടാകും. എന്റെ കൊച്ചു പെൺകുട്ടികളുമുണ്ടാകും. ഒരുപക്ഷേ എന്റെ പ്രശ്നങ്ങൾക്കുള്ള പോംവഴിയാകും അത്. അവരോടൊപ്പം ചേരുക എന്നതാകും ആ പോംവഴി. ഞാനെത്തിയപ്പോൾ അവിടെ ആരുമില്ലായിരുന്നു.

ബോയിലർ മുറിക്കും ഗരാഷിനും ഇടയിൽ ഒളിച്ചിരിക്കാൻ പറ്റിയ ഒരു സ്ഥലമുണ്ട്. വെള്ളത്തിന്റെ മീറ്ററുകളും കേബിളുകളും നിലം തുടയ്ക്കുന്ന തുണികളുമെല്ലാമുള്ള ഒരിടം. യുദ്ധമോ മറ്റ് പീഡനങ്ങളോ

വന്നാൽ ഒളിച്ചിരിക്കാൻ എല്ലാ വീടുകൾക്കും ഇങ്ങനെ ഒരിടം ആവശ്യമാണ്. ഞാനവിടെ ഒളിച്ചിരുന്നു. ലാപ്ടോപ്പ് കയ്യിൽ വെച്ച് ഒളിച്ചിരുന്നു. ഞാനപ്പോൾ പൈജാമയും സ്ലിപ്പറും മാത്രമേ ധരിച്ചിരുന്നുള്ളൂ. എന്റെ വയറു വേദന വർദ്ധിക്കുന്നുണ്ടായിരുന്നു.

വാതിൽക്കൽ മുട്ടുകേട്ടു. മുൻവാതിൽ ഞരങ്ങി തുറക്കുന്നത് കേട്ടു. കാലടിശബ്ദം കേട്ടു. അവർ പടികൾ ചവിട്ടിക്കയറി വരുന്ന സ്വരം കേട്ടു. ബ്ലാക്ക് കോട്ടിന്റേയും ഒരു യുവാവിന്റേയും സ്വരം ഞാൻ കേട്ടു. അത് ആ കമാൻഡന്റിനൊപ്പം ജോലി ചെയ്തിരുന്ന പൊലീസുകാരനായിരുന്നു. അയാളാണ് ഒരിക്കൽ എന്നോട് ചോദ്യങ്ങൾ ചോദിക്കാനായി എത്തിയത്. അതുകൂടാതേയും സ്വരങ്ങളുണ്ടായിരുന്നു. അപരിചിത സ്വരങ്ങൾ. അവർ വീടു മുഴുക്കെ നിറഞ്ഞിരിക്കുന്നു. അവർ എന്നെ വിളിച്ചുകൊണ്ടിരുന്നു. “ദസ്ജെയ്കോ! ജനീന!” അവരുടെ ആ വിളി പ്രതികരിക്കാതിരിക്കാൻ എനിക്ക് കാരണമായി.

അവർ മുകളിലേക്ക് കയറി. അവരുടെ കാലടികളിൽ മണ്ണുണ്ടാകും. അവർ വീടുമുഴുക്കെ വൃത്തികേടാക്കും. അവർ മുറികളിലൊക്കെ കയറി ഇറങ്ങുന്നുണ്ട്. അവരിലൊരാൾ താഴേക്കിറങ്ങി വരുന്ന സ്വരം കേട്ടു. ബോയിലർ മുറിയുടെ വാതിൽ തുറക്കുന്ന സ്വരം കേട്ടു. ആരോ അകത്ത് കയറി. അയാൾ എല്ലായിടവും പരിശോധിക്കുന്നുണ്ട്. പരിശോധനയ്ക്ക് ശേഷം അയാൾ ഗരാഷിലേക്ക് പോയി. അയാൾ കടന്ന് പോയപ്പോൾ എന്നിൽ നിന്ന് ഏതാനും സെന്റിമീറ്റർ ദൂരെവരെ ഒരു കാറ്റ് വന്നു. ഞാൻ ശ്വാസമടക്കി നിന്നു.

“ആഡം... താങ്കൾ എവിടെയാണ്?” മുകളിൽ നിന്ന് ആരോ വിളിച്ച് ചോദിച്ചു.

“ഇവിടെയുണ്ട്!” അയാൾ മറുപടി പറഞ്ഞു. “ഇവിടെ ആരുമില്ല.”

മുകളിലുള്ളയാൾ എന്തോ തെറി പറഞ്ഞു.

“എന്തൊരു വൃത്തികെട്ട സ്ഥലമാണിത്.” ബോയിലർ മുറിയിലുള്ള ഒരാൾ മറ്റൊരാളോട് പറഞ്ഞു. അവർ വിളക്കുകൾ അണച്ചു. തിരിച്ച് കയറിപ്പോയി.

അവർ ഹാളിൽ നിൽക്കുന്നത് ഞാനറിഞ്ഞു. സംസാരിച്ച് നിൽക്കുകയാണവർ. വലിയ ചർച്ചയിലാണ്.

“അവർ രക്ഷപ്പെട്ടു എന്ന് തോന്നുന്നു...”

“പക്ഷേ, കാർ ഇവിടെ തന്നെയുണ്ടല്ലോ. അത് വിചിത്രമായിരിക്കുന്നു. നടന്നാണോ അവർ പോയത്?”

ഓഡ്ബോളിന്റെ സ്വരം വന്നു. അയാൾ കിതയ്ക്കുന്നുണ്ട്. പൊലീസിനു പുറകെയെത്തിയതാണയാൾ എന്ന് വ്യക്തം.

“അവർ സ്കെസെനിലേക്ക് പോകുന്നെന്നു പറഞ്ഞിരുന്നു. ഒരു സുഹൃത്തിനെ കാണാനായി.”

അയാൾക്കെവിടെ നിന്നാണങ്ങനെ ഒരു ആശയം ലഭിച്ചത്? സ്കെസെൻ! വിചിത്രമായിരിക്കുന്നു!

"അതെന്താണെന്നോട് നേരത്തെ പറയാതിരുന്നത് ഡാഡ്?"

ഉത്തരമൊന്നും വന്നില്ല.

"സ്കെസെനിലേക്കോ? അവിടെ അവർക്ക് സുഹൃത്തുണ്ടെന്നോ? കൂടുതൽ എന്തറിയാം ഡാഡ്?" ബ്ലാക്ക് കോട്ട് ചോദിച്ചു. മകൻ അച്ഛനെ ചോദ്യം ചെയ്യുന്നത് ഓഡ്ബോളിന് വേദനാജനകമായിട്ടുണ്ടാകണം.

"അവരെങ്ങനെ അവിടെയെത്തും?" അവിടെ ഒരു ചർച്ചയ്ക്ക് തുടക്കമായി. ആ യുവ പൊലീസ് ഓഫീസറുടെ സ്വരം വീണ്ടും വന്നു. "നമ്മൾ വല്ലാതെ വൈകി. അവരെ പിടികൂടുന്നതിന് വളരെ അടുത്തെത്തിയിരുന്നു നമ്മൾ. കുറേക്കാലമായി അവർ നമ്മളെ പറ്റിച്ച് നടക്കുന്നു. എത്ര തവണ കയ്യെത്തും ദൂരത്ത് വന്നതാ?"

അവരെല്ലാം അപ്പോൾ ഹാളിലായിരുന്നു. എന്നെ തേടി സിഗരറ്റിന്റെ മണം വന്നു. അവരിലാരോ സിഗരറ്റിന് തീ കൊടുത്തിരിക്കുന്നു.

"സ്കെസെനിലേക്ക് വിളിച്ച് അവർ എങ്ങനെയാണവിടെ എത്തിപ്പെട്ടത് എന്ന് ഉടൻ അറിയണം. ബസ്സിലാണോ, തീവണ്ടിയിലാണോ, അതോ കിട്ടിയ വണ്ടിയിൽ കയറിപ്പോയതാണോ? നമ്മൾ ഉടൻ ഒരു അറസ്റ്റ് വാറന്റ് പുറപ്പെടുവിക്കണം." ബ്ലാക്ക് കോട്ട് പറഞ്ഞു.

"അവരെ കണ്ടെത്താൻ നമുക്ക് തീവ്രവാദ വിരുദ്ധസേനയുടെ ആവശ്യമൊന്നുമില്ല. അവരൊരു ഭ്രാന്തത്തിയാണ്. ഇത്തിരിയധികം വട്ടുണ്ട് എന്ന് മാത്രം." യുവ പൊലീസ് ഓഫീസർ അഭിപ്രായപ്പെട്ടു.

"അപകടകാരിയാണവർ." ബ്ലാക്ക് കോട്ട് പ്രതികരിച്ചു.

അവർ വീട്ടിൽ നിന്ന് ഇറങ്ങിപ്പോയി.

"ഈ വാതിൽ അടച്ച് പൂട്ടണം."

"താഴേക്കുള്ളതും അടച്ച് പൂട്ടണം. ശരി, വരൂ."

പെട്ടെന്ന് ഓഡ്ബോളിന്റെ മധുര സ്വരം വന്നു. "അവർ ജയിലിൽ നിന്ന് പുറത്തിറങ്ങിയാൽ അവരെ ഞാൻ വിവാഹം ചെയ്യും."

അത് കേട്ട് ബ്ലാക്ക് കോട്ട് കുപിതനായി.

"നിങ്ങൾക്കും തലയ്ക്ക് വട്ടായോ ഡാഡ്."

ഞാനാ മൂലയിൽ, ഇരുട്ടിൽ, അനങ്ങാതെ നിന്നു. അവർ പോയിട്ടും കുറേ നേരം അങ്ങനെ നിന്നു. അവസാനം കാർ എഞ്ചിനുകളുടെ ഗർജ്ജനം കേട്ടു. അതിനു ശേഷവും ഒരു മണിക്കൂർ ഞാനവിടെ തന്നെയിരുന്നു. എന്റെ ശ്വസന സ്വരം കേട്ട് ഇരുന്നു. എനിക്കിപ്പോൾ സ്വപ്നം കാണേണ്ട

ആവശ്യമില്ല. ഞാനിപ്പോൾ സത്യമായും ബോയിലർ മുറിയിലാണ്. എന്റെ സ്വപ്നങ്ങളിലെന്ന പോലെ തന്നെ. ഇവിടെയാണല്ലോ മരിച്ചവർ എന്നെ തേടി വരാറുള്ളത്. ഗരാഷിൽ നിന്ന് അവരുടെ സ്വരം കേൾക്കാനുണ്ടെന്ന് എനിക്ക് തോന്നി. അങ്ങകലെയുള്ള കുന്നിൽ നിന്നും അത് കേൾക്കാനുണ്ട്. ഭൂമിക്കടിയിൽ നിന്ന് ഒരു ഘോഷയാത്രയായി അവർ വരുന്നുണ്ട്. ഞാൻ ശ്രദ്ധിച്ചു. ഇല്ല, അത് കാറ്റിന്റെ സ്വരമാണ്. പതിവുപോലെ അത് സമതലത്തിൽ ചൂളമടിക്കുകയാണ്. ഞാൻ മുകളിലേക്ക് ഇഴഞ്ഞ് കയറി. കള്ളത്തിയെപ്പോലെ കയറി. ഒരു യാത്രയ്ക്ക് വേണ്ട വസ്ത്രം ധരിച്ചു. രണ്ട് ചെറിയ സഞ്ചികൾ മാത്രം കൈവശം വച്ചു. അത് കണ്ടാൽ അലി പോലും അഭിമാനം കൊള്ളുമായിരുന്നു. വീട്ടിൽ നിന്ന് പുറത്ത് കടക്കാൻ മൂന്നാമതൊരു വഴി കൂടിയുണ്ട്. വിറകുപുരയിലൂടെയുള്ള വഴി. അതു വഴി ഞാൻ പുറത്തിറങ്ങി. വീട് മരിച്ചവർക്കായി ഒഴിഞ്ഞ് കൊടുത്തു. ഇരുട്ടാകുന്നതുവരെ പ്രൊഫസറുടെ വീടിനടുത്തുള്ള ഉപഗൃഹത്തിൽ കഴിഞ്ഞുകൂടി. എന്റെ പക്കൽ അത്യാവശ്യമുള്ള വസ്തുക്കൾ മാത്രമേ ഉണ്ടായിരുന്നുള്ളൂ. എന്റെ നോട്ടുപുസ്തകങ്ങൾ, ബ്ലെയ്ക്ക്, എന്റെ മരുന്നുകൾ, ജ്യോതിഷ വിവരങ്ങളുള്ള എന്റെ ലാപ്ടോപ്പ്, അത്രമാത്രം. അതിനോടൊപ്പം പഞ്ചാംഗവുമുണ്ടായിരുന്നു. ഭാവിയിൽ ഏതെങ്കിലും മരുഭൂമിയിൽ ജീവിക്കേണ്ടി വന്നാൽ അത് ഉപകാരപ്പെടും. വീട്ടിൽ നിന്ന് അകന്ന് പോകും തോറും, മഞ്ഞിൽ ചവുട്ടി നടക്കും തോറും എന്റെ ഉത്സാഹം വർദ്ധിച്ചു. അതിർത്തിയിൽ നിന്ന് ഞാൻ സമതലത്തിലേക്ക് തിരിഞ്ഞ് നോക്കി. അതിനെ ആദ്യമായി കണ്ട ദിവസം ഓർമ്മയിലെത്തി. അന്ന് ആ കാഴ്ച എന്നെ പരമാനന്ദത്തിലെത്തിച്ചിരുന്നു. ഒരു ദിവസം എനിക്ക് ഇവിടം വിട്ടുപോകേണ്ടി വരുമെന്ന് ഞാനൊരിക്കലും കരുതിയിരുന്നില്ല. ഭാവിയിൽ എന്തൊക്കെ സംഭവിക്കും എന്ന് അറിയാനാകായ്ക ഈ ലോകത്തെ പ്രോഗ്രാം ചെയ്തതിൽ പറ്റിയിരിക്കുന്ന വലിയ പിഴവാണ്. ഒരവസരം ലഭിച്ചാൽ ഞാനാദ്യം ചെയ്യുക അത് നേരെയാക്കുകയായിരിക്കും.

സമതലത്തിനപ്പുറത്തുള്ള താഴ്‌വാരം വിഷാദത്തിലായിരുന്നു. കനത്ത വിഷാദത്തിൽ. ഇവിടെ മുകളിൽ നിന്നപ്പോൾ എനിക്ക് വലിയ പട്ടണങ്ങളിൽ നിന്നുള്ള വെളിച്ചങ്ങൾ കാണാനായി. ലെവിൻ, ഫ്രാങ്കസ്റ്റീൻ, ക്ലോദ്സ്കൊ... വായു ശുദ്ധമായിരുന്നു. വിളക്കുകൾ മിന്നിക്കത്തുന്നത് കാണാമായിരുന്നു. ഇവിടെ, ഈ മലമുകളിൽ, ഇപ്പോഴും രാത്രിയായിട്ടില്ല. പടിഞ്ഞാറുള്ള ആകാശം ഇപ്പോഴും ഓറഞ്ച് നിറത്തിലാണ്. ഇത്തിരി തവിട്ട് കലർന്ന ഓറഞ്ച് നിറം. അവിടെ ഇരുട്ട് പരന്ന് തുടങ്ങിയിരിക്കുന്നു. ഇരുട്ടിനെ എനിക്ക് ഭയമില്ല. ഞാൻ നടന്നു. ടേബിൾ മൗണ്ടൻസിനെ ലക്ഷ്യമിട്ട് നടന്നു. ഇടയ്ക്ക് ഉണങ്ങിയ പുല്ലിലും ഇളകിയ മണ്ണിലും തപ്പിത്തടഞ്ഞു. എന്റെ രോമക്കുപ്പായത്തിനുള്ളിൽ, തൊപ്പിക്കും സ്കാർഫിനുമുള്ളിൽ,

എനിക്ക് ചൂടെടുത്തു. അധികം താമസിയാതെ ഞാൻ അതിർത്തി കടക്കും എന്ന് എനിക്കറിയാം. അതിർത്തി കടന്നാൽ പിന്നെ ഇതിന്റെയൊന്നും ആവശ്യം എനിക്കുണ്ടാകില്ല. ചെക്ക് റിപ്പബ്ലിക്കിൽ ഇത്ര തണുപ്പില്ല.

അപ്പോൾ, ചെക്ക് ഭാഗത്ത്, എന്റെ കന്യക, ശുക്രൻ, ചക്രവാളത്തിൽ ഉദിച്ചുയരുന്നത് ഞാൻ കണ്ടു.

ഓരോ നിമിഷം കഴിയും തോറും അവളുടെ തിളക്കം വർദ്ധിക്കുന്നു. രാവിന്റെ ഇരുണ്ട മുഖത്ത് ഒരു പുഞ്ചിരി വിരിയുകയാണെന്ന് എനിക്ക് തോന്നി. എന്റെ ദിശ ശരിയാണെന്ന് എനിക്കുറപ്പായി. അവൾ അകാശത്ത് തിളങ്ങി നിന്നു. ഞാൻ സുരക്ഷിതയായി കാട് മുറിച്ച് കടന്നു. അതിർത്തി കടന്നു. അവളാണെന്നെ നയിച്ചത്. ഞാൻ ചെക്ക് വയലുകളിലേക്ക് നടന്നു. അവൾക്കരികിലേക്ക് നടന്നു. അവൾ താഴ്ന്ന് താഴ്ന്ന് വരുന്നുണ്ടായിരുന്നു. ചക്രവാളത്തിലേക്ക്, അവർക്ക് പുറകെ വരാൻ എന്നെയവൾ പ്രേരിപ്പിക്കുകയാണെന്ന് തോന്നി.

പ്രധാന വീഥി വരെ അവൾ എന്നെ നയിച്ചു. അവിടെ നിന്ന് എനിക്ക് നാചോദ് എന്ന പട്ടണം കാണാം. ഞാൻ അവിടേക്ക് നടന്നു. ഞാൻ ഉല്ലാസവതിയായിരുന്നു. ഇനി എന്ത് സംഭവിച്ചാലും അത് നല്ലതിനാകും. എനിക്കിപ്പോൾ ഭയമൊന്നും തോന്നുന്നില്ല. ചെക്ക് പട്ടണവും അതിന്റെ തെരുവുകളും ശൂന്യമാണ്. അല്ലെങ്കിലും ചെക്ക് റിപ്പബ്ലിക്കിൽ ഭയക്കാൻ എന്തുണ്ട്?

ഇനിയെന്ത് എന്നറിയാതെ പുസ്തകക്കടയ്ക്ക് മുന്നിൽ ഞാനെത്തിയപ്പോഴും എന്റെ കന്യക എനിക്കൊപ്പമുണ്ടായിരുന്നു. അവൾ പക്ഷേ കെട്ടിടങ്ങളുടെ മേൽക്കൂരയ്ക്ക് പുറകിൽ ഒളിച്ചിരിക്കുകയായിരുന്നു. ഇത്ര വൈകിയെങ്കിലും കടയിൽ ആരോ ഉണ്ടെന്ന് എനിക്ക് മനസ്സിലായി. ഞാൻ വാതിലിൽ മുട്ടി. ഹോൻസ വാതിൽ തുറന്നു. അയാളിൽ അത്ഭുതമൊന്നുമുണ്ടായില്ല. എനിക്ക് രാത്രി തങ്ങാൻ ഒരിടം വേണം എന്ന് ഞാൻ അയാളോട് പറഞ്ഞു.

“അകത്ത് വരൂ.” അയാൾ ക്ഷണിച്ചു. ചോദ്യങ്ങളൊന്നുമുണ്ടായില്ല.

കുറച്ച് ദിവസങ്ങൾ കഴിഞ്ഞപ്പോൾ എന്നെത്തേടി ബൂറൂസ് എത്തി. അയാൾ കുറച്ച് വസ്ത്രങ്ങളും വിഗ്ഗുകളും കൊണ്ടുവന്നിരുന്നു. ഗുഡ്ന്യൂസ് എനിക്കായി നിർമ്മിച്ചവയാണവയെല്ലാം. അതെല്ലാം അണിഞ്ഞപ്പോൾ ഞങ്ങൾ ഒരു വൃദ്ധദമ്പതികളായി. ഒരു ശവഘോഷയാത്രയിൽ പങ്കെടുക്കാൻ പോകുന്ന വൃദ്ധ ദമ്പതികളെപ്പോലെ. ബൂറൂസ് സുന്ദരമായ ഒരു റീത്ത് കൊണ്ടുവന്നിരുന്നു. ഇത്തവണ അയാൾക്ക് ഒരു കാറുണ്ടായിരുന്നു. ഏതോ വിദ്യാർത്ഥിയിൽ നിന്നും കടമെടുത്തതായിരുന്നു അത്. വളരെ വേഗമാണയാൾ അതോടിച്ചത്. പലയിടത്തും ഞങ്ങൾ

നിർത്തി. എനിക്ക് എന്തോ സുഖമില്ലായ്മ തോന്നുന്നുണ്ടായിരുന്നു. യാത്ര ദീർഘമായിരുന്നു, ക്ഷീണിപ്പിക്കുന്നതായിരുന്നു. ലക്ഷ്യസ്ഥാനത്തെത്തിയപ്പോൾ എനിക്ക് നിവർന്ന് നിൽക്കാൻ പറ്റുന്നുണ്ടായിരുന്നില്ല. അതിനാൽ ബൂറൂസ് എന്നെ സഹായിച്ചു.

ഞാനിപ്പോൾ ബിയലോവീജ കാടുകളുടെ അതിരിലുള്ള ഷഡ്പദ ശാസ്ത്രജ്ഞർക്കൊപ്പമാണ് താമസിക്കുന്നത്. ഇവിടെ എത്തിയപ്പോൾ എനിക്കിത്തിരി സുഖം തോന്നിത്തുടങ്ങി. എന്നും ഞാൻ കുറച്ച് ദൂരം നടക്കും. പക്ഷേ നടക്കുക അത്ര എളുപ്പമല്ലാതായിരിക്കുന്നു. മാത്രമല്ല, ഇവിടെ എനിക്ക് ശ്രദ്ധിക്കേണ്ടതായി ഒന്നുമില്ലല്ലോ. കാട്ടിലേക്കാണെങ്കിൽ കയറാനുമാകില്ല. അത്ര കനത്ത കാടാണ്. ചിലപ്പോൾ താപനില ഉയർന്ന് പൂജ്യത്തിനരികിലെത്തുമ്പോൾ ചുറുചുറുക്കില്ലാത്ത പൂച്ചികൾ, മഞ്ഞിൽ പ്രത്യക്ഷപ്പെടുന്നു. അതിൽ പലതിന്റേയും പേരുകൾ ഞാൻ പഠിച്ചിരിക്കുന്നു. ഞാനിവിടെ എട്ടുകാലികളേയും കണ്ടു. മിക്കവാറും ഷഡ്പദങ്ങൾ തണുപ്പുകാലങ്ങളിൽ നിദ്രയിലാകും എന്ന് ഞാൻ മനസ്സിലാക്കിയിരിക്കുന്നു. ഉറുമ്പുകൾ, അവയുടെ കൂടുകൾക്കുള്ളിൽ, ഒന്നിനുമേൽ മറ്റൊന്നായി കടിച്ചു തൂങ്ങി ഒരു വലിയ പന്തായി മാറുന്നു. എന്നിട്ട് വസന്തം വരുന്നതുവരെ ഉറങ്ങുന്നു. മനുഷ്യർക്കും ഇതിനു സമാനമായ ആത്മവിശ്വാസവും പരസ്പരവിശ്വാസവുമുണ്ടായിരുന്നെങ്കിൽ! അന്തരീക്ഷം മാറിയതിനാലും അടുത്തയിടെ ഉണ്ടായ അനുഭവങ്ങൾ മൂലവും എന്റെ രോഗം മൂർച്ഛിച്ചിരുന്നു. അതിനാൽ ഞാൻ മിക്കപ്പോഴും ജാലകത്തിലൂടെ പുറത്ത് നോക്കിയിരുന്നു.

ബൂറൂസ് വരുമ്പോഴൊക്കെ ഫ്ളാസ്കിൽ രുചികരമായ സൂപ്പ് കൊണ്ടുവരും. പാചകം ചെയ്യാനുള്ള ആരോഗ്യം ഇപ്പോഴില്ല. അയാൾ എനിക്ക് വർത്തമാന പത്രങ്ങൾ കൊണ്ടുവരും. വായിക്കാൻ പ്രേരിപ്പിക്കും. പക്ഷേ അവയെ കണ്ടാലുടൻ എനിക്ക് മടുപ്പ് വരും. വർത്തമാന പത്രങ്ങൾ നമ്മെ എപ്പോഴും ആകാംക്ഷയുടെ മുൾമുനയിൽ നിർത്തുന്നു. യഥാർത്ഥത്തിൽ ബാധിക്കുന്ന കാര്യങ്ങളിൽ നിന്ന് നമ്മെ അകറ്റി നിർത്തുന്നു. അവയുടെ കരുത്തിനു മുന്നിൽ ഞാനെന്തിനു കീഴടങ്ങണം? അവരെന്തിനെന്നോട് ഞാനെന്ത് ചെയ്യണം എന്ന് പറയണം? ഞാൻ ആ കൊച്ചുവീട്ടിൽ ഉലാത്തും. അങ്ങോട്ടുമിങ്ങോട്ടും നടക്കും. ചിലപ്പോൾ എനിക്ക് മഞ്ഞിൽ എന്റെ കാലടികൾ തിരിച്ചറിയാതാകും. അപ്പോൾ ഞാൻ 'ആരാണിതു വഴി വന്നത്' എന്ന് ചോദിക്കും. സ്വയം തിരിച്ചറിയാതിരിക്കുന്നത് ഒരു നല്ല സൂചകമാണെന്ന് എനിക്ക് തോന്നുന്നു. എങ്കിലും ഞാൻ എന്റെ അന്വേഷണങ്ങൾ പൂർത്തിയാക്കാനുള്ള ശ്രമത്തിലാണ്. എന്റെ സ്വന്തം ജാതകം പരിശോധിക്കുകയാണ്. പലപ്പോഴും അതുമായി ഞാനിരിക്കും.

അതിലെന്താണുള്ളതെന്ന് മനസ്സിലാക്കാൻ ശ്രമിക്കും. ഞാനാരാണ്? ഒരു കാര്യം മാത്രം എനിക്ക് ഉറപ്പുണ്ട്. എന്റെ മരണ തിയതി എനിക്കറിയാം!

ഞാൻ ഓഡ്ബോളിനെക്കുറിച്ച് ചിന്തിക്കാറുണ്ട്. ആ ശൈത്യകാലത്ത് അയാൾ ആ സമതലത്തിൽ ഒറ്റയ്ക്കാകും. അയാൾക്ക് വേണ്ടി ഞാൻ ബക്കറ്റിൽ കോരിയൊഴിച്ച കോൺക്രീറ്റ് മിശ്രിതമോർക്കും. ഈ തണുപ്പിനെ അത് അതിജീവിക്കുമോ? പ്രൊഫസറുടെ വീടിനകത്തുള്ള വവ്വാലുകൾ. മാനുകൾ, കുറുക്കന്മാർ. അവയെങ്ങനെ ഇനിയുമൊരു ശൈത്യകാലത്തെ അതിജീവിക്കും? ഗുഡ്ന്യൂസ് ഇപ്പോൾ വ്രോക്ലോവിൽ പഠിക്കുകയാണ്. എന്റെ ഫ്ളാറ്റിലാണവൾ താമസിക്കുന്നത്. ഡിസ്സിയും അവിടെയുണ്ട്. അവർ ഒരുമിച്ചാകുന്നതാണ് നല്ലത്. ഒരുമിച്ച് താമസിക്കുന്നത്. അവനെ ജ്യോതിഷം പഠിപ്പിക്കുന്നതിൽ, അതിൽ താത്പര്യമുണ്ടാക്കുന്നതിൽ ഞാൻ പരാജയപ്പെട്ടതിൽ എനിക്ക് വിഷമമുണ്ട്. ഇടയ്ക്ക് ബ്യൂറൂസ് വഴി ഞാൻ അവർക്ക് എഴുതാറുണ്ട്. ഇന്നലെ ഞാൻ അവന് ഒരു കൊച്ചു കഥ അയച്ചു കൊടുത്തു. അതെന്തിനെക്കുറിച്ചാണെന്ന് അവന് മനസ്സിലാകും:

മധ്യകാലത്തിൽ ഒരു സന്ന്യാസിയുണ്ടായിരുന്നു. അയാൾ ജ്യോതിഷിയുമായിരുന്നു. വിശുദ്ധനായ അഗസ്ത്യാനോസ്. എഴുത്തും വായനയും അതായത് ഗ്രഹങ്ങളെ നോക്കിയുള്ള എഴുത്തും വായനയും വിലക്കുന്നതിനു മുമ്പായിരുന്നു അത്. ജ്യോതിഷി ജാതകത്തിൽ സ്വന്തം മരണം കണ്ടു. തലയിൽ കല്ല് വീണിട്ടായിരിക്കും മരിക്കുക എന്ന് കണ്ടു. അന്ന് മുതൽ അയാൾ തലയിൽ ലോഹം കൊണ്ടുള്ള ഒരു തൊപ്പി ധരിച്ചു തുടങ്ങി. ഒരു ദുഃഖവെള്ളിയാഴ്ച അയാൾ പള്ളിയിൽ കയറിയപ്പോൾ അതെടുത്ത് മാറ്റി. ആളുകളുടെ ശ്രദ്ധ അതിലാകാതിരിക്കാനാണങ്ങനെ ചെയ്തത്. അത് തലയിൽ ധരിച്ചിരുന്നാൽ ജനങ്ങൾ ദൈവകാര്യങ്ങളിൽ ശ്രദ്ധിക്കില്ല. തന്റെ തലയിലേക്കാകും അവരുടെ ശ്രദ്ധ. അതെടുത്ത് മാറ്റി അധികം കഴിയുന്നതിനു മുമ്പ്, ഒരു കൊച്ചുകല്ല് അയാളുടെ തലയിൽ വീണു. അത് തലയിൽ ഒരു ചെറിയ പോറലുണ്ടാക്കി. തന്റെ പ്രവചനം ശരിയായി എന്ന കാര്യത്തിൽ അതോടെ അയാൾക്ക് സംശയമില്ലാതായി. അതിനാൽ ചെയ്യേണ്ടുന്ന മറ്റ് കാര്യങ്ങളെല്ലാം ചെയ്തവസാനിപ്പിച്ചു. ഒരു മാസം കഴിഞ്ഞപ്പോൾ അയാൾ മരിക്കുകയും ചെയ്തു.

അങ്ങനെയൊക്കെയാണ് കാര്യങ്ങൾ ഡിസ്സി. എനിക്ക് ഇനിയും വളരെയധികം സമയമുണ്ടെന്ന് എനിക്കറിയാം.

■

ഗ്രന്ഥകർത്താവിന്റെ കുറിപ്പ്

ഇതിൽ ചേർത്തിട്ടുള്ള സ്മാരക വാക്യങ്ങളും ഉദ്ധരണികളും 'Proverbs of Hell, Augures of Innocence, The Mental Traveller, Letters of William Blake' എന്നിവയിൽ നിന്നാണ്.

ഫാദർ റസലിന്റെ പ്രഭാഷണം നായാട്ടുകാരുടെ പാതിരിമാർ നടത്തുന്ന യഥാർത്ഥ പ്രബോധന പ്രഭാഷണമാണ്. അത് ഇന്റർനെറ്റിൽ നിന്നെടുത്തതാണ്.

നതർലാണ്ട്സ് ഇൻസ്റ്റിറ്റ്യൂട്ട് ഫോർ അഡ്വാൻസ്ഡ് സ്റ്റഡി (NIAS) എന്ന സ്ഥാപനത്തിനോട് എനിക്കുള്ള കൃതജ്ഞത ഞാൻ രേഖപ്പെടുത്തുന്നു. ശാന്തമായും ഉത്പാദനക്ഷമതയോടേയും ജോലി ചെയ്യാൻ അവസരം തന്നതിനാണിത്. ഇതിന്റെ വിവർത്തനത്തിനായി ഗ്രാന്റ് നൽകിയ ആൻഡ്രു ലീഡറോടും എന്റെ കൃതജ്ഞത അറിയിക്കുന്നു.